ലെനിന്റെ ജീവിതം

leninte jeevitham

•

original title
reminiscences of lenin

•

krupskaya

•

translation
a n sathyadas

•

first edition
august 2012

•

second edition
november 2021

•

typesetting
star communications, thiruvananthapuram

•

published
chintha publishers, thiruvananthapuram

•

printed
repro india ltd, mumbai

•

cover
vinod

•

price
rupees three hundred and ninety only

വിതരണം

ദേശാഭിമാനി ബുക്ക് ഹൗസ്

H O തിരുവനന്തപുരം-695 035
www.chinthapublishers.com
chinthapublishers@gmail.com

ബ്രാഞ്ചുകൾ

ഹെഡ്ഡാഫീസ് കുന്നുകുഴി • ഓവർബ്രിഡ്ജ് തിരുവനന്തപുരം • കെ എസ് ആർ ടി സി ബസ് സ്റ്റേഷൻ ആലപ്പുഴ • കെ എസ് ആർ ടി സി ബസ് സ്റ്റേഷൻ എറണാകുളം • മച്ചിങ്ങൽ ലെയ്ൻ തൃശൂർ • ഐ ജി റോഡ് കോഴിക്കോട് • കെ എസ് ആർ ടി സി ബസ് സ്റ്റേഷൻ കോഴിക്കോട് • എൻ ജി ഒ യൂണിയൻ ബിൽഡിങ് കണ്ണൂർ • സെൻട്രൽ ബസ് ടെർമിനൽ കോംപ്ലക്സ് താവക്കര കണ്ണൂർ

CR - 3035 / 5684
ISBN - 978-93-82167-94-5

ലെനിന്റെ ജീവിതം

ക്രൂപ്സ്കായ

പരിഭാഷ

എ എൻ സത്യദാസ്

ചിന്ത പബ്ലിഷേഴ്സ്
തിരുവനന്തപുരം-695 035
വില : ₹ 390

നദേഴ്ദ ക്രൂപ്സ്കായ (1869-1939)

റഷ്യയിലെ ബോൾഷവിക് വിപ്ലവകാരിയും രാഷ്ട്രീയ പ്രവർത്തകയും ലെനിന്റെ ഭാര്യയും. സോവിയറ്റ് യൂണിയനിലെ വിദ്യാഭ്യാസവകുപ്പിലെ ഡെപ്യൂട്ടി മന്ത്രിയായിരുന്നു.

ടോൾസ്റ്റോയിയുടെ വിദ്യാഭ്യാസ സിദ്ധാന്തത്തിലും മാർക്സിസത്തിലും അങ്ങേയറ്റം പ്രാവീണ്യം നേടിയ ഉജ്ജ്വലയായ രാഷ്ട്രീയ പ്രവർത്തകയായിരുന്നു. 1924-ൽ സോവിയറ്റ് കമ്യൂണിസ്റ്റ് പാർട്ടിയുടെ കേന്ദ്രകമ്മിറ്റി അംഗമായി തിരഞ്ഞെടുക്കപ്പെട്ടു

എ എൻ സത്യദാസ്

1952 ൽ തിരുവനന്തപുരം ജില്ലയിലെ പാറശാലയ്ക്കടുത്തുള്ള നിലമാമൂട് എന്ന സ്ഥലത്ത് ജനിച്ചു. സ്കൂൾ വിദ്യാഭ്യാസത്തിനുശേഷം 1969 മുതൽ എട്ട് വർഷക്കാലം മുംബൈയിൽ ജോലിചെയ്തു. 1978 മുതൽ വിവിധ ഗൾഫ് രാജ്യങ്ങളിലായി ഇരുപത് വർഷത്തോളം ഹോട്ടൽ മേഖലയിൽ ജോലി നോക്കി.

കുവൈത്തിൽ വച്ച് രണ്ട് നാടകങ്ങൾ എഴുതി സംവിധാനം ചെയ്തു. *കുവൈത്ത് ടൈംസ്* സംഘടിപ്പിച്ച ചെറുകഥാ മത്സരത്തിൽ ഒന്നാം സമ്മാനം ലഭിച്ചു. മൂന്നു നോവലുകൾ രചിച്ചു. സാമുവൽ മെറ്റീർ, ഡോ. ജോൺവിത്സൺ, ഡേൽമെർസ്റ്റീൻ, അബേ ദുബോയ്സ്, ഷംസുൽ ഇസ്ലാം, ഇർഫാൻ ഹബീബ്, ജ്യോതിറാവു ഫൂലെ തുടങ്ങിയവരുടെ കൃതികൾക്ക് മലയാള മൊഴിമാറ്റം നിർവഹിച്ചു.

ജോൺസൺ ഐരൂരിന്റെ *ഭക്തിയും കാമവും* എന്ന കൃതി *Piety and erotism* എന്ന പേരിൽ ഇംഗ്ലീഷിലേക്ക് പരിഭാഷപ്പെടുത്തി. 2008 ൽ കേരള ഭാഷാ ഇൻസ്റ്റിറ്റ്യൂട്ടിന്റെ പരിഭാഷയ്ക്കുള്ള അവാർഡ് ലഭിച്ചു.

ഭാര്യ : ശാന്ത

മക്കൾ : ആനന്ദ്, അജിത്ത്

വിലാസം : അനുപമം
എള്ളുവിള പി ഒ
കാരക്കോണം, തിരുവനന്തപുരം ജില്ല
പിൻ - 695504

ഫോൺ : 0471 2250821

ഉള്ളടക്കം

ഭാഗം ഒന്ന്

സെന്റ് പീറ്റേഴ്സ്ബർഗ്
1893–1898

ആയിരത്തിയെണ്ണൂറ്റി തൊണ്ണൂറ്റിമൂന്നിലെ ശരത്കാലത്ത് വ്ളാദി മിർ ഇല്ലിച്ച് ലെനിൻ സെന്റ് പീറ്റേഴ്സ്ബർഗിലേക്ക് വന്നു. എന്നാൽ അൽപ്പകാലത്തിനുശേഷം മാത്രമേ എനിക്ക് അദ്ദേഹത്തെ അറിയാൻ കഴിഞ്ഞുള്ളൂ. വോൾഗയിൽ നിന്നും വളരെ പണ്ഡിതനായ ഒരു മാർക്സിസ്റ്റ് എത്തിച്ചേർന്നിട്ടുള്ളതായി സഖാക്കൾ എന്നോടു പറഞ്ഞു. പിന്നീട് *ഓൺ മാർക്കറ്റ്സ്* (*വിപണിയെക്കുറിച്ച്*) എന്ന പേരിലുള്ള നന്നായി എഴുതപ്പെട്ട ഒരു കൃതിയുടെ കൈയെഴുത്തു പ്രതി എനിക്ക് വായിക്കാൻ തന്നു. ഒരുവശത്ത് ഞങ്ങളുടെ സെന്റ് പീറ്റേഴ്സ്ബർഗിലെ മാർക്സിസ്റ്റും ടെക്നോളജിസ്റ്റുമായ ഹെർമൻ ക്രാസിന്റെ വീക്ഷണ ങ്ങളും മറുവശത്ത് വോൾഗയിൽ നിന്നുമെത്തിച്ചേർന്ന നവാഗതന്റെ വീക്ഷ ണങ്ങളുമുള്ളതായിരുന്നു ആ കൈയെഴുത്തുപ്രതി. നടുവിൽ രണ്ടായി മടക്കിയ കടലാസിന്റെ ഒരുവശത്ത് വടിവില്ലാത്ത കൈയക്ഷരത്തിൽ നിര വധി വെട്ടിത്തിരുത്തലുകളോടെ ക്രാസിന്റെ വീക്ഷണങ്ങളും മറുവശത്ത് യാതൊരു തിരുത്തലുമില്ലാതെ വൃത്തിയായി നവാഗതന്റെ അഭിപ്രായ ങ്ങളും ഉണ്ടായിരുന്നു.

അന്ന് വിപണിയെക്കുറിച്ചുള്ള ചോദ്യം യുവ മാർക്സിസ്റ്റുകാരായ ഞങ്ങൾക്കെല്ലാം വളരെ താൽപ്പര്യജനകമായിരുന്നു.

അക്കാലത്ത് സെന്റ് പീറ്റേഴ്സ്ബർഗ് സ്റ്റഡി സർക്കിളുകൾക്കിടയിൽ കണിശമായൊരു പ്രവണത ഉരുത്തിരിഞ്ഞ് തുടങ്ങിയിരുന്നു. അതിന്റെ സാരം ഇതായിരുന്നു: യാന്ത്രികവും പ്രവർത്തന പദ്ധതിയും ആയ ചില തെന്ന നിലയിലാണ്, ഈ പ്രവണതയുടെ പ്രതിനിധികൾ സാമൂഹിക വികസനപ്രക്രിയയെ കണ്ടത്. വികസനപ്രക്രിയയുടെ അത്തരമൊരു വ്യാഖ്യാനം ബഹുജനങ്ങളുടെയും അധ്വാനിക്കുന്ന വർഗത്തിന്റെയും

പങ്കിനെ പൂർണമായും നിരാകരിച്ചു. മാർക്സിസം അതിന്റെ വിപ്ലവാത്മകമായ നിയമക്രമത്തെ തുറന്നുകാണിക്കുകയും കേവലം "വികസനത്തിന്റെ ഘട്ടങ്ങൾ" മാത്രം അവശേഷിക്കുകയും ചെയ്തു. ഇന്ന് തീർച്ചയായും, യാന്ത്രികതയിലധിഷ്ഠിതമായ ആ ആശയത്തെ നിരാകരിക്കാൻ ഏതൊരു മാർക്സിസ്റ്റിനും സാധിക്കും. എന്നാൽ അന്ന് ഞങ്ങളുടെ സെന്റ് പീറ്റേഴ്സ്ബർഗ് മാർക്സിസ്റ്റ് സർക്കിളുകൾക്ക് അത് വളരെ ആശങ്കയുളവാക്കുന്ന ഒരു സംഗതിയായിരുന്നു. അതുവരെ വായിച്ചിട്ടില്ലെങ്കിലും *കമ്യൂണിസ്റ്റ് മാനിഫെസ്റ്റോയെ* പോലെ *മൂലധന*ത്തിന്റെ ഒന്നാമത്തെ സഞ്ചികയുടെയും രചയിതാവെന്ന നിലയിൽ മാർക്സിനെ അറിയുമായിരുന്ന ഞങ്ങൾ സൈദ്ധാന്തികമായി അപ്പോഴും വളരെയൊന്നും അറിവുള്ളവരായിരുന്നില്ല. അതുകൊണ്ട് യാന്ത്രികമായ ഈ വീക്ഷണം യഥാർഥ മാർക്സിസത്തിന് കടകവിരുദ്ധം എന്നതിന് അപ്പുറത്തുള്ള മറ്റെന്തോ ആണെന്ന് കരുതാൻ സ്വാഭാവികമായും ഞങ്ങൾ പ്രേരിതരായി.

മാർക്സിസത്തെ മനസിലാക്കുകയെന്ന പൊതുവായ ചോദ്യവുമായി വിപണിയുടെ ചോദ്യത്തിന് അടുത്ത ബന്ധമാണുള്ളത്.

യാന്ത്രികതയിൽ അധിഷ്ഠിതമായ വീക്ഷണം വച്ചുപുലർത്തുന്നവർ ഈ ചോദ്യത്തെ തികച്ചും കേവലമായ രീതിയിലാണ് കൈകാര്യം ചെയ്തത്.

അപ്പോഴേക്കും മുപ്പതിലധികം വർഷങ്ങൾ കടന്നുപോയിരുന്നു. നിർഭാഗ്യവശാൽ ആ കൈയെഴുത്തുപ്രതി നഷ്ടപ്പെട്ടുപോയതിനാൽ അത് ഞങ്ങളിൽ ഉളവാക്കിയ പ്രതികരണത്തെക്കുറിച്ച് മാത്രമേ എനിക്ക് പറയാൻ കഴിയൂ.

അങ്ങേയറ്റം ശ്രദ്ധാപൂർവമായിരുന്നു മാർക്സിസ്റ്റായ ഞങ്ങളുടെ പുതിയ സുഹൃത്ത് വിപണിയെ കുറിച്ചുള്ള ചോദ്യം കൈകാര്യം ചെയ്തത്. അദ്ദേഹമതിനെ ബഹുജനങ്ങളുടെ താൽപ്പര്യങ്ങളുമായി ബന്ധപ്പെടുത്തി. മാത്രമല്ല, സജീവമായ മാർക്സിസത്തിന്റെ ദൃഢമായ ചുറ്റുപാടുകളിൽ ഉരുത്തിരിഞ്ഞു വരുന്ന പ്രതിഭാസങ്ങളിലും അവയുടെ വികാസത്തിലും അധിഷ്ഠിതമായിരുന്നു അദ്ദേഹത്തിന്റെ മുഴുവൻ സമീപനവും.

തുടക്കത്തിൽത്തന്നെ ഈ നവാഗതന്റെ വീക്ഷണങ്ങൾ പഠിക്കാൻ അദ്ദേഹവുമായി അടുത്ത് ബന്ധപ്പെടേണ്ടത് ഏവർക്കും ആവശ്യമായിരുന്നു.

ഷ്രോവെറ്റിഡ് വരെ ഞാൻ വ്ളാദിമിർ ഇല്ലിച്ചുമായി കൂടിക്കാണുകയുണ്ടായില്ല. മുമ്പ് രണ്ടുവർഷക്കാലം ഞാനുമൊന്നിച്ച് ഒരേ സ്റ്റഡിസർക്കിളിൽ പങ്കെടുത്ത സെന്റ് പീറ്റേഴ്സ്ബർഗിലെ ഒരു പ്രമുഖ മാർക്സിസ്റ്റും എഞ്ചിനീയറുമായ ക്ലാസിയുടെ ഫ്ളാറ്റിൽവച്ച് വോൾഗയിൽ നിന്നുമുള്ള മനുഷ്യനെയും ചില സെന്റ് പീറ്റേഴ്സ്ബർഗ് മാർക്സിസ്റ്റുകാരെയും പങ്കെടുപ്പിച്ചുകൊണ്ട് ഒരു യോഗം നടത്താൻ തീരുമാനിക്കപ്പെട്ടു. ഒരു പാൻ കേക്ക് പാർട്ടി എന്ന വ്യാജേനയാണ് ആ യോഗം ചേർന്നത്. വ്ളാദിമിർ ഇല്ലിച്ച് ലെനിനെക്കൂടാതെ, ക്ലാസൺ, വൈ പി കൊറോബ്കോ,

സെറെബ്രോവ്സ്കി, എസ് ഐ റാഡ്ചെങ്കോ തുടങ്ങിയവരും ആ യോഗത്തിൽ സന്നിഹിതരായിരുന്നു. പെത്രോസോവും സ്ട്രൂവെയും വരേണ്ടവരായിരുന്നുവെങ്കിലും ഇരുവരും എത്തിച്ചേർന്നുവെന്ന് ഞാൻ ഓർക്കുന്നില്ല. അവിടത്തെ ഒരു വേളയെ ഞാൻ പ്രത്യേകം ഓർക്കുന്നു. നാം ഏത് മാർഗം സ്വീകരിക്കണമെന്ന ഒരു ചോദ്യം ഉയർന്നുവന്നു. എന്തുകൊണ്ടോ അക്കാര്യത്തിൽ പൊതുവായൊരു ധാരണ ഉണ്ടായില്ല. ഒരാൾ (അത് ഷെവ്ല്യാഗിൻ ആയിരുന്നുവെന്ന് ഞാൻ വിശ്വസിക്കുന്നു) പറഞ്ഞത് നിരക്ഷരതാ സമിതിയുടെ പ്രവർത്തനത്തിന് വളരെ പ്രാധാന്യമുണ്ടെന്നാണ്. അത് കേട്ടപാടെ വ്ളാദിമിർ ഇല്ലിച്ച് ചിരിച്ചു. ആ ചിരി പരുഷവുമായിരുന്നു. (അദ്ദേഹമങ്ങനെ ചിരിക്കുന്നത് പിന്നീടൊരിക്കലും ഞാൻ കണ്ടിട്ടില്ല).

അദ്ദേഹം പറഞ്ഞു:

> നിരക്ഷരതാസമിതിയിൽ പ്രവർത്തിക്കുന്നതിലൂടെ രാജ്യത്തെ രക്ഷിക്കാമെന്ന് ആരെങ്കിലും ചിന്തിക്കുന്നുണ്ടെങ്കിൽ അവർ അങ്ങനെ മുന്നോട്ടു പോകട്ടെ. നമ്മുടെ തലമുറയുടെ യുവത്വത്തിൽ അത് നരോദോവോൾട്സിക്കും സാറിസത്തിനുമിടയിലെ സംഘർഷത്തിന് സാക്ഷ്യം വഹിച്ചിട്ടുണ്ട്. തുടക്കത്തിൽ ഏതൊന്നിനോടും 'അനുകമ്പ' ഉണ്ടായിരുന്ന ഉൽപ്പതിഷ്ണുക്കൾ 'നരോദ്ന്യായവോല്യ' പാർട്ടിയുടെ അടിച്ചമർത്തലിനുശേഷം അവരുടെ വാൽ കാലുകൾക്കിടയിൽ ഒളിച്ചതെങ്ങനെയെന്നും 'ചെറിയ കാര്യങ്ങൾ' ചെയ്യുന്നതിനെക്കുറിച്ച് ഉപദേശിക്കാൻ തുടങ്ങിയതെങ്ങനെയെന്നും നാം കണ്ടുകഴിഞ്ഞതാണ്.

ലെനിന്റെ തീക്ഷ്ണമായ വാക്കുകൾ തികച്ചും മനസിലാക്കാവുന്നതായിരുന്നു. ഒന്നിച്ചുനിന്ന് പോരാടാനുള്ള മാർഗങ്ങൾ ആരായാനായിരുന്നു അദ്ദേഹം വന്നത്. അത് സാക്ഷരതാസമിതിയുടെ അഭ്യർഥന ശ്രവിക്കാനോ അവരുടെ ലഘുലേഖകൾ വിതരണം ചെയ്യാനോ ആയിരുന്നില്ല.

പിന്നീട് ഞങ്ങൾ അന്യോന്യം കൂടുതൽ മനസിലാക്കിക്കഴിഞ്ഞപ്പോൾ ഒരുദിവസം തന്റെ സഹോദരനായ അലക്സാണ്ടർ ഉല്യാനോവിന്റെ അറസ്റ്റിൽ ഈ 'ഉൽപ്പതിഷ്ണു' സമൂഹം എങ്ങനെയാണ് പ്രതികരിച്ചതെന്ന് അദ്ദേഹമെന്നോട് പറഞ്ഞു. അടുപ്പമുള്ളവരെല്ലാം ഉല്യാനോവ് കുടുംബത്തെ തള്ളിപ്പറഞ്ഞു. ഏതാണ്ട് എല്ലാദിവസവും ചെസ് കളിക്കാൻ അവിടേക്ക് വന്നിരുന്ന ഒരു പഴയ അധ്യാപകൻ പോലും അങ്ങോട്ട് വരാതായി. സിംബിർസ്കിലേക്ക് അന്ന് റെയിൽ ലൈനുണ്ടായിരുന്നില്ല. അതുകൊണ്ട് സെന്റ് പീറ്റേഴ്സ്ബർഗിലേക്കുള്ള തീവണ്ടി കയറുന്നതിനായി വ്ളാദിമിർ ഇല്ലിച്ചിന്റെ മാതാവിന് നിത്യേന അവിടംവരെ, സിസ്റാനിൽനിന്നും കുതിരവണ്ടിയിൽ, യാത്ര ചെയ്യേണ്ടിയിരുന്നു. അവിടെ വച്ചാണ് അവരുടെ മകൻ തടവിലാക്കപ്പെട്ടത്. ഒരു സഹചാരിയെ കണ്ടെത്താനായി വ്ളാദിമിർ ഇല്ലിച്ച് ലെനിൻ നിയോഗിക്കപ്പെട്ടെ

ങ്കിലും അറസ്റ്റ് ചെയ്യപ്പെട്ട ഒരുവന്റെ മാതാവുമൊന്നിച്ച് കാണപ്പെടാൻ ആരും താൽപ്പര്യപ്പെട്ടില്ല.

പൊതുവിലുള്ള ഈ ഭീരുത്വം അന്ന് തന്നെ വളരെയധികം നടുക്കിയതായി വ്ളാദിമിർ ഇല്ലിച്ച് എന്നോട് പറയുകയുണ്ടായി.

ചെറുപ്പകാലത്തെ ഈ അനുഭവം നിസ്സംശയമായും ഉൽപ്പതിഷ്ണുക്കളുടേതെന്ന് വിളിക്കപ്പെടുന്ന സമൂഹത്തിന് നേരെയുള്ള അദ്ദേഹത്തിന്റെ സമീപനത്തെ സ്വാധീനിച്ചു.

തീർച്ചയായും 'പാർകേക്ക്* പാർട്ടി[1]'യിൽ ഒരു ധാരണയുമുണ്ടായില്ല. വ്ളാദിമിർ ഇല്ലിച്ച് അൽപ്പം മാത്രമേ സംസാരിച്ചുള്ളൂ. കൂടുതലായി കൂട്ടായ്മയെ പഠിക്കാനാണ് അദ്ദേഹം സമയം ചെലവഴിച്ചത്. അദ്ദേഹത്തിന്റെ അയവില്ലാത്ത നോട്ടത്തിന് മുമ്പിൽ മാർക്സിസ്റ്റുകാരെന്ന് സ്വയം വിളിക്കുന്നവർക്ക് അനൽപ്പമായ അസ്വസ്ഥത അനുഭവപ്പെട്ടു.

പ്രായപൂർത്തിയാവുംമുമ്പ്, 1887 ൽ, അലക്സാണ്ടർ മൂന്നാമനെ വധിക്കാനുള്ള ശ്രമത്തിൽ പങ്കെടുത്തുവെന്നകാരണത്താൽ, നരോദ്ന്യായ വോല്യയിലെ ഒരംഗവും സ്വസഹോദരനുമായ വ്ളാദിമിർ ഇല്ലിച്ചിന്റെ സഹോദരൻ ആരാച്ചാരന്മാരാൽ കൊല്ലപ്പെട്ട കഥ ഞാൻ ആദ്യമായി കേട്ടത് ഓക്താ ജില്ലയിലെ നേവയുടെ കരയിലൂടെ വീട്ടിലേക്ക് മടങ്ങുമ്പോഴാണെന്ന് ഞാൻ ഓർക്കുന്നു.

വ്ളാദിമിർ ഇല്ലിച്ചിന് സ്വമാതാവിനോട് അത്യധികമായ സ്നേഹമായിരുന്നു. അവർ ഇരുവർക്കും പൊതുവായ നിരവധി രുചിഭേദങ്ങളുണ്ടായിരുന്നു. ദീർഘനേരം ഏകാന്തമായി കഴിയാൻ ഇഷ്ടപ്പെട്ടിരുന്ന ഇരുവരും ശ്രദ്ധ കേന്ദ്രീകരിക്കാനാണ് ആ വേളകൾ ചെലവഴിച്ചിരുന്നത്. സാധാരണയായി ഒന്നിച്ച് ജീവിച്ചിരുന്ന അവർ ഒരു ഘട്ടത്തിൽ വീടിന്റെ ഒരു പ്രത്യേകഭാഗം പങ്കിട്ടെടുത്തിരുന്നു. എപ്പോഴെങ്കിലും ചെറുപ്പക്കാരായ ആൾക്കൂട്ടം (ആണും പെണ്ണുമായ അസംഖ്യം വരുന്ന ബന്ധുക്കളായിരുന്നു അവർ) എത്തിച്ചേരുമ്പോൾ സഹോദരന്മാർ അവരെ ഇങ്ങനെ പറഞ്ഞുകൊണ്ടാണ് സ്വീകരിച്ചിരുന്നത്: "നിങ്ങളുടെ അഭാവത്തിൽ ഞങ്ങളെ ആദരിക്കുക." അവർ കഠിനാധ്വാനികളും വിപ്ലവാത്മക ചിന്താഗതിയുള്ളവരുമായിരുന്നു. ആ സഹോദരന്മാരുടെ പ്രായത്തിലെ വ്യത്യാസം എന്തു തന്നെയായാലും ഇരുവരുടെയും ചിന്താഗതിയിലെ സമാനത വ്യത്യസ്ത രീതികളിൽ പ്രകടമായിരുന്നു. അലക്സാണ്ടർ വ്ളാദിമിറിനോട് പറയാത്ത ചില പ്രത്യേക കാര്യങ്ങളുണ്ടായിരുന്നു. അതാണ് വ്ളാദിമിർ ഇല്ലിച്ച് എന്നോട് പറഞ്ഞത്.

അദ്ദേഹത്തിന്റെ സഹോദരൻ ഒരു പ്രകൃതിവാദിയായിരുന്നു. അവസാനത്തെ അവധിക്കാലത്ത് വീട്ടിൽവച്ച് 'അന്നേലിഡ'യെക്കുറിച്ച് ഒരു ഭാഷണം നടത്താൻ തയാറെടുക്കുകയായിരുന്ന അദ്ദേഹം മുഴുവൻ സമയവും തന്റെ മൈക്രോസ്കോപ്പുമൊത്തായിരുന്നു. ലഭ്യമായ മുഴു

---

* മുട്ട, ധാന്യമാവ്, പാൽ, പഞ്ചസാര എന്നിവചേർത്ത് വറചട്ടിയിൽ ചുട്ടെടുക്കുന്ന ഒരിനം പലഹാരം

വൻ വെളിച്ചവും പ്രയോജനപ്പെടുത്താൻ അദ്ദേഹം അതിരാവിലെ ഉറക്കമുണർന്ന് തന്റെ പ്രവർത്തനങ്ങളിൽ വ്യാപൃതനായി. “ഇല്ല, എന്റെ സഹോദരന് ഒരു വിപ്ലവകാരിയാവാൻ കഴിയുമായിരുന്നില്ല,” വ്‌ളാദിമിർ ഇല്ലിച്ച് പറഞ്ഞു: “വിരകളുടെ പഠനത്തിനായി ഇത്രയേറെ സമയം നീക്കിവയ്ക്കാൻ ഒരു വിപ്ലവകാരിക്ക് കഴിയുകയില്ല. സ്വന്തം അബദ്ധം മനസിലാക്കാൻ കഴിയുന്നതിനും വളരെ മുമ്പായിരുന്നു അത്.”

നിസ്സംശയമായും സ്വസഹോദരന്റെ വിധി വ്‌ളാദിമിർ ഇല്ലിച്ചിനെ വളരെയധികം സ്വാധീനിച്ചു. നിരവധി ചോദ്യങ്ങളെക്കുറിച്ച് അദ്ദേഹം ചിന്തിക്കാൻ തുടങ്ങുകയും വിപ്ലവാത്മകമായ സമരത്തിന്റെ അവശ്യകതയെക്കുറിച്ച് സ്വയമൊരു തീരുമാനത്തിലെത്തുകയും ചെയ്തു എന്നതാണ് മറ്റൊരു പ്രധാന വസ്തുത.

മറിച്ചായിരുന്നുവെങ്കിൽ, സഹോദരന്റെ അന്ത്യം അദ്ദേഹത്തെ കഠിനമായ വ്യഥയിലാഴ്ത്തുകയോ, ഏറിയാൽ, സഹോദരന്റെ കാലടികൾ പിന്തുടർന്ന് പ്രതികാരം വീട്ടാൻ ശ്രമിക്കുകയോ ചെയ്യുമായിരുന്നു. എന്നാൽ സഹോദരന്റെ വിധി അദ്ദേഹത്തിന്റെ മനസിന് തികഞ്ഞ ജാഗ്രത ലഭ്യമാക്കിക്കൊടുക്കുകയും അദ്ദേഹത്തിൽ അസാധാരണമായൊരു സമചിത്തത വികസിപ്പിക്കുകയും ഒരു വാചകത്താലോ മിഥ്യാഭ്രമത്താലോ ഒരു നിമിഷംപോലും വഴിതെറ്റിപ്പോവാൻ സ്വയം അനുവദിക്കാതെ സത്യത്തെ അഭിമുഖീകരിക്കാനുള്ള കഴിവുണ്ടാക്കിക്കൊടുക്കുകയും ചെയ്തു. അത് എല്ലാ ചോദ്യങ്ങൾക്കും നേരെ അയവില്ലാത്ത ആത്മാർഥമായൊരു സമീപനവും അദ്ദേഹത്തിൽ ഉളവാക്കി.

1894ലെ ശരത്കാലത്ത് വ്‌ളാദിമിർ ഇല്ലിച്ച് തന്റെ *ദി ഫ്രണ്ട്സ് ഓഫ് ദി പീപ്പിൾ* (ജനങ്ങളുടെ സുഹൃത്തുക്കൾ) ഞങ്ങളുടെ സർക്കിളിൽ വായിച്ചു. അത് ഞങ്ങളെ എത്രമാത്രം ആഹ്ലാദചിത്തരാക്കിയെന്ന് ഞാനോർക്കുന്നു. വിദഗ്ധമായ വ്യക്തതയോടെ സമരത്തിന്റെ ലക്ഷ്യങ്ങൾ ആ ലഘുലേഖ മുന്നോട്ടുവച്ചു. പിന്നീടതിന്റെ ഹെക്ടോഗ്രാഫ്* ചെയ്ത പകർപ്പുകൾ *ദി യെല്ലോ കോപ്പി ബുക്സ്* എന്ന പേരിൽ എല്ലാവർക്കും വിതരണം ചെയ്തു. അവ ഒപ്പിട്ടവയായിരുന്നില്ല. വ്യാപകമായി വായിക്കപ്പെട്ട അത് നിസ്സംശയമായും അക്കാലത്തെ യുവമാർക്സിസ്റ്റുകാരിൽ വളരെ സ്വാധീനം ചെലുത്തുകയുണ്ടായി. 1896 ൽ ഞാൻ വോൾട്ടാവയിലായിരിക്കുമ്പോൾ, അൽപ്പം മുമ്പ് മാത്രം ജയിൽ മോചിതനായ, സജീവ സോഷ്യൽ ഡെമോക്രാറ്റായ പി പി റുമ്യാൻത്സേവ്, ഏറ്റവും നല്ലതും ഏറ്റവും പ്രബലവും, വിപ്ലവാത്മക സോഷ്യൽ ഡെമോക്രസിയുടെ വീക്ഷണകോണിൽ നിന്നും നോക്കുമ്പോൾ, പൂർണമായ രീതിയിൽ രൂപകൽപ്പന ചെയ്തതുമാണ് *ദി ഫ്രണ്ട്സ് ഓഫ് ദി പീപ്പിൾ* എന്നാണ് വിശദീകരിച്ചത്.

---

* ഒരു ഉപകരണത്തിൽ വജ്രപ്പശ പുരട്ടി കാർബൺ പേപ്പർ ഉപയോഗിച്ച് എടുക്കുന്ന പകർപ്പുകൾ.

1894-95ലെ ശീതകാലത്ത് വ്ളാദിമിർ ഇല്ലിച്ചുമായി കൂടുതൽ അടുക്കാൻ എനിക്ക് അവസരമുണ്ടായി. അന്ന് മുതിർന്നവർക്കുള്ള സ്മോളെൻസ്കായ സൺഡേ ഈവനിങ് സ്കൂളിൽ ഒരു അധ്യാപികയെന്ന നിലയിൽ മൂന്ന് വർഷക്കാലം ജോലി ചെയ്യുകയും, അക്കാരണത്താൽ ഷ്ജസെൽ ബഗ് പോസ്റ്റ്റോഡിലെ ജീവിതവുമായി എനിക്ക് നല്ല പരിചയവുമുണ്ടായിരുന്ന നെവ്സ്കായ സസ്താവ ഡിസ്ട്രിക്ടിലെ വർക്കേഴ്സ് സ്റ്റഡി സർക്കിളുകളിൽ പ്രഭാഷണം നടത്തുകയായിരുന്നു അദ്ദേഹം. വ്ളാദിമിർ ഇല്ലിച്ചിന്റെ ക്ലാസുകളിൽ പങ്കെടുത്ത നിരവധിപേർ എന്റെ സൺഡേ സ്കൂളിലെ വിദ്യാർഥികളായിരുന്നു. ബബുഷ്കിൻ, ബൊറോവ്കോവ്, ഗ്രിബാകിൻ, ബൊഡ്റോഡ് സഹോദരന്മാർ (അർസെനിയും ഫിലിപ്പും), സുക്കോവ് തുടങ്ങിയവർ അക്കൂട്ടത്തിൽപ്പെടും. അധ്വാനിക്കുന്ന വർഗത്തിന്റെ ദൈനംദിനജീവിതം, തൊഴിലുകളിലെ ചുറ്റുപാടുകൾ, ബഹുജനങ്ങളുടെ മനോഗതി എന്നിവ പഠിക്കാൻ വളരെ നല്ല അവസരം ആ ദിവസങ്ങളിൽ സൺഡേ ഈവനിങ് സ്കൂൾ ലഭ്യമാക്കിക്കൊടുത്തു. ഈവനിങ് ടെക്നിക്കൽ ക്ലാസുകളിലും വുളെൻഡ് ആന്റ് ഒബുഖോവ് സ്കൂളുകളിലും എത്തിയിരുന്നവരെ കൂടാതെ സ്മോളെൻസ്കായ സ്കൂളിൽ അറുനൂറ് വിദ്യാർഥികളുണ്ടായിരുന്നു. തൊഴിലാളികൾക്ക് അവരുടെ അധ്യാപികമാരിൽ പൂർണവിശ്വാസമുണ്ടായിരുന്നു എന്ന കാര്യം ഇവിടെ എടുത്തുപറയേണ്ടതാവശ്യമാണ്. ഉദാഹരണമായി, പ്രകാശമാനമായ മുഖവുമായി, തനിക്കൊരു മകൻ പിറന്നതായി ഗ്രോമോവ് ടിമ്പർയാർഡിലെ ഒരു വാച്ച്മാൻ അവന്റെ ടീച്ചറോട് പറഞ്ഞു. തന്നെ എഴുതാനും വായിക്കാനും പഠിപ്പിച്ചതിന് തന്റേടമുള്ള ഒരു ജീവിതസഖാവുമുണ്ടാവട്ടെയെന്ന് ഒരു മിൽ തൊഴിലാളി അവന്റെ അധ്യാപികയെ ആശംസിച്ചു. ജീവിതകാലം മുഴുവൻ ദൈവത്തെ ആരാധിച്ചിരുന്ന, ഒരു മതവിഭാഗത്തിൽപ്പെടുന്ന, മറ്റൊരു തൊഴിലാളി റുഡാഖോവിൽ (മറ്റൊരു വിദ്യാർഥി) നിന്നും ദൈവമില്ല എന്ന സംഗതി പഠിച്ച അവസാനത്തെ വിശുദ്ധവാരം വരെ താൻ കടുത്തൊരു ദൈവവിശ്വാസിയായിരുന്നുവെന്നും പുതിയ അറിവ് തന്നെ സന്തുഷ്ടനാക്കിയെന്നും, ദൈവത്തിന്റെ അടിമയായിരിക്കുന്നതാണ് ലോകത്തിലെ ഏറ്റവും വഷളൻ കാര്യമെന്നും, കുറഞ്ഞപക്ഷം, തിരിച്ചടിക്കുകയെങ്കിലും ചെയ്യാമെന്നതിനാൽ, അതിലും നല്ലത് മനുഷ്യന്റെ അടിമയായിരിക്കുന്നതാണെന്നും എഴുതി. തനിക്ക് ചർച്ച് വാർഡന്റെ ജോലി ചെയ്യാൻ വളരെ പ്രയാസമനുഭവപ്പെടുന്നുണ്ടെന്നും ചർച്ച് വാർഡന്റെ പുരോഹിതന്മാർ ജനങ്ങളെ വിഡ്ഢികളാക്കുന്നത് കാണുമ്പോൾ താൻ രോഗിയായിത്തീരുന്നുവെന്നും നിവർന്നുനിന്ന് ആരെങ്കിലും അവരെ ചോദ്യം ചെയ്യേണ്ടതാണെന്നും പ്രായമായൊരു തൊഴിലാളി പറഞ്ഞു.

ആളുകളെ പഠിക്കാനും സർക്കിളുകളിലും സംഘടനയിലും പ്രവർത്തിക്കുന്നവരെ കണ്ടെത്താനുമാണ് സംഘടനയിലുള്ള തൊഴിലാളികൾ സ്കൂളിൽ പോയിരുന്നത്. ആ തൊഴിലാളികളെ സംബന്ധിച്ചിട

ത്തോളം, അവരുടെ അധ്യാപികമാർ മുഖമില്ലാത്ത ഒരു സംഘം സ്ത്രീകളായിരുന്നില്ല. രാഷ്ട്രീയമായി ഏത് അധ്യാപിക എത്രമാത്രം അറിവുള്ളവളാണെന്ന് തിരിച്ചറിയാൻ അതിനകം അവർ പഠിച്ചുകഴിഞ്ഞിരുന്നു. ഒരു സ്കൂൾ ടീച്ചറെ 'നമ്മളിൽ ഒരാൾ' ആയി അംഗീകരിച്ചുകഴിഞ്ഞാൽ ഏതെങ്കിലുമൊരു വാക്യത്തിലൂടെയോ വാക്കിലൂടെയോ അതവർ അവളെ അറിയിക്കും. ഉദാഹരണമായി, കരകൗശല വ്യവസായം ചർച്ച ചെയ്യുമ്പോൾ ഒരുവൻ പറയും: "ഒരു കരകൗശല തൊഴിലാളിക്ക് വൻകിട ഉൽപ്പാദനവുമായി മത്സരിക്കാനാവില്ല." അല്ലെങ്കിലയാൾ ചോദിക്കും: "ഒരു സെന്റ് പീറ്റേഴ്സ് ബർഗ് തൊഴിലാളിക്കും ഒരു അർഖൻ ഗെൽസ്ക് കർഷകനുമിടയിൽ എന്താണ് വ്യത്യാസം?" അതിനുശേഷം അധ്യാപികയെ പ്രത്യേക രീതിയിൽ നോക്കി, ഒരു പ്രത്യേകരീതിയിൽ അഭിവാദ്യം ചെയ്തുകൊണ്ട് അയാൾ ഇത്രമാത്രം പറയും: "നിങ്ങൾ ഞങ്ങളിലൊരാളാണ്, ഞങ്ങൾക്കറിയാം."

പ്രാദേശികമായി എന്തെങ്കിലും സംഭവിക്കുകയാണെങ്കിൽ അതവർ ഉടനടി അധ്യാപികയെ അറിയിക്കും. ആ വിവരം സംഘടനയിലെത്തുമെന്ന് അവർക്കറിയാം എന്നതാണ് അതിന് കാരണം. അതൊരുതരം ഗൂഢമായ മനസിലാക്കലായിരുന്നു.

ഒരു ക്ലാസ് മുറിയിൽ അത്യപൂർവമായി മാത്രമേ ഒരു പൊലീസ് ചാരന്റെ അസാന്നിധ്യം ഉണ്ടാവുമായിരുന്നുള്ളൂവെങ്കിൽപ്പോലും സ്കൂളിൽ എന്തിനെക്കുറിച്ചും സംസാരിക്കാനാവുമായിരുന്നു. സർ, സമരം എന്നിവപോലുള്ള ഭയാനകമായ വാക്കുകൾ ഒഴിവാക്കുകയാണെങ്കിൽ മൗലികമായ ഏത് വിഷയവും നിങ്ങൾക്ക് കൈകാര്യം ചെയ്യാം. തീർച്ചയായും ഔദ്യോഗികമായി ഏതൊന്നിനെക്കുറിച്ച് സംസാരിക്കാനും ഞങ്ങൾക്ക് വിലക്കുണ്ടായിരുന്നു. ഒരുദിവസം ഗണിതത്തിന്റെ നാല് നിയമങ്ങൾമാത്രം അനുവദിച്ചിരുന്നിടത്ത് ദശാംശവുമായി ബന്ധപ്പെട്ട കാര്യങ്ങൾ പഠിപ്പിക്കുന്നുവെന്ന് അപ്രതീക്ഷിതമായി സന്ദർശിക്കാനെത്തിയ ഒരു പരിശോധകൻ കണ്ടെത്തിയതിനെത്തുടർന്ന് റീ കൊപ്പുറ്റുലേഷൻ ഗ്രൂപ്പ് അടച്ചുപൂട്ടേണ്ടിവന്നു.

സ്ട്രാവോ-നെവ്സ്കിസ്ട്രീറ്റിൽ മുൻമുറ്റമുള്ള ഒരു കെട്ടിടത്തിലാണ് അന്ന് ഞാൻ താമസിച്ചിരുന്നത്. തന്റെ സർക്കിൾ പ്രവർത്തനങ്ങൾക്ക് ശേഷം ഞായറാഴ്ചകളിൽ വ്ളാദിമിർ ഇല്ലിച്ച് അവിടേക്ക് വരികയും ഞങ്ങൾ അവസാനിക്കാത്ത ആശയവിനിമയത്തിലേർപ്പെടുകയും ചെയ്തു. എന്റെ സ്കൂൾ പ്രവർത്തനവുമായി ഗാഢമായ അടുപ്പമുണ്ടായിരുന്ന എനിക്ക് തടസപ്പെടുത്താത്തിടത്തോളം മണിക്കൂറുകളോളം സംസാരിക്കാൻ കഴിയുമായിരുന്നു. സ്കൂൾ അതിലെ വിദ്യാർഥികൾ അയലത്തുള്ള സെമ്യാന്നിക്കോവ്, തോൺടൺ, മാക്സ്വെൽ, മറ്റ് ഫാക്ടറികളും മില്ലുകളും എന്നിവയെല്ലാം അതിൽ ഉൾപ്പെടുന്നതായിരുന്നു. വിപ്ലവാത്മക പ്രചരണത്തിന്റെ ഭാഗമായി, തൊഴിലാളികളുടെ യഥാർഥജീവിതവും സ്ഥിതിയുമായി ബന്ധപ്പെട്ട സകലവിവരങ്ങളും തുന്നിച്ചേർക്കാൻ

ലഭ്യമാവുന്ന സകലവിവരങ്ങളും സമാഹരിക്കുന്നതിൽ അതീവ തൽപ്പരനായിരുന്നു വ്ളാദിമിർ ഇല്ലിച്ച്. അക്കാലത്തെ മിക്ക ബുദ്ധിജീവികൾക്കും തൊഴിലാളികളെക്കുറിച്ച് കാര്യമായിട്ടൊന്നും അറിഞ്ഞുകൂടായിരുന്നു. ഒരു ബുദ്ധിജീവി ഞങ്ങളുടെ സ്റ്റഡിസർക്കിളിലേക്ക് വരികയും ഒരു പ്രഭാഷണം പഠിക്കുകയും ചെയ്യും. വളരെക്കാലം സർക്കിളുകൾക്കിടയിൽ എംഗൽസിന്റെ *ദി ഒറിജിൻ ഓഫ് ദി ഫാമിലി, പ്രൈവറ്റ് പ്രോപ്പർട്ടി ആന്റ് ദി സ്റ്റേറ്റ്* ഇവയുടെ കൈയെഴുത്ത് പ്രതിയുടെ കോപ്പികൾ വിതരണം ചെയ്യപ്പെട്ടു. വ്ളാദിമിർ ഇല്ലിച്ച് മാർക്സിന്റെ *മൂലധനം* തൊഴിലാളികൾക്ക് വായിച്ചു കേൾപ്പിക്കുകയും അതിനെക്കുറിച്ച് വിശദീകരിക്കുകയും ചെയ്തു. സമൂഹത്തിന്റെ മൊത്തത്തിലുള്ള ഘടനയിൽ തൊഴിലാളികളുടെ ജീവിതം എങ്ങനെയാണെന്ന് എടുത്തുകാണിച്ചുകൊണ്ട്, അവരുടെ ജോലിയെയും ജോലി ചെയ്യുന്ന സാഹചര്യത്തെയും കുറിച്ചുള്ള ചോദ്യങ്ങൾ അവർക്ക് മുമ്പിൽ അവതരിപ്പിക്കാനാണ് അദ്ദേഹം ക്ലാസിന്റെ രണ്ടാമത്തെ പകുതി വിനിയോഗിച്ചത്. ഒപ്പം, ഏത് രീതിയിൽ നിലവിലുള്ള സാഹചര്യത്തെ മാറ്റിത്തീർക്കാമെന്നും അദ്ദേഹം അവരോട് പറഞ്ഞു. സ്റ്റഡി സർക്കിളുകളിൽ വ്ളാദിമിർ ഇല്ലിച്ചിന്റെ ഒരു പ്രത്യേകതയായിരുന്നു സിദ്ധാന്തത്തെ പ്രയോഗവുമായുള്ള ഈ കൂട്ടിയോജിപ്പിക്കൽ. ക്രമേണയായി ഞങ്ങളുടെ സർക്കിളിലെ മറ്റംഗങ്ങളും അതേരീതി അവലംബമാക്കി.

പിറ്റേക്കൊല്ലം *ഓൺ അജിറ്റേഷൻ* (പ്രക്ഷോഭത്തെക്കുറിച്ച്) എന്ന പേരിലുള്ള ഹെക്ടോഗ്രാഫ് ചെയ്ത വിൽന ലഘുലേഖ പ്രത്യക്ഷപ്പെട്ടപ്പോൾ ലഘുലേഖകളാൽ മണ്ണ് പ്രക്ഷോഭത്തിന് പൂർണമായും സജ്ജമായിക്കഴിഞ്ഞിരുന്നു. ഒരു തുടക്കം കുറിക്കുക മാത്രമേ വേണ്ടിയിരുന്നുള്ളൂ. തൊഴിലാളികളുടെ ദൈനംദിന ആവശ്യങ്ങളെ അടിസ്ഥാനമാക്കിയുള്ള പ്രക്ഷോഭരീതി ഞങ്ങളുടെ പാർട്ടി പ്രവർത്തനത്തിൽ ആഴത്തിൽ വേരുറച്ചതായിരുന്നു. ഒരു രാഷ്ട്രീയ കുടിയേറ്റക്കാരിയെന്ന നിലയിൽ ഫ്രാൻസിൽ താമസിക്കുകയും ഫ്രഞ്ച് സോഷ്യലിസ്റ്റ് പാർട്ടിയിൽ നിന്നും പൂർണമായും വിട്ടുനിൽക്കുകയും ചെയ്ത എനിക്ക്, അടുത്ത കൊല്ലത്തെ പാരീസിലെ തപാൽ ജീവനക്കാരുടെ സമരം വരെ, ആ രീതിയുടെ കാര്യക്ഷമത പൂർണമായും ബോധ്യപ്പെട്ടിരുന്നില്ല. സമരത്തിൽ നിന്നും വിട്ടുനിൽക്കാനുള്ള ഫ്രഞ്ച് സോഷ്യലിസ്റ്റ് പാർട്ടിയുടെ ന്യായീകരണം അത് തൊഴിലാളി സംഘടനകളുടെ കാര്യമാണ് എന്നതായിരുന്നു. സാമ്പത്തികത്തെ രാഷ്ട്രീയ സമരവുമായി സംയോജിപ്പിക്കുന്നതിന്റെ ആവശ്യകതയെക്കുറിച്ച് അവർക്ക് ഒരു ധാരണയുമുണ്ടായിരുന്നില്ല എന്നതാണ് അതിലെ വസ്തുത.

അക്കാലത്ത് ഈ ലഘുലേഖാ പ്രക്ഷോഭത്തിന്റെ സ്വാധീനം കണ്ടറിഞ്ഞ സെന്റ് പീറ്റേഴ്സ് ബർഗിൽ പ്രവർത്തിച്ചിരുന്ന ഞങ്ങളുടെ നിരവധി സഖാക്കൾ ബഹുജനങ്ങൾക്കിടയിൽ മാർഗം ഇത് മാത്രമല്ലെന്ന കാര്യം പൂർണമായും വിസ്മരിക്കുകയും 'ഇക്കോണമിസത്തിന്റെ' കുപ്രസിദ്ധമായ പാത പിന്തുടരുകയും ചെയ്തു.

പ്രവർത്തിക്കാൻ മറ്റ് രീതികളുമുണ്ടെന്ന കാര്യം വ്ളാദിമിർ ഇല്ലിച്ച് ഒരിക്കലും വിസ്മരിച്ചില്ല. 1895 ൽ *ഫാക്ടറികളിൽ തൊഴിലാളികൾക്ക് മേൽ ചുമത്തപ്പെടുന്ന പിഴകളുമായി ബന്ധപ്പെട്ട നിയമത്തിന്റെ ഒരു വിശദീകരണം* എന്ന തലക്കെട്ടിൽ അദ്ദേഹമൊരു ലഘുഗ്രന്ഥമെഴുതി. അന്നത്തെ ഒരു ശരാശരി തൊഴിലാളിയെ എങ്ങനെ സമീപിക്കാമെന്നും തൊഴിലാളികളുടെ ആവശ്യങ്ങളിൽനിന്നും മുന്നോട്ട് പോയി പടിപടിയായി രാഷ്ട്രീയ സമരത്തിന്റെ അവശ്യകതയുടെ ചോദ്യത്തിലേക്ക് അവരെ എങ്ങനെ നയിക്കാമെന്നും അതിസമർഥമായി അതിൽ വിശദീകരിച്ചിരുന്നു. അത് വിരസവും വാഗാടോപം നിറഞ്ഞതുമാണെന്ന് നിരവധി ബുദ്ധിജീവികൾ കരുതിയെങ്കിലും തൊഴിലാളികൾ വളരെ താൽപ്പര്യപൂർവം അത് വായിച്ചു. കാരണം അതിലെ ഉള്ളടക്കം അവർക്ക് സുവ്യക്തവും സുപരിചിതവുമായിരുന്നു (തൊഴിലാളികൾക്കിടയിൽ വിതരണം ചെയ്ത ആ ലഘുലേഖ നരോദ്ന്യായവോല്യ പ്രിന്റിങ് പ്ലാന്റിലാണ് അച്ചടിച്ചത്.) അന്ന് ഫാക്ടറി നിയമനിർമാണത്തെക്കുറിച്ച് വ്ളാദിമിർ ഇല്ലിച്ച് ആഴത്തിലുള്ള ഒരു പഠനം നടത്തി. ഈ നിയമങ്ങൾ തൊഴിലാളികൾക്ക് വിശദീകരിച്ചുകൊടുക്കുന്നതിലൂടെ അവരുടെ സ്ഥിതിക്കും രാഷ്ട്രീയ ഭരണകൂടത്തിനുമിടയിലെ ബന്ധം വളരെ എളുപ്പം അവർക്ക് കാണിച്ചുകൊടുക്കാനാവുമെന്ന് അദ്ദേഹം വിശ്വസിച്ചു. തൊഴിലാളികൾക്ക് വേണ്ടി അന്ന് ഇല്ലിച്ച് എഴുതിയ നിരവധി ലേഖനങ്ങളിലും ലഘുലേഖകളിലും അദ്ദേഹത്തിന്റെ ഈ പഠനത്തിന്റെ തെളിവുകൾ കണ്ടെത്താനാവും. *ദി ന്യൂ ഫാക്ടറി ആക്ട്* എന്നീ ലഘുലേഖയും *ഓൺ സ്ട്രൈക്ക് ഓൺ ഇൻഡസ്ട്രിയൽ കോർട്ട്സ്* തുടങ്ങിയ ലേഖനങ്ങളുമാണ് അവയിൽ ശ്രദ്ധേയമായവ.

തൊഴിലാളികളുടെ സർക്കിളുകൾക്കിടയിൽ ചുറ്റി സഞ്ചരിച്ചിരുന്നത് മൂലം പൊലീസ് ഞങ്ങളെ സൂക്ഷ്മമായി നിരീക്ഷിച്ചു. ഞങ്ങളുടെ എല്ലാ ഗ്രൂപ്പുകളിലും വച്ച് പ്രവർത്തനത്തിന്റെ രഹസ്യരീതിയിൽ ഏറ്റവും പരിചയം വ്ളദിമിർ ഇല്ലിച്ചിനായിരുന്നു. ഊടുവഴികൾ അറിയാമായിരുന്നതിനാൽ പൊലീസിനെ വെട്ടിച്ച് കടക്കാൻ അദ്ദേഹം വിദഗ്ധനായിരുന്നു. അദൃശ്യമായ മഷി എങ്ങനെ ഉപയോഗിക്കണമെന്നും ബിന്ദുക്കളും പൂജ്യങ്ങളുപയോഗിച്ച് ബുക്കുകളിൽ രഹസ്യഭാഷയിൽ സന്ദേശങ്ങൾ എങ്ങനെ എഴുതാമെന്നും ഞങ്ങളെ പഠിപ്പിച്ച അദ്ദേഹം എല്ലാത്തരത്തിലുമുള്ള ഇരട്ടപ്പേരുകൾക്കും രൂപംനൽകി. നരോദ്നായ വോല്യ രീതികളിൽ അദ്ദേഹത്തിന് നല്ല പരിശീലനമുള്ളതായി ഏവർക്കും അനുഭവപ്പെട്ടു. തന്റെ ഒന്നാംതരം രഹസ്യവിദ്യയുടെ കാര്യത്തിൽ 'സ്വോർണിക്" (അംഗപരിചാരകൻ, വാതിൽ കാവൽക്കാരൻ) എന്ന ഇരട്ടപ്പേര് നൽകപ്പെട്ട വയസനായ നരോദോവോളെറ്റ്സ് മിഖായിലോവിനെക്കുറിച്ച് ആദരവോടെ സംസാരിക്കാൻ തീർച്ചയായും അദ്ദേഹത്തിന് മതിയായ കാരണങ്ങളുണ്ടായിരുന്നു. അതേസമയം, പൊലീസിന്റെ നിരീക്ഷണം കൂടുതൽ കർശനമായിക്കൊണ്ടിരുന്നു. അക്കാരണത്താൽ എല്ലാ ബന്ധങ്ങളെയും

കൈകാര്യം ചെയ്യുന്നതിനായി പൊലീസിന് സംശയമില്ലാത്ത മറ്റാരെയെങ്കിലും ഒരു "അനന്തരഗാമി"യായി നിയോഗിക്കണമെന്ന് വ്ളാദിമിർ ഇല്ലിച്ച് ശാഠ്യം പിടിച്ചു. പൊലീസിന്റെ കണ്ണിൽ മറ്റെല്ലാവരിലും വച്ച് 'സംശുദ്ധ' ആയിരുന്നതിനാൽ ആ സ്ഥാനത്തേക്ക് എന്നെ നിയോഗിക്കാൻ തീരുമാനമുണ്ടായി. ഈസ്റ്റർ ഞായറാഴ്ച, ഒരു കോച്ച് എന്ന നിലയിൽ പ്രവർത്തിക്കുകയും ഞങ്ങളുടെ ഗ്രൂപ്പിലെ ഒരംഗവുമായ സിൽവിനുമൊന്നിച്ച് "ഒഴിവുദിവസം ആഘോഷിക്കാൻ" ഞങ്ങൾ അഞ്ചോ ആറോ പേർത്സർസ്കോയ സെലോയിലേക്ക് പോയി. തീവണ്ടിയിൽ വച്ച് തികച്ചും അപരിചിതരെപ്പോലെയാണ് ഞങ്ങൾ പെരുമാറിയത്. അടുത്തടുത്തായി ഇരുന്ന ഞങ്ങൾ ബന്ധങ്ങൾ നിലനിർന്നതിനെക്കുറിച്ചായിരുന്നു സംസാരിച്ചത്. ഗൂഢഭാഷയുടെ ഉപയോഗത്തെക്കുറിച്ച് വ്ളാദിമിർ ഇല്ലിച്ച് ഞങ്ങളെ പഠിപ്പിച്ചിരുന്നതിനാൽ ഒരു പുസ്തകത്തിന്റെ ഏതാണ്ട് പകുതിയോളം ഞങ്ങൾ ആ ഭാഷയിൽ എഴുതിയെടുത്തു. ഖേദകരമെന്ന് പറയട്ടെ, ഒന്നിച്ചുള്ള ഈ ഗൂഢഭാഷാലിഖിതത്തിന്റെ ആദ്യശ്രമം പിന്നീട് ഗൂഢാക്ഷര വ്യാഖ്യാനം നടത്താൻ എനിക്ക് കഴിയാതെ പോയി. എന്തായാലും, സമാധാനിക്കാവുന്നൊരു കാര്യമുണ്ടായിരുന്നു. വ്യാഖ്യാനം നടത്താവുന്ന ഘട്ടമെത്തിയപ്പോഴേക്കും ഞങ്ങളുടെ 'ബന്ധങ്ങളിൽ' മിക്കതും നിലവിലില്ലാതായി.

ഒന്നല്ലെങ്കിൽ മറ്റൊരു രീതിയിൽ വിപ്ലവ പ്രവർത്തനങ്ങൾക്ക് ഉപയോഗിക്കാവുന്ന ആളുകളെ എവിടെയും അന്വേഷിച്ചതിലൂടെയാണ് വ്ളാദിമിർ ഇല്ലിച്ച് ഈ 'ബന്ധങ്ങൾ' പടുത്തുയർത്തിയത്. വ്ളാദിമിർ ഇല്ലിച്ച് മുൻകൈയെടുത്ത് ഞങ്ങളുടെ ഗ്രൂപ്പിലെ പ്രതിനിധികൾക്കും (എനിക്ക് തെറ്റിയിട്ടില്ലെങ്കിൽ, വ്ളാദിമിർ ഇല്ലിച്ചും ക്രഷിഷ്നോവിസ്കിയുമായിരുന്നു അവർ) സൺഡേ സ്കൂളിലെ ഒരുസംഘം അധ്യാപികമാർക്കും ഇടയിൽ നടന്ന ഒരു യോഗത്തെക്കുറിച്ച് ഞാൻ ഓർക്കുന്നു. പിന്നീട് അവരിൽ മിക്കവരും സോഷ്യൽ ഡെമോക്രാറ്റുകളായിത്തീർന്നു. നരോദ്നായ വോല്യയിലെ മുതിർന്നൊരംഗമായ ലിദിയ നിപ്പോവിച്ചും അവരുടെ കൂട്ടത്തിലുണ്ടായിരുന്നു. പഴയ പാർട്ടി പ്രവർത്തകർ അവരെ ഓർമിക്കുന്നുണ്ട്. തികഞ്ഞ ആത്മസംയമനമുള്ള ശ്രേഷ്ഠയായൊരു വിപ്ലവകാരിയും ഏവർക്കും ഒരു മാതൃകയും കറകളഞ്ഞൊരു സഖാവും ജനങ്ങളുടെ നല്ലൊരു ന്യായാധിപയും തനിക്ക് ചുറ്റുമുള്ളവരോട് സ്നേഹവും ഐക്യദാർഢ്യവുമുള്ളവളുമായ ലിദിയ വളരെ വേഗം തന്നെ വ്ളാദിമിർ ഇല്ലിച്ചിലെ വിപ്ലവകാരിയെ തിരിച്ചറിഞ്ഞു.

നരോദ്നായ വോല്യ പ്രിന്റിങ് പ്ലാന്റിലെ എല്ലാ ബന്ധങ്ങളും കൈകാര്യം ചെയ്യാനുള്ള ചുമതല ലിദിയ ഏറ്റെടുത്തു. അച്ചടിക്കാനുള്ള എല്ലാ സൗകര്യങ്ങളുമൊരുക്കിയ അവർ കൈയെഴുത്തുപ്രതികൾ കൈമാറുകയും അച്ചടിച്ച ലഘുലേഖകൾ ഏറ്റുവാങ്ങുകയും അവ കൊട്ടകളിലാക്കി തന്റെ സുഹൃത്തുക്കൾക്കടുത്തേക്ക് കൊണ്ടുപോവുകയും തൊഴിലാളികൾക്കിടയിൽ വിതരണം ചെയ്യാനുള്ള ഏർപ്പാടുണ്ടാക്കുകയും ചെയ്തു.

പ്ലാന്റിലെ ഒരു കമ്പോസിറ്റർ ഒറ്റുകൊടുത്തതിനാൽ അവർ അറസ്റ്റ് ചെയ്യപ്പെട്ടപ്പോൾ നിയമവിരുദ്ധമായ ലഘുലേഖകളടങ്ങിയ അത്തരം പന്ത്രണ്ട് കൊട്ടകൾ അവരുടെ സുഹൃത്തുക്കളിൽ നിന്നും കണ്ടുകെട്ടുകയുണ്ടായി. അന്ന് തൊഴിലാളികൾക്കിടയിൽ വിതരണം ചെയ്യാൻ വർക്കിങ്ഡേ, ലൈവ്സ് ആന്റ് ഇന്റസ്റ്റെഡ്, വ്ളാദിമിർ ഇല്ലിച്ചിന്റെ *ഓൺ ഫൈനൻസ്, കിങ് ഹംഗർ* തുടങ്ങിയ ലഘുലേഖകൾ നരോദോ വോൾത്സിയിൽ വൻതോതിൽ അച്ചടിച്ചിരുന്നു. ലഖ്തിൻസ്കി പ്രിന്റ് ഷോപ്പിൽ പണിയെടുത്തിരുന്ന, നരോദോ വോൾത്സി-ഷപ്പോവയോവിലും രതൻസ്കായയിലുമുള്ള രണ്ട്പേർ ഇപ്പോൾ കമ്യൂണിസ്റ്റ് പാർട്ടിയിൽ അംഗങ്ങളാണ്. ലിദിയ നിപ്പോവിച്ച് ഇപ്പോൾ ജീവിച്ചിരിപ്പില്ല. വൈറ്റുകൾക്ക് കീഴിൽ അവസാനത്തെ ഏതാനും വർഷങ്ങൾ ജീവിച്ച അവർ 1920 ൽ ക്രിമിയയിൽ വച്ച് നിര്യാതയായി. മരണക്കിടക്കയിലും അവരുടെ ആത്മാവ് കമ്യൂണിസ്റ്റുകാർക്ക് നേരേ തേങ്ങി. അധരങ്ങളിൽ കമ്യൂണിസ്റ്റ് പാർട്ടിയുടെ പേരുമായിട്ടാണ് അവർ മരിച്ചത്.

യോഗത്തിൽ പങ്കെടുത്തവരിൽ രണ്ടുപേർ അധ്യാപകമാരായ എഫ് കുദേലിയും എ ഐ മെഷെഹെര്യാകോവയുമായിരുന്നു (ഇരുവരും പിന്നീട് പാർട്ടി അംഗങ്ങളായിത്തീർന്നു). നല്ലൊരു വാഗ്മിയായ അലക്സാൺഡ്ര കൽമിക്കോവയായിരുന്നു മറ്റൊരു അധ്യാപിക. (സ്റ്റേറ്റ് ബഡ്ജറ്റിനെക്കുറിച്ച് അവർ തൊഴിലാളികളോട് നടത്തിയ പ്രഭാഷണം ഞാൻ ഓർക്കുന്നു) ലിറ്റെയ്നി സ്ട്രീറ്റിൽ അവർക്കൊരു ബുക്ഷോപ്പുണ്ടായിരുന്നു. അക്കാലത്ത് വ്ളാദിമിർ ഇല്ലിച്ചിന് അവരുമായി വളരെ അടുപ്പമായിരുന്നു. അവരുടെ വിദ്യാർഥികളായ സ്ട്രൂവേയും അയാളുടെ സഹപാഠിയായിരുന്ന പെത്രൊസോവും അവരുടെ നിത്യസന്ദർശകരായിരുന്നു. പിന്നീട് രണ്ടാം കോൺഗ്രസിന്റെ കാലംവരെ അലക്സാൺഡ്ര കൽമിക്കോവ പഴയ *ഇസ്ക്രയ്ക്ക്* സാമ്പത്തിക സഹായം നൽകിപ്പോന്നു. സ്ട്രൂവെ ലിബറലുകൾക്കൊപ്പം ചേർന്നുവെങ്കിലും അയാളോടൊപ്പം പോകാൻ അവർ തയാറായില്ല. എങ്കിലും, *ഇസ്ക്രയിസ്റ്റ്* സംഘടനയുമായുള്ള അവരുടെ ബന്ധം ഊഷ്മളമായിത്തന്നെ നിലനിന്നു. അവരുടെ ആന്റിക്കും വ്ളാദിമിർ ഇല്ലിച്ചിനോട് വളരെ സൗഹൃദമായിരുന്നു. രണ്ട് വർഷക്കാലം ഡെറ്റ്സ്കോയെ ഡെലോയിലുള്ള ഒരു നഴ്സിങ് ഹോമിൽ കിടക്കയെ ശരണം പ്രാപിച്ചശേഷം അവർ അന്തരിച്ചു. അവിടത്തെ അനാഥാലയത്തിലെ കുട്ടികൾ ഇടക്കിടെ അവരെ സന്ദർശിക്കാൻ എത്തിയിരുന്നു. ഇല്ലിച്ചിനെക്കുറിച്ച് അവർ ആ കുട്ടികളോട് പറയാറുണ്ടായിരുന്നു. 1924ൽ എനിക്കെഴുതിയ ഒരു കത്തിൽ, 1917 ൽ വ്ളാദിമിർ ഇല്ലിച്ച് എഴുതിയ പ്രചണ്ഡമായ അഭ്യർഥന ബഹുജനങ്ങളെ അങ്ങേയറ്റം സ്വാധീനിച്ചുവെന്നും അത് വേറിട്ടൊരു പുസ്തകമായി പ്രസിദ്ധീകരിക്കേണ്ടതാണെന്നും അവർ ആവശ്യപ്പെട്ടിരുന്നു. 1922 ൽ തനിക്ക് മാത്രം കഴിയുന്ന തരത്തിൽ ഊഷ്മളമായി ഏതാനും വരികളിൽ ഒരാശംസ വ്ളാദിമിർ ഇല്ലിച്ച് അവർക്കെഴുതി.

അലക്സാൺഡ്രാ കൽമിക്കോവയ്ക്ക് 'ഇമാൻസിപ്പേഷൻ ഓഫ് ലേബർ' ഗ്രൂപ്പുമായി വളരെ അടുത്ത ബന്ധമുണ്ടായിരുന്നു. ഒരിക്കൽ (1899 ലാണെന്ന് ഞാൻ കരുതുന്നു) വേരാ സസൂലിച്ച് റഷ്യയിലേക്ക് വന്നപ്പോൾ കൽമിക്കോവ നിയമവിരുദ്ധമായി അവരുമായി ഒരു കൂടിക്കാഴ്ച തരപ്പെടുത്തുകയും ഇടയ്ക്കിടെ അവരെ സന്ദർശിക്കുകയും ചെയ്തു. 'ഇമാൻസിപ്പേഷൻ ഓഫ് ലേബർ' ഗ്രൂപ്പിന്റെയും പീറ്റേഴ്സ്ബർഗ് സോഷ്യൽ ഡെമോക്രാറ്റുകളുടെയും ലേഖനങ്ങളാലും പുസ്തകങ്ങളാലും പ്രചോദിതമായി തൊഴിലാളി പ്രസ്ഥാനങ്ങൾ ഉയർന്നുവന്നപ്പോൾ പെത്രൊസോവും, അൽപ്പകാലത്തേക്ക് സ്ട്രൂവെയും, ഇടതുപക്ഷത്തേക്ക് തിരിഞ്ഞു. പ്രാഥമികമായ ഏതാനും കൂടിക്കാഴ്ചകൾക്ക് ശേഷം സംയുക്തമായി പ്രവർത്തിക്കാൻ തീരുമാനിക്കപ്പെട്ടു. *മെറ്റീരിയൽസ് ക്യാരക്ടറൈസിങ് ഔവർ ഇക്കണോമിക് ഡെവലപ്മെന്റ്* എന്ന സിമ്പോസിയം സംയുക്തമായി പ്രസിദ്ധീകരിക്കാനും തീരുമാനമായി. ഞങ്ങളുടെ ഭാഗത്തുനിന്നും വ്ളാദിമിർ ഇല്ലിച്ചും സ്റ്റാർക്കോവും സ്റ്റീപൻ റാഡ്ചെങ്കോയും അവരുടെ ഭാഗത്തുനിന്നും സ്ട്രൂവേയും പെത്രൊസോവും ക്ലാസനുമായിരുന്നു എഡിറ്റോറിയൽ ബോർഡിലെ അംഗങ്ങൾ. ആ പ്രസിദ്ധീകരണത്തിന്റെ വിധി ഏവർക്കും അറിവുള്ളതാണ്. സാറിസ്റ്റ് സെൻസർമാരാൽ അത് അഗ്നിക്കിരയാക്കി. വിദേശത്തേക്ക് പോവുന്നതിന് മുമ്പ് 1895ലെ വേനൽക്കാലത്ത് പ്രവർത്തനങ്ങൾ ത്വരിതഗതിയിലാക്കാൻ വ്ളാദിമിർ ഇല്ലിച്ച് ഇടയ്ക്കിടെ പെത്രൊസോവ് താമസിച്ചിരുന്ന ഓസെർനോയ് സ്ട്രീറ്റിലേയ്ക്ക് പോയിക്കൊണ്ടിരുന്നു.

1895ലെ വേനൽക്കാലം വ്ളാദിമിർ ഇല്ലിച്ച് വിദേശത്ത് ചെലവഴിച്ചു. കുറച്ചുദിവസം ബർലിനിൽ തൊഴിലാളികളുടെ യോഗങ്ങളിൽ പങ്കെടുത്തും കുറച്ചുദിവസം സ്വിറ്റ്സർലന്റിലുമാണ് അദ്ദേഹം താമസിച്ചത്. സ്വിറ്റ്സർലന്റിൽ വച്ച് അദ്ദേഹം ആദ്യമായി പ്ലെഖാനോവ്, അക്സെൽറോദ്, സസൂലിച്ച് എന്നിവരുമായി കൂടിക്കാഴ്ച നടത്തി. വളരെക്കൂടുതൽ അനുഭവങ്ങളുമായി മടങ്ങിയെത്തിയ അദ്ദേഹം നിയമവിരുദ്ധമായ സാഹിത്യം കുത്തിനിറച്ച ഡബിൾലൈനുള്ള ഒരു സൂട്ട്കേസും കൂടെ കരുതിയിരുന്നു.

എത്തിച്ചേർന്ന നിമിഷം മുതൽ പൊലീസ് അദ്ദേഹത്തിനുമേൽ നിഴൽ പരത്താൻ തുടങ്ങിയിരുന്നു. അവർക്ക് അദ്ദേഹത്തിനും അദ്ദേഹത്തിന്റെ സൂട്ട്കേസിനും മേൽ ഒരു കണ്ണുണ്ടായിരുന്നു. അന്ന് അഡ്രസ് ബ്യൂറോയിൽ ജോലി ചെയ്യുന്ന ബന്ധുവായൊരു സ്ത്രീ എനിക്കുണ്ടായിരുന്നു. വ്ളാദിമിർ ഇല്ലിച്ച് എത്തിക്കഴിഞ്ഞ് രണ്ടു ദിവസങ്ങൾക്ക് ശേഷം, അവർക്ക് രാത്രി ഡ്യൂട്ടിയായിരുന്നപ്പോൾ, ഒരു രഹസ്യാന്വേഷകൻ അവിടെയെത്തിയതായും, അകാരാദി ക്രമത്തിൽ സൂക്ഷിച്ചിരുന്ന ഫയലുകൾ പരിശോധിച്ചതായും സഗർവം, "ഉല്യാനോവ് എന്ന പേരുള്ള പ്രധാനപ്പെട്ട ഒരു സ്റ്റേറ്റ് ക്രിമിനലിനെ ഞങ്ങൾ പിന്തുടർന്നു" എന്നും, "അയാളുടെ സഹോദരനെ തൂക്കിക്കൊന്നു"വെന്നും "ഇപ്പോൾ വിദേശത്ത്

നിന്നും എത്തിച്ചേർന്ന് അയാൾക്ക് ഇപ്പോൾ രക്ഷപ്പെടാനാവില്ല" എന്നും പറഞ്ഞതായി അവരെന്നെ അറിയിച്ചു. എനിക്ക് വ്ളാദിമിർ ഇല്ലിച്ചുമായി അടുത്ത ബന്ധമുണ്ടെന്ന് അറിയാമായിരുന്ന ആ സ്ത്രീ ഈ വിവരം എന്നെ അറിയിക്കാൻ വൈകിയില്ല. സ്വാഭാവികമായും ഒറ്റയടിക്ക് വ്ളാദിമിർ ഇല്ലിച്ചിന് ഞാൻ മുന്നറിയിപ്പ് നൽകി. അങ്ങേയറ്റത്തെ ജാഗ്രത ആവശ്യമായിരുന്നു. എന്നാൽ, പ്രവർത്തനങ്ങൾക്ക് അവധി നൽകാനാവുമായിരുന്നില്ല. ഞങ്ങൾ തിരക്കിലായി. തൊഴിലാളികളുടെ ഒരു ഡിവിഷൻ രൂപീകരിക്കുകയും ജില്ലകൾ തിരിച്ച് പ്രവർത്തനം വിഭജിക്കുകയും ചെയ്തു. ഞങ്ങൾ പദ്ധതി ആസൂത്രണം ചെയ്യാനും ലഘുലേഖകൾ വിതരണം ചെയ്യാനും ആരംഭിച്ചു. ആദ്യത്തെ ലഘുലേഖ 'സെമ്യാണിക്കോവ് പ്രവർത്തനങ്ങൾ'ക്കുള്ള തൊഴിലാളികൾക്ക് വ്ളാദിമിർ ഇല്ലിച്ച് കൈമാറിയത് ഞാൻ ഓർക്കുന്നു. അന്ന് അച്ചടിക്കാനുള്ള സൗകര്യങ്ങളൊന്നും ഞങ്ങൾക്കുണ്ടായിരുന്നില്ല. കൈകൊണ്ട് പകർത്തിയ പ്രതികൾ ബബുഷ്കിൻ വിതരണം ചെയ്തു. രണ്ട് പ്രതികൾ കാവൽക്കാർ ഏറ്റുവാങ്ങി. ആകെയുണ്ടായിരുന്ന നാല് പ്രതികളിൽ അവശേഷിച്ച രണ്ടെണ്ണം കൈയിൽനിന്നും കൈയിലേക്ക് മാറ്റം ചെയ്യപ്പെട്ടു. മറ്റ് ഡിസ്ട്രിക്ടുകളിലും ലഘുലേഖകൾ വിതരണം ചെയ്തു. അവയിലൊന്ന് റഫർമെ പുകയില കമ്പനിയിലെ സ്ത്രീത്തൊഴിലാളികൾക്ക് വേണ്ടി വാസിലിയേവ്സ്കി ദ്വീപിലും എത്തിച്ചേർന്നു. വിതരണത്തിന്റെ താഴെപ്പറയുന്ന രീതിയാണ് എ എ യാക്കൂബോവയും ഇസെഡ് പി നെവ്സോറോവ (ക്രിഷ്ഷ് നോവ്സ്കോയ)യും അവലംബിച്ചത്: സൗകര്യപ്രദമായി ഓരോന്നായി ഇളക്കിയെടുക്കാവുന്ന തരത്തിൽ അവർ ലഘുലേഖകളെചുരുട്ടി അനുയോജ്യമായ തരത്തിൽ അവരുടെ ആ പ്രോണുകളിൽ ഒളിച്ചു സൂക്ഷിച്ചു. എന്നിട്ട് വിസിലിന്റെ ശബ്ദം കേട്ടാലുടൻ അവർ ശീഘ്രഗതിയിൽ ഗേറ്റിലേക്ക് ഓടിയെത്തുന്ന സ്ത്രീത്തൊഴിലാളികൾക്കടുത്തേക്ക് നടക്കുകയും ലഘുലേഖകൾ അവരുടെ കൈകളിൽ തിരുകി വച്ചശേഷം പോയ വേഗത്തിൽ തന്നെ മടങ്ങുകയും ചെയ്തു. ലഘുലേഖ വലിയൊരു വിജയമായിരുന്നു.

ഞങ്ങളുടെ നോട്ടീസുകളും ലഘുലേഖകളും തൊഴിലാളികളെ ഇളക്കിമറിച്ചു. ഞങ്ങൾക്ക് നിയമാനുസൃതമല്ലാത്ത ഒരു അച്ചടിശാല ഉണ്ടായിരുന്നതിനാൽ *റബോചേയ ഡേറ്റോ* (തൊഴിലാളികളുടെ പ്രശ്നം) എന്ന പേരിൽ ഒരു ജനകീയ പ്രസിദ്ധീകരണം ആരംഭിക്കാനും ഞങ്ങൾ തീരുമാനിച്ചു. വളരെ ശ്രദ്ധാപൂർവം വ്ളാദിമിർ ഇല്ലിച്ചാണ് അതിനുള്ള ലേഖനങ്ങൾ തയാറാക്കിയത്. പ്രതികളിലെ ഓരോ വരിയും അദ്ദേഹം സസൂക്ഷ്മം പരിശോധിച്ചു. വളരെ വിലപ്പെട്ടതായിരുന്നു അദ്ദേഹത്തിന്റെ അറിവ്. ആ പ്രസിദ്ധീകരണത്തിന് വേണ്ടി യഥാർഥ വസ്തുതകൾ മനസിലാക്കാൻ ഞങ്ങൾ ആത്മാർഥമായി ശ്രമിച്ചു. ഒരിക്കൽ ഞാനും യാബ്കുബോവയും മിൽ തൊഴിലാളികളാണെന്ന് തോന്നിക്കാവുന്ന തരത്തിൽ ഷാൾ കൊണ്ട് ശിരസു മൂടി ഒറ്റയ്ക്കും കുടുംബമായും തൊഴിലാളികൾ

താമസിക്കുന്ന തോൺടൻ ഹോസ്റ്റലിലേക്ക് പോയി. തികച്ചും പരിതാപ കരമായിരുന്നു അവിടത്തെ സ്ഥിതി. ഈ രീതിയിൽ സമാഹരിച്ച വിവര ങ്ങളെ അടിസ്ഥാനമാക്കിയാണ് വ്ളാദിമിർ ഇല്ലിച്ച് കത്തുകളും ലഘു ലേഖകളും എഴുതിയത്. ടോൺടൺ മിൽസിലെ സ്ത്രീ-പുരുഷ തൊഴി ലാളികൾക്കുള്ള ലഘുലേഖ അതിന് നല്ലൊരു ഉദാഹരണമാണ്. വിഷ യത്തെക്കുറിച്ച് വളരെ ആഴമുള്ള അറിവ് അത് വെളിപ്പെടുത്തുന്നു. മാത്ര മല്ല, ആ കാലത്ത് പ്രവർത്തിച്ചിരുന്ന എല്ലാ സഖാക്കൾക്കും അത് നല്ലൊരു ശിക്ഷണവുമായിരുന്നു. 'വിശദാംശങ്ങളെ ശ്രദ്ധിക്കാൻ' ഞങ്ങൾ യഥാർഥത്തിൽ പഠിച്ചത് അപ്പോഴായിരുന്നു. ആ വിശദാംശങ്ങൾ ഞങ്ങ ളുടെ മനസുകളിൽ ആഴത്തിൽ മുദ്രണം ചെയ്യപ്പെടുകയുമുണ്ടായി.

ഞങ്ങളുടെ റബോ ചേയ ഡേറ്റോ വെളിച്ചം കാണുകയുണ്ടായില്ല. ഡിസംബർ 8ന് എന്റെ മുറിയിൽ വച്ച് നടന്ന മീറ്റിങ്ങിൽ പ്രസിനുള്ള പ്രതിയുടെ അവസാന വായന നടന്നു. ഒരു അവസാന പരിശോധനയ് ക്കായി അതിന്റെ ഡ്യൂപ്ലിക്കേറ്റ് വനെയേവ് കൊണ്ടുപോയി. മറ്റേ കോപ്പി എന്റെ പക്കലായിരുന്നു. അടുത്ത പ്രഭാതത്തിൽ തിരുത്തിയ കോപ്പി വാങ്ങാനായി ഞാൻ വനെയേവിനെ കാണാൻ പോയെങ്കിലും അദ്ദേഹം കഴിഞ്ഞ രാത്രിയിൽ അവിടെ നിന്നും പോയതായി വേലക്കാരൻ എന്നോട് പറഞ്ഞു. അവിചാരിതമായി എന്തെങ്കിലും സംഭവിച്ചാൽ തന്നെക്കുറിച്ച് തന്റെ സുഹൃത്തും മുമ്പ് ഞാൻ ജോലിചെയ്തിരുന്ന സെൻട്രൽ റെയിൽ വേ അഡ്മിനിസ്ട്രേറ്റീവിലെ എന്റെ സഹപ്രവർത്തകനുമായ ചെബോട്ട ര്യോവിനോട് അന്വേഷണം നടത്താൻ വ്ളാദിമിർ ഇല്ലിച്ച് എന്നെ ചുമത ലപ്പെടുത്തിയിരുന്നു. എല്ലാ ദിവസവും ഇല്ലിച്ച് അത്താഴത്തിന് അവിടേ ക്കാണ് പോയിരുന്നത്. ചെബോട്ടര്യോവ് അദ്ദേഹത്തിന്റെ ഓഫീസിൽ ഉണ്ടായിരുന്നില്ല. ഞാനദ്ദേഹത്തിന്റെ വീട്ടിലേക്ക് പോയി. വ്ളാദിമിർ ഇല്ലിച്ച് അവിടെ അത്താഴത്തിനും എത്തിയിട്ടില്ല. അദ്ദേഹം അറസ്റ്റ് ചെയ്യ പ്പെട്ടുവെന്ന് വ്യക്തമായിരുന്നു. പിന്നീട്, ഞങ്ങളുടെ ഗ്രൂപ്പിലെ നിരവധി അംഗങ്ങൾ അറസ്റ്റ് ചെയ്യപ്പെട്ടതായി ആ ദിവസം തന്നെ ഞങ്ങൾ കണ്ടെ ത്തി. സുരക്ഷിതമായി സൂക്ഷിക്കുന്നതിനായി എന്റെ കൈവശമുണ്ടായി രുന്ന *റബോചേയ ഡെറ്റോ*യുടെ കോപ്പി ഞാൻ നിനാ ഗെർഡിന് കൈമാ റി. സ്കൂളിലെ എന്റെ പഴയൊരു സുഹൃത്തും സ്ട്രൂവെയുടെ ഭാവിവധു വുമായിരുന്നു നിനാ. ഞങ്ങളിൽ കൂടുതൽ പേർ അറസ്റ്റ് ചെയ്യപ്പെടാതി രിക്കാൻ വേണ്ടി തൽക്കാലം റബോചേയ ഡെറ്റോ അച്ചടിക്കേണ്ടതില്ലെന്ന് ഞങ്ങൾ തീരുമാനിച്ചു.

വളരെയൊന്നും പ്രകടനപരമല്ലെങ്കിലും ഈ സെന്റ് പീറ്റേഴ്സ് ബർഗ് കാലഘട്ടത്തിലെ വ്ളാദിമിർ ഇല്ലിച്ചിന്റെ പ്രവർത്തനങ്ങൾക്ക് വളരെ പ്രാധാന്യമുണ്ട്. അതിനെക്കുറിച്ച് അദ്ദേഹം പറഞ്ഞിട്ടുള്ളതും അങ്ങനെ തന്നെയാണ്. പ്രവർത്തനങ്ങൾ ധീരകൃത്യങ്ങളായിരുന്നില്ല. മറിച്ച്, ബഹുജനങ്ങളുമായി അടുത്ത ബന്ധം സ്ഥാപിക്കാനും അവരു മായി കൂടുതൽ അടുക്കാനും അവരുടെ വാഞ്ഛകൾ മനസിലാക്കാനും

എങ്ങനെ അവരുടെ വിശ്വാസം ആർജിക്കാമെന്ന് പഠിക്കാനും അവരെ ഞങ്ങൾക്ക് പിന്നിൽ അണിനിരത്താനും ആ പ്രവർത്തനങ്ങൾ സഹായകമായി? മാത്രമല്ല, ഈ കാലഘട്ടത്തിലെ സെന്റ് പീറ്റേഴ്സ് ബർഗ് പ്രവർത്തനങ്ങളാണ് അധ്വാനിക്കുന്ന ജനവിഭാഗങ്ങളുടെ നേതാവെന്ന നിലയിൽ വ്ളാദിമിർ ഇല്ലിച്ചിനെ രൂപപ്പെടുത്തിയത്.

ഈ അറസ്റ്റുകൾക്ക് ശേഷം ഞാൻ ആദ്യമായി സ്കൂളിലെത്തിയപ്പോൾ ബബുഷ്കിൻ എന്നെ പടിക്കെട്ടിന് താഴേക്ക് വിളിച്ച് ഈ അറസ്റ്റുകളെക്കുറിച്ച് തൊഴിലാളികൾ എഴുതിയ ഒരു ലഘുലേഖ എനിക്ക് തന്നു. അതിന് ശുദ്ധമായും രാഷ്ട്രീയ സ്വഭാവമാണുണ്ടായിരുന്നത്. വിതരണത്തിനായി അത് അച്ചടിക്കാൻ ബബുഷ്കിൻ എന്നോടാവശ്യപ്പെട്ടു. എനിക്ക് സംഘടനയുമായി നേരിട്ട് ബന്ധമുണ്ടെന്ന് അതുവരെ ഞങ്ങളിരുവരും പറഞ്ഞിട്ടില്ല. ഞാൻ ആ ലഘുലേഖ ഞങ്ങളുടെ ഗ്രൂപ്പിന് കൈമാറി. എസ് ഐ റാഡ്ചെങ്കോയുടെ ഫ്ളാറ്റിൽ വച്ച് നടന്ന ആ മീറ്റിങ്ങിനെ കുറിച്ച് ഞാൻ ഓർക്കുന്നു. ഞങ്ങളുടെ ഗ്രൂപ്പിൽ അവശേഷിച്ചവരെല്ലാം അവിടെ ഒന്നിച്ചുകൂടി. ലഘുലേഖ വായിച്ച ല്യാവോവ്സ്കി പ്രഖ്യാപിച്ചു: “നമുക്കീ ലഘുലേഖ അച്ചടിക്കാൻ കഴിയുകയില്ല. കാരണം, ഇത് ശുദ്ധമായും ഒരു രാഷ്ട്രീയവിഷയമാണ്.” എങ്കിലും നിസ്സംശയമായും സ്വയം മുൻ കൈയെടുത്ത് തൊഴിലാളികൾ എഴുതിയതിനാലും അച്ചടിക്കണമെന്ന് അവർ നിർബന്ധം പിടിച്ചതിനാലും അവസാനം അത് അച്ചടിക്കാൻ തീരുമാനമായി.

വ്ളാദിമിർ ഇല്ലിച്ചുമായി ബന്ധം പുനഃസ്ഥാപിക്കാൻ ഞങ്ങൾക്ക് കഴിയുന്നതിനും വളരെയൊന്നും മുമ്പായിരുന്നില്ല അത്. ആ നാളുകളിൽ വിചാരണത്തടവുകാർക്ക് സ്വതന്ത്രമായി പുസ്തകങ്ങൾ സ്വീകരിക്കാൻ സ്വാതന്ത്ര്യമുണ്ടായിരുന്നു. അശ്രദ്ധമായ പരിശോധന മാത്രം നടത്തിയിരുന്നതിനാലും കത്തുകൾക്ക് നടുവിൽ ചെറിയ കുത്തുകൾ ഉണ്ടായിരുന്നതിനാലും മഷിക്ക് പകരം എഴുതാൻ പാൽ ഉപയോഗിച്ചിരുന്നതിനാലും കടലാസിലുണ്ടാവുന്ന ചെറിയ നിറവ്യത്യാസം ആരുടെയും ശ്രദ്ധ ആകർഷിച്ചില്ല. ഞങ്ങൾക്കിടയിലെ രഹസ്യമായ ഈ ആശയവിനിമയവിദ്യ ത്വരിതഗതിയിൽ പുരോഗതി നേടി. ജയിലിലടയ്ക്കപ്പെട്ട സഖാക്കളെക്കുറിച്ചായിരുന്നു വ്ളാദിമിർ ഇല്ലിച്ചിന് ഏറെ വേവലാതി. തന്റെ സഹതടവുകാരനുമായി ബന്ധപ്പെട്ട എന്തെങ്കിലും അഭ്യർഥന കൂടാതെയുള്ള ഒരൊറ്റ കത്തുപോലും അദ്ദേഹം ഞങ്ങൾക്കയച്ചില്ല: ഇന്നയിന്ന തടവുകാരെ സന്ദർശിക്കാൻ ആരും വരുന്നില്ല. അയാൾക്കായി വിവാഹനിശ്ചയം ചെയ്യപ്പെട്ടവളായ ആരെങ്കിലും ഉണ്ടാവേണ്ടതാവശ്യമാണ്; അല്ലെങ്കിൽ ജയിൽ ലൈബ്രറിയിലെ ഇന്നയിന്ന പുസ്തകങ്ങളിലെ ഇന്നയിന്ന പേജുകൾ നോക്കാൻ തടവുകാരനോട് പറയാൻ സന്ദർശകരായ ബന്ധുക്കളോട് പറയണം; മറ്റൊരുവന് കുറേക്കൂടെ ഊഷ്മളതയുള്ള ബൂട്ടുകൾ ആവശ്യമാണ് തുടങ്ങിയവയായിരുന്നു അദ്ദേഹത്തിന്റെ അഭ്യർഥനകൾ. അദ്ദേഹത്തിന്റെ കത്തുകളെ വളരെയധികം വിലമതിച്ചിരുന്ന, തടവിലാക്കപ്പെട്ട

നിരവധി സഖാക്കളുമായി അദ്ദേഹം ആശയവിനിമയം നടത്തി, പ്രവർത്തനത്തെ കൈകാര്യം ചെയ്യുന്ന അദ്ദേഹത്തിന്റെ കത്തുകൾക്ക് വളരെ സ്വാധീനശക്തിയുണ്ടായിരുന്നു. ആ കത്തുകൾ ലഭിക്കുന്ന വ്യക്തി താൻ തടവറയിലാണെന്ന കാര്യം വിസ്മരിച്ചുകൊണ്ട് പ്രവർത്തനങ്ങളിൽ വ്യാപൃതനായി. അദ്ദേഹത്തിന്റെ കത്തുകൾ എന്നിലുളവാക്കിയ അനുഭവം ഞാൻ ഓർമിക്കുന്നു (1896 ആഗസ്റ്റിൽ ഞാൻ അറസ്റ്റ് ചെയ്യപ്പെട്ടു). പുസ്തകങ്ങൾ സ്വീകരിക്കുന്ന ദിവസമായ ഓരോ ശനിയാഴ്ചയും ലഭിച്ചിരുന്ന ആ കത്തുകൾ പാൽകൊണ്ട് എഴുതിയവയായിരുന്നു. ഒറ്റനോട്ടത്തിൽത്തന്നെ രഹസ്യമായൊരടയാളം അതിലൊരു സന്ദേശം അടങ്ങിയിട്ടുണ്ടെന്ന് നിങ്ങളോട് പറയും. രാവിലെ ആറ് മണിക്ക് ചായയ്ക്കുള്ള ചൂടുവെള്ളം വിതരണം ചെയ്യും. അതിനെ തുടർന്ന് രാഷ്ട്രീയേതര കുറ്റവാളികളെ സ്ത്രീവാർഡൻ പള്ളിയിലേക്ക് കൊണ്ടുപോവും. ഇതിനിടയിൽ ലഭിക്കുന്ന ഇടവേളയിലാണ് ഞങ്ങൾ സന്ദേശങ്ങൾ തയാറാക്കിയിരുന്നത് എന്നത്. (അതിനായി ജയിലിൽ മെഴുകുതിരി ഉപയോഗിക്കാൻ ഞങ്ങൾക്ക് കഴിയുമായിരുന്നില്ല. അതുകൊണ്ടാണ് അതിനായി ചൂടുവെള്ളത്തിന്റെ ആശയം വ്‌ളാദിമിർ ഇല്ലിച്ച് കണ്ടെത്തിയത്.) അങ്ങനെ നിർമിക്കുന്ന അക്ഷരങ്ങൾ വായിക്കാൻ വളരെ രസകരമായിരുന്നു. ഞങ്ങളുടെ എല്ലാ പ്രവർത്തനങ്ങളുടെയും കേന്ദ്രം പുറത്തായിരുന്നുവെങ്കിലും ജയിലിൽപ്പോലും പുറം ലോകവുമായുള്ള ബന്ധങ്ങളുടെ കേന്ദ്രം വ്‌ളാദിമിർ ഇല്ലിച്ച് ആയിരുന്നു.

ഇവയെക്കാളെല്ലാം ഉപരിയായി, ജയിലിൽ വച്ച് അദ്ദേഹം വളരെ കൂടുതൽ പ്രവർത്തനങ്ങൾ നടത്തി. *ദി ഡെവലപ്മെന്റ് ഓഫ് കാപ്പിറ്റലിസം ഇൻ റഷ്യ* (റഷ്യയിൽ മൂലധനത്തിന്റെ വികാസം) അദ്ദേഹം അവിടെ വച്ചാണ് തയാറാക്കിയത്. നിയമപരമായ കത്തുകളിൽ അദ്ദേഹം ആവശ്യമായ എല്ലാ വിവരങ്ങളും സ്ഥിതിവിവരക്കണക്കുകളുമായി ബന്ധപ്പെട്ട ഹാൻഡ്ബുക്കുകളും ആവശ്യപ്പെട്ടു. നാടുകടത്തുന്നതിനായി ജയിലിൽ നിന്നും മോചിപ്പിക്കപ്പെട്ടപ്പോൾ ഫലിതരൂപേണ അദ്ദേഹം പറഞ്ഞു: “അവരെന്നെ ഇത്രപെട്ടെന്ന് പുറത്തുവിട്ടതിൽ ഞാൻ ഖേദിക്കുന്നു. ഞാനിപ്പോഴും ആ പുസ്തകം പൂർത്തിയാക്കിയിട്ടില്ല. സൈബീരിയയിൽ പുസ്തകങ്ങൾ കിട്ടാൻ എളുപ്പമല്ല.” ആ പുസ്തകത്തിന് പുറമേ, അവിടെവച്ച് നിയമവിരുദ്ധമായ ലഘുലേഖകളും ഒന്നാം പാർട്ടി കോൺഗ്രസി (കുറച്ചുകൂടി മുമ്പുള്ള ഒരു വേളയിലാണ് ആസൂത്രണം ചെയ്തിരുന്നതെങ്കിലും 1898വരെ അത് നടന്നില്ല)നുള്ള ഒരു കരട് പരിപാടിയും സംഘടനയിലെ ചർച്ചയിൽ ഉയർന്നുവരാവുന്ന ചോദ്യങ്ങളെ കുറിച്ചുള്ള തന്റെ വീക്ഷണവും അദ്ദേഹം എഴുതുകയുണ്ടായി. പാൽ ഉപയോഗിച്ച് എഴുതുന്നത് കണ്ടുപിടിക്കപ്പെടാതിരിക്കാൻ എപ്പോഴെങ്കിലും ഒളിഞ്ഞുനോക്കാനുള്ള സുഷിരം തുറക്കുന്ന ശബ്ദം കേട്ടാലുടൻ ബ്രഡ്ഡിൽനിന്നും ചെറിയ മഷിക്കുപ്പികൾ പുറത്തെടുത്ത് ഞെവിടി വായിലേക്കിടുന്നതായിരുന്നു പതിവ്. “ആറ് മഷിക്കുപ്പികൾ ഞാനിന്ന് ഭക്ഷിച്ചു” ഹാസ്യാത്മ

കമായ അഭിപ്രായത്തിന്റെ രീതിയിൽ അദ്ദേഹം തന്റെ കത്തിൽ കൂട്ടിച്ചേർക്കും.

തികഞ്ഞ ആത്മനിയന്ത്രണവും പരിപക്വതയുമുണ്ടായിരുന്നുവെങ്കിലും ജയിലിലെ വിരസത വ്ളാദിമിർ ഇല്ലിച്ചിന് അസഹ്യമായിരുന്നു. ഒരു കത്തിൽ താഴെപ്പറയുന്ന പദ്ധതി അദ്ദേഹം നിർദേശിച്ചു. വ്യായാമത്തിന് വേണ്ടി പുറത്തേക്ക് കൊണ്ടുപോയപ്പോൾ വരാന്തയിലെ ജനാലയിലൂടെ ഷ്പാലെർനായ സ്ട്രീറ്റിലെ നടപ്പാത അദ്ദേഹത്തിന് ദൃശ്യമായി. ഒരു നിശ്ചിത സമയത്ത് ഞാനും അപ്പോലിനാരിയ യാക്കുബോവയും അവിടെ നിൽക്കണമെന്നും അങ്ങനെ തനിക്ക് ഞങ്ങളെ കാണാനാവുമെന്നുമായിരുന്നു അദ്ദേഹത്തിന്റെ കണ്ടെത്തൽ. ചില കാരണങ്ങളാൽ അപ്പോലിനാരിയയ്ക്ക് ആ വഴിക്ക് പോവാൻ കഴിഞ്ഞില്ല. അതുകൊണ്ട് തനിച്ച് അവിടേക്ക് പോയ ഞാൻ നിരവധി ദിവസങ്ങൾ അവിടെ കാത്തുനിന്നു. ഞങ്ങളുടെ പദ്ധതിമാത്രം വിജയിച്ചില്ല. അതെന്തുകൊണ്ടായിരുന്നുവെന്ന് ഞാൻ ഓർക്കുന്നില്ല.

വ്ളാദിമിർ ഇല്ലിച്ച് ജയിലിലായിരുന്നപ്പോൾ പുറത്ത് ഞങ്ങളുടെ പ്രവർത്തനങ്ങൾക്ക് വ്യാപ്തിയേറുകയും തൊഴിലാളി പ്രസ്ഥാനങ്ങൾ വളർച്ച പ്രാപിക്കുകയും ചെയ്തു. മാർട്ടോവിന്റെയും ല്യാവോസ്കിയുടെയും മറ്റുള്ളവരുടെയും അറസ്റ്റോടുകൂടി ഞങ്ങളുടെ ഗ്രൂപ്പ് കൂടുതൽ ദുർബലമായി. പുതിയ സഖാക്കൾ ഗ്രൂപ്പിൽച്ചേർന്നു എന്നത് നേരാണെങ്കിലും സിദ്ധാന്തത്തിലും അനുഭവത്തിലും അവർക്ക് വേണ്ടത്ര പരിചയമുണ്ടായിരുന്നില്ല. പ്രസ്ഥാനത്തിൽ കൂടുതൽ ശ്രദ്ധയും അതിന് കൂടുതൽ ഊർജവും ആവശ്യമായിരുന്നതിനാൽ അവർക്ക് പഠിക്കാൻ സമയം കുറവായിരുന്നു. പ്രക്ഷോഭങ്ങൾ മാത്രമാണ് അന്ന് നടന്നിരുന്നത്. 1896ലെ വസന്തകാലത്ത് പൊട്ടിപ്പുറപ്പെട്ടതും സോഷ്യൽ ഡെമോക്രാറ്റുകളുടെ സ്വാധീന ഫലമായുണ്ടായതുമായ സെന്റ് പീറ്റേഴ്സ് ബർഗിലെ മുപ്പതിനായിരം തുണിമിൽ തൊഴിലാളികളുടെ സമരം അനേകം പേരുടെ നെറ്റിചുളിപ്പിക്കുന്ന ഒന്നായിരുന്നു.

പാവ്ലോസ്കിലെ കാട്ടിൽ ഒരു രഹസ്യയോഗത്തിൽ വച്ച് സിൽവിൻ ഒരു ലഘുലേഖയുടെ കരട് വായിച്ചത് ഞാൻ ഓർക്കുന്നു. (അത് ആഗസ്റ്റിന്റെ തുടക്കത്തിലായിരുന്നുവെന്നാണ് എന്റെ ഓർമ) തൊഴിലാളി പ്രസ്ഥാനത്തെ സാമ്പത്തിക സമരത്തിന്റെ തലത്തിൽ കർശനമായും ഒതുക്കി നിർത്തുന്ന ഒരു വാചകം അതിലുണ്ടായിരുന്നു. വായിച്ചു കഴിഞ്ഞ് ചിരിയോടെ സിൽവിൻ പറഞ്ഞു: "ഒരിക്കലുമില്ല. ഭൂമിയിൽ എന്താണ് എന്നെക്കൊണ്ട് അത് പറയിച്ചത്." ആ വാചകം വെട്ടിക്കളഞ്ഞു. 1896ലെ വസന്തകാലത്ത് ഞങ്ങളുടെ ലഖ്തിൻസ്കി പ്രിന്റിങ് പ്ലാന്റ് അടച്ചുപൂട്ടപ്പെട്ടു. അക്കാരണത്താൽ, തുടർന്ന് ലഘുലേഖകൾ അച്ചടിക്കാൻ ഞങ്ങൾക്ക് കഴിയാതെ വന്നു. പ്രസിദ്ധീകരണം പുറത്തിറക്കാനുള്ള പദ്ധതികളും അനിശ്ചിതകാലത്തേക്ക് നീട്ടിവച്ചു.

1896ലെ സമരത്തിൽ 'ദി മങ്കീസ്' (The Monkeys) എന്നറിയപ്പെ

ടുന്ന തഖ്തരേവിന്റെ ഗ്രൂപ്പും 'ദി കോക്ക്സ്' (The Cocks) എന്നറിയപ്പെടുന്ന ചെർണിഷേവിന്റെ ഗ്രൂപ്പും ഞങ്ങളുടെ ഗ്രൂപ്പിനൊപ്പം ചേർന്നു. എന്നാൽ, 'ഡിസംബ്രിസ്റ്റുകൾ' ജയിലിലായിരുന്നതിനാലും അവരുടെ ബന്ധങ്ങൾ സംഘടനയ്ക്ക് പുറത്ത് നിർത്തിയിരുന്നതിനാലും പ്രവർത്തനങ്ങൾ സാധാരണമട്ടിലാണ് മുന്നോട്ടു പോയത്. വ്ളാദിമിർ ഇല്ലിച്ച് മോചിതനായപ്പോഴും ഞാൻ ജയിലിലായിരുന്നു. ജയിൽവാസമനുഷ്ഠിച്ചവനെങ്കിലും തികച്ചും ഉന്മേഷവാനായി അതിന് പുറത്തേക്ക് വന്ന വ്ളാദിമിർ ഇല്ലിച്ച് പാർട്ടിയുടെ കാര്യങ്ങളെക്കുറിച്ച് എനിക്ക് ഹ്രസ്വമായൊരു കുറിപ്പെഴുതി. ജയിൽവാസ കാലത്ത് അദ്ദേഹം കൂടുതൽ തടിച്ചുവെന്നും മറ്റെല്ലായ്പ്പോഴുമെന്നപോലെ അദ്ദേഹം തികച്ചും ഉന്മേഷവാനാണെന്നും എന്റെ മാതാവും എനിക്കെഴുതി.

വെട്രോവ അഫേയർ (പോൾ ആന്റ് പോൾ തടവറയിൽ വച്ച് വെട്രോവ എന്ന് പേരായ ഒരു തടവുകാരി സ്വയം തീകൊളുത്തി ആത്മാഹൂതി ചെയ്ത സംഭവമാണത്) കഴിഞ്ഞയുടൻ ഞാൻ ജയിൽ മോചിതയായി. ഞാനുൾപ്പെടെ, ആയുധധാരികളായ പൊലീസുകാർ, നിരവധി സ്ത്രീ തടവുകാരെയും മോചിപ്പിച്ചു. എന്റെ കേസ് അവസാനിക്കുന്നത് വരെ ഞാൻ സെന്റ് പീറ്റേഴ്സ് ബർഗിൽ താമസിക്കേണ്ടിയിരുന്നു. മാത്രമല്ല, എന്നെ നിരീക്ഷിക്കാൻ രണ്ട് പൊലീസ് ചാരന്മാരും നിയോഗിക്കപ്പെട്ടിരുന്നു. സംഘടന തീരെ മോശമായൊരു രീതിയിലാണെന്ന് ഞാൻ കണ്ടെത്തി. ഞങ്ങളുടെ ഗ്രൂപ്പിൽ സജീവമായി അവശേഷിച്ചത് സ്റ്റീപൻ റാഡ്ചെങ്കോയും. അദ്ദേഹത്തിന്റെ പ്രവർത്തനങ്ങൾ മുന്നോട്ടു കൊണ്ടുപോകാൻ അദ്ദേഹത്തിന് കഴിയുമായിരുന്നില്ല. എങ്കിലും, കേന്ദ്രമെന്ന നിലയിൽ പ്രവർത്തിച്ച അദ്ദേഹം ബന്ധങ്ങൾ നിലനിർത്തിപ്പോന്നു. സ്ട്രൂവേയുമായും അദ്ദേഹം ബന്ധപ്പെട്ടിരുന്നു. വൈകാതെ അദ്ദേഹം എൻ എ ഗിർഡിനെ വിവാഹം കഴിച്ചു. ഹ്രസ്വമായൊരു കാലഘട്ടം അദ്ദേഹവും ഒരർഥത്തിൽ ഒരു സോഷ്യൽ ഡെമോക്രാറ്റായിരുന്നു. അധോലോക പ്രവർത്തനമെന്നല്ല, സംഘടനയിൽ എന്തെങ്കിലും പ്രവർത്തനം നടത്താൻ അദ്ദേഹം പ്രാപ്തിയുള്ളവനായിരുന്നില്ല. എങ്കിലും, ഉപദേശത്തിനായി വിളിച്ചുവരുത്തുന്നത് അദ്ദേഹത്തിന് വളരെ ഇഷ്ടവുമായിരുന്നു. സോഷ്യൽ ഡെമോക്രാറ്റിക് ലേബർ പാർട്ടിയുടെ ഒന്നാം കോൺഗ്രസിന് വേണ്ടി അദ്ദേഹമൊരു മാനിഫെസ്റ്റോ എഴുതുക പോലും ചെയ്തു. 1897 -98ലെ ശീതകാലത്ത് വ്ളാദിമിർ ഇല്ലിച്ചിന് വേണ്ടി ഇടയ്ക്കിടെ ഞാൻ സ്ട്രൂവെയെ കാണാൻ ചെല്ലുമായിരുന്നു. അന്ന് സ്ട്രൂവെ *നോവേയെ സ്ലോവോ* (പുതിയ ലോകം) എന്ന മാസിക പ്രസിദ്ധീകരിക്കുന്നുണ്ടായിരുന്നു. മാത്രമല്ല, അദ്ദേഹത്തിന്റെ ഭാര്യ എന്റെ പഴയൊരു സുഹൃത്തുമായിരുന്നു. അക്കാലത്താണ് ഞാൻ സ്ട്രൂവെയെ കൂടുതലായി പഠിച്ചത്. അന്നദ്ദേഹം ഒരു സോഷ്യൽ ഡെമോക്രാറ്റ് ആയിരുന്നുവെങ്കിലും, വ്ളാദിമിർ ഇല്ലിച്ചിന് വളരെയേറെ ആഭിമുഖ്യമുണ്ടായിരുന്ന *ജീവന്റെ ജീവിക്കുന്ന വൃക്ഷ*ത്തിലുള്ള താൽപ്പര്യത്തിന്റെ പൂർണമായ അഭാവം എന്നെ വിസ്മ

യിപ്പിച്ചു. അതിന്റെ ഒരു പരിഭാഷ എനിക്ക് വേണ്ടി എഡിറ്റ് ചെയ്യാമെന്ന് അദ്ദേഹം സമ്മതിച്ചു. അതിന് ഉടനടി ശ്രമിച്ചുവെങ്കിലും അത് തലവേദന പിടിച്ചൊരു പണിയാണെന്ന് അദ്ദേഹം കണ്ടെത്തി (ഇത്തരമൊരു രചനയ്ക്ക് മുമ്പിൽ മണിക്കൂറുകളോളം എന്നോടൊപ്പം ഇരിക്കാൻ വ്ളാദിമിർ ഇല്ലിച്ച് സന്നദ്ധനായിരുന്നു. എന്നാൽ ആ ജോലിയിലെ അദ്ദേഹത്തിന്റെ രീതി തികച്ചും വ്യത്യസ്തമാണ്. അദ്ദേഹവുമൊന്നിച്ച് വിവർത്തനമെന്ന ജോലിപോലും സ്നേഹത്തിന്റെ ഒരു പ്രവർത്തനമായിരുന്നു) ആയാസരാഹിത്യത്തിനായി സ്ട്രൂവെ ഫെറ്റിന്റെ രചനകൾ വായിച്ചു. അദ്ദേഹം ഫെറ്റിന്റെ രചനകൾ വായിക്കുന്നതിൽ വളരെ ആസക്തനാണെന്ന് ആരോ ലെനിന് എഴുതിയെന്ന് കേൾക്കുകയുണ്ടായെങ്കിലും അത് സത്യമായിരുന്നില്ല. കൂടുതൽ കൂടുതലായി വിധേയത്വത്തിന്റെ വക്താവായിരുന്നു ഫെറ്റ്. ഫെറ്റിൽ ആരെങ്കിലും ആസക്തരായിട്ടുണ്ടെങ്കിൽ അത് സ്ട്രൂവെയായിരുന്നു.

ഞാൻ സ്കൂളിൽ ഒന്നിച്ച് പഠിച്ചിരുന്ന ലിഡിയ ദാവിഡോവയുടെ ഭർത്താവായിരുന്ന ടൂഗെൻ ബരാനോവ്സ്കിയെയും എനിക്ക് പരിചയമുണ്ട്. ലിഡിയയുടെ മാതാവ് *മിർ ബോഷെ* (ദൈവത്തിന്റെ ലോകം) എന്ന പേരിലുള്ള മാസികയുടെ പ്രസാധകയുമായിരുന്നു. ഞാനവരെ ഇടയ്ക്കിടെ ചെന്ന് കാണുമായിരുന്നു. സൽഗുണസമ്പന്നയായ അവർ തികച്ചും ബുദ്ധിമതിയായിരുന്നുവെങ്കിലും ഇച്ഛാശക്തിയുടെ കാര്യത്തിൽ അവർ ദുർബലയായിരുന്നു. അവർ അവരുടെ ഭർത്താവിനെക്കാൾ ബുദ്ധിമതിയായിരുന്നു. ഞങ്ങൾ എല്ലായ്പോഴും സംസാരിക്കുമായിരുന്നുവെങ്കിലും അയാൾ ഞങ്ങളിൽ ഒരാളായിരുന്നില്ല. ഒരിക്കൽ ഒരു സമരത്തെ സഹായിക്കാനുള്ള ഒരു കളക്ഷൻ ലിസ്റ്റുമായി ഞാനയാളെ സമീപിച്ചു (അത് കോസ്ട്രോമ സമരമായിരുന്നുവെന്ന് ഞാൻ വിശ്വസിക്കുന്നു). അയാൾ അൽപ്പമെന്തോ തന്നു - അതെത്ര റൂബിൾ ആയിരുന്നുവെന്ന് ഞാൻ ഓർക്കുന്നില്ല. എങ്കിലും "സമരങ്ങളെ എന്തിന് പിന്തുണയ്ക്കണമെന്ന് എനിക്ക് മനസിലാവുന്നില്ല" എന്ന വിഷയത്തെക്കുറിച്ച് അയാളുടെ ഹ്രസ്വമായൊരു പ്രസംഗം ഞാൻ കേട്ടിരിക്കേണ്ടി വന്നു. "തൊഴിലാളികൾക്ക് പോരാടാൻ മതിയായ ഒരു രീതിയല്ല സമരം" എന്നുമയാൾ പറഞ്ഞു. അയാൾ തന്ന പണം സ്വീകരിച്ച് ഞാനവിടുന്നും സ്ഥലം വിട്ടു.

പ്രവാസത്തിലായിരുന്ന വ്ളാദിമിർ ഇല്ലിച്ചിന് കണ്ടതും കേട്ടതുമായ സകലതിനെക്കുറിച്ചും ഞാൻ എഴുതി. ഇതൊക്കെയാണെങ്കിലും സംഘടനയെക്കുറിച്ചെഴുതാൻ എനിക്ക് വളരെ കുറച്ചേ ഉണ്ടായിരുന്നുള്ളൂ. ഒന്നാം കോൺഗ്രസിന്റെ സമയത്ത് നാലുപേർ മാത്രം അടങ്ങുന്നതായിരുന്നു അത്: എസ് ഐ റാഡ്ചെങ്കോ, അദ്ദേഹത്തിന്റെ ഭാര്യ ല്യൂബോവ്, സെമ്മെർ, പിന്നെ ഞാനും. റാഡ്ചെങ്കോ ആയിരുന്നു ഞങ്ങളുടെ പ്രതിനിധി. എന്തായാലും കോൺഗ്രസ് കഴിഞ്ഞ് മടങ്ങിയെത്തിയ റാഡ്ചെങ്കോ കാര്യമായിട്ടൊന്നും ഞങ്ങളോട് പറഞ്ഞില്ല. സ്ട്രൂവെയാൽ തയാറാക്കപ്പെട്ടതും ഞങ്ങൾക്കെല്ലാം പരിചിതവുമായ ഒരു പുസ്തകത്തിന്റെ

കവറുകൾക്കിടയിൽ ഒളിച്ചുവച്ചിരുന്ന *മാനിഫെസ്റ്റോ* പുറത്തെടുത്ത് അദ്ദേഹം പൊട്ടിക്കരഞ്ഞു. ഏതാണ്ട് എല്ലാ കോൺഗ്രസ് പ്രതിനിധികളും അറസ്റ്റ് ചെയ്യപ്പെട്ടു.

മൂന്ന് വർഷക്കാലത്തേക്ക് ഞാൻ യുഫ ഗുബർണിയയിലേക്ക് നാടുകടത്തപ്പെട്ടു. എങ്കിലും വ്ളാദിമിർ ഇല്ലിച്ച് വിവാഹനിശ്ചയം ചെയ്തിട്ടുള്ളവൾ എന്ന് സ്വയം വിശദീകരിച്ചുകൊണ്ട് അദ്ദേഹം താമസിച്ചിരുന്ന മിനുസിൻസ്ക് ഉയെസ്ദിലെ ഷുഷെൻസ്കോയെ ഗ്രാമത്തിലേക്ക് ഒരു സ്ഥലം മാറ്റം നേടിയെടുത്തു.

പ്രവാസത്തിൽ
1898–1901

എന്റെ മാതാവുമൊന്നിച്ച് സ്വന്തം ചെലവിലാണ് ഞാൻ മിനുസിൻസ്കിലേക്ക് പോയത്. 1898 മേയ് ഒന്നിന് ഞങ്ങൾ ക്രാസ്നോയാർസ്കിലെത്തിച്ചേർന്നു. അവിടെ നിന്നും യെനിസീ വരെ ബോട്ടിലാണ് പോവേണ്ടിയിരുന്നത്. എങ്കിലും അപ്പോഴും ഗതാഗതം ആരംഭിച്ചിരുന്നില്ല. ക്രാസ്നോയാർസ്കിൽ വച്ച് ഞാൻ നരോദോപ്രാവെട്ട്സ് ട്യൂട്ട്ചേവുമായും അദ്ദേഹത്തിന്റെ ഭാര്യയുമായും പരിചയപ്പെട്ടു. ഇത്തരം കാര്യങ്ങളിൽ പരിചയ സമ്പന്നരായിരുന്ന അവർ കാസ്നോയാർസ്കി വഴി കടന്നു പോവുകയായിരുന്ന നാടുകടത്തപ്പെട്ടവരായ സോഷ്യൽ ഡെമോക്രാറ്റുകളുടെ ഒരു സംഘവുമായി ഒരു കൂടിക്കാഴ്ച തരപ്പെടുത്തിത്തന്നു. എന്നോടൊപ്പം ഒരേ കേസിൽ കുറ്റം ചുമത്തപ്പെട്ട രണ്ട് സഖാക്കൾ അവരിലുണ്ടായിരുന്നു: ലെങ്നിക്കും സിൽവിനും. ഫോട്ടോ എടുക്കുന്നതിനായി സൈനികർ പ്രവാസികളെ അവിടേക്ക് കൊണ്ടുവന്നു. ഞങ്ങൾ നൽകിയ ബ്രഡ്ഡും സോസേജും ചവച്ച് അൽപ്പം അകലെയായി അവർ ഇരുന്നു.

മിനുസിൻസ്കിൽ വച്ച് 'ഫസ്റ്റ് ഓഫ് മാർച്ചേഴ്സി'ൽ ഒരംഗവും സൈബീരിയയിലേക്ക് സ്ഥിരമായി നാടുകടത്തപ്പെട്ടവനുമായ ആർക്കഡി ടിർക്കോവിനെ ഞാൻ കണ്ടു. എന്റെ പഴയൊരു സ്കൂൾ സുഹൃത്തായ അദ്ദേഹത്തിന്റെ സഹോദരിയുടെ ആശംസ അറിയിക്കുകയായിരുന്നു ഉദ്ദേശ്യം. കൂടാതെ 'പ്രൊലെട്ടേറിയറ്റ്' കേസുമായി ബന്ധപ്പെട്ട് 1885 ൽ ജയിലിലെ നിർബന്ധിത ജോലി ചെയ്യിക്കാൻ ശിക്ഷയ്ക്ക് വിധിക്കപ്പെട്ട പോളിഷ് സഖാവായ ഫെലിക്സ് കോഹ്നെയും ഞാൻ ചെന്നു കണ്ടു. ജയിലിലും പ്രവാസത്തിലും വളരെ കടുപ്പമേറിയൊരു ജീവിതമായിരുന്നു അദ്ദേഹത്തിന്റേത്. ഒരു സമൂല പരിവർത്തനവാദിയെയാണ് എനിക്കദ്ദേ

ഹത്തിൽ ദർശിക്കാൻ കഴിഞ്ഞത്. ഞാനദ്ദേഹത്തെ വളരെയധികം ഇഷ്ട പ്പെട്ടു.

വ്ളാദിമിർ ഇല്ലിച്ച് താമസിച്ചിരുന്ന ഷുഷെൻസ്കോയയിൽ ഞങ്ങ ളെത്തിച്ചേരുമ്പോൾ സന്ധ്യയായിരുന്നു. അദ്ദേഹം പുറത്ത് വേട്ടയ്ക്ക് പോയിരുന്നു. സാധനങ്ങളിറക്കി ഞങ്ങൾ വീടിനുള്ളിൽ പ്രവേശിച്ചു. സൈബീരിയയിലെ മിനുസിൻസ്ക് ജില്ലയിൽ വളരെ വൃത്തിയും നീള വുമുള്ള ചെറുഭവനങ്ങളിലാണ് ആളുകൾ പാർത്തിരുന്നത്. തദ്ദേശീയ മായി നെയ്തുണ്ടാക്കിയ പരവതാനി വിരിച്ചവയായിരുന്നു അവയുടെ തറ കൾ. കുമ്മായം കലക്കിത്തേച്ച അവയുടെ ചുവരുകൾ സൈബീരിയൻ ദേവദാരു വൃക്ഷത്തിന്റെ ചില്ലകളാൽ അലങ്കരിച്ചിരുന്നു. ചെറുതാണെ ങ്കിലും വ്ളാദിമിർ ഇല്ലിച്ചിന്റെ മുറി വളരെ വൃത്തിയുള്ളതായിരുന്നു. ആ ഭവനത്തിന്റെ ബാക്കി ഭാഗങ്ങൾ എനിക്കും എന്റെ മാതാവിനും ലഭിച്ചു. ഞങ്ങളുടെ വീട്ടുടമയുടെ കുടുംബവും എല്ലാ അയൽക്കാരും അവിടേക്ക് വരികയും ഞങ്ങളെ വീക്ഷിക്കുകയും വളരെ കൗതുകത്തോടെ ചോദ്യ ങ്ങൾ ചോദിക്കുകയും ചെയ്തു. അവസാനം വ്ളാദിമിർ ഇല്ലിച്ച് വേട്ടക ഴിഞ്ഞ് മടങ്ങിയെത്തി. തന്റെ മുറിയിൽ ഒരു വിളക്കു കണ്ടത് അദ്ദേഹത്തെ അത്ഭുതപ്പെടുത്തി. ഓസ്കാർ എംഗ്ബർഗ് (നാടുകടത്തപ്പെട്ട ഒരു സെന്റ് പീറ്റേഴ്സ് ബർഗ് തൊഴിലാളി) മദ്യപിച്ചെത്തി പുസ്തകങ്ങൾ വലിച്ചെറി ഞ്ഞതായി വീട്ടുടമ അദ്ദേഹത്തോട് പറഞ്ഞു. കേട്ടപാടെ അദ്ദേഹം പടി യിലേക്കോടി അപ്പോഴേക്കും ഞാൻ പുറത്തേക്ക് വരികയും അന്യോന്യം കാണുകയും ചെയ്തു. ആ രാത്രി ദീർഘനേരം ഞങ്ങൾ സംസാരിച്ചി രുന്നു.

നാടുകടത്തപ്പെട്ട മറ്റ് രണ്ടുപേരാണ് അന്ന് ഷുഷെൻസ്കോയയി ലുണ്ടായിരുന്നത്. ഇരുവരും തൊഴിലാളികളുമായിരുന്നു. ആറുമക്കളും ഭാര്യയുമൊന്നിച്ച് താമസിച്ചിരുന്ന സോഷ്യൽ ഡെമോക്രാറ്റും പോള ണ്ടിലെ ലോഡ്സിൽ നിന്നുമുള്ള പ്രോമിൻസ്കിയായിരുന്നു അവരിലൊ രാൾ. ഫിൻലന്റുകാരനും പുലിറ്റോവ് തൊഴിലാളിയുമായ ഓസ്കർ എൻഗ്ബർഗായിരുന്നു രണ്ടാമൻ. ഇരുവരും വളരെ നല്ല സഖാക്കളായി രുന്നു. ശാന്തനും ദൃഢചിത്തനുമായിരുന്നു പ്രോമിൻസ്കി. വായിക്കുന്ന വനും അൽപ്പം മാത്രം അറിയുന്നവനുമായിരുന്നുവെങ്കിലും അദ്ദേഹ ത്തിന്റെ വർഗബോധം വളരെ വികാസം പ്രാപിച്ചതായിരുന്നു. അപ്പോഴും തികഞ്ഞ മതവിശ്വാസമുള്ള ഭാര്യയോടുള്ള അദ്ദേഹത്തിന്റെ സമീപനം വളരെ സഹിഷ്ണുതയുള്ളതായിരുന്നു. പോളിഷ് വിപ്ലവഗാനങ്ങൾ അദ്ദേ ഹം വളരെ നന്നായി പാടുമായിരുന്നു. കുട്ടികൾക്കൊപ്പം വ്ളാദിമിർ ഇല്ലിച്ചും അദ്ദേഹത്തോടൊപ്പം പാട്ടുപാടുകയും അതിൽ ആനന്ദം കണ്ടെ ത്തുകയും ചെയ്തു. കൂടാതെ, വ്ളാദിമിർ ഇല്ലിച്ച് പഠിപ്പിച്ചു കൊടുത്ത റഷ്യൻ വിപ്ലവഗാനങ്ങളും പ്രോമിൻസ്കി പാടിയിരുന്നു. ജോലിക്ക് വേണ്ടി പോളണ്ടിലേക്ക് പോകാൻ ആലോചിക്കുകയായിരുന്ന പ്രോമിൻസ്കി തന്റെ കുട്ടികൾക്ക് രോമചർമ വസ്ത്രമുണ്ടാക്കാൻ ഒരു കൂട്ടം മുയലു

കളെ കശാപ്പ് ചെയ്തു. എങ്കിലും അദ്ദേഹം ഒരിക്കലും പോളണ്ടിലേക്ക് മടങ്ങുകയുണ്ടായില്ല. കുടുംബവുമൊന്നിച്ച് ക്രാസ്നോയാർസ്കിനടുത്തേക്ക് താമസം മാറിയ പ്രോമിൻസ്കിക്ക് അവിടെ റെയിൽവേയിൽ ഒരു ജോലി ലഭിച്ചു. കുട്ടികൾക്ക് പ്രായമായി. അദ്ദേഹം മാത്രമല്ല, ഭാര്യയും മക്കളും കമ്യൂണിസ്റ്റുകാരായിത്തീർന്നു. കുട്ടികളിലൊരാൾ യുദ്ധത്തിൽ മരിച്ചു. ഇപ്പോൾ ചിറ്റായിൽ താമസിക്കുന്ന മറ്റൊരാൾ ആഭ്യന്തരയുദ്ധക്കാലത്ത് കഷ്ടിച്ച് രക്ഷപ്പെട്ടു. 1923 വരെ പോളണ്ടിലേക്ക് മടങ്ങാതിരുന്ന പ്രോമിൻസ്കി ടൈഫസിൽനിന്നും പോരുന്ന വഴിക്ക് അന്തരിച്ചു.

മറുവശത്ത്, ഓസ്കർ തികച്ചും വ്യത്യസ്തനായിരുന്നു. ഒരു സമരത്തിൽ പങ്കെടുത്തതിനും സമരകാലത്ത് അക്രമാസക്തമായി പെരുമാറിയതിനുമാണ് യുവാവായ അയാളെ നാടുകടത്തിയത്. അയാൾ എല്ലാ വിഷയങ്ങളെക്കുറിച്ചും ധാരാളം വായിച്ചിരുന്നുവെങ്കിലും സോഷ്യലിസത്തെക്കുറിച്ച് വളരെ ചെറിയ തോതിലുള്ള ധാരണയേ അയാൾക്കുണ്ടായിരുന്നുള്ളൂ. ഒരിക്കൽ വോളോസ്റ്റിൽനിന്നും ഒരു യാത്രകഴിഞ്ഞ് മടങ്ങിയ അയാൾ പറഞ്ഞു: “ഒരു പുതിയ ക്ലാർക്ക് വന്നിട്ടുണ്ട്. അയാൾക്കും എനിക്കും ഒരേ ആശയങ്ങളാണുള്ളത്.” “എന്നു വച്ചാൽ?” ഞാൻ ചോദിച്ചു. “ഞങ്ങൾ ഇരുവരും വിപ്ലവത്തിനെതിരാണ്.” അയാൾ പറഞ്ഞു. വ്ളാദിമിർ ഇല്ലിച്ചും ഞാനും അമ്പരന്നുപോയി. അടുത്ത ദിവസം ഞങ്ങളിരുവരും ഒരുമിച്ചിരുന്ന് *ദി കമ്യൂണിസ്റ്റ് മാനിഫെസ്റ്റോ* പഠിക്കാൻ തുടങ്ങി (അത് ജർമൻ ഭാഷയിൽനിന്നും ഞാൻ വിവർത്തനം ചെയ്യേണ്ടിയിരുന്നു.) അത് പഠിച്ചുകഴിഞ്ഞ് ഞങ്ങൾ *ക്യാപ്പിറ്റലി*ലേക്ക് കടന്നു. ഞങ്ങൾ പഠിച്ചുകൊണ്ടിരിക്കുമ്പോൾ ഒരിക്കൽ അവിടേക്ക് വന്ന പ്രോമിൻസ്കി പൈപ്പും പുകച്ച് അവിടെയിരുന്നു. ഞങ്ങൾ വായിച്ചുകൊണ്ടിരിക്കുന്നതുമായി ബന്ധപ്പെട്ട ഒരു ചോദ്യം ഞാൻ ഓസ്കറിനോട് ചോദിച്ചുവെങ്കിലും അതിന് ഉത്തരം പറയാൻ അയാൾക്ക് കഴിഞ്ഞില്ല. ശാന്തമായ പുഞ്ചിരിയോടെ അയാൾക്ക് വേണ്ടി പ്രോമിൻസ്കി ഉത്തരം പറഞ്ഞു. അതിന് ശേഷം ഒരാഴ്ചക്കാലം ഓസ്കാർ പഠിത്തം നിർത്തിവച്ചു. എങ്കിലും അയാൾ നല്ലൊരു മനുഷ്യനായിരുന്നു. ഷുഷെൻസ്കോയെയിൽ രാഷ്ട്രീയ കാരണങ്ങളാൽ നാടുകടത്തപ്പെട്ട മറ്റാരുമുണ്ടായിരുന്നില്ല. സ്കൂൾ ടീച്ചറുമായി ഒരു പരിചയപ്പെടലിന് താൻ ശ്രമിച്ചുവെങ്കിലും യാതൊന്നും സംഭവിച്ചില്ലെന്ന് വ്ളാദിമിർ ഇല്ലിച്ച് പറഞ്ഞു. പ്രാദേശിക പ്രഭുവർഗവുമായി, അതായത്, പുരോഹിതനും ഏതാനും പീടിക ഉടമകളുമായി ടീച്ചർ അടുത്തു. നേരം പോക്കാൻ അവർക്ക് ആകെയുണ്ടായിരുന്നത് ശീട്ടുകളിയും മദ്യപാനവുമായിരുന്നു. ഒരുതരത്തിലുള്ള സാമൂഹ്യപ്രശ്നങ്ങളിലും ടീച്ചർക്ക് താൽപ്പര്യമുണ്ടായിരുന്നില്ല. അതിനകം തന്റെ സോഷ്യലിസ്റ്റ് ചിന്താഗതിക്കാരനായിത്തീർന്ന പ്രോമിൻസ്കിയുടെ മൂത്തപുത്രനായ ലിയോപ്പോൾഡ് അയാളുമായി എല്ലായ്പോഴും തർക്കത്തിലായിരുന്നു.

വ്ളാദിമിർ ഇല്ലിച്ചിന് കർഷകനായ ഒരു പരിചയക്കാരനുണ്ടായിരുന്നു. അദ്ദേഹത്തിന് അയാളെ വളരെ ഇഷ്ടവുമായിരുന്നു. മുപ്പത് വയസോളം പ്രായവും ശരീരക്ഷയവുമുള്ള ഷുറാവ്ല്യോവ് ആയിരുന്നു അത്. മുമ്പ് വില്ലേജ് ക്ലാർക്കായിരുന്ന അയാളെ പ്രകൃത്യാ ഒരു വിപ്ലവകാരിയും ഒരു പ്രക്ഷോഭകാരിയും എന്നാണ് വ്ളാദിമിർ ഇല്ലിച്ച് വിളിച്ചത്. സമ്പന്നർക്കെതിരെ ധീരമായി സംസാരിച്ചിരുന്ന ഷുറാവ്ല്യോവിന് നേരിയ അനീതിപോലും സഹിക്കാനാവുമായിരുന്നില്ല. എല്ലായ്പോഴും എവിടേക്കെങ്കിലും യാത്രചെയ്തിരുന്ന അയാൾ ശരീരക്ഷയത്താൽത്തന്നെ വൈകാതെ മരണമടഞ്ഞു.

ഇല്ലിച്ചിന്റെ മറ്റൊരു പരിചയക്കാരൻ ഒരു ദരിദ്രകർഷകനായ സൊസിപാറ്റിച്ച് ആയിരുന്നു. വളരെ ലളിതചിത്തനായ അയാൾ വേട്ടയ്ക്ക് ഇല്ലിച്ചിനെ അനുഗമിക്കുമായിരുന്നു. വ്ളാദിമിർ ഇല്ലിച്ചിനെക്കുറിച്ച് വളരെ കൂടുതൽ കാര്യങ്ങൾ പഠിച്ചുവെങ്കിലും, പൊരുത്തമില്ലാത്ത എല്ലാത്തരം സമ്മാനങ്ങളും അദ്ദേഹത്തിന് നൽകുന്നതിൽ അയാൾ വളരെ താൽപ്പരനായിരുന്നു. ഒരിക്കലത് ജീവനുള്ള വലിയൊരു കൊറ്റിയായിരുന്നു. മറ്റൊരിക്കൽ ദേവദാരുവിന്റെ വിത്തുകളുമായിരുന്നു.

സോസിപാറ്റിച്ചിലൂടെയും ഷുറാവ്ല്യോവിലൂടെയും വ്ളാദിമിർ ഇല്ലിച്ച് സൈബീരിയയിലെ ഗ്രാമത്തെക്കുറിച്ച് പഠിച്ചു. അദ്ദേഹം താമസിച്ചിട്ടുള്ള വീട്ടിലെ ഒരു സമ്പന്നകർഷകനുമായി നടന്ന സംഭാഷണത്തെക്കുറിച്ച് ഒരിക്കൽ അദ്ദേഹമെന്നോട് പറഞ്ഞു. അയാളുടെ ഒരു തോട്ടജോലിക്കാരൻ അയാളിൽനിന്നും ഉണക്കിയ കുറച്ച് മൃഗത്തോൽ കവർന്നു. ഒരു മദ്യശാലയിൽ വച്ച് കർഷകൻ ആ തൊഴിലാളിയെ കീഴടക്കി കൊലപ്പെടുത്തി. അതുമായി ബന്ധപ്പെട്ട് ഇടത്തട്ടുകാരനായ ആ ഉടമയുടെ മനുഷ്യത്വഹീനമായ ക്രൂരതയെയും കൃഷിത്തൊഴിലാളികൾ നേരിടുന്ന അതിക്രൂരമായ ചൂഷണത്തെയും കുറിച്ച് വ്ളാദിമിർ ഇല്ലിച്ച് തുറന്നടിച്ചു. തീർച്ചയായും തോട്ടം തൊഴിലാളികൾ വണ്ടിക്കുതിരകളെ പ്പോലെയാണ് പണിയെടുത്തിരുന്നത്. അവധി ദിവസങ്ങളിലൊഴികെ അവർക്കൊരിക്കലും മതിയായ അളവിൽ ഉറങ്ങാനാവുമായിരുന്നില്ല.

ഗ്രാമത്തെ പഠിക്കാൻ ഇല്ലിച്ചിന് മറ്റൊരു രീതി കൂടിയുണ്ടായിരുന്നു. ഞായറാഴ്ചകളിൽ അദ്ദേഹം സൗജന്യ നിയമോപദേശം നൽകിയിരുന്നു. പിരിച്ചുവിടപ്പെട്ട ഒരു സ്വർണഖനിത്തൊഴിലാളി അയാളുടെ തൊഴിൽദാതാവിനെതിരെ നൽകിയ കേസിൽ സഹായിക്കുകയും അനുകൂലമായ വിധി നേടിയെടുക്കുകയും ചെയ്തതോടെ ഒരു നിയമജ്ഞനെന്ന നിലയിൽ അദ്ദേഹത്തിന്റെ ആദരണീയത വളരെയധികം ഉയർന്നു. ഈ വിജയത്തിന്റെ വാർത്ത കർഷകർക്കിടയിൽ വളരെവേഗം പടർന്നുപിടിച്ചു. സ്ത്രീകളും പുരുഷന്മാരും അവരുടെ ആകുലതകളുമായി ഇല്ലിച്ചിനെ കാണാനെത്തി. ശ്രദ്ധാപൂർവം അവരെ കേട്ടിരുന്ന അദ്ദേഹം പ്രശ്നങ്ങളെക്കുറിച്ച് ആഴത്തിൽ ചിന്തിക്കുകയും പിന്നീട് ഉപദേശം നൽകുകയും

ചെയ്തു. ഒരിക്കൽ ഒരു കർഷകൻ ഇരുപത് വെർസ്റ്റുകൾക്ക്* അകലെ നിന്നും അദ്ദേഹത്തെ കാണാനെത്തി. ഏവർക്കും ആമോദം പകർന്നു നൽകിയ തന്റെ ഭാര്യാസഹോദരന്റെ വിവാഹത്തിന് തന്നെ ക്ഷണിക്കാത്തതിന് അയാളെ എങ്ങനെ പ്രോസിക്യൂട്ട് ചെയ്യാമെന്ന് അറിയുകയായിരുന്നു അയാളുടെ ഉദ്ദേശ്യം. "ഇപ്പോൾ നിങ്ങളുടെ ഭാര്യാസഹോദരൻ ഒരു ഡ്രിങ്ക് നൽകി നിങ്ങളെ സൽക്കരിക്കുകയാണെങ്കിൽ നിങ്ങളയാളെ കാണാൻ പോവുമോ?" ഇല്ലിച്ച് ചോദിച്ചു. "ഹേയ് അവനങ്ങനെ ചെയ്യുമോ?" അയാൾക്ക് തന്റെ ഭാര്യാസഹോദരനോടുള്ള സമീപനത്തിൽ മാറ്റം വരുത്താൻ ശ്രമിച്ച് വ്ളാദിമിർ ഇല്ലിച്ച് ഒരു മണിക്കൂർ നേരം പാഴാക്കി. ചിലപ്പോഴെല്ലാം അവർ പറയുന്നതിന്റെ വാലും തലയും തിരിച്ചറിയാൻ നിങ്ങൾക്ക് കഴിയാതെ പോവും. അതുകൊണ്ട് കേസുമായി ബന്ധപ്പെട്ട വ്യത്യസ്ത കടലാസുകളുടെ ഓരോ കോപ്പി കൂടെ കൊണ്ടുവരാൻ വ്ളാദിമിർ ഇല്ലിച്ച് എല്ലായ്പ്പോഴും ആവശ്യപ്പെട്ടിരുന്നു. ഒരിക്കൽ ഒരു സമ്പന്നന്റെ കാള ദരിദ്രയായൊരു വിധവയുടെ പശുവിനെ കുത്തിമുറിവേൽപ്പിച്ചു. സ്ത്രീക്ക് നഷ്ടപരിഹാരമായി പത്ത് റൂബിൾ നൽകാൻ വോളോസ്റ്റ് കോടതി കാളയുടെ ഉടമയോട് കൽപ്പിച്ചു. എന്നാൽ ആ തീരുമാനം സ്വീകരിക്കാൻ വിസമ്മതിച്ച സ്ത്രീ കേസിന്റെ എല്ലാ തെളിവുകളുടേയും ഒരു 'കോപ്പി' ആവശ്യപ്പെട്ടു. അവർക്ക് നേരെ ചിരിച്ചുകൊണ്ട് അസസ്സർ ചോദിച്ചു: "എന്താണ് നിങ്ങൾക്ക് വേണ്ടത്, വെള്ളപ്പശുവിന്റെ ഒരു കോപ്പിയോ?" കോപാകുലയായിത്തീർന്ന സ്ത്രീ വ്ളാദിമിർ ഇല്ലിച്ചിനടുത്തേക്കോടി. ചിലപ്പോഴെല്ലാം കുറ്റത്തിന് വിധേയനായ കക്ഷി പരാതിയുമായി വ്ളാദിമിർ ഇല്ലിച്ചിനടുത്തേക്ക് പോവുമെന്ന് ഭീഷണിപ്പെടുത്തുന്നതു തന്നെ കീഴടങ്ങാൻ കുറ്റവാളിയെ നിർബന്ധിതനാക്കിയിരുന്നു.

സൈബീരിയൻ ഗ്രാമത്തെക്കുറിച്ച് വ്ളാദിമിർ ഇല്ലിച്ച് നല്ലൊരു പഠനം നടത്തി. അതുവരെ വോൾഗയിലെ ഗ്രാമങ്ങളെ കുറിച്ചേ അദ്ദേഹത്തിനറിയാമായിരുന്നുള്ളൂ. ഒരിക്കൽ അദ്ദേഹമെന്നോട് പറഞ്ഞു: "ഞാൻ തോട്ടകൃഷി ചെയ്യുകയായിരുന്നു. എന്റെ അമ്മയുടെ ആവശ്യം മൂലം ഞാനത് തുടങ്ങിയതുമാണ്. എന്നാൽ അപ്പോഴേക്കും അത് മെച്ചമല്ലെന്ന് ഞാൻ കണ്ടെത്തി. കർഷകരുമായുള്ള എന്റെ ബന്ധങ്ങൾ അപക്വമായിത്തീർന്നതാണ് അതിനു കാരണം."

ശരിയായി പറഞ്ഞാൽ, നാടുകടത്തപ്പെട്ടവനെന്ന നിലയിൽ നിയമപരമായ കാര്യങ്ങളിൽ ഇടപെടാൻ വ്ളാദിമിർ ഇല്ലിച്ചിന് യാതൊരു അവകാശവുമുണ്ടായിരുന്നില്ല. എങ്കിലും അന്ന് മിനുസിൻസ്കിൽ വളരെ ഉദാരമായൊരു സമീപനമാണ് ഉണ്ടായിരുന്നത്. പ്രായോഗികമായി, അവിടെ നിരീക്ഷണമൊന്നുമുണ്ടായിരുന്നില്ല.

അവിടത്തെ ഒരു സമ്പന്ന കർഷകനായ അസസ്സർക്ക് കന്നുകുട്ടികളുടെ മാംസം ഞങ്ങൾക്ക് വിൽക്കുന്നതിൽ കൂടുതലായി, നാടുകടത്ത

---

* ഒരു നാഴികയുടെ മൂന്നിൽ രണ്ട് ഭാഗമുള്ള ഒരു റഷ്യൻ അളവ്.

പ്പെട്ടവരായ ഞങ്ങൾ ഓടിപ്പോവുന്നത് തടയുന്നതിൽ യാതൊരു താൽപ്പര്യ വുമുണ്ടായിരുന്നില്ല. അത്ഭുതകരമായ രീതിയിൽ, ഷുഷെൻസ്കോയിൽ സാധനങ്ങൾക്ക് വളരെ വിലക്കുറവുണ്ടായിരുന്നു. വളരെ ചെലവേറിയ തെന്ന് കരുതപ്പെട്ടിരുന്നതാണെങ്കിലും വ്ളാദിമിർ ഇല്ലിച്ചിന് ലഭിച്ചിരുന്ന പ്രതിമാസ അലവൻസായ എട്ട് റൂബിളുകൾ കൊണ്ട് അദ്ദേഹത്തിന്റെ താമസം, ഭക്ഷണം, വസ്ത്രമലക്ക്, വീടിന്റെ വൃത്തിയാക്കൽ എന്നിവ യെല്ലാം നിറവേറ്റാൻ സാധിക്കുമായിരുന്നു. മാത്രമല്ല ഇവയെല്ലാം തന്നെ ചെലവേറിയതാണെന്നാണ് അന്ന് പൊതുവിൽ നാട്ടുകാർ കരുതിപ്പോ ന്നത്. അതെ. ഉച്ചഭക്ഷണവും അത്താഴവും വളരെ ലളിതമായിരുന്നു. ആഴ്ചയിലൊരിക്കൽ ഒരു ചെമ്മരിയാടിനെ കശാപ്പ് ചെയ്തിരുന്നു. അത് തീരുന്നത് വരെ വ്ളാദിമിർ ഇല്ലിച്ച് അത് വേവിച്ച് ഭക്ഷിച്ചിരുന്നു, പിന്നീട് ഒരാഴ്ചത്തേക്കുള്ള മാംസം അവർ വിലയ്ക്ക് വാങ്ങും. വേലക്കാരി അത് കാലിത്തീറ്റ തയാറാക്കാനുള്ള പാത്രത്തിൽ കട്ലറ്റ് ഉണ്ടാക്കാനുള്ള പരു വത്തിലാക്കിയെടുക്കും. ഈ കട്ലറ്റുകൾ ഒരു മുഴുവൻ ആഴ്ചക്കാലവും വ്ളാദിമിർ ഇല്ലിച്ചിന് ഭക്ഷണമായി. എങ്കിലും അദ്ദേഹത്തിനും അദ്ദേഹ ത്തിന്റെ നായയ്ക്കും മതിയായ അളവിൽ പാലും ക്രീമും അവിടെയു ണ്ടായിരുന്നു. എല്ലാ വിദ്യകളും അഭ്യസിപ്പിക്കപ്പെട്ട സെൻഡാ എന്ന് പേര് നൽകപ്പെട്ട നല്ലൊരു ഗോർഡൻ നായയായിരുന്നു അദ്ദേഹത്തിന്റേത്.

ഞങ്ങളുടെ വീട്ടുടമയുടെ കുടുംബമായ സിര്യാനോവ്സിന്റെ കുടുംബം ഇടയ്ക്കിടെ മദ്യപാന പാർട്ടികൾ സംഘടിപ്പിക്കുകയും അവിടെ വച്ച് പുരുഷന്മാർ കുടിച്ച് മത്തരാവുകയും ചെയ്തിരുന്നു. പല രീതിക ളിലും അവിടെ കുടുംബജീവിതം സൗകര്യപ്രദമല്ലാത്തതിനാൽ, വൈകാതെ മറ്റൊരിടത്തേക്ക് ഞങ്ങൾ മാറിത്താമസിച്ചു. പ്രതിമാസം നാല് റൂബിൾ വാടകയ്ക്ക് ഒരു പച്ചക്കറിത്തോട്ടമുൾപ്പെടെ ഒരു ചെറുഭവന ത്തിന്റെ പകുതി ഞങ്ങൾ വാടകയ്ക്കെടുത്തു. സ്വന്തമെന്നപോലെ ഞങ്ങ ളതിനെ മാറ്റിത്തീർത്തു. വസന്തകാലമായപ്പോൾ വീടിനെ നോക്കി നട ത്താൻ ആരെയും കിട്ടാത്ത സ്ഥിതിയായി. അമ്മയും ഞാനും റഷ്യൻ സ്റ്റൗ മാറിമാറിപിടിച്ചെടുത്തു. ചിലപ്പോഴെല്ലാം ഞാൻ തിളയ്ക്കുന്ന സൂപ്പിനെ സ്റ്റൗ ഫോർക്കിലേക്ക് മറിച്ചിട്ടു. എങ്കിലും, ക്രമേണ എനിക്ക് അതിന്റെ ഉപയോഗം പരിചിതമായിത്തീർന്നു. വെള്ളരി, കാരറ്റ്, ബീറ്റ്റൂട്ട്, മത്തൻ തുടങ്ങി എല്ലാത്തരം പച്ചക്കറികളും ഞങ്ങൾ പച്ചക്കറിത്തോട്ട ത്തിൽ ഉണ്ടാക്കിയിരുന്നു. എന്റെ ചെറിയ പച്ചക്കറിത്തോട്ടത്തിൽ എനിക്ക് വളരെ അഭിമാനമുണ്ടായിരുന്നു. കാട്ടിൽ നിന്നും സമാഹരിച്ച തൈകളു പയോഗിച്ച് ഞാനും ഇല്ലിച്ചും ചേർന്ന് ചെറിയൊരു ഫലവൃക്ഷത്തോട്ടവും അവിടെയുണ്ടാക്കി. ഒക്ടോബറിൽ പാഷയെന്ന് പേരായ എല്ലുകൾ പുറ ത്തേക്കുന്തിയ, പതിമൂന്നുകാരിയായ ഒരു പെൺകുട്ടിയെ ഞങ്ങൾക്ക് സഹായത്തിന് ലഭിച്ചു. വളരെവേഗം കാര്യങ്ങൾ കൈകാര്യം ചെയ്യുന്ന തിൽ അവൾ പ്രഗത്ഭയായിത്തീർന്നു. ഞാനവളെ എഴുതാനും വായി ക്കാനും പഠിപ്പിച്ചു. എന്റെ അമ്മയുടെ നിർദേശപ്രകാരം അവൾ ചുവരു

കളെ അലങ്കരിച്ചു. 'നെവ വേസ്റ്റ് എനി ടീ" (Neva Waste eny tee)* എന്നതുപോലെ, "ഓസ്കർ എംഗ്ബർഗും പ്രോമിൻസ്കിയും വന്നിരുന്നു. അവർ "സ്റ്റംപ് പാടി. അതുകൊണ്ട് ഞാനും പാടി" എന്നിവ പോലുള്ള കുറിപ്പുകളും പാഷ ഡയറിയിൽ കുറിച്ചിട്ടു.

മേയ് ഒന്നാംതീയതിയിലെ ഞങ്ങളുടെ ആഘോഷം എങ്ങനെയായിരുന്നുവെന്ന് ഞാനോർക്കുന്നു.

വളരെ ഉത്സാഹത്തോടെ വൃത്തിയുള്ള കോളറും ടൈയും ധരിച്ച് പുതിയൊരു പെന്നിനാണയത്തെപ്പോലെ തിളങ്ങി രാവിലെതന്നെ പ്രോമിൻസ്കി എത്തിച്ചേർന്നു. അയാളുടെ മനോഘടനയിൽ വളരെയധികം പ്രചോദിതരായിത്തീർന്ന ഞങ്ങൾ മൂവരും സെൻക(നായ)യെയും കൂട്ടി ഓസ്കർ എംഗ്ബർഗിനെ കാണാൻ പുറപ്പെട്ടു. ഉത്സാഹപൂർവം കുരച്ചുകൊണ്ട് സെൻക മുമ്പേ ഓടി. ഷുഷാനദിയുടെ കരയിലൂടെ ഞങ്ങൾ മുമ്പോട്ട് നടന്നു. പൊട്ടിയ മഞ്ഞു കഷണങ്ങൾ താഴെ നദിയിലൂടെ ഒഴുകിക്കൊണ്ടിരുന്നു. മഞ്ഞുജലത്തിലേക്ക് ചാടി നീന്തിയ സെൻക തന്നെ അനുഗമിക്കാൻ ഷുഷെൻസ്കോയയിലെ കാവൽ നായ്ക്കളെ വെല്ലുവിളിച്ചു.

ഞങ്ങൾ എത്തിച്ചേർന്നത് ഓസ്കറിനെ വളരെയധികം ആഹ്ലാദിപ്പിച്ചു. അയാളുടെ മുറിയിലിരുന്ന് ഞങ്ങൾ ഒന്നിച്ച് പാടി:

"എത്തിച്ചേർന്നു, ആഹ്ലാദകരമായ മേയ് ഒന്ന്!
ഒരു ദുഃഖവും അതിന്റെ പാതയിൽ തടസമുണ്ടാക്കാതിരിക്കട്ടെ
പാട്ടുകൾ മാറ്റൊലി കൊള്ളട്ടെ, ഉറക്കെ ഉല്ലാസമായ് പാടാം
നമുക്കിന്ന് ആഹ്ലാദകരമായൊരു സമരമുണ്ടാവും.
താമസം വിനാ പൊലീസ് എത്തിച്ചേരും.
വൃത്തിഹീനമായ അവരുടെ കൂടി മൂല്യവത്തെന്ന് തെളിയിക്കാൻ:
അവർ നമ്മെ ജയിലഴികൾക്കുള്ളിലിടും
പൊലീസ് തുലയട്ടെ, അത് മാത്രം നാം പറയും
നമ്മുടെ മേയ്ദിനത്തെ ധീരമായി ആഹ്ലാദത്തോടെ വരവേൽക്കാം
ഹുറേ, ഹുറേ!
ആഹ്ലാദകരമായ മേയ്ക്കു വേണ്ടി!"

റഷ്യൻ ഭാഷയിൽ പാടിയ ശേഷം ഞങ്ങളത് പോളിഷ് ഭാഷയിലും പാടിക്കഴിഞ്ഞ്, അത്താഴത്തിന് ശേഷം മേയ്ദിനം പുറത്തെ നിലങ്ങളിൽ ആഘോഷിക്കാൻ ഞങ്ങൾ തീരുമാനിച്ചു. ഞങ്ങൾ ആറുപേർ ഉണ്ടായിരുന്നു. പ്രോമിൻസ്കി തന്റെ കീശയിൽനിന്നും ചുവന്നൊരു കൈലേസെടുത്ത് നിലത്ത് വിരിച്ചശേഷം അതിന്മേൽ തലകുത്തനെ നിന്നു. കുട്ടികൾ ആഹ്ലാദത്താൽ ആർത്തുവിളിച്ചു. വൈകുന്നേരം എല്ലാവരും ഞങ്ങളുടെ ഇടത്ത് ഒന്നിച്ചുകൂടി വീണ്ടും പാട്ടുകൾ പാടി. പ്രോമിൻസ്കിയുടെ ഭാര്യയും അവിടേക്ക് വന്നു. സംഘഗാനത്തിൽ എന്റെ അമ്മയും പാഷയും കൂടി പങ്കെടുത്തു.

---

* ഒരിക്കലും അൽപ്പസമയംപോലും പാഴാക്കരുത് എന്നാകാം അതിന്റെ അർഥം

ഏതെങ്കിലും ഘട്ടത്തിൽ ഞങ്ങളും പങ്കെടുക്കാവുന്ന വൻ പ്രകടനത്തെ കുറിച്ച് ചിന്തിച്ച് ആ രാത്രിയിൽ ഇല്ലിച്ചിനും എനിക്കും ഉറങ്ങാൻ കഴിഞ്ഞില്ല.

അൽപ്പം കുട്ടിത്തവും അവിടെയുണ്ടായിരുന്നു. തൊഴിൽകൊണ്ട് രോമശീലകൊണ്ടുള്ള ബൂട്ട് നിർമാതാവായ ഒരു ലെറ്റിഷ് കുടിയേറ്റക്കാരൻ പാതയുടെ മറുവശത്ത് താമസിച്ചിരുന്നു. അയാൾക്ക് പതിനാല് മക്കളുണ്ടായെങ്കിലും അതിൽ ഒന്ന് മാത്രമേ അവശേഷിച്ചുള്ളൂ: മിൻക. പിതാവ് മുഴുസമയ മദ്യപാനിയായിരുന്നു. വിളർത്ത ചെറിയ മുഖവും തിളക്കമുള്ള കണ്ണുകളുമുള്ള ആറുവയസുകാരനായ മിൻകയ്ക്ക് സംസാരത്തിൽ തകരാറുണ്ടായിരുന്നു. എല്ലാ ദിവസവും അവൻ ഞങ്ങളെ കാണാൻ വരുമായിരുന്നു. ഉച്ചത്തിൽ വാതിലടച്ച് സന്തോഷപൂർവം "ഇത് ഞാനാണ്" എന്ന് വിളിച്ചറിയിച്ച് വലിയൊരു തൊപ്പിധരിച്ച് അമ്മയുടെ ഊഷ്മളമായ ജാക്കറ്റ് പുതച്ച അവന്റെ ചെറിയ രൂപം രാവിലെ പ്രത്യക്ഷപ്പെടുമ്പോൾ മിക്കവാറും ഞങ്ങൾ കിടക്കയിൽനിന്നും എണീറ്റിട്ടുണ്ടാവുകയില്ല. എന്റെ അമ്മയ്ക്ക് അവനെ വളരെ ഇഷ്ടമാണെന്നും, എല്ലായ്പ്പോഴും വ്ളാദിമിർ എന്തെങ്കിലും ഫലിതം പറയുമെന്നും അവനുമൊന്നിച്ച് കളിക്കുമെന്നും അവനറിയാമായിരുന്നു.

മിൻകയുടെ അമ്മ അവിടേക്കോടിവരും.

"ഡാർലിങ്, ഒരു റൂബിൾ കിടക്കുന്നത് കണ്ടുവോ?"അവർ ചോദിക്കും.

"ഉവ്വ്, മേശപ്പുറത്ത് ഞാനത് കണ്ടു. അതുകൊണ്ട് ഞാനത് പെട്ടിയിൽ നിക്ഷേപിച്ചു."

ഞങ്ങൾ അവിടം വിട്ടുപോയപ്പോൾ ദുഃഖത്താൽ മിൻക രോഗിയായിത്തീർന്നു. ഇപ്പോൾ അവൻ മരിച്ചുകഴിഞ്ഞിരിക്കുന്നു. യെനിസീയുടെ അക്കരയിൽ ഒരു തുണ്ട് ഭൂമിക്ക് അപേക്ഷിച്ചുകൊണ്ട് അവന്റെ പിതാവ് എഴുതി: "വാർധക്യത്തിൽ ആഹരിക്കാൻ മതിയായത് ഉണ്ടാവണമെന്നാണാഗ്രഹം."

ഞങ്ങളുടെ കുടുംബം വലുതായിക്കൊണ്ടിരുന്നു. അവസാനമായി അതിൽ കൂട്ടിച്ചേർക്കപ്പെട്ടത് ഒരു പൂച്ചക്കുട്ടിയെയായിരുന്നു.

സ്ട്രൂവെ എനിക്ക് ലഭ്യമാക്കിത്തന്ന വെബ് പരിഭാഷയിലേർപ്പെടുന്നതായിരുന്നു രാവിലെ വ്ളദിമിർ ഇല്ലിച്ചിന്റെയും എന്റെയും ആദ്യത്തെ ജോലി. അത്താഴത്തിന് ശേഷം ഏതാനും മണിക്കൂറുകൾ ഞങ്ങൾ ഒന്നിച്ചിരുന്ന് *ദി ഡെവലപ്മെന്റ് ഓഫ് ക്യാപ്പിറ്റലിസം* പകർത്തിയെഴുതി. പിന്നീട് എല്ലാത്തരം പതിവ് ജോലികളും ചെയ്യുന്നുണ്ടാവും. ഒരുദിവസം ബേൺസ്റ്റീനിനെ വിമർശിക്കുന്ന കൗത്സ്കിയുടെ പുസ്തകം പെത്രോസോവ ഞങ്ങൾക്കയച്ചു തന്നു. അത് രണ്ടാഴ്ചക്കാലം മാത്രം കൈവശം വയ്ക്കാനേ ഞങ്ങൾക്ക് അനുവാദമുണ്ടായിരുന്നുള്ളൂ. അതുകൊണ്ട് മറ്റെല്ലാ ജോലികളും നിർത്തിവച്ചിട്ട് യഥാസമയം തന്നെ ഞങ്ങളത് പരിഭാഷപ്പെടുത്തി. ജോലിക്ക് ശേഷം ഞങ്ങൾ നടക്കാനിറങ്ങി. വ്ളാദിമിർ

ഇല്ലിച്ചിന് വേട്ടയിൽ വളരെ താൽപ്പര്യമുണ്ടായിരുന്നു. അദ്ദേഹം ഒരു ജോഡി കാലുറകൾ വാങ്ങുകയും അയലത്തുള്ള എല്ലാ ചതുപ്പുനിലങ്ങളിലും ചുറ്റിനടക്കുകയും ചെയ്തു. ധാരാളം വേട്ടമൃഗങ്ങൾ ലഭിച്ചിരുന്നുവെന്ന കാര്യം പറയാതെ വയ്യ. ഞാനവിടെ എത്തിച്ചേർന്ന ദിവസമെന്നതുപോലെ, അതെന്നെ എല്ലായ്പോഴും അത്ഭുതപ്പെടുത്തി. അവിടേക്ക് കടന്നുവരുന്ന പ്രോമിൻസ്കി- അദ്ദേഹവും വേട്ടയിൽ വളരെ തൽപ്പരനായിരുന്നു - വലിയൊരു പുഞ്ചിരിയോടെ പറയും: "താറാവുകൾ പുറത്തേക്ക് വന്നു. ഞാനവയെ കണ്ടതാണ്." അപ്പോൾ താറാവുകളെക്കുറിച്ച് സംസാരിച്ചുകൊണ്ട് ഓസ്കറും അവിടെയെത്തും. അതിനെക്കുറിച്ച് അവർ മണിക്കൂറുകളോളം സംസാരിക്കും. അടുത്ത വസന്തകാലമായപ്പോൾ താറാവുകളെക്കുറിച്ച് സംസാരിക്കാൻ എനിക്കും കഴിയുമെന്ന് ഞാൻ കണ്ടെത്തി. അവയെ എവിടെവച്ച് എപ്പോൾ കണ്ടുവെന്ന് ഓരോരുത്തരും പറഞ്ഞു. ശീതകാല മഞ്ഞിന് ശേഷം വസന്തത്തിൽ പ്രകൃതി അടക്കമില്ലാത്ത ജീവിതമായി പൊട്ടിവിടർന്നു. അതിന്റെ ആകർഷണീയത വളരെ കൂടുതലായിരുന്നു. സൂര്യാസ്തമയം. നിലങ്ങളിൽ വസന്തം രൂപപ്പെടുത്തിയ വിസ്തൃതമായ ജലസംഭരണികളിൽ വന്യഹംസങ്ങൾ നീന്തി നടന്നു. അല്ലെങ്കിൽ, വക്കത്ത് നിന്നുകൊണ്ട് ചതുപ്പുപ്രദേശക്കോഴികളുടെ ഇണചേരാനുള്ള കൂടുകൾ ഞങ്ങൾ ശ്രദ്ധിക്കും. ഞങ്ങൾ കാടിനുള്ളിലേക്ക് പോവുമ്പോൾ സെൻകയെ പിടിച്ചുകൊള്ളാൻ വ്ളാദിമിർ ഇല്ലിച്ച് എന്നോടാവാശ്യപ്പെടും. പ്രകൃതിയുടെ വിസ്മയാവഹമായ ഈ ഉണർവ് എന്റെ എല്ലാ നാഢീഞരമ്പുകളിലും ശ്രുതി മീട്ടുമ്പോൾ അത്യാഹ്ലാദത്തോടെ നായയെയും പിടിച്ച് ഞാനവിടെ നിലയുറപ്പിക്കും. വ്ളാദിമിർ ഇല്ലിച്ചിന് വേട്ടയിൽ വളരെ താൽപ്പര്യമുണ്ടായിരുന്നെങ്കിലും അതിലദ്ദേഹം വളരെയൊന്നും ഉന്മത്തനായിരുന്നില്ല. ശരത്കാലത്ത് ഞങ്ങൾ കാടിന്റെ വളരെ ഉള്ളിലേക്ക് കടന്നുചെന്നു. വ്ളാദിമിർ ഇല്ലിച്ച് പറയുമായിരുന്നു: "നിങ്ങൾക്കറിയാമോ, ഞാനൊരു മുയലിനെ കണ്ടുമുട്ടിയാൽ ഞാനതിനെ വെടിവയ്ക്കുകയില്ല. കാരണം, ഞാനെന്റെ ബാഗുകൾ കൊണ്ടു വന്നിട്ടില്ല. അതിനെ കൈയിൽ തൂക്കിക്കൊണ്ടുപോകുന്നത് വിലക്ഷണമാണ്." അപ്പോഴും ഒരു മുയൽ പുറത്തേക്ക് വരുന്നത് കണ്ടാലുടൻ അദ്ദേഹമതിനെ വെടിവയ്ക്കും എന്ന കാര്യം തീർച്ചയാണ്.

ശരത്കാലത്തിന്റെ അവസാനത്തോടെ യെനിസീയിലൂടെ ചേറ് താഴേക്ക് ഒലിച്ചുപോവാൻ തുടങ്ങുമ്പോൾ മുയലുകളെ അന്വേഷിച്ച് ഞങ്ങൾ ദ്വീപുകളിലേക്ക് പോയി. അതിനകം തന്നെ മുയലുകൾ നരച്ചുകഴിഞ്ഞിരുന്നു. ദ്വീപിൽനിന്നും രക്ഷപ്പെടാൻ കഴിയാത്ത അവ കോലാടുകളെപ്പോലെ ഓടിനടന്നു. ഞങ്ങളുടെ വേട്ടക്കാർ ചിലപ്പോഴെല്ലാം ഒരു വഞ്ചി നിറയെ മുയലുകളെ വെടിവച്ചിരുന്നു.

ഞങ്ങൾ താമസിക്കുമ്പോൾ വ്ളാദിമിർ ഇല്ലിച്ചിന്റെ അവസാന വർഷങ്ങളിലും ചിലപ്പോഴെല്ലാം അദ്ദേഹം വേട്ടയ്ക്ക് പോവുമായിരുന്നില്ല. എങ്കിലും പഴയ അത്യുത്സാഹം അദ്ദേഹത്തിനുണ്ടായിരുന്നില്ല. ഒരിക്കൽ

കാടിളക്കി കുറുനരികളെ വേട്ടയാടുന്ന ഒരു പരിപാടി സംഘടിപ്പിക്കപ്പെട്ടു. വ്ളാദിമിർ ഇല്ലിച്ച് അതിൽ വളരെ തൽപ്പരനായിരുന്നു. “ബുദ്ധിപൂർവക മായൊരു ആശയം,” തൂക്കിയിട്ട കൊടികൾ കണ്ടപ്പോൾ അദ്ദേഹം പറ ഞ്ഞു. കാടിളക്കുന്നവർ കുറുനരിയെ അദ്ദേഹത്തിനടുക്കലേക്ക് പായി ച്ചു. എന്നാൽ അദ്ദേഹം തോക്കെടുത്തത് വളരെ വൈകിയായിരുന്നു. കുറു നരി ഒരുനിമിഷം നിന്ന് അദ്ദേഹത്തെ നോക്കിയശേഷം കാട്ടിൽ മറഞ്ഞു. “എന്തുകൊണ്ട് വെടിവച്ചില്ല.” ഞാൻ ചോദിച്ചു. “അതിന് വളരെ സൗന്ദ ര്യമുണ്ടായിരുന്നു.” അദ്ദേഹം പറഞ്ഞു.

ഇനിയും മഞ്ഞുപെയ്യാൻ തുടങ്ങാത്ത, എന്നാൽ നദികൾ തണു ത്തുറഞ്ഞ ശിശിരത്തിന്റെ അന്ത്യത്തിൽ ഞങ്ങൾ നദീതീരത്തു കൂടെ വളരെ മുകളിലേക്ക് പോയി. ഓരോ ചെറുമത്സ്യത്തെയും കുമിളയെയും മഞ്ഞിനടിയിൽ വ്യക്തമായി കാണാമായിരുന്നു. അത് വശീകരിക്കു ന്നൊരു ലോകമായിരുന്നു. തെർമോമീറ്ററുകളിലെ രസം തണുത്തുറയു കയും നദി ഉടനീളം മഞ്ഞായിത്തീരുകയും ചെയ്യുമ്പോൾ അതിന് മുക ളിലൂടെ വെള്ളം ഒഴുകുകയും വളരെപ്പെട്ടെന്ന് തണുത്തുറഞ്ഞ കട്ടിയുള്ള ഒരു പുറന്തോട് രൂപപ്പെടുകയും ചെയ്യുന്നു. പരന്ന മഞ്ഞുകൊണ്ടുള്ള ഈ പുറന്തോടിന് പുറത്തുകൂടെ ഏതാനും നാഴിക ദൂരം സ്കേറ്റിങ് നട ത്താനാവും. വ്ളാദിമിർ ഇല്ലിച്ചിന് വളരെ ഇഷ്ടപ്പെട്ടൊരു വിനോദമായിരു ന്നു അത്.

വൈകുന്നേരങ്ങളിൽ സാധാരണയായി വ്ളാദിമിർ ഇല്ലിച്ച് ഫിലോ സഫിയെക്കുറിച്ചുള്ള ഹെഗലിന്റെയും കാന്റിന്റെയും ഫ്രഞ്ച് ഭൗതികവാ ദികളുടെയും, കൂടുതൽ ക്ഷീണിതനായിക്കഴിഞ്ഞപ്പോൾ പുഷ്കിൻ, ലെർമോണ്ടോവ്, നെക്രാസോവ് തുടങ്ങിയവരുടെയും പുസ്തകങ്ങൾ വായിച്ചു.

ആദ്യമായി വ്ളാദിമിർ ഇല്ലിച്ച് സെന്റ്പീറ്റേഴ്സ് ബർഗിൽ എത്തി ച്ചേർന്നപ്പോൾ കേട്ടുകേഴ്വിയിൽ നിന്നുമുള്ള അറിവ് മാത്രമേ എനിക്ക ദ്ദേഹത്തെ കുറിച്ച് ഉണ്ടായിരുന്നുള്ളൂ. അദ്ദേഹം ഗൗരവമേറിയ പുസ്ത കങ്ങൾ മാത്രമേ വായിക്കൂവെന്നും ജീവിതത്തിലൊരിക്കലും ഒരു നോവൽ വായിച്ചിട്ടില്ലെന്നുമാണ് സ്റ്റീപൻ റാഡ്ചെങ്കോ എന്നോട് പറഞ്ഞത്. പിന്നീട് അദ്ദേഹത്തെ അടുത്തറിഞ്ഞപ്പോൾ സൈബീരിയയിൽ വച്ചാണ് അതൊരു പൊളിക്കഥയാണെന്ന് ഞാൻ കണ്ടെത്തിയത്. തുർഗെനേവ്, ടോൾസ്റ്റോ യി, ചെർനിഷേവ്സ്കി (*വാട്ട് ഈസ് റ്റു ബീ ഡൺ?*) തുടങ്ങിയവരുടെ കൃതികൾ അദ്ദേഹം വായിക്കുക മാത്രമല്ല, നിരവധി തവണ ആവർത്തിച്ചുവായിച്ചു. തനിക്ക് അടുത്തറിയുന്ന ക്ലാസിക്കുകൾ പൊതു വിൽ അദ്ദേഹത്തിന് വളരെ ഇഷ്ടമായിരുന്നു. പിൽക്കാലത്ത് ബോൾഷെ വിക്കുകൾ അധികാരത്തിലെത്തിയപ്പോൾ വില കുറഞ്ഞ എഡിഷനുക ളിൽ ഈ ക്ലാസിക്കുകൾ വീണ്ടും അച്ചടിക്കാനുള്ള ദൗത്യം അദ്ദേഹം ഗോസിസ്ഡാറ്റിനെ ഏൽപ്പിച്ചു. അദ്ദേഹത്തിന്റെ ഫോട്ടോ ആൽബങ്ങ ളിൽ സോള, ഹെർസൺ എന്നിവരുടെ ചിത്രങ്ങളും തന്റെ ബന്ധുക്കളു

ടെയും പഴയ രാഷ്ട്രീയത്തടവുകാരുടേതുമുൾപ്പെടെ ചെർണിഷേവ്സ്കിയുടെ നിരവധി ഫോട്ടോകളും അടങ്ങിയിട്ടുണ്ട്.

ആഴ്ചയിൽ രണ്ടുദിവസം തപാൽ എത്തിച്ചേർന്നു. വളരെ വ്യാപ്തിയേറിയതായിരുന്നു ഞങ്ങളുടെ ബന്ധങ്ങൾ. അന്നാ ഇല്യാനിഷന-ലെനിന്റെ സഹോദരി-സെന്റ് പീറ്റേഴ്സ് ബർഗിൽനിന്നും സകലതിനെകുറിച്ചും മുഴുവനായും എഴുതി. നീനസ്ട്രൂവെ എനിക്കെഴുതിയിരുന്നു. അവരുടെ കത്തുകളിലൊന്നിൽ അവരുടെ ശിശുവായ ആൺകുട്ടി ഇതിനകം തന്നെ ശിരസ്സ് ഉയർത്തിപ്പിടിക്കുന്നു. "ഓരോ ദിവസവും ഞങ്ങളവന് ഡാർവിന്റെയും മാർക്സിന്റെയും ചിത്രങ്ങൾ കാണിച്ചുകൊടുത്ത് 'അങ്കിൾ ഡാർവിന് തലകുലുക്കൂ', അങ്കിൾ മാർക്സിന് തലകുലുക്കൂ' എന്ന് പറയും. അപ്പോൾ വളരെ ആകർഷകമായ രീതിയിൽ അവൻ തലകുലുക്കും" എന്ന് എഴുതിയിരുന്നു. വിദൂരമായ ഇടങ്ങളിൽ നിന്നും നാടുകടത്തപ്പെട്ടവരുടെ കത്തുകൾ ഞങ്ങൾക്ക് ലഭിച്ചുകൊണ്ടിരുന്നു: ടുരുഖൻസ്കിലെ മാർട്ടോവ്, ഓർലോവിലെ സൊട്രെസോവ്, ഗുബെർണിയ എന്നിവരുടെ കത്തുകൾ അവയിൽപ്പെടും. എങ്കിലും മിക്ക കത്തുകളും അയൽഗ്രാമങ്ങളിലുടനീളം ചിതറിക്കിടക്കുന്ന സഖാക്കളുടേതായിരുന്നു. ക്രഷിഷനോവ്സ്കിമാരും സ്റ്റർക്കോവും മിനുസിൻസ്കിൽ (ഷുഷെൻസ്കോയയിൽനിന്ന് അമ്പത് വെർസ്റ്റ് അകലം) നിന്നും കത്തുകളെഴുതി. മുപ്പത് വെർസ്റ്റുകൾക്കകലെ, യെർമക്കോവ്സ്കോപ്പിൽ, ലെപെഷെൻസ്റ്റിയും വനയേവും സിൽവിനും പനിനും താമസിച്ചിരുന്നു. പനിൻ ഓസ്കറിന്റെ ഒരു സുഹൃത്തായിരുന്നു. എഴുപത് വെർസ്റ്റുകൾക്കകലെ ടെസിൽ ലെൻക്നിക്, ഷാപോവൽ, ബരംസിൻ എന്നിവരുണ്ടായിരുന്നു. കുർനാട്ടോവ്സ്കി ഒരു പഞ്ചസാര റിഫൈനറിയിലാണ് താമസിച്ചിരുന്നത്. റഷ്യൻ വാർത്തകൾ, ഭാവി പരിപാടികൾ, പുസ്തകങ്ങൾ, പുതിയ പ്രവണതകൾ, ഫിലോസഫി എന്ന് തുടങ്ങി സാധ്യമായ ഏതൊരു വിഷയത്തെക്കുറിച്ചും ഞങ്ങൾ ആശയ വിനിമയം നടത്തി. പ്രത്യേകിച്ചും ലെപെഷിൻസ്കിയുമായി ചെസിലെ പ്രശ്നങ്ങളെക്കുറിച്ചും ആശയവിനിമയത്തിലേർപ്പെട്ടു. ആശയ വിനിമയത്തിലൂടെയാണ് വ്ളാദിമിർ ഇല്ലിച്ച് ഗെയിമുകൾ കളിച്ചിരുന്നത്. രൂപങ്ങൾ സ്ഥാപിച്ചുകഴിഞ്ഞ് ബോർഡിന് മുകളിൽ അദ്ദേഹം പരിചിന്തനം നടത്തും. ചെസിൽ വളരെ ഭ്രമമുണ്ടായിരുന്ന അദ്ദേഹം ഒരിക്കൽ ഉറക്കത്തിൽ വിളിച്ചു പറഞ്ഞു: "അയാൾ അയാളുടെ നൈറ്റി(കുതിരയുടെ ശിരസോടു കൂടിയ ചതുരംഗക്കരു)നെ ഇവിടേക്ക് നീക്കിയാൽ ഞാനെന്റെ റൂക്കി(തേർ)നെ അവിടെ സ്ഥാപിക്കും."

കുട്ടിക്കാലം മുതൽ തന്നെ വ്ളാദിമിർ ഇല്ലിച്ചും അദ്ദേഹത്തിന്റെ സഹോദരൻ അലക്സാണ്ടറും ചെസ് കളിയിൽ വളരെ തൽപ്പരരായിരുന്നു. അവരുടെ പിതാവും ചെസ് കളിച്ചിരുന്നു. "തുടക്കത്തിലൊക്കെ അദ്ദേഹം ഞങ്ങളെ തോൽപ്പിച്ചിരുന്നു" ഒരിക്കൽ വ്ളാദിമിർ ഇല്ലിച്ച് എന്നോട് പറഞ്ഞു:

> അപ്പോൾ ഞാനും സഹോദരനും ഒരു ചെസ് മാന്വൽ കരസ്ഥമാക്കുകയും അദ്ദേഹത്തെ തോൽപ്പിക്കാൻ തുടങ്ങുകയും ചെയ്തു. ഒരിക്കൽ ഒരു കൈയിലൊരു മെഴുകുതിരിയും മറ്റേക്കൈയിൽ ചെസ് മാന്വലുമായി അദ്ദേഹം ഞങ്ങളുടെ മുറി-അത് മുകളിലെ നിലയിലായിരുന്നു -യിൽ നിന്നും ഇറങ്ങിവരുന്നത് ഞാൻ കണ്ടു. അദ്ദേഹവുമത് പഠിക്കാൻ ആരംഭിച്ചു.

റഷ്യയിൽ മടങ്ങിയെത്തിയപ്പോൾ വ്‌ളാദിമിർ ഇല്ലിച്ച് ചെസ്സ് കളി ഉപേക്ഷിച്ചു. "വളരെയധികം സമയം അപഹരിക്കുന്നതും നിങ്ങളുടെ ജോലിയിൽ ഇടപെടുന്നതുമാണ് ചെസ്സ്." യാതൊന്നും തന്നെ പകുതിയാക്കിചെയ്യാൻ അദ്ദേഹത്തിന് കഴിയുമായിരുന്നില്ല. ചെയ്യുന്നതെന്തുതന്നെയായാലും അദ്ദേഹമതിന് സർവാത്മനാ സ്വയം സമർപ്പിച്ചു. അതുകൊണ്ടുതന്നെ, വിശ്രമവേളകളിലും ഒരു രാഷ്ട്രീയ കുടിയേറ്റക്കാരനെന്ന നിലയിൽ അന്യദേശത്ത് പാർത്തപ്പോഴും സാധാരണയായി വൈമനസ്യത്തോടെയാണ് അദ്ദേഹം ചെസ് കളിക്കാൻ ഇരുന്നത്.

കൗമാരം മുതൽ തന്നെ തന്റെ ജോലിയിൽ തടസമുണ്ടാക്കുന്ന ഏതൊന്നിനെയും മാറ്റിനിർത്താൻ വ്‌ളാദിമിർ ഇല്ലിച്ചിന് ഒരു പ്രത്യേക കഴിവുണ്ടായിരുന്നു. "സ്കൂൾ വിദ്യാർഥിയായിരിക്കുമ്പോൾ ഞാൻ സ്കേറ്റിങ്ങിന് പോവുമായിരുന്നു. അതെന്നെ ക്ഷീണിതനും ഉറക്കംതൂങ്ങിയവനുമാക്കുകയും എന്റെ പഠിത്തത്തിന് തടസമുണ്ടാക്കുകയും ചെയ്തു. അതുകൊണ്ട് ഞാനത് ഉപേക്ഷിച്ചു." അദ്ദേഹം പറഞ്ഞു.

മറ്റൊരു സംഭവത്തെക്കുറിച്ച് അദ്ദേഹം പറഞ്ഞു: "ഒരു ഘട്ടത്തിൽ ലാറ്റിനിൽ എനിക്ക് വളരെ താൽപ്പര്യമുണ്ടായിരുന്നു." "ലാറ്റിൻ?" അത്ഭുതത്തോടെ ഞാൻ ചോദിച്ചു. "അതെ, എന്നാൽ അതെന്റെ മറ്റ് പഠനങ്ങൾക്ക് തടസമുണ്ടാക്കി. അതുകൊണ്ട് ഞാനത് വേണ്ടെന്നുവച്ചു. സമീപകാലത്തുമാത്രം, റോമൻ രചയിതാക്കളുടേതിനോട് സമാനതയുള്ളതെന്ന് പറയപ്പെടുന്ന വ്‌ളാദിമിർ ഇല്ലിച്ചിന്റെ രചനകളുടെ രീതിയും പദഘടനയും വിശകലനം ചെയ്യുന്ന ഒരു ലേഖനം ലെഫി (Lef)ൽ വായിച്ചപ്പോഴാണ് ലാറ്റിൻ എഴുത്തുകാരിൽ വ്‌ളാദിമിർ ഇല്ലിച്ചിനുള്ള താൽപ്പര്യം എനിക്ക് മനസിലായത്.

പ്രവാസത്തിൽ കഴിയുന്ന മറ്റ് സഖാക്കളുമായി ഞങ്ങൾ കത്തിടപാടുകൾ നടത്തുകമാത്രമല്ല, ഇടയ്ക്കിടെയല്ലെങ്കിലും, ചിലപ്പോഴൊക്കെ അവരെ കാണുകയും ചെയ്തിരുന്നു.

ഒരിക്കൽ ഞങ്ങൾ കുർണട്ടോവ്സ്കിയെ കാണാൻ പോയി. നല്ലൊരു സഖാവും ഉന്നതവിദ്യാഭ്യാസവുമുള്ള ഒരു മാർക്സിസ്റ്റായിരുന്നുവെങ്കിലും ജീവിതം അദ്ദേഹത്തിന് വളരെ കടുപ്പമേറിയതായിരുന്നു. ക്രൂരനായൊരു പിതാവിന് മേധാവിത്വമുള്ള അസന്തുഷ്ടമായ കുട്ടിക്കാലം, അതിനുശേഷം, നാടുകടത്തലിന് ശേഷം വീണ്ടും നാടുകടത്തൽ, ജയിലിന് ശേഷം വീണ്ടും ജയിൽ തുടങ്ങിയവയെല്ലാം അദ്ദേഹം അനുഭവിക്കേണ്ടിവന്നു. അദ്ദേഹം എന്തെങ്കിലും ജോലി ചെയ്തുവെന്ന് പറയാനാവി

ല്ല. ഒന്നോ രണ്ടോ മാസക്കാലത്തെ സ്വാതന്ത്ര്യത്തിന് ശേഷം അദ്ദേഹത്തെ പിടികൂടി വീണ്ടും കൂടുതൽ ദീർഘമായ ജയിൽ ശിക്ഷ വിധിക്കും. അദ്ദേഹത്തിനൊരിക്കലും ഒരു യഥാർഥ ജീവിതവുമുണ്ടായിട്ടില്ല. ഒരു ചെറിയ സംഭവം എന്റെ ഓർമയിൽ തെളിഞ്ഞുവരുന്നു. അദ്ദേഹം ജോലി ചെയ്തിരുന്ന പഞ്ചസാര റിഫൈനറിയുടെ സമീപത്തുകൂടെ ഞങ്ങൾ കടന്നുപോവുകയായിരുന്നു. രണ്ട് പെൺകുട്ടികൾ ആ പാതയിലൂടെ നടന്നുപോവുന്നുണ്ടായിരുന്നു. അവരിൽ പ്രായം കുറഞ്ഞവൾ തീരെ ചെറുതായിരുന്നു. പ്രായമുള്ളവൾ കൈപ്പിടിയുള്ള ഒരു ഒഴിഞ്ഞ പാത്രവും പ്രായം കുറഞ്ഞവൾ ബീറ്റ്റൂട്ടുകൾ നിറച്ച ഒരു പാത്രവും വഹിച്ചിരുന്നു. "നിന്നെപ്പോലുള്ള ഒരു വലിയ കുട്ടി ഒരു ചെറിയ കുട്ടിയെക്കൊണ്ട് സാധനങ്ങൾ വഹിപ്പിക്കുന്നതിൽ നിനക്ക് ലജ്ജ തോന്നുന്നില്ലേ?" കുർണോട്ടോവ്സ്കി വലിയ പെൺകുട്ടിയോട് ചോദിച്ചു. അത്ഭുതപ്പെട്ടെന്നോണം അവൾ അദ്ദേഹത്തെ നോക്കുകമാത്രം ചെയ്തു. ഞങ്ങൾ ടെസിലേക്കും പോയി. ക്രഷിഷ്നോവിസ്കിമാരിൽ നിന്നും ഞങ്ങൾക്കൊരു കത്തു ലഭിച്ചു. അതിൽ ഇപ്രകാരം എഴുതിയിരുന്നു: "ചില പ്രക്ഷോഭങ്ങളുടെയോ മറ്റോ പേരിൽ ടെസ്കാരായ ഞങ്ങളോട് ഇസ്പ്രാവ്നിക്കിന് വിദ്വേഷമാണ്. എവിടെയും പോകാൻ ഞങ്ങളെ അനുവദിക്കുന്നില്ല. ഞങ്ങൾക്ക് വളരെയധികം ഭൂവിജ്ഞാനീയ താൽപ്പര്യങ്ങളുണ്ട്. താങ്കൾക്കത് പര്യവേഷണം ചെയ്യണമെന്ന് കാണിച്ച് എഴുതുക." രസത്തിന് വേണ്ടി വ്ളാദിമിർ ഇല്ലിച്ച് അങ്ങനെ ചെയ്തു. തനിക്കും തന്നെ സഹായിക്കാൻ തന്റെ ഭാര്യയ്ക്കും ടെസിലേക്കു പോകാനുള്ള അനുവാദം ഇസ്പ്രാവ്നിക്കിനോട് ചോദിച്ചു. ഒരു സന്ദേശവാഹകൻ മുഖേന ഇസ്പ്രാവ്നിക്ക് തന്റെ അനുവാദം അയച്ചു തന്നു. ഞങ്ങൾ മൂന്ന് റൂബിളിന് നായ്ക്കൾ വലിക്കുന്ന ഒരു വണ്ടി വാടകയ്ക്കെടുത്തു. കുതിര പ്രബലനായൊരു മൃഗമാണെങ്കിലും വളരെ കൂടുതൽ തിന്നുന്നൊരു മൃഗമല്ലെന്ന് വണ്ടിയുടെ ഉടമയായ സ്ത്രീ ഞങ്ങൾക്ക് ഉറപ്പുനൽകി. അങ്ങനെ ഞങ്ങൾ യാത്രയായി. എന്തായാലും, 'ഒരുപാടൊന്നും തിന്നാത്തത് ചില്ലറജോലികൾ' ചെയ്യുന്നതിൽ പ്രാഗത്ഭ്യമുള്ളതെന്ന് തെളിഞ്ഞു. ഞങ്ങൾ ടാസിലെത്തിച്ചേർന്നു. വ്ളാദിമിർ ഇല്ലിച്ച്, ലെൻഗ്നിക്കുമായി കാന്റിനെയും ബറാംഡിനുമായി കസാൻ സ്റ്റഡിസർക്കിളുകളെ കുറിച്ചും ചർച്ച ചെയ്തു. വളരെ നല്ല ശബ്ദമുള്ള ലെൻഗ്നിക് ഞങ്ങൾക്ക് വേണ്ടി പാട്ടുകൾ പാടി. മൊത്തത്തിൽ പറഞ്ഞാൽ ആ യാത്ര വളരെ ആനന്ദ സന്ദായകമായൊരു ഓർമയാണ്.

ഒന്നോ രണ്ടോ വട്ടം ഞങ്ങൾ യെർമസ്കോവ്സ്കോയയിലേക്ക് പോയി. 'ക്രെഡോ'യെ കുറിച്ചുള്ള ഒരു പ്രമേയം പാസാക്കാനാണ് ആദ്യത്തെ പ്രാവശ്യം ഞങ്ങൾ പോയത്. (ശരീരക്ഷയം മൂലം ഗുരുതരമായ രോഗാവസ്ഥയിലായിരുന്ന വനയേവ് മരിച്ചുകൊണ്ടിരിക്കുകയായിരുന്നു. അയാളുടെ കിടക്ക ഞങ്ങളെല്ലാവരും ഒന്നിച്ച് കൂടിയിരുന്ന വലിയ മുറിയിലേക്ക് മാറ്റി.) ഐകകണ്ഠ്യേന പ്രമേയം പാസാക്കപ്പെട്ടു. വന

യേവിന്റെ ശവസംസ്കാരത്തിൽ പങ്കെടുക്കാനാണ് രണ്ടാമത്തെ പ്രാവശ്യം ഞങ്ങൾ അവിടേക്ക് പോയത്.

ചുരുങ്ങിയൊരു ഇടവേളയിൽ രണ്ട് 'ഡിസംബ്രിസ്റ്റുകൾ'. ജയിലിൽ വച്ച് ഭ്രാന്തനായിത്തീർന്ന സപ്പോറോഷെറ്റ്സിന്റെയും ജയിലിൽ വച്ച് തന്നെ രോഗിയായിത്തീർന്ന വനയേവിന്റെയും നിര്യാണമായിരുന്നു അത്. അധ്വാനിക്കുന്ന വർഗത്തിന്റെ പ്രസ്ഥാനത്തിന്റെ തീജ്വാലകൾ ആളിക്കത്താൻ തുടങ്ങുമ്പോഴാണ് ഇരുവരും കടന്നുപോയത്.

പുതുവർഷത്തിന്റെ തലേന്ന് നാടുകടത്തപ്പെട്ട എല്ലാ സോഷ്യൽ ഡെമോക്രാറ്റുകളും ഒന്നിച്ചു കൂടിയ മിനുസിൻസ്കിലേക്കു ഞങ്ങൾ പോയി.

മിനുസിൻസ്കിൽ നാടുകടത്തപ്പെട്ട നരോദോവോൾട്സികളുമായുണ്ടായിരുന്നു. കോഹ്ൻ, ടിർകോവ് തുടങ്ങിയവർ ആ കൂടിച്ചേരലിൽ നിന്നും വിട്ടുനിന്നു. ഈ പഴയ വിപ്ലവകാരികൾക്ക് യുവാക്കളായ സോഷ്യൽ ഡെമോക്രാറ്റുകൾക്ക് നേരെ സന്ദേഹമുണ്ടായിരുന്നു. ആ ഡെമോക്രാറ്റുകൾ യഥാർഥ വിപ്ലവകാരികളാണെന്ന് അവർ വിശ്വസിച്ചിരുന്നില്ല. അതുമായി ബന്ധപ്പെട്ട് ഞാൻ ഷുഷെൻസ്കോയയിലെത്തുന്നതിന് തൊട്ടുമുമ്പ് മിനുസിൻസ്ക് യുയെസ്ദിൽ ഒരു സംഭവമുണ്ടായി. മിനുസിൻസ്കിൽ താമസക്കാരനായ റയ്ചിൻ എന്ന് പേരായ നാടുകടത്തപ്പെട്ട ഒരു സോഷ്യൽ ഡെമോക്രാറ്റുണ്ടായിരുന്നു. അയാൾക്ക് വിദേശത്ത് പ്രവർത്തിക്കുന്ന 'ഇമാൻസിപ്പേഷൻ ഓഫ് ലേബർ ഗ്രൂപ്പു'മായി ബന്ധമുണ്ടായിരുന്നു. ഓടിപ്പോകാൻ അയാൾ തീരുമാനിച്ചു. അവന്റെ രക്ഷപ്പെടലിന് വേണ്ട പണം ലഭ്യമാക്കിക്കൊടുത്തുവെങ്കിലും അപ്പോഴും അതിനുള്ള ഒരു ദിവസം നിശ്ചയിക്കുകയുണ്ടായില്ല. പണം ലഭിച്ച ഘട്ടമെത്തിയപ്പോൾ ആകെ അസ്വസ്ഥനായിത്തീർന്ന അയാൾ ആരോടും പറയാതെ സ്ഥലംവിട്ടു. റയ്ചിനിന്റെ ഉദ്ദിഷ്ടമായ ഒളിച്ചോട്ടം സോഷ്യൽ ഡെമോക്രാറ്റുകൾക്ക് അറിയാമായിരുന്നുവെന്നും, പൊലീസ് അന്വേഷണത്തിനെത്തുന്നപക്ഷം സ്വന്തം നിരപരാധിത്വം തെളിയിക്കാവുന്ന തരത്തിൽ മുൻകൂട്ടി അറിയിച്ചില്ലെന്നും നരോദോവോൾട്സികൾ സോഷ്യൽ ഡെമോക്രാറ്റുകളെ കുറ്റപ്പെടുത്തി. വികാരങ്ങൾ വിചാരങ്ങളെ കീഴടക്കി. അവിടെ എത്തിച്ചേർന്നപ്പോൾ അതിനെ കുറിച്ച് വ്ളാദിമിർ ഇല്ലിച്ച് എന്നോട് പറഞ്ഞു: "നാടുകടത്തപ്പെട്ട ദുഷ്ടപ്പേരുകാരായ ഇവരെക്കാൾ വഷളായതായി യാതൊന്നുമില്ല. അവർ ആളുകളെ അങ്ങേയറ്റം മുതലാക്കും. എല്ലാ ജയിൽ വാസവും എല്ലാ കഷ്ടപ്പാടുകളും അനുഭവിച്ചിട്ടും ഇങ്ങനെയൊക്കെ പ്രവർത്തിക്കാനുള്ള ഈ വയസന്മാരുടെ തൊലിക്കട്ടി അപാരമാണ്. ഇത്തരം ദുഷ്കീർത്തിയുള്ളവരുമായി കൂടിക്കലരാൻ നാം നമ്മെ അനുവദിച്ചുകൂടാ. നമുക്ക് നമ്മുടെ എല്ലാ ജോലികളും മുമ്പിലുണ്ട്. ഇത്തരം കാര്യങ്ങളിൽ നാം നമ്മെ പാഴാക്കിക്കൂടാ." ആ വയസന്മാരുമായി വിടചൊല്ലണമെന്നതായിരുന്നു വ്ളാദിമിർ ഇല്ലിച്ചിന്റെ നിലപാട്. അത് സംഭവിച്ച യോഗത്തെക്കുറിച്ച് ഞാൻ ഓർക്കുന്നു. അവരുമായി വിഘ

ടനത്തിനുള്ള തീരുമാനം മുമ്പു തന്നെ കൈക്കൊണ്ടതായിരുന്നു. അത് പരമാവധി വേദനാരഹിതമായി പ്രയോഗത്തിലാക്കുക മാത്രമേ ചെയ്യേണ്ടിയിരുന്നുള്ളൂ. വിഘടനം ആവശ്യമായിരുന്നതിനാൽ ദുരുദ്ദേശ്യമൊന്നും കൂടാതെ, എന്നാൽ, യഥാർഥത്തിൽ ഖേദത്തോടെ ഞങ്ങളത് ചെയ്തു. അതിന് ശേഷം ഞങ്ങൾ സ്വയം അകന്നുനിന്നു.

മൊത്തത്തിൽ പറഞ്ഞാൽ, ഞങ്ങളുടെ പ്രവാസം അത്രയൊന്നും മോശമായിരുന്നില്ല. ഗൗരവമേറിയ പഠനത്തിനുള്ളവയായിരുന്നു ആ വർഷങ്ങൾ. ഞങ്ങളുടെ പ്രവാസം അന്ത്യത്തോടടുക്കുന്തോറും ഞങ്ങൾ അഭിമുഖീകരിക്കുന്ന പ്രവർത്തനത്തെ കുറിച്ച് വ്ളാദിമിർ ഇല്ലിച്ച് കൂടുതലായി ചിന്തിച്ചു. റഷ്യയിൽ നിന്നുമുള്ള വാർത്തകൾ വിരളമായിരുന്നു. അവിടെ 'ഇക്കണോമിസ'ത്തിന് പ്രചാരമേറിയെങ്കിലും അതിനെക്കുറിച്ച് സംസാരിക്കാൻ ഒരു പാർട്ടിയുമുണ്ടായിരുന്നില്ല. റഷ്യയിൽ ഞങ്ങളുടേതായി അച്ചടിശാലകളൊന്നുമുണ്ടായിരുന്നില്ല. ബുണ്ട് വഴി അച്ചടിക്കാനുള്ള ഞങ്ങളുടെ ശ്രമവും പരാജയപ്പെട്ടു. മറുവശത്ത് ഞങ്ങളുടെ പ്രവർത്തനങ്ങളുടെ മൗലികമായ ചോദ്യങ്ങളെക്കുറിച്ചുള്ള ഞങ്ങളുടെ വീക്ഷണങ്ങൾ വെളിപ്പെടുത്താതെ ജനകീയ ലഘുലേഖകൾ എഴുതുന്നതിൽ ഞങ്ങളെ സ്വയം തളച്ചിടാനും സാധിക്കുമായിരുന്നില്ല. പാർട്ടി പ്രവർത്തനം പൂർണമായും അസംഘടിതമായിരുന്നു. മാത്രമല്ല, നിരന്തരമുള്ള അറസ്റ്റുകൾ പ്രവർത്തനത്തിന്റെ തുടർച്ചയെ അസാധ്യമാക്കുകയും ചെയ്തു. ആളുകൾ 'ക്രെഡോ'യോളം പോകുന്നതലം വരെയെത്തി. 'ഇക്കണോമിസ്റ്റു'കളാൽ പ്രചോദിതനായ ഒരു തൊഴിലാളിയുടെ കത്ത് അച്ചടിച്ച 'റബോചായ മിസ്ൽ' (Rabochaya Mysl) "നിങ്ങളുടെ ഏതെങ്കിലും മാർക്സുമാരെയോ എംഗൽസുമാരെയോ ആവശ്യം തൊഴിലാളികളായ ഞങ്ങൾക്കില്ല" എന്നും എഴുതി.

സാധാരണയായി ഒരു വ്യക്തി അവന്റെ യാത്രയുടെ ആദ്യ ഘട്ടത്തിൽ താൻ പിന്നിൽ വിട്ടുപോയത് എന്താണെന്നും രണ്ടാം ഘട്ടത്തിൽ തന്നെ കാത്തിരിക്കുന്നതെന്താണെന്നുമാണ് ചിന്തിക്കുകയെന്ന് ലിയോ ടോൾസ്റ്റോയ് എവിടെയോ എഴുതിയിട്ടുണ്ട്. പ്രവാസജീവിതത്തിലെ കാര്യവും അത് തന്നെയാണ്. തുടക്കത്തിൽ, മുഖ്യമായും, ഭൂതകാലത്തിന്റെ ഒരു കണക്കെടുപ്പായിരുന്നു. പിന്നീട്, ഞങ്ങൾക്ക് മുമ്പിലുള്ളതെന്താണ് എന്നതിനെക്കുറിച്ചായി ഞങ്ങളുടെ ചിന്ത. എത്തിപ്പെട്ടിരിക്കുന്ന സ്ഥിതിയിൽ നിന്നും പാർട്ടിയെ എങ്ങനെ കരകയറ്റാമെന്നും ശരിയായ പാതയിലേക്ക് പ്രവർത്തനങ്ങളെ എങ്ങനെ വഴിതിരിച്ചുവിടാമെന്നും ശരിയായൊരു സോഷ്യൽ-ഡെമോക്രാറ്റിക് നേതൃത്വം എങ്ങനെ ഉറപ്പാക്കാം എന്നുമാണ് വ്ളാദിമിർ ഇല്ലിച്ച് ആഴത്തിൽ ചിന്തിച്ചത്. എവിടെ നിന്നുമാണ് ഞങ്ങൾ ആരംഭിക്കേണ്ടത്? പ്രവാസത്തിന്റെ അവസാന വർഷം അദ്ദേഹം ഒരു സംഘടനാ പദ്ധതി ആവിഷ്കരിച്ചു. പിന്നീടത് ഇസ്ക്രയിലും *വാട്ട് ഈസ് റ്റു ബി ഡൺ (എന്താണ് ചെയ്യേണ്ടത്)* എന്ന ലഘുലേഖയിലും തന്റെ '*ലെറ്റർ റ്റു എ കോമ്രേഡ്*'(സഖാവിനുള്ള കത്ത്)ലും

അദ്ദേഹം വികസിപ്പിച്ചെടുത്തു. ഒരു അഖില റഷ്യൻ വർത്തമാനപത്രത്തിന്റെ പിൻബലത്തോടെയാവണം പ്രവർത്തനങ്ങൾ ആരംഭിക്കേണ്ടത്. അത് പരമാവധി സാധ്യമാവുന്നിടത്തോളം വിദേശങ്ങളിലും വേരുറപ്പിക്കാവുന്നതരത്തിൽ റഷ്യയിലെ പ്രവർത്തനങ്ങളെയും സംഘടനകളെയും സംയോജിപ്പിച്ചുകൊണ്ടും സാധ്യമാവുന്നിടത്തോളം ഷിപ്പിങ് സൗകര്യങ്ങൾ ഉറപ്പാക്കിക്കൊണ്ടുമായിരിക്കണം. തീരെ ഉറക്കമില്ലാതിരുന്ന വ്ളാദിമിർ ഇല്ലിച്ച് തീരെ മെലിഞ്ഞവനായിത്തീർന്നു: രാത്രിമുഴുവനും ഉറക്കമിളച്ചിരുന്ന് അദ്ദേഹം വിശദമായി തന്റെ പദ്ധതികൾ ആവിഷ്കരിക്കാൻ ശ്രമിച്ചു. അതദ്ദേഹം ക്രഷിഷ്നോവ്സ്കിയും ഞാനുമായി ചർച്ച ചെയ്യുകയും അതിനെക്കുറിച്ച് മാർട്ടോവും പെത്രോസേവുമായി കത്തുകളിലൂടെ ആശയവിനിമയം നടത്തുകയും വിദേശത്തേക്ക് പോകാനുള്ള ഏർപ്പാടുകൾ ചെയ്യുകയുമുണ്ടായി. ദിവസം ചെല്ലുന്തോറും പ്രവർത്തനങ്ങളിൽ വ്യാപൃതനാവാൻ അദ്ദേഹം കൂടുതൽ കൂടുതൽ അക്ഷമനായിത്തീർന്നു. ഭാഗ്യമെന്ന് പറയട്ടെ, അപ്പോഴാണ് ഒരു സെർച്ച് വാറണ്ടുമായി പൊലീസ് എത്തിച്ചേർന്നത്. എവിടുന്നോ ലഭിച്ച, ല്യാവ്യോവ്സ്കി വ്ളാദിമിർ ഇല്ലിച്ചിനെഴുതിയ ഒരു കത്തിനുള്ള തപാൽ രസീതുമായിട്ടാണ് അവർ വന്നത്. ഫെഡോസെയേവിന്റെ കല്ലറയിൽ സ്ഥാപിക്കാനുള്ള ശിലയെ കുറിച്ചുള്ളതായിരുന്നു ആ കത്ത്. അത് ഒരു തെരച്ചിലിനുള്ള മതിയായ കാരണമായി പൊലീസുകാർ കണ്ടു. 1899 മേയിലാണ് ഈ സംഭവമുണ്ടായത്. തികച്ചും നിർദോഷകരമായ ആ കത്ത് കണ്ടെടുത്തശേഷം നടത്തിയ തെരച്ചിലിൽ അവർക്ക് ഉപയോഗപ്രദമായ യാതൊന്നും ലഭിച്ചില്ല. സെന്റ് പീറ്റേഴ്സ് ബർഗിൽ നിന്നും ആർജിച്ച പഴയ ശീലം മൂലം നിയമവിരുദ്ധമാവുന്ന എല്ലാ കത്തുകളും മറ്റുള്ളവയിൽ നിന്നും വേറിട്ടാണ് ഞങ്ങൾ സൂക്ഷിച്ചിരുന്നത്. കാര്യമായി ഒന്നും ഒളിച്ചുവയ്ക്കാവുന്ന ഇടമായിരുന്നില്ല അതെങ്കിലും, അത്തരം കത്തുകൾ പുസ്തക അലമാരയുടെ ഏറ്റവും താഴത്തെ അറയിലാണ് സൂക്ഷിച്ചിരുന്നത്. അവർക്ക് പരിശോധിക്കാനുള്ള സൗകര്യത്തിന് വ്ളാദിമിർ ഇല്ലിച്ച് ഒരു ബഞ്ച് നീക്കിയിട്ടു കൊടുക്കുകയും മുകളറ്റത്തെ ഷെൽഫിൽ നിന്നും അവർ തെരച്ചിൽ ആരംഭിക്കുകയും ചെയ്തു. താഴോട്ട് വരുന്തോറും അവർ ക്ഷീണിതരാവുകയും ഏറ്റവും താഴത്തെ തട്ടിൽ അധ്യാപനവുമായി ബന്ധപ്പെട്ട തന്റെ പുസ്തകങ്ങൾ മാത്രമേയുള്ളൂവെന്ന എന്റെ പ്രസ്താവന അവരെ തൃപ്തിപ്പെടുത്തുകയും ചെയ്തു. തെരച്ചിൽ സുരക്ഷിതമായി കഴിഞ്ഞുവെങ്കിലും ഞങ്ങളുടെ പ്രവാസം ഏതാനും വർഷങ്ങൾ കൂടെ ദീർഘിപ്പിക്കാൻ അവർ ഇതൊരു ഉപാധിയാക്കിയേക്കുമോയെന്ന് ഞങ്ങൾ ഭയപ്പെട്ടു. പിന്നീട് സംഭവിച്ചിട്ടുള്ളതിൽ നിന്നും വിഭിന്നമായി അക്കാലത്ത് ഓടിപ്പോകൽ ഒരു സാധാരണ സംഭവമായിരുന്നില്ല. എന്തായാലും വിദേശത്തേക്ക് പോവുന്നതിന് മുമ്പ് റഷ്യയിൽ വളരെയധികം കാര്യങ്ങൾ ചെയ്യാനുണ്ടായിരുന്നതിനാൽ അത്തരമൊരു രക്ഷപ്പെടൽ പ്രായോഗികവുമായിരുന്നില്ല.

1900 ഫെബ്രുവരിയിൽ വ്ളാദിമിർ ഇല്ലിച്ചിന്റെ നാടുകടത്തലിന്റെ അന്ത്യത്തിൽ ഞങ്ങൾ റഷ്യയിലേക്ക് പുറപ്പെട്ടു. രണ്ട് വർഷം കൊണ്ട് വളരെ സുന്ദരിയായി വളർന്ന പാഷ അന്ന് രാത്രിയിൽ വിതുമ്പിക്കരഞ്ഞു. ഞങ്ങൾ ഉപേക്ഷിച്ചു പോവുന്ന കടലാസുകളും പെൻസിലുകളും ചിത്രങ്ങളും മറ്റ് വസ്തുക്കളും സമാഹരിച്ച് വീട്ടിലേക്ക് കൊണ്ടുപോവുന്ന തിരക്കിലായിരുന്നു മിൻക. അവിടേക്കുവന്ന ഓസ്കർ വളരെ അസ്വസ്ഥനായി ഒരു കസേരയുടെ വക്കിലിരുന്നു. ഞാനുമൊന്നിച്ചിരുന്ന് *മൂലധന*ത്തിന്റെ പാഠങ്ങൾ പഠിച്ചതിന്റെ ഓർമയ്ക്കായി കൈകൊണ്ട് നിർമിച്ച പുസ്തകരൂപത്തിലുള്ള 'കാറൽ മാർക്സ്' എന്ന് ആലേഖനം ചെയ്തിട്ടുള്ള ഒരു സൂചിപ്പതക്കം ഒരു സമ്മാനമായി അയാളെനിക്ക് കൊണ്ടുതന്നു. ഭൂവുടമയുടെ ഭാര്യയും മറ്റുള്ള അയൽക്കാരും അവിടേക്ക് വന്നുകൊണ്ടിരുന്നു. ഈ തിരക്കിന്റെയെല്ലാം കാരണമെന്താണെന്നറിയാതിരുന്ന ഞങ്ങളുടെ നായ എല്ലാം യഥാസ്ഥാനങ്ങളിലാണെന്ന് ഉറപ്പുവരുത്താൻ മൂക്കുകൊണ്ട് വാതിലുകൾ തുറന്നു നോക്കി. പൊടി മൂലം ചുമയ്ക്കുകയായിരുന്ന എന്റെ അമ്മ സാധനങ്ങൾ പൊതിഞ്ഞുകെട്ടുന്നതിലും വ്ളാദിമിർ ഇല്ലിച്ച് പുസ്തകങ്ങൾ പൊതിഞ്ഞെടുക്കുന്നതിലും വ്യാപൃതരായിരുന്നു.

ഞങ്ങൾ മിനുസിൻസ്കിലെത്തിച്ചേർന്നു. അവിടെ നിന്നും സ്റ്റാർക്കോവിനെയും ഓൾഗ സിൽവിനയെയും കൂടെ കൂട്ടേണ്ടതുണ്ടായിരുന്നു. നാടുകടത്തപ്പെട്ട അവിടെയുള്ള മുഴുവൻ പേരും അവിടെ ഒന്നിച്ച് കൂടിയിരുന്നു. തങ്ങളിലൊരാൾ റഷ്യയിലേക്ക് മടങ്ങുമ്പോൾ പതിവുള്ള അന്തരീക്ഷമാണ് അവിടെയുണ്ടായിരുന്നത്. തന്റെ സമയം വരുമ്പോൾ എവിടേക്ക് പോവുമെന്നും എങ്ങനെ പ്രവർത്തിക്കാൻ കഴിയുമെന്നുമാണ് ഓരോരുത്തരും ചിന്തിച്ചത്. അതിനകം തന്നെ വ്ളാദിമിർ ഇല്ലിച്ച് സമീപഭാവിയിൽ റഷ്യയിലേക്ക് മടങ്ങുന്നവരുമൊന്നിച്ചുള്ള സംയുക്ത പ്രവർത്തനങ്ങൾക്ക് വേണ്ട ഏർപ്പാടുകൾ ചെയ്തു കഴിഞ്ഞിരുന്നു. മറ്റുള്ളവരുമായി ആശയവിനിമയം നടത്താനുള്ള ഏർപ്പാടുകളും ചെയ്തിരുന്നു. കൊച്ചുവർത്തമാനങ്ങൾ പറയുമ്പോൾത്തന്നെ റഷ്യയെ കുറിച്ചാണ് ഏവരും ചിന്തിച്ചിരുന്നത്.

സെൻകയെ സാൻഡ്വിച്ച് തീറ്റിക്കാനുള്ള ശ്രമത്തിലായിരുന്നു ബറാംസിൻ. അതിനെ അയാൾക്ക് കൈമാറാനാണ് ഞങ്ങൾ തീരുമാനിച്ചത്. എന്നാൽ നായ അയാളെ ശ്രദ്ധിച്ചതേയില്ല. അവൻ അമ്മയുടെ ഓരോ ചലനവും ശ്രദ്ധിച്ച് അവരിൽ മാത്രം ദൃഷ്ടികൾ പതിച്ച് അവരുടെ കാൽക്കീഴിൽ കിടന്നതേയുള്ളൂ.

അവസാനം രോമാവൃതമായ മൃഗത്തോൽ കൊണ്ട് നിർമിച്ച ഉയരമുള്ള ബൂട്ടുകളും പാദത്തോളമെത്തുന്ന കമ്പിളി കോട്ടുകളും മറ്റും ധരിച്ച് ഞങ്ങൾ യാത്ര പുറപ്പെട്ടു. പകലും പൂർണചന്ദ്രികയുള്ള രാത്രിയും ആസ്വ

ദിച്ച് തെന്നുവണ്ടി*യിൽ യെനിസയിലൂടെ 300 വെർസ്റ്റുദൂരം ഞങ്ങൾ യാത്രചെയ്തു. ഓരോ വിശ്രമകേന്ദ്രത്തിലും വ്ളാദിമിർ ഇല്ലിച്ച് ശ്രദ്ധാപൂർവം ഞങ്ങളെ പുതപ്പിക്കുകയും യാതൊന്നും മറന്നിട്ടില്ലെന്ന് ഉറപ്പുവരുത്തുകയും തണുത്ത് വിറക്കുകയായിരുന്ന ഓർഗ സിൽവിനയോട് ഫലിതം പറയുകയും ചെയ്തു. ശീഘ്രഗതിയിലാണ് ഞങ്ങൾ സഞ്ചരിച്ചത്. എന്റെ അമ്മയിൽ നിന്നും കടംകൊണ്ട മഫ്ളർ തലയിൽ കെട്ടി ഒരു കമ്പിളിക്കുപ്പായമില്ലാതെ സഞ്ചരിക്കുകയായിരുന്ന വ്ളാദിമിർ ഇല്ലിച്ച് തനിക്ക് വളരെ ചൂട് അനുഭവപ്പെടുന്നതായി ഞങ്ങൾക്ക് ഉറപ്പു നൽകി. അദ്ദേഹത്തിന്റെ ചിന്തകൾ അദ്ദേഹത്തിനും മുമ്പേ തന്റെ മനസിലുള്ള പ്രവർത്തനങ്ങൾ സഫലമാക്കാൻ വേണ്ടി റഷ്യയിലേക്ക് പറക്കുകയായിരുന്നു.

ഞങ്ങൾ യുഫായിലെത്തിച്ചേർന്ന ദിവസം അവിടത്തെ സഖാക്കൾ ഞങ്ങളെ സന്ദർശിച്ചു. എ ഡി ത്സ്യുരൂപ, സൈ്വഡെർസ്കി, ക്രോഖ്മൽ എന്നിവർ അവരിൽപ്പെടും. "ഞങ്ങൾ ആറ് ഹോട്ടലുകളിൽ തിരക്കി" ക്രോഖ്മൽ പറഞ്ഞു: "അവസാനം ഞങ്ങൾ നിങ്ങളെ കണ്ടെത്തി."

വ്ളാദിമിർ ഇല്ലിച്ച് രണ്ട് ദിവസങ്ങൾ യുഫായിൽ ചെലവഴിച്ചശേഷം, ഞങ്ങളുടെ പ്രാദേശിക സഖാക്കളുടെ ചുമതല എന്നെയും അമ്മയെയും ഏൽപ്പിച്ചശേഷം സെന്റ് പീറ്റേഴ്സ് ബർഗിന് സമീപത്തേക്ക് യാത്രയായി. കസാനിൽ വ്ളാദിമിർ ഇല്ലിച്ച് അറിയുമായിരുന്ന പഴയൊരു നരോദോവോലെറ്റ്സ് ആയ ചെത്‌വെർഗോവയെ സന്ദർശിച്ചതാണ് ആ രണ്ട് ദിവസങ്ങളിൽ എനിക്കാകെ ഓർക്കാനാവുന്ന ഏക സംഗതി. അവർക്ക് യുഫായിൽ ഒരു ബുക്ക്ഷോപ്പുണ്ടായിരുന്നു. ആദ്യദിവസം തന്നെ വ്ളാദിമിർ ഇല്ലിച്ച് അവരെ കാണാൻ പോയിരുന്നു. അവരുമായി സംസാരിച്ചപ്പോൾ അദ്ദേഹത്തിന്റെ ശബ്ദത്തിലും മുഖത്തും സവിശേഷമായ ഒരു ആർദ്രതയുണ്ടായിരുന്നു. പിന്നീട് വ്ളാദിമിർ ഇല്ലിച്ച് *വാട്ട് ഈസ് റ്റു ബി ഡൺ* എന്നതിന്റെ അവസാനഭാഗം എഴുതിക്കഴിഞ്ഞപ്പോൾ ആ സന്ദർശനമാണ് എന്റെ ഓർമയിൽ തെളിഞ്ഞുവന്നത്. *വാട്ട് ഈസ് റ്റു ബി ഡണിൽ* വ്ളാദിമിർ ഇല്ലിച്ച് എഴുതി:

> അവരിൽ (തൊഴിലാളി പ്രസ്ഥാനത്തിലെ യുവസോഷ്യൽ ഡെമോക്രാറ്റുകൾ) ഒരുപാടുപേർ നരോദ്ന്യായ വോല്യയുടെ അനുയായികളെന്ന നിലയിലാണ് അവരുടെ വിപ്ലവ ചിന്താഗതിക്ക് തുടക്കം കുറിച്ചത്. അവരിൽ ഏതാണ്ടെല്ലാവരും തന്നെ അവരുടെ യൗവനത്തിൽ അത്യുത്സാഹപൂർവം ഭീകരവീരനായകന്മാരെയാണ് ആരാധിച്ചത്. വീരാരാധനാപരമായ ഈ പാരമ്പര്യങ്ങളുടെ ആകർഷണീയതയെ ഇല്ലായ്മ ചെയ്യാൻ ഒരു സമരം തന്നെ ആവശ്യമായിരുന്നു. അതിനായി നരോദ്ന്യായയുമായി തികഞ്ഞ വിധേയത്വം പുലർത്തിയിരുന്നവരും യുവ സോഷ്യൽ ഡെമോക്രാറ്റുകൾ വളരെ

* മഞ്ഞുപാളിക്ക് മുകളിലൂടെ സഞ്ചരിക്കാവുന്ന ഒരു വാഹനം.

ആദരിച്ചിരുന്നവരുമായ ആളുകളുമായുള്ള പുതിയ ബന്ധങ്ങൾ വിച്ഛേദിക്കേണ്ടതും ആവശ്യമായിരുന്നു.

ഈ ഉദ്ധരണി വ്ളാദിമിർ ഇല്ലിച്ചിന്റെ സ്വന്തം ജീവചരിത്രത്തിൽ നിന്നുമുള്ളതാണ്.

'ശരിയായ' പ്രവർത്തനം ആരംഭിക്കുന്ന ഘട്ടത്തിൽ തന്നെ ഞങ്ങൾ വേർപിരിയേണ്ടി വന്നത് തികച്ചും ഖേദകരമാണ്. എങ്കിലും, സെന്റ് പീറ്റേഴ്സ് ബർഗിലേക്ക് നീങ്ങാൻ അവസരമുണ്ടായപ്പോൾ വ്ളാദിമിർ ഇല്ലിച്ചിന് യുഫായിൽ തങ്ങാൻ കഴിയുമായിരുന്നുവെന്ന കാര്യം അപ്പോൾ ഞങ്ങളുടെ ബോധത്തിൽ തെളിയുകപോലുമുണ്ടായില്ല.

പെത്രോസോവും, പിന്നീട് റാഡ്ചെങ്കോയും അദ്ദേഹത്തിന്റെ മക്കളും പാർത്തിരുന്ന പ്സ്കോവിലാണ് വ്ളാദിമിർ ഇല്ലിച്ച് താമസിച്ചത്. റാഡ് ചെങ്കോയുടെ കൊച്ചുപെൺമക്കളായ സെൻയുർക്കയും ല്യൂഡയും തന്നെയും പെത്രോസേവിനെയും കളിയാക്കിയിരുന്നതെങ്ങനെയാണെന്ന് ചിരിച്ചുകൊണ്ട് ഒരിക്കൽ വ്ളാദിമിർ ഇല്ലിച്ച് പറയുകയുണ്ടായി. ഒരുവൾ "ബെൺസ്റ്റീനെ"ന്ന് പറയുമ്പോൾ രണ്ടാമത്തെയാൾ "കൗത്സ്കി" എന്ന മറുപടി പറഞ്ഞുകൊണ്ട് കൈകൾ പിറകിൽകെട്ടി ഇരുവരും മുറിയിലൂടെ അങ്ങോട്ടുമിങ്ങോട്ടും നടക്കുകയായിരുന്നു എന്നാണദ്ദേഹം പറഞ്ഞത്.

പ്സ്കോവിൽ ആഭ്യന്തരമായ പ്രവർത്തനങ്ങൾക്കൊപ്പം സംഘടനയുമായി അഭേദ്യബന്ധമുള്ള ഭാവിയിലെ അഖില റഷ്യൻ വർത്തമാനപത്രം പുറത്തിറക്കുന്നതിനുള്ള പരിപാടികൾ ആസൂത്രണം ചെയ്യുകയായിരുന്നു വ്ളാദിമിർ ഇല്ലിച്ച്, അതിനായി ബബുഷ്കിനുമായും മറ്റ് നിരവധി സഖാക്കളുമായും അദ്ദേഹം കൂടിക്കാഴ്ചകൾ നടത്തി.

ക്രമേണയായി ഞാൻ യുഫായുമായി ഇണങ്ങിച്ചേരുകയും വിവർത്തന ജോലികളിലേർപ്പെടുകയും ചില പാഠങ്ങൾ പഠിക്കുകയും ചെയ്തു.

സോഷ്യൽ ഡെമോക്രാറ്റുകൾ രണ്ട് വിഭാഗങ്ങളായി വിഘടിച്ചതിന്റെ ഫലമായി ഞാൻ എത്തിച്ചേർന്നതിന് തൊട്ടുമുമ്പ് യുഫായിൽ നാടുകടത്തപ്പെട്ടവരിൽ ഒരു അപകീർത്തിയുണ്ടായിരുന്നു. ക്രോഖ്മൽ, സ്യുരുപ, സ്വിഡെർസ്കി എന്നിവർ ഒരു വിഭാഗത്തിലും പ്ലാക്സിൻ സഹോദരന്മാർ, സാൾട്ടിക്കോവ്, ക്വ്യാത്ക്കോവ്സ്കി എന്നിവർ മറ്റേ വിഭാഗത്തിലും പെട്ടവരായിരുന്നു. നിഷ്പക്ഷരായിരുന്ന ചാച്ചിനയും അപ്ട്ടെകിനനും ഇരു വിഭാഗങ്ങളുമായും ബന്ധം നിലനിർത്തിപ്പോന്നു. എനിക്ക് കൂടുതൽ അടുപ്പമുണ്ടായിരുന്നതിനാൽ ഇവയിലെ ആദ്യത്തെ ഗ്രൂപ്പുമായി ഞാൻ ബന്ധപ്പെട്ടു. ചിലതരം പ്രവർത്തനങ്ങളിൽ ഏർപ്പെട്ടിരുന്ന ഈ ഗ്രൂപ്പ് അവിടത്തെ പ്രവാസികൾക്കിടയിൽ കൂടുതൽ സജീവമായിരുന്നു. പന്ത്രണ്ട് സോഷ്യൽ ഡെമോക്രാറ്റുകളുടെ ഒരു സർക്കിൾ ഉണ്ടായിരുന്ന റെയിൽവേ വർക്ക്ഷോപ്പുകളുമായും അവർക്ക് ബന്ധങ്ങളുണ്ടായിരുന്നു. യാക്കുട്ടോവ് ആയിരുന്നു അവരിലെ ഏറ്റവും സജീവപ്രവർത്തകൻ. പുസ്തകങ്ങൾ

വാങ്ങാനും ചർച്ച നടത്താനും വേണ്ടി അയാൾ ഇടയ്ക്കിടെ എന്നെ കാണാൻ വന്നിരുന്നു. മാർക്സിനെ 'ജനപ്രിയമാക്കുന്നതിനെ'ക്കുറിച്ച് അയാൾ ഒരുപാട് സംസാരിച്ചുവെങ്കിലും പുസ്തകം കൈയിൽ കിട്ടിക്കഴിഞ്ഞപ്പോൾ അയാൾക്ക് അത് വായിക്കാൻ കഴിഞ്ഞില്ല. "എനിക്ക് സമയം ലഭിച്ചില്ല," അയാളെന്നോട് പരാതിപ്പെട്ടു. "അതെന്തുകൊണ്ടാണെന്നറിയാമോ? കർഷകർ അവരുടെ പ്രശ്നങ്ങളുമായി എന്റെയടുത്തേക്ക് വരുന്നു. ഞാൻ അവർ എല്ലാവരുമായും സംസാരിക്കേണ്ടതുണ്ട്. അതിലൂടെ സ്വയം മോശമാണെന്നവർ ചിന്തിക്കുകയില്ല. അത് നമ്മുടെ സമയം അപഹരിക്കുന്നു." തന്റെ ഭാര്യ നാഷ ഒരു അനുഭാവിയാണെന്നും പ്രവാസം അവരെ ഭയപ്പെടുത്തുന്നില്ലെന്നും അയാൾ പറഞ്ഞു. താൻ എവിടേക്ക് പോയാലും തന്റെ കരങ്ങൾ തന്നെ തീറ്റിപ്പോറ്റുമെന്നും അയാൾ തീർത്തു പറഞ്ഞു. രഹസ്യവിദ്യയിൽ പ്രാവീണ്യമുണ്ടായിരുന്ന അയാൾ ഏറ്റവും വെറുത്തിരുന്നത് വീരാരാധന, മുഖസ്തുതി, പ്രശംസ, തട്ടിയെടുക്കാനുള്ള തന്ത്രം എന്നിവയെയായിരുന്നു. ഏതൊന്നും കാര്യക്ഷമമായി ചെയ്യേണ്ടത് സാവകാശത്തിലാണ്.

1905 ൽ യുഫയിൽ സ്ഥാപിതമായ റിപ്പബ്ലിക്കിന്റെ പ്രസിഡന്റ് യാക്കുട്ടോവ് ആയിരുന്നു. പിന്നീട്, തിരിച്ചടിയുടെ വർഷങ്ങളുടെ കാലത്ത് അയാൾ യുഫ ജയിലിൽ തൂക്കിക്കൊല്ലപ്പെട്ടു. അയാളുടെ മരണം ഒരിക്കലും മറക്കുകയില്ലെന്നും മാപ്പാക്കുകയില്ലെന്നും പ്രതിജ്ഞ ചെയ്തുകൊണ്ട് മുഴുവൻ ജയിലും - അതിലെ ഓരോ അറയും-ഗാനമാലപിക്കവേയാണ് ജയിൽ മുറ്റത്ത് അയാൾ വധിക്കപ്പെട്ടത്

മറ്റ് പ്രവർത്തകരെയും അവരുടെ ശിക്ഷണത്തിൽ ഞാൻ സഹായിച്ചിട്ടുണ്ട്. ഒരു ചെറിയ ഫാക്ടറിയിൽ ജോലി ചെയ്തിരുന്ന യുവാവായ ഒരു ലോഹത്തൊഴിലാളിയായിരുന്ന അവരിലൊരാൾ പ്രാദേശിക പ്രവർത്തകരുടെ ജീവിതത്തെ കുറിച്ച് എന്നോട് പറഞ്ഞു. വളരെ അയവുള്ള ഊർജസ്വലനായൊരു മനുഷ്യനായിരുന്നു അയാൾ. അയാൾ സോഷ്യലിസ്റ്റ് വിപ്ലവകാരികളുമായി ചേർന്നതായും ജയിലിൽ വച്ച് മനസിന്റെ സമനില തെറ്റിയതായും പിന്നീട് ഞാൻ അറിയാനിടയായി.

ക്രിലോവ് എന്ന് പേരുള്ള ക്ഷയരോഗിയായ ഒരു ബുക്ക് ബയന്റർ ആയിരുന്നു എന്റെ മറ്റൊരു സന്ദർശകൻ. അയാൾ നിയമവിരുദ്ധമായ മാനുസ്ക്രിപ്റ്റുകളെ മറയ്ക്കാനായി വളരെ ശ്രമകരമായി ഇരട്ട ബയന്റിങ്ങുകൾ നടത്തുകയും ബയന്റിങ്ങിൽ ഉപയോഗിക്കാനുള്ള മാനുസ്ക്രിപ്റ്റുകളുടെ പേസ്റ്റ്-ബോർഡ് നിർമിക്കുകയും ചെയ്തിരുന്നു. പ്രാദേശിക അച്ചടിശാലകളെ കുറിച്ച് അയാളെനിക്ക് പറഞ്ഞു തന്നു.

തുടർന്ന് *ഇസ്ക്രയ്*ക്കയച്ച കത്തുകൾ ഈ കഥകളെ അടിസ്ഥാനമാക്കിയുള്ളവയായിരുന്നു.

യുഫയിലെന്നപോലെ തന്നെ അയൽ ദേശങ്ങളിലെ ഫാക്ടറികളിലും ഞങ്ങൾ പ്രവർത്തനങ്ങൾ മുന്നോട്ട് കൊണ്ടുപോയി. യുസ്റ്റ്-കട്ടാവ്സ്കിലെ പ്രവർത്തനങ്ങളിലെ ഡോക്ടറുടെ സഹായി ഒരു സോഷ്യൽ

ഡെമോക്രാറ്റ് ആയിരുന്നു. അവർ തൊഴിലാളികൾക്കിടയിൽ പ്രചരണം നടത്തുകയും ഞങ്ങൾക്ക് എല്ലായ്പോഴും അത്യാവശ്യമായിരുന്ന നിയമവിരുദ്ധമായ ജനകീയ സാഹിത്യം വിതരണം ചെയ്യുകയുമുണ്ടായി.

വ്യത്യസ്ത ഫാക്ടറികളിൽ നിരവധി സോഷ്യൽ ഡെമോക്രാറ്റിക് വിദ്യാർഥികളുണ്ടായിരുന്നു. ഞങ്ങളുടെ യുഫ സംഘടനയിൽ ഇകാറ്റെറിൻ ബർഗിൽ പ്രവർത്തിച്ചുവന്ന മസാനോവ് എന്ന് പേരുള്ള ഒരു നിയമവിരുദ്ധ ഏജന്റുണ്ടായിരുന്നു. മാർട്ടോവുമൊന്നിച്ച് നാടുകടത്തപ്പെട്ട് ടുറുഖൻസ്കിൽ നിന്നും തിരിച്ചെത്തിയതായിരുന്നു അയാൾ. എങ്കിലും അയാളുടെ പ്രവർത്തനങ്ങൾ കാര്യമായൊന്നും മുന്നേറിയില്ല.

ഭരണത്തിന്റെ കേന്ദ്രമായിരുന്നു യുഫ. സ്റ്റെർലിറ്റമാക്, ബിർസ്ക്, മറ്റ് യുയെസ്ദ് പട്ടണങ്ങൾ എന്നിവിടങ്ങളിലുള്ള നാടുകടത്തപ്പെട്ടവർ യുഫയിലേക്ക് പോകാൻ എല്ലായ്പ്പോഴും ശ്രമിച്ചുകൊണ്ടിരുന്നു. സൈബീരിയയ്ക്കും റഷ്യയ്ക്കുമിടയിലെ പാതയിലാണ് യുഫയുടെ സ്ഥാനം. പ്രവാസം കഴിഞ്ഞ് മടങ്ങുന്ന സഖാക്കൾ പ്രവർത്തനങ്ങൾ ചിട്ടപ്പെടുത്താനായി അവിടെ തങ്ങുമായിരുന്നു. മാർട്ടോവ് (അൽപ്പകാലത്തേക്ക് ടുറുഖൻസ്കിൽ നിന്നും പുറത്ത് കടക്കാൻ അയാൾക്ക് കഴിഞ്ഞില്ല), ജി ഐ ഒക്കുലോവ്, പനിൻ എന്നിവർ അക്കൂട്ടത്തിൽ പെടും. ലിഡിയ നിപ്പോവിച്ച് (അങ്കിൾ) നിയമവിരുദ്ധമായി അസ്ട്രാഖനിൽ നിന്നും റുമാൻത്സേവും പോർട്ടുഗലോവും സമാറയിൽ നിന്നും യുഫയിലെത്തിച്ചേർന്നു.

പോൾട്ടാവയിൽ പാർക്കാൻ മാർട്ടോവ് അങ്ങോട്ട് പോയി. അയാളുമായി ബന്ധപ്പെട്ടിരുന്ന ഞങ്ങൾക്ക് അയാൾ മുഖേന സാഹിത്യം ലഭിക്കുമെന്ന പ്രതീക്ഷയുണ്ടായിരുന്നു. ഞാനവിടം വിട്ടു പോന്ന് ഒരാഴ്ചയ്ക്ക് ശേഷം അതെത്തിച്ചേർന്നുവെന്നാണ് ഞാൻ കരുതുന്നത്. അതേറ്റു വാങ്ങാൻ പോയ ക്വാട്ട്കോവിസ്കി, യാത്രാമധ്യേ സാഹിത്യമടങ്ങുന്ന പെട്ടി തുറന്നുപോയതിനാൽ സൈബീരിയയിൽ അഞ്ച് വർഷക്കാലത്തെ നാടുകടത്തലിന് വിധിക്കപ്പെട്ടു. അയാൾ സംഘടനയിൽ ഒരു സജീവാംഗമായിരുന്നില്ല എന്നതാണ് വസ്തുത. അയാളുടെ മകളുടെ ഉടമസ്ഥതയിലുള്ള വാറ്റുശാലയുടെ വിലാസത്തിൽ വന്ന പാഴ്സൽ ഏറ്റുവാങ്ങാൻ സമ്മതിച്ചു എന്നത് മാത്രമാണ് അയാൾ ചെയ്ത കുറ്റം.

യുഫയിലും നരോദോവോൾട്സികളുണ്ടായിരുന്നു: ലിയോനോവിച്ചും, പിന്നീട്, ബൊറൊസ് ഡിച്ചുമാണവർ.

രാജ്യം വിടുന്നതിന് മുമ്പ് വ്ളാദിമിർ ഇല്ലിച്ചിന് കഷ്ടിച്ച് രക്ഷപ്പെടുന്ന ഒരനുഭവമുണ്ടായി. മാർട്ടോവുമൊന്നിച്ച് പ്സ്കോവിൽ നിന്നും അദ്ദേഹം സെന്റ് പീറ്റേഴ്സ് ബർഗിലെത്തിച്ചേർന്നു. പിന്തുടർന്ന പൊലീസ് അവരെ അറസ്റ്റ് ചെയ്തു. ആ നേരത്ത് അദ്ദേഹത്തിന്റെ അരക്കെട്ടിനുള്ളിൽ ആന്റിയിൽ നിന്നും ലഭിച്ച രണ്ടായിരം റൂബിളും ഒരു സാധാരണ ഇൻവോയ്സിന്റെ (വിലപ്പട്ടിക) പിൻഭാഗത്ത് അദൃശ്യമായ മഷികൊണ്ടെഴുതിയ ബന്ധപ്പെടേണ്ടവരുടെ ഒരു ലിസ്റ്റുമുണ്ടായിരുന്നു. ആ ഇൻവോയിസ് പൊലീസുകാർ തീയ്ക്ക് മുൻപിൽ പിടിക്കാൻ ഇടയായിരുന്നുവെ

ങ്കിൽ വിദേശത്ത് ഒരു അഖില റഷ്യൻ വർത്തമാനപ്പത്രം സ്ഥാപിക്കാൻ വ്ളാദിമിർ ഇല്ലിച്ചിന് ഒരിക്കലും കഴിയുമായിരുന്നില്ല. എന്തായാലും ഭാഗ്യവശാൽ പത്ത് ദിവസങ്ങളോളം കഴിഞ്ഞ് അദ്ദേഹം മോചിതനായി.

അതിന് ശേഷം എന്നോട് യാത്രപറയാൻ അദ്ദേഹം യുഫയിലേക്ക് വന്നു. അവസാനം പിരിഞ്ഞശേഷം താൻ എന്തൊക്കെ കാര്യങ്ങളിൽ വിജയിച്ചുവെന്നും ആരുമൊക്കെയായി കൂടിക്കാണാൻ സാധിച്ചുവെന്നും അദ്ദേഹം എന്നോട് പറഞ്ഞു. സ്വാഭാവികമായും അദ്ദേഹം എത്തിച്ചേർന്നപ്പോൾ കുറച്ചധികം കൂടിക്കാഴ്ചകൾ നടന്നു. സ്വയം ഒരു നരോദോവോലെറ്റ്സ് ആണെന്ന് കരുതിപ്പോന്നിരുന്ന ലിയോനോവിച്ച് 'ഇമാൻസിപ്പേഷൻ ഓഫ് ലേബർ' ഗ്രൂപ്പിനെക്കുറിച്ച് കേൾക്കുകപോലുമുണ്ടായിട്ടില്ലെന്ന് പറഞ്ഞപ്പോൾ വ്ളാദിമിർ ഇല്ലിച്ച് പൊട്ടിത്തെറിച്ചത് ഞാനോർക്കുന്നു: "ഒരു വിപ്ലവകാരിക്ക് അത് അറിയില്ലെന്ന് ഒന്ന് സങ്കൽപ്പിച്ചു നോക്കൂ. 'ഇമാൻസിപ്പേഷൻ ഓഫ് ലേബർ' ഗ്രൂപ്പ് എഴുതിയിട്ടുള്ളത് അറിയാതെയും പഠിക്കാതെയും താൻ പ്രവർത്തിക്കാൻ പോവുന്ന ആ പാർട്ടിയെ ബുദ്ധിപൂർവം തെരഞ്ഞെടുക്കാൻ അയാൾക്കെങ്ങനെയാണ് കഴിയുക?"

ഒരാഴ്ചക്കാലത്തോളം വ്ളാദിമിർ ഇല്ലിച്ച് യുഫയിൽ താമസിച്ചു എന്നാണെന്റെ വിശ്വാസം.

വ്യത്യസ്ത സെംസ്റ്റ്വോ പ്രവർത്തകർക്ക് എഴുതാറുള്ളതുപോലെ, മുഖ്യമായും പുസ്തകങ്ങളിൽ രഹസ്യസന്ദേശങ്ങൾ ഉപയോഗിച്ച്, വിദേശത്ത് നിന്നും അദ്ദേഹമെനിക്ക് കത്തുകളെഴുതി. വ്ളാദിമിർ ഇല്ലിച്ച് ആഗ്രഹിച്ചിരുന്നതുപോലെ വർത്തമാനപ്പത്രത്തിന്റെ കാര്യങ്ങൾ ദ്രുതഗതിയിൽ മുന്നോട്ട് പോയില്ല. പ്ലഖാനോവുമായി ഒരു ധാരണയിലെത്തുന്നതിൽ അദ്ദേഹത്തിന് പ്രശ്നങ്ങളുണ്ടായിരുന്നു. ദൈർഘ്യം കുറഞ്ഞവയും ഉന്മേഷരഹിതവുമായിരുന്നു അദ്ദേഹത്തിന്റെ കത്തുകൾ. അവ അവസാനിച്ചത്, "നിങ്ങളിവിടെ എത്തുമ്പോൾ അതിനെക്കുറിച്ചെല്ലാം ഞാൻ പറയാം." "പ്ലെഖാനോവുമായുള്ള സംഘർഷത്തെക്കുറിച്ച് മുഴുവനായും ഞാൻ നിങ്ങൾക്കെഴുതിയിട്ടുണ്ട്," എന്ന രീതികളിലായിരുന്നു.

നാടുകടത്തലിന്റെ അന്ത്യം വരെ കാത്തിരിക്കാൻ എനിക്ക് വളരെ പ്രയാസമായിരുന്നു. അതിനൊക്കെ പുറമേ, വളരെ ദിവസങ്ങളായി വ്ളാദിമിർ ഇല്ലിച്ചിന്റെ കത്തുകൾ എനിക്ക് ലഭിക്കുന്നുമുണ്ടായിരുന്നില്ല.

അങ്കിളിനെ (ലിഡിയ നിപ്പോവിച്ചിനെ) കാണാൻ അസ്ട്രാഖനിലേക്ക് പോകാൻ എനിക്ക് ഉദ്ദേശ്യമുണ്ടായിരുന്നുവെങ്കിലും ഞാൻ വളരെ തിരക്കിലായിരുന്നു.

വ്ളാദിമിർ ഇല്ലിച്ചിന്റെ മാതാവായ മാരിയ അലക്സാൺഡ്രോയ്നയെ കാണാൻ ഞാനും എന്റെ അമ്മയും മോസ്കോവിലേക്ക് പോയി. പെൺമക്കളായ മറിയ ജയിലിലും അന്ന വിദേശത്തുമായിരുന്നതിനാൽ അന്നവർ തനിച്ചാണ് താമസിച്ചിരുന്നത്.

മാരിയ അലക്സാൺഡ്രോവ്നയെ എനിക്ക് വളരെ ഇഷ്ടമായിരുന്നു. അവരെല്ലായ്പ്പോഴും തികച്ചും പക്വമതിയും സ്നേഹസമ്പന്നയുമായിരു

ന്നു. വ്ളാദിമിർ ഇല്ലിച്ചിനും അവരോട് വളരെ സ്നേഹമായിരുന്നു. "അവർക്ക് വളരെ കൂടുതൽ ഇച്ഛാശക്തിയുണ്ട്," ഒരിക്കലദ്ദേഹം എന്നോട് പറഞ്ഞു. "എന്റെ പിതാവ് ജീവിച്ചിരുന്നപ്പോൾ എന്റെ സഹോദരന് അതുണ്ടായിരുന്നുവെങ്കിൽ എന്ത് സംഭവിക്കുമായിരുന്നുവെന്ന് എനിക്കറിഞ്ഞുകൂടാ."

മാതാവിന്റെ മനഃശക്തിയും ഒപ്പം അവരുടെ പക്വതയും ജനങ്ങൾക്ക് നേരേയുള്ള കാരുണ്യവും വ്ളാദിമിർ ഇല്ലിച്ചിന് പൈതൃകമായി ലഭിച്ചു.

ഞങ്ങൾ വിദേശത്ത് പാർത്തിരുന്നപ്പോൾ മകനുമായി കൂടുതൽ അടുത്തു നിൽക്കുന്നുവെന്ന തോന്നൽ ജനിപ്പിക്കാവുന്ന തരത്തിൽ അവർക്കുള്ള കത്തുകളിൽ ഞങ്ങളുടെ ജീവിതം വിശദീകരിക്കാൻ ഞാൻ പരമാവധി ശ്രമിച്ചു. 1897ൽ വ്ളാദിമിർ ഇല്ലിച്ച് സൈബീരിയയിൽ പ്രവാസത്തിൽ കഴിഞ്ഞപ്പോൾ (ഞാനപ്പോൾ അവിടെ എത്തിയിരുന്നില്ല) വാർത്താപത്രങ്ങൾ മോസ്കോവിൽ അന്തരിച്ച ഒരു മാരിയ അലക്സാൺഡ്രോവ്ന ഉല്യാനോവയെ കുറിച്ച് ഒരു ചമരക്കുറിപ്പ് പ്രസിദ്ധീകരിച്ചിരുന്നു. അതിനെക്കുറിച്ച് എൻഗ്ബർഗ് എന്നോട് ഇപ്രകാരമാണ് പറഞ്ഞത്: "ഞാൻ വ്ളാദിമിർ ഇല്ലിച്ചിനെ കാണാൻ ചെന്നപ്പോൾ ഒരു കടലാസിന് തുല്യം അദ്ദേഹം വിളറിയിരുന്നു. 'എന്റെ മാതാവ് മരിച്ചുപോയി' എന്നദ്ദേഹം പറഞ്ഞു. "എന്നാൽ അതേപേരുള്ള മറ്റൊരു സ്ത്രീയുടെ ചരമക്കുറിപ്പാണ് അതെന്ന് പിന്നീട് വ്യക്തമായി.

മൂത്തപുത്രന്റെ വധം, മകൾ ഓർഗയുടെ മരണം, മറ്റ് മക്കളുടെ ആവർത്തിച്ചുള്ള അറസ്റ്റുകൾ തുടങ്ങിയവ മൂലം മാരിയ അലക്സാഡ്രോവ്ന വളരെക്കൂടുതൽ ആകുലതകൾ അനുഭവിക്കേണ്ടി വന്നിട്ടുണ്ട്.

1895ൽ വ്ളാദിമിർ ഇല്ലിച്ചിന് അസുഖം ബാധിച്ചപ്പോൾ അദ്ദേഹത്തിനരികിലേക്ക് പാഞ്ഞെത്തിയ അവർ അദ്ദേഹത്തിനുള്ള ഭക്ഷണം സ്വയം പാകപ്പെടുത്തി. അദ്ദേഹത്തിന്റെ അറസ്റ്റ് അവരെ പഴയസ്ഥിതിയിലെത്തിച്ചു. ഹൗസ് ഓഫ് പ്രിലിമിനറി ഡിറ്റെൻഷന്റെ ശോകമൂകമായ വെയിറ്റിങ് റൂമിൽ മണിക്കൂറുകളോളം കാത്തിരിക്കുന്നതും സന്ദർശനദിനങ്ങളിൽ അദ്ദേഹത്തെ കാണാനെത്തുന്നതും അദ്ദേഹത്തിന് പൊതികൾ എത്തിച്ചുകൊടുക്കുന്നതും അവരുടെ ദിനചര്യകളായിത്തീർന്നു. എന്നാൽ എത്രതന്നെ ആകുലതകളുണ്ടായിട്ടും അവരുടെ നിശ്ചയദാർഢ്യത്തിന് അൽപ്പം പോലും മാറ്റമുണ്ടായില്ല.

മോസ്കോയിൽ നിന്നും ഞാനെന്റെ മാതാവിനെ സെന്റ് പീറ്റേഴ്സ്ബർഗിലേക്ക് കൊണ്ടുപോവുകയും അവരെ അവിടെ പാർപ്പിച്ചശേഷം വിദേശത്തേക്ക് പോവുകയും ചെയ്തു. ആ യാത്രയിൽ രസകരമായ ചില അനുഭവങ്ങൾ എനിക്കുണ്ടായി. പ്രേഗിലേക്കാണ് ഞാനാദ്യം പോയത്. മോഡ്രാസെക് എന്ന പേരിൽ വ്ളാദിമിർ ഇല്ലിച്ച് അവിടെ പാർക്കുന്നു എന്നായിരുന്നു എന്റെ വിശ്വാസം.

ഞാൻ അദ്ദേഹത്തിനൊരു ടെലഗ്രാം അയച്ചു. പ്രേഗിൽ ആരും

എന്നെ കാണാനെത്തിയില്ല. വളരെ നേരം അവിടെ കാത്തുനിന്നശേഷം ഒരു കുതിരവണ്ടി വിളിച്ച് എന്റെ സാധനങ്ങളെല്ലാം അതിൽ കുത്തിത്തിരുകി തൊഴിലാളികൾ താമസിക്കുന്ന ഒരിടത്ത് ഞാനെത്തിച്ചേർന്നു.

അതിന് മുമ്പിലുള്ള കെട്ടിടത്തിന്റെ നാലാമത്തെ നിലയിലേക്ക് കയറിച്ചെന്നു ഞാൻ ഒരു ഫ്ളാറ്റിന്റെ വാതിലിൽ മുട്ടി. സൗന്ദര്യമുള്ള ചെക്ക്കാരിയായൊരു കൃശഗാത്രി വാതിൽ തുറന്നു. 'മോഡ്രാസെക്, മിസ്റ്റർ മോഡ്രാസെക്" എന്ന് പറയാൻ മാത്രമേ എനിക്ക് കഴിഞ്ഞുള്ളൂ. അവിടേക്ക് വന്ന ഒരു മനുഷ്യൻ പറഞ്ഞു: ഞാനാണ് മോഡ്രാസെക്." ഈർഷ്യയോടെ ഞാൻ പറഞ്ഞു: "അല്ല അതെന്റെ ഭർത്താവാണ്." അവസാനം മോഡ്രാസെക്കിന് കാര്യം മനസിലായി. "ങാ. നിങ്ങൾ മിസ്റ്റർ റിറ്റ്മെയറുടെ ഭാര്യയായിരിക്കണം. അദ്ദേഹം മ്യൂണിക്കിലാണ് താമസം. എങ്കിലും യുഫയിലേക്ക് നിങ്ങൾക്കുള്ള കത്തുകളും പുസ്തകങ്ങളും അയച്ചിരുന്നത് ഞാൻ മുഖേനയാണ്." ആ ദിവസം മുഴുവൻ മോഡ്രാസെക് എന്നോടൊപ്പം ചെലവഴിച്ചു. ഞാനയാളോട് റഷ്യൻ പ്രസ്ഥാനത്തെ കുറിച്ചും അയാളെന്നോട് ഓസ്ട്രിയൻ പ്രസ്ഥാനത്തെക്കുറിച്ചും പറഞ്ഞു. അയാളുടെ ഭാര്യ എനിക്കവരുടെ തുന്നൽപണി കാണിച്ചു തരികയും ചെക്കുകാരുടെ കൊഴുത്ത കുറുക്കുപായസം നൽകി എന്നെ സൽക്കരിക്കുകയും ചെയ്തു.

ഒരു കമ്പിളികോട്ട് ധരിച്ചാണ് ഞാൻ മ്യൂണിക്കിലെത്തിയത്. ആ കാലാവസ്ഥയിൽ അവിടുത്തുകാർ സാധാരണ വസ്ത്രമാണ് ധരിച്ചിരുന്നത്. മുൻകാലാനുഭവങ്ങളുടെ വെളിച്ചത്തിൽ ഞാനെന്റെ സാധനങ്ങൾ ക്ലോക്ക് റൂമിലേൽപ്പിച്ച് ട്രാംകാറിൽ റിറ്റ്മെയറെ തിരക്കി പുറപ്പെട്ടു. ഞാൻ കെട്ടിടം കണ്ടെത്തി. അതിലെ ഒന്നാം നമ്പർ ഫ്ളാറ്റ് ഒരു ബിയർ ഹൗസ് ആയിരുന്നു. വീണ്ടുമെന്തോ തകരാറുണ്ടെന്ന തോന്നലോടെ മിസ്റ്റർ റിറ്റ്മെയറെ ചോദിച്ചുകൊണ്ട് ഭീതിയോടെ കൗണ്ടറിന് പിന്നിലുണ്ടായിരുന്ന തടിച്ച് ഉയരം കുറഞ്ഞ ജർമൻകാരനെ ഞാൻ സമീപിച്ചു. "അത് ഞാനാണ്" അയാൾ പറഞ്ഞു. തികച്ചും തളർന്നുപോയ ഞാൻ മന്ത്രിച്ചു: "അല്ല, അതെന്റെ ഭർത്താവാണ്."

മുഖാമുഖം നോക്കി ഒരു ജോഡി വിഡ്ഢികളെപ്പോലെ ഞങ്ങളവിടെ നിന്നു. അവസാനം അവിടേക്ക് വന്ന അയാളുടെ ഭാര്യ എന്നെ ഉറ്റുനോക്കി പറഞ്ഞു: "ങാ ഇത് മിസ്റ്റർ മെയെറുടെ ഭാര്യ തന്നെയായിരിക്കണം. സൈബീരിയയിൽ നിന്നും തന്റെ ഭാര്യയെ പ്രതീക്ഷിക്കുകയാണദ്ദേഹം. നിങ്ങളെ ഞാൻ അദ്ദേഹത്തിന്റെ അടുക്കലേക്ക് കൊണ്ടുപോകാം."

ആ കെട്ടിടത്തിന്റെ പിൻഭാഗത്ത് കൂടെ ആൾപാർപ്പില്ലെന്ന് തോന്നിക്കുന്ന വലിയൊരു കെട്ടിടത്തിലെ ഒരു ഫ്ളാറ്റിലേക്ക് ഞാൻ മിസിസ് റിറ്റ്മെയറെ അനുഗമിച്ചു. വാതിൽ തുറക്കുമ്പോൾ, ഒരു മേശയ്ക്കുചുറ്റും വ്ളാദിമിർ ഇല്ലിച്ചും മാർട്ടോവും അന്നാ ഇല്യാനിഷ്നയും ഇരിക്കുന്നുണ്ടായിരുന്നു. എന്റെ വഴികാട്ടിയോടുള്ള നന്ദി പറയാൻ പോലും മറന്നു

പോയ ഞാൻ വ്ളാദിമിർ ഇല്ലിച്ചിന് നേരെ പൊട്ടിത്തെറിച്ചു: “എല്ലാം തുലയട്ടെ, എനിക്കൊന്ന് എഴുതാനും നിങ്ങൾ എവിടെയാണെന്ന് പറയാനും നിങ്ങൾക്ക് കഴിയുമായിരുന്നില്ലേ?”

പിന്നീട് ഞങ്ങൾ അറിഞ്ഞതനുസരിച്ച്, അയയ്ക്കാൻ വേണ്ടി വിലാസമുൾപ്പെടെ കൊടുത്തയച്ച പുസ്തകം അയയ്ക്കേണ്ടിയിരുന്ന സെംസ്റ്റ്വോ പ്രവർത്തകൻ വായിക്കാനായി അവ കൈവശം വയ്ക്കുകയായിരുന്നു.

പിന്നീട് യാത്ര ചെയ്ത നിരവധി റഷ്യക്കാർക്ക് ഇതേപോലുള്ള അനുഭവങ്ങളുണ്ടായിട്ടുണ്ട്. ജനീവ(സ്വിറ്റ്സർലന്റ്)ക്ക് പകരം ജനോവ (ഇറ്റലി)യിലേക്കാണ് ഷ്യാപ്നിക്കോവ് ആദ്യം പോയത്. ലണ്ടനിൽ ഇറങ്ങേണ്ടിയിരുന്ന ബബുഷ്കിൻ ഏതാണ്ട് അമേരിക്കയുടെ തൊട്ടടുത്തുവരെയെത്തുകയുണ്ടായി.

മ്യൂണിക് 1901–1902

നിയമപരമായ പാസ്പോർട്ടുകളുമായാണ് വ്ളാദിമിർ ഇല്ലിച്ചും മാർട്ടോവും പെത്രോസോവും വിദേശത്ത് പോയതെങ്കിലും റഷ്യയിൽ നിന്നും വരുന്ന ഞങ്ങളുടെ സഹചാരികൾക്ക് തുണയാവുന്നതിനായി റഷ്യൻ കോളനിയിൽനിന്നും അകലം പാലിക്കാനും, കത്തുകളും സൂട്ട്കേസുകളിലെ നിയമവിരുദ്ധമായ സാഹിത്യം റഷ്യയിലേക്കയയ്ക്കാനും കഴിയുന്നതരത്തിൽ, മ്യൂണിക്കിൽ വ്യാജപാസ്പോർട്ടുകൾക്ക് കീഴിൽ താമസിക്കാനാണ് അവർ തീരുമാനിച്ചത്.

ഞാൻ മ്യൂണിക്കിലെത്തുമ്പോൾ വ്ളാദിമിർ ഇല്ലിച്ച്, മെയെർ എന്ന പേരിൽ റിറ്റ്മെയർക്കൊപ്പം രജിസ്റ്റർ ചെയ്യാതെ താമസിക്കുകയായിരുന്നു. റിറ്റ്മെയർ ഒരു ബിയർ ഹൗസ് നടത്തിപ്പോന്നിരുന്നുവെങ്കിലും ഒരു സോഷ്യൽ ഡെമോക്രാറ്റായ അയാൾ തന്റെ ഫ്ളാറ്റിലാണ് വ്ളാദിമിർ ഇല്ലിച്ചിനെ പാർപ്പിച്ചിരുന്നത്. ചെറിയൊരു മുറിയിൽ ബാച്ചിലർ രീതിയിൽ താമസിച്ചിരുന്ന അദ്ദേഹത്തിന് ലളിതമായ രീതിയിൽ ഭക്ഷണം നൽകിയിരുന്നത് ജർമൻകാരിയായ ഒരു സ്ത്രീയായിരുന്നു. രാവിലെയും വൈകുന്നേരവും ഒരു തകരക്കപ്പിൽ ചായ കുടിച്ചിരുന്ന അദ്ദേഹം ശ്രദ്ധാപൂർവം അത് കഴുകി വാഷ്ബേസിന് മുകളിൽ ചുവരിൽ പിടിപ്പിച്ചിട്ടുള്ള ആണിയിൽ തൂക്കിയിടുമായിരുന്നു.

അദ്ദേഹം ആകുലചിത്തനായി കാണപ്പെട്ടു. അദ്ദേഹം ആഗ്രഹിച്ചത്ര ശീഘ്രഗതിയിൽ കാര്യങ്ങൾ നടക്കുന്നുണ്ടായിരുന്നില്ല. വ്ളാദിമിർ ഇല്ലിച്ചിനെ കൂടാതെ അന്ന് മാർട്ടോവും പെത്രോസോവും വേരാ സസൂലിച്ചും മ്യൂണിക്കിലുണ്ടായിരുന്നു. തങ്ങളുടെ നേരിട്ടുള്ള നിയന്ത്രണത്തിൻ

കീഴിൽ സ്വിറ്റ്സർലണ്ടിൽ എവിടെ നിന്നെങ്കിലും പത്രം പ്രസിദ്ധീകരിക്കുകയായിരുന്നു പ്ലെഖാനോവിന്റെയും അക്സെൽ റോഡിന്റെയും ഉദ്ദേശ്യം. *ഇസ്ക്രയ്ക്ക്* വളരെയൊന്നും പ്രാധാന്യം കൽപ്പിക്കാത്ത അവർ, പ്രത്യേകിച്ചും, സസൂലിച്ച്, അതിന് കഴിഞ്ഞിട്ടുള്ളതും ഭാവിയിൽ കഴിയാവുന്നതുമായ സംഘടനാപരമായ പങ്ക് അംഗീകരിക്കുന്നതിൽ പൂർണമായും പരാജയപ്പെട്ടു. അവർക്ക് കൂടുതൽ ആഭിമുഖ്യം *സര്യ*യോടായിരുന്നു.

"നിങ്ങളുടെ ഇസ്ക്ര വിഡ്ഢിത്തമാണ്." തുടക്കത്തിൽത്തന്നെ വേര സസൂലിച്ച് പറഞ്ഞു. അങ്ങനെ പറഞ്ഞതിലൂടെ മുഴുവൻ ശ്രമത്തെയും അയാൾ വിലകുറച്ചുകാണുകയാണുണ്ടായത്. *ഇസ്ക്രയെ* രാഷ്ട്രീയ കുടിയേറ്റ കേന്ദ്രത്തിൽ നിന്നും മാറ്റിനിർത്തേണ്ടതാണെന്ന നിലപാടായിരുന്നു വ്ളാദിമിർ ഇല്ലിച്ചിന്റേത്. റഷ്യയുമായുള്ള ബന്ധത്തിനും ആശയവിനിമയത്തിനും ഏജന്റുമാരുടെ ആഗമനത്തിനും സൗകര്യമൊരുക്കാനുള്ള ഒരു മാർഗമെന്ന നിലയിൽ അതിന് വളരെ പ്രാധാന്യമുണ്ടായിരുന്നു. പത്രം സ്വിറ്റ്സർലന്റിലേക്ക് മാറ്റാനുള്ള സന്നദ്ധതയില്ലായ്മ, തങ്ങളുടെ നേതൃത്വം അംഗീകരിക്കാനുള്ള വൈമനസ്യം, സ്വതന്ത്രമായൊരു പ്രവർത്തനരീതി പിന്തുടരാനുള്ള ആഗ്രഹം എന്നീ കാരണങ്ങളാൽ ആ മുതിർന്ന ആളുകൾക്ക് *ഇസ്ക്രയുടെ* തുടർ പ്രവർത്തനങ്ങളിൽ തടസമുണ്ടാക്കാനും അതിന് സഹായകമാവുന്ന തരത്തിൽ കാര്യമായിട്ടൊന്നും ചെയ്യാതിരിക്കാനുമായിരുന്നു താൽപ്പര്യം. അത് മനസിലാക്കിയ വ്ളാദിമിർ ഇല്ലിച്ച് അതിൽ അസ്വസ്ഥനുമായിരുന്നു. അക്സെൽ റോദിനും വേരാ സസൂലിച്ചിനും പ്ലെഖാനോവിനും വളരെ ആഭിമുഖ്യമുണ്ടായിരുന്ന 'ഇമാൻസിപ്പേഷൻ ഓഫ് ലേബർ' ഗ്രൂപ്പിനോട് വ്ളാദിമിർ ഇല്ലിച്ചിനും അനുഭാവമുണ്ടായിരുന്നു. "സസൂലിച്ചിനെ കാണുന്നത് വരെ കാത്തിരിക്കൂ," ഞാൻ മ്യൂണിക്കിലെത്തിയ ദിവസം വൈകുന്നേരം അദ്ദേഹം എന്നോട് പറഞ്ഞു. "അക്കാര്യത്തിൽ അവർക്ക് വളരെ ആത്മാർഥതയുണ്ട്." അദ്ദേഹം പറഞ്ഞത് ശരിയായിരുന്നു.

ഇസ്ക്രയുമായി വളരെ അടുപ്പമുണ്ടായിരുന്ന 'ഇമാൻസിപ്പേഷൻ ഓഫ് ലേബർ' ഗ്രൂപ്പിലെ ഏക അംഗം വേരാ സസൂലിച്ച് ആയിരുന്നു. അവർ ഞങ്ങളുമൊന്നിച്ച് മ്യൂണിക്കിലും ലണ്ടനിലും താമസിച്ചിട്ടുണ്ട്. ലോകത്ത് അവർ ഏറ്റവുമധികം വിലമതിച്ചിരുന്നത് *ഇസ്ക്രയെയും* അതിന്റെ പത്രാധിപസമിതിയെയുമാണ്. അവയുടെ ആനന്ദവും ആകുലതകളും അവരുടേതുമായിരുന്നു. അവയിലൂടെയാണ് റഷ്യയിൽ നിന്നുമുള്ള വായു അവർ ശ്വസിച്ചത്.

"നിങ്ങൾക്കറിയാമോ, *ഇസ്ക്ര* വളർന്നുകൊണ്ടിരിക്കുകയാണ്," പത്രത്തിന്റെ സ്വാധീനം വർധിക്കുന്നു എന്നതിന്റെ അടിസ്ഥാനത്തിൽ അവ

രെന്നോട് പറഞ്ഞു. തന്റെ കുടിയേറ്റത്തിന്റെ ദീർഘമായ വിരസതയെ കുറിച്ച് അവർ ഇടയ്ക്കിടെ എന്നോട് പറയുമായിരുന്നു.

'ഇമാൻസിപ്പേഷൻ ഓഫ് ലേബർ' ഗ്രൂപ്പിന് അറിയുന്നതരത്തിലുള്ള കുടിയേറ്റ ജീവിതം ഞങ്ങൾ ഒരിക്കലും അനുഭവിച്ചിട്ടില്ല. ഞങ്ങൾ നിരന്തരം ഉറ്റ സമ്പർക്കം പുലർത്തിയിരുന്ന റഷ്യയിൽ നിന്നും ഞങ്ങളെ കാണാൻ എല്ലായ്പോഴും ആളുകൾ വന്നുകൊണ്ടിരുന്നു. റഷ്യയിൽ ത്തന്നെയുള്ള ഏതെങ്കിലും പ്രവിശ്യാപട്ടണത്തിൽ താമസിച്ചാൽ ലഭിക്കാവുന്നതിലുമധികം വിവരങ്ങൾ ഞങ്ങൾക്ക് ലഭിച്ചിരുന്നു. ഞങ്ങളുടെ റഷ്യൻ പ്രവർത്തനങ്ങളുടെ താൽപ്പര്യങ്ങൾക്ക് പുറത്തുള്ള ജീവിതം ഞങ്ങൾക്കുണ്ടായിരുന്നില്ല. റഷ്യയിലെ കാര്യങ്ങൾ പുരോഗമിക്കുകയും അവിടത്തെ തൊഴിലാളിപ്രസ്ഥാനം വളർച്ച നേടുകയും ചെയ്തു. പ്രതികരണത്തിന്റെ എറ്റവും വഷളായ കാലഘട്ടത്തിൽ വിദേശത്ത് നിലനിൽക്കുകയായിരുന്ന 'ഇമാൻസിപ്പേഷൻ ഓഫ് ലേബർ' ഗ്രൂപ്പ് പൂർണമായും റഷ്യയിൽ നിന്നും വിഛേദിക്കപ്പെട്ടതായിരുന്നു. റഷ്യയിൽ നിന്നുമുള്ള സഞ്ചാരികൾ ആ ഗ്രൂപ്പിനെ സന്ദർശിക്കാൻ ഭയപ്പെട്ടു. തൊണ്ണൂറുകളുടെ തുടക്കത്തിൽ ക്ലാസണും കൊറോബ്കോവും അവരെ സന്ദർശിച്ചപ്പോൾ മടങ്ങിയെത്തിയ ഉടൻ പൊലീസ് ഇരുവരെയും വിളിച്ചുവരുത്തി പ്ലെഖാനോവിനെ കാണാൻ പോയതെന്തിനാണെന്ന് ചോദ്യം ചെയ്തു. പൊലീസിന്റെ കുറ്റാന്വേഷണം സുസംഘടിതമായിരുന്നു.

'ഇമാൻസിപ്പേഷൻ ഓഫ് ലേബർ' ഗ്രൂപ്പിലെ എല്ലാവരിലും വച്ച് തികച്ചും ഒറ്റപ്പെട്ട ജീവിതമായിരുന്നു വേരാ സസൂലിച്ചിന്റേത്. പ്ലെഖാനോവിനും അക്സെൽറോഡിനും കൂടെ കുടുംബങ്ങളുണ്ടായിരുന്നു. താൻ എത്രമാത്രം ഏകാന്തത അനുഭവിക്കുന്നുവെന്ന് സസൂലിച്ച് ഇടയ്ക്കൊക്കെ പറയുമായിരുന്നു. "എനിക്ക് ആരുമില്ല," എന്ന് പറഞ്ഞുകൊണ്ട് പെട്ടെന്ന് തന്റെ വികാരം മറയ്ക്കാൻ അവരൊരു ഫലിതം പറയും. "നിങ്ങളെന്നെ സ്നേഹിക്കുന്നുണ്ടെന്ന് എനിക്കറിയാം. എങ്കിലും ഞാൻ മരിക്കുമ്പോൾ നിങ്ങൾക്കാകെ ചെയ്യാവുന്നത് ഒരുപക്ഷേ ഒരു കപ്പ് ചായ കുടിക്കുകയായിരിക്കും."

ഒരു വാർഡ് പോലുള്ള വന്യമായൊരു വീട്ടിൽ വളർന്ന അവർക്ക് ഒരു പാർപ്പിടത്തിനും കുടുംബത്തിനുമുള്ള വാഞ്ഛ കലശലായിരുന്നു. ഡിംകയുടെ ചെറിയ ആൺകുട്ടിയെ അവർക്കെത്രമാത്രം വാത്സല്യമായിരുന്നുവെന്ന് ഞാൻ ഓർക്കുന്നു (പി ഡി സ്മിദോവിച്ചിന്റെ സഹോദരിയായിരുന്നു ഡിംക). 'കമ്യൂണി'നുള്ള ഭക്ഷണം പാകം ചെയ്യാനുള്ള തന്റെ ഊഴമെത്തുമ്പോൾ ഒരു ഗൃഹനാഥയെന്നപോലെയാണ് അവർ സാധനങ്ങൾ വാങ്ങിയിരുന്നത്. (ലണ്ടനിൽ കമ്യൂൺ രീതിയിലാണ് വേരായും മാർട്ടോവും അലക്സിയേവും ജീവിതം നയിച്ചിരുന്നത്.) എങ്കിലും വേരായുടെ ഗാർഹികമായ പ്രതിബദ്ധതയെ അപൂർവം പേർ മാത്രമേ സംശ

യിച്ചിട്ടുള്ളൂ. ഒന്നിലും വിശ്വാസമില്ലാത്തൊരു ജീവിതമായിരുന്നു. എല്ലായ്പ്പോഴും അവരുടേത്. അശ്രദ്ധമായി വസ്ത്രധാരണം ചെയ്തിരുന്ന അവർ നിർത്താതെ പുകവലിച്ചു. തികച്ചും ഒതുക്കമില്ലാത്ത അവരുടെ മുറി ചിട്ടപ്പെടുത്താൻ അവരൊരിക്കലും ആരെയും അനുവദിച്ചിരുന്നില്ല. അവരുടെ ഭക്ഷണവും ചിട്ടയുള്ളതായിരുന്നില്ല. എണ്ണ സ്റ്റൗവിൽ തയാറാക്കിയ മാംസത്തിന്റെ പുഴുക്ക് ഒരു കത്രിക കൊണ്ട് മുറിച്ച് കഷണങ്ങളാക്കി കത്രികകൊണ്ട് തന്നെ കുത്തിയെടുത്ത് അവർ സ്വന്തം വായിലാക്കിയിരുന്നത് ഞാനോർക്കുന്നു.

ഞാൻ ഇംഗ്ലണ്ടിൽ പാർത്തിരുന്നപ്പോൾ അവരെന്നോട് പറഞ്ഞു: “എന്നോട് ചങ്ങാത്തം കൂടാൻ ശ്രമിച്ച ഇംഗ്ലീഷുകാരികളായ സ്ത്രീകൾ ചോദിച്ചു: ‘എത്ര നേരംകൊണ്ടാണ് നിങ്ങളുടെ മാംസം നിങ്ങൾ പുഴുക്കാക്കുന്നത്? അത് സാഹചര്യത്തെ ആശ്രയിച്ചിരിക്കുന്നു’ എന്ന് ഞാൻ പറഞ്ഞു. വിശപ്പുണ്ടെങ്കിൽ നിങ്ങൾക്കതിന് പത്ത് മിനിറ്റ് മതി. അല്ലെങ്കിൽ അതിന് മൂന്നോ അതിൽ കൂടുതലോ മണിക്കൂറുകളെടുക്കാം. കൂടുതൽ ചോദ്യങ്ങൾ ചോദിക്കുന്നതിൽ നിന്നും ആ മറുപടി അവരെ പിന്തിരിപ്പിച്ചു.”

വേരായ്ക്ക് എന്തെങ്കിലും എഴുതാനുള്ളപ്പോൾ മുറിയിൽ അടച്ചുപൂട്ടിയിരുന്ന അവർ കടുപ്പമുള്ള കട്ടൻകാപ്പി മാത്രം പാനം ചെയ്തു.

കടുത്ത ഗൃഹാതുരത്വം അവർക്കുണ്ടായിരുന്നു. 1899 ലാണ് എന്നാണെന്റെ ഓർമ. അവർ നിയമവിരുദ്ധമായി റഷ്യയിലേക്ക് പോയി. പ്രത്യേകിച്ചെന്തെങ്കിലും ചെയ്യാൻ വേണ്ടിയായിരുന്നില്ല അത്. “മുഷികിനെ വെറുതെയൊന്ന് കാണുകയും അതിന് ഏത് തരം മൂക്കാണ് ഉള്ളതെന്ന് അറിയുകയുമായിരുന്നു അതിന്റെ ഉദ്ദേശ്യം.” മാത്രമല്ല, *ഇസ്ക്ര* പ്രത്യക്ഷപ്പെടാൻ തുടങ്ങിയപ്പോൾ അതൊരു യഥാർഥ റഷ്യൻ പ്രവർത്തനമാണെന്ന് തോന്നിയ അവർ അതുമായി ഒട്ടിച്ചേർന്ന് നിൽക്കാനാണ് ശ്രമിച്ചത്. *ഇസ്ക്ര*യെ കൈയൊഴിയുകയെന്നത്, അവരെ സംബന്ധിച്ചിടത്തോളം റഷ്യയുമായുള്ള ബന്ധം വീണ്ടും വിഛേദിക്കുന്നതിനും കുടിയേറ്റക്കാരുടെ വിദേശ ജീവിതത്തിന്റെ ചളിക്കുഴിയിൽ നിപതിക്കുന്നതിനും തുല്യമായിരുന്നു.

രണ്ടാം കോൺഗ്രസിന്റെ വേളയിൽ *ഇസ്ക്ര*യുടെ പത്രാധിപത്യത്തെക്കുറിച്ചുള്ള ചോദ്യം ഉയർന്നുവന്നപ്പോൾ അവർ തികച്ചും ആകുലചിത്തയായിരുന്നു. കാരണം. അവരെ സംബന്ധിച്ചിടത്തോളം അത് അധികാരതൃഷ്ണയുടെയല്ല, മറിച്ച് ജീവന്മരണപ്രശ്നത്തിന്റെ ചോദ്യമായിരുന്നു.

1905ൽ റഷ്യയിലേക്ക് മടങ്ങിയ അവർ അവിടെ സ്ഥിരതാമസമായി.

ജീവിതത്തിലാദ്യമായി, രണ്ടാം കോൺഗ്രസിന്റെ വേളയിൽ വേരാസസൂലിച്ച് പ്ലെഖാനോവിനെ എതിർത്തു. സംയുക്ത സമരത്തിന്റെ നിര

വധി വർഷങ്ങൾ അവരിരുവരും സഹകരിച്ചിരുന്നു. ശരിയായ പാതയിലൂടെ റഷ്യൻ വിപ്ലവപ്രസ്ഥാനത്തെ നയിക്കുന്നതിൽ അദ്ദേഹം വഹിച്ചിരുന്ന വലിയ പങ്കിനെ കണ്ട വേരാ റഷ്യൻ സോഷ്യൽ ഡെമോക്രസിയുടെ സ്ഥാപകനെന്ന നിലയിലും അദ്ദേഹത്ത ശ്ലാഘിച്ചിരുന്നു. പ്ലെഖാനോവുമായുള്ള നിസാരമായൊരു അഭിപ്രായ വ്യത്യാസം പോലും വേരായെ അങ്ങേയറ്റം ആകുലചിത്തയാക്കിയിരുന്നു. എന്നിട്ടും ഇക്കാര്യത്തിൽ അവർ അദ്ദേഹത്തിനെതിരെ നിലകൊണ്ടു.

ദുരന്തമയമായൊരു വിധിയായിരുന്നു പ്ലെഖാനോവിന്റേത്. തൊഴിലാളി പ്രസ്ഥാനങ്ങൾക്കുള്ള സൈദ്ധാന്തികമായ അദ്ദേഹത്തിന്റെ സേവനം വിലമതിക്കാനാവാത്തതാണ്. എങ്കിലും ഒരു രാഷ്ട്രീയ കുടിയേറ്റക്കാരനെന്ന നിലയിലുള്ള ദീർഘകാലത്തെ പ്രവാസം റഷ്യയിലെ യാഥാർഥ്യങ്ങളിൽ നിന്നും അദ്ദേഹത്തെ ഒറ്റപ്പെടുത്തി. അദ്ദേഹം വിദേശത്തേക്ക് പോയതിന് ശേഷമാണ് വ്യാപ്തിയേറിയതും വൻതോതിലുള്ളതുമായ തൊഴിലാളി പ്രസ്ഥാനങ്ങൾ ആരംഭിച്ചത്. വ്യത്യസ്ത കക്ഷികളുടെയും എഴുത്തുകാരുടെയും വിദ്യാർഥികളുടെയും പ്രതിനിധികളെ മാത്രമല്ല, വ്യക്തികളെന്ന നിലയിൽ തൊഴിലാളികളെപ്പോലും, അദ്ദേഹം കാണുകയുണ്ടായി. എന്നാലദ്ദേഹം റഷ്യയിലെ അധ്വാനിക്കുന്ന ജനവിഭാഗങ്ങളെ കാണുകയോ അവരുമൊന്നിച്ച് പ്രവർത്തിക്കുകയോ അവരുടെ അനുഭവം പങ്കുവയ്ക്കുകയോ ചെയ്തില്ല. പുതിയ പ്രസ്ഥാനങ്ങളുടെ രീതികളെയും പുതിയ മേഖലകളെയും കുറിച്ചുള്ള വെളിപ്പെടുത്തുന്ന കത്തുകൾ റഷ്യയിൽ നിന്നുമെത്തുമ്പോഴെല്ലാം വ്ളാദിമിർ ഇല്ലിച്ചും മാർട്ടോവും മാത്രമല്ല വേരാ സസൂലിച്ച് പോലും അത് ആവർത്തിച്ച് വായിക്കുമായിരുന്നു. വ്ളാദിമിർ ഇല്ലിച്ച് ദീർഘനേരം മുറിക്കുള്ളിൽ ചിന്തയിൽ മുഴുകുകയും തുടർന്ന് ഉറങ്ങാൻ കഴിയാതാവുകയും ചെയ്തു. ഞങ്ങൾ ജനീവയിലേക്ക് നീങ്ങിയപ്പോൾ ആ കത്തുകൾ പ്ലെഖാനോവിനെ കാണിക്കാൻ ശ്രമിച്ചുവെങ്കിലും അദ്ദേഹത്തിന്റെ പ്രതികരണം എന്നെ അത്ഭുതപ്പെടുത്തി. പരുങ്ങിപ്പോവുകയും പിന്നീട് വിശ്വാസം വരാത്തവനെപ്പോലെ കാണപ്പെടുകയും ചെയ്ത അദ്ദേഹം പിന്നീടൊരിക്കലും ആ കത്തുകളെക്കുറിച്ച് സംസാരിച്ചില്ല.

റഷ്യയിൽ നിന്നുമുള്ള ആ കത്തുകളോടുള്ള അദ്ദേഹത്തിന്റെ സമീപനം രണ്ടാം കോൺഗ്രസിന് ശേഷം എപ്പോഴും കൂടുതൽ സംശയമുളവാക്കുന്നതായിത്തീർന്നു.

അതിനുള്ള കാരണം കണ്ടെത്താൻ ശ്രമിച്ച് തുടങ്ങുന്നതു വരെ, തുടക്കത്തിൽ, അതെന്നെയും അസ്വസ്ഥയാക്കി. ദീർഘകാലമായി റഷ്യയിൽ നിന്നും അകന്നു നിന്നതു മൂലം ഓരോ കത്തുകളും വാചകങ്ങൾക്കിടയിലെ വരികളും അളക്കാൻ ഒരാളെ പ്രാപ്തനാക്കുന്ന അനുഭവങ്ങളിലൂടെ വികസിക്കുന്ന ആർജവം അദ്ദേഹത്തിന് നഷ്ടപ്പെട്ടു എന്നതായിരുന്നു അതിന്റെ കാരണം.

തീർച്ചയായും ഇടയ്ക്കിടെ റഷ്യയിൽ നിന്നും *ഇസ്ക്ര*യിലേക്ക് വന്നിരുന്ന എല്ലാ തൊഴിലാളികൾക്കും പ്ലെഖാനോവിനെ കാണണമായിരുന്നു. ഞങ്ങളെയോ മാർട്ടോവിനെയോ കാണുന്നതിനെക്കാൾ പ്രയാസമുള്ള സംഗതിയായിരുന്നു അവർക്ക് പ്ലെഖാനോവിനെ കാണുകയെന്നത്. ഒരു പ്രവർത്തകന് അദ്ദേഹത്തെ കാണാൻ സാധിച്ചാൽപ്പോലും വിസ്മയത്തോടെയാണ് അവരവിടം വിട്ടുപോന്നത്. മികവുറ്റ ബൗദ്ധികതയും അറിവും തന്റേടവും അവരെ ഹഠാദാകർഷിക്കുമെങ്കിലും അദ്ദേഹത്തെ വിട്ടുപോവുമ്പോൾ അവർക്കും ആ സൈദ്ധാന്തികനുമിടയിലെ വിടവ് അവർക്ക് നന്നായി അനുഭവപ്പെടുമായിരുന്നു. അദ്ദേഹത്തിന്റെ ചിന്തകളിൽ ഏറ്റവും പ്രാമുഖ്യമുണ്ടായിരുന്ന കാര്യങ്ങളും അദ്ദേഹം പറയാൻ തൽപ്പരനായിരുന്ന കാര്യങ്ങളും അവയെക്കുറിച്ചുള്ള ഉപദേശങ്ങൾക്ക് മേലുള്ള ഉത്തരങ്ങളും വെളിപ്പെടാതെ തന്നെ അവശേഷിച്ചു.

മാത്രമല്ല, ഒരു പ്രവർത്തകൻ അദ്ദേഹവുമായി വിയോജിക്കുകയും സ്വന്തം അഭിപ്രായം പറയാൻ ശ്രമിക്കുകയും ചെയ്താൽ കോപത്തോടെ പ്ലെഖാനോവ് പറയും: “നിങ്ങളുടെ മാതാപിതാക്കൾക്ക് കാൽമുട്ടോളം ഉയരമുണ്ടായിരുന്നപ്പോൾ ഞാൻ...”

തന്റെ കുടിയേറ്റത്തിന്റെ ആരംഭത്തിൽ അദ്ദേഹം അങ്ങനെയായിരുന്നില്ലെന്ന് എനിക്ക് തീർച്ചയുണ്ട്. എന്നാൽ നൂറ്റാണ്ടിന്റെ തുടക്കമായപ്പോൾ അദ്ദേഹത്തിന് റഷ്യയുമായുള്ള അനുഭാവം ഇല്ലാതായി. 1905ൽ അദ്ദേഹം റഷ്യയിലേക്ക് പോവുകയുമുണ്ടായില്ല.

പ്ലെഖാനോവിനെയും സസൂലിച്ചിനെയും അപേക്ഷിച്ച് കൂടുതൽ മികച്ചൊരു സംഘാടകനായിരുന്നു അക്സെൽറോദ്. പുതുതായി എത്തിച്ചേർന്നവരിൽ അദ്ദേഹം വളരെ കൂടുതൽ കാര്യങ്ങൾ കണ്ടു. അധിക സമയവും അദ്ദേഹവുമൊന്നിച്ച് ചെലവഴിച്ച അവർ അദ്ദേഹത്തിന്റെ പാർപ്പിടത്തിൽ നിന്നും ഭക്ഷണം കഴിച്ചു. സകലതിനെക്കുറിച്ചും വളരെ സൂക്ഷ്മമായി അദ്ദേഹമവരോട് ചോദിച്ചു.

റഷ്യയിലെ സഖാക്കളുമായി ആശയവിനിമയം നടത്തിയിരുന്ന അദ്ദേഹത്തിന് അതിനുള്ള രഹസ്യവിദ്യകൾ നന്നായി അറിയാമായിരുന്നു. ഒരു രാഷ്ട്രീയ കുടിയേറ്റക്കാരനെന്ന നിലയിൽ നിരവധി വർഷങ്ങൾ സ്വിറ്റ്സർലന്റിൽ ജീവിച്ച ഒരു റഷ്യൻ വിപ്ലവ സംഘാടകൻ എങ്ങനെയായിരിക്കണമെന്ന് ഏതൊരാൾക്കും നന്നായി ഊഹിക്കാൻ സാധിക്കും. അക്സെൽറോദ് അദ്ദേഹത്തിന്റെ പഴയ കഴിവിന്റെ നാലിലൊന്ന് മാത്രമേ പ്രവർത്തിച്ചുള്ളൂ. അദ്ദേഹം ദിവസങ്ങളോളം ഉറങ്ങിയില്ല. എഴുത്ത് അദ്ദേഹത്തിന് വലിയൊരു ബുദ്ധിമുട്ടായിരുന്നു. ഒരു ലേഖനം പൂർത്തിയാക്കാൻ ചിലപ്പോഴദ്ദേഹം മാസങ്ങളോളമെടുത്തു. എഴുതുന്നതിലെ അദ്ദഹത്തിന്റെ ഭീതി വെളിപ്പെടുത്തുന്നതാണ് ഏറെക്കുറെ വായിച്ചെടുക്കാൻ പ്രയാസമുള്ള അദ്ദേഹത്തിന്റെ കൈയക്ഷരം

അദ്ദേഹത്തിന്റെ കൈയക്ഷരം എല്ലായ്പ്പോഴും വ്ളാദിമിർ ഇല്ലിച്ചിന് തലവേദന സൃഷ്ടിച്ചിരുന്നു. "അക്സെൽ റോദിന്റേതുപോലുള്ള ഒരു സ്ഥിതിയിൽ ഒരുവൻ എത്തിച്ചേരുന്നതിനെക്കുറിച്ച് ചിന്തിക്കുന്നത് തന്നെ ഭയാനകമാണ്," അദ്ദേഹം ഇടയ്ക്കിടെ പറയാറുണ്ടായിരുന്നു. അവസാനം അസുഖം ബാധിച്ചപ്പോൾ തന്നെ ചികിത്സിച്ച ഡോ. ക്രാമറോട് ഇല്ലിച്ച് അക്സെൽ റോദിന്റെ കൈയക്ഷരത്തെക്കുറിച്ച് സംസാരിക്കുമായിരുന്നു. 1895ൽ വ്ളാദിമിർ ഇല്ലിച്ച് ആദ്യമായി വിദേശത്ത് പോയപ്പോൾ സംഘടനാപരമായ കാര്യങ്ങൾ ഏറ്റവും കൂടുതലായി ചർച്ച ചെയ്തിരുന്നത് അക്സെൽ റോദുമായിട്ടാണ്. ഞാൻ മ്യൂണിക്കിലെത്തിയപ്പോൾ അദ്ദേഹത്തെക്കുറിച്ച് ഇല്ലിച്ച് ഒരുപാട് കാര്യങ്ങൾ എന്നോട് പറഞ്ഞു. അക്സെൽ റോദിന് തുടർന്നും എന്തെങ്കിലും എഴുതാനോ ഒരു വാക്ക് സംസാരിക്കാൻ പോലുമോ കഴിയാത്തപ്പോൾ ന്യൂസ്പേപ്പറിൽ തന്റെ പേര് ചൂണ്ടിക്കാണിച്ചുകൊണ്ട് ഇപ്പോൾ അദ്ദേഹം എന്താണ് ചെയ്യുന്നതെന്നും ഇല്ലിച്ച് എന്നോട് ചോദിച്ചു.

ഇസ്ക്ര സ്വിറ്റ്സർലന്റിൽ നിന്നും പ്രസിദ്ധീകരിക്കാത്തതിലും റഷ്യയുമായുള്ള ആശയവിനിമയത്തിന്റെ ഒഴുക്ക് തന്നിലൂടെ കടന്നുപോവാത്തതിലുമുള്ള അക്സെൽ റോഡിന്റെ പ്രതികരണം വേദനയോടെയുള്ളതായിരുന്നു. രണ്ടാം കോൺഗ്രസിൽ വച്ച് മൂവർ അടങ്ങുന്ന ഒരു പത്രാധിപസമിതിയെന്ന ചോദ്യത്തിന് നേരെയുള്ള അദ്ദേഹത്തിന്റെ സമീപനവും സമാനമായിരുന്നു. എഡിറ്റോറിയൽ ബോർഡിൽ നിന്നും അദ്ദേഹത്തെ നീക്കം ചെയ്തപ്പോൾത്തന്നെ ഇസ്ക്ര സംഘടനാകേന്ദ്രമായിരിക്കുക എന്നതായിരുന്നു അദ്ദേഹത്തിന്റെ ആഗ്രഹം! അതും റഷ്യയുടെ നിശ്വാസം മറ്റൊരിക്കലും ഉണ്ടായിട്ടില്ലാത്തതരത്തിൽ രണ്ടാം കോൺഗ്രസിൽ അനുഭവപ്പെട്ട വേളയിലുമായിരുന്നു.

ഞാൻ മ്യൂണിക്കിലെത്തുമ്പോൾ അവിടെ താമസിച്ചിരുന്ന 'ഇമാൻസിപ്പേഷൻ ഓഫ് ലേബർ' ഗ്രൂപ്പിലെ ഏക അംഗം വേരാ സസൂലിച്ച് ആയിരുന്നു. ഒരു ബൾഗേറിയൻ പാസ്പോർട്ടുണ്ടായിരുന്ന അവർ വെലിക ദ്മിത്രിയേവ്ന എന്ന പേരിലാണ് അവിടെ താമസിച്ചത്.

മറ്റെല്ലാവർക്കും ബൾഗേറിയൻ പാസ്പോർട്ടുകളുണ്ടായിരുന്നു. ഞാൻ എത്തിച്ചേരുന്നതു വരെ ഒരു പാസ്പോർട്ടുമില്ലാതെയാണ് വ്ളാദിമിർ ഇല്ലിച്ച് ജീവിച്ചത്. തുടർന്ന് ഞങ്ങൾ ഒരു ബൾഗേറിയക്കാരനായ ഡോ. യോർദാനോവിന്റെയും അയാളുടെ ഭാര്യ മരീകയുടെയും പേരിൽ ഓരോ പാസ്പോർട്ട് എടുക്കുകയും ഒരു പരസ്യത്തിൽ കണ്ടതിന്റെ അടിസ്ഥാനത്തിൽ തൊഴിലാളികൾ പാർക്കുന്ന ഒരു വീട്ടിൽ ഒരു മുറി വാടകയ്ക്കെടുക്കുകയും ചെയ്തു. എനിക്ക് മുമ്പ് ഇന്നാസ്മിദോവിച്ച് - ലെമാൻ ആയിരുന്നു *ഇസ്ക്ര*യുടെ സെക്രട്ടറി. അവർക്കും ഒരു ബൾഗേറിയൻ പാസ്പോർട്ട് ഉണ്ടായിരുന്നു. ഞാൻ എത്തിച്ചേരുമ്പോൾ എന്നെ *ഇസ്ക്ര*

യുടെ സെക്രട്ടറിയാക്കാനുള്ള ഏർപ്പാടുകൾ താൻ ചെയ്തുകഴിഞ്ഞതായി വ്ളാദിമിർ ഇല്ലിച്ച് എന്നോട് പറഞ്ഞു. റഷ്യയുമായുള്ള സമ്പർക്കം പരമാവധി വ്ളാദിമിർ ഇല്ലിച്ചിന്റെ നിയന്ത്രണത്തിലായിരിക്കും എന്നാണ് അതിനർഥം. ആ വേളയിൽ അതിനോട് മാർട്ടോവിനും പെത്രോസോവിനും യാതൊരു എതിർപ്പുമുണ്ടായിരുന്നില്ല. മാത്രമല്ല, അന്ന് *ഇസ്ക്ര*യ്ക്ക് പ്രത്യേക പ്രാധാന്യമൊന്നും കൽപ്പിക്കാതിരുന്നതിനാൽ 'ഇമാൻസിപ്പേഷൻ ഓഫ് ലേബർ' സ്വന്തമായൊരു സ്ഥാനാർഥിയെ നിർത്തുകയുമുണ്ടായില്ല. അങ്ങനെ ചെയ്യുന്നത് ശരിയായൊരു കാര്യമായി തനിക്ക് അനുഭവപ്പെട്ടില്ലെങ്കിലും *ഇസ്ക്ര*യുടെ താൽപ്പര്യ സംരക്ഷണത്തിന് അത് ആവശ്യമാണെന്ന് വ്ളാദിമിർ ഇല്ലിച്ച് എന്നോട് പറയുകയുണ്ടായി. ഒറ്റയടിക്ക് എനിക്ക് തിരക്കായി. ഈ രീതിയിലാണ് കാര്യങ്ങൾ സംഘടിപ്പിച്ചിരുന്നത്. റഷ്യയിൽ നിന്നുമുള്ള കത്തുകൾ വ്യത്യസ്ത ജർമൻ പട്ടണങ്ങളിലെ ജർമനിക്കാരായ സഖാക്കൾക്ക് അയച്ചുകൊടുത്തു. അവ ഡോ. ലെമാന്റെ വിലാസത്തിലേക്ക് വഴിതിരിച്ചുവിടുകയും അവർ അവയെ എനിക്കയച്ചുതരികയും ചെയ്തു.

അതിനും അൽപ്പം മുമ്പ് അവഗണിക്കാനാവാത്തൊരു പ്രതിസന്ധിയുണ്ടായി. അവസാനം കിഷിനേവിൽ ഒരു അച്ചടിശാല സ്ഥാപിക്കുന്നതിൽ റഷ്യയിലെ ഞങ്ങളുടെ സഖാക്കൾ വിജയിച്ചു. അതിന്റെ മാനേജരായ അകിം (ലീബെർ-ലിയോൺ ഗോൾഡ്മാന്റെ സഹോദരൻ) റഷ്യയിൽ പ്രസിദ്ധീകരിച്ച ലഘുലേഖകളുടെ പ്രതികൾ തിരുകി തുന്നിയുണ്ടാക്കിയ ഒരു തലയണ ലെമാന്റെ വിലാസത്തിൽ തപാലിൽ അയച്ചു. ആ പാർസൽ കൈപ്പറ്റുന്നത് ഒരു അബദ്ധമാണെന്ന് കരുതിയ ലെമാൻ അത് സ്വീകരിക്കാൻ വിസമ്മതിച്ചു. എന്നാൽ ഇതിനെക്കുറിച്ച് ഞങ്ങളുടെ ആളുകൾ അറിയുകയും ജാഗരൂകരാവുകയും ചെയ്തപ്പോൾ തപാൽ ആപ്പീസിൽ നിന്നും പാർസൽ കൈപ്പറ്റിയ അദ്ദേഹം ഭാവിയിൽ തന്റെ വിലാസത്തിൽ വരുന്ന സകലതും, അതൊരു തീവണ്ടി നിറച്ചാണെങ്കിൽ പോലും, ഏറ്റുവാങ്ങുന്നതാണെന്ന് അറിയിച്ചു.

അപ്പോഴും *ഇസ്ക്ര*യെ റഷ്യയിലേക്ക് കള്ളക്കടത്ത് നടത്താനുള്ള വാഹനസൗകര്യം ഞങ്ങൾക്കുണ്ടായിരുന്നില്ല. വ്യത്യസ്ത സഞ്ചാരികളിലൂടെ, മുഖ്യമായും രഹസ്യ അറകളുള്ള സൂട്ട് കേസുകളിൽ, അയച്ച അതിന്റെ പ്രതികൾ അവർ റഷ്യയിലെ രഹസ്യവിലാസങ്ങളിൽ എത്തിച്ചുകൊടുത്തു.

അത്തരത്തിലുള്ള രഹസ്യമായ കൂടിക്കാഴ്ചകളിലൊന്ന് പ്സ്കോവിലെ ലെപെഷിൻസ്കിയുമായിട്ടുള്ളതായിരുന്നു. കീവിലും മറ്റ് ചില പട്ടണങ്ങളിലും അത്തരം ബന്ധങ്ങളുണ്ടായിരുന്നു. റഷ്യയിലെ സഖാക്കൾ സൂട്ട്കേസുകളിൽ നിന്നും സാഹിത്യം പുറത്തെടുത്ത് സംഘടനയ്ക്ക് കൈമാറി. 'ലെറ്റ്സ് റോളോ' (Letts Rolan) യിലൂടെയും

സ്കൂബിക്കിലൂടെയും അവ അയയ്ക്കാനുള്ള ഏർപ്പാടുകൾ ആരംഭിച്ച ഘട്ടമായിരുന്നു അത്.

ഇതെല്ലാം തന്നെ ഞങ്ങളുടെ വളരെ കൂടുതൽ സമയം അപഹരിച്ചു. ഒരു പ്രയോജനവും ചെയ്തിട്ടില്ലാത്ത എല്ലാത്തരം വിലപേശലുകൾക്കു വേണ്ടിയും കണ്ടമാനം സമയം പാഴാക്കി.

അതിർത്തിയിലൂടെ സഞ്ചരിച്ച് കള്ളക്കടത്തു നടത്തുന്നവരുമായി ബന്ധപ്പെടാൻ പരിപാടിയിട്ടിരുന്ന ഒരുവനുമായി വിലപേശി ഒരാഴ്ച പാഴാക്കിയ സംഭവം ഞാനോർക്കുന്നു. ഞങ്ങളയാൾക്ക് ഒരു ക്യാമറ വാങ്ങിക്കൊടുക്കണമെന്നായിരുന്നു അയാളുടെ ആവശ്യം.

ബർലിൻ, പാരീസ്, സ്വിറ്റ്സർലന്റ്, ബൽജിയം എന്നിവിടങ്ങളിലെ *ഇസ്ക്ര* ഏജന്റുമാരുമായി ഞങ്ങൾ ആശയവിനിമയം നടത്തി. പണം സമാഹരിക്കുന്നതിനും സന്നദ്ധതയുള്ള സഞ്ചാരികളെയും ബന്ധങ്ങളെയും കണ്ടെത്താനും വിലാസങ്ങൾ ശേഖരിക്കാനും അവർ തങ്ങളാലാവുന്ന എല്ലാ സഹായങ്ങളും ചെയ്തുതന്നു.

1901 ഒക്ടോബറിൽ അനുഭാവമുള്ള ഗ്രൂപ്പുകളുടെ 'ലീഗ് ഓഫ് റഷ്യൻ റവല്യൂഷണറി സോഷ്യൽ-ഡെമോക്രാറ്റ്സ് എബ്രോഡ്' എന്ന് വിളിക്കുന്ന ഒരു സംഘടന രൂപീകരിക്കപ്പെട്ടു.

റഷ്യയുമായുള്ള ബന്ധങ്ങൾ ത്വരിതഗതിയിൽ പുരോഗമിച്ചുകൊണ്ടിരുന്നു. സെന്റ് പീറ്റേഴ്സ് ബർഗ് പ്രവർത്തകനായ ബബുഷ്കിൻ ആയിരുന്നു *ഇസ്ക്ര*യുടെ ഏറ്റവും സജീവ ലേഖകന്മാരിലൊരാൾ. റഷ്യ വിടുന്നതിന് മുമ്പ് വ്ളാദിമിർ ഇല്ലിച്ച് അദ്ദേഹവുമായി കൂടിക്കാണുകയും കത്തുകളയയ്ക്കാനുള്ള സൗകര്യങ്ങൾ ഏർപ്പാടാക്കുകയും ചെയ്തിരുന്നു. ഒറെഖോവോ- സുവെവോ, വ്ളാദിമിർ ഗുഡ് - ഖ്രസ് സ്റ്റാൽനി, ഐവാനോവോ-വോസ് നെസെൻസ്ക്, കൊഖാമ, കിനേഷ്മ എന്നിവരിൽ നിന്നുമുള്ള റിപ്പോർട്ടുകളുടെ ഒരു ഭാണ്ഡം തന്നെ അദ്ദേഹം അയച്ചുതന്നു. പട്ടണങ്ങളിൽ സ്ഥിരമായി ചുറ്റിസഞ്ചരിച്ച അദ്ദേഹം അവയുമായുള്ള ബന്ധങ്ങൾ കൂടുതൽ ശക്തിപ്പെടുത്തി. സെന്റ് പീറ്റേഴ്സ്ബർഗ്, മോസ്കോ, യുറൽസ്, ദക്ഷിണ ഭൂപ്രദേശങ്ങൾ എന്നിവിടങ്ങളിൽ നിന്നുമുള്ള കത്തുകളും വന്നുകൊണ്ടിരുന്നു. നോർതേൺ യൂണിയനുമായും ഞങ്ങൾ ആശയവിനിമയം നടത്തി. ആ യൂണിയന്റെ ഒരു പ്രതിനിധിയായ നോസ്കോവും ഇവാനോവോ-വോസ്നെ സെൻസ്കിൽ നിന്നും എത്തിച്ചേർന്നു. ഇതിലും വൈവിധ്യമേറിയൊരു റഷ്യൻ രൂപത്തെ വിഭാവനം ചെയ്യുക പ്രയാസമാണ്. ആവശ്യമായ എല്ലാ സൗകര്യങ്ങളും ഒരുക്കുന്നതിനാവശ്യമായ ചെറിയൊരു കെട്ടുമായിട്ടാണ് നല്ല നിറവും നീലക്കണ്ണുകളും വ്യാപ്തിയേറിയൊരു നാടൻ സംസാരശൈലിയുമുള്ള അയാൾ വിദേശത്തെത്തിയത്. പ്രശ്നമുണ്ടാക്കുന്നവനായ അനന്തരവനെ പറഞ്ഞയയ്ക്കാൻ മതിയായ പണം നൽകിയത് ഐവാനോവോ-വോസ്നെ

സെൻസ്കിലെ ചെറിയൊരു മില്ലിന്റെ ഉടമയായ അയാളുടെ അമ്മാവൻ തന്നെയായിരുന്നു. മുമ്പ് പലവട്ടം പൊലീസ് അയാളുടെ മുറി പരിശോധനാവിധേയമാക്കുകയുമുണ്ടായിട്ടുണ്ട്. ബോറിസ് നികോലയേവിച്ച് നോസ്കോവ് (ബബുഷ്കിന്റെ അല്ലെങ്കിൽ അയാളുടെ യഥാർഥത്തിലുള്ളതും പൈതൃകവുമായ നാമം വ്ളാദിമിർ അലക്സാൻഡ്രോവിച്ച് എന്നാണ്) പ്രായോഗിക പരിചയമുള്ളൊരു പ്രവർത്തകനായിരുന്നു. എകാറ്ററിൻ ബർലിനിലേക്കുള്ള അയാളുടെ യാത്രാമധ്യേ യുഫായിൽ വച്ച് കൂടിക്കാണുകയുണ്ടായി. ബന്ധങ്ങളുണ്ടാക്കാൻ വേണ്ടിയാണ് അയാൾ വിദേശത്തേക്ക് വന്നത്. അത്തരം ബന്ധങ്ങളുണ്ടാക്കുന്നത് അയാളുടെ തൊഴിലുമായിരുന്നു. മ്യൂണിക്കിൽ അയാളുടെ അടുക്കളയിലെ സ്റ്റൗന്റിനരികിലിരുന്ന് തിളങ്ങുന്ന മിഴികളോടെ വടക്കൻ യൂണിയന്റെ പ്രവർത്തനങ്ങളെക്കുറിച്ച് അയാൾ വിശദീകരിച്ചത് ഞാൻ ഓർക്കുന്നു. അങ്ങേയറ്റം ഉത്സാഹഭരിതനായിരുന്ന അയാളെ വ്ളാദിമിർ ഇല്ലിച്ചിന്റെ ചോദ്യങ്ങൾ കൂടുതൽ ഉന്മേഷവാനാക്കുക മാത്രമേ ചെയ്തുള്ളൂ. വിദേശത്ത് പാർത്തിരുന്നപ്പോൾ ബോറിസ് ഒരു നോട്ടുപുസ്തകം സൂക്ഷിച്ചിരുന്നു. അതിലയാൾ എല്ലാവരെക്കുറിച്ചും വളരെ വിശദമായി കുറിച്ചിട്ടിരുന്നു: അയാൾ അല്ലെങ്കിൽ ഇയാൾ എവിടെ താമസിച്ചിരുന്നു, അവർ എന്താണ് ചെയ്തിരുന്നത്, എങ്ങനെ അയാൾക്ക് ഉപയോഗമുള്ളവനായിത്തീരാം തുടങ്ങിയ വിവരങ്ങളെല്ലാം അതിലുണ്ടായിരുന്നു. ഒരു സംഘാടകനെന്ന നിലയിലുള്ള അയാളുടെ പ്രവർത്തനത്തിന് കാവ്യാത്മകതയുടേതായ ഒരുതരം ഗുണനിലവാരമുണ്ടായിരുന്നു. യാഥാർഥ്യത്തെ അഭിമുഖീകരിക്കാനുള്ള അയാളുടെ കഴിവുകേട് എന്തുതന്നെയായാലും അയാൾ തന്റെ പ്രവർത്തനത്തെയും ജനങ്ങളെയും ആവശ്യത്തിലധികം ആദർശവൽക്കരിച്ചു. രണ്ടാം കോൺഗ്രസിന് ശേഷം സന്ധിചെയ്യുന്നവനായിത്തീർന്ന അയാൾ പിന്നീട് രാഷ്ട്രീയ രംഗത്ത് നിന്ന് തന്നെ അപ്രത്യക്ഷനായി. പ്രതികരണത്തിന്റെ വർഷങ്ങളിൽ അയാൾ അന്തരിക്കുകയും ചെയ്തു.

മ്യൂണിക്കിലേക്ക് വന്ന വ്യക്തികൾ വേറെയുമുണ്ടായിരുന്നു. ഞാനവിടെ എത്തിച്ചേരുന്നതിന് മുമ്പ് സ്ട്രൂവേ അവിടെയുണ്ടായിരുന്നു. അതിനകം തന്നെ അയാളുമായുള്ള ഒരു വിഘടനത്തിലേക്ക് കാര്യങ്ങൾ നീങ്ങുകയായിരുന്നു. അയാൾ സോഷ്യൽ ഡെമോക്രാറ്റിക്കിൽ നിന്നും ലിബറൽ ക്യാമ്പിലേക്ക് നീങ്ങിക്കൊണ്ടിരിക്കുകയായിരുന്നു. അയാളുടെ അവസാനത്തെ സന്ദർശന വേളയിൽ വലിയൊരു സംഘർഷമുണ്ടായി. "പുസ്തകം തീറ്റിപ്പോറ്റിയ കാളക്കുട്ടി" എന്ന ഇരട്ടപ്പേരാണ് വേരാ സസൂലിച്ച് അയാൾക്ക് നൽകിയത്. വ്ളാദിമിർ ഇല്ലിച്ചും പ്ലെഖാനോവും അയാളെ കൈയൊഴിഞ്ഞിരുന്നുവെങ്കിലും ഇനിയും പ്രതീക്ഷയ്ക്ക് വകയുണ്ടായെന്നാണ് സസൂലിച്ച് കരുതിയത്. അവരെയും പെത്രോസോവിനെയും "സ്ട്രൂ-ഫ്രണ്ടലിസ്റ്റ് പാർട്ടി" എന്നാണ് ഫലിതരൂപേണ

ഞങ്ങൾ വിളിച്ചിരുന്നത്. ഞാൻ മ്യൂണിക്കിലുണ്ടായിരുന്നപ്പോൾ സ്ട്രൂവെ വീണ്ടും അവിടം സന്ദർശിക്കുകയുണ്ടായി. അയാളെ കാണാൻ വ്ളാദിമിർ ഇല്ലിച്ച് വിസമ്മതിച്ചു. എങ്കിലും, വേരായുടെ മുറിയിൽ അയാളെ കാണാൻ ഞാൻ പോയി. വേദനാജനകമായൊരു കൂടിക്കാഴ്ചയായിരുന്നു അത്. തികച്ചും ആകുലചിത്തനായി സ്ട്രൂവേ കാണപ്പെട്ടു. അതിനൊക്കെ ഒരുതരം ദോസ്തോയേവ്സ്കി സ്പർശമുണ്ടായിരുന്നു. തന്നെ ഒരു വിശ്വാസഘാതകനെന്ന നിലയിൽ ഗണിക്കുന്നതിനെയും സമാനമായ കാര്യങ്ങളെയും കുറിച്ച് സംസാരിച്ച അയാൾ സ്വയം പീഡകനെപ്പോലെയാണ് പെരുമാറിയത്. അയാൾ പറഞ്ഞതെല്ലാം ഞാൻ ഓർക്കുന്നില്ലെങ്കിലും കൂടിക്കാഴ്ച കഴിഞ്ഞ് മടങ്ങുമ്പോഴുണ്ടായിരുന്ന കടുത്ത അസ്വാസ്ഥ്യം ഞാനോർക്കുന്നു. തുറന്നുപറഞ്ഞാൽ, അന്യനായിരുന്ന അയാൾ ഞങ്ങളുടെ പാർട്ടിയോട് വിദ്വേഷമുള്ളൊരു മനുഷ്യനായിരുന്നു. വ്ളാദിമിർ ഇല്ലിച്ചിന്റെ തീരുമാനം ശരിയായിരുന്നു. പിന്നീട് ആരുടെയോ പക്കൽ - അതാരാണെന്ന് ഞാനിപ്പോൾ ഓർക്കുന്നില്ല - സ്ട്രൂവേയുടെ ഭാര്യ നീനാ അലക്സാദ്രോവ്ന ഒരു പെട്ടി മധുരപദാർഥങ്ങൾക്കൊപ്പം അവരുടെ ആശംസകൾ ഞങ്ങൾക്കയച്ചുതന്നു. അവർ നിസഹായയായിരുന്നു. മാത്രമല്ല സ്വന്തം ഭർത്താവ് എവിടേക്കാണ് നീങ്ങുന്നതെന്ന് അവർക്ക് അറിയാമായിരുന്നുവോ എന്നും ഞാൻ സംശയിക്കുന്നു.

ഞാൻ മ്യൂണിക്കിലെത്തിയശേഷം ജർമൻകാരായ ഒരു തൊഴിലാളി കുടുംബത്തിന്റെ പാർപ്പിടത്തിലെ മുറിയിലാണ് താമസിച്ചത്. ആറ് അംഗങ്ങളുള്ള ആ കുടുംബം അടുക്കളയിലും ഒരു ചെറിയ മുറിയിലുമായിട്ടാണ് താമസിച്ചിരുന്നതെങ്കിലും അവിടത്തെ സകലതിനും അങ്ങേയറ്റം വെടിപ്പുണ്ടായിരുന്നു. അവിടത്തെ കുട്ടികളും ചിട്ടയുള്ളവരും ഔചിത്യമുള്ളവരുമായിരുന്നു. വ്ളാദിമിർ ഇല്ലിച്ചിന് വീട്ടിൽ പാകപ്പെടുത്തിയ ഭക്ഷണം നൽകാൻ തീരുമാനിച്ച ഞാൻ അതിനാവശ്യമായ പാത്രങ്ങളും സജ്ജീകരിച്ചു. ഭക്ഷണം പാകപ്പെടുത്തിയിരുന്നത് വീട്ടുടമയുടെ അടുക്കളയിലാണെങ്കിലും മറ്റെല്ലാം തയാറാക്കിയിരുന്നത് ഞങ്ങളുടെ മുറിയിൽ തന്നെയാണ്. വ്ളാദിമിർ ഇല്ലിച്ച് *വാട്ട് ഈസ് റ്റു ബി ഡൺ?* (*what is to be done?*) എഴുതാൻ ആരംഭിച്ചിരുന്നതിനാൽ ഒച്ചയുണ്ടാക്കാതിരിക്കാൻ ഞാൻ പരമാവധി ശ്രമിച്ചു. എഴുതുമ്പോൾ സാധാരണയായി അദ്ദേഹം മുറിയിലൂടെ അങ്ങോട്ടുമിങ്ങോട്ടും നടക്കുകയും എഴുതാൻ ഉദ്ദേശിക്കുന്നത് മന്ത്രിക്കുകയും ചെയ്തിരുന്നു. അതിനകം തന്നെ അദ്ദേഹത്തിന്റെ പ്രവർത്തനരീതിയുമായി ഇണങ്ങിച്ചേർന്നിരുന്നതിനാൽ അദ്ദേഹം എഴുതുമ്പോൾ ഞാൻ എന്തെങ്കിലും ചോദിക്കുകയോ പറയുകയോ ചെയ്തില്ല. പിന്നീട് നടക്കാൻ പുറത്തേക്ക് പോവുമ്പോൾ താൻ എന്താണ് എഴുതിയതെന്നും അതിനെക്കുറിച്ച് താൻ എന്താണ് ചിന്തിക്കുന്നതെന്നും അദ്ദേഹം എന്നോട് പറയും. എഴുതുന്നതിന് മുമ്പ് തന്റെ ലേഖനം

തന്നോട് തന്നെ മന്ത്രിക്കുകയെന്നത് അദ്ദേഹത്തിന് ഒഴിവാക്കാനാവാത്ത സംഗതിയായിരുന്നു. മ്യൂണിക്കിന്റെ പ്രാന്തങ്ങളിൽ പരമാവധി ആളൊഴിഞ്ഞ ഇടങ്ങളാണ് നടക്കാനായി ഞങ്ങൾ തെരഞ്ഞെടുത്തിരുന്നത്.

ഒരു മാസത്തിന് ശേഷം മ്യൂണിക്കിന്റെ പ്രാന്തത്തിലുള്ള ഷ്വാബിങ്ങിൽ പുതിയതായി നിർമിച്ച ഒരു കെട്ടിടത്തിലെ ഞങ്ങളുടെ സ്വന്തം ഫ്ളാറ്റിലേക്ക് ഞങ്ങൾ താമസം മാറി. സ്വന്തമായി ചില ഫർണിച്ചർ സാധനങ്ങളും വാങ്ങി (അവിടം വിടുമ്പോൾ അവയെല്ലാം പന്ത്രണ്ട് മാർക്കിനാണ് വിറ്റത്). അത്രയുമായപ്പോൾ ഞങ്ങൾ ശരിയായൊരു ഗാർഹിക ജീവിതം ആരംഭിച്ചു.

ഉച്ചഭക്ഷണത്തിന് ശേഷം - അത് പന്ത്രണ്ട് മണിക്കായിരുന്നു - എഡിറ്റോറിയൽ എന്ന് വിളിക്കുന്ന മീറ്റിങ്ങിൽ പങ്കെടുക്കാൻ മാർട്ടോവും മറ്റുള്ളവരും എത്തിച്ചേർന്നു. ഒരു വിഷയത്തിൽ നിന്നും മറ്റൊന്നിലേക്ക് എടുത്തുചാടി മാർട്ടോവ് നിർത്താതെ സംസാരിച്ചു. ധാരാളം വായിച്ചിരുന്ന അദ്ദേഹത്തിന് പറയാൻ ധാരാളമുണ്ടായിരുന്നു. എല്ലാറ്റിനെയും എല്ലാവരെയും കുറിച്ച് അദ്ദേഹത്തിനറിയാമായിരുന്നു. "അനുകരിക്കാവുന്നൊരു പത്രപ്രവർത്തകനാണ് മാർട്ടോവ്," വ്ളാദിമിർ ഇല്ലിച്ച് ഇടയ്ക്കിടെ പറയുമായിരുന്നു. "വാസനാസമ്പന്നനും കാര്യങ്ങൾ എളുപ്പം ഗ്രഹിക്കാൻ കഴിയുന്നവനും വളരെയധികം വശീകരണശക്തിയുള്ളവനും ശുദ്ധഗതിക്കാരനുമാണ് അദ്ദേഹം." *ഇസ്ക്ര*യെ സംബന്ധിച്ചിടത്തോളം ഒഴിവാക്കാനാവാത്തൊരു വ്യക്തിയായിരുന്നു മാർട്ടോവ്. നിത്യേനയുള്ള അഞ്ചോ ആറോ മണിക്കൂറുകൾ നീളുന്ന ആ സംഭാഷണം വ്ളാദിമിർ ഇല്ലിച്ചിനെ ക്ഷീണിപ്പിച്ചിരുന്നു. അക്കാരണത്താൽ അദ്ദേഹത്തിന് തുടർന്നെന്തെങ്കിലും ജോലി ചെയ്യാനും കഴിയുമായിരുന്നില്ല. മാട്ടോവിനെ കണ്ട് ഇങ്ങോട്ട് വരേണ്ടതില്ലെന്ന് പറയാൻ ഒരിക്കലദ്ദേഹം എന്നെ നിയോഗിച്ചു. ഞാൻ അദ്ദേഹത്തെ ചെന്ന് കാണണമെന്നും ഏതൊക്കെ കത്തുകളാണ് ഞങ്ങൾക്ക് ലഭിച്ചിട്ടുള്ളതെന്ന് അദ്ദേഹത്തോട് പറയണമെന്നും ഞങ്ങളിരുവരും എല്ലാം യോജിച്ച് ചെയ്യണമെന്നുമായിരുന്നു ഇല്ലിച്ചിന്റെ നിർദേശം. എന്നാൽ ഒന്നും സംഭവിച്ചില്ല. രണ്ട് ദിവസങ്ങൾ കഴിഞ്ഞപ്പോൾ മാർട്ടോവും മറ്റുള്ളവരും വീണ്ടും വരാൻ തുടങ്ങി. ഈ സംഭാഷണങ്ങളില്ലാതെ മാർട്ടോവിന് ജീവിക്കാനാവില്ല. ഞങ്ങളെ പിരിഞ്ഞുപോവുന്ന അദ്ദേഹം വേരാ സസൂലിച്ച്, ഡിംക, ബ്ളമെൻഫെൽഡ് എന്നിവരുമൊന്നിച്ച് ഒരു കഫേയിലേക്ക് പോയി മണിക്കൂറുകളോളം അവിടെ സംസാരിച്ചിരുന്നു.

പിന്നീട് ഭാര്യയും മക്കളുമൊന്നിച്ച് ഡാൻ എത്തിച്ചേർന്നപ്പൾ മാർട്ടോവ് തന്റെ അധികസമയവും ചെലവഴിച്ചത് അവരുമൊന്നിച്ചാണ്.

റെബോഷെയെ ദെലോയുമായി ഒരു ധാരണയിലെത്താനായി ഒക്ടോബറിൽ ഞങ്ങൾ സൂറിച്ചിലേക്ക് പോയി. എങ്കിലും, ഒന്നും സംഭവിച്ചില്ല.

അകിമോവ്, കൃഷേവ്സ്കി തുടങ്ങിയവർ കുറെ വിഡ്ഢിത്തങ്ങൾ പറഞ്ഞു. റെബോഷെയെ ദെലോയുടെ പ്രവർത്തകരെ രൂക്ഷമായി വിമർശിച്ച മാർട്ടോവ് ഒരു ഘട്ടത്തിൽ തന്റെ ടൈ വലിച്ചുകീറുകപോലും ചെയ്തു. അദ്ദേഹത്തെ ആ രീതിയിൽ അതിനുമുമ്പൊരിക്കലും ഞാൻ കണ്ടിട്ടില്ല. തീപ്പൊരി പോലെയായിരുന്നു പ്ലെഖാനോവ്. ഒരു ധാരണ അസാധ്യമാണെന്ന തീരുമാനത്തിൽ ഞങ്ങളെത്തിച്ചേർന്നു. കനത്തശബ്ദത്തിൽ ഡാൻ അത് യോഗത്തിൽ വായിച്ചു. എതിരാളികൾ അദ്ദേഹത്തിന് നേരെ ബഹളം വച്ചു.

വേദനാരഹിതമായൊരു വിഘടനമായിരുന്നു അത്. മാർട്ടോവും ലെനിനും റെബോഷെയെ ദെലോയുമായി സഹകരിച്ചിട്ടില്ല. മാത്രമല്ല, ശരിയായി പറഞ്ഞാൽ, ഒരിക്കലും ഒരു സഹകരണവും ഉണ്ടായിട്ടില്ലാത്തതിനാൽ ഒരു വിഘടനവും അവിടെയുണ്ടായില്ല. മറുവശത്ത്, പ്ലെഖാനോവ് അതീവ സന്തുഷ്ടനായിരുന്നു. ദീർഘകാലമായി അദ്ദേഹം ശണ്ഠയിലേർപ്പെട്ടിരുന്ന എതിരാളി അവസാനം നിസാരനാക്കപ്പെട്ടു എന്നതാണതിന് കാരണം.

ഒരേ ഹോട്ടലിൽ താമസിച്ചിരുന്ന ഞങ്ങൾ ഒന്നിച്ചിരുന്ന് ഭക്ഷണം കഴിച്ചു. ചില ചോദ്യങ്ങളോടുള്ള സമീപനത്തിലെ നിസാരമായ അഭിപ്രായ വ്യത്യാസങ്ങളൊഴിച്ചാൽ എല്ലാം ഭംഗിയായി നടക്കുന്നതായാണ് കാണപ്പെട്ടത്.

ഒരു സംഭാഷണം എന്റെ ഓർമയിൽ തെളിയുന്നു. ഞങ്ങളൊരു കഫേയിൽ ഇരിക്കുകയായിരുന്നു. തൊട്ടടുത്ത മുറിയിൽ പ്രവർത്തിക്കുന്ന ജിംനേഷിയത്തിന്റെ വേലിപ്പണി പുരോഗമിക്കുകയാണ്. അവിടെ തൊഴിലാളികൾ കാർഡ് ബോർഡ് കൊണ്ടുള്ള വാളുകളും പരിചകളുമുപയോഗിച്ച് ഒരു വ്യാജയുദ്ധത്തിൽ ഏർപ്പെട്ടിരിക്കുകയാണ്. അത് കണ്ട് ചിരിയോടെ പ്ലെഖാനോവ് പറഞ്ഞു: "പുതിയ ക്രമത്തിൻ കീഴിൽ നാം പോരാടുന്നത് അങ്ങനെയാണ്." നാട്ടിലെത്തിക്കഴിഞ്ഞ് ഞാൻ അക്സെൽറോഡുമൊന്നിച്ച് നടക്കുമ്പോൾ അദ്ദേഹം പ്ലെഖാനോവ് സ്പർശിച്ച വിഷയത്തെ ഇങ്ങനെ പരാമർശിച്ചു: "പുതിയ ക്രമത്തിൻ കീഴിൽ എല്ലാം അങ്ങേയറ്റം വിരസമായിരിക്കും", അദ്ദേഹം പറഞ്ഞു: "അവിടെ പോരാട്ടമൊന്നും ഉണ്ടായിരിക്കില്ല."

ഞാനൊന്നും പറഞ്ഞില്ലെങ്കിലും അത്തരമൊരു വാദപ്രതിവാദം എന്നെ അത്ഭുതപ്പെടുത്തിയത് ഞാനോർക്കുന്നു.

സൂറിച്ചിൽ നിന്നും മടങ്ങിയെത്തിയ ശേഷം തന്റെ *വാട്ട് ഈസ് റ്റു ബി ഡൺ?* പൂർത്തിയാക്കാൻ വ്ളാദിമിർ ഇല്ലിച്ച് ഇരുന്നു. പിൽക്കാലത്ത് മെൻഷെവിക്കുകൾ ആ ലഘുഗ്രന്ഥത്തെ ശക്തിയുക്തം ആക്രമിച്ചുവെങ്കിലും അന്ന് ഏവരേയും, പ്രത്യേകിച്ചും റഷ്യൻ പ്രവർത്തനങ്ങളുമായി കൂടുതൽ അടുത്ത് ബന്ധമുണ്ടായിരുന്നവരെ, അത് പിടിച്ചുകുലുക്കി.

സംഘടനയ്ക്ക് വേണ്ടിയുള്ള ആത്മാർഥമായൊരു അഭ്യർഥനയായിരുന്നു ആ ലഘുഗ്രന്ഥം. ഏവരും സ്വന്തം ഇടം കണ്ടെത്തുന്ന, എത്രതന്നെ ചെറുതാവാമെങ്കിലും, വിപ്ലവയന്ത്രത്തിന്റെ പ്രവർത്തനത്തിന് ഒഴിച്ചുകൂടാനാവാത്ത ചക്രത്തിന്റെ പല്ലുകളായിത്തീരുന്ന സംഘടനയുടെ വിശാലമായൊരു പദ്ധതിക്കുള്ള രൂപരേഖയായിരുന്നു അത്. റഷ്യയിൽ അന്ന് നിലനിന്നിരുന്ന ചുറ്റുപാടുകൾക്ക് കീഴിൽ വാക്കുകൾ കൊണ്ടല്ല, മറിച്ച്, പ്രവർത്തനങ്ങൾ കൊണ്ട് പാർട്ടി നിലനിൽക്കണമെങ്കിൽ അതിന്റെ അടിത്തറ പടുത്തുയർത്താൻ വ്യാപ്തിയേറിയതും അക്ഷീണവുമായ ശ്രമങ്ങളുണ്ടാവേണ്ടതിന്റെ ആവശ്യകത ആ ലഘുഗ്രന്ഥം ഊന്നിപ്പറഞ്ഞു. ഒരു സോഷ്യൽ-ഡെമോക്രാറ്റ് ദൈർഘ്യമേറിയ കഠിനാധ്വാനത്തെ ഭയപ്പെട്ടുകൂടാ. അവൻ അവിരാമം പ്രവർത്തിച്ചുകൊണ്ടിരിക്കുകയും “കടുത്ത പ്രതികൂല ചുറ്റുപാടുകളിലും ദേശീയാടിസ്ഥാനത്തിലുള്ള സായുധ കലാപം നടത്താൻ സജ്ജമാക്കുന്നതിനും അതിനുള്ള സമയം നിശ്ചയിക്കാനും പാർട്ടിയുടെ അന്തസ്സും അഭിമാനവും തുടർച്ചയായും ഉയർത്തിപ്പിടിക്കുന്നത് മുതലുള്ള സകലതിനും അവൻ സദാ സന്നദ്ധനായിരിക്കണം.” *വാട്ട് ഈസ് റ്റു ബി ഡൺ*ൽ വ്ളാദിമിർ ഇല്ലിച്ച് എഴുതി.

ആ ലഘുഗ്രന്ഥം എഴുതിയിട്ട് ഇരുപത്തേഴ് വർഷങ്ങൾ കഴിഞ്ഞിരിക്കുന്നു. ഏത് തരത്തിലുള്ള വർഷങ്ങളായിരുന്നു, അവ! പാർട്ടിക്ക് വേണ്ടിയുള്ള പ്രവർത്തനത്തിന്റെ ചുറ്റുപാടുകൾക്ക് പൂർണമായ മാറ്റം സംഭവിച്ചു. തൊഴിലാളികളുടെ പ്രസ്ഥാനം തികച്ചും പുതിയ പ്രവർത്തനങ്ങൾ ആവശ്യപ്പെടുന്നു. എങ്കിൽപ്പോലും ഈ ലഘുഗ്രന്ഥത്തിന്റെ വിപ്ലവാത്മകമായ ആകർഷണീയത ഇന്നും തടഞ്ഞുനിർത്താനാവാത്തതാണ്. മാത്രമല്ല, വാക്കുകൾകൊണ്ടല്ല, മറിച്ച്, പ്രവർത്തനം കൊണ്ട് ഒരു ലെനിനിസ്റ്റാവാൻ ആഗ്രഹിക്കുന്ന ഏതൊരാളും അത് പഠിച്ചിരിക്കേണ്ടതുമാണ്.

അതേസമയം, ‘ഫ്രണ്ട്സ് ഓഫ് ദി പീപ്പിൾ’ വിപ്ലവപ്രസ്ഥാനം സ്വീകരിക്കേണ്ട പാത നിർണയിക്കുന്നിൽ വളരെ പ്രാധാന്യമുള്ള പങ്കാണ് വഹിച്ചതെങ്കിലും വ്യാപ്തിയേറിയ വിപ്ലവപ്രവർത്തനങ്ങളുടെ പദ്ധതി നിർണയിക്കാൻ *വാട്ട് ഈസ് റ്റു ബി ഡൺ* -ന് കഴിഞ്ഞുവെന്ന് പറയാവുന്നതാണ്. അത് കണിശമായൊരു ദൗത്യം എടുത്തുപറഞ്ഞു.

ഒരു പാർട്ടി കോൺഗ്രസ് വിളിച്ചുചേർക്കുകയെന്നത് അപ്പോഴും പ്രായോഗികമായിരുന്നില്ല. സുദീർഘമായ പ്രാഥമികപ്രവർത്തനങ്ങൾ ആവശ്യമായിരുന്നതിനാലും ഒന്നാം കോൺഗ്രസിൽ ഉണ്ടായത് പോലുള്ള പ്രവർത്തനങ്ങളുടെ അഭാവവും അതിന് തടസമായ സാഹചര്യങ്ങൾ സൃഷ്ടിച്ചു. അക്കാരണത്താൽ ബെലോസ്റ്റോക്കിൽ ഒരു കോൺഗ്രസ് വിളിച്ചുകൂട്ടാനുള്ള ബുണ്ടിന്റെ ശ്രമത്തെ ആരും ഗൗരവമായെടുത്തില്ല. *വാട്ട് ഈസ് റ്റു ബി ഡൺ*-ന്റെ പ്രതികൾ കുത്തിനിറച്ച വ്യാജമായ ലൈനിങ്ങുകളുള്ള ഒരു സൂട്ട്കേസുമായി ഇസ്ക്രയിൽ നിന്നും ഡാനും അവിടേക്ക്

പോവുകയുണ്ടായി. ബെലോസ്റ്റോക് കോൺഗ്രസ് കേവലമൊരു പ്രഹസനം മാത്രമായിട്ടാണ് പരിണമിച്ചത്.

വ്ളാദിമിർ ഇല്ലിച്ച് ആ ലഘുഗ്രന്ഥത്തിന് നേരെയുള്ള തൊഴിലാളികളുടെ സമീപനത്തിലാണ് പ്രത്യേകം തൽപ്പരനായിരുന്നത്. 1902 ജൂലായ് 16ന് അദ്ദേഹം ഐ ഐ റാദ്ചെങ്കോയ്ക്കെഴുതി:

> തൊഴിലാളികളുമായുള്ള ആശയവിനിമയത്തെക്കുറിച്ച് താങ്കളെഴുതിയ റിപ്പോർട്ട് വായിച്ചതിൽ ഞാൻ അങ്ങേയറ്റം സന്തുഷ്ടനാണ്. അത്യപൂർവമായി മാത്രമേ ഇത്തരം കത്തുകൾ ഞങ്ങൾക്ക് ലഭിക്കാറുള്ളൂ. യഥാർഥത്തിൽ അവ വളരെയധികം ആഹ്ലാദിപ്പിക്കുന്നവയാണ്. പത്രങ്ങൾക്ക് വേണ്ടി മാത്രമല്ല, അവർക്ക് വേണ്ടിയും, ആശയങ്ങൾ കൈമാറാനും, അതിലൂടെ അന്യോന്യമുള്ള ബന്ധം നഷ്ടപ്പെടാതിരിക്കാനും, അന്യോന്യം മനസിലാക്കാനും താങ്കളുടെ തൊഴിലാളികളെ ഇക്കാര്യം അറിയിക്കണമെന്ന് ഉറപ്പാക്കണമെന്ന അപേക്ഷയോടൊപ്പമാണ് ഇതെഴുതുന്നത്. വ്യക്തിപരമായി *വാട്ട് ഈസ് റ്റു ബി ഡൺ* നെക്കുറിച്ച് തൊഴിലാളികൾ എന്ത് ചിന്തിക്കുന്നുവെന്ന് അറിയാൻ എനിക്ക് പ്രത്യേക താൽപ്പര്യമുണ്ട്. തൊഴിലാളികളിൽ നിന്നും ഒരു അഭിപ്രായവും എനിക്ക് ലഭിച്ചിട്ടില്ല.

ഇസ്ക്ര പ്രബലമായിക്കൊണ്ടിരുന്നു. അതിന്റെ സ്വാധീനം വർധിച്ചുകൊണ്ടുമിരുന്നു. കോൺഗ്രസിന് വേണ്ടിയുള്ള പാർട്ടി പരിപാടി സജ്ജമായിക്കഴിഞ്ഞിരുന്നു. അതിനെക്കുറിച്ച് ചർച്ച ചെയ്യാൻ പ്ലെഖാനോവും അക്സെൽറോദും മ്യൂണിക്കിലേക്ക് വന്നു. ലെനിൻ എഴുതിയുണ്ടാക്കിയ കരട് പരിപാടിയെ പ്ലെഖാനോവ് ഭാഗികമായി ആക്രമിച്ചു. എല്ലാ കാര്യങ്ങളിലും വേരാ സസൂലിച്ച് ലെനിനുമായി വിയോജിച്ചുവെങ്കിലും പ്ലെഖാനോവുമായി പൂർണമായും യോജിച്ചുമില്ല. അക്സെൽ റോദും ചില കാര്യങ്ങളിൽ ലെനിനുമായി യോജിച്ചു. ബുദ്ധിമുട്ടുണ്ടാക്കിയ ഒരു യോഗമാണത്. ചില കാര്യങ്ങളെക്കുറിച്ച് വേരാ സസൂലിച്ചിന് പ്ലെഖാനോവിനോട് തർക്കിക്കാനുണ്ടായിരുന്നെങ്കിലും, അദ്ദേഹം നിഷേധാത്മകമായി, കൈത്തലം മാറത്ത് ചേർത്തുപിടിച്ച് അവരെ ഉറ്റുനോക്കിയിരുന്നത് അവരുടെ സമനില തെറ്റിച്ചു കളഞ്ഞു. ചർച്ച വോട്ട് ചെയ്യാനുള്ള ഘട്ടത്തോളമെത്തി. വോട്ടിങ് നടക്കുന്നതിനും തൊട്ടുമുമ്പ് ഇക്കാര്യത്തിൽ ലെനിനുമായി യോജിച്ച അക്സെൽറോദ് തനിക്ക് തലവേദനയാണെന്നും താനൊന്ന് നടക്കാൻ പോവുകയാണെന്നും പറഞ്ഞ് അവിടന്നും സ്ഥലം വിട്ടു.

വ്ളാദിമിർ ഇല്ലിച്ച് അങ്ങേയറ്റം അസ്വസ്ഥനായിരുന്നു. ഈ രീതിയിൽ പ്രവർത്തിക്കാൻ അസാധ്യമായിരുന്നു. ചർച്ച തികച്ചും അപക്വമായ രീതിയിലുള്ളതായിരുന്നു.

വ്യക്തിപരമായ എന്തെങ്കിലും ഘടകങ്ങൾ പരിചയപ്പെടുത്താതെയും, അങ്ങനെ ഭൂതകാലത്തിലെ വ്യക്തിബന്ധങ്ങൾ ഉറപ്പാക്കി തീരുമാനങ്ങളിൽ സ്വാധീനം ഉറപ്പാക്കുന്നതും പക്വമായ പ്രവർത്തനങ്ങളുടെ സംഘാടനത്തിന് പ്രകടമായും ഇപ്പോൾ ഒരു അവശ്യകതയായിത്തീർന്നു.

പ്ലെഖാനോവുമായുള്ള എല്ലാ അഭിപ്രായ വ്യത്യാസങ്ങളും വ്ളാദിമിർ ഇല്ലിച്ചിനെ അസ്വസ്ഥനാക്കി. മനഃക്ഷോഭം അനുഭവിച്ച അദ്ദേഹത്തിന് രാത്രിയിൽ ഉറങ്ങാൻ കഴിഞ്ഞില്ല. മറുവശത്ത് പ്ലെഖാനോവ് അയവില്ലാത്തവനും വിദ്വേഷമുള്ളവനുമായിരുന്നു. *സര്യ*യുടെ നാലാം ലക്കത്തിലെ വ്ളാദിമിർ ഇല്ലിച്ചിന്റെ ലേഖനം വായിച്ച ശേഷം മാർജിനിൽ തന്റെ പൂർണമായ വിയോജനക്കുറിപ്പുകളോടെ പ്ലെഖാനോവ് അത് വേരാ സസൂലിച്ചിന് മടക്കി നൽകി. അതുകണ്ട വ്ളാദിമിർ ഇല്ലിച്ച് കൂടുതൽ അസ്വസ്ഥനായിത്തീർന്നു.

ആ ഘട്ടമെത്തിയപ്പോഴേക്കും തുടർന്നും *ഇസ്ക്ര* മ്യൂണിക്കിൽ മുദ്രണം ചെയ്യാനാവില്ലെന്ന കാര്യം വ്യക്തമാക്കി. അപകടത്തിൽച്ചെന്ന് ചാടാൻ അച്ചടിശാലയുടെ ഉടമയ്ക്ക് ഉദ്ദേശ്യമില്ലായിരുന്നു. ഞങ്ങൾ സ്ഥലം മാറേണ്ടിയിരുന്നു. പക്ഷേ, എവിടേക്ക്? സ്വിറ്റ്സർലന്റിലേക്കാവണമെന്ന നിലപാടായിരുന്നു പ്ലെഖാനോവിനും അക്സെൽ റോദിനും. എന്നാൽ പരിപാടിയുടെ ചർച്ചാവേളയിൽ ഉരുത്തിരിഞ്ഞുവന്ന സാഹചര്യത്തിന്റെ വെളിച്ചത്തിൽ അത് ലണ്ടനിലേക്കായിരിക്കണമെന്നായിരുന്നു മറ്റുള്ളവരുടെ തീരുമാനം.

പ്രകാശമാനമായ ഒരു ഓർമയെന്നനിലയിലാണ് പിന്നീട് ഈ മ്യൂണിക് കാലഘട്ടത്തെ ഞങ്ങൾ നോക്കിക്കണ്ടത്. കുടിയേറ്റത്തിലെ ഞങ്ങളുടെ പിന്നീടുള്ള വർഷങ്ങൾ കൂടുതൽ വിഷമം പിടിച്ചൊരു അനുഭവമായിരുന്നു. മ്യൂണിക് ദിനങ്ങളിൽ വ്ളാദിമിർ ഇല്ലിച്ച് ലെനിൻ, മാർട്ടോവ്, പെത്രോസോവ, വേരാ സസൂലിച്ച് എന്നിവരുടെ വ്യക്തിബന്ധങ്ങൾക്കിടയിലെ സംഘർഷത്തിന് വളരെയൊന്നും ആഴമുണ്ടായിരുന്നില്ല. ഒരൊറ്റ ലക്ഷ്യത്തിന് വേണ്ടിയാണ് എല്ലാ ഊർജവും കേന്ദ്രീകരിക്കപ്പെട്ടത്. ഒരു അഖില റഷ്യൻ വർത്തമാനപത്രം പടുത്തുയർത്തുക. *ഇസ്ക്ര*യ്ക്ക് ചുറ്റുമായി ശക്തിയേറിയതും വ്യാപ്തവുമായൊരു കൂടിച്ചേരൽ അവിടെയുണ്ടായിരുന്നു. സംഘടനയുടെ വളർച്ചയെക്കുറിച്ചും പാർട്ടി ശരിയായി തെരഞ്ഞെടുത്ത പാത സൃഷ്ടിക്കുന്നതിനെക്കുറിച്ചും ഏവർക്കും അവബോധമുണ്ടായിരുന്നു. കാർണിവലുകളിൽ ഞങ്ങൾ അനുഭവിച്ചതും സൂറിച്ചിലേയ്ക്കുള്ള യാത്രയിലുണ്ടായിരുന്ന സാർവത്രികമായ നർമബോധത്തിന്റേതുമായ പ്രഹർഷത്തിന്റെ നിർവ്യാജമായ ആർജവം അതാണ് വെളിപ്പെടുത്തുന്നത്.

ഞങ്ങളെ സംബന്ധിച്ചിടത്തോളം പ്രാദേശിക ജീവിതം വളരെയൊന്നും ആകർഷകമായിരുന്നില്ല. കേവലം കാഴ്ചക്കാരെന്ന നിലയി

ലാണ് ഞങ്ങളവയെ വീക്ഷിച്ചത്. ചിലപ്പോഴെല്ലാം ഞങ്ങൾ യോഗങ്ങൾക്ക് പോയിരുന്നെങ്കിലും മൊത്തത്തിൽ, അവ താൽപ്പര്യജനകമായിരുന്നില്ല. മേയ് ദിനാഘോഷങ്ങളെ ഞാനോർക്കുന്നു. അക്കൊല്ലം ആദ്യമായി ആഘോഷങ്ങൾ പട്ടണത്തിന് പുറത്ത് നടത്തുമെന്നും പട്ടണത്തിനുള്ളിൽ നിന്നും ആളുകളെ സംഘടിപ്പിക്കുകയില്ലെന്നുമുള്ള നിബന്ധനകളുടെ അടിസ്ഥാനത്തിൽ ഒരു പ്രകടനം സംഘടിപ്പിക്കാൻ ജർമൻ സോഷ്യൽ-ഡെമോക്രാറ്റുകളെ അനുവദിച്ചു.

ഭാര്യമാരും മക്കളുമൊന്നിച്ച്, എണ്ണത്തിൽ കുറവല്ലാത്ത സോഷ്യൽ ഡെമോക്രാറ്റുകൾ ഉപ്പിലിട്ട സാധനങ്ങൾ കുത്തിനിറച്ച കീശകളുമായി, നിശബ്ദരായി, ബീയർ പാനം ചെയ്യാൻ പട്ടണപ്രാന്തത്തിലുള്ള ഒരു ബീയർ ഗാർഡനിലേക്ക് മാർച്ചു ചെയ്തു. അവരുടെ പക്കൽ കൊടികളോ പ്ലക്കാർഡുകളോ ഉണ്ടായിരുന്നില്ല. ലോകത്തെങ്ങുമുള്ള വിജയത്തെ ദ്യോതിപ്പിക്കുന്ന യാതൊന്നും ആ പ്രകടനത്തിനുണ്ടായിരുന്നില്ല.

ബിയർ ഗാർഡനിലേക്ക് ഞങ്ങൾ ആ പ്രകടനത്തെ പിന്തുർന്നില്ല. അകലം വിട്ട് കുറച്ചുദൂരം പിന്തുടർന്നശേഷം ഞങ്ങളുടെ മനസുകളിൽ പറ്റിച്ചേർന്ന അതൃപ്തി മായ്ചുകളയാൻ പതിവുപോലെ മ്യൂണിക്കിലെ തെരുവുകളിലൂടെ ഞങ്ങൾ നടന്നു. പൊലീസ് അനുവദിച്ചു നൽകിയ ഒരു പ്രകടനത്തിലല്ല, യഥാർഥത്തിലുള്ള ഒരു സമരോത്സുക പ്രകടനത്തിൽ പങ്കെടുക്കുകയായിരുന്നു ഞങ്ങൾക്കാവശ്യം.

ഞങ്ങളുടെ പ്രവർത്തനത്തിന് കർശനമായ രഹസ്യസ്വഭാവമുണ്ടായിരുന്നതിനാൽ, ഷ്വാബിങ്ങിനടുത്ത് ഭാര്യയും കൊച്ചുമകനുമൊന്നിച്ച് താമസിച്ചിരുന്ന പർവുസ് ഒഴികെയുള്ള ജർമൻകാരായ ഒരു സഖാക്കളെയും ഞങ്ങൾ കാണുകയുണ്ടായില്ല. റോസാ ലക്സംബർഗ് ഒരിക്കൽ അദ്ദേഹത്തെ കാണാൻ വരികയും വ്ളാദിമിർ ഇല്ലിച്ച് ലെനിൻ അങ്ങോട്ട് ചെന്ന് അവരെ കാണുകയുമുണ്ടായി. അന്ന് ഒരു തീവ്ര ഇടതുപക്ഷക്കാരനായിരുന്നു പർവുസ്. *ഇസ്ക്രയ്ക്ക്* സംഭാവന നൽകിയിട്ടുള്ള അയാൾ റഷ്യയുടെ കാര്യങ്ങളിൽ തൽപ്പരനുമായിരുന്നു.

ലീയ്ഗെ വഴിയാണ് ഞങ്ങൾ ലണ്ടനിലേക്ക് പോയത്. അന്ന് ഭാര്യയുമൊന്നിച്ച് ലീയ്ഗെയിൽ താമസിച്ചിരുന്ന നിക്കോളായ് മെഷ്ചെറിയാക്കും ഭാര്യയും പണ്ട് എന്റെ സൺഡേ സ്കൂൾ സുഹൃത്തുക്കളായിരുന്നു. ഒരു നരോദോവോ ലെറ്റ്സ് എന്ന നിലയിലാണ് ഞാനദ്ദേഹത്തെ അറിഞ്ഞിരുന്നതെങ്കിലും ആദ്യമായിട്ടെന്നെ നിയമവിരുദ്ധമായ പ്രവർത്തനങ്ങളിൽ പരിചയപ്പെടുത്തിയതും ആദ്യമായിട്ടെന്നെ രഹസ്യവിദ്യ പഠിപ്പിച്ചതും 'ഇമാൻസിപ്പേഷൻ ഓഫ് ലേബർ ഗ്രൂപ്പിന്റെ വിദേശപ്രസിദ്ധീകരണങ്ങൾ നൽകി ഒരു സോഷ്യൽ ഡെമോക്രാറ്റാവാൻ എന്നെ സഹായിച്ചതും നിക്കോളായ് ആയിരുന്നു.

ഇപ്പോൾ അദ്ദേഹമൊരു സോഷ്യൽ ഡെമോക്രാറ്റ് ആണ്. ദീർഘകാലമായി ബൽജിയത്ത് താമസിക്കുന്ന അദ്ദേഹം പ്രാദേശിക പ്രസ്ഥാനത്തെ നന്നായി അറിയുന്നവനാണ്.

ആ സമയത്ത് ലീയ്ഗെയിൽ അത്യാവേശമാണുണ്ടായിരുന്നത്. ഏതാനും ദിവസങ്ങൾക്ക് മുമ്പ് സൈനികർ സമരക്കാർക്ക് നേരെ വെടിവച്ചു. അതിനെ നേരിട്ടുനിന്ന തൊഴിലാളികളുടെയും ജനങ്ങളുടെയും മുഖങ്ങളിൽ നിന്നും തൊഴിലാളി വർഗത്തിന്റെ ജില്ലകളിലെ ആർജവം വായിച്ചെടുക്കാൻ സാധിക്കുമായിരുന്നു. പീപ്പിൾസ് ഹൗസ് കാണാൻ ഞങ്ങൾ പോയി. വളരെ അസൗകര്യമുള്ള ഒരിടത്താണ് അത് സ്ഥിതിചെയ്തിരുന്നത്. ആ കെട്ടിടത്തിന് മുമ്പിൽ കൂടിനിൽക്കുന്ന ഏതൊരു ആൾക്കൂട്ടത്തെയും തിരിച്ചറിയാനും എളുപ്പം കെണിയിൽപ്പെടുത്താനും സാധിക്കുമായിരുന്നു. തൊഴിലാളികൾ ആ കെട്ടിടത്തിലേക്ക് ഒഴുകിക്കൊണ്ടിരുന്നു. അവിടെ ആൾക്കൂട്ടം തടിച്ചു കൂടുന്നതൊഴിവാക്കാൻ അധ്വാനിക്കുന്ന വർഗക്കാരുടെ എല്ലാ ജില്ലകളിലും പാർട്ടി നേതാക്കന്മാർ യോഗങ്ങൾ സംഘടിപ്പിച്ചു. ന്യായമായും അത് സോഷ്യൽ ഡെമോക്രാറ്റിക് നേതാക്കളിൽ സംശയമുളവാക്കി. വലിയൊരളവ് വരെ, ചിലർ ആൾക്കൂട്ടത്തിന് നേരെ വെടിവയ്ക്കുകയും മറ്റ് ചിലർ അതിന് സാന്ത്വനമേകുകയും ചെയ്യുന്ന, തൊഴിലിന്റെ വിഭജനം പോലെയായിരുന്നു, അത്.

ലണ്ടനിലെ ജീവിതം 1902–1903

ആയിരത്തിത്തൊള്ളായിരത്തി രണ്ട് ഏപ്രിലിൽ ഞങ്ങൾ ലണ്ടനിൽ എത്തിച്ചേർന്നു.

ലണ്ടന്റെ സാന്ദ്രത ഞങ്ങളെ വിസ്മയിപ്പിച്ചു. ഞങ്ങൾ എത്തിച്ചേർന്ന ദിവസം കാലാവസ്ഥ സുഖകരമായിരുന്നില്ലെങ്കിലും, കൗതുകം മൂലം ഒറ്റയടിക്ക് മുതലാളിത്തത്തിന്റെ ആ ദുർഗം ചുറ്റിനടന്ന് കാണാൻ വ്ളാദിമിർ ഇല്ലിച്ച് ലെനിന് തിടുക്കമായി. ആ നിമിഷത്തിൽ പ്ലെഖാനോവും എഡിറ്റോറിയൽ സംഘർഷങ്ങളും വിസ്മരിക്കപ്പെട്ടു.

സ്റ്റേഷനിൽ വച്ച് ഇംഗ്ലീഷ് ഭാഷയിൽ പ്രാവീണ്യം നേടിയ, ദീർഘകാലമായി ലണ്ടനിൽ പാർക്കുന്ന ഒരു രാഷ്ട്രീയ കുടിയേറ്റക്കാരനായ നിക്കോളായ് അലെക്സിയേവുമായി ഞങ്ങൾ കണ്ടുമുട്ടി. നിസഹായരാണെന്ന് ഞങ്ങൾ സ്വയം കണ്ടുമുട്ടിയ സ്ഥിതിക്ക് തുടക്കത്തിലയാൾ ഞങ്ങളുടെ ഗൈഡ് എന്ന നിലയ്ക്കാണ് പ്രവർത്തിച്ചത്. സൈബീരിയയിൽ വച്ച് കിട്ടിയുള്ള ഒരു പുസ്തകം (വെബ്സ് ബുക്ക്) ഇംഗ്ലീഷിൽ നിന്നും റഷ്യനിലേക്ക് പരിഭാഷപ്പെടുത്തിയതിനാൽ ഞങ്ങൾക്ക് ഇംഗ്ലീഷ് ഭാഷ അറിയാമെന്നാണ് ഞങ്ങൾ കരുതിയത്. ജയിലിൽ വച്ച് ഒരു സെൽഫ് ഇൻസ്ട്രക്ടറിൽ നിന്നും ഞാൻ ഇംഗ്ലീഷ് പഠിച്ചിട്ടുണ്ടെങ്കിലും ഇംഗ്ലീഷ് സംസാരഭാഷയുടെ ഒരു വാക്ക്പോലും ഞാനൊരിക്കലും കേട്ടിരുന്നില്ല. സുഷെൻസ്കോയെയിൽ ഞങ്ങൾ വെബ്സിനെ പരിഭാഷപ്പെടുത്താൻ തുടങ്ങിയപ്പോൾ എന്റെ ഉച്ചാരണം വ്ളാദിമിർ ഇല്ലിച്ച് ലെനിനെ നടുക്കിക്കളഞ്ഞു. “എന്റെ സഹോദരിക്ക് ഒരു ഇംഗ്ലീഷ് അധ്യാപികയുണ്ടായിരുന്നു. എന്നാൽ അവരൊരിക്കലും അങ്ങനെയല്ല ഉച്ചരിച്ചിരുന്നത്,” അദ്ദേഹം പറഞ്ഞു. ഞാൻ തർക്കിച്ചില്ലെന്ന് മാത്രമല്ല, തുടക്കം മുതൽ വീണ്ടും പഠിക്കാനാരംഭിച്ചു. ലണ്ടനിൽ എത്തിച്ചേർന്നപ്പോൾ ഒരു കാര്യവും

ഞങ്ങൾക്ക് ഗ്രഹിക്കാനാവുന്നില്ലെന്നും മറുവശത്ത്, ആർക്കും ഞങ്ങളെ മനസിലാവുന്നില്ലെന്നും ഞങ്ങൾ കണ്ടെത്തി. തുടക്കത്തിൽ അത് ഞങ്ങളെ ഹാസ്യാത്മകമായൊരു ചുറ്റുപാടിലാണ് എത്തിച്ചത്. വ്ളാദിമിർ ഇല്ലിച്ചിന് അത് രസകരമായിരുന്നുവെങ്കിലും അതേസമയം, അതദ്ദേഹത്തിന്റെ മനക്കരുത്ത് വർധിപ്പിച്ചതേയുള്ളൂ. അദ്ദേഹം വളരെ ശ്രദ്ധാപൂർവം തന്നെ ഇംഗ്ലീഷ് ഭാഷയെ പിന്തുടരാൻ തുടങ്ങി. ഞങ്ങൾ എല്ലാത്തരം യോഗങ്ങളിലും പങ്കെടുക്കാനും പരമാവധി പ്രസംഗകന്റെ അടുത്തെത്താനും അയാളുടെ അധരങ്ങളുടെ ചലനം ശ്രദ്ധാപൂർവം നോക്കിക്കാണാനും തുടങ്ങി. ഇടയ്ക്കിടെ ഞങ്ങൾ ഹൈഡ് പാർക്കിൽ പോയിരുന്നു. അവിടെ പ്രസംഗകർ അതുവഴി കടന്നുപോവുന്ന ആൾക്കൂട്ടങ്ങളോട് എല്ലാത്തരം വിഷയങ്ങളെക്കുറിച്ചും പ്രബോധനം നടത്തി. ഒരു മനുഷ്യൻ - ഒരു നിരീശ്വരവാദി - താൽപ്പര്യപൂർവം ശ്രവിക്കുന്ന ഒരു സംഘമാളുകൾക്ക് ഒരു ദൈവം നിലവിലില്ലെന്ന് തെളിയിച്ചുകൊടുക്കാൻ ശ്രമിച്ചു. ഞങ്ങൾക്ക് കൂടുതൽ മനസിലാക്കാവുന്ന ഐറിഷ് ഉച്ചാരണമുള്ള അത്തമൊരു പ്രസംഗകനെ ഞങ്ങൾക്ക് പ്രത്യേകം ഇഷ്ടമായിരുന്നു. അതിനപ്പുറത്ത് സാൽവേഷൻ ആർമിയുടെ ഒരു ഓഫീസർ ഭ്രാന്തമായി സർവശക്തന് നേരെ അപേക്ഷകൾ വിളിച്ചലറി. മറ്റൊരിടത്ത് വലിയ പീടികകളിലെ സെയിൽസ്മാൻമാർ അഭിമുഖീകരിക്കുന്ന പ്രയാസങ്ങളെക്കുറിച്ച് വിസ്തരിക്കുകയായിരുന്നു മറ്റൊരാൾ. ഇംഗ്ലീഷ് പ്രഭാഷണങ്ങൾ ശ്രവിച്ചത് ഞങ്ങൾക്ക് വളരെ സഹായകമായി. പിന്നീട് ഒരു പരസ്യത്തിലൂടെ, ഇംഗ്ലീഷ് ഭാഷയ്ക്ക് പകരമായി റഷ്യൻ ഭാഷ പഠിക്കാൻ ആഗ്രഹിക്കുന്ന രണ്ട് ഇംഗ്ലീഷുകാരെ വ്ളാദിമിർ ഇല്ലിച്ച് കണ്ടെത്തി. അവരിൽനിന്നും ഊർജിതമായിത്തന്നെ പഠിക്കാനുമാരംഭിച്ചു. അതിന്റെ ഫലമായി മെച്ചപ്പെട്ട രീതിയിൽത്തന്നെ അദ്ദേഹം ഇംഗ്ലീഷ് പഠിക്കുകയും ചെയ്തു.

വ്ളാദിമിർ ഇല്ലിച്ച് ലണ്ടനെയും പഠിച്ചു. അദ്ദേഹം മ്യൂസിയങ്ങളിലേക്ക് പോയില്ല. ഞാനിവിടെ അർഥമാക്കുന്നത് സാധാരണ മ്യൂസിയങ്ങളെയാണ്; ബ്രിട്ടീഷ് മ്യൂസിയത്തെയല്ല. അദ്ദേഹം തന്റെ സമയത്തിന്റെ പകുതി ചെലവഴിച്ചത് ബ്രിട്ടീഷ് മ്യൂസിയത്തിലാണ്. മ്യൂസിയത്തിന്റെ തന്നെ ആകർഷണീയത കൊണ്ടായിരുന്നില്ല അത്. ലോകത്തിലെ ഏറ്റവും സമ്പന്നമായ ലൈബ്രറിയും അത് ലഭ്യമാക്കിക്കൊടുത്ത പഠനത്തിനുള്ള സൗകര്യങ്ങളുമാണതിന് കാരണം. ശരിക്കുള്ള മ്യൂസിയത്തിനുള്ളിൽ പത്ത് മിനിറ്റ് ചെലവഴിക്കുമ്പോൾത്തന്നെ വ്ളാദിമിർ ഇല്ലിച്ച് ക്ഷീണിതനായിരുന്നു. സാധാരണയായി, മധ്യകാല പടക്കോപ്പുകളും ഈജിപ്ഷ്യനും മറ്റ് പ്രാചീനമായ വസ്തുക്കളും സൂക്ഷിച്ചിട്ടുള്ള നിരവധിയായ മുറികളിൽ നിന്നും വളരെ പെട്ടെന്ന് ഞങ്ങൾ പുറത്തുകടക്കും. എന്നാൽ അങ്ങനെ അദ്ദേഹത്തിന് വിട്ടുപോവാൻ കഴിയാതിരുന്ന ഒരൊറ്റ മ്യൂസിയത്തെക്കുറിച്ച് ഞാൻ ഓർക്കുന്നു: ഒരു ചെറിയ മുറിയിൽ- അത് റ്യൂദെൻ കോർഡേലിയേഴ്സ് ആണെന്നാണ് എന്റെ വിശ്വാസം -

1848 ലെ പാരീസിലെ വിപ്ലവത്തിന്റെ മ്യൂസിയമായിരുന്നു അത്. അദ്ദേഹമവിടെയുണ്ടായിരുന്ന ഓരോ ചെറിയ വസ്തുക്കളും ഓരോ ചിത്രങ്ങളും പരിശോധിച്ചു.

ലണ്ടനിലെ ജീവിതത്തെക്കുറിച്ചും ഇല്ലിച്ച് പഠിച്ചു. ബസിന്റെ മുകളിലെ നിലയിലിരുന്ന് ദീർഘനേരം പട്ടണത്തിൽ സഞ്ചരിക്കുന്നത് അദ്ദേഹത്തിന് ഇഷ്ടമായിരുന്നു. ആ വ്യാപാരനഗരത്തിലെ തിരക്കേറിയ ഗതാഗതവും പാർശ്വങ്ങളിൽ ഗാംഭീര്യമേറിയ വീടുകളുമുള്ള, ഒരു കുതിരവലിക്കുന്ന മേൽമൂടിയും നാല് ചക്രങ്ങളുമുള്ള ബ്രുവമുകൾക്ക് മാത്രം പ്രവേശനമുള്ള മനോഹരമായ സ്ക്വയറുകളും അദ്ദേഹത്തെ ആകർഷിച്ചു. ലണ്ടനിൽ വേറെയും ഇടങ്ങളുണ്ടായിരുന്നു. കുറുകെ തുണികൾ വലിച്ചുകെട്ടിയ വാതിൽപ്പടികളിൽ വിളർച്ച ബാധിച്ച കുട്ടികൾ കളിക്കുന്ന, ലണ്ടനിലെ തൊഴിലാളികൾ പാർക്കുന്ന, വൃത്തിഹീനമായ തെരുവുകളാണവ. കാൽനടയായിട്ടാണ് അത്തരം ഇടങ്ങളിൽ ഞങ്ങൾ പോയത്. സമ്പത്തിനും ദാരിദ്ര്യത്തിനുമിടയിലെ വിസ്മയിപ്പിക്കുന്ന ഈ വൈരുധ്യം നിരീക്ഷിക്കുമ്പോൾ പല്ലിറുമ്മിക്കൊണ്ട് ഇല്ലിച്ച് ഇംഗ്ലീഷിൽ മന്ത്രിക്കും: "രണ്ട് രാഷ്ട്രങ്ങൾ!"

ഒരു ബസിന്റെ മുകൾത്തട്ടിലിരുന്നുകൊണ്ട് പോലും സമാനമായ നിരവധി രംഗങ്ങൾ ഒരാൾക്ക് വീക്ഷിക്കാനാവും, മദ്യശാലകൾക്ക് ചുറ്റും മാംസം തൂങ്ങുന്ന മുഖങ്ങളുള്ള, മോശമായി വസ്ത്രധാരണം ചെയ്ത തൊഴിലാളികളാണ് അവയിലൊന്ന്. പലപ്പോഴും അവർക്കിടയിൽ മദ്യപിച്ച് ലക്കുകെട്ട, ചുവന്ന കണ്ണുകളുള്ള ഒരു സ്ലീവ് പറിഞ്ഞുപോയ കീറിയ വെൽവെറ്റ് വസ്ത്രം ധരിച്ച ഒരു സ്ത്രീയെയും കാണാൻ കഴിഞ്ഞുവെന്ന് വരാം. ഒരിക്കൽ ഹെൽമെറ്റ് ധരിച്ച തടിച്ചൊരു മനുഷ്യൻ ചെറിയൊരു ബാലനെ പിടിച്ചുവലിച്ചുകൊണ്ടുപോവുന്നതും ബസിന്റെ മുകളിലിരുന്ന് ഞങ്ങൾ കണ്ടു. ആ ബാലനെ മോഷ്ടിക്കുന്നതിനിടെ പിടികൂടിയതായിരുന്നു. കൂവി വിളിച്ചും ചൂളം വിളിച്ചും ഒരു ആൾക്കൂട്ടം അവർക്ക് പിന്നാലെയുണ്ടായിരുന്നു. ബസിലുണ്ടായിരുന്ന ഒരുവൻ ചാടിയെണീറ്റ് ആ കൊച്ചു മോഷ്ടാവിന് നേരെ അസഭ്യം പറയാൻ തുടങ്ങി. അതെല്ലാം കണ്ടിരുന്ന വ്ളാദിമിർ ഇല്ലിച്ചിന്റെ മുഖത്ത് തികഞ്ഞ ആർദ്രതയായിരുന്നു. ഒന്നോ രണ്ടോ വട്ടം ശമ്പളദിവസം വൈകുന്നേരം ഞങ്ങൾ ബസിൽ തൊഴിലാളികൾ പാർക്കുന്ന ജില്ലയിലേക്ക് പോയി. വീതിയുള്ള റോഡിനിരുവശത്തുമുള്ള നടപ്പാതകളിൽ അസംഖ്യം സ്റ്റാളുകളുണ്ടായിരുന്നു. അവിടെ തിങ്ങിനിറഞ്ഞിരുന്ന തൊഴിലാളികളായ സ്ത്രീ-പുരുഷന്മാർ എല്ലാത്തരം സാധനങ്ങളും വാങ്ങുകയും അവിടെ വച്ച് തന്നെ തങ്ങളുടെ വിശപ്പടക്കുകയും ചെയ്തു. തൊഴിലാളികൾക്ക് നേരെ വ്ളാദിമിർ ഇല്ലിച്ചിന് എന്നും ആർദ്രതയുണ്ടായിരുന്നു. അവർ ഒന്നിച്ച് കൂടുന്നത് കണ്ടാൽ - അതെവിടെയായാലും - അദ്ദേഹം അങ്ങോട്ടുചെന്ന് അന്വേഷണങ്ങൾ നടത്തിയിരുന്നു.

ലണ്ടനിൽ നിരവധി വായനാമുറികളുണ്ട്. ഒരു ഇരിപ്പിടം പോലുമി

ല്ലാത്ത വർത്തമാനപ്പത്രങ്ങളുടെ ഫയലുകൾ സൂക്ഷിക്കുന്ന വായിക്കാനൊരു ഡസ്ക് മാത്രമുള്ള, തെരുവിലേക്ക് ഇറങ്ങുന്ന ഒറ്റമുറികളാണവ. ഒരു ഫയൽ എടുക്കുന്ന വായനക്കാരൻ വായിച്ചുകഴിഞ്ഞ് അത് യഥാസ്ഥാനത്ത് തന്നെ തൂക്കിയിടുന്നു. സമയം വരുമ്പോൾ ഞങ്ങളുടെ രാജ്യത്തുടനീളം ഇത്തരം വായനാമുറികളുണ്ടാക്കണമെന്ന് ഇല്ലിച്ച് ആഗ്രഹിച്ചു.

അദ്ദേഹം ഭോജനശാലകളും പള്ളികളും സന്ദർശിച്ചു. ഇംഗ്ലീഷ് പള്ളികളിൽ സാധാരണയായി ആരാധനയ്ക്ക് പിന്നാലെ ഒരു ചെറുപ്രസംഗവും ഒരു വാദപ്രതിവാദവുമുണ്ടായിരിക്കും. സാധാരണ പ്രവർത്തകർ പങ്കെടുത്തിരുന്നതുകൊണ്ട് അത്തരം വാദപ്രതിവാദങ്ങൾ ഇല്ലിച്ചിന് വളരെ ഇഷ്ടമായിരുന്നു. എന്തെങ്കിലും ആഡംബരമോ നേതാക്കളോ ഇല്ലാതെ സാധാരണ തൊഴിലാളികൾ മാത്രമുള്ള മുഖ്യപാതയ്ക്കകലെയുള്ള ഏതെങ്കിലും ജില്ലയിലെ തൊഴിലാളിയോഗങ്ങളുടെ അറിയിപ്പുകൾക്കായി അദ്ദേഹം വർത്തമാനപ്പത്രങ്ങൾ സൂക്ഷ്മമായി പരിശോധിച്ചിരുന്നു. ഗാർഡൻ - സിറ്റി സ്കീം പോലുള്ള ഏതെങ്കിലും ചോദ്യങ്ങളുടെയോ ചർച്ചകൾക്കായയാണ് ഇത്തരം സമയം സാധാരണയായി നീക്കിവച്ചിരുന്നത്. അത് ശ്രദ്ധാപൂർവം കേട്ടിരിക്കുന്ന ഇല്ലിച്ച് പിന്നീട് ആഹ്ലാദപൂർവം പറയും: "സോഷ്യലിസം കൊണ്ട് അവ മുളച്ചുപൊന്തുന്നു. ഒരു പ്രസംഗകൻ ചവറ് സംസാരിക്കാൻ തുടങ്ങുകയാണെങ്കിൽ ഒരു തൊഴിലാളി ചാടിയെണീറ്റ് കാളയുടെ കൊമ്പുകളിൽ പിടിച്ച് മുതലാളിത്തത്തിന്റെ അന്തഃസത്ത കാണിച്ചുകൊടുക്കുന്നു." സകലതിനെയും അഭിമുഖീകരിച്ചുകൊണ്ട് തങ്ങളുടെ വർഗബോധം സംരക്ഷിച്ചത് സാധാരണ ബ്രിട്ടീഷ് തൊഴിലാളികളായിരുന്നു. ഇല്ലിച്ച് എല്ലായ്പ്പോഴും ആശ്രയിച്ചിരുന്നതും അതിനെത്തന്നെയാണ്. ബൂർഷ്വാസിയാൽ മലിനമാക്കപ്പെട്ട് സ്വയം ബൂർഷ്വാവൽക്കരണത്തിന് വിധേയമായിത്തീർന്ന തൊഴിലാളി പ്രഭുത്വത്തെമാത്രമാണ് ബ്രിട്ടൻ സന്ദർശിക്കുന്ന ഒരാൾ സാധാരണയായി കണ്ടിരുന്നത്. സ്വാഭാവികമായും, ആ മേൽത്തട്ടിനെയും വസ്തുതയുടെ പ്രാധാന്യം ഒരു നിമിഷം പോലും വിസ്മരിക്കാതെ ഈ ബൂർഷ്വാസ്വാധീനം ഉളവാക്കിയിട്ടുള്ള പ്രബലമായ രൂപങ്ങളെയും ഇല്ലിച്ച് പഠനവിധേയമാക്കിയിട്ടുണ്ട്. എന്നാലും, ഇംഗ്ലണ്ടിൽ ഭാവിയിൽ ഉണ്ടാകാവുന്ന വിപ്ലവത്തിന്റെ ചാലകശക്തികളെ കണ്ടെത്താനും അദ്ദേഹം ശ്രമിച്ചു.

ലണ്ടന്റെ പ്രാന്തങ്ങളിലെവിടെയാണെങ്കിലും ഞങ്ങൾ എത്തിച്ചേരാത്ത യോഗങ്ങൾ അപൂർവമാണ്. ഒരിക്കൽ ഞങ്ങളൊരു സോഷ്യലിസ്റ്റ് പള്ളിയിൽ പോയി. അത്തരം പള്ളികൾ ഇംഗ്ലണ്ടിലുണ്ട്. ആ പള്ളിയുടെ ചുമതലക്കാരനായ സോഷ്യലിസ്റ്റ് ബൈബിൾ വായിക്കുകയും തുടർന്നുള്ള പ്രബോധനത്തിൽ ഈജിപ്റ്റിൽ നിന്നുമുണ്ടായ യഹൂദരുടെ പ്രവാഹം മുതലാളിത്തത്തിന്റെ രാജ്യത്ത് നിന്നും സോഷ്യലിസത്തിന്റെ രാജ്യത്തിലേക്കുള്ള തൊഴിലാളികളുടെ പ്രവാഹത്തെ പ്രതീകവൽക്കരിക്കുന്നതായി പ്രസ്താവിക്കുകയും ചെയ്തു. എന്നിട്ട് ഏവരും എഴുന്നേ

റ്റുനിന്ന് സോഷ്യലിസ്റ്റ് പാട്ടുപുസ്തകത്തിലെ ഗീതമാലപിച്ചു: "അല്ലയോ പ്രഭുവേ, മുതലാളിത്ത രാജ്യത്ത് നിന്നും ഞങ്ങളെ സോഷ്യലിസത്തിന്റെ രാജ്യത്തിലേക്ക് നയിക്കൂ." വീണ്ടുമൊരിക്കൽ യുവാക്കൾക്ക് വേണ്ടിയുള്ള ഒരു ചർച്ച ശ്രവിക്കാനായി ഞങ്ങൾ ആ പള്ളിയിലേക്ക് (അത് സെവൻ സിസ്റ്റേഴ്സ് ചർച്ച് ആയിരുന്നു) പോയി. ഒരു ചെറുപ്പക്കാരൻ 'മുനിസിപ്പൽ സോഷ്യലിസ'ത്തെ കുറിച്ച് സംസാരിക്കുകയും വിപ്ലവം അനാവശ്യമാണെന്ന് തെളിയിക്കാൻ ശ്രമിക്കുകയും ചെയ്തു. തുടർന്ന്, ഞങ്ങളുടെ ആദ്യത്തെ സന്ദർശനവേളയിൽ പള്ളിയിലെ പുരോഹിതനെന്ന നിലയിൽ കാര്യങ്ങൾ നിർവഹിച്ച സോഷ്യലിസ്റ്റ് താൻ പന്ത്രണ്ട് വർഷക്കാലമായി പാർട്ടിയിലെ ഒരംഗമാണെന്നും ആ പന്ത്രണ്ട് വർഷക്കാലവും അവസരവാദത്തോട് പോരാടുകയായിരുന്നുവെന്നും, ശുദ്ധമായും ലളിതമായും മുനിസിപ്പൽ സോഷ്യലിസം അവസരവാദമാണെന്നും പ്രഖ്യാപിച്ചു.

ഗാർഹികമായ സ്വന്തം ചുറ്റുപാടുകളിലെ ഇംഗ്ലീഷ് സോഷ്യലിസ്റ്റുകളുടെ ചിന്താഗതിയെക്കുറിച്ച് വളരെ കുറച്ചുമാത്രമേ ഞങ്ങൾക്കറിയൂ. റഷ്യൻ കുടിയേറ്റക്കാരുടെ ബൊഹീമിയനിസ*ത്തെ ബാലിശമായ അത്ഭുതത്തോടെയാണവർ വീക്ഷിച്ചത്. ടെഖ്തരേവ്സിൽ വച്ച് കണ്ടുമുട്ടിയ ഒരു ഇംഗ്ലീഷ് സോഷ്യലിസ്റ്റ് എന്നോട് ചോദിച്ചത് ഞാനോർക്കുന്നു: "നിങ്ങൾ ജയിലിലായിരുന്നുവെന്നാണോ നിങ്ങൾ അർഥമാക്കുന്നത്? എന്റെ ഭാര്യ ജയിലിൽ കിടക്കേണ്ടി വന്നിരുന്നെങ്കിൽ ഞാനെന്ത് ചെയ്യുമായിരുന്നുവെന്ന് എനിക്കറിഞ്ഞുകൂടാ. എനിക്കത് സങ്കൽപ്പിക്കാൻ പോലും കഴിയുന്നില്ല!" ഞങ്ങളുടെ ഭൂവുടമയായ സ്ത്രീയുമായും പാഠങ്ങൾ അന്യോന്യം കൈമാറിയിരുന്ന ഇംഗ്ലീഷുകാരനുമായുള്ള ആശയവിനിമയത്തിൽ നിന്നും ഇംഗ്ലീഷുകാരുടെ പെറ്റി ബൂർഷ്വാ മനോഭാവം എത്രമാത്രം ആഴമുള്ളതാണെന്ന് മനസിലാക്കാൻ ഞങ്ങൾക്ക് അവസരമുണ്ടായി. പെറ്റി ബൂർഷ്വായുടെ ഇംഗ്ലീഷ് ജീവിതത്തിലെ ആഴമേറിയ എല്ലാ ഫിലിസ്റ്റിനിസ**ത്തിന്റെയും ഉള്ളടക്കം എന്താണെന്ന് വ്യക്തമായി പഠിക്കാനും ഇത് ഞങ്ങൾക്ക് വഴിയൊരുക്കി. ഞങ്ങളിൽ നിന്നും തന്റെ പാഠങ്ങൾ സ്വായത്തമാക്കാനായി ഞങ്ങൾക്കടുത്തേക്കു വന്ന ഒരു ഇംഗ്ലീഷുകാരൻ വലിയൊരു ബുക്സ്റ്റോറിന്റെ മാനേജരായിരുന്നു. കാര്യങ്ങളെ അവയുടെ ഏറ്റവും ശരിയായ തലത്തിൽ പ്രതിഷ്ഠിക്കുന്നൊരു സിദ്ധാന്തമാണ് സോഷ്യലിസമെന്ന് അയാൾ ഊന്നിപ്പറഞ്ഞു. "ഞാൻ പ്രതിബദ്ധതയുള്ള ഒരു സോഷ്യലിസ്റ്റാണ്," അയാൾ പറഞ്ഞു. "ഒരിക്കൽ സോഷ്യലിസ്റ്റ് പ്രഭാഷണങ്ങൾ നടത്താൻ വരെ ഞാൻ സന്നദ്ധനായി.

---

* ബൊഹീമിയനിസം - നിലവിലിരിക്കുന്ന സാമൂഹ്യവ്യവസ്ഥയെ ധിക്കരിച്ചുള്ള കലാസൃഷ്ടി.

** ഫിലിസ്റ്റിനിസം:സംസ്കാരത്തെയോ ആദർശത്തെയോ അവഗണിച്ചുകൊണ്ട് ഭൗതികമായി മാത്രം കാര്യങ്ങളെ വീക്ഷിക്കുക എന്ന സിദ്ധാന്തം

അപ്പോൾ എന്റെ തൊഴിലുടമ എന്നെ അങ്ങോട്ട് വിളിച്ചു വരുത്തി തനിക്ക് സോഷ്യലിസ്റ്റുകളെ ആവശ്യമില്ലെന്നും എനിക്ക് ജോലിയിൽ തുടരണ മെങ്കിൽ ഞാനെന്റെ നാവിനെ നിയന്ത്രിക്കണമെന്നും എന്നോട് പറഞ്ഞു. ശരി, ഞാൻ ചിന്തിച്ചു. അനുകൂലമായി സംസാരിച്ചാലുമില്ലെങ്കിലും സോഷ്യലിസം ഉണ്ടാവുമെന്ന് തന്നെ ഞാൻ ചിന്തിച്ചു. മാത്രമല്ല, ഞാൻ സംരക്ഷിക്കേണ്ടവരായി എനിക്കൊരു ഭാര്യയും കുട്ടികളുമുണ്ട്. ഇപ്പോൾ ഞാനൊരു സോഷ്യലിസ്റ്റാണെന്ന് ഞാനാരോടും പറയാറില്ല. എന്നാൽ നിങ്ങൾക്കതിന് കഴിയും."

യൂറോപ്പിന്റെ മിക്കഭാഗങ്ങളിലും പോയിട്ടുള്ള, ഓസ്ട്രേലിയയിലും മറ്റിടങ്ങളിലും താമസിച്ച, ജീവിതത്തിന്റെ അധികഭാഗവും ലണ്ടനിൽ ചെലവഴിച്ച മി. റെയ്മണ്ട് ഒരു വർഷക്കാലം കൊണ്ട് വ്ളാദിമിർ ഇല്ലിച്ച് കണ്ടതിന്റെ പകുതിപോലും കാണുകയുണ്ടായില്ല. ഒരു ദിവസം വൈറ്റ് ചാപ്പലിലെ ഒരു യോഗത്തിന് ഇല്ലിച്ച് അദ്ദേഹത്തെ പിടിച്ചുകൊണ്ടുപോയി. മിക്ക ഇംഗ്ലീഷുകാരെയും പോലെ, നഗരത്തിലെ മറ്റ് ഭാഗങ്ങളിൽ നിന്നും വിഭിന്നമായി, തങ്ങളുടെ ജീവിതം സ്വന്തം രീതിയിൽ ജീവിച്ചു തീർക്കുന്ന മുഖ്യമായും റഷ്യക്കാരായ യഹൂദന്മാർ പാർക്കുന്ന ലണ്ടനിലെ ഒരു പ്രദേശം മി. റെയ്മണ്ട് മുമ്പൊരിക്കലും കണ്ടിട്ടുണ്ടായിരുന്നില്ല. താൻ കണ്ടത് അദ്ദേഹത്തെ വിസ്മയിപ്പിച്ചുകളഞ്ഞു.

നഗരപ്രാന്തങ്ങളിലും നടക്കാനിറങ്ങുന്നത് ഞങ്ങളുടെ ശീലമായിരുന്നു. വളരെ ചെറിയ ഇടവേളകളിൽ ഞങ്ങൾ പ്രിംറോസ് ഹില്ലിലേക്ക് പോയി. ആറ് പെൻസ് മാത്രം ചെലവ് വരുന്ന ആ യാത്ര ഏറ്റവും ചെലവ് കുറഞ്ഞ ഒന്നായിരുന്നു. കുന്നിൽ മുകളിൽ നിന്നുകൊണ്ട് ഏറെക്കുറെ ലണ്ടൻ നഗരത്തെ മുഴുവൻ വീക്ഷിക്കാമായിരുന്നു. വീടുകളുടെ വന്യതയെ ആവരണം ചെയ്യുന്നതായിരുന്നു വ്യാപ്തിയേറിയ അവിടത്തെ പുകപടലം. അവിടെ നിന്നും പാർക്കുകളിലേക്കും കൺട്രിലേനുകളിലേക്കും ഞങ്ങൾ ദീർഘദൂരം നടന്നു. കാൾ മാർക്സിനെ അടക്കം ചെയ്ത സെമിത്തേരിക്കടുത്താണ് എന്നതാണ് പ്രിംറോസ് ഹില്ലിലേക്ക് പോകാൻ ഞങ്ങൾ ഇഷ്ടപ്പെടാനുള്ള മറ്റൊരു കാരണം. ആ സെമിത്തേരിയിലേക്കും ഞങ്ങൾ പോവുമായിരുന്നു.

ഞങ്ങളുടെ സെന്റ് പീറ്റേഴ്സ് ബർഗ് ഗ്രൂപ്പിലെ ഒരംഗമായിരുന്ന അപ്പോലിനാരിയോ യാക്കൂബോവയെ ഞങ്ങൾ ലണ്ടനിൽ വച്ച് കണ്ടുമുട്ടി. അവിടെ അവർ ഒരു സജീവ പ്രവർത്തകയായിരുന്നു. ഏവരാലും മാനിക്കപ്പെടുകയും ഇഷ്ടപ്പെടുകയും ചെയ്തിരുന്നൊരു വ്യക്തിയായിരുന്നു അവർ. മാത്രമല്ല, നെവ്സ്കായ സസ്താവ ഡിസ്ട്രിക്ടിലെ സൺഡേ സ്കൂളിൽ ഒന്നിച്ച് ജോലി ചെയ്തിരുന്നതിനാലും ലിദിയ നിപ്പോവിച്ചിന്റെ പൊതുവായ സുഹൃത്തുക്കളായിരുന്നതിനാലും ഞങ്ങൾക്കിടയിലെ സൗഹൃദം കൂടുതൽ ഊഷ്മളവുമായിരുന്നു. സൈബീരിയൻ നാടുകടത്തലിൽ നിന്നും രക്ഷപ്പെട്ടശേഷം അപ്പോലിനാരിയ *റബോഷായാ മിസ്ൽ*ന്റെ മുൻ എഡിറ്ററായ തഖ്തരേവിനെ വിവാഹം കഴിച്ചു. അവരി

പ്പോൾ ലണ്ടനിലാണ് താമസമെങ്കിലും ഞങ്ങളുടെ പ്രവർത്തനങ്ങളിലൊന്നും പങ്കെടുത്തില്ല. ഞങ്ങൾ എത്തിച്ചേർന്നതിൽ അപ്പോലിനാരിയ വളരെ സന്തുഷ്ടയായിരുന്നു. അവർ ഞങ്ങളുടെ സഹായത്തിനെത്തുകയും ചെലവ് കുറഞ്ഞതും മെച്ചപ്പെട്ട സൗകര്യങ്ങളുള്ളതുമായ പാർപ്പിടം ലഭ്യമാക്കാൻ സഹായിക്കുകയും ചെയ്തു. തഖ്തരേവിനെ ഇടയ്ക്കിടെ ഞങ്ങൾ കണ്ടിരുന്നുവെങ്കിലും പൊതുവിൽ റബോഷായ മിസ്‌ലിന്റെ വിഷയം ഒഴിവാക്കിയിരുന്നതിനാൽ ഞങ്ങൾക്കിടയിൽ ബന്ധം അത്രയൊന്നും മെച്ചപ്പെട്ടതായിരുന്നില്ല. ഒന്നോ രണ്ടോ വട്ടം ഞങ്ങൾക്കിടയിൽ സംഘർഷമുണ്ടായെങ്കിലും അതിനെ അതിജീവിക്കാൻ ഞങ്ങൾക്ക് സാധിച്ചു. എന്റെ ഓർമ ശരിയാണെങ്കിൽ, 1903 ജനുവരിയിൽ തഖ്തരേവ് ദമ്പതിമാർ *ഇസ്ക്രയോടുള്ള* അവരുടെ അനുഭാവം പരസ്യമായി പ്രഖ്യാപിച്ചു.

എന്റെ അമ്മ വൈകാതെ എത്തിച്ചേരുമെന്നതിനാൽ സ്വന്തമായി രണ്ട് മുറികളുള്ള ഒരു പാർപ്പിടം വാടകയ്ക്കെടുക്കാനും അവിടെത്തന്നെ ഭക്ഷണം തയാറാക്കാനും ഞങ്ങൾ തീരുമാനിച്ചു. കൊഴുപ്പിൽ പൊരിച്ചെടുക്കുന്ന 'ഓക്സ്-ടെയ്ൽസ്' സ്കേറ്റുകളും ദഹിക്കാത്ത കേക്കുകളുമെല്ലാം റഷ്യക്കാർക്ക് വേണ്ടി ഉണ്ടാക്കാവുന്നവയല്ലെന്ന് ഞങ്ങൾ കണ്ടെത്തി. അതിന് പുറമേ, സംഘടനയുടെ ചെലവിൽ ജീവിച്ച് ഞങ്ങൾക്ക് മടുത്തിരുന്നു. അതുകൊണ്ട് ഓരോ പെന്നിയും ലാഭിക്കേണ്ടിയിരുന്നു. വീട്ടിൽത്തന്നെയുള്ള ജീവിതം ചെലവ് കുറഞ്ഞതുമായിരുന്നു.

രഹസ്യപ്രവർത്തനത്തെ സംബന്ധിച്ചിടത്തോളം അനുയോജ്യമായ സാഹചര്യമായിരുന്നു ലണ്ടനിലേത്. അന്നവിടെ ഐഡന്റിറ്റി കടലാസുകളൊന്നും ആവശ്യമായിരുന്നില്ലെന്ന് മാത്രമല്ല, ഒരാൾക്ക് ഏത് പേരിലും അറിയപ്പെടാമായിരുന്നു. റിക്ടർ എന്ന പേരാണ് ഞങ്ങൾ സ്വീകരിച്ചത്. ഇംഗ്ലീഷുകാർക്ക് എല്ലാ വിദേശികളും ഒരേപോലെ കാണപ്പെട്ടു എന്നതാണ് മറ്റൊരു നേട്ടം. താമസിച്ചിരുന്ന സമയം മുഴുവൻ ഞങ്ങൾ ജർമനിക്കാരാണെന്നാണ് ഞങ്ങളുടെ വീട്ടുടമ ധരിച്ചുപോന്നത്.

വൈകാതെ മാർട്ടോവും വേരാ സസൂലിച്ചും എത്തിച്ചേരുകയും ഞങ്ങൾക്കും വളരെയൊന്നും അകലെയല്ലാതെ അലെക്സെയേവുമൊന്നിച്ച് കോണ്ടിനെന്റൽ സ്റ്റൈലിലുള്ള ഒരു അപ്പാർട്ട്മെന്റിൽ ഒരു കമ്യൂണൽ ഹൗസ്ഹോൾഡ് ഉണ്ടാക്കുകയും ചെയ്തു. വ്ളാദിമിർ ഇല്ലിച്ച് ബ്രിട്ടീഷ് മ്യൂസിയത്തിൽ ജോലി ചെയ്യാനുള്ള അടിയന്തിര നടപടികൾ സ്വീകരിച്ചു.

അദ്ദേഹം രാവിലെ തന്നെ അങ്ങോട്ട് പോയി. മാർട്ടോവും ഞാനും- മാർട്ടോവ് അതിരാവിലെ എത്തിച്ചേർന്നിരുന്നു. - ഒന്നിച്ച് തപാലിൽ ലഭിച്ച ഇനങ്ങൾ പരിശോധിച്ചു. അങ്ങനെ വ്ളാദിമിർ ഇല്ലിച്ചിന് ക്ഷീണിപ്പിക്കുന്ന ആ ജോലിയിൽ നിന്നും മുക്തനാവാനും സാധിച്ചു.

ഏറിയോ കുറഞ്ഞോ പ്ലെഖാനോവുമായുള്ള സംഘർഷത്തിന് അയവുണ്ടായി. അദ്ദേഹത്തിന്റെ മാതാവിനെയും സഹോദരി അന്നയെയും

കാണാൻ വ്ളാദിമിർ ഇല്ലിച്ച് ഒരു മാസത്തെ അവധിക്ക് ബ്രിട്ടാനിയയിലേക്ക് പോവുകയും കടൽത്തീരത്തുള്ള അവരുടെ പാർപ്പിടത്തിൽ ഏതാനും ആഴ്ചകൾ താമസിക്കുകയും ചെയ്തു. നിലയ്ക്കാത്ത ചലനവും അതിവിസ്തൃതമായ ഇടവുമുള്ള സമുദ്രത്തെ സ്നേഹിച്ച് അദ്ദേഹത്തിന് ആയാസമേതുമില്ലാതെ അവിടെ താമസിക്കാൻ കഴിയുമായിരുന്നു.

വൈകാതെ ലണ്ടനിൽ ഞങ്ങൾക്ക് സന്ദർശകരുണ്ടായി. ഇന്ന സ്മിദോവിച്ചും (ദിംക) വന്നുവെങ്കിലും വൈകാതെ അവർ റഷ്യയിലേക്ക് മടങ്ങി. അവരുടെ സഹോദരനായ പ്യോട്ടർ ആയിരുന്നു മറ്റൊരു സന്ദർശകൻ. വ്ളാദിമിർ ഇല്ലിച്ചിന്റെ പ്രേരണ മാനിച്ച് അയാൾ മാട്രിയോണ എന്ന പേര് സ്വീകരിച്ചു. ദീർഘകാലത്തെ ജയിൽവാസമനുഭവിച്ച് പുറത്തു വന്ന അയാൾ പ്രതിബദ്ധതയുള്ള ഒരു ഇസ്ക്രയിസ്റ്റ് ആയിത്തീർന്നു. പാസ്പോർട്ടുകളിൽ തിരിമറി നടത്തുന്നതിൽ താൻ വിദഗ്ധനാണെന്ന് അയാൾ സ്വയം കരുതിപ്പോന്നിരുന്നു. 'മധുരപദാർഥങ്ങളുടെ ഉപയോഗം' ആണതിന്റെ രഹസ്യമെന്ന് അയാൾ അവകാശപ്പെട്ടു. പാസ്പോർട്ടുകളെ 'സ്പോഞ്ച്' ചെയ്യാനുള്ള അമർത്തൽ ഉപകരണങ്ങളെന്ന നിലയിൽ അയാൾ കമ്യൂണിലുള്ള എല്ലാ മേശകളെയും കീഴ്മേൽ മറിച്ചിടും. അന്നത്തെ ഞങ്ങളുടെ മുഴുവൻ രഹസ്യവിദ്യകളെയും പോലെ ആ വിദ്യയും അങ്ങേയറ്റം പ്രാകൃതമായിരുന്നു. റഷ്യയിലേക്കുള്ള ഞങ്ങളുടെ കത്തുകൾ ഇന്ന് പുനർവായന നടത്തുമ്പോൾ ഞങ്ങളുടെ രഹസ്യരീതികൾ എത്രമാത്രം ഋജുവായവയായിരുന്നുവെന്ന് ഒരാൾ അത്ഭുതപ്പെട്ടുപോവും. കൈലേസുകളെ (പാസ്പോർട്ട് എന്നർഥം) എല്ലാ അക്ഷരങ്ങളും, നുരയുന്ന ബീയറും ഊഷ്മളമായ രോമവും (നിയമവിരുദ്ധമായ സാഹിത്യം) പട്ടണത്തിന്റെ തന്നെ എന്നപോലെ ഒരേ അക്ഷരത്തിൽ തുടങ്ങുന്ന പട്ടണങ്ങളുടെ കോഡ് നാമങ്ങളും (ഒഡെസയ്ക്ക് ഒസിപ്, റ്റ്വെറിന് റെറന്റി, പോൾട്ടോവയ്ക്ക് പീറ്റർ, പ്സ്കോവിന് പാഷാ തുടങ്ങിയവ) പുരുഷന്മാർക്ക് സ്ത്രീകളുടെയും സ്ത്രീകൾക്ക് പുരുഷന്മാരുടെയും അങ്ങനെ ആ വിദ്യ മുഴുവനും തികച്ചും ഋജുവും സുതാര്യവുമായിരുന്നു. അന്ന് അതത്ര ഋജുവായി ഞങ്ങൾക്കനുഭവപ്പെട്ടില്ലെങ്കിലും വലിയൊരളവ് വരെ പൊലീസിനെ കബളിപ്പിക്കാൻ അവയ്ക്ക് സാധിച്ചു. പിൽക്കാലത്തെ അപേക്ഷിച്ച് തുടക്കത്തിൽ ഒറ്റുകൊടുക്കുന്നവർ വളരെപ്പേരൊന്നും ഉണ്ടായിരുന്നില്ല. ഞങ്ങളുടെ എല്ലാ ആളുകളും വിശ്വസ്തരും അന്യോന്യം നന്നായി അറിയുന്നവരുമായിരുന്നു റഷ്യയിൽ പ്രവർത്തിച്ചിരുന്ന *ഇസ്ക്ര* ഏജന്റുമാർ വിദേശത്ത് നിന്നുമുള്ള സാഹിത്യം ഏറ്റുവാങ്ങി. *ഇസ്ക്രയും സര്യയും* ലഘുഗ്രന്ഥങ്ങളുമായിരുന്നു അവ. നിയമവിരുദ്ധമായ അച്ചടിശാലകളിൽ *ഇസ്ക്ര* സാഹിത്യം പുനർമുദ്രണം ചെയ്യാനും വ്യത്യസ്ത ഇടങ്ങളിൽ വിതരണം നടത്താനും അവർ മേൽനോട്ടം വഹിച്ചു. *ഇസ്ക്രയ്ക്ക്* അയയ്ക്കേണ്ട വിഭവങ്ങൾ ഏർപ്പാടാക്കിയ അവർ റഷ്യയിൽ നടക്കുന്ന എല്ലാ നിയമവിരുദ്ധ പ്രവർത്തന

ങ്ങളെക്കുറിച്ചും അതത് നേരത്ത് തന്നെ അറിയിക്കാനും പത്രത്തിനുള്ള പണം സമാഹരിക്കാനും ആവശ്യമായ നടപടികൾ കൈക്കൊണ്ടു.

സമാറയിൽ (സോന്യായുടെ ഇടത്ത്) റോഡെന്റുകൾ-കൃഷി ഷാനോവ്സ്കിമാർ, (ക്ലെയർ- ഗ്ലെബ് കൃഷി ഷാനോവിസ്കിയും സ്നെയ്ലും - അദ്ദേഹത്തിന്റെ ഭാര്യയായ സിനെയ്ദ) ഉണ്ടായിരുന്നു. ലെനിന്റെ സഹോദരിയായ മാരിയ-ബിയർ കമ്പും അവിടെയാണ് താമസിച്ചിരുന്നത്. സമാറയിൽ ഒരുതരം കേന്ദ്രം വളരെ വേഗം രൂപപ്പെട്ടു. ആളുകളെ തങ്ങൾക്ക് ചുറ്റിലുമായി ആകർഷിക്കുന്നതിൽ കൃഷിഷാനോവിസ്കിമാർക്ക് ഒരു പ്രത്യേക സാമർഥ്യമുണ്ടായിരുന്നു. തെക്കോട്ട് നീങ്ങിയ ലെങ്ഗ്നിക് കാർഡ് അൽപ്പകാലം പോർട്ടോവയിലും പിന്നീട് കീവിലും താമസിച്ചു. അസ്ട്രാഖനിൽ ലിദിയ നിപ്പോവിച്ച് (അങ്കിൾ) ഉണ്ടായിരുന്നു. പ്സ്കോവിലുണ്ടായിരുന്നത് ലെപെഷിൻസ്കി(ബെസ്റ്റ് ഷൂ)യും ല്യൂബോവ് റാദ്ഷെങ്കോ(പാഷ)ലുമായിരുന്നു. തീർത്തും ക്ഷീണിതനായിക്കഴിഞ്ഞ സ്റ്റെപൻ റാദ് ചെങ്കോ നിയമവിരുദ്ധമായ പ്രവർത്തനം അവസാനിപ്പിച്ചുവെങ്കിലും അപ്പോഴേക്കും അദ്ദേഹത്തിന്റെ സഹോദരനായ ഇവാൻ (അല്ലെങ്കിൽ അർക്കാഡി, അല്ലെങ്കിൽ കസ്യാൻ) *ഇസ്ക്രയ്ക്ക്* വേണ്ടി ഊർജസ്വലമായി പ്രവർത്തിക്കാൻ തുടങ്ങി. അദ്ദേഹമൊരു ട്രാവലിങ് ഏജന്റായിരുന്നു. റഷ്യയിലുടനീളം *ഇസ്ക്ര* എത്തിച്ചുകൊടുത്ത മറ്റൊരു ട്രാവലിങ് ഏജന്റാണ് സിൽവിൻ (വേഗാ ബോണ്ട്). ഇവാൻ ബബുഷ്കിനു (അല്ലെങ്കിൽ ബോഗ്ദൻ)മായി അടുത്ത് ബന്ധപ്പെട്ട് മോസ്കോയിൽ പ്രവർത്തിച്ചിരുന്ന ആളാണ് ബോമൻ (അല്ലെങ്കിൽ വിക്ടർ, ട്രീ റൂക്ക്). സെന്റ് പീറ്റേഴ്സ് ബർഗ് സംഘടനയുമായി അടുത്ത ബന്ധമുള്ള മറ്റുള്ള ഏജന്റുമാർ യെലെന സ്റ്റാസോവ (അല്ലെങ്കിൽ തിക്ക് ആന്റ് അബ്സൊല്യൂട്ട്), ബൊമന്റെ അറസ്റ്റിന് ശേഷം 'ബേബി ഹേർ' എന്ന പേരുള്ള മോസ്കോയിലെ വൃദ്ധസദനത്തിൽ താമസിച്ചിരുന്ന ഗ്ലാഫിറ ഒക്കുലോവ എന്നിവരാണ്. ഇവരുമായെല്ലാം *ഇസ്ക്ര* സജീവമായ ബന്ധം പുലർത്തിപോന്നിരുന്നു. ഓരോ കത്തുകളും വ്ളാദിമിർ ഇല്ലിച്ച് വായിക്കുകയുണ്ടായി. വ്യത്യസ്ത *ഇസ്ക്ര* ഏജന്റുമാർ എന്ത് ചെയ്യുന്നുവെന്ന വ്യക്തമായി അറിയാമായിരുന്ന ഞങ്ങൾ അവരുടെ എല്ലാ പ്രവർത്തനങ്ങളെ കുറിച്ചും അവരുമായി ചർച്ച ചെയ്തു. അവർക്ക് അന്യോന്യമുള്ള ബന്ധം നഷ്ടപ്പെട്ടപ്പോൾ ഞങ്ങളത് പുനഃസ്ഥാപിച്ചു കൊടുക്കുകയും അറസ്റ്റുകൾ പോലുള്ള കാര്യങ്ങൾ അവരെ അറിയിക്കുകയും ചെയ്തു.

ഇസ്ക്രയ്ക്ക് അതിന് വേണ്ടി പ്രവർത്തിക്കുന്ന ഒരു അച്ചടിശാല ബാക്കുവിലുണ്ടായിരുന്നു. അങ്ങേയറ്റം രഹസ്യസ്വഭാവമുള്ളതായിരുന്നു അതിന്റെ പ്രവർത്തനം. യെനുകിദ്സെ സഹോദരന്മാർ ജോലി ചെയ്തിരുന്ന അവിടത്തെ മാനേജർ ക്രാസിൻ (ഹോഴ്സ്) ആയിരുന്നു. ആ ശാലയെ നീന എന്നാണ് വിളിച്ചിരുന്നത്. പിന്നീട് അലൂകിന എന്ന് ഞങ്ങൾ പേര് വിളിച്ച ഒരു അച്ചടിശാല നോവ്ഗൊറോദിൽ സ്ഥാപിക്കാൻ ഞങ്ങളൊരു ശ്രമം നടത്തിയെങ്കിലും വൈകാതെ അത് അടിച്ചമർത്ത

പ്പെട്ടു. ആ കാലമായപ്പോഴേക്കും അകിം (ലിയോൺ ഗോൾഡ്മാൻ) കിഷിനേവിൽ നടത്തിയിരുന്ന രഹസ്യ അച്ചടിശാല പ്രവർത്തനരഹിതമാവുകയും ചെയ്തു.

അച്ചടിച്ച സാഹിത്യം കയറ്റിയയച്ചിരുന്നത് (ഗ്രൂണ്യയിലൂടെ) വിൽന വഴിക്കായിരുന്നു.

സ്റ്റോക്ക് ഹോം വഴി അതയയ്ക്കാനുള്ള ഏർപ്പാടുണ്ടാക്കാൻ സെന്റ് പീറ്റേഴ്സ്ബർഗിലെ സഖാക്കൾ ശ്രമിക്കുകയുണ്ടായി. ബീയർ എന്ന പേരിന് കീഴിൽ ഞങ്ങൾ വളരെയധികം ആശയവിനിമയം നടത്തുകയും ചെയ്തു. നൂറ് ഭാരം കണക്കിൽ ഞങ്ങൾ സാഹിത്യം സ്റ്റോക്ക്ഹോമിലേക്ക് അയയ്ക്കുകയും ബീയർ ലക്ഷ്യസ്ഥാനത്ത് എത്തിച്ചതായി ഞങ്ങൾക്ക് സ്ഥിരീകരണം ലഭിക്കുകയുമുണ്ടായി. അത് സെന്റ് പീറ്റേഴ്സ്ബർഗിൽ ഏറ്റുവാങ്ങിയതായി ഉറപ്പുണ്ടായിരുന്ന ഞങ്ങൾ കൂടുതൽ സാഹിത്യം സ്റ്റോക്ക്ഹോമിലേക്ക് അയച്ചുകൊടുത്തിരുന്നു. 1905ൽ സ്വീഡൻ വഴി റഷ്യയിലേക്ക് മടങ്ങുമ്പോഴാണ് ഞങ്ങളയച്ച മുഴുവൻ സാഹിത്യവും വാറ്റുശാലയിൽ - സ്റ്റോക്ക് ഹോമിലെ പീപ്പിൾസ് ഹൗസിൽ - ഒരു അറനിറയെ അടുക്കി സൂക്ഷിച്ചിട്ടുള്ളതായി ഞങ്ങൾ അറിഞ്ഞത്.

വാർദോ വഴിക്കാണ് 'സ്മാളർ കാസ്ക്സ്' അയച്ചിരുന്നത്. എന്റെ ഓർമയിൽ ഒരു പാർസൽ ലഭിച്ചുകഴിഞ്ഞശേഷം ചില തടസങ്ങളുണ്ടായി. മാട്രിയോണയെ മാർസെയിൽസിൽ താമസിക്കാൻ നിയോഗിച്ചു. അവർ ബാറ്റുമിലേക്ക് പോവുന്ന ബോട്ടുകളുടെ പാചകക്കാർ മുഖേന ഷിപ്പ്മെന്റുകൾ അയയ്ക്കേണ്ടതുണ്ടായിരുന്നു. അവിടെ സാഹിത്യത്തിന്റെ കൈമാറ്റം സംഘടിപ്പിച്ചിരുന്നത് ബാക്കു സഖാക്കൾ (ദി ഹോഴ്സ്) ആണ്. എങ്കിലും, അധികം സാഹിത്യവും കടലിലേക്ക് എടുത്തെറിയപ്പെട്ടു (ടാർപ്പാളിനിൽ പൊതിഞ്ഞ് മുമ്പ് നിശ്ചയിച്ചിരുന്ന ഒരിടത്ത് സൂക്ഷിച്ചിരുന്ന അവയെ ഞങ്ങളുടെ സഖാക്കൾ കടലിൽ നിന്നും കരയ്ക്കെത്തിച്ചു) അന്ന് സെന്റ് പീറ്റേഴ്സ്ബർഗിലെ ഒരു ഫാക്ടറിയിൽ പണിയെടുത്തിരുന്ന,. ഞങ്ങളുടെ സംഘടനയിലെ ഒരംഗമായ, മിഖായേൽ കലിനിൽ സ്റ്റാസോവ (തിക്ക്) വഴി തൗലോണിലെ ഒരു വിലാസം ഒരു നാവികന് കൈമാറി. അലക്സാൺഡ്രിയ (ഈജിപ്റ്റ്) വഴിയും സാഹിത്യം കപ്പൽ കയറ്റി അയച്ചു. പേർഷ്യ വഴിക്കുള്ള കടത്താണ് അതിനായി ഏർപ്പാട് ചെയ്തത്. പിന്നീട് അത് കാമെനെറ്റ്സ് - ഹെഡോൽസ്ക്കും ലോവും വഴിക്കും ഏർപ്പാടാക്കി. ഇതിലെല്ലാമുള്ള വലിയ അപകടസാധ്യതയ്ക്ക് പുറമേ, ഈ ഷിപ്പ്മെന്റുകളെല്ലാം തന്നെ ഞങ്ങളുടെ വളരെയധികം പണവും ഊർജവും അപഹരിച്ചുവെങ്കിലും, അയച്ച സാഹിത്യത്തിന്റെ പത്തിലൊന്നിൽ കൂടുതൽ ഏതെങ്കിലും ലക്ഷ്യസ്ഥാനത്തെത്തിയിരിക്കാനുള്ള സാധ്യതയില്ല. ഇതിനെല്ലാം പുറമെ സാഹിത്യം കടത്തിക്കൊണ്ടു പോകാൻ ഞങ്ങൾ ഇരട്ട അടിത്തട്ടുകളുള്ള പെട്ടികളും ബുക്ക് ബയന്റിങ്ങുകളും ഉപയോഗിക്കുകയുണ്ടായി. അത് ഉടൻ തന്നെ പിടിക്കപ്പെട്ടു.

വാട്ട് ഈസ് റ്റുബി ഡൺ? ഒരു വൻവിജയമായിരുന്നു. അത് സുപ്രധാനവും അടിയന്തിരപ്രാധാന്യവുമുള്ള നിരവധി ചോദ്യങ്ങൾക്ക് ഉത്തരം നൽകി. അതിലെ പദ്ധതിക്കനുസൃതമായി പ്രവർത്തിക്കുന്ന ഒരു അധോലോക സംഘടനയുടെ അവശ്യകത ഏവർക്കും ബോധ്യമായി.

1902ൽ ബുണ്ട് (ബോറിസ്) ബെലോസ്റ്റോക്കിൽ ഒരു സമ്മേളനം വിളിച്ചുകൂട്ടി. സെന്റ് പീറ്റേഴ്സ്ബർഗ് പ്രതിനിധി ഒഴിച്ചുള്ള മുഴുവൻ പ്രതിനിധികളും അറസ്റ്റ് ചെയ്യപ്പെട്ടു. അതിന്റെ ഫലമായി ബൂമാനും സിൽവിനും അറസ്റ്റിന് വിധേയരായി. ഒരു പാർട്ടി കോൺഗ്രസ് വിളിച്ചുകൂട്ടാൻ വേണ്ടി ഒരു സംഘാടകസമിതിയുണ്ടാക്കണമെന്ന് സമ്മേളനം തീരുമാനിച്ചു. എങ്കിലും അതിന് കാലതാമസമുണ്ടായി. പ്രാദേശിക സംഘടനകളുടെ പ്രാതിനിധ്യം ആവശ്യമായിരുന്നുവെങ്കിലും, അപ്പോഴുമവ തികച്ചും അസംഘടിതവും ഭിന്നജാതീയവുമായിരുന്നു. ഉദാഹരണമായി, സെന്റ് പീറ്റേഴ്സ്ബർഗിൽ സംഘടന ഒരു തൊഴിലാളികളുടെ കമ്മിറ്റി(മന്യ)യായും ബുദ്ധിജീവികളുടെ കമ്മിറ്റി (വന്യ) ആയും പിളർന്നിരുന്നു. തൊഴിലാളികളുടെ കമ്മിറ്റി മുഖ്യമായും സാമ്പത്തിക സമരം മുന്നോട്ട് കൊണ്ടുപോവാനുള്ളതും ബുദ്ധിജീവികളുടെ കമ്മിറ്റി ഉന്നതമായ നയപരിപാടികൾ കൈകാര്യം ചെയ്യാനുള്ളതുമായിരുന്നു. കൂട്ടത്തിൽ ഈ ഉന്നതമായ നയം തികച്ചും അപ്രധാനമായ രീതിയിലുള്ളതും വിപ്ലവാത്മകതയെക്കാളധികം ഉദാരനയം പോലുള്ളതുമായിരുന്നു. 'ഇക്കോണമിസ'ത്തിന്റെ ഒരു അനന്തര ഫലമായിരുന്നു ഈ ഘടന. തത്വത്തിൽ പരാജയപ്പെട്ട അത് അപ്പോഴും പ്രാദേശികമായി സുരക്ഷിതമായ ഒരു ചവിട്ടടി നിലനിർത്തിപ്പോന്നിരുന്നു. അതിന്റെ യഥാർഥമൂല്യം ഇസ്ക്രെ ഗ്രൂപ്പ് വിലയിരുത്തിയിട്ടുണ്ട്. സംഘടനയുടെ ശരിയായ ഘടനയ്ക്കുവേണ്ടിയുള്ള സമരത്തിൽ ഒരു പ്രധാന പങ്കുവഹിച്ചത് വ്ളാദിമിർ ഇല്ലിച്ചാണ്. *ലെറ്റർ റ്റു എ കോമ്രേഡ്* എന്ന് കൂടുതലായി അറിയപ്പെടുന്ന അദ്ദേഹത്തിന്റെ ലെറ്റർ റ്റു യെ മൈ എന്ന കൃതി പാർട്ടിയെ സംഘടിപ്പിക്കുന്നതിൽ അതിപ്രധാനമായൊരു പങ്കാണ് വഹിച്ചത്. അത് പാർട്ടിയിൽ തൊഴിലാളി ഘടകത്തെ ശക്തിപ്പെടുത്താൻ സഹായിക്കുകയും നയത്തിന്റെ എല്ലാ അടിസ്ഥാന ചോദ്യങ്ങളെക്കുറിച്ചും തീരുമാനിക്കുന്നതിൽ തൊഴിലാളികളുടെ സജീവമായ സഹകരണം ഉറപ്പാക്കുകയും ചെയ്തു. റബോഷെയേ ദലേയുടെ അനുയായികൾ തൊഴിലാളികൾക്കും ബുദ്ധിജീവികൾക്കുമിടയിൽ പടുത്തുയർത്തിയ മതിലിനെ അത് തകർത്തെറിഞ്ഞു. 1902-03 ലെ ശീതകാലം സംഘടനയ്ക്കുള്ളിലെ പ്രവണതകളുടെ ജീവന്മരണ സമരത്തിന് സാക്ഷ്യം വഹിച്ചു. *ഇസ്ക്രായിസ്റ്റുകൾ* പ്രബലരായി മുന്നേറിയിക്കൊണ്ടിരുന്നുവെങ്കിലും ചിലപ്പോഴെല്ലാം അവർ പുറത്തേക്ക് എറിയപ്പെട്ടു.

*ഇസ്ക്രായിസ്റ്റു*കളുടെ സമരത്തിന് നേതൃത്വം നൽകുമ്പോൾത്തന്നെ സെൻട്രലിസത്തിന്റെ തികച്ചും വൃത്തിഹീനമായ വ്യാഖ്യാനങ്ങൾക്കെതിരെയും അവർക്ക് മുന്നറിയിപ്പ് നൽകി. സജീവ സ്വതന്ത്രപ്രവർത്തന

ത്തിന്റെ ഓരോ ഉദാഹരണത്തിനുമുള്ള പ്രവണതയെ 'കലാസക്തി' എന്ന നിലയിൽ ഇല്ലിച്ച് ചെറുത്തു. കമ്മിറ്റികളുടെ ഗുണപരമായ ഘടനയെ ആഴത്തിൽ സ്വാധീനിച്ച വ്ളാദിമിർ ഇല്ലിച്ചിന്റെ ഈ പ്രവർത്തനം ഇപ്പോഴത്തെ തലമുറയ്ക്ക് കാര്യമായി അറിഞ്ഞുകൂടെങ്കിലും നമ്മുടെ പാർട്ടിയുടെ സ്വഭാവത്തെ നിർണയിച്ചതും അതിന്റെ ഇന്നത്തെ സംഘടനയുടെ അടിത്തറ പാകിയതും അത് തന്നെയായിരുന്നു.

റബോഷെയേ ദലോ പ്രവണതയിലെ 'ഇക്കണോമിസ്റ്റുകൾ' ഈ സമരത്തിന് അങ്ങേയറ്റം എതിരായിരുന്നു. അതിന്റെ ഫലമായി അവരുടെ സ്വാധീനം നഷ്ടപ്പെടുകയും വിദേശത്ത് നിന്നുമുള്ള കൽപ്പനകൾ സ്വീകരിക്കുന്നവർ എന്ന നിലയിൽ വെറുക്കപ്പെടുകയും ചെയ്തു.

സംഘടനാപരമായ ചോദ്യങ്ങൾ ചർച്ച ചെയ്യുന്നതിനായി ആഗസ്റ്റ് ആറിന് സെന്റ് പീറ്റേഴ്സ്ബർഗിൽ നിന്നും സഖാവ് ക്രാസ്നുവ എത്തിച്ചേർന്നു. "ഹാവ് യു റീഡ് നം. 47 ഓഫ് ദി സിറ്റിസൺ?" (*സിറ്റിസൺ-ന്റെ 47-ാം നമ്പർ* താങ്കൾ വായിച്ചുവോ?) എന്നതായിരുന്നു അദ്ദേഹത്തിന്റെ പാസ്‌വേർഡ്. പിന്നീട് സിറ്റിസൺ അദ്ദേഹത്തിന്റെ പാർട്ടിയുടെ പരിഹാസപ്പേരായിത്തീർന്നു. സെന്റ് പീറ്റേഴ്സ്ബർഗ് സംഘടനയെയും അതിന്റെ ഘടനയെയും കുറിച്ച് അദ്ദേഹവുമായി വ്ളാദിമിർ ഇല്ലിച്ച് ദീർഘനേരം സംസാരിച്ചു. പി എ ക്രാസ്കോവ് (അല്ലെങ്കിൽ മ്യൂസിഷ്യൻ, ഹെയർപിൻ, ഇഗ്നാറ്റ്, പാൻക്രാറ്റ്), ബോറിസ് നോസ്കോവ് എന്നിവരാണ് ആ ചർച്ചകളിൽ പങ്കെടുത്ത മറ്റ് രണ്ടുപേർ. ലണ്ടനിൽ നിന്നും പ്ലെഖാനോവുമായി സംസാരിക്കാനും *ഇസ്ക്ര*യെ കുറിച്ച് ശരിയായി മനസിലാക്കാനും സിറ്റിസൺ ജനീവയിലേക്ക് പോയി. ഒന്നോ രണ്ടോ ആഴ്ചകൾക്ക് ശേഷം പ്രവർത്തനങ്ങൾ എങ്ങനെ സംഘടിപ്പിക്കണമെന്ന തന്റെ വീക്ഷണങ്ങളടങ്ങുന്ന ഒരു കത്ത് യെറേമയിൽ നിന്നും ഞങ്ങൾക്ക് ലഭിച്ചു. യെറേമ ഒറ്റപ്പെട്ടൊരു പ്രചാരണക്കാരനാണോ പ്രചാരണക്കാരുടെ ഒരു സംഘമാണോ എന്ന് ആ കത്തിൽ നിന്നും വ്യക്തമായിരുന്നില്ല. എങ്കിലും അത് അപ്രധാനമായിരുന്നു. ഒരു മറുപടിയെക്കുറിച്ച് വ്ളാദിമിർ ഇല്ലിച്ച് ആലോചിക്കാൻ തുടങ്ങി. അദ്ദേഹത്തിന്റെ മറുപടി *ലെറ്റർ റ്റു എ കോമ്രേഡ് ഓൺ ഔവർ ഓർഗനൈസേഷണൽ ടാക്സ്* എന്ന ലഘുഗ്രന്ഥത്തോളം നീണ്ടു. ആദ്യം ഹെക്ടോഗ്രാഫ് ചെയ്ത് വിതരണം നടത്തിയ ആ ലഘുഗ്രന്ഥം പിന്നീട്, 1903 ജൂണിൽ, സൈബീരിയൻ കമ്മിറ്റി നിയമവിരുദ്ധമായി അച്ചടിച്ചു.

എകട്ടെറിസേസ്ലാവിലെ ജയിലിൽ നിന്നും രക്ഷപ്പെട്ട ബബുഷ്കിൻ 1902 സെപ്റ്റംബർ ആദ്യം ലണ്ടനിൽ എത്തിച്ചേർന്നു. തലമുടി ഡൈ ചെയ്തുകൊടുത്ത ജിംനേസിയം സ്കൂൾ കുട്ടികളുടെ സഹായത്തോടെയാണ് അദ്ദേഹവും ഗോറോവിറ്റ്സും രക്ഷപ്പെട്ടതും അതിർത്തി കടന്നതും. അൽപ്പദിവസങ്ങൾക്ക് ശേഷം ചുവപ്പായിത്തീർന്ന അവരുടെ തലമുടി പൊതുവായ ശ്രദ്ധ ആകർഷിച്ചു. ഞങ്ങൾക്കടുത്തെത്തുമ്പോൾ അദ്ദേഹത്തിന്റേത് ചുവന്ന തലമുടിയായിരുന്നു. ജർമനിയിൽ വച്ച്

അദ്ദേഹം കമ്മിഷൻ ഏജന്റുമാരുടെ പിടിയിലാവുകയും അമേരിക്കയിലേക്ക് കയറ്റി വിടുന്നതിൽ നിന്നും കഷ്ടിച്ച് രക്ഷപ്പെടുകയും ചെയ്തു. കമ്യൂണിൽ ഞങ്ങളദ്ദേഹത്തിന് താമസം തരപ്പെടുത്തി. ലണ്ടനിൽ താമസിച്ച കാലം മുഴുവനും അദ്ദേഹം അവിടെ തന്നെയായിരുന്നു. അംഗീകരിക്കാൻ കഴിയാത്ത തലത്തോളം രാഷ്ട്രീയമായി ബബുഷ്കിൻ പുരോഗമിച്ചിരുന്നു. ഇപ്പോൾ സ്വന്തമായ ചിന്താശേഷിയുള്ള പരിചയസമ്പന്നനായ ഒരു വിപ്ലവകാരിയും സ്വയം ഒരു തൊഴിലാളിയുമായ അദ്ദേഹം അധ്വാനിക്കുന്ന വർഗത്തിന്റെ എല്ലാത്തരം സംഘടനകളെയും അടുത്തറിയുന്നവനായിത്തീർന്നിരുന്നു. തൊഴിലാളികളോടുള്ള സമീപനത്തിന്റെ കാര്യത്തിൽ അദ്ദേഹത്തിന് ഒന്നുംതന്നെ പഠിക്കാനുണ്ടായിരുന്നില്ല. നിരവധി വർഷങ്ങൾക്ക് മുമ്പ് ആദ്യമായി സൺഡേ സ്കൂളിൽ വന്നപ്പോൾ അദ്ദേഹം പരിചയമൊന്നുമില്ലാത്ത ഒരു യുവാവായിരുന്നു. ഞാനോർക്കുന്നു: ആദ്യം അദ്ദേഹം ലിദിയ നിപ്പോവിച്ചിന്റെ സംഘത്തിലായിരുന്നു. റഷ്യൻ പാഠങ്ങൾ പഠിച്ചിരുന്ന അവർ വ്യാകരണസംബന്ധിയായ ഉദാഹരണങ്ങളാണ് ഉദ്ധരിച്ചിരുന്നത്. ബബുഷ്കിൻ ബോർഡിൽ എഴുതി: “വൈകാതെ ഞങ്ങളുടെ ഫാക്ടറിയിൽ ഒരു സമരമുണ്ടാവും.” ക്ലാസിന് ശേഷം അദ്ദേഹത്തെ പുറത്ത് വിളിച്ച് ലിദിയ പറഞ്ഞു: “നിങ്ങൾക്കൊരു വിപ്ലവകാരി ആകണമെങ്കിൽ അതൊരിക്കലും പുറത്തുകാണിക്കാൻ ശ്രമിക്കരുത്. സ്വയം നിയന്ത്രിക്കാൻ നിങ്ങൾക്ക് കഴിയണം.” ബബുഷ്കിൻ വിഷണ്ണനായെങ്കിലും പിന്നീട് ലിദിയയെ തന്റെ ഏറ്റവും നല്ല സുഹൃത്തായി ഗണിക്കുകയും ഇടയ്ക്കെല്ലാം അവരുടെ അഭിപ്രായമാരായുകയും മറ്റാർക്ക് നേരെയും ഉപയോഗിക്കാത്തൊരു സ്വരത്തിൽ അവരോട് സംസാരിക്കുകയും ചെയ്തു.

ആ സമയത്ത് പ്ലെഖാനോവും ലണ്ടനിൽ എത്തിച്ചേർന്നു. ബബുഷ്കിനുമായി ഒരു കൂടിക്കാഴ്ച ഏർപ്പാട് ചെയ്തു. റഷ്യൻ കാര്യങ്ങളാണ് ചർച്ച ചെയ്തത്. സ്വന്തമായി അഭിപ്രായങ്ങളുണ്ടായിരുന്ന ബബുഷ്കിൻ അവയ്ക്ക് വേണ്ടി ഉറച്ചു നിന്നു. അത് പ്ലെഖാനോവിന്റെ മനസിൽ ആഴത്തിൽ പതിക്കുകയും അദ്ദേഹം ബബുഷ്കിനെ കൂടുതൽ അടുത്ത് പഠിക്കാനാരംഭിക്കുകയും ചെയ്തു. എങ്കിലും റഷ്യയിലെ ഭാവിപ്രവർത്തനങ്ങളെക്കുറിച്ച് തനിക്ക് പ്രത്യേക അടുപ്പമുണ്ടായിരുന്ന വ്ളാദിമിർ ഇല്ലിച്ച് ഒഴികെ മറ്റാരോടും ബബുഷ്കിൻ അത് വെളിപ്പെടുത്തിയില്ല. ചെറുതെങ്കിലും സമാനമായൊരു സംഭവം ഞാനോർക്കുന്നു. ബബുഷ്കിൻ എത്തിച്ചേർന്ന് ഏതാനും ദിവസങ്ങൾക്ക് ശേഷം കമ്യൂണൽ മുറിയിലേക്ക് ചെന്ന ഞങ്ങൾ അവിടത്തെ ചിട്ടയും വെടിപ്പും കണ്ട് അത്ഭുതപ്പെട്ടുപോയി. എല്ലാ ചവറും നീക്കം ചെയ്ത് നിലം അടിച്ചുവാരി വർത്തമാനപ്പത്രങ്ങൾ മേശകളിൽ നിവർത്തിവച്ചിരുന്നു. അതെല്ലാം ചെയ്തത് ബബുഷ്കിൻ ആണെന്ന് ഞങ്ങൾ അറിഞ്ഞു. “റഷ്യൻ ബുദ്ധിജീവി തീരെ ചിട്ടയില്ലാത്തവനാണ്. അവന് വേണ്ടി ചിട്ടപ്പെടുത്താൻ അവനൊരു വേലക്കാരൻ വേണം. അവന് സ്വയമത് ചെയ്യാനാവില്ല.” ബബുഷ്കിൻ പറഞ്ഞു.

വൈകാതെ അദ്ദേഹം റഷ്യയിലേക്ക് മടങ്ങി. പിന്നീടദ്ദേഹത്തെ ഞങ്ങൾ കാണുകയുണ്ടായില്ല. 1906 ൽ സൈബീരിയയിൽ വച്ച് ആയുധങ്ങളുടെ പെട്ടിയുമായി പിടിക്കപ്പെട്ട അദ്ദേഹത്തെ മറ്റ് സഖാക്കൾക്കൊപ്പം ഒരു തുറന്ന കുഴിമടത്തിന് മുകളിൽ നിർത്തി സൈനികർ വെടിവച്ചു കൊന്നു.

ബബുഷ്കിൻ ലണ്ടനിലുണ്ടായിരുന്നപ്പോൾത്തന്നെ കീവിലെ ജയിലിൽ നിന്നും രക്ഷപ്പെട്ട ഒരു സംഘം *ഇസ്ക്ര* സഖാക്കൾ അവിടെ എത്തിച്ചേർന്നു. ബ്രൂമാൻ, ക്രോഖ്മൽ, വല്ലാച്ച്, (അല്ലെങ്കിൽ ലിറ്റ്വിനോവ്, ഡാഡി), ടർസിസ് (അല്ലെങ്കിൽ ഫ്രെഡേ), ബ്രൂമെൻ ഫെൽഡ് എന്നിവയായിരുന്നു അവർ. (ബ്ലൂമെൻ ഫെൽഡിനെ ഒരു പെട്ടി നിറയെ സാഹിത്യവും മേൽവിലാസങ്ങളുമായി അതിർത്തിയിൽ വച്ച് പിടികൂടുകയും കീവ് ജയിലിലേക്ക് കൊണ്ടുപോവുകയും ചെയ്തു).

ഒരു സംഘം തടവുകാർ കീവ് ജയിലിൽ നിന്നും രക്ഷപ്പെടാൻ തയാറെടുക്കുകയാണെന്ന് ഞങ്ങൾക്കറിയാമായിരുന്നു. തൊട്ടുമുമ്പ് എത്തിച്ചേർന്ന, ജയിൽ ചാടുന്നതിൽ വിദഗ്ധനായ ഡ്യൂറ്റ്സ്ച്ച് പറഞ്ഞത് അതൊരു അസാധ്യപ്രവർത്തനമായിരുന്നുവെന്നാണ്. (കീവ് ജയിലിലെ സ്ഥിതികളെക്കുറിച്ച് അയാൾക്ക് നേരിട്ട് അറിവുണ്ടായിരുന്നു.) എങ്കിൽപ്പോലും രക്ഷപ്പെടുന്നതിൽ തടവുകാർ വിജയിച്ചു. കയറുകളും തുളയ്ക്കാനുള്ള ഇരുമ്പ് ദണ്ഡുകളും പാസ്പോർട്ടുകളും ജയിലിനുള്ളിലേക്ക് കടത്തി. ജയിൽ മുറ്റത്ത് നടക്കുന്ന വേളയിൽ ഗാർഡിനെയും വാർഡനെയും പിടിച്ച് വായ മൂടി കെട്ടിയിട്ടശേഷം അവർ ജയിലിന്റെ മതിൽ കയറിച്ചാടി. വാർഡനെ പിടിച്ചുവച്ചിരുന്ന സിൽവിന് മാത്രം രക്ഷപ്പെടാൻ കഴിഞ്ഞില്ല.

തിരക്കേറിയ നിരവധി ദിവസങ്ങൾ തുടർന്നുണ്ടായി.

ആഗസ്റ്റ് മധ്യമായപ്പോൾ തൊഴിലാളികളുടെ നിയമവിരുദ്ധ ജനകീയ പ്രസിദ്ധീകരണമായ *യുഷ്നി റബോഷി*യുടെ എഡിറ്റർമാരിൽ നിന്നും തെക്കൻ പ്രദേശങ്ങളിൽ നടക്കുന്ന അറസ്റ്റുകൾ റിപ്പോർട്ട് ചെയ്തുകൊണ്ടും, *ഇസ്ക്ര*യുടെയും *സര്യ*യുടെയും സംഘടനയുമായി അടുത്ത ബന്ധം സ്ഥാപിക്കാനുള്ള ആഗ്രഹം അറിയിച്ചുകൊണ്ടുമുള്ള ഒരു കത്ത് ഞങ്ങൾക്ക് ലഭിച്ചു. ഞങ്ങളുടെ വീക്ഷണങ്ങളോടുള്ള തങ്ങളുടെ അനുഭാവവും അവർ പ്രഖ്യാപിച്ചു. തീർച്ചയായുമത് ഞങ്ങളുടെ ശക്തികളെ ഏകോപിപ്പിക്കാനുള്ള ശ്രേഷ്ഠമായൊരു ചുവട്വയ്പ്പായിരുന്നു. എങ്കിലും അടുത്ത കത്തിൽ ലിബറലുകൾക്ക് നേരെയുള്ള *ഇസ്ക്ര*യുടെ കടുത്ത നിലപാട് തങ്ങൾ അംഗീകരിക്കുന്നില്ലെന്ന് *യുഷ്നി റബോഷി* ഗ്രൂപ്പ് അറിയിച്ചു. തുടർന്നവർ *യുഷ്നി റബോഷി*യുടെ സാഹിത്യസംഘത്തെക്കുറിച്ചും തുടർന്നും അതിന്റെ സ്വാതന്ത്ര്യം നിലനിർത്തുന്നതിനെക്കുറിച്ചുമൊക്കെ എഴുതി. പ്രകടമായിത്തന്നെ അവർ എന്തൊക്കെയോ മറച്ചുവയ്ക്കുകയായിരുന്നു.

കൂടിയാലോചനകൾ നടത്തുകയാണെങ്കിൽ *യുഷ്നി റബോഷി*യുടെ

താഴെപ്പറയുന്ന പ്രത്യേകതകൾ കണക്കിലെടുക്കേണ്ടതാണെന്ന് സമാറ സഖാക്കൾ ആവശ്യപ്പെട്ടു: 1) കർഷകപ്രസ്ഥാനത്തിന്റെ ശക്തി കുറച്ചു കാണൽ; 2) ലിബറലുകളുമായുള്ള സംവാദത്തിലെ രൂക്ഷമായ സ്വരത്തിലുള്ള അസംതൃപ്തി; 3) സ്വതന്ത്രമായ ഒരു ഗ്രൂപ്പായി നിലനിൽക്കാനും അവരുടെ സ്വന്തം ജനകീയ പത്രം പ്രസിദ്ധീകരിക്കാനുമുള്ള ഒരു ആഗ്രഹം.

ഒക്ടോബറിന്റെ തുടക്കത്തിൽ സൈബീരിയയിൽ നിന്നും രക്ഷപ്പെട്ട് ട്രോത്സ്കി ലണ്ടനിൽ എത്തിച്ചേർന്നു. അന്നദ്ദേഹം ഒരു ഇസ്ക്രയിസ്റ്റാണെന്ന് സ്വയം കരുതിയിരുന്നു. അദ്ദേഹത്തെ പഠിച്ച വ്ളാദിമിർ ഇല്ലിച്ച് റഷ്യൻ പ്രവർത്തനങ്ങളിൽ അദ്ദേഹത്തിന്റെ അഭിപ്രായത്തെക്കുറിച്ച് നിരവധി ചോദ്യങ്ങൾ ചോദിക്കുകയും ചെയ്തു. ട്രോത്സ്കിയെ റഷ്യയിലേക്ക് തിരിച്ചുവിളിച്ചുവെങ്കിലും കാര്യങ്ങൾ പഠിക്കാനും *ഇസ്ക്ര*യുടെ പ്രവർത്തനത്തിൽ സഹായിക്കാനും അദ്ദേഹം വിദേശത്ത് താമസിക്കേണ്ടതുണ്ടെന്ന് വ്ളാദിമിർ ഇല്ലിച്ച് കരുതി. ട്രോത്സ്കി താമസിക്കാനായി പാരീസിലേക്ക് പോയി.

ഒലേക്മയിലെ പ്രവാസത്തിന് ശേഷം പുതിയതായി എത്തിച്ചേർന്നൊരു വ്യക്തി എകട്ടെറീന അലക്സാൺഡ്രോവ (ജാകിസ്) ആണ്. ഒരു പ്രമുഖ നരോദോവോലെറ്റ്സ് ആയിരുന്നു അവർ. അവരിൽ അത് അതിന്റെ അടയാളം അവശേഷിപ്പിച്ചു. ദിംകയെയും മറ്റുംപോലെ വികാരങ്ങളെ യഥേഷ്ടം അഴിച്ചുവിടുന്ന ഞങ്ങളുടെ മറ്റ് പെൺകുട്ടികളിൽ നിന്നും വിഭിന്നമായി വളരെയധികം ആത്മനിയന്ത്രണമുള്ളവളായിരുന്നു. അവർ. ഇപ്പോൾ താൻ ഒരു ഇസ്ക്രയിസ്റ്റാണെന്ന് അവർ പറഞ്ഞതിന് വളരെ വില കൽപ്പിക്കപ്പെട്ടു.

നരോദ്നായ വോല്യയുടെ പഴയ വിപ്ലവകാരികളോട് വ്ളാദിമിർ ഇല്ലിച്ചിന് വളരെ ബഹുമാനമുണ്ടായിരുന്നു.

അലക്സാൺഡ്രോവ എത്തിച്ചേർന്നപ്പോൾ ഇപ്പോൾ *ഇസ്ക്ര* ഗ്രൂപ്പിൽ ചേർന്ന അവർ മുമ്പ് ഒരു നരോദോവോലെറ്റ് ആയിരുന്നു എന്ന കാരണത്താൽ അവർക്ക് നേരെയുള്ള ഇല്ലിച്ചിന്റെ സമീപനത്തിൽ മാറ്റമൊന്നുമുണ്ടായില്ല. എന്നാൽ, എനിക്കവരിൽ പ്രതീക്ഷയുണ്ടായിരുന്നു. കണിശമായും ഒരു സോഷ്യൽ ഡെമോക്രാറ്റ് ആയിത്തീരുന്നതിന് മുമ്പ് തൊഴിലാളികളുടെ ഒരു സ്റ്റഡിസർക്കിൾ ലഭ്യമാക്കിത്തരാൻ ആവശ്യപ്പെട്ടുകൊണ്ട് ഞാൻ അലക്സാൺഡ്രോവ്മാർ(ഒൽമിൻസ്കിമാർ) ക്കടുത്തേക്ക് പോയിട്ടുണ്ട്. അവരുടെ പാർപ്പിടത്തിലെ ലളിതമായ ഫർണിച്ചർ സാധനങ്ങളും എവിടെയും അടുക്കിവച്ച സ്ഥിതിവിവരക്കണക്കുകളുടെ ഗ്രന്ഥങ്ങളും മുറിയുടെ ഒരറ്റത്തായി ഇരിക്കുന്ന മിഖായേൽ സ്റ്റെപാനോവിച്ചും, ഊർജസ്വലതയോടെ എന്റെ നേരെ നരോദ്നായവോല്യയിൽ ചേരാൻ എന്നോടാവശ്യപ്പെടുന്ന അദ്ദേഹത്തിന്റെ ഭാര്യയായ എകട്ടെറീനയും എന്നെ എത്രമാത്രം ആകർഷിച്ചുവെന്ന് ഞാൻ ഓർക്കുന്നു. അവർ എത്തിച്ചേരുന്നതിന് മുമ്പ് ഞാനത് വ്ളാദിമിർ ഇല്ലിച്ചിനോട് പറയുകയു

ണ്ടായി. ഇപ്പോൾ അവർ ഞങ്ങളുടെ ഉന്മേഷമായിത്തീർന്നു. ഒരാളല്ലെങ്കിൽ മറ്റൊരാളുടെ പേരിൽ വ്ളാദിമിർ ഇല്ലിച്ച് എല്ലായ്പ്പോഴും ഉന്മേഷവാനായിരുന്നു. ഒരു വ്യക്തിയിൽ മൂല്യവത്തായ എന്തെങ്കിലും ലക്ഷണങ്ങളുണ്ടെങ്കിൽ അതദ്ദേഹം വളരെ വേഗം കണ്ടെത്തിയിരുന്നു. എകട്ടെറീന അലക്സാൺഡ്രോവ ലണ്ടനിൽ നിന്നും പാരീസിലേക്ക് പോയി. താൻ തികഞ്ഞൊരു *ഇസ്ക്രയിസ്റ്റ്* ആണെന്ന് അവർ തെളിയിച്ചില്ല. രണ്ടാം പാർട്ടി കോൺഗ്രസിൽ ലെനിന്റെ 'പിടിക്കാനുള്ള ശക്തി'യുടെ തന്ത്രങ്ങളോടുള്ള എതിർപ്പ് അവരുടെ സഹായമില്ലാതെ ഉണ്ടായതായിരുന്നില്ല. പിന്നീട് അനുനയിപ്പിക്കാനുള്ള സെൻട്രൽ കമ്മിറ്റിയിലുണ്ടായിരുന്ന അവർ അതിന് ശേഷം രാഷ്ട്രീയ രംഗം വിട്ടുപോയി.

ഞാനോർക്കുന്ന, റഷ്യയിൽ നിന്നും ലണ്ടൻ സന്ദർശിച്ച മറ്റ് സഖാക്കൾ ബോറിസ് ഗോൾഡ്മാനും (അദെൽ) ദോലീവോ - ദോബ്രോവോൽസ്കി (ഡെപ്ത്)യുമാണ്. സെന്റ് പീറ്റേഴ്സ് ബർഗിൽ വച്ചുതന്നെ ബോറിസ് ഗോൾഡ്മാനെ എനിക്കറിയാമായിരുന്നു. അവിടെ ലീഗ് ഓഫ് സ്ട്രഗിളിന് വേണ്ടി ലഘുലേഖകൾ അച്ചടിക്കുന്ന സംഘടനയുടെ ഒരു ടെക്നിക്കൽ വർക്കറായിട്ടാണ് അദ്ദേഹം പ്രവർത്തിച്ചിരുന്നത്. അങ്ങേയറ്റം സന്ദേഹിയായ അദ്ദേഹം അന്ന് ഒരു *ഇസ്ക്രയ്സിറ്റ്* ആയിരുന്നു. വളരെ ശാന്തനായൊരു വ്യക്തിയായിരുന്നു ദൊലീവോ. ഒരു എലിയെപ്പോലെ ശാന്തനായി ഇരിക്കുന്നതായിരുന്നു അദ്ദേഹത്തിന്റെ പ്രകൃതം. സെന്റ് പീറ്റേഴ്സ് ബർഗിൽ തിരിച്ചെത്തി വളരെ കഴിയും മുമ്പ് അദ്ദേഹം ഭ്രാന്തനായിത്തീരുകയും രോഗം പകുതി ഭേദമായപ്പോൾ സ്വയം വെടിവയ്ക്കുകയും ചെയ്തു. അന്നത്തെ അധോലോകജീവിതം വളരെ കടുപ്പമേറിയതായിരുന്നു. എല്ലാവർക്കുമവിടെ പിടിച്ചുനിൽക്കാനാവുമായിരുന്നില്ല.

ശീതകാലം മുഴുവനും കോൺഗ്രസിനുള്ള വ്യാപ്തിയേറിയ തയാറെടുപ്പുകൾ നടന്നു. കോൺഗ്രസിനുള്ള തയാറെടുപ്പിനായി യുഷിനി റെബോഷി, നോർതേൺ യൂണിയൻ, ക്രാസ്നുഖ എന്നിവയിലെ അംഗങ്ങളും, ഐ ഐ റാദ് ചെങ്കോ, ക്രാസിക്കോവ്, ലെൻഗ്നിക്, ക്ര്ഷിഷാനോവ്സ്കി എന്നിവരുമടങ്ങുന്ന ഒരു ഓർഗനൈസിങ് കമ്മിറ്റി 1902 ഡിസംബറിൽ രൂപീകരിച്ചു. പിന്നീട് മാത്രമാണ് ബുണ്ട് അതിൽ ചേർന്നത്.

ഒരു ഘട്ടത്തെ മാത്രം ഉദ്ദേശിച്ചുകൊണ്ടുള്ളതായിരുന്നു 'സംഘാടനം' എന്ന പദം. കാരണം, ഒരു സംഘാടനകസമിതി കൂടാതെ കോൺഗ്രസ് വിളിച്ചുകൂട്ടാൻ സാധിക്കുമായിരുന്നില്ല. സംഘടനാപരമായും ആശയപരമായും പുതിയതായി രൂപീകരിക്കപ്പെട്ടതോ ഇപ്പോഴും രൂപീകരണപ്രക്രിയയിലുള്ളതോ ആയ സംഘടനകളെ സംയോജിപ്പിക്കുകയും വിദേശത്ത് കടുത്ത പൊലീസ് രാജിന് കീഴിലുള്ള ഒരു കോൺഗ്രസിൽ അവയുടെ പ്രാതിനിധ്യം ഉറപ്പാക്കുന്നതും അങ്ങേയറ്റം സങ്കീർണമായ ഒരു പ്രവർത്തനമായിരുന്നു അത്. യഥാർഥത്തിൽ സംഘാടകസമിതിയുമായി ആശയവിനിമയം നടത്താനുള്ള മുഴുവൻ പ്രവർത്തനങ്ങളും വ്ളാദിമിർ ഇല്ലിച്ചിനെ ചുറ്റിപ്പറ്റിയുള്ളതായിരുന്നു. പെത്രോസോവിന് അസു

ഖമായിരുന്നു. ലണ്ടനിലെ തവളകൾ അദ്ദേഹവുമായി യോജിക്കാതിരുന്നത് മൂലം അദ്ദേഹം മറ്റെവിടെയോ ചികിത്സയിലായിരുന്നു. ലണ്ടനിലെയും അവിടത്തെ ഒറ്റപ്പെട്ടതുമായ ജീവിതത്തോട് വിരക്തി തോന്നിയ മാർട്ടോവ് പാരീസിലേക്ക് പോയി. പ്രവാസത്തിൽ നിന്നും രക്ഷപ്പെട്ട 'ഇമാൻസിപ്പേഷൻ ഓഫ് ലേബർ' ഗ്രൂപ്പിലെ പഴയൊരു അംഗമായ ഡ്യൂറ്റ്ഷും ലണ്ടനിൽ ഉണ്ടാവേണ്ടതായിരുന്നു. ഒരു സംഘാടകനെന്നനിലയിൽ ആ ഗ്രൂപ്പിന് അദ്ദേഹത്തിന് മേൽ വളരെയധികം പ്രതീക്ഷകളുണ്ടായിരുന്നു. "അദ്ദേഹത്തിന് റഷ്യയുമായി ധാരാളം ബന്ധങ്ങളുണ്ട്." *ഇസ്ക്ര*യെ തങ്ങൾക്ക് വേണ്ടി പ്രതിനിധീകരിക്കുമെന്നും കാര്യങ്ങളുടെ ഒരു മേൽനോട്ടം വഹിക്കുമെന്നുമുള്ള പ്രതീക്ഷമൂലം പ്ലെഖാനോവും അക്സെൽറോഡും അദ്ദേഹത്തിൽ വിശ്വാസമർപ്പിച്ചിരുന്നു. എന്തായാലും, ഡ്യൂറ്റ്ഷ് എത്തിച്ചേർന്നപ്പോൾ അദ്ദേഹം നിരവധി വർഷങ്ങളായി റഷ്യയിൽ നിന്നും വിച്ഛേദിക്കപ്പെട്ടവനാണെന്നും അതിന്റെ അടയാളം അദ്ദേഹത്തിൽ ഉണ്ടായിരുന്നുവെന്നും ഞങ്ങൾ കണ്ടെത്തി. റഷ്യയുമായുള്ള ബന്ധങ്ങൾ കൈകാര്യം ചെയ്യാൻ അദ്ദേഹം തികച്ചും അപ്രാപ്തനും പുതിയ ചുറ്റുപാടുകളെക്കുറിച്ച് ഗ്രാഹ്യമില്ലാത്തവനുമായിരുന്നു. സൗഹൃദത്തിനായുള്ള ദാഹം അദ്ദേഹത്തെ 'ലീഗ് ഓഫ് റഷ്യൻ റവല്യൂഷനറി സോഷ്യൽ ഡെമോക്രാറ്റ്സ് എബ്രോഡി'ൽ ചേരാൻ പ്രേരിപ്പിച്ചു. വിദേശത്തുള്ള റഷ്യൻ കോളനികളുമായി വ്യാപ്തിയേറിയ ബന്ധം സ്ഥാപിച്ച അദ്ദേഹം വൈകാതെ പാരീസിലേക്ക് പോയി.

വേരാ സസൂലിച്ച് സ്ഥിരമായി ലണ്ടനിൽ താമസമാക്കി. റഷ്യയിലെ പ്രവർത്തനത്തെക്കുറിച്ചുള്ള കഥകൾ അവർ താൽപ്പര്യപൂർവം കേട്ടിരുന്നുവെങ്കിലും റഷ്യയിലെ ബന്ധങ്ങളെ കൈകാര്യം ചെയ്യാൻ അവർ അപ്രാപ്തയായിരുന്നു. ഈ പ്രവർത്തനങ്ങളുടെയെല്ലാം ഭാരം ചുമക്കേണ്ടിവന്നത് വ്ളാദിമിർ ഇല്ലിച്ചാണ്. റഷ്യയുമായുള്ള ആശയവിനിമയം അദ്ദേഹത്തിന്റെ ഞരമ്പുകൾക്ക് വളരെയേറെ ക്ഷതമേൽപ്പിച്ചു. തന്റെ കത്തുകൾക്കുള്ള മറുപടികൾക്കായി ആഴ്ചകളും മാസങ്ങളും നിതാന്തമായി കാത്തിരിക്കുന്നതും മറുപടികൾ ലഭിക്കുന്നതിലെ അനിശ്ചിതത്വവും വ്ളാദിമിർ ഇല്ലിച്ചിന്റെ പ്രകൃതവുമായി യോജിക്കുന്നതായിരുന്നില്ല. കൃത്യമായി എഴുതാനുള്ള അഭ്യർഥനകൾ നിറഞ്ഞതായിരുന്നു റഷ്യയിലേക്കുള്ള അദ്ദേഹത്തിന്റെ കത്തുകൾ. "ഏറ്റവും താൽപ്പര്യപൂർവവും നിർബന്ധപൂർവവും കൂടുതലായും ഇടയ്ക്കിടെയും ഞങ്ങൾക്കെഴുതാൻ ഞങ്ങൾ അപേക്ഷിക്കുന്നു. ഞങ്ങളുടെ കത്ത് ലഭിച്ചയുടൻ എഴുതാൻ മറക്കരുത്. കുറഞ്ഞപക്ഷം ഞങ്ങളുടെ കത്ത് ലഭിച്ച വിവരത്തിന് ഒരു വരിയെങ്കിലും മറുപടി എഴുതുക." യഥാസമയം പ്രവർത്തിക്കാനുള്ള അപേക്ഷകൾ നിറഞ്ഞവയായിരുന്നു അദ്ദേഹത്തിന്റെ കത്തുകൾ. "മരിച്ചപോലെ സോണിയ നിശ്ശബ്ദയാണ്" എന്നോ "സരിൻ സമയത്ത് കമ്മിറ്റിയിൽ എത്തിച്ചേർന്നില്ല" എന്നോ, "വൃദ്ധസ്ത്രീയുമായി ഞങ്ങൾക്കൊരു ബന്ധവുമില്ല" എന്നോ എഴുതിയൊരു കത്ത് ലഭിച്ചാൽ അദ്ദേഹത്തിന്

അന്നത്തെ രാത്രി ഉറക്കം നഷ്ടപ്പെടുമായിരുന്നു. നിദ്രാവിഹീനമായ ആ രാത്രികളെ എനിക്കൊരിക്കലും മറക്കാനാവില്ല. വ്യക്തിപരമായ അനുഭാവത്തിന്റെയോ വിദ്വേഷത്തിന്റെയോ അടിസ്ഥാനത്തിൽ വിഘടിച്ച് നിൽക്കുന്ന എല്ലാവരെയും പ്രബലമായ ഒരൊറ്റ പാർട്ടിക്ക് കീഴിൽ കൊണ്ടുവരിക എന്നതായിരുന്നു വ്ളാദിമിർ ഇല്ലിച്ചിന്റെ എന്നത്തെയും ആഗ്രഹം. ദേശീയമായവയുൾപ്പെടെ, കൃത്രിമമായ അതിർവരമ്പുകളൊന്നുമില്ലാത്തൊരു പാർട്ടിയെയാണ് അദ്ദേഹം സ്വപ്നം കണ്ടത്. അതുകൊണ്ടാണ് ബുണ്ടുമായി ഒരു ഏറ്റുമുട്ടലുണ്ടായത്. അന്ന് ബുണ്ടിലെ ഭൂരിപക്ഷവും *റബോഷെയെ ദെലോ*യുടെ നിലപാടാണ് സ്വീകരിച്ചത്. ബുണ്ട് പാർട്ടിയിൽ ചേരുകയും അതിന്റെ സ്വയംഭരണാവകാശം ദേശീയമായ കാര്യങ്ങളിൽ മാത്രമായി ഒതുക്കിനിർത്തുകയും ചെയ്യുന്ന പക്ഷം സ്വാഭാവികമായും അതിനെ പാർട്ടിയുടെ നിലപാടിലേക്ക് നയിക്കുമെന്ന കാര്യത്തിൽ വ്ളാദിമിർ ഇല്ലിച്ചിന് ഒരു സംശയവുമുണ്ടായിരുന്നില്ല. എന്നാൽ, എല്ലാ ചോദ്യങ്ങൾക്കു മേലും പൂർണമായ സ്വാതന്ത്ര്യമായിരുന്നു ബുണ്ടിന്റെ ആവശ്യം. എന്നാൽ ആർ എസ് ഡി എൽ പി (R S D L P) യുമായി ഒരു ബന്ധവുമില്ലാത്ത സ്വന്തം രാഷ്ട്രീയ പാർട്ടിയെക്കുറിച്ച് സംസാരിച്ച അതിന്റെ നേതാക്കന്മാർ ഫെഡറൽ അടിസ്ഥാനത്തിലുള്ള ഒരു ബന്ധത്തിന് മാത്രമാണ് സമ്മതിച്ചത്. അത്തരം തന്ത്രങ്ങൾ യഹൂദരായ തൊഴിലാളി വർഗത്തിന് വിനാശകരമായിരുന്നു. യഹൂദർക്ക് ഒരിക്കലും സ്വയം വിജയിക്കാൻ കഴിയുമായിരുന്നില്ല. റഷ്യയിലെ മുഴുവൻ തൊഴിലാളികളും യോജിക്കുന്നതിലൂടെ മാത്രമേ അതിനൊരു ശക്തിയായിത്തീരാൻ സാധിക്കൂ. അത് മനസിലാക്കുന്നതിൽ ബുണ്ടിസ്റ്റുകൾ പരാജയപ്പെട്ടു. അതുകൊണ്ട് ബുണ്ടുമായി *ഇസ്ക്ര* ഒരു സന്ധിയില്ലാത്ത സമരത്തിലേർപ്പെട്ടു. അത് ഐക്യമത്യത്തിനും അനുഭാവത്തിനും, അല്ലെങ്കിൽ തൊഴിലാളി വർഗപ്രസ്ഥാനത്തിനും വേണ്ടിയുള്ള സമരമായിരുന്നു. മുഴുവൻ പത്രാധിപസമിതിക്കും അതിൽ പങ്കുണ്ടായിരുന്നുവെങ്കിലും ഐക്യത്തിനായുള്ള സമരത്തിന്റെ മുഖ്യശിൽപ്പി വ്ളാദിമിർ ഇല്ലിച്ചാണെന്ന് ബുണ്ടിസ്റ്റുകൾക്ക് നന്നായി അറിയാമായിരുന്നു.

'ഇമാൻസിപ്പേഷൻ ഓഫ് ലേബർ, ഗ്രൂപ്പ് ജനീവയിലേക്ക് നീങ്ങുന്നതിനെക്കുറിച്ചുള്ള ചോദ്യം ഒരിക്കൽ കൂടി ഉയർന്നുവന്നു. അതിനെതിരെ വോട്ടുചെയ്ത ഏക വ്യക്തി വ്ളാദിമിർ ഇല്ലിച്ചായിരുന്നു. ഞങ്ങൾ യാത്രയ്ക്കുള്ള തയാറെടുപ്പുകൾ നടത്താനാരംഭിച്ചു. അതുമായി ബന്ധപ്പെട്ട് ഇല്ലിച്ചിന് മുതുകിലും മാറത്തും ഞരമ്പുസംബന്ധമായ ചില അസ്വസ്ഥതകളുമുണ്ടായി.

അദ്ദേഹത്തിന്റെ ശരീരത്തിൽ ചുവപ്പുനിറം കണ്ട ഉടൻ ഞാനൊരു മെഡിക്കൽ ഹാൻഡ്ബുക്ക് എടുത്തു നോക്കി. അദ്ദേഹത്തിന്റെ അസുഖം പുഴുക്കടി മൂലമാണെന്ന് ഞാൻ തീർച്ചയാക്കി. നാലോ അഞ്ചോ വർഷക്കാലം ഒരു മെഡിക്കൽ വിദ്യാർഥിയായിരുന്ന തഖ്തരേവ് അത് സ്ഥിരീകരിച്ചതിന്റെ അടിസ്ഥാനത്തിൽ ഞാനദ്ദേഹത്തിന്റെ ഉടലാകെ അയഡിൻ

തേച്ചുപുരട്ടി. അതദ്ദേഹത്തിന് വളരെ വേദനയുണ്ടാക്കുന്നതായിരുന്നു. ഒരു ഗിനിയ വരെ ചെലവ് വരുമെന്നതിനാൽ ഒരു ഇംഗ്ലീഷ് ഭിഷഗ്വരനെ വിളിച്ചു വരുത്തേണ്ട അവസരം ഞങ്ങൾക്കുണ്ടായിട്ടില്ല. മെഡിക്കൽ സഹായം വളരെ ചെലവേറിയതായതിനാൽ സാധാരണയായി ഇംഗ്ല ണ്ടിലെ തൊഴിലാളികൾ തന്നെയാണ് സ്വന്തം ഭിഷഗ്വരന്മാർ. ജനീവയി ലേക്കുള്ള യാത്രാവേളയിൽ വളരെയധികം വേദനയനുഭവിച്ച ഇല്ലിച്ച് അവിടെയെത്തിക്കഴിഞ്ഞ് രണ്ടാഴ്ചക്കാലം ശയ്യാവലംബിയായിരുന്നു.

ലണ്ടനിൽ വച്ച് പൂർത്തിയാക്കാൻ കഴിയാത്തതും, എന്നാൽ, അദ്ദേ ഹത്തിന് സംതൃപ്തിയുണ്ടാക്കിക്കൊടുത്തതുമായ ഒന്നാണ് *റ്റു ദി റൂറൽ പൂവർ* (*To The Rural Poor*) എന്ന ലഘുഗ്രന്ഥത്തിന്റെ രചന. 1902ലെ കർഷകകലാപങ്ങൾ കർഷകർക്ക് വേണ്ടി ഒരു ലഘുഗ്രന്ഥത്തിന്റെ അവ ശ്യകത അദ്ദേഹത്തിന് ബോധ്യമാക്കിക്കൊടുത്തു. തൊഴിലാളികളുടെ പാർട്ടി എന്താണെന്നും കർഷകർ തൊഴിലാളികൾക്കൊപ്പം പോവേണ്ടത് എന്തുകൊണ്ടാണെന്നും അദ്ദേഹമതിൽ വിശദീകരിച്ചു. കർഷകർക്കൊപ്പം സ്വയം തന്നെ ബന്ധപ്പെടുത്തിയുള്ള അദ്ദേഹത്തിന്റെ ആദ്യത്തെ ലഘു ഗ്രന്ഥമായിരുന്നു അത്.

ജനീവ - 1903

ആയിരത്തിത്തൊള്ളായിരത്തി മൂന്നിൽ ജനീവയിലെത്തിയ ഞങ്ങൾ അവിടത്തെ തൊഴിലെടുക്കുന്നവരുടെ പ്രദേശമായ ഡെഷെറോണിൽ ഞങ്ങൾക്ക് മാത്രം സ്വന്തമായി ഒരു ചെറിയ വീട് വാടകയ്ക്കെടുത്തു. അതിന്റെ താഴത്തെ നിലയിൽ വലിയൊരു അടുക്കളമുറിയും മുകളിൽ മൂന്ന് ചെറിയ മുറികളുമുണ്ടായിരുന്നു. അടുക്കളമുറി ലിവിങ് റൂമിന്റെ പ്രയോജനവും ചെയ്തിരുന്നു. ഫർണിച്ചറുകളുടെ അഭാവം പരിഹരിക്കാൻ ഞങ്ങൾ അടുക്കള ഉപകരണങ്ങളും പുസ്തകങ്ങളും അടക്കം ചെയ്ത പെട്ടികളാണ് ഉപയോഗിച്ചത്. "കള്ളക്കടത്തുകാരുടെ സങ്കേതം" എന്നാണ് ഞങ്ങളുടെ അടുക്കളയെ ഇഗ്നാത് (ക്രാസിക്കോവ്) വിളിച്ചത്. സാമാനങ്ങൾ വളരെയധികം കുത്തിനിറച്ചതായിരുന്നു ആ മുറി. എപ്പോഴെങ്കിലും ആരോടെങ്കിലും ഒരു സ്വകാര്യ സംഭാഷണം നടത്തണമെന്നുണ്ടെങ്കിൽ അടുത്തുള്ള പാർക്കിലേക്കോ കായൽത്തീരത്തേക്കോ പോവുക മാത്രമേ ഞങ്ങൾക്ക് പോംവഴിയായിട്ടുണ്ടായിരുന്നുള്ളൂ.

പ്രതിനിധികൾ എത്തിച്ചേരാൻ തുടങ്ങി. ദെമെന്ത്യേവ്മാർ വന്നു. ഷിപ്മെന്റ് ബിസിനസിലുള്ള പരിചയംമൂലം കോസ്റ്റ്യാ (ദെമെന്ത്യേവിന്റെ ഭാര്യ) ലെനിനെ അത്ഭുതപ്പെടുത്തി. "അവർ ഒരു യഥാർഥ കയറ്റുമതിക്കാരിതന്നെയാണ്." അദ്ദേഹം ആവർത്തിച്ച് പറഞ്ഞു, "അത് യഥാർഥ ബിസിനസാണ്; പാഴ്വാക്ക് പറച്ചിലല്ല." ഞങ്ങൾക്ക് വളരെ അടുപ്പമുണ്ടായിരുന്ന ല്യൂബോവ് റാദ് ചെങ്കോയാണ് എത്തിച്ചേർന്ന മറ്റൊരാൾ. മണിക്കൂറുകളോളം ഞങ്ങൾ സംസാരിച്ചിരുന്നു. അപ്പോഴേക്കും റോസ്റ്റോവ് പ്രതിനിധികൾ - ഗുസേവും ലോക്കെർമാനും, പിന്നീട് സെംല്യാച്ക, ഷോട്ട്മാൻ (ബർഗ്), അങ്കിൾ, യൂത്ത് (ദ്മിത്രി ഇല്ലിച്ച്) എന്നിവരും എത്തിച്ചേർന്നു. ഓരോ ദിവസവും ആരെങ്കിലും വന്നുകൊ

ണ്ടിരുന്നു. പ്രതിനിധികളുമായി ഞങ്ങൾ പരിപാടിയും ബുണ്ടുമായി ബന്ധപ്പെട്ട ചോദ്യങ്ങളും ചർച്ചചെയ്യുകയും അവർക്ക് പറയാനുള്ളത് കേട്ടിരിക്കുകയും ചെയ്തു. സദാനേരവും ഞങ്ങളുടെ പാർപ്പിടത്തിലുണ്ടായിരുന്ന മാർട്ടോവ് പ്രതിനിധികളുമായി സംസാരിക്കാൻ ഒരിക്കലും ശ്രമിച്ചില്ല.

ഒരു ജനകീയ ദിനപ്പത്രം എന്നതിന്റെ മറവിൽ വേറിട്ടൊരു നിലനിൽപ്പ് ഉറപ്പാക്കാൻ ശ്രമിച്ച *യുഷ്നി റബോച്ചി*യുടെ നിലപാടിനെക്കുറിച്ച് പ്രതിനിധികളോട് പറയേണ്ടതൊരു ആവശ്യമായിരുന്നു. ഒരു ജനകീയ ദിനപത്രത്തിന് നിബന്ധനകൾക്കോ നിയമവിരുദ്ധതയ്ക്കോ കീഴിൽ ഒരു മാസ് മീഡിയം ആയിത്തീരാൻ കഴിയുകയില്ലെന്നും അതിന്റെ മാസ് സർക്കുലേഷൻ തിട്ടപ്പെടുത്താനാവില്ലെന്നും ഞങ്ങൾ വിശദീകരിക്കേണ്ടിയിരുന്നു.

*ഇസ്ക്ര*യുടെ പത്രാധിപസമിതിയെക്കുറിച്ച് അഭിപ്രായവ്യത്യാസങ്ങൾ ഉയർന്നുവന്നു. രണ്ട് മൂവർസംഘങ്ങളായി എഡിറ്റർമാർ വിഘടിച്ചുനിന്നു. പ്ലെഖാനോവ്, അക്സെൽറോഡ്, സസൂലിച്ച് എന്നിവർ ഒരുപക്ഷത്തും ലെനിൻ, മാർട്ടോവ്, പെത്രോസോവ് എന്നിവർ എതിർപക്ഷത്തുമായിരുന്നു. അതിനകം മാർച്ചിൽ മുന്നോട്ടുവച്ച നിർദേശം വ്ളാദിമിർ ഇല്ലിച്ച് വീണ്ടും ആവർത്തിച്ചു: ഏഴാമതൊരംഗത്തെ നാമനിർദേശം ചെയ്യുക. താൽക്കാലികമായി, കോൺഗ്രസ് വരെ, ക്രാസ്കോവ് നാമനിർദേശം ചെയ്യപ്പെട്ടു. ഒരു എഡിറ്റോറിയൽ മൂവരെക്കുറിച്ചുള്ള ചോദ്യം വ്ളാദിമിർ ഇല്ലിച്ചിന്റെ ചിന്തകളിൽ കൂടുതൽ കൂടുതലായി സ്ഥാനം പിടിച്ചു. അത് തലവേദനയുണ്ടാക്കുന്നൊരു വിഷയമായിരുന്നുവെങ്കിലും അതിനെ കുറിച്ച് പ്രതിനിധികളോട് യാതൊന്നും പറയുകയുണ്ടായില്ല. അന്ന് നിലവിലുണ്ടായിരുന്ന *ഇസ്ക്ര*യുടെ എഡിറ്റോറിയൽ ബോർഡിന് തുടർന്നും കാര്യങ്ങൾ കൈകാര്യം ചെയ്യാൻ കഴിയുകയില്ലെന്നത് തുറന്നു പറയുന്നത് തികച്ചും വേദനാജനകമായിരുന്നു എന്നതാണ് വസ്തുത.

സംഘാടകസമിതി അംഗങ്ങളെക്കുറിച്ചും പ്രതിനിധികൾ പരാതിപ്പെട്ടു. ഒരാൾ തികച്ചും ഉദാസീനനും അശ്രദ്ധനുമാണെന്ന് പരാതിയുണ്ടായപ്പോൾ മറ്റൊരാൾ തികച്ചും നിഷ്ക്രിയനാണെന്ന പരാതിയുയർന്നു. *ഇസ്ക്ര*യെ മുന്നോട്ടുകൊണ്ടു പോകാൻ ഒരു തലവൻ ഇല്ലാത്തതിലെ അതൃപ്തി പ്രകടമായെങ്കിലും അഭിപ്രായവ്യത്യാസങ്ങളൊന്നുമില്ലെന്നും കോൺഗ്രസിന് ശേഷം എല്ലാം വളരെ ഭംഗിയായി മുന്നോട്ടു പോവുമെന്നുമായിരുന്നു പൊതുവായ ധാരണ.

ക്ലെയർ (ക്രഷിഷാനോവ്സ്കി)യും കുർസും (ലെംഗ്നിക്) ഒഴികെയുള്ള എല്ലാ പ്രതിനിധികളും എത്തിച്ചേർന്നു.

രണ്ടാം കോൺഗ്രസ്
ജൂലായ് - ആഗസ്റ്റ് 1903

ബ്രസ്സൽസിൽ വച്ച് കോൺഗ്രസ് സമ്മേളിക്കാനാണ് യഥാർഥത്തിൽ ഉദ്ദേശിച്ചിരുന്നത്. അതിനുള്ള ആദ്യത്തെ സിറ്റിങ്ങുകൾ നടന്നതും അവിടെ വച്ചാണ്. അന്ന് ബ്രസ്സൽസിൽ താമസിച്ചിരുന്ന പഴയൊരു പ്ലെഖാനോവൈറ്റായ കോൾട്ട്സോവ് സമ്മേളനത്തിനുള്ള ഒരുക്കങ്ങൾ ചെയ്യാമെന്നും ഏറ്റിരുന്നു. എങ്കിലും, അവിടെ വച്ച് കോൺഗ്രസ് ചേരുന്നത് അത്ര എളുപ്പമല്ലെന്ന് പിന്നീട് ബോധ്യമായി. അതിന് എല്ലാ പ്രതിനിധികളും കോർട്ട്സോവിനെച്ചെന്ന് കാണേണ്ടതുണ്ടായിരുന്നു. അങ്ങനെ റഷ്യയിൽ നിന്നുമുള്ള നാലോ അഞ്ചോ പ്രതിനിധികൾ എത്തിച്ചേർന്നപ്പോൾ അദ്ദേഹത്തിന്റെ വീട്ടുടമയായ സ്ത്രീ അദ്ദേഹത്തെ വിളിച്ച്, ഈ വരവും പോക്കും തനിക്ക് താങ്ങാനാവില്ലെന്നും, ഒരാൾ കൂടെ വരികയാണെങ്കിൽ ഉടനടി അദ്ദേഹം വീടൊഴിയേണ്ടിവരുമെന്നും മുന്നറിയിപ്പ് നൽകി. അതിനുശേഷം കോർട്ട്സോവിന്റെ ഭാര്യ ദിവസം മുഴുവൻ തെരുവിന്റെ മൂലയിൽ കാത്തുനിന്ന് എത്തിച്ചേരുന്ന പ്രതിനിധികളെ കോഗ് ദ് ഓർ എന്ന സോഷ്യലിസ്റ്റ് ഹോട്ടലിലേക്ക് വഴിതിരിച്ചുവിട്ടു.

ഒരർഥത്തിൽ ആ പ്രതിനിധികൾ മുഴുവൻ ഹോട്ടലും കൈവശപ്പെടുത്തിയെന്ന് പറയാം. അൽപ്പം ബ്രാൻഡി സേവിച്ച ശേഷം വൈകുന്നേരം ഓപ്പറാ രീതിയിൽ പ്രബലമായ ശബ്ദത്തിൽ പാട്ടുപാടുകയും ജനാലകൾക്ക് പുറത്ത് ആൾക്കൂട്ടം തടിച്ചുകൂടാൻ തുടങ്ങുകയും ചെയ്തു (ഗുഡാവിന്റെ പാട്ടുകൾ, പ്രത്യേകിച്ചും 'ഞങ്ങൾ പള്ളിക്ക് പുറത്താണ് വിവാഹിതരായത്' എന്ന പാട്ട് വ്ളാദിമിർ ഇല്ലിച്ചിന് വളരെ ഇഷ്ടമായിരുന്നു.) എങ്കിലും രഹസ്യസ്വഭാവത്തിനുള്ള മുൻകരുതലുകൾ ഞങ്ങൾക്ക് പാലിക്കാനായില്ല. വിസ്തൃതമായൊരു ഗോതമ്പ് സംഭരണശാലയിൽ വച്ച് കോൺഗ്രസ് ചേരുന്നതാവും കൂടുതൽ സുരക്ഷിതമെന്ന് ബൽജിയൻ

പാർട്ടി ചിന്തിച്ചു. അവിടേക്കുള്ള ഞങ്ങളുടെ കടന്നുകയറ്റം എലികളെയും പൊലീസുകാരെയും വിസ്മയിപ്പിക്കുന്നിൽ മാത്രമേ വിജയിച്ചുള്ളൂ. രഹസ്യമായി പദ്ധതി ആവിഷ്കരിക്കാൻ റഷ്യൻ വിപ്ലവകാരികൾ ഒന്നിച്ച് കൂടിയിരിക്കുന്നുവെന്ന വാർത്ത പുറത്തെല്ലാം പ്രചരിച്ചു.

നിർണായകമായ തീരുമാനമെടുക്കാനുള്ള ഒരു വോട്ടിനും സമീക്ഷാപരമായ പതിനാല് വോട്ടുകൾക്കും പുറമേ നാൽപ്പത്തിമൂന്ന് പ്രതിനിധികളാണ് കോൺഗ്രസിൽ പങ്കെടുത്തത്. ലക്ഷക്കണക്കിന് പാർട്ടി അംഗങ്ങളെ പ്രതിനിധീകരിച്ചുകൊണ്ട് അസംഖ്യം പ്രതിനിധികൾ പങ്കെടുക്കുന്ന ഇക്കാലത്തെ കോൺഗ്രസുകളുമായി താരതമ്യപ്പെടുത്തുമ്പോൾ ഈ കോൺഗ്രസ് ചെറുതാണെന്ന് തോന്നാമെങ്കിലും അന്ന് അത് വളരെ വലുതാണെന്നാണ് ഞങ്ങൾ വിചാരിച്ചത്. 1898ൽ നടന്ന ആദ്യത്തെ കോൺഗ്രസിൽ വെറും ഒമ്പത് പേരാണ് പങ്കെടുത്തത്. അതിന് ശേഷമുള്ള അഞ്ച് വർഷങ്ങൾക്കുള്ളിൽ ഗണ്യമായ പുരോഗതി കൈവരിക്കാൻ കഴിഞ്ഞതായി ഏവർക്കും തോന്നി. ഇതിനെക്കാളെല്ലാം പ്രധാനമായി, ഈ പ്രതിനിധികളെ നിയോഗിച്ച സംഘടനകൾ ഇപ്പോൾ അർധസാങ്കൽപ്പികങ്ങളല്ലെങ്കിലും കണിശമായും അവ നിലവിലുണ്ടെന്നും ഇതിനകം തന്നെ അവ തൊഴിലാളിപ്രസ്ഥാനങ്ങളുമായി ബന്ധപ്പെട്ടിട്ടുണ്ടെന്നും അതിന് വ്യാപ്തിയേറിക്കൊണ്ടിരിക്കുന്നുവെന്നുമുള്ള വസ്തുത എല്ലാവർക്കും മനസിലാക്കാൻ കഴിഞ്ഞു എന്നതാണ്.

ഇത്തരമൊരു കോൺഗ്രസിനെ വ്ളാദിമിർ ഇല്ലിച്ച് എങ്ങനെയാണ് സ്വപ്നം കണ്ടത്! ജീവിച്ചിരുന്ന കാലമെല്ലാം പാർട്ടി കോൺഗ്രസുകൾക്ക് അദ്ദേഹം വളരെയധികം പ്രാധാന്യം കൽപ്പിച്ചിരുന്നു. വ്യക്തിപരമായ എല്ലാ മുൻവിധികളും മാറ്റിനിർത്തിക്കൊണ്ട്, യാതൊന്നും മറച്ചുവയ്ക്കാതെ, എല്ലാം സുതാര്യമായി ചെയ്യേണ്ട അത്യുന്നതമായ വേദിയാണ് പാർട്ടി കോൺഗ്രസ് എന്ന് അദ്ദേഹം കരുതിപ്പോന്നിരുന്നു. വളരെ കരുതലോടെയുള്ളതായിരുന്നു പാർട്ടി കോൺഗ്രസിന് വേണ്ടിയുള്ള അദ്ദേഹത്തിന്റെ തയാറെടുപ്പ്. മാത്രമല്ല, തന്റെ പ്രസംഗങ്ങളെക്കുറിച്ച് ചിന്തിക്കുന്നതിൽ അദ്ദേഹം വളരെ ശ്രദ്ധാലുവുമായിരുന്നു.

വ്ളാദിമിർ ഇല്ലിച്ചിനെപ്പോലെ വളരെ താൽപ്പര്യപൂർവമാണ് പ്ലെഖാനോവും കോൺഗ്രസിനെ നോക്കിക്കണ്ടത്. അദ്ദേഹമാണ് അത് ഉദ്ഘാടനം ചെയ്തത്. ശുഷ്കമായ പ്ലാറ്റ്ഫോമിനടുത്തുള്ള സംഭരണശാലയുടെ വലിയ ജാലകം ചുവന്ന തുണികൊണ്ട് അടച്ചിരുന്നു. ഏവർക്കും വളരെ ഉന്മേഷമായിരുന്നു. ആഴമേറിയ ആത്മാർഥതയോടെയുള്ളതായിരുന്നു പ്ലെഖാനോവിന്റെ പ്രസംഗം. കുടിയേറ്റ ജീവിതത്തിന്റെ ദൈർഘ്യമേറിയ വർഷങ്ങൾ കേവലം ഭൂതകാലം പോലെ കാണപ്പെട്ടു. അദ്ദേഹം റഷ്യൻ സോഷ്യൽ ഡെമോക്രാറ്റിക് ലേബർ പാർട്ടിയുടെ കോൺഗ്രസ് ഉദ്ഘാടനം ചെയ്യുകയായിരുന്നു.

ശരിയായി പറഞ്ഞാൽ രണ്ടാം കോൺഗ്രസ് ഒരു ഉദ്ഘാടന കോൺഗ്രസായിരുന്നു. അവിടെ മൗലികമായ സൈദ്ധാന്തിക ചോദ്യങ്ങൾ

ഉയർന്നുവരികയും പാർട്ടിയുടെ ആശയത്തിന്റെ അടിത്തറ പാകപ്പെടുകയും ചെയ്തു. ഒന്നാമത്തെ കോൺഗ്രസിൽ പാർട്ടിയുടെ സ്ഥാനം നിർണയിക്കുകയും അതിന്റെ രൂപീകരണത്തിനുള്ള മാനിഫെസ്റ്റോ അല്ലെങ്കിൽ നയപരിപാടി കൈക്കൊള്ളുകയും മാത്രമാണ് ചെയ്തത്. രണ്ടാം കോൺഗ്രസിന്റെ കാലം വരെ പാർട്ടിക്ക് ഒരു കാര്യപരിപാടിയുണ്ടായിരുന്നില്ല. *ഇസ്ക്ര*യുടെ പത്രാധിപസമിതി അത്തരമൊരു പരിപാടിയുടെ കരട് തയാറാക്കുകയും ദീർഘകാലമായിട്ടത് ചർച്ച ചെയ്യപ്പെടുകയുമായിരുന്നു. ഓരോ വാക്കും ഓരോ വാചകവും അവയുടെ സത്തയ്ക്കനുസൃതമായി ചൂടേറിയ വാദപ്രതിവാദത്തിന് വിഷയീഭവിച്ചു. മാസങ്ങളോളം പത്രാധിപസമിതിയുടെ മ്യൂണിക്കിലെയും സ്വിറ്റ്സർലന്റിലെയും വിഭാഗങ്ങൾക്കിടയിൽ കാര്യപരിപാടിയിന്മേലുള്ള ആശയവിനിമയം നടന്നു. അവ തികച്ചും സംഗ്രഹപ്രകൃതമുള്ളവയാണ്. ഇവ തർക്കങ്ങളെന്നാണ് പ്രായോഗികരംഗത്തുള്ള നിരവധി പ്രവർത്തകർ കരുതിയത്. പരിപാടിയിൽ അതിനുള്ള കൃത്യമായ സ്ഥാനം അവർക്ക് ബോധ്യപ്പെട്ടതുമില്ല.

ഒരിക്കൽ വ്ളാദിമിർ ഇല്ലിച്ചും ഞാനും ലിയോ ടോൾസ്റ്റോയിയെ അനുസ്മരിക്കുകയുണ്ടായി. ഒരിക്കൽ നടക്കുന്നതിനിടയിൽ ഒരു മനുഷ്യൻ കുറച്ചകലെ കുത്തിയിരുന്ന് പരിഹാസ്യമായ രീതിയിൽ കൈവീശുന്നത് അദ്ദേഹം കണ്ടു. അതൊരു ഭ്രാന്തനാണെന്ന് അദ്ദേഹം കരുതി. എന്നാൽ അടുത്തെത്തിയപ്പോൾ ആ മനുഷ്യൻ റോഡിന്റെ അരികുപാളിയിൽ കത്തിക്ക് മൂർച്ചകൂട്ടുകയാണെന്ന് അദ്ദേഹത്തിന് മനസിലായി. സൈദ്ധാന്തികമായ തർക്കങ്ങളിലും അത് തന്നെയാണ് സംഭവിക്കുന്നത്. പുറമെ നിന്നും നോക്കുമ്പോൾ അത് ശുദ്ധമായും ഒരു സമയം പാഴാക്കലായി തോന്നാം. എന്നാൽ നിങ്ങൾ കാര്യത്തിന്റെ കൂടുതൽ ആഴത്തിലേക്കു കടന്നു ചെല്ലുമ്പോൾ അത് വളരെ ഗൗരവമേറിയൊരു വിഷയമാണെന്ന് കണ്ടെത്തും. നയപരിപാടിയുടെ കാര്യവും അതുപോലെ തന്നെയായിരുന്നു

പ്രതിനിധികൾ ജനീവയിലെത്താൻ തുടങ്ങിയപ്പോൾ അവരുമായി വളരെ വിശദമായി ചർച്ച നടത്തിയ പ്രധാന ചോദ്യം കാര്യപരിപാടിയെക്കുറിച്ചായിരുന്നു. മറ്റെന്തിനെക്കാളും സൂക്ഷ്മമായി കോൺഗ്രസിലൂടെ കടന്നുപോയതും ആ ചോദ്യം തന്നെയായിരുന്നു.

രണ്ടാം കോൺഗ്രസിൽ ചർച്ചചെയ്യപ്പെട്ട വളരെ പ്രാധാന്യമുള്ള മറ്റൊരു ചോദ്യം ബുണ്ടിനെ കുറിച്ചുള്ളതായിരുന്നു. സ്വതന്ത്രമായ ഭരണാവകാശമുള്ളതാണെങ്കിലും പാർട്ടിയുടെ ഒരു ഭാഗമാണ് ബുണ്ട് എന്നാണ് പൊതുവെ കരുതപ്പെട്ടിരുന്നത്. എന്നാൽ ഒന്നാം കോൺഗ്രസ് നടന്ന് അഞ്ച് വർഷം കഴിഞ്ഞിട്ടും പാർട്ടി പൂർണമായ ഒന്നായി നിലനിൽക്കുന്നില്ലെന്ന് മാത്രമല്ല, ബുണ്ട് വേറിട്ടൊരു നിലനിൽപ്പ് കാത്തുസൂക്ഷിക്കുകയും ചെയ്തു. ഇപ്പോൾ ബുണ്ടിന് ആ വേർപാട് മുതലെടുക്കുകയും ആർ എസ് എൽ ഡി പി യുമായി കേവലമൊരു സംയുക്ത ഉടമ്പടികൊണ്ട് സംബന്ധമായ ബന്ധം സ്ഥാപിക്കുകയാണ് ആവശ്യംഎന്നും

ബോധ്യമായി. ചെറിയ യഹൂദപട്ടണങ്ങളിലെ കരകൗശലപണിക്കാരുടെ വികാരത്തെ പ്രതിഫലിപ്പിക്കുന്നതിന് ബുണ്ടിന് രാഷ്ട്രീയ സമരത്തെക്കാൾ കൂടുതൽ താൽപ്പര്യം സാമ്പത്തിക കാര്യങ്ങളോടാണെന്നും അക്കാരണത്താൽ അതിന് *ഇസ്ക്ര*യിസ്റ്റുകളോടുള്ളതിനെക്കാൾ അനുഭാവം 'ഇക്കണോമിസ്റ്റു'കളോടാണെന്നും ഇതിൽ നിന്നും വ്യക്തമാവുന്നു. റഷ്യൻ ഭൂപ്രദേശത്ത് താമസിക്കുന്ന എല്ലാ ദേശീയതകളിലും പെട്ട മുഴുവൻ തൊഴിലാളികളെയും അണിനിരത്തിക്കൊണ്ട് പ്രബലമായൊരു ഐക്യതൊഴിലാളി പാർട്ടിയാണോ രാജ്യത്തിനാവശ്യം, അല്ല, ദേശീയതയുടെ അടിസ്ഥാനത്തിൽ വേറിട്ട് രൂപീകരിക്കപ്പെടുന്ന നിരവധി തൊഴിലാളി പാർട്ടികളാണോ ആവശ്യം എന്നതായിരുന്നു ചോദ്യം. രാജ്യത്തിനുള്ളിൽ അന്താരാഷ്ട്ര താൽപ്പര്യൈക്യം നേടിയെടുക്കുന്നതിനെക്കുറിച്ചുള്ള ചോദ്യമായിരുന്നു അത്. തൊഴിലാളി വർഗത്തിന്റെ അന്താരാഷ്ട്ര ഏകോപനത്തിനായി *ഇസ്ക്ര*യുടെ പത്രാധിപസമിതി നിലകൊണ്ടു. ദേശീയമായ വിഘടനത്തിനും റഷ്യയിലെ ദേശീയ തൊഴിലാളി പാർട്ടികൾക്കിടയിലെ കേവലമായ സൗഹൃദ ഉടമ്പടി ബന്ധങ്ങൾക്കും വേണ്ടിയാണ് ബുണ്ട് നിലയുറപ്പിച്ചത്.

പ്രതിനിധികൾ എത്തിച്ചേർന്ന മുറയ്ക്ക് ബുണ്ടിന്റെ വിഷയം വളരെ വിശദമായി ചർച്ച ചെയ്യുകയും, അതിന്റെ ഫലമായി, മഹാഭൂരിപക്ഷത്തോടെ *ഇസ്ക്ര*യുടെ നിലപാട് അംഗീകരിക്കപ്പെടുകയുമുണ്ടായി.

രണ്ടാം കോൺഗ്രസിൽ കൈകാര്യം ചെയ്തതും തീരുമാനിച്ചതുമായ മൗലികവിഷയങ്ങളുടെ വ്യാപ്തിയേറിയ പ്രാധാന്യത്തിന് മേൽ പിന്നീട് വിഘടനം നിഴൽ പരത്തുകയുണ്ടായി. ഈ ചോദ്യങ്ങളുടെ ചർച്ചകളുടെ വേളയിൽ പതിവിലുമധികം എനിക്ക് പ്ലെഖാനോവുമായി യോജിപ്പുള്ളതായി വ്ളാദിമിർ ഇല്ലിച്ചിന് തോന്നി. "വിപ്ലവത്തിന്റെ നന്മയാണ് അത്യുന്നതമായ നിയമ"മെന്നും അതിനെ അടിസ്ഥാന ജനാധിപത്യ തത്വമായി പരിഗണിക്കണമെന്നും ഈ തത്വത്തിന്റെ വീക്ഷണകോണിൽ നിന്നുകൊണ്ട് വേണം സാർവത്രിക വോട്ടവകാശത്തിന്റെ ആശയത്തെപ്പോലും കണക്കിലെടുക്കേണ്ടതെന്നുമുള്ള പ്ലെഖാനോവിന്റെ പ്രസംഗം വ്ളാദിമിർ ഇല്ലിച്ചിനെ വളരെയധികം ആകർഷിച്ചു. പതിനാല് വർഷങ്ങൾക്ക് ശേഷം, ഭരണഘടനാ നിർമാണസഭയെ പുറത്താക്കുകയെന്ന ചോദ്യത്തെ ബോൾഷെവിക്കുകൾ അഭിമുഖീകരിച്ച ഘട്ടത്തിൽ അദ്ദേഹം അത് അനുസ്മരിക്കുകയുണ്ടായി.

"അധ്വാനിക്കുന്ന വർഗത്തിന്റെ അവകാശങ്ങൾക്കുള്ള ഉറപ്പെന്ന" നിലയിൽ ജനകീയ വിദ്യാഭ്യാസത്തിന്റെ പ്രാധാന്യത്തെ കുറിച്ചുള്ള പ്ലെഖാനോവിന്റെ മറ്റൊരു പ്രസംഗവും വ്ളാദിമിർ ഇല്ലിച്ചിന്റെ ആശയങ്ങളോട് വളരെ പൊരുത്തപ്പെടുന്നതായിരുന്നു.

കോൺഗ്രസിൽ വച്ച് തനിക്ക് ലെനിനുമായി കൂടുതൽ അടുപ്പമുള്ളതായി പ്ലെഖാനോവിനും അനുഭവപ്പെട്ടു.

പ്ലെഖാനോവിനും ലെനിനുമിടയിൽ വിഘടനമുണ്ടാക്കാൻ

കിണഞ്ഞു ശ്രമിച്ച *റബോഷെയേ ദലോ* ഗ്രൂപ്പിന്റെ തികഞ്ഞ അനുയായിയായ അകിമോവിന് മറുപടി നൽകവേ ഫലിതരൂപേണ പ്ലെഖാനോവ് പറഞ്ഞു:

> തന്റെ മാർഷൽമാരെക്കൊണ്ട് അവരുടെ ഭാര്യമാരെ വിവാഹമോചിതരാക്കുകയെന്ന ഭ്രാന്ത് നെപ്പോളിയനുണ്ടായിരുന്നു. തങ്ങളുടെ ഭാര്യമാരെ സ്നേഹിച്ചിരുന്നുവെങ്കിൽപ്പോലും ചില മാർഷൽമാർ അതിന് കീഴടങ്ങി. ഇക്കാര്യത്തിൽ സഖാവ് അകിമോവ് നെപ്പോളിയനെയാണ് എന്നെ ഓർമിപ്പിക്കുന്നത്. എന്ത് ചെലവിലും എന്നെയും ലെനിനെയും വേർപ്പെടുത്തുകയാണ് അദ്ദേഹത്തിനാവശ്യം. എന്നാൽ നെപ്പോളിയന്റെ മാർഷൽമാരെക്കാൾ അധികം സ്വഭാവശുദ്ധി ഞാൻ കാണിക്കും. ഞാൻ ലെനിനിൽ നിന്നും വേർപെട്ടു കൂടെന്ന് മാത്രമല്ല, എന്നിൽ നിന്നും വേർപിരിയാൻ അദ്ദേഹം ഉദ്ദേശിക്കുന്നില്ലെന്നും ഞാൻ പ്രതീക്ഷിക്കുന്നു.

വ്ളാദിമിർ ഇല്ലിച്ച് ചിരിച്ചുകൊണ്ട് തലകുലുക്കി.

കാര്യപരിപാടിയിലെ ആദ്യത്തെ (കോൺഗ്രസിന്റെ ഭരണഘടന) ചർച്ചാവേളയിൽ ബോർബ ഗ്രൂപ്പി(റ്യാസാനോവ്, നെവ്സൊറോവ്, ഗുരേവിച്ച്)ന്റെ ഒരു പ്രതിനിധിയെ ക്ഷണിക്കുന്നതിനെച്ചൊല്ലി അപ്രതീക്ഷിതമായൊരു സംഭവമുണ്ടായി. സംഘാടക സമിതിക്ക് അതിന്റെ സ്വന്തം അഭിപ്രായവുമായി മുന്നോട്ടുവരണമായിരുന്നു. അത് ഒരുതരത്തിലും ബോർബ ഗ്രൂപ്പുമായി ബന്ധപ്പെട്ടതായിരുന്നില്ല; കോൺഗ്രസിന് മുമ്പിൽ സംഘാടകസമിതിയുടെ അംഗങ്ങൾക്ക് മേൽ പ്രത്യേകമായൊരു അച്ചടക്കം അടിച്ചേൽപ്പിക്കാൻ അത് ശ്രമിക്കുകയായിരുന്നു. മുമ്പുതന്നെ എങ്ങനെ വോട്ടുചെയ്യണമെന്നും ഒരു ഗ്രൂപ്പെന്ന നിലയിൽ കോൺഗ്രസിൽ എങ്ങനെ സംസാരിക്കണമെന്നും തീരുമാനിച്ചിട്ടുള്ള സംഘാടക സമിതിക്ക് ഒരു ഗ്രൂപ്പെന്ന നിലയിൽ പ്രവർത്തിക്കണമായിരുന്നു. അതിലൂടെ കോൺഗ്രസിലെ ഒരു അംഗത്തിന് മേലുള്ള പരമാധികാരം കോൺഗ്രസിന് തന്നെയല്ല, മറിച്ച്, ആ ഗ്രൂപ്പിനായിത്തീരും. വ്ളാദിമിർ ഇല്ലിച്ച് വളരെ കോപാകുലനായിരുന്നു. ഈ തന്ത്രങ്ങൾക്കെതിരെ പാവ്ലോവിച്ച് (ക്രാസിക്കോവ്) പ്രതിഷേധിച്ചപ്പോൾ വ്ളാദിമിർ ഇല്ലിച്ച് മാത്രമല്ല അദ്ദേഹത്തെ പിന്തുണച്ചത്. മാർട്ടോവും മറ്റുള്ളവരും അവർക്കൊപ്പമുണ്ടായിരുന്നു. സംഘാടകസമിതിയിലെ കോൺഗ്രസ് പിരിച്ചുവിട്ടുകഴിഞ്ഞിരുന്നുവെങ്കിലും പ്രാധാന്യമേറിയ ഈ സംഭവം എല്ലാത്തരം സങ്കീർണതകളും ഉയർത്തിക്കൊണ്ടുവന്നു. എങ്കിലും, പാർട്ടിക്കുള്ളിലും പാർട്ടി പരിപാടിയിലും ബുണ്ടിന്റേത് പോലുള്ള സുപ്രധാന വിഷയങ്ങളുണ്ടായിരുന്നതിനാൽ താൽക്കാലികമായി ആ സംഭവം മാറ്റിവയ്ക്കുകയാണുണ്ടായത്. ബുണ്ടിന്റെ കാര്യത്തിൽ *ഇസ്ക്ര*യുടെ പത്രാധിപസമിതിക്കും സംഘാടകസമിതിക്കും പ്രാദേശിക പ്രതിനിധികൾക്കും ഏകമനസായിരുന്നു. *യുഷ്നി റബോഷി*യുടെ പ്രതിനിധിയും സംഘാടകസ

മിതിയിലെ അംഗവുമായ യെഗോറോവും (ലെവിൻ) ബുണ്ടിനെതിരെ ശക്തമായി രംഗത്ത് വന്നു. ഇടവേളയിൽ അദ്ദേഹത്തെ അഭിനന്ദിച്ച പ്ലെഖാനോവ് "എല്ലാ കമ്യൂണുകളിലും ഉടനീളം ഇത് വ്യാപിപ്പിക്കേണ്ടതാണെന്ന് തന്റെ പ്രസംഗത്തിൽ എടുത്തുപറഞ്ഞു. ബുണ്ട് പൂർണമായും പരാജയപ്പെട്ടു. പാർട്ടി പ്രവർത്തനത്തിന്റെ ഐക്യത്തിൽ ദേശീയമായ തനിമകൾ ഇടപെട്ടുകൂടെന്നും സോഷ്യൽ ഡെമോക്രാറ്റിക് പ്രസ്ഥാനത്തിന്റെ ഏകതാനമായ ഐക്യവുമെന്ന തത്വം അങ്ങനെ ദൃഢമായി സ്ഥാപനവൽക്കരിക്കപ്പെട്ടു.

അതേസമയം, ലണ്ടനിലേക്ക് നീങ്ങാൻ ഞങ്ങൾ നിർബന്ധിതരായി. ബ്രസ്സൽസ് പൊലീസ്, പ്രതിനിധികൾക്ക് ബുദ്ധിമുട്ടുകളുണ്ടാക്കി. സെംല്യാച്കയെയും മറ്റ് ചിലരെയും അവർ കയറ്റി അയച്ചപ്പോൾ ഞങ്ങളെല്ലാം സ്ഥലം വിടേണ്ടിവന്നു. ലണ്ടനിൽ തഖ്ട്രേവുമാർ കോൺഗ്രസിന് വേണ്ടി തങ്ങളാലാവുന്ന എല്ലാ സൗകര്യങ്ങളുമൊരുക്കി. അതിന് ലണ്ടൻ പൊലീസ് തടസങ്ങളൊന്നുമുണ്ടാക്കിയില്ല.

ബുണ്ടിന്റെ ചോദ്യത്തിന്മേലുള്ള ചർച്ച തുടർന്നും നടന്നു. അപ്പോൾ, പരിപാടിയെ കുറിച്ചുള്ള ചോദ്യം അതിന്റെ കമ്മിറ്റിയുടെ ഘട്ടത്തിൽ ത്തന്നെ ആയിരുന്നപ്പോൾ ഞങ്ങൾ കാര്യപരിപാടിയുടെ നാലാമത്തെ ഇനത്തിലേക്ക് കടന്നു. ഒരു കേന്ദ്രീയ ജിഹ്വ അംഗീകരിക്കുന്നതിനെക്കുറിച്ചുള്ള വിഷയമായിരുന്നു, അത്. *ഇസ്ക്ര* അതിനായി ഏകകണ്ഠേന അനുകൂലമായിരുന്നെങ്കിലും അതിനെ എതിർത്ത ഏകഗ്രൂപ്പ് *റബോഷയേ ദെലോ* ആയിരുന്നു. മറ്റെല്ലാവരും *ഇസ്ക്ര*യെ ഉയർത്തിപ്പിടിച്ചു. സംഘാടകസമിതിയുടെ പ്രതിനിധിയായ പോപ്പോവ് (റോസാനോവ്) പോലും പറഞ്ഞു: "ഇവിടെ ഈ കോൺഗ്രസിൽ വലിയൊരളവ് വരെ *ഇസ്ക്ര*യുടെ പ്രവർത്തനത്തിലൂടെ സൃഷ്ടിക്കപ്പെട്ട ഐക്യമുള്ള ഒരു പാർട്ടിയെ നാം കാണുന്നു." അത് പത്താമത്തെ സിറ്റിങ് ആയിരുന്നു. ആകെയുണ്ടായിരുന്നത് മുപ്പത്തേഴ് സിറ്റിങ്ങുകളായിരുന്നു. അതിനകം തന്നെ മേഘങ്ങൾ ഒന്നിച്ചുകൂടാൻ തുടങ്ങിയിരുന്നു. മൂന്ന് പേരെ കേന്ദ്രകമ്മിറ്റിയിലേക്ക് തെരഞ്ഞെടുക്കേണ്ടതുണ്ടായിരുന്നു. അപ്പോഴും ഒരു കേന്ദ്രകമ്മിറ്റിയുടെ രൂപരേഖ ലഭ്യമായിരുന്നില്ല. മികവുറ്റ ഒരു സംഘാടകനെന്ന് സ്വയം തെളിയിച്ച ഗ്ലെബോവ് (നോസ്കോവ്) ആയിരുന്നു അതിലേക്കുള്ള ചോദ്യം ചെയ്യാനാവാത്ത ഒരു സ്ഥാനാർഥി. കോൺഗ്രസിൽ പങ്കെടുത്ത ക്ലെയർ (ക്രഷിഷാനോവ്സ്കി) ആയിരുന്നു. മറ്റൊരാൾ. എന്നാൽ അങ്ങനെയുമായിരുന്നില്ല. പകരക്കാരായിരുന്ന അദ്ദേഹത്തിന്റെയും കുർഡിന്റെയും വോട്ടെടുപ്പ് തികച്ചും വിചിത്രമായ രീതിയിലുള്ളതുമായിരുന്നു. മറുവശത്ത്, കേന്ദ്രകമ്മിറ്റിയിലേക്ക് നിരവധി സ്ഥാനാർഥികളുണ്ടായിരുന്നു. ജാകിസ് (സ്റ്റീൻ - അലക്സാൺഡ്രോവ) ഫോമിൻ (കോഖ്മൽ), സ്റ്റേൺ (കോസ്ത്യ-റോസ ഗാൽബർസ്റ്റഡിറ്റ്), പോപ്പോവ് (റോസ്നോവ്), യെഗാറോവ് (ലെവിൻ) തുടങ്ങിയവരായിരുന്നു അവർ. മൂന്നുപേരുടെ കേന്ദ്രകമ്മിറ്റി സീറ്റുകളിലേക്കുള്ള സ്ഥാനാർഥികളായിരുന്നു ഇവരെല്ലാം. പാർട്ടി

പ്രവർത്തകരെന്ന നിലയ്ക്ക് മാത്രമല്ല, വ്യക്തിജീവിതത്തിലും വളരെ അടുത്തറിയുന്നവരായിരുന്നു ഞങ്ങൾ ഓരോരുത്തരും. വോട്ടിങ്ങിനുള്ള സമയമടുക്കുന്തോറും അന്തരീക്ഷം പ്രക്ഷുബ്ധമായിക്കൊണ്ടിരുന്നു. ഒരു വിദേശ കേന്ദ്രത്തിലിരുന്നു കൊണ്ടുള്ള നിയന്ത്രണത്തെ ബുണ്ടും *റെബോഷെയെദെലോയും* ശക്തിയുക്തം എതിർത്തുവെങ്കിലും അതിനെതിരായ ശക്തമായ പ്രതിവിധികളൊന്നും മുന്നോട്ടുവയ്ക്കാൻ അവർക്ക് സാധിച്ചില്ല. ആരുടെ നിയന്ത്രണത്തെയാണ് ജനങ്ങൾ ഭയപ്പെടുന്നത്? തീർച്ചയായുമത് മാർട്ടോവിന്റെയോ സസൂലിച്ചിന്റെയോ, സ്ട്രോവേഴ്സിന്റെയോ അക്സൽ റോദിന്റെയോ നിയന്ത്രണത്തെയായിരുന്നില്ല. അവരെല്ലാം ഭയപ്പെട്ടത് ലെനിന്റെയും പ്ലെഖാനോവിന്റെയും നിയന്ത്രണത്തെയായിരുന്നു. എന്നാൽ അവർക്കെല്ലാം അറിയാമായിരുന്നൊരു കാര്യം യാതൊരു പങ്കാളിത്തവുമില്ലാതിരുന്ന പ്ലെഖാനോവല്ല, മറിച്ച്, ലെനിനാണ് റഷ്യയിലെ പ്രവർത്തനങ്ങൾ നിയന്ത്രിക്കേണ്ടത് എന്നതായിരുന്നു.

കോൺഗ്രസ് *ഇസ്ക്ര*യുടെ നിലപാട് അംഗീകരിച്ചുവെങ്കിലും *ഇസ്ക്ര*യുടെ പത്രാധിപസമിതി അപ്പോഴും തെരഞ്ഞെടുക്കപ്പെടേണ്ടതായിട്ടാണിരുന്നത്.

മൂന്ന് പേർ അടങ്ങുന്നൊരു സംഘമായിരിക്കണം *ഇസ്ക്ര*യുടെ എഡിറ്റോറിയൽ ബോർഡ് എന്ന നിർദേശം വ്ളാദിമിർ ഇല്ലിച്ച് ലെനിൻ മുന്നോട്ട് വച്ചു. അക്കാര്യം മുൻകൂട്ടിത്തന്നെ അദ്ദേഹം മാർട്ടോവിനോടും പെത്രോസോവിനോടും പറഞ്ഞിരുന്നു. എത്തിച്ചേർന്ന പ്രതിനിധികളോട് സംസാരിക്കവേ, ഏറ്റവും കാര്യക്ഷമമെന്ന നിലയിൽ മൂന്ന് എഡിറ്റർമാർ എന്ന ആശയത്തെ മാർട്ടോവ് പിന്തുണയ്ക്കുകയുണ്ടായി. മുഖ്യമായും പ്ലെഖാനോവിനെതിരെ ലക്ഷ്യമിട്ടുള്ളതാണ് ഈ മൂവർസംഘ നിർദേശമെന്ന് പിന്നീടദ്ദേഹത്തിന് ബോധ്യമായി. മൂന്ന് പേരുള്ള എഡിറ്റോറിയൽ ബോർഡിന്റെ കരട് നിർദേശം ലെനിൻ കൈമാറിയപ്പോൾ അത് വായിച്ചശേഷം ഒരു വാക്കുപോലും പറയാതെ പ്ലെഖാനോവ് അത് തന്റെ കീശയിലിട്ടു. അദ്ദേഹമത് എന്തിനെ കുറിച്ചാണെന്ന് മനസിലാക്കി. ഒരിക്കൽ ഒരു പാർട്ടി ഉണ്ടായിക്കഴിഞ്ഞാൽ അവിടെ പ്രായോഗിക പ്രവർത്തനം ആവശ്യമാണ്.

*ഇസ്ക്ര*യുടെ കാര്യത്തിൽ മറ്റാരെക്കാളും കൂടുതലായി സംഘാടക സമിതിയുമായി ഇടപഴകിയത് മാർട്ടോവ് ആയിരുന്നു. ഈ മൂവർ സംഘ ആശയം തനിക്കെതിരായിട്ടുള്ളത് ആണെന്ന് വൈകാതെ അദ്ദേഹത്തിന് ബോധ്യമായി. മാത്രമല്ല, താനത് സ്വീകരിക്കുകയാണെങ്കിൽ അത് സസൂലിച്ചിനെയും പെത്രോസോവിനെയും അക്സെൽ റോദിനെയും വഞ്ചിക്കുന്നതിന് തുല്യമാണെന്നും അദ്ദേഹത്തിന് തോന്നി. അക്സെൽറോദും സസൂലിച്ചും തികച്ചും അസ്വസ്ഥരുമായിരുന്നു.

അത്തരമൊരു സാഹചര്യത്തിൽ ചട്ടങ്ങളുടെ ഒന്നാം ഖണ്ഡികയെച്ചൊല്ലിയുള്ള തർക്കത്തിന് തികച്ചും പരുഷമായൊരു സ്വഭാവവുമുണ്ടായി. പാർട്ടിയുടെ ചട്ടങ്ങളുടെ ഒന്നാമത്തെ ഖണ്ഡികയുടെ കാര്യ

ത്തിൽ ലെനിനും മാർട്ടോവും രാഷ്ട്രീയമായും അന്യോന്യം സംഘടനാപരമായും വിയോജിച്ചു. മുമ്പും ഇടയ്ക്കിടെ അവർ വിയോജിച്ചിരുന്നുവെങ്കിലും അത്തരം അഭിപ്രായവ്യത്യാസങ്ങൾ ഇടുങ്ങിയ അതിർവരമ്പുകൾക്കുള്ളിൽ ഒതുങ്ങിനിൽക്കുന്നവയും വൈകാതെ അപ്രത്യക്ഷമാവുന്നവയുമായിരുന്നു. ഇപ്പോൾ കോൺഗ്രസിൽ പ്രത്യക്ഷപ്പെട്ട അവരുടെ വിയോജിപ്പ് മൂലം *ഇസ്ക്രയ്*ക്കും പ്ലെഖാനോവിനും ലെനിനും നേരെ വിദ്വേഷമുള്ളവരെല്ലാം മൗലികവിഷയത്തിൻമേലുള്ള ഒരു വിയോജിപ്പിനെ പരമാവധി മുതലാക്കാൻ ശ്രമിച്ചു. ലെനിന്റെ വെയർ ടു ബിഗിൻ? (എവിടെ തുടങ്ങണം?) *വാട്ടീസ് റ്റു ബി ഡൺ?* എന്നീ ലഘുഗ്രന്ഥങ്ങളുടെയും പേരിൽ അദ്ദേഹം ആക്രമിക്കപ്പെട്ടു. അദ്ദേഹത്തിന് അധികാരതൃഷ്ണയും മറ്റുമാണുള്ളതെന്ന് അവർ കുറ്റപ്പെടുത്തി. *വൺ സ്റ്റെപ്പ് ഫോർവേഡ്, ടു സ്റ്റെപ്പ്സ് ബാക്ക് (ഒരു ചുവട് മുന്നോട്ട്, രണ്ട് ചുവട് പിറകോട്ട്)* എന്ന ഹ്രസ്വ പുസ്തകത്തിൽ അദ്ദേഹമെഴുതി.:

> ഇതുമായി ബന്ധപ്പെട്ട് കോൺഗ്രസിൽ വച്ച് 'മധ്യപ്രതിനിധി' (Centre delegate)കളിൽ ഒരാളുമായി ഞാൻ നടത്താനിടയായ ആശയവിനിമയം അനുസ്മരിക്കാതിരിക്കാൻ എനിക്ക് കഴിയുകയില്ല. 'എത്ര നിരാശാജനകമായ അന്തരീക്ഷമാണ് നമ്മുടെ കോൺഗ്രസിലുള്ളത്!' അദ്ദേഹം പരാതിപ്പെട്ടു. 'കൈപ്പേറിയ ഈ പോരാട്ടം, ഒരാൾക്കെതിരെ മറ്റാരാളുടെ ഈ പ്രക്ഷോഭം' മുറിപ്പെടുത്തുന്ന ഈ വിവാദം സഖാക്കളുടെതല്ലാത്ത ഈ സമീപനം... എത്ര ഉന്മേഷപ്രദമാണ് നമ്മുടെ കോൺഗ്രസ്.' സ്വതന്ത്രവും തുറന്നതുമായൊരു സമരം,' ഞാൻ മറുപടി നൽകി. അഭിപ്രായങ്ങൾ തുറന്നു പറഞ്ഞു. നിഴലുകളെ പുറത്ത് കൊണ്ടുവന്നു. ഗ്രൂപ്പുകൾക്ക് രൂപമുണ്ടായി. കരങ്ങൾ ഉയർത്തപ്പെട്ടു. ഒരു തീരുമാനം കൈക്കൊണ്ടു. ഒരു ഘട്ടം കടന്നുപോയി. മുന്നോട്ട്! അതാണെനിക്ക് ചെയ്യാനുള്ളത്! അതാണ് ജീവിതം. അവസാനമില്ലാത്തതും വിരസതയുണ്ടാക്കുന്ന ബുദ്ധിജീവികളുടെ വാക്കുകൾ കീറിമുറിക്കുന്നതിലൂടെ ചോദ്യങ്ങൾക്ക് മേൽ തീരുമാനമെടുക്കപ്പെടുന്നതിനല്ല, അവർ അതവസാനിപ്പിക്കുന്നത്, കൂടുതൽ സംസാരിക്കാൻ അവർ തികച്ചും ക്ഷീണിതരാണ് എന്നുള്ളതുകൊണ്ടാണ്... 'സെന്ററി'ന്റെ ആ സഖാവ് വിസ്മയപൂർവം എന്റെ നേരെ നോക്കുകയും തന്റെ തോളത്ത് ചൊറിയുകയും ചെയ്തു. വ്യത്യസ്ത ഭാഷകളിലാണ് ഞങ്ങൾ സംസാരിച്ചിരുന്നത്.

മുകളിലെ ഈ ഉദ്ധരണിയിൽ ഇല്ലിച്ച് മുഴുവനായും അടങ്ങിയിരിക്കുന്നു

കോൺഗ്രസിന്റെ തുടക്കം മുതൽത്തന്നെ അദ്ദേഹത്തിന്റെ ചിന്തകൾ വളരെ സൂക്ഷ്മമായിരുന്നു. ബ്രസ്സൽസിൽ ഞങ്ങളുമൊന്നിച്ച് താമസിച്ചിരുന്ന ബൽജിയംകാരിയായ സ്ത്രീപ്രവർത്തക എന്നും പ്രഭാതഭ

ക്ഷണത്തിന് വിളമ്പിക്കൊടുത്ത രുചികരമായ മുള്ളങ്കിക്കിഴങ്ങും ഡച്ച് ചീസും കഴിക്കാത്തതിനാൽ വ്ളാദിമിർ ഇല്ലിച്ച് ലെനിനോട് അവർക്ക് കടുത്ത നീരസമുണ്ടായിരുന്നു. എന്തെങ്കിലും ഭക്ഷിക്കാനാവാത്തതിൽ അദ്ദേഹം വളരെ അസ്വസ്ഥനായിരുന്നു. ലണ്ടനിൽ വച്ച് തീരെ ഉറങ്ങാനാവാത്ത തലത്തോളം അദ്ദേഹം അസ്വസ്ഥനായിരുന്നു.

സംവാദങ്ങളിൽ വീറോടെ വാദിക്കുമായിരുന്നുവെങ്കിലും ചെയർമാനെന്ന നിലയിൽ യാതൊരു പക്ഷപാതിത്വവും അദ്ദേഹത്തിനുണ്ടായിരുന്നില്ല. അന്യായമായി അദ്ദേഹം എതിരാളിയെ ഒരിക്കലും കൈകാര്യം ചെയ്തിട്ടുമില്ല. എന്നാൽ പ്ലെഖാനോവ് അങ്ങനെയായിരുന്നില്ല. ചെയറിലാണെങ്കിൽ തന്റെ തന്റേടം പ്രകടിപ്പിക്കാനും എതിരാളിയെ കളിപ്പിക്കാനും അദ്ദേഹം ഇഷ്ടപ്പെട്ടിരുന്നു.

ചോദ്യങ്ങൾക്ക് മേലോ പാർട്ടിക്കുള്ളിൽ ബുണ്ടിന്റെ സ്ഥാനത്തെക്കുറിച്ചോ പാർട്ടി പരിപാടിയെക്കുറിച്ചോ തങ്ങളുടെ ബാനർ എന്ന നിലയിൽ *ഇസ്ക്ര*യുടെ നിലപാട് സ്വീകരിക്കുന്നതിനെ കുറിച്ചോ ഭൂരിപക്ഷം പ്രതിനിധികൾക്കുമിടയിൽ വേർതിരിവുകളൊന്നും പ്രകടമായിരുന്നില്ലെങ്കിലും കോൺഗ്രസിന്റെ മധ്യഘട്ടത്തോളമെത്തിയപ്പോൾ പ്രകടമായ അഭിപ്രായ വ്യത്യാസങ്ങളൊന്നുമുണ്ടായിരുന്നില്ലെങ്കിലും അതിന്റെ അന്ത്യത്തോട് അടുക്കുന്തോറും ആ വ്യത്യാസങ്ങൾ ആഴമുള്ളവയായിത്തീർന്നു. കണിശമായി പറഞ്ഞാൽ സംയുക്തപ്രവർത്തനത്തിന്റെ പാതയിലോ, അത്തരം പ്രവർത്തനം അസാധ്യമാക്കിത്തീർക്കുന്ന തരത്തിലുള്ളതോ ആയ ഗൗരവമേറിയ വ്യത്യാസങ്ങളൊന്നും അപ്പോഴും മറനീക്കി പുറത്തുവന്നിരുന്നില്ല. എങ്കിലും അപ്പോഴുമവ, അപകടകരമായ തരത്തിൽ മറഞ്ഞു കിടക്കുകയായിരുന്നു. മാത്രമല്ല, കോൺഗ്രസ് വിഘടിതവുമായിരുന്നു. പ്ലെഖാനോവിന്റെ നയതന്ത്രരാഹിത്യത്തെയും ലെനിന്റെ 'നിർബന്ധബുദ്ധി'യെയും 'അധികാരതൃഷ്ണ'യെയും പാവ്‌ലോവിന്റെ നിസാരമായ ശല്യത്തെയും, സസൂലിച്ചിനും അക്സെൽറോദിനും ലഭിച്ച നീതിരഹിതമായ പരിഗണനയെയും കുറ്റപ്പെടുത്താനായിരുന്നു നിരവധി പേർക്ക് താൽപ്പര്യം, അതുകൊണ്ട് തന്നെ അവസാനം പറഞ്ഞ ഇരുവരും പരാതിക്കാരുടെ പക്ഷത്ത് ചേർന്നു. വ്യക്തിത്വങ്ങളിലൂടെ നോക്കിക്കണ്ടതുകൊണ്ട് അവർക്ക് കാര്യം ശരിയായി ഗ്രഹിക്കാൻ കഴിയാതെ പോയി. ട്രോത്സ്കി അവരിലൊരാളായിരുന്നു. അദ്ദേഹം ശക്തനായ ഒരു എതിരാളിയായിത്തീർന്നു. അതിന്റെ യഥാർഥ ഉള്ളടക്കം ഇതായിരുന്നു: ലെനിന് ചുറ്റുമുള്ള സഖാക്കളുടെ ഗ്രൂപ്പ് വളരെക്കൂടുതൽ ഗൗരവമായി തത്വങ്ങളെ മുറുകെ പിടിക്കുന്നവരായിരുന്നു. അത് എന്ത് വിലകൊടുത്തും പ്രായോഗിക പ്രവർത്തനങ്ങളുടെ കാര്യത്തിൽ പരിപാലിക്കണമെന്ന നിഷ്കർഷയുമായിരുന്നു. മറ്റേ ഗ്രൂപ്പിന്റെ മാനസികാവസ്ഥ തെരുവുമനുഷ്യന്റേതുമായിരുന്നു. തത്വങ്ങളുടെ കാര്യത്തിൽ എന്ത് വിട്ടുവീഴ്ചകൾക്കും ഒരുക്കുമായിരുന്ന അവർ വ്യക്തികൾക്കാണ് കൂടുതൽ പ്രാധാന്യം കൽപ്പിച്ചത്.

തെരഞ്ഞെടുപ്പിന്റെ വേളയിലെ സമരം അതിരൂക്ഷമായിരുന്നു. വോട്ടെടുപ്പിന് തൊട്ടുമുമ്പുള്ള ഒന്നോ രണ്ടോ രംഗങ്ങൾ ഇപ്പോഴുമെന്റെ മനസിൽ തെളിഞ്ഞുതന്നെ നിൽക്കുന്നു. അക്സെൽറോദ് ബോമന് മേൽ എല്ലാത്തരം ധാർമികച്യുതിയും ആരോപിക്കുകയും സൈബീരിയൻ പ്രവാസകാലത്ത് ഉണ്ടായതായി പറയപ്പെടുന്ന ഏതാനും ഊഹാപോഹങ്ങൾ വിളിച്ചു പറയുകയും ചെയ്തു. ബോമാൻ യാതൊന്നും പറഞ്ഞില്ലെങ്കിലും അദ്ദേഹത്തിന്റെ മിഴികളിൽ മിഴിനീരുണ്ടായിരുന്നു.

മറ്റൊരു രംഗം: ഡ്യൂറ്റ്ഷ് കോപാകുലനായി ഗ്ലെബോവിനോട് പൊട്ടിത്തെറിച്ചപ്പോൾ സമനില നഷ്ടപ്പെടുത്താതെ ഗ്ലെബോവ് പറഞ്ഞു: “വയസാ, ഞാൻ നിങ്ങളായിരുന്നുവെങ്കിൽ ഞാനെന്റെ വായ അടച്ചു പൂട്ടി വയ്ക്കുമായിരുന്നു.

കോൺഗ്രസ് അവസാനിച്ചു. ഗ്ലെബോവ്, ക്ലെയർ, കുർസ് എന്നിവർ കേന്ദ്രകമ്മിറ്റിയിലേക്ക് തെരഞ്ഞെടുക്കപ്പെട്ടു. നാൽപ്പത്തിനാലിൽ ഇരുപത് പേർ വോട്ടെടുപ്പിൽ നിന്നും വിട്ടുനിന്നു. പ്ലെഖാനോവ്, ലെനിൻ മാർട്ടോവ് എന്നിവർ സെൻട്രൽ ഓർഗനൈസിങ് കമ്മിറ്റിയിലേക്ക് തെരഞ്ഞെടുക്കപ്പെട്ടു. പത്രാധിപസമിതിയിൽ പ്രവർത്തിക്കാൻ മാർട്ടോവ് വിസമ്മതിച്ചു. അവിടെ പ്രകടമായിത്തന്നെ വിഘടനമുണ്ടായിരുന്നു.

രണ്ടാം പാർട്ടി
കോൺഗ്രസിന് ശേഷം 1903-1904

കോൺഗ്രസിന് ശേഷം ഞങ്ങൾ ജനീവയിൽ മടങ്ങിയെത്തിയപ്പോൾ ശ്രമകരമായ ദിവസങ്ങളാണ് ഞങ്ങൾക്ക് മുമ്പിലുണ്ടായിരുന്നത്. ഒന്നാമതായി. വിദേശത്തുള്ള മറ്റ് റഷ്യൻകുടിയേറ്റ കോളനികളിൽ നിന്നും റഷ്യൻ കുടിയേറ്റക്കാർ അവിടേക്ക് പ്രവഹിച്ചുകൊണ്ടിരുന്നു. അവിടേക്ക് വന്ന ലീഗ് അംഗങ്ങൾ ചോദിച്ചു: "കോൺഗ്രസിൽ എന്താണ് സംഭവിച്ചത്? പ്രശ്നം എന്തിനെ ചൊല്ലിയുള്ളതായിരുന്നു? എന്തിനെ ചൊല്ലിയായിരുന്നു വിഘടനം?"

ഈ ചോദ്യങ്ങളിൽ മടുപ്പനുഭവപ്പെട്ട പ്ലെഖാനോവ് ഒരു ദിവസം പറഞ്ഞു: "എക്സ് എത്തിച്ചേർന്നു. എന്നോട് ആവർത്തിച്ച് പറഞ്ഞുകൊണ്ടിരുന്നു: ഞാൻ ബുറിദാന്റെ കഴുതയെപ്പോലെയാണ്. ഞാനയാളോട് ചോദിച്ചു: 'അതിൽ ബുറിദാൻ എന്താണ് പിഴച്ചത്?"

റഷ്യയിൽ നിന്നുമുള്ള ആളുകളും എത്തിത്തുടങ്ങി. സെന്റ് പീറ്റേഴ്സ്ബർഗിൽ നിന്നുമുള്ള യെറെമയും അവരിൽപ്പെടും. മുൻവർഷം വ്ളാദിമിർ ഇല്ലിച്ചിന് സെന്റ് പീറ്റേഴ്സ്ബർഗ് സംഘടനക്കുള്ള കത്തുകൾ അയാളുടെ വിലാസത്തിലാണ് അയച്ചിരുന്നത്. അയാൾ കൃത്യമായി മെൻഷെവിക്കുകളുടെ പക്ഷത്ത് ചേരുകയും ഞങ്ങളെ വന്ന് കാണുകയും ചെയ്തു. വലിയൊരു ദുരന്തത്തിന്റെ ഭാവപ്രകടനങ്ങളോടെ അയാൾ വ്ളാദിമിർ ഇല്ലിച്ചിനോട് പറഞ്ഞു: 'ഞാൻ യെറെമയാണ്." പിന്നെ അയാൾ മെൻഷെവിക്കുകളെക്കുറിച്ച് സംസാരിക്കാൻ തുടങ്ങി. കോൺഗ്രസിൽ വിഘടനത്തിലേക്കു നയിച്ച ടെക്നിക്കിലെ മാറ്റങ്ങൾ എന്തൊക്കെയാണെന്ന് അറിയാൻ ഉൽക്കണ്ഠയുണ്ടായിരുന്ന കീവ് കമ്മിറ്റിയിലെ അംഗമായിരുന്ന മറ്റൊരാളെയും ഞാൻ ഓർക്കുന്നു. അടിസ്ഥാനത്തിനും വിന്യാസത്തിനുമിടയിലെ ബന്ധത്തെക്കുറിച്ച് അയാൾക്കുള്ള ധാരണക്കുറവിൽ

അത്ഭുതം തോന്നിയ ഞാൻ അയാളെ ഉറ്റുനോക്കിയിരുന്നു. അങ്ങനെ സംഭവിക്കാമെന്ന് ഞാനൊരിക്കലും കരുതിയിരുന്നില്ല.

പണവും രഹസ്യമായ കൂടിക്കാഴ്ചകൾക്കായി തങ്ങളുടെ പാർപ്പിടങ്ങളും നൽകി ഞങ്ങളെ സഹായിച്ചിരുന്നവർ മെൻഷെവിക്കുകളുടെ പ്രചാരണത്തിന്റെ സ്വാധീനഫലമായി ഞങ്ങളെ സഹായിക്കാതായി. ജനീവയിൽ ഒരു സഹോദരിയുണ്ടായിരുന്ന എന്റെ പഴയൊരു കൂട്ടുകാരി അവരുടെ മാതാവുമൊന്നിച്ച് ജനീവയിലേക്ക് വന്നത് ഞാൻ ഓർക്കുന്നു. കുട്ടികളായിരുന്നപ്പോൾ ഒന്നിച്ച് സഞ്ചാരികളുടെയും കൊള്ളക്കാരുടെയും കളികളിൽ ഞങ്ങൾ ഏർപ്പെട്ടിരുന്നു. അവരുടെ ആഗമനം എന്നെ വളരെ സന്തുഷ്ടയാക്കുകയും ചെയ്തു. അപ്പോൾ വളരെയൊന്നും ചെറുപ്പക്കാരിയല്ലാത്ത അവർ വലിയൊരളവ് വരെ അപരിചിതയുമാണ്. അവരുടെ കുടുംബം എല്ലായ്പോഴും നൽകിപ്പോന്നിട്ടുള്ള സഹായം പരാമർശിക്കപ്പെട്ടു. "ഇപ്പോൾ രഹസ്യമായ കൂടിക്കാഴ്ചകൾക്കായി ഞങ്ങളുടെ വാസസ്ഥലം സോഷ്യൽ ഡെമോക്രാറ്റുകൾക്ക് നൽകാൻ നിവൃത്തിയില്ല," അവർ പറഞ്ഞു, "ബോൾഷെവിക്കുകൾക്കും മെൻഷെവിക്കുകൾക്കുമിടയിലെ വിഘടനത്തോട് ഞങ്ങൾ അങ്ങേയറ്റം വിയോജിക്കുന്നു. നമ്മുടെ ലക്ഷ്യത്തിന് ഈ ശണ്ഠകൾ തികച്ചും വിനാശകരമാണ്." ഒരു സംഘടനയിലും പെടാത്ത ഈ 'അനുഭാവികളെ'ക്കുറിച്ച് ശക്തമായ ചില കാര്യങ്ങളും പറയാനും അവർ നൽകുന്ന പാർപ്പിട സൗകര്യങ്ങളും തുച്ഛമായ സംഭാവനകൾ ഞങ്ങളുടെ തൊഴിലാളി പാർട്ടിയുടെ മുന്നോട്ടുള്ള ഗതിയെ എങ്ങനെ സ്വാധീനിക്കുമെന്ന് അറിയിക്കാനും വ്ളാദിമിർ ഇല്ലിച്ചിനും എനിക്കും കാര്യമാത്രപ്രസക്തമായ പല സംഗതികളുമുണ്ടായിരുന്നു.

സംഭവിച്ചത് എന്താണെന്നതിനെക്കുറിച്ച് ഒരിക്കൽ റഷ്യയിലുണ്ടായിരുന്ന ക്ലെയറിനും കുർസിനും വ്ളാദിമിർ ഇല്ലിച്ച് ലെനിൻ എഴുതി. തങ്ങളുടെ ആശ്ചര്യം വെളിപ്പെടുത്തുന്നതിനുമപ്പുറത്തായി, സഹായകമായ എന്തെങ്കിലും ഉപദേശം നൽകാൻ കഴിയാതിരുന്ന അവർ മാർട്ടോവിനെ റഷ്യയിലേക്ക് തിരിച്ചുവിളിക്കണമെന്നും ഏതെങ്കിലും ഒറ്റപ്പെട്ട ഇടത്ത് പാർപ്പിച്ചുകൊണ്ട് ജനകീയ ലഘുഗ്രന്ഥങ്ങൾ എഴുതാൻ പ്രേരിപ്പിക്കണമെന്നുമാണ് അഭിപ്രായപ്പെട്ടത്. തുടർന്ന് കുർസിനെ റഷ്യയിൽ നിന്നും കൊണ്ടുവരാനും തീരുമാനിക്കപ്പെട്ടു.

കോൺഗ്രസിന് ശേഷം, ഒരു വിഘടനം ഒഴിവാക്കാനായി പഴയ എഡിറ്റോറിയൽ ബോർഡിനെ കോ-ഓപ്റ്റ് ചെയ്യണമെന്ന ഗ്ലെബോവിന്റെ അഭിപ്രായത്തോട് വ്ളാദിമിർ ഇല്ലിച്ച് വിയോജിച്ചില്ല. എന്നാൽ മെൻഷെവിക്കുകൾ ആ നിർദേശം നിരാകരിച്ചു. ജനീവയിൽ വച്ച് ഇല്ലിച്ച് മാർട്ടോവുമായി രമ്യതയിലെത്താൻ ശ്രമിക്കുകയും തങ്ങൾക്കിടയിൽ ഒരു കലഹത്തിനുള്ള യാതൊന്നുമില്ലെന്ന് ഉറപ്പ് നൽകിക്കൊണ്ട് പെത്രോസോവിനെഴുതുകയയും ചെയ്തു. ഒപ്പം വിഘടനത്തെക്കുറിച്ച് അദ്ദേഹം കൽമിക്കോവ (ആന്റി)ക്കെഴുതുകയും ഇപ്പോഴത്തെ സ്ഥിതി എന്താണെന്ന്

അവരെ അറിയിക്കുകയും ചെയ്തു. ഒരു പോംവഴിയില്ലെന്ന് വിശ്വസിക്കാൻ അദ്ദേഹത്തിന് ഒരു കാരണവുമുണ്ടായിരുന്നില്ല. കോൺഗ്രസിന്റെ തീരുമാനങ്ങൾക്ക് തടസമുണ്ടാക്കുന്നതും റഷ്യയിലെ പ്രവർത്തനങ്ങളുടെ കാർമികത്വം അവകാശപ്പെടുന്നതും പുതിയതായി രൂപീകരിച്ച പാർട്ടിയുടെ കാര്യക്ഷമതയും തികഞ്ഞഭദ്രതയും അവിശ്വസനീയമായിട്ടാണ് അദ്ദേഹത്തിന് അനുഭവപ്പെട്ടത്. ഒരു വിള്ളൽ ഒഴിവാക്കാനാവാത്തതായിരുന്നുവെന്ന് ഇടയ്ക്കെല്ലാം അദ്ദേഹം വ്യക്തമായി കണ്ടു. ഒരിക്കൽ ക്ലെയറിനുള്ള ഒരു കത്തിൽ വർത്തമാനകാലസാഹിത്യം ക്ലെയറിന് ലളിതമായി മനസിലാക്കാൻ കഴിഞ്ഞിട്ടില്ലെന്നും പഴയബന്ധങ്ങൾ സമൂലമായ മാറ്റത്തിന് വിധേയമായിട്ടുണ്ടെന്നും മാർട്ടോവുമായുള്ള പഴക്കമേറിയ സൗഹൃദം അവസാനിക്കാറായെന്നും; പഴയ സുഹൃത്തുക്കൾ അത് വിസ്മരിക്കേണ്ടതാവശ്യമാണെന്നും പോരാട്ടം ആരംഭിക്കുകയാണെന്നും ഇല്ലിച്ച് ആമുഖമായി എഴുതി. അദ്ദേഹം ആ കത്ത് പൂർത്തിയാക്കുകയോ അയയ്ക്കുകയോ ഉണ്ടായില്ല. മാർട്ടോവുമായുള്ള ബന്ധം വിച്ഛേദിക്കുകയെന്നത് അദ്ദേഹത്തിന് വളരെ വിഷമം പിടിച്ചൊരു സംഗതിയായിരുന്നു. സെന്റ് പീറ്റേഴ്സ്ബർഗിലെയും പഴയ *ഇസ്ക്രയി*ലെയും പ്രവർത്തനങ്ങൾ അവരെ വളരെ അടുപ്പമുള്ളവരാക്കിത്തീർത്തു. അങ്ങേയറ്റം സംവേദനക്ഷമതയുണ്ടായിരുന്ന മാർട്ടോവ് ആ നാളുകളിൽ വ്ളാദിമിർ ഇല്ലിച്ചിന്റെ ചിന്തകൾ വളരെ വേഗം ഗ്രഹിക്കുകയും അവയെ വിദഗ്ധമായി വികസിപ്പിക്കുകയും ചെയ്തു. പിന്നീട് ഇല്ലിച്ച് മെൻഷെവിക്കുകളോട് വീറോടെ പൊരുതിയെങ്കിലും മാൾട്ടോവിന്റെ പാത സ്വയം തിരുത്തുന്ന ഒരു പ്രവണത കാണിച്ചപ്പോഴെല്ലാം അദ്ദേഹത്തിന് നേരെയുള്ള പഴയ സമീപനം ഇല്ലിച്ചിൽ പ്രകടമായി. ഉദാഹരണമായി 1910ൽ പാരീസിൽ ഇരുവരും *സോഷ്യൽ ഡെമോക്രാറ്റി* (Social democrat - സോഷ്യൽ ഡെമോക്രാറ്റ്) പത്രാധിപസമിതിയിൽ ഒന്നിച്ച് പ്രവർത്തിക്കുമ്പോൾ ഓഫീസിൽ നിന്നും മടങ്ങുന്ന ഇല്ലിച്ച്, മാർട്ടോവ് ശരിയായ പാത സ്വീകരിക്കുന്നുണ്ടെന്നും ഡാനിനെതിരെ രംഗത്ത് വരികപോലും ചെയ്യുന്നുണ്ടെന്നും സംതൃപ്തമായൊരു ശബ്ദത്തിൽ പലപ്പോഴും എന്നോട് പറഞ്ഞിട്ടുണ്ട്. പിന്നീട് റഷ്യയിൽ വച്ച് ജൂലായ് ദിവസങ്ങളുടെ ഘട്ടത്തിൽ മാർട്ടോവിന്റെ നിലപാടിൽ വ്ളാദിമിർ ഇല്ലിച്ച് വളരെ സന്തുഷ്ടനായിരുന്നു. ബോൾഷെവിക്കുകൾക്ക് എന്തെങ്കിലും ഗുണം ചെയ്യും എന്നതായിരുന്നില്ല, മറിച്ച്, ഒരു വിപ്ലവകാരിക്ക് അനുയോജ്യമായ തരത്തിൽ മാർട്ടോവ് പെരുമാറുന്നു എന്നതായിരുന്നു അതിന് കാരണം.

വ്ളാദിമിർ ഇല്ലിച്ച് ലെനിൻ ഗുരുതരമായ രോഗാവസ്ഥയിലായിരുന്നപ്പോൾ ഒരിക്കലദ്ദേഹം ദുഃഖത്തോടെ എന്നോട് പറഞ്ഞു: “മാർട്ടോവും മരിച്ചുകൊണ്ടിരിക്കുകയാണെന്ന് അവർ പറയുന്നു.” മിക്ക കോൺഗ്രസ് പ്രതിനിധികളും (ബോൾഷെവിക്കുകാർ) പ്രവർത്തിക്കാൻ റഷ്യയിലേക്ക് മടങ്ങി. ചില മെൻഷെവിക്കുകൾ മടങ്ങിപ്പോയില്ലെന്ന് മാത്രമല്ല, ഡാൻ

പോലും അവരുമായി ചേരുകയുമുണ്ടായി. വിദേശത്ത് അവരെ പിന്താങ്ങുന്നവരുടെ എണ്ണം വർധിച്ചുകൊണ്ടിരുന്നു.

ജനീവയിൽത്തുടർന്ന ബോൾഷെവിക്കുകൾ കാലാകാലങ്ങളിൽ ഒന്നിച്ചു കൂടി. ഈ യോഗങ്ങളിൽ വളരെ ദൃഢമായൊരു നിലപാടായിരുന്നു പ്ലെഖാനോവിന്റേത്. അദ്ദേഹം തമാശകൾ പൊട്ടിക്കുകയും ആളുകളെ ഉത്സുകരാക്കുകയും ചെയ്തു.

അവസാനത്തെ സെൻട്രൽ കമ്മിറ്റിക്ക് അംഗമായ കുർസ് അഥവാ വാസിലിയേവ് (ലെൻഗിനിക്) എത്തിച്ചേർന്നു. ജനീവയിൽ അദ്ദേഹം കാണാനിടയായ അസ്വാരസ്യം അദ്ദേഹത്തെ വളരെ ആശങ്കാകുലനാക്കിയിരുന്നു. തർക്കങ്ങൾ പരിഹരിച്ച് ആളുകളെ റഷ്യയിലേക്കയച്ചും മറ്റും അദ്ദേഹം സ്വയം തിരക്കുള്ളവനാക്കിത്തീർത്തു.

വിദേശത്തുള്ളവർക്കിടയിൽ മെൻഷെവിക്കുകൾക്ക് വളരെ പ്രചാരം സിദ്ധിച്ചു. രണ്ടാം കോൺഗ്രസിലേക്കുള്ള 'ലീഗ് ഒഫ് റഷ്യൻ സോഷ്യൽ ഡെമോക്രാറ്റ്സ് എബ്രോഡി'ന്റെ പ്രതിനിധിയായ ലെനിനും പങ്കെടുക്കേണ്ടിയിരുന്ന ലീഗിന്റെ ഒരു കോൺഗ്രസ് വിളിച്ചുകൂട്ടി ബോൾഷെവിക്കുകളെ വെല്ലുവിളിക്കാൻ മെൻഷെവിക്കുകൾ തീരുമാനിച്ചു. ആ സമയത്ത് ലീഗിന്റെ മാനേജ്മെന്റ് ബോർഡിലുണ്ടായിരുന്നത് ഡ്യൂറ്റ്ഷ്ച്ചും ലിത്വിനോവും ഞാനുമായിരുന്നു. ഡ്യൂറ്റ്ഷ്ച്ചിന് കോൺഗ്രസ് വിളിക്കണമെന്ന് നിർബന്ധമായിരുന്നുവെങ്കിലും ലിത്വിനോവും ഞാനും അതിനെതിരായിരുന്നു. നിലവിലുള്ള സാഹചര്യങ്ങൾക്ക് കീഴിൽ കോൺഗ്രസ് ശണ്ഠ കൂടുന്ന ഒരു ആൾക്കൂട്ടമായി തരംതാഴുക മാത്രമേ ചെയ്യൂ എന്ന് ഞങ്ങൾക്ക് നന്നായി അറിയാമായിരുന്നു. മാനേജ്മെന്റ് ബോർഡിലെ മറ്റ് രണ്ട് അംഗങ്ങളായ ബർലിനിൽ താമസിച്ചിരുന്ന വെഷെസ്ലോവിനെയും പാരീസിൽ താമസിച്ചിരുന്ന ലെയ്റ്റീസെനെയും ഡ്യൂറ്റ്ഷ്ച്ച് അപ്പോൾ ഓർത്തു. സമീപകാലത്ത് അവർ ബോർഡിന്റെ പ്രവർത്തനങ്ങളിൽ പങ്കെടുത്തിട്ടില്ലെങ്കിലും ഔദ്യോഗികമായി അവരതിൽ നിന്നും രാജിവച്ചിരുന്നില്ല. വോട്ടുചെയ്യാൻ അവരെ വിളിച്ചുവരുത്തുകയും കോൺഗ്രസ് ചേരാൻ തീരുമാനിക്കുകയും ചെയ്തു.

ലീഗ് കോൺഗ്രസിന് തൊട്ടുമുമ്പ് വ്ളാദിമിർ ഇല്ലിച്ച് ലെനിൻ തന്റെ ചിന്തകളെ അലഞ്ഞുതിരിയാൻ അനുവദിച്ചുകൊണ്ട് ഒരു ട്രാം കാറിൽ സഞ്ചരിക്കുകയും പിന്നീട് സൈക്കിൾ സവാരി നടത്തുമ്പോൾ ചെറിയൊരു അപകടത്തിൽ ഒരു കണ്ണിന് ക്ഷതമേൽക്കുകയും ചെയ്തു. വിളറി, ബാൻഡേജ് കൊണ്ട് മുറിവ് കെട്ടിയാണ് അദ്ദേഹം കോൺഗ്രസിലെത്തിയത്. കടുത്ത വെറുപ്പോടെ മെൻഷെവിക്കുകൾ അദ്ദേഹത്തെ ആക്രമിച്ചു. ഡാനും ക്രോഖ്മലും മറ്റുള്ളവരും രോഷാകുലമായ മുഖങ്ങളുമായി ചാടിയെഴുന്നേറ്റ് അവരുടെ ഡെസ്കുകൾക്ക് മുകളിൽ ആഞ്ഞടിക്കുന്ന നടുക്കമുണ്ടാകുന്ന ഒരു രംഗത്തെ ഞാനോർക്കുന്നു.

ലീഗ് കോൺഗ്രസിൽ ബോൾഷെവിക്കുകളെക്കാൾ എണ്ണത്തിൽ കൂടുതലായിരുന്നു മെൻഷെവിക്കുകൾ. കൂടാതെ കൂടുതൽ ജനറൽമാരും

മെൻഷെവിക്കുകളുടെ പക്ഷത്തുണ്ടായിരുന്നു. അവർ ലീഗിനെ ഒരു മെൻഷെവിക് ശക്തികേന്ദ്രമാക്കിത്തീർക്കുന്ന ലീഗിന്റെ ചട്ടങ്ങൾ പാസാക്കുകയും പ്രസിദ്ധീകരണ സൗകര്യങ്ങൾ ലഭ്യമാക്കിക്കൊടുക്കുകയും ലീഗിനെ കേന്ദ്രകമ്മിറ്റിയിൽ നിന്നും സ്വതന്ത്രമാക്കുകയും ചെയ്തു. അപ്പോൾ കേന്ദ്രകമ്മിറ്റിക്ക് വേണ്ടി കുർസ് ചട്ടങ്ങൾ പരിഷ്കരിക്കണമെന്ന് ആവശ്യപ്പെടുകയും, ലീഗ് അതിനെ ചെറുത്തതിനാൽ, അത് പിരിച്ചുവിട്ടിരിക്കുന്നതായി അദ്ദേഹം പ്രഖ്യാപിക്കുകയും ചെയ്തു.

മെൻഷെവിക്കുകൾ ഉണ്ടാക്കിയ ബഹളം പ്ലെഖാനോവിന്റെ ഞരമ്പുകൾക്ക് താങ്ങാവുന്നതായിരുന്നില്ല. അദ്ദേഹം പ്രഖ്യാപിച്ചു: എന്റെ സ്വന്തം പക്ഷത്തിന് നേരെ വെടിയുതിർക്കാൻ എനിക്കാവില്ല.'

ബോൾഷെവിക്കുകളുടെ യോഗത്തിൽ വച്ച് നാം സന്ധിചെയ്യണമെന്ന് പ്ലെഖാനോവ് പറഞ്ഞു. "ഏകശാസന ഭരണകൂടങ്ങൾ പോലും വിട്ടുവീഴ്ചകൾ ചെയ്യേണ്ടി വരുന്ന നിമിഷങ്ങളുണ്ട്," അദ്ദേഹം പറഞ്ഞു. "അത് ചഞ്ചലമായ മനസുണ്ടാവുമ്പോഴാണ്," ലിസ നൂനിയന്റ്സ് അതിലേക്കെടുത്തു ചാടി. പ്ലെഖാനോവ് അവരെ ഉറ്റുനോക്കിയിരുന്നു.

പ്ലെഖാനോവ് പറഞ്ഞതനുസരിച്ച്, പാർട്ടിയിൽ സമാധാനം നിലനിർത്താൻ പഴയ ഇസ്ക്ര പത്രാധിപസമിതി പുനഃസ്ഥാപിക്കാൻ അദ്ദേഹം തീരുമാനിച്ചു. താൻ തുടർന്നും സഹകരിക്കുകയില്ലെന്ന് വ്യക്തമാക്കിക്കൊണ്ട് വ്ളാദിമിർ ഇല്ലിച്ച് ബോർഡിൽ നിന്നും രാജിവച്ചു. തന്റെ രാജി റിപ്പോർട്ട് ചെയ്യണമെന്ന് പോലും അദ്ദേഹം നിർബന്ധം പിടിച്ചില്ല. ആവശ്യമെങ്കിൽ പ്ലെഖാനോവിന് ശ്രമിക്കുകയും സമാധാനമുണ്ടാക്കുകയും ചെയ്യാം. പാർട്ടിക്കുള്ളിൽ സമാധാനമുണ്ടാക്കുന്നതിന് തടസമായി താൻ നിലകൊള്ളുകയില്ലെന്നും ലെനിൻ അറിയിച്ചു. അതിനും വളരെയൊന്നും മുമ്പല്ലാതെ ലെനിൻ കൽമ്യക്കോവയ്ക്കെഴുതി: "ജോലിയിൽ നിന്നുമൊഴിയുകയെന്നത് മടങ്ങാനാവാത്ത അന്ത്യമാണ്." എഡിറ്റോറിയൽ ബോർഡിൽ നിന്നും രാജിവയ്ക്കാനുള്ള തീരുമാനം അതെന്താണെന്ന് അദ്ദേഹത്തിന് സ്വയം ബോധ്യപ്പെട്ടുകൊണ്ട് തന്നെയായിരുന്നു. തങ്ങളുടെ പ്രതിനിധികളെ കേന്ദ്രകമ്മിറ്റിയിൽ എടുക്കണമെന്നും കൗൺസിലിലെ രണ്ട് സീറ്റുകൾ തങ്ങൾക്ക് ലഭിക്കണമെന്നും ലീഗ് കോൺഗ്രസിന്റെ തീരുമാനങ്ങൾ സാധ്യതയുള്ളതെന്ന നിലയിൽ അംഗീകരിക്കണമെന്നും എതിർപക്ഷം കൂടുതലായി ആവശ്യപ്പെട്ടു. എതിർ പക്ഷത്തിന്റെ രണ്ട് അംഗങ്ങളെ കോ-ഓപ്റ്റ് ചെയ്യാമെന്നും കൗൺസിലിൽ അവർക്ക് ഒരു സീറ്റ് നൽകണമെന്നും ക്രമേണയായി അംഗീകരിക്കാമെന്നും കേന്ദ്രകമ്മിറ്റി സമ്മതിച്ചു. എന്നാൽ, അവിടെയും ഒരു സമവായവുമുണ്ടായില്ല. പ്ലെഖാനോവിന്റെ വിട്ടുവീഴ്ച എതിർപക്ഷത്തെ കൂടുതൽ ഉത്സാഹഭരിതരാക്കി. കേന്ദ്രക്കമ്മിറ്റിയിലെ രണ്ടാമത്തെ അംഗമായ റൗ (അഥവാ ഹോഴ്സ്, അദ്ദേഹത്തിന്റെ യഥാർഥ പേര് ഗൽപേരിൻ) ഒരു മെൻഷെവിക്കിന് വേണ്ടി രാജി വയ്ക്കണമെന്ന് പ്ലെഖാനോവ് ശാഠ്യം പിടിച്ചു. ഈ പുതിയ വിട്ടുവീഴ്ച സമ്മതിക്കാൻ വ്ളാദിമിർ ഇല്ലിച്ച് വളരെ

മുമ്പ് വിസമ്മതിച്ചതാണ്. പ്രക്ഷുബ്ധമായൊരു സ്ഥിതിയിലായിരുന്ന ജനീവ തടാകത്തിന്റെ കരയിൽ ഇല്ലിച്ചും റൗവും ഞാനും നിലയുറപ്പിച്ച ആ സന്ധ്യയെ ഞാൻ ഓർക്കുന്നു. തന്റെ രാജി സമ്മതിക്കാൻ റൗ വ്ളാദിമിർ ഇല്ലിച്ചിനോട് ആവശ്യപ്പെട്ടു, അവസാനം, വഴങ്ങിയ ഇല്ലിച്ച് റൗ രാജി വയ്ക്കുമെന്ന് പ്ലെഖാനോവിനെ അറിയിച്ചു.

വന്യമായ ആരോപണങ്ങൾ കുത്തിനിറച്ച് *സ്റ്റേറ്റ് ഒഫ് സീജ്* (ഉപരോധത്തിന്റെ അവസ്ഥ) എന്ന പേരിൽ മാർട്ടോവ് ഒരു ലഘുഗ്രന്ഥം പുറത്തിറക്കി. മാർട്ടോവിന്റേതുപോലുള്ള സംഭവങ്ങൾ വിവരിച്ചുകൊണ്ട്, *റിപ്പോർട്ട് ഓഫ് ദി സൈബീരിയൻ ഡെലിഗേഷൻ* (സൈബീരിയൻ പ്രതിനിധിസംഘത്തിന്റെ റിപ്പോർട്ട്) എന്ന പേരിൽ, പ്ലെഖാനോവിനെ ലെനിന്റെ ഒരു പാവയെന്ന നിലയിൽ ചിത്രീകരിച്ചുകൊണ്ടും മറ്റുമുള്ള ഒരു ലഘുഗ്രന്ഥം ട്രോത്സ്കിയും എഴുതി. വ്ളാദിമിർ ഇല്ലിച്ച് മാർട്ടോവിനുള്ള മറുപടി എഴുതാനാരംഭിച്ചു. അദ്ദേഹത്തിന്റെ *വൺ സ്റ്റെപ്പ് ഫോർവേഡ് ടൂ സ്റ്റെപ്സ് ബാക്ക്* എന്ന ലഘുഗ്രന്ഥം കോൺഗ്രസിൽ എന്ത് സംഭവിച്ചു എന്നതിന്റെ വിശദമായ വിശകലനമായിരുന്നു.

അതേസമയം റഷ്യയിലും ഒരു സമരം നടന്നുവരുന്നുണ്ടായിരുന്നു. ബോൾഷെവിക് പ്രതിനിധികൾ കോൺഗ്രസിന്മേലുള്ള റിപ്പോർട്ടുകൾ നൽകി. കാര്യപരിപാടിയും കോൺഗ്രസിൽ പാസാക്കിയ പ്രമേയങ്ങളും പ്രാദേശിക സംഘടനകൾ തികഞ്ഞ സംതൃപ്തിയോടെ ഉയർത്തിപ്പിടിച്ചു. മെൻഷെവിക്കുകളുടെ നിലപാടാണ് അവരെ ഏറെ വിസ്മയിപ്പിച്ചത്. കോൺഗ്രസിന്റെ തീരുമാനങ്ങൾക്ക് വഴങ്ങണമെന്ന് ആവശ്യപ്പെടുന്ന പ്രമേയങ്ങൾ പാസാക്കപ്പെട്ടു. അന്ന് ഞങ്ങളുടെ ഏറ്റവും ഊർജസ്വലനായ പ്രതിനിധിയും പഴയൊരു വിപ്ലവകാരിയുമായ അങ്കിളിന് (ലിദിയ നിപ്പോവിച്ച്) ഇത്തരം രീതിയിൽ കോൺഗ്രസിന്റെ തീരുമാനങ്ങളെ എങ്ങനെ തെറ്റിക്കാനാവുമെന്ന് മനസിലാക്കാൻ കഴിഞ്ഞില്ല. റഷ്യയിൽ നിന്നും അവരും മറ്റ് സഖാക്കളും പ്രോത്സാഹനജനകമായ കത്തുകൾ എഴുതി. ഒന്നിന് പിറകെ മറ്റൊന്നായി ലോക്കൽ കമ്മിറ്റികൾ ബോൾഷെവിക്കുകളുടെ പക്ഷത്ത് ചേർന്നു.

ക്ലെയർ എത്തിച്ചേർന്നു. ബോൾഷെവിക്കുകൾക്കും മെൻഷെവിക്കുകൾക്കുമിടയിൽ ഉയർന്ന മതിൽക്കെട്ടിനെക്കുറിച്ച് യാതൊരു ധാരണയുമില്ലാതിരുന്ന അദ്ദേഹം ചിന്തിച്ചത് ഇരുകൂട്ടർക്കുമിടയിൽ രമ്യത ഇനിയും സാധ്യമാണെന്നായിരുന്നു. അദ്ദേഹം പ്ലെഖാനോവിനെ കാണാൻ ചെല്ലുകയും ഒരു രമ്യത തീർത്തും അസാധ്യമാണെന്ന് സ്വയം ബോധ്യപ്പെടുകയും ചെയ്തു. നിരാശനായി അദ്ദേഹം മടങ്ങിപ്പോയി. മറ്റൊരിക്കലുമുണ്ടാവാത്തതരത്തിൽ നിരാശനായിരുന്നു വ്ളാദിമിർ ഇല്ലിച്ച് ലെനിൻ.

1904ന്റെ ആരംഭത്തിൽ സെലിയ സെലിക്സൺ, സെന്റ് പീറ്റേഴ്സ്ബർഗ് സംഘടനകളുടെ ഒരു പ്രതിനിധിയായ ബറോൺ (എസ്സെൻ), പ്രവർത്തകനായ മാക്കർ എന്നിവർ ജനീവയിലെത്തി. അവരെല്ലാം ബോൾഷെവിക് അനുയായികളായിരുന്നു. ഇടയ്ക്കിടെ വ്ളാദിമിർ ഇല്ലിച്ച്

അവരെ കണ്ടു. റഷ്യയിലെ പ്രവർത്തനത്തെയും മെൻഷെവിക്കുകളുമായുള്ള ശണ്ഠയെയും കുറിച്ച് അവർ സംസാരിച്ചു. അന്ന് യുവാവായിരുന്ന ബറോൺ സെന്റ് പീറ്റേഴ്സ്ബർഗ് പ്രവർത്തനത്തിന്റെ കാര്യത്തിൽ വളരെ ഉത്സാഹമുള്ളവനായിരുന്നു. "ഇപ്പോൾ അഭിപ്രായസമന്വയത്തിന്റെ അടിസ്ഥാനത്തിലാണ് ഞങ്ങളുടെ സംഘടന പ്രവർത്തിക്കുന്നത്." അയാൾ പറഞ്ഞു: "ഞങ്ങൾക്ക് പ്രവർത്തിക്കാൻ പ്രത്യേക വിഭാഗങ്ങളുണ്ട് – പ്രചാരണക്കാരുടെ ഒരു ഗ്രൂപ്പ്, പ്രക്ഷോഭകാരികളുടെ ഒരു ഗ്രൂപ്പ്, സംഘാടകരുടെ ഒരു ഗ്രൂപ്പ് എന്നിവയാണവ." അത് കേട്ടിരുന്ന ശേഷം വ്ളാദിമിർ ഇല്ലിച്ച് ചോദിച്ചു: "പ്രചാരണക്കാരുടെ ഗ്രൂപ്പിൽ എത്രപേരുണ്ട്?" അൽപ്പം പരുങ്ങലോടെ ബറോൺ പറഞ്ഞു: "ഇതുവരെ ഞാൻ മാത്രമാണ്." "കൂടുതലൊന്നുമില്ല" ഇല്ലിച്ച് നിരീക്ഷിച്ചു. "ഇനി പ്രക്ഷോഭകാരികളുടെ ഗ്രൂപ്പിൽ നിങ്ങൾക്കെത്രപേരുണ്ട്? രോമകൂപം വരെ ചുവന്നുപോയ ബറോൺ പറഞ്ഞു: "ഇതുവരെ ഞാൻ മാത്രമേയുള്ളൂ" ഇല്ലിച്ച് തന്റെ വശങ്ങളിൽ കരങ്ങളൂന്നി ചിരിച്ചു. ബറോണും ചിരിച്ചു. ഒന്നോ രണ്ടോ ചോദ്യങ്ങൾകൊണ്ട് വസ്തുതകൾ മനസിലാക്കാനുള്ള തന്ത്രം ഇല്ലിച്ചിന് എന്നുമുണ്ടായിരുന്നു.

പിന്നീട് ബോൾഷെവിക്കുകളുമായി ചേർന്ന ഒൽമിൻസ്കി (എം എസ് അലകാൺഡ്രോവ്)യും വിദൂര പ്രവാസത്തിൽ നിന്നും രക്ഷപ്പെട്ട ബീസ്റ്റും എത്തിച്ചേർന്നു

പ്രവാസത്തിൽ നിന്നും രക്ഷപ്പെട്ട ശേഷം ബീസ്റ്റ് വളരെ ഉന്മേഷവതിയും ഊർജസ്വലയുമായിരുന്നു. അതവരുടെ ചലനങ്ങളിൽ പ്രകടവുമായിരുന്നു. അവരുടെ മനസിൽ സംശയത്തിന്റേയോ അനിശ്ചിതത്വത്തിന്റേയോ ഒരു നിഴൽ പോലുമുണ്ടായിരുന്നില്ല. ശോകഭാവമുള്ള ഏതൊരാളോടും അവർ ഫലിതം പറഞ്ഞു. കുടിയേറ്റക്കാർക്കിടയിലെ ശണ്ഠകളൊന്നും അവരെ ബാധിച്ചില്ല. ബോൾഷെവിക്കുകളെ ഒന്നിച്ച് കൂടുതൽ അടുപ്പിക്കാനായി ആ സമയത്ത് ഞങ്ങൾ സേഷേറോണിൽ പ്രതിവാര 'അറ്റ് ഹോംസ്' പരിപാടി സംഘടിപ്പിച്ചുതുടങ്ങിയിരുന്നു. ഈ കൂടിച്ചേരലുകളിൽ ഒരിക്കലും ഞങ്ങൾ 'യഥാർഥ' സംഭാഷണങ്ങളിലേക്ക് ഇറങ്ങിച്ചെന്നില്ലെങ്കിലും മെൻഷെവിക്കുകളുമായുള്ള കലഹം ഞങ്ങളിൽ ഉളവാക്കിയ ആശങ്കകൾ ദൂരീകരിക്കാൻ അവ സഹായകമായി. 'വൻക'യെ കുറിച്ചുള്ള ബീസ്റ്റിന്റെ പാട്ട് ശ്രദ്ധിക്കുന്നത് തികച്ചും രസകരമായിരുന്നു. ഒരു പ്രവർത്തകനും കഷണ്ടിക്കാരനുമായ ഇഗോർ അവർക്കൊപ്പം ചേർന്നുപാടി. മനസ് തുറന്ന ഒരു സംഭാഷണം നടത്താനായി പ്ലെഖാനോവിനടുത്തേക്ക് പോയ ഈഗോർ ആ അവസരത്തിൽ സ്റ്റാർച്ച് ചെയ്ത കോളറുള്ള ഒരു കുപ്പായമാണ് ധരിച്ചത്. എന്നാൽ നിരാശനും ദുഃഖിതനുമായിട്ടാണ് അയാൾ തിരിച്ചുവന്നത്. "ഉന്മേഷവാനാകൂ ഈഗോർ, നാം ഈ ദിവസം വീണ്ടെടുക്കും. വരൂ നമുക്ക് 'വൻക'യ്ക്കൊപ്പം പോകാം" ബീസ്റ്റ് പറഞ്ഞു. അയാളെ സന്തോഷിപ്പിക്കാൻ ഇല്ലിച്ചും

ശ്രമിച്ചു. ആഹ്ലാദകരമായ ആ അന്തരീക്ഷം നിരാശയുളവാക്കുന്ന ചിന്തകളെ ഇല്ലായ്മ ചെയ്തു.

ബോഗ്ദാനോവ് രംഗത്ത് പ്രത്യക്ഷപ്പെട്ടു. അന്ന് അദ്ദേഹത്തിന്റെ തത്വശാസ്ത്രപരമായ പ്രവർത്തനങ്ങളെക്കുറിച്ച് വ്ളാദിമിർ ഇല്ലിച്ചിന് വളരെയൊന്നും അറിഞ്ഞുകൂടായിരുന്നു. മാത്രമല്ല, വ്യക്തിപരമായി അദ്ദേഹത്തെ തീരെ അറിയില്ലായിരുന്നു. എങ്കിലും തുറന്നുപറഞ്ഞാൽ പാർട്ടിയെ സംബന്ധിച്ചിടത്തോളം അദ്ദേഹം കഴിവുള്ളൊരു മനുഷ്യനായിരുന്നു. ഒരു താൽക്കാലിക സന്ദർശകനായ അദ്ദേഹത്തിന് റഷ്യയിൽ വ്യാപ്തിയേറിയ ബന്ധങ്ങളുണ്ടായിരുന്നു. ആകുലതയുളവാക്കുന്ന ശണ്ഠകളുടെ ഘട്ടം അവസാനിക്കാൻ തുടങ്ങുകയായിരുന്നു.

ഇവയെക്കാളെല്ലാം ഉപരിയായി വ്ളാദിമിർ ഇല്ലിച്ചിനെ വിഷമിപ്പിച്ചത് പ്ലെഖാനോവുമായുള്ള അകൽച്ചയായിരുന്നു.

അക്കൊല്ലം വസന്തകാലത്ത് പഴയ നരോദോപ്രാവെറ്റ്സ് വിപ്ലവകാരിയായ നറ്റാൻസണുമായും അദ്ദേഹത്തിന്റെ ഭാര്യയുമായും വ്ളാദിമിർ ഇല്ലിച്ച് പരിചയപ്പെട്ടു. പഴയരീതിയിൽ മികവുറ്റൊരു സംഘാടകനായിരുന്നു നറ്റാൻസൺ. വളരെയധികം ആളുകളെ അറിയുമായിരുന്ന അദ്ദേഹം ഒരു മനുഷ്യനെ പിടിച്ചെടുക്കാൻ സമർഥനും അവനെന്ത് ചെയ്യാൻ കഴിയുമെന്നും അവന് അനുയോജ്യമായ ജോലിയെന്താണെന്നും പറയാനും കഴിവുള്ളവനായിരുന്നു. സ്വന്തം നിലയ്ക്കും ഞങ്ങളുടെ സോഷ്യൽ ഡെമോക്രാറ്റിക് സംഘടനകളുടെ നിലയ്ക്കും അദ്ദേഹം വളരെ പരിചയസമ്പന്നനാണ് എന്ന വസ്തുതയാണ് വ്ളാദിമിർ ഇല്ലിച്ചിനെ ഏറെ ആകർഷിച്ചത്. അക്കാര്യങ്ങളിൽ ഞങ്ങളുടെ കേന്ദ്രകമ്മിറ്റി അംഗങ്ങളെക്കാൾ കൂടുതൽ യോഗ്യത നറ്റാൻസണിനായിരുന്നു. ബാകുവിൽ താമസിച്ചിട്ടുള്ള അദ്ദേഹത്തിന് ക്രാസിനെയും പോസ്റ്റ്റൊലോവിസ്കിയെയും മറ്റുള്ളവരെയും അറിയാമായിരുന്നു. ഒരു സോഷ്യൽ ഡെമോക്രാറ്റാവാൻ അദ്ദേഹത്തെ പ്രേരിപ്പിക്കാൻ കഴിഞ്ഞേക്കുമെന്ന് വ്ളാദിമിർ ഇല്ലിച്ച് കരുതി. സോഷ്യൽ ഡെമോക്രാറ്റിക് വീക്ഷണത്തോട് അദ്ദേഹത്തിന് വളരെ അടുപ്പവുമുണ്ടായിരുന്നു. ബാക്കുവിൽ നടന്ന അതിഗംഭീരമായ ഒരു പ്രകടനം കണ്ടപ്പോഴാണ് ജീവിതത്തിലാദ്യമായി ആ പഴയ വിപ്ലവകാരി തേങ്ങിയതെന്ന് പിന്നീട് ഞങ്ങൾ കേൾക്കുകയുണ്ടായി. ഒരൊറ്റ കാര്യത്തിൽ വ്ളാദിമിർ ഇല്ലിച്ചിനും നറ്റാൻസണും ഒട്ടും യോജിക്കാനാവുമായിരുന്നില്ല. കൃഷീവല സമൂഹത്തോടുള്ള സമീപനത്തിൽ നറ്റാൻസണിന് സോഷ്യൽ ഡെമോക്രാറ്റുകളുമായി ഒട്ടും യോജിപ്പില്ലായിരുന്നു. നറ്റാൻസണിനെ പാട്ടിലാക്കാനുള്ള ശ്രമം ഒരാഴ്ചക്കാലം നീണ്ടുനിന്നു. പ്ലെഖാനോവിന്റേതിനോട് സമാനതയുള്ളതോ കൂടുതൽ അടുപ്പമുള്ളതുമോ ആയിരുന്നു നറ്റാൻസണിന്റെ നിലപാടുകൾ. ഞങ്ങളുടെ പാർട്ടി കാര്യങ്ങളെക്കുറിച്ചും മെൻഷെവിക്കുകളുമായുള്ള വിഘടനത്തെക്കുറിച്ചും വ്ളാദിമിർ ഇല്ലിച്ച് അദ്ദേഹവുമായി ആശയവിനിമയം നടത്തി. പ്ലെഖാനോവുമായി താൻ കാര്യങ്ങൾ പറഞ്ഞുതീർക്കാമെന്ന്

അദ്ദേഹം സമ്മതിച്ചു. പ്ലെഖാനോവിനെ കണ്ടുമടങ്ങിയ അദ്ദേഹം ഒരു വിഷമാവസ്ഥയിലായിരുന്നു. നാം സന്ധിചെയ്യേണ്ടതുണ്ടെന്ന് അദ്ദേഹം പറഞ്ഞു.

നറ്റാൻസണുമായുള്ള ബന്ധം മുറിഞ്ഞു. ഒരുതരം ഇടനിലക്കാരനെന്ന നിലയിൽ പ്രവർത്തിച്ച മറ്റൊരു പാർട്ടിക്കാരനായ ഒരു മനുഷ്യനുമായി സോഷ്യൽ ഡെമോക്രാറ്റിക് കാര്യങ്ങൾ ചർച്ച ചെയ്യുന്നതിൽ വ്ളാദിമിർ ഇല്ലിച്ചിന് കുറ്റബോധം തോന്നി. നറ്റാൻസണോട് മാത്രമല്ല, തന്നോട് തന്നെ അദ്ദേഹത്തിന് ഈർഷ്യയുണ്ടായി. അതേസമയം, റഷ്യയിൽ ലോക്കൽകമ്മിറ്റികൾ ബോൾഷെവിക്കുകൾക്ക് പിന്നിൽ അണിനിരന്നപ്പോൾ ഇരട്ടമുഖമുള്ള ഒരു അനുരഞ്ജന നയമാണ് കേന്ദ്രകമ്മിറ്റി സ്വീകരിച്ചത്. റഷ്യയെ അടിസ്ഥാനമാക്കിയുള്ള ഒരു പുതിയ കോൺഗ്രസ് വിളിച്ചുകൂട്ടേണ്ടത് ആവശ്യമായിരുന്നു.

തന്റെ വീക്ഷണത്തെ പ്രതിരോധിക്കുന്നതിൽ നിന്നും റഷ്യയുമായി ആശയവിനിയമം നടത്തുന്നതിൽ നിന്നും വിലക്കുന്ന കേന്ദ്രകമ്മിറ്റിയുടെ ജൂലായ് പ്രഖ്യാപനത്തിൽ പ്രതിഷേധിച്ച് വ്ളാദിമിർ ഇല്ലിച്ച് കേന്ദ്രകമ്മിറ്റിയിൽ നിന്നും രാജിവയ്ക്കുകയും ഇരുപത്തിരണ്ട് എണ്ണമുള്ള ബോൾഷെവിക്ക് ഗ്രൂപ്പുകൾ ഒരു മൂന്നാം കോൺഗ്രസ് വിളിച്ചുകൂട്ടണമെന്ന് ആവശ്യപ്പെട്ടുകൊണ്ട് പ്രമേയം പാസാക്കുകയും ചെയ്തു.

വ്ളാദിമിർ ഇല്ലിച്ചും ഞാനും ഞങ്ങളുടെ പൊക്കണങ്ങളുമായി ഒരു മാസക്കാലത്തേക്ക് പർവതങ്ങളിൽ പദയാത്രയ്ക്ക് പുറപ്പെട്ടു. ബീസ്റ്റ് ഞങ്ങളോടൊപ്പം ചേർന്നുവെങ്കിലും, ജീവനുള്ള ഒരു പൂച്ചപോലുമില്ലാത്ത ഇടങ്ങളിലേക്ക് പോകാൻ നിങ്ങൾ ഇഷ്ടപ്പെടുന്നു; എന്നാൽ എനിക്ക് ഒരു മനുഷ്യസമൂഹം കൂടിയേ തീരൂ." എന്ന് പറഞ്ഞുകൊണ്ട് വൈകാതെ യാത്ര അവസാനിപ്പിച്ചു. തീർച്ചയായും, എല്ലാ മനുഷ്യരിൽ നിന്നും അകലെ വന്യതയിലേക്ക് നയിക്കുന്ന വിജനമായ ഇടങ്ങളാണ് ഞങ്ങൾ എല്ലായ്പോഴും തെരഞ്ഞെടുത്തിട്ടുള്ളത്. നാളെ എവിടെയായിരിക്കുമെന്ന് അറിയാതെ ഒരു മാസക്കാലം ഞങ്ങൾ കാൽനടയായി അലഞ്ഞു തിരിഞ്ഞു. ക്ഷീണിതമായ ആ ഓരോ ദിവസത്തിനും ശേഷം കിടക്കയിലേക്ക് ചരിഞ്ഞ ഞങ്ങൾ ഒറ്റയടിക്ക് നിദ്രയിലാണ്ടു.

ഞങ്ങളുടെ പക്കൽ പണം തീരെ കുറവായിരുന്നു. മിക്കപ്പോഴും മുട്ടയും പാൽക്കട്ടയും പോലുള്ള തണുത്ത ഭക്ഷണം കഴിച്ച് വീഞ്ഞോ ഉറവിൽ നിന്നുമുള്ള വെള്ളമോ പാനം ചെയ്തു. ശരിയായ അത്താഴം അപൂർവമായിരുന്നു. സോഷ്യൽ ഡെമോക്രാറ്റുകൾ ഭക്ഷണം കഴിച്ചിരുന്ന ഒരു ചെറിയ ഭോജനശാലയിലെ ഒരു തൊഴിലാളി ഞങ്ങൾക്ക് നല്ലൊരു ഉപദേശം തന്നു: "വണ്ടിക്കാരും തൊഴിലാളികളുമൊഴികെ വിനോദസഞ്ചാരികളുമൊന്നിച്ച് ഭക്ഷണം കഴിക്കരുത്. അത്പകുതി ചെലവ് വരുന്നതും കൂടുതൽ തൃപ്തി നൽകുന്നതുമാണ്." ഞങ്ങളയാളുടെ ഉപദേശം സ്വീകരിച്ചു. ബൂർഷ്വാസിയെ അനുകരിക്കുന്ന സിവിൽ സെർവന്റുകളും പീടിക ഉടമകളും ഒരു സേവകനുമൊന്നിച്ച് ഒരേ മേശയ്ക്ക് ചുറ്റുമിരി

ക്കുന്നതിനെക്കാൾ അഭികാമ്യമായി കണ്ടത് പുറത്തേയ്ക്ക് പോവാതിരിക്കുന്നതാണ്. ഈ മധ്യവർഗ സങ്കുചിതത്വം യൂറോപ്പിൽ വളരെ വ്യാപകമായിട്ടുണ്ട്. അവർ ജനാധിപത്യത്തെക്കുറിച്ച് വളരെക്കൂടുതൽ സംസാരിക്കുമെങ്കിലും ഒരു സേവകനുമൊന്നിച്ചിരുന്ന് ഭക്ഷിക്കുന്നത് - സ്വന്തം പാർപ്പിടത്തിലല്ല, ഒരു ആഡംബരഹോട്ടലിൽ - വലിയ നാണക്കേടായി കരുതിപ്പോരുന്നവരാണ്. എന്തായാലും, പൊതുമുറിയിലിരുന്ന് ഭക്ഷിക്കുന്നത് വ്ളാദിമിർ ഇല്ലിച്ചിനെ കൂടുതൽ സന്തോഷിപ്പിച്ചു. ചെലവ് കുറഞ്ഞതും തൃപ്തിപ്പെടുത്തുന്നതുമായ ഭക്ഷണമാണ് അവിടെ ലഭിച്ചിരുന്നത്. അതിനുശേഷം ഞങ്ങൾ പൊക്കണങ്ങളുമേറ്റി യാത്ര തുടരും. വ്ളാദിമിർ ഇല്ലിച്ചിന്റെ പക്കൽ വലിപ്പമുള്ളൊരു ഫ്രഞ്ച് നിഘണ്ടുവും എന്റെ പക്കൽ അത്രതന്നെ വലിപ്പമുള്ള കുറച്ച് മുമ്പ് വിവർത്തനത്തിനായി ലഭിച്ച ഒരു ഫ്രഞ്ച് പുസ്തകവുമുണ്ടായിരുന്നു. എന്തായാലും ഞങ്ങളുടെ യാത്രയിൽ ഒരിക്കൽപ്പോലും ആ നിഘണ്ടുവോ പുസ്തകമോ ഞങ്ങൾ തുറന്ന് നോക്കുകയുണ്ടായില്ല, ഞങ്ങൾ നോക്കിക്കണ്ടത് ആ പുസ്തകങ്ങളെയായിരുന്നില്ല. മറിച്ച്, മഞ്ഞുമൂടിയ മനോഹരമായ പർവതശിഖരങ്ങളെയും നീലത്തടാകങ്ങളെയും പ്രക്ഷുബ്ധമായ വെള്ളച്ചാട്ടങ്ങളെയുമായിരുന്നു.

ആ ഒരു മാസം കൊണ്ട് വ്ളാദിമിർ ഇല്ലിച്ചിന്റെ ഞരമ്പുകൾ സാധാരണനിലയിലായി. അത് അദ്ദേഹം ഒരു പർവതനീരൊഴുക്കിൽ സ്നാനം ചെയ്തത് പോലെയും മടുപ്പിക്കുന്ന ഉപജാപങ്ങൾ ദാനം ചെയ്ത എല്ലാ മാലിന്യങ്ങളെയും കഴുകിക്കളഞ്ഞതു പോലെയും ആയിരുന്നു. ലേക് ദെ ബ്രോയുടെ കരയിലുള്ള വിദൂരമായൊരു ഗ്രാമത്തിൽ ബോഗ്ദനോവും ഓൾമിൻസ്കിയും പെർവുഖിനുമൊന്നിച്ച് ഞങ്ങൾ ആഗസ്റ്റ് മാസം ചെലവഴിച്ചു. ലുനാചാർസ്കിയുടെയും സ്റ്റെപാനോവിന്റെയും ബാസറോവിന്റെയും സഹകരണം സ്വീകരിക്കണമെന്ന് നിർദേശിച്ച ബോഗ്ദനോവുമൊന്നിച്ച് പ്രവർത്തനപദ്ധതി ആസൂത്രണം ചെയ്തു. വിദേശത്ത് ഞങ്ങളുടെ സ്വന്തം പത്രം പ്രസിദ്ധീകരിക്കാനും റഷ്യയിൽ ഒരു കോൺഗ്രസിന് വേണ്ടി പ്രക്ഷോഭം നടത്താനുമുള്ള പദ്ധതികളും ആവിഷ്കരിച്ചു.

ഇല്ലിച്ച് വീണ്ടും പഴയപോലെ ഉന്മേഷവാനായിത്തീർന്നു. ബോഗ്ദനോവ്മാരെ സന്ദർശിച്ച് സന്ധ്യകളിൽ മടങ്ങിയെത്തുമ്പോഴെല്ലാം പുറത്ത് കെട്ടിയിട്ട നായ രോഷാകുലമായി കുരച്ച് അദ്ദേഹത്തിന്റെ ആഗമനമറിയിച്ചു.

ശരത്കാലത്ത് ജനീവയിലേക്ക് മടങ്ങിയ ഞങ്ങൾ നഗരപ്രാന്തത്തിൽ നിന്നും നഗരമധ്യത്തിനടുത്തേക്ക് നീങ്ങി. വളരെ വലിയൊരു ലൈബ്രറിയും പ്രവർത്തിക്കാൻ വളരെ സൗകര്യങ്ങളുമുള്ള സൊസെയ്റ്റെ ദെ ലക്ചറിൽ വ്ളാദിമിർ ഇല്ലിച്ച് ചേർന്നു. ഫ്രഞ്ച്, ജർമൻ, ഇംഗ്ലീഷ് ഭാഷകളിലുള്ള നിരവധി വർത്തമാനപത്രങ്ങളും മാഗസിനുകളും അവർക്കവിടെ ലഭിച്ചിരുന്നു. പഠിക്കാൻ വളരെ സൗകര്യപ്രദമായ ഒരു ഇടമായിരുന്നു അത്. സൊസൈറ്റിയിലെ അംഗങ്ങൾ - അവരിൽ അധികം പേരും പ്രായമുള്ള പ്രൊഫസർമാരായിരുന്നു - ഇടയ്ക്കിടെ ലൈബ്രറി സന്ദർശിച്ചിരുന്നു. എഴുതാനും അങ്ങോട്ടുമിങ്ങോട്ടും നടക്കാനും തന്റെ ലേഖനങ്ങളെ

ക്കുറിച്ച് ചിന്തിക്കാനും സൗകര്യമുള്ള ഒരു മുറി ഇല്ലിച്ചിന് അവിടെ സ്വന്തമായി ഉണ്ടായിരുന്നു. മാത്രമല്ല, ഷെൽഫുകളിൽ നിന്നും അദ്ദേഹത്തിന് ആവശ്യമായ ഏത് പുസ്തകവും എടുക്കാനും സാധിക്കുമായിരുന്നു. ഒരു റഷ്യൻ സഖാവും അവിടെയെത്തി മെൻഷെവിക്കുകൾ എന്തെല്ലാം പറഞ്ഞുവെന്നോ ഏതെല്ലാം ഇടങ്ങളിൽ കുതന്ത്രങ്ങൾ പയറ്റിയെന്നോ പറയാനാരംഭിക്കുകയില്ലെന്ന സമാധാനം അദ്ദേഹത്തിന് അവിടെയുണ്ടായിരുന്നു. തന്റെ ചിന്തകൾ വഴിപിഴച്ചുപോകാതെ സ്വസ്ഥമായി ചിന്തിക്കാൻ അവിടെ അദ്ദേഹത്തിന് കഴിയുമായിരുന്നു. മാത്രമല്ല, അവിടെ ചിന്തിക്കാനും ധാരാളമുണ്ടായിരുന്നു.

റഷ്യൻ-ജാപ്പനീസ് യുദ്ധമാരംഭിച്ചു. അത് സാർ രാജഭരണകൂടത്തിന്റെ എല്ലാ ജീർണതകളെയും യാതൊരു മറയുമില്ലാതെ തുറന്നുകാണിച്ചു. ബോൾഷെവിക്കുകൾ മാത്രമല്ല, മെൻഷെവിക്കുകളും ലിബറലുകളും പോലും ഈ യുദ്ധത്തിൽ പരാജിതരായി. ജനകീയ പ്രക്ഷോഭത്തിന്റെ ഒരു കൊടുങ്കാറ്റ് ഉയരാൻ തുടങ്ങുകയായിരുന്നു. അധ്വാനിക്കുന്ന വർഗപ്രസ്ഥാനം ഒരു പുതിയ ഘട്ടത്തിലേക്ക് കടന്നു. മുമ്പെന്നത്തെക്കാളും കൂടുതലായി പൊലീസിനെ ധിക്കരിച്ചുകൊണ്ടുള്ള വൻപൊതുയോഗങ്ങളുടെയും പൊലീസിനും തൊഴിലാളികൾക്കുമിടയിലെ നേരിട്ടുള്ള സംഘട്ടനങ്ങളുടെയും വാർത്തകൾ ഞങ്ങൾക്ക് ലഭിച്ചുകൊണ്ടിരുന്നു.

വളർന്നുവരുന്ന ബഹുജനവിപ്ലവപ്രസ്ഥാനങ്ങളുടെ പശ്ചാത്തലത്തിൽ ചെറുകിട വിഭാഗീയ വഴക്കുകൾ മുൻകാലങ്ങളിലെ പോലെ ഞങ്ങളെ അലോസരപ്പെടുത്തിയില്ല. എങ്കിലും, ചിലപ്പോഴെല്ലാം ഈ വഴക്കുകൾക്ക് വൃത്തിഹീനമായൊരു രൂപമുണ്ടായി. ഉദാഹരണമായി കോക്കസസിൽ നിന്നുമെത്തിച്ചേർന്ന ബോൾഷെവിക്കായ വാസിലിയേവിന് റഷ്യയിലെ സാഹചര്യത്തെക്കുറിച്ചുള്ള ഒരു റിപ്പോർട്ട് നൽകണമായിരുന്നു. എങ്കിലും, യോഗത്തിന്റെ തുടക്കത്തിൽത്തന്നെ, ഒരു സംഘടനാതല യോഗമല്ലാത്ത, ഏതൊരു പാർട്ടി അംഗത്തിനും വരാനും പരിശ്രമിക്കാനും കഴിയുമായിരുന്ന ഒരു സാധാരണ റിപ്പോർട്ട് ആയിരുന്നിട്ടും, മേൽനോട്ടം വഹിക്കുന്ന ഒരു കമ്മിറ്റിയെ തെരഞ്ഞെടുക്കണമെന്ന് മെൻഷെവിക്കുകൾ ആവശ്യപ്പെട്ടു. “ജനാധിപത്യപരമായ മാർഗ”ങ്ങളിലൂടെ ബോൾഷെവിക്കുകളുടെ വായയടയ്ക്കാമെന്ന പ്രതീക്ഷയോടെ ഓരോ റിപ്പോർട്ടിനെ അല്ലെങ്കിൽ പ്രഭാഷണത്തെ ഒരുതരം തെരഞ്ഞെടുപ്പ് പോരാട്ടത്തിലേക്ക് തിരിച്ചുവിടാൻ മെൻഷെവിക്കുകൾ എല്ലായ്പ്പോഴും ശ്രമിച്ചിട്ടുണ്ട്. ഇൻഷുറൻസ് ഫണ്ടിനെച്ചൊല്ലിയുള്ള തർക്കം ഏതാണ്ട് ഒരു കൈയാങ്കളിയുടെ വക്കോളമെത്തി. ഈ ബഹളത്തിനിടയിൽ ബോഗ്ദനോവിന്റെ ഭാര്യ നതാലിയയുടെ പുറങ്കുപ്പായം കീറുകയും ആരോ നിലത്ത് വീഴുകയും ചെയ്തു.

അപ്പോൾ ഞങ്ങളുടെ എല്ലാ ചിന്തകളും റഷ്യയെക്കുറിച്ചായിരുന്നു. അവിടെ വളർന്നുവരുന്ന തൊഴിലാളി പ്രസ്ഥാനങ്ങളുടെ പശ്ചാത്തലത്തിൽ തങ്ങൾക്ക് വളരെക്കൂടുതൽ ഉത്തരവാദിത്തങ്ങളുള്ളതായി ഓരോ

രുത്തർക്കും അനുഭവപ്പെട്ടു. സെന്റ് പീറ്റേഴ്സ്ബർഗിലും മോസ്കോവിലും ഒഡെസയിലും മറ്റിടങ്ങളിലും അത് വ്യക്തമാവുകയും ചെയ്തു.

ലിബറലുകളും സോഷ്യലിസ്റ്റ് വിപ്ലവകാരികളുമുൾപ്പെടെയുള്ള എല്ലാ പാർട്ടികളും അവരുടെ യഥാർഥമുഖം സ്വയം പ്രദർശിപ്പിക്കാൻ തുടങ്ങി. മെൻഷെവിക്കുകളും അവരുടെ യഥാർഥ മുഖം പ്രദർശിപ്പിച്ചു. അപ്പോഴേക്കും ബോൾഷെവിക്കുകളെയും മെൻഷെവിക്കുകളെയും വേർതിരിക്കുന്നത് എന്താണെന്നും വ്യക്തമാക്കി.

അധ്വാനിക്കുന്നവരുടെ വർഗപരമായ അവബോധം, അതിന്റെ സൃഷ്ടിപരമായ പ്രബലതയും ചരിത്രപരമായ ദൗത്യവും എന്നിവയെക്കുറിച്ച് വ്ളാദിമിർ ഇല്ലിച്ചിന് തികഞ്ഞ ബോധ്യമുണ്ടായിരുന്നു. ആ ബോധം അദ്ദേഹത്തിന് പൊടുന്നനെ ഉണ്ടായതല്ല. റഷ്യൻ യാഥാർഥ്യങ്ങളെക്കുറിച്ച് പഠിച്ചതിലൂടെയും അറിഞ്ഞതിലൂടെയും വർഗസമരത്തിന്റെ പ്രബലതയിലൂടെയും വീരത്വത്തിലൂടെയുമുള്ള ഒറ്റപ്പെട്ട പോരാളിയുടെ വീരത്വത്തെ ചെറുക്കുന്നതിലൂടെയും മാർക്സിന്റെ സിദ്ധാന്തങ്ങളെ എങ്ങനെ പ്രാവർത്തികമാക്കാമെന്ന വർഷങ്ങളായുള്ള പഠനങ്ങളിലൂടെയും അദ്ദേഹം ഒരു ധാരണയിലെത്തിയിരുന്നു. അത് അജ്ഞാതമായൊരു ശക്തിയെക്കുറിച്ചുള്ള അന്ധമായൊരു വിശ്വാസമായിരുന്നില്ല. മറിച്ച്, ആഴമേറിയ അറിവിന്റെയും ജീവിതയാഥാർഥ്യങ്ങളുടെ പഠനത്തിലൂടെ ആർജിച്ച അറിവിന്റെയും അടിസ്ഥാനത്തിലുള്ള അധ്വാനിക്കുന്ന വർഗത്തിന്റെ വിമോചനത്തിൽ ആ വർഗത്തിനുള്ള പ്രബലതയിലും അതിന്റെ വലിയ പങ്കിലുമുള്ള ആഴമേറിയ വിശ്വാസം മൂലമായിരുന്നു. സെന്റ് പീറ്റേഴ്സ്ബർഗിലെ തൊഴിലെടുക്കുന്നവർക്കിടയിലെ അദ്ദേഹത്തിന്റെ പ്രവർത്തനം യഥാർഥത്തിൽ ജീവിക്കുന്ന മനുഷ്യരായ അധ്വാനിക്കുന്ന വർഗത്തിന്റെ പ്രബലത എന്താണെന്ന് തിരിച്ചറിയാൻ അദ്ദേഹത്തിന് സഹായകമാവുകയുമുണ്ടായി.

ഡിസംബർ അവസാനത്തോടെ ബോൾഷെവിക് പത്രമായ വ്പെർയോദ് *Vperyod (Forward= മുന്നോട്ട്)*- പ്രത്യക്ഷപ്പെട്ട് തുടങ്ങി. ഇല്ലിച്ചിന് പുറമേ ഓൾമിൻസ്കി, ഓർലോവ്സ്കി എന്നിവരും പത്രാധിപസമിതിയിലുണ്ടായിരുന്നു.വളരെ വൈകാതെ, സഹായിക്കുന്നതിനായി, ലുനചാർസ്കിയും എത്തിച്ചേർന്നു. അന്നത്തെ ബോൾഷെവിക്കുകളുടെ മനോനിലയ്ക്ക് യോജിക്കുന്നവയായിരുന്നു വികാരഭരിതമായ ഇല്ലിച്ചിന്റെ ലേഖനങ്ങളും പ്രസംഗങ്ങളും.

റഷ്യയിൽ വിപ്ലവപ്രസ്ഥാനം വളരുകയായിരുന്നു. തദനുസരണമായി, റഷ്യയുമായുള്ള ഞങ്ങളുടെ ആശയവിനിമയത്തിനും വ്യാപ്തിയേറി. വൈകാതെ അത് പ്രതിമാസം മുന്നൂറ് പ്രതികളായി ഉയർന്നു. ആ നാളുകളിൽ അത് അതിഭീമമായൊരു എണ്ണമായിരുന്നു. മാത്രമല്ല, എത്ര മാത്രം സമ്പന്നമായ വിവരണങ്ങളാണ് അവ ഇല്ലിച്ചിന് ലഭ്യമാക്കിക്കൊടുത്തത്! തൊഴിലാളികളുടെ കത്തുകൾ എങ്ങനെ വായിക്കണമെന്ന് അദ്ദേഹത്തിന് അറിയാമായിരുന്നു. ഒഡെസയിലെ ഒരു ക്വാറി തൊഴിലാളിയുടെ കത്ത് ഞാനോർക്കുന്നു. നിരവധിപേർ ചേർന്ന് നിരവധി കൈയ

ക്ഷരങ്ങളിൽ വിഷയമോ പ്രവചനരൂപത്തിലുള്ള നിഗമനങ്ങളോ, കുത്തോ കോമയോ ഇല്ലാതെ, എന്നാൽ, വളരെ ആർജവത്തോടെ എഴുതിയ ആ കത്തിലെ ഉള്ളടക്കം വിജയശ്രീലാളിതരാകുവോളം പോരാടും എന്നതായിരുന്നു. ആ കത്തിലെ ഓരോ വാക്കും വർണാഭവും ബാലിശവുമായിരുന്നുവെങ്കിലും അതെഴുതിയവരുടെ പ്രതിബദ്ധത ആർക്കും പിടിച്ചുകുലുക്കാനാവാത്തതായിരുന്നു. അത് എന്തിനെക്കുറിച്ചായിരുന്നുവെങ്കിലും അതെങ്ങനെ കാണപ്പെട്ടു എന്ന് ഞാനോർക്കുന്നു: അതെഴുതാനുപയോഗിച്ച കടലാസും പരക്കുന്ന മഷിയും. ഇല്ലിച്ച് ആ കത്ത് ആവർത്തിച്ച് വായിച്ച് ചിന്താമഗ്നനായി അങ്ങോട്ടുമിങ്ങോട്ടും നടന്നു. ഇത്രയേറെ ശ്രമകരമായി ഇല്ലിച്ചിനെഴുതുമ്പോൾ ഒഡേസയിലെ ക്വാറിത്തൊഴിലാളികൾക്ക് തീർച്ചയായും അതിനുള്ള കാരണങ്ങളുണ്ടായിരുന്നിരിക്കണം: അവരെ ഏറ്റവും നന്നായി മനസിലാക്കാൻ കഴിയുന്ന ശരിയായ വ്യക്തിക്ക് തന്നെയാണ് അവർ എഴുതിയത്.

ഈ കത്ത് ലഭിച്ച് ഏതാനും ദിവസങ്ങൾക്ക് ശേഷം ഒഡേസയിലെ കരകൗശലപ്പണിക്കാരുടെ ഒരു യോഗത്തെക്കുറിച്ചുള്ള വിശദമായൊരു കത്ത് അവിടത്തെ ഒരു യുവപ്രചാരകയായ തന്യയിൽ നിന്നും ഞങ്ങൾക്ക് ലഭിച്ചു. ആ കത്തും വായിച്ച ഇല്ലിച്ച് അപ്പോൾത്തന്നെ അവർക്ക് മറുപടി എഴുതാൻ ഇരുന്നു.

> നിങ്ങളുടെ കത്തിന് നന്ദി. കൂടുതൽ അടുത്തടുത്ത് എഴുതുക. സാധാരണ ദുർവഹമായ പ്രവർത്തനങ്ങൾ വിവരിക്കുന്ന കത്തുകളിൽ ഞങ്ങൾ അങ്ങേയറ്റം തൽപ്പരരാണ്. ദൗർഭാഗ്യകരമെന്ന് പറയട്ടെ, അത്തരം കത്തുകൾ ഞങ്ങൾക്ക് വളരെ കുറച്ചുമാത്രമേ ലഭിക്കാറുള്ളൂ.

ഏതാണ്ട് എല്ലാ കത്തുകളിലും ഞങ്ങൾക്ക് കൂടുതൽ ബന്ധങ്ങൾ ലഭ്യമാക്കിത്തരാൻ വ്ളാദിമിർ ഇല്ലിച്ച് റഷ്യയിലെ സഖാക്കളോട് ആവശ്യപ്പെട്ടു. 'ഒരു വിപ്ലവസംഘടനയുടെ പ്രബലത അതിന്റെ ബന്ധങ്ങളുടെ എണ്ണത്തിലാണ്." അദ്ദേഹം ഗുസാവിനെഴുതി. മാത്രമല്ല വിദേശത്തുള്ള ബോൾഷെവിക് കേന്ദ്രവുമായി യുവാക്കളെ ബന്ധപ്പെടുത്താനും അദ്ദേഹം ഗുസാവിനോട് ആവശ്യപ്പെട്ടു. വിഡ്ഢിത്തം നിറഞ്ഞതും ശത്രുതയുള്ളതും ഒബ്‌ലോവിന്റേത് പോലുള്ളതുമായ ഭീതിയോടെയാണ് അവരിതിനെ വീക്ഷിക്കുന്നത്." കൃഷിക്കാരുമായി ബന്ധപ്പെടുത്താൻ ആവശ്യപ്പെട്ടുകൊണ്ട് അന്ന് നാട്ടിൻപുറത്ത് താമസിക്കുകയായിരുന്ന, പഴയൊരു സമാറാ സുഹൃത്തായ അലെക്സി പ്രിയോബ്രാസെൻസ്കിക്കും ഇല്ലിച്ച് എഴുതി. കേവലം സംഗ്രഹങ്ങളല്ല, മറിച്ച് തൊഴിലാളികളുടെ യഥാർഥ കത്തുകൾ വിദേശകേന്ദ്രത്തിലേക്ക് അയയ്ക്കാൻ സെന്റ് പീറ്റേഴ്സ് ബർഗിലെ സഖാക്കളോട് അദ്ദേഹം ആവശ്യപ്പെട്ടു. വിപ്ലവം അടുത്തുവരികയാണെന്നും അത് സംഭവിച്ചുകൊണ്ടിരിക്കുകയാണെന്നും മറ്റെന്തിനെക്കാളും കൂടുതലായി ആ കത്തുകൾ ഇല്ലിച്ചിന് വ്യക്തമാക്കിക്കൊടുത്തു. 1905 ഉമ്മറപ്പടിയിലെത്തി നിൽക്കുകയായിരുന്നു

വർഷം 1905
കുടിയേറ്റകാലത്തെ ജീവിതം

ആയിരത്തിത്തൊള്ളായിരത്തി നാലിൽ എഴുതിയ *ദി സെംസ്റ്റവോ കാമ്പയിനും ഇസ്ക്രയുടെ പദ്ധതിയു*മെന്ന ലഘുഗ്രന്ഥത്തിലും തുടർന്ന് വ്പെർയോദിന്റെ ഡിസംബറിലെ ഒന്ന് മുതൽ മൂന്ന് വരെയുള്ള ലക്കങ്ങളിലെ ലേഖനങ്ങളിലും സ്വാതന്ത്ര്യത്തിനായുള്ള ജനങ്ങളുടെ യഥാർഥ പോരാട്ടത്തിന്റെ മണിക്കൂറുകൾ അടുത്തുകൊണ്ടിരിക്കുന്നതായി വ്ളാദിമിർ ഇല്ലിച്ച് വ്യക്തമാക്കിയിരുന്നു. വിപ്ലവക്കൊടുങ്കാറ്റ് ഒന്നിച്ച് കൂടുകയാണെന്ന് അദ്ദേഹത്തിന് വ്യക്തമായി അനുഭവപ്പെട്ടു. എന്നാലത് വന്നുകൊണ്ടിരിക്കുകയാണെന്ന് അനുഭവപ്പെടുന്നതും അതിനകം തന്നെ അത് ആരംഭിച്ചുകഴിഞ്ഞുവെന്ന് അറിയുന്നതും വേറിട്ട സംഗതികളാണ്. അക്കാരണത്താൽ ജനുവരി 9 ലെ വാർത്ത ജനീവയിലെത്തിയപ്പോൾ അതുവരെ നിലനിന്നിരുന്ന സകലതും പൊടുന്നനെ വിദൂരഭൂതകാലത്തിൽ മറഞ്ഞാലെന്നതുപോലെ, വിപ്ലവം ആരംഭിക്കുകയും അതിന് ദൃഢമായൊരു രൂപം കൈവരികയും ചെയ്തുവെന്ന വാർത്ത ഞങ്ങൾക്ക് ചുറ്റുമുള്ള എല്ലാറ്റിനെയും മാറ്റിത്തീർത്തതായി കാണപ്പെട്ടു. ജനുവരി 9 ലെ സംഭവങ്ങളെക്കുറിച്ചുള്ള വാർത്ത തൊട്ടടുത്ത ദിവസം രാവിലെത്തന്നെ ജനീവയിലെത്തി. വ്ളാദിമിർ ഇല്ലിച്ചും ഞാനും ലൈബ്രറിയിലേക്ക് പോകും വഴി ലുനാചാർസ്കിമാരെ ഞങ്ങൾ കണ്ടുമുട്ടി. ഞങ്ങളെ കാണാൻ വരികയായിരുന്നു അവർ. സംസാരിക്കാൻ വളരെ ഉദ്വോഗമുണ്ടായിരുന്ന, തന്റെ മഫ്ളർ ഞങ്ങൾക്ക് നേരെ വീശിയ, അന്നാ ലുനാചാർസ്കായയുടെ രൂപം ഞാൻ ഓർക്കുന്നു. വാർത്ത ശ്രവിക്കാനിടയായ മറ്റെല്ലാ ബോൾഷെവിക്കുകൾക്കുമൊപ്പം ലെപെഷിൻസ്കിമാർ നടത്തിപ്പോന്നിരുന്ന പ്രവാസികളുടെ റെസ്റ്റാറന്റിലേക്ക് നൈസർഗികത ഞങ്ങളെ നയിച്ചു. അന്യോന്യമുള്ള കൂടിച്ചേരലായിരുന്നു ഞങ്ങൾക്കാവശ്യം. എന്നാൽ, എന്തെങ്കിലും

സംസാരിക്കാൻ ഞങ്ങൾക്കായില്ല. ഞങ്ങളെല്ലാവരും തന്നെ തികച്ചും ഉദ്വോഗഭരിതരായിരുന്നു. "സമരത്തിൽ നീ നിപതിച്ചു..."വെന്ന വിപ്ലവാത്മക ഗാനം ഞങ്ങൾ ആലപിച്ചു. വിപ്ലവം ആരംഭിച്ചുവെന്ന യാഥാർഥ്യം ഏവരെയും കീഴടക്കുകയും സർ ചക്രവർത്തിയിലുള്ള വിശ്വാസത്തിന്റെ വിലങ്ങുകൾ പൊട്ടിച്ചെറിയുകയും "ഏകാധിപത്യം തകരുന്നതിന്റെയും ശ്രേഷ്ഠരും പ്രബലരും സ്വതന്ത്രരുമായി ജനങ്ങൾ ഉണർന്നെണീക്കുന്നതിന്റെയും" മണിക്കൂർ വളരെ അടുത്താണെന്ന് ഏവർക്കും ബോധ്യമാവുകയും ചെയ്തു.

ജനീവയിലെ എല്ലാ റഷ്യൻ രാഷ്ട്രീയ കുടിയേറ്റക്കാർക്കുമൊപ്പം ഞങ്ങൾ ഒരു 'ട്രിബ്യൂണി'ൽ നിന്നും മറ്റൊന്നിലേക്ക് മാറി മാറി താമസിച്ചു. ഇല്ലിച്ചിന്റെ എല്ലാ ചിന്തകളും റഷ്യയെ കേന്ദ്രീകരിച്ചുള്ളതായിരുന്നു.

ആ വേളയിൽ ഗാപോൺ ജനീവയിലെത്തി. സ്വന്തം ആളാക്കാൻ ശ്രമിച്ച് ആദ്യം അദ്ദേഹത്തെ സ്വീകരിച്ചതും. സെന്റ് പീറ്റേഴ്സ്ബർഗിലെ മുഴുവൻ തൊഴിലാളി പ്രസ്ഥാനവും തങ്ങളുടേതും കൂടി കൈവേലയാണെന്നു വരുത്തിത്തീർക്കാൻ ശ്രമിച്ചതും സോഷ്യലിസ്റ്റ് വിപ്ലവകാരികളായിരുന്നു. അവർ ഗാപോണിനെ പുകഴ്ത്തുകയും അദ്ദേഹത്തെക്കുറിച്ച് അനാവശ്യമായ ഒച്ചപ്പാടുണ്ടാക്കുകയും ചെയ്തു. അന്ന് ഏവരാലും ശ്രദ്ധിക്കപ്പെട്ടിരുന്ന ഗാപോണിന് അദ്ദേഹമെഴുതിയ ഓരോ വരിക്കും ലണ്ടനിലെ *ടൈംസ്* ദിനപത്രം നല്ല പ്രതിഫലം നൽകിയിരുന്നു.

ഗാപോൺ ജനീവയിലെത്തി ഏതാനും ദിവസങ്ങൾക്കു ശേഷം സോഷ്യലിസ്റ്റ് വിപ്ലവകാരിയായൊരു സ്ത്രീ വ്ളാദിമിർ ഇല്ലിച്ചിനെ വിളിച്ച് ഗാപോൺ അദ്ദേഹത്തെ കാണാൻ ആഗ്രഹിക്കുന്നതായി അറിയിച്ചു. ഒരു കഫേയിലെ 'പക്ഷരഹിതമായ' പശ്ചാത്തലത്തിൽ ഒരു കൂടിക്കാഴ്ച ഏർപ്പാടാക്കി. അന്ന് വൈകുന്നേരം വിളക്ക് തെളിക്കാതെ വ്ളാദിമിർ ഇല്ലിച്ച് തന്റെ മുറിക്കുള്ളിൽ അങ്ങോട്ടുമിങ്ങോട്ടും നടന്നു.

റഷ്യയിലെ വളർന്നുകൊണ്ടിരുന്ന വിപ്ലവത്തിലെ സജീവമായൊരു ഭാഗമായിരുന്നു ഗാപോൺ. സംശയലേശമെന്യേ അദ്ദേഹത്തെ വിശ്വസിച്ചിരുന്ന അധ്വാനിക്കുന്ന ജനവിഭാഗങ്ങളുമായി അദ്ദേഹത്തിന് ഉറ്റബന്ധമുണ്ടായിരുന്നു. അദ്ദേഹത്തെ കാണുന്നതിൽ ഇല്ലിച്ചിന് വളരെ സന്തോഷവുമുണ്ടായിരുന്നു.

സമീപകാലത്ത് ഗാപോണുമായി വ്ളാദിമിർ ഇല്ലിച്ച് കൂടിക്കാഴ്ച നടത്തിയെന്ന് അറിയാനിടയായ ഒരു സഖാവ് നടുങ്ങിപ്പോയി.

തീർച്ചയായും ഒരു പുരോഹിതനിൽ നിന്നും ഗുണപരമായ യാതൊന്നും പ്രതീക്ഷിക്കാനാവില്ലെന്ന് മുൻകൂട്ടി തീരുമാനിക്കുന്ന ഏതൊരാൾക്കും ഗാപോണിനെ ലളിതമായി തള്ളിക്കളയാനാവും. പ്ലെഖാനോവ് ചെയ്തത് അതാണ്. വളരെ തണുപ്പൻ സ്വീകരണമാണ് അദ്ദേഹം ഗാപോണിന് നൽകിയത്. എന്നാൽ ജനങ്ങൾക്ക് എന്താണ് ആവശ്യമെന്ന് മനസിലാക്കിയിരുന്നത് മൂലം, ഒരു മുഖത്തെ അതിന്റെ എല്ലാ വൈവിധ്യങ്ങളോടെയും ഒരാൾക്ക് പഠിക്കാൻ കഴിയുന്നതുപോലെ, വിപ്ലവം സചേത

നമായൊരു കാര്യമാണെന്ന വസ്തുതയിലാണ് ലെനിന്റെ പ്രബലത കുടികൊണ്ടിരുന്നത്. മാത്രമല്ല, ബഹുജനങ്ങളുമായുള്ള ബന്ധപ്പെടലിലൂടെ മാത്രമേ അവരെക്കുറിച്ചുള്ള അറിവ് ആർജിക്കാനാവൂ. ഗാപോണിന് ജനങ്ങൾക്കു മേൽ എന്ത് സ്വാധീനമാണുള്ളതെന്ന് അറിയാൻ ഇല്ലിച്ചിന് താൽപ്പര്യമുണ്ടായിരുന്നു. ഗാപോണുമായുള്ള കൂടിക്കാഴ്ചയ്ക്കുശേഷം തിരിച്ചെത്തിയ വ്ളാദിമിർ ഇല്ലിച്ച് അദ്ദേഹത്തെക്കുറിച്ചുള്ള തന്റെ ധാരണ വെളിപ്പെടുത്തി. വിപ്ലവം ശ്വസിച്ച ഗാപോൺ അപ്പോഴും അങ്ങേയറ്റം ആവേശഭരിതനായിരുന്നു. സെന്റ് പീറ്റേഴ്സ് ബർഗിലെ തൊഴിലാളികളെക്കുറിച്ച് സംസാരിച്ച അദ്ദേഹം സർചക്രവർത്തിക്കും അദ്ദേഹത്തിന്റെ പാർശ്വവർത്തികൾക്കുമെതിരെ ആഞ്ഞടിച്ചു. പല രീതികളിലും അദ്ദേഹത്തിന്റെ വിദ്വേഷം സഹജദാക്ഷിണ്യമുള്ളതായിരുന്നുവെന്ന് മാത്രമല്ല, അത് തികഞ്ഞ ആത്മാർഥതയുള്ളതുമായിരുന്നു. അത് അധ്വാനിക്കുന്ന ബഹുജനങ്ങളുടെ മനോനിലയുമായി പൊരുത്തപ്പെടുന്നതുമായിരുന്നു. വ്ളാദിമിർ ഇല്ലിച്ച് പറഞ്ഞു: "അദ്ദേഹം ഒരുപാട് പഠിക്കാനുണ്ടായിരുന്നുവെങ്കിലും ഞാനദ്ദേഹത്തോട് മേശയ്ക്ക് ചുവട്ടിലേക്ക് വിരൽ ചൂണ്ടി പറഞ്ഞു: എന്റെ പ്രിയപ്പെട്ട മനുഷ്യാ, മുഖസ്തുതി കേൾക്കരുത്. താങ്കൾ പഠിക്കുന്നില്ലെങ്കിൽ അവിടെയായിരിക്കും താങ്കളുടെ സ്ഥാനം."

ഫെബ്രുവരി 8ന് *വ്പെർയോദി*ന്റെ ഏഴാം ലക്കത്തിൽ വ്ളാദിമിർ ഇല്ലിച്ച് എഴുതി: "രാഷ്ട്രീയമായി അവബോധമില്ലാത്ത ഒരു ജനതയുടെ വീക്ഷണങ്ങളിൽ നിന്നും വിപ്ലവാത്മകമായ വീക്ഷണങ്ങളിലേക്കുള്ള മാറ്റത്തിന്റെ ആഴത്തിലുള്ള വ്യക്തിപരമായ അനുഭവമുള്ള ഗാപോൺ ഒരു രാഷ്ട്രീയ നേതാവിന് അത്യന്താപേക്ഷിതമായ വിപ്ലവാത്മക ബാഹ്യദൃശ്യത്തിന്റെ വ്യക്തത കൈവരിക്കുമെന്ന് നമുക്കാശിക്കാം."

ഗാപോണിന് ഒരിക്കലും ആ വ്യക്തത കൈവന്നില്ല. സമ്പന്നനായ ഒരു ഉക്രേനിയൻ കർഷകന്റെ മകനായിരുന്ന അദ്ദേഹം ഒരിക്കലും തന്റെ കുടുംബവുമായും ഗ്രാമവുമായുമുള്ള ബന്ധം ഒഴിവാക്കിയില്ല. കർഷകരുടെ ആവശ്യങ്ങൾ അറിയാമായിരുന്ന അദ്ദേഹത്തിന്റെ പ്രസംഗങ്ങൾ വിദ്യാവിഹീനരായ തൊഴിലാളി ജനതയ്ക്ക് ഇണങ്ങുന്നതും മനസിലാവുന്നതുമായിരുന്നു. നാട്ടിൻപുറത്തെ ഇത്തരം ബന്ധങ്ങളായിരിക്കണം അദ്ദേഹത്തിന്റെ വിജയത്തിന്റെ മുഖ്യകാരണം, എങ്കിലും, ഗാപോണിനെക്കാൾ കൂടുതലായി അദ്ദേഹത്തിന്റെ പുരോഹിത മനശാസ്ത്രത്തിന്റെ ആഴമളക്കാൻ മറ്റാർക്കും അത്രയൊന്നും എളുപ്പമായിരുന്നില്ല. മുമ്പ് അദ്ദേഹത്തിന് വിപ്ലവവൃത്തങ്ങളുമായി ഒരു ബന്ധവുമുണ്ടായിട്ടില്ല. മാത്രമല്ല, പ്രകൃത്യാ ഒരു വിപ്ലവകാരിയല്ലാത്ത കേവലമൊരു പുരോഹിതനായ അദ്ദേഹം ഏത് തരം സന്ധി ചെയ്യാനും സന്നദ്ധനുമായിരുന്നു. ഒരിക്കൽ അദ്ദേഹം പറഞ്ഞു: "ഒരിക്കൽ എനിക്ക് സംശയങ്ങളുണ്ടാവുകയും അതെന്റെ വിശ്വാസത്തെ പിടിച്ചുകുലുക്കുകയും ചെയ്തു. വളരെ രോഗാതുരനായിത്തീർന്ന ഞാൻ ക്രിമിയയിലേക്ക് പോയി. ഒരു വിശുദ്ധ ജീവിതം നയിക്കാൻ എന്നോട് പറഞ്ഞ വൃദ്ധനായ ഒരു മനുഷ്യൻ അവിടെയു

ണ്ടായിരുന്നു. എന്റെ വിശ്വാസത്തെ ദൃഢപ്പെടുത്താനായി ഞാൻ പിന്നെയും അയാളെ ചെന്നുകണ്ടു. അവിടെ ഒരുപാടുപേർ ഒത്തുകൂടിയിരുന്നു. അയാൾ ആരാധന നടത്തിയിരുന്ന നീരൊഴുക്കിന്റെ കരയിലായി. കുതിരസവാരി നടത്തുന്ന വിശുദ്ധ ജോർജിന്റെ വിഗ്രഹം സ്ഥാപിക്കാനുള്ള ചെറിയൊരു പുരയുണ്ടായിരുന്നു. തീർച്ചയായും അത് അസംബന്ധമാണ്. ഇതിലെ കാര്യമെന്തെന്നാൽ, ഞാനെന്നോട് പറഞ്ഞത്, ഈ വൃദ്ധന് ആഴമേറിയ ഭക്തിയുണ്ട്. ആരാധനയ്ക്ക് ശേഷം അയാളുടെ അനുഗ്രഹം വാങ്ങാൻ ചെന്ന എന്നോട് തന്റെ പദവി വസ്ത്രം അഴിച്ചുമാറ്റിയ അയാൾ പറഞ്ഞു: "ഇവിടെ മെഴുകുതിരിയുടെ ഒരു പീടിക തുറന്ന ഞങ്ങൾ നല്ല വ്യാപാരമാണ് നടത്തുന്നത്. നിങ്ങൾക്ക് വേണ്ടത്ര ഭക്തിയുണ്ട്!" ഞാൻ ജീവച്ഛവം കണക്കെ വീട്ടിലെത്തി. അന്നെനിയ്ക്കൊരു സുഹൃത്തുണ്ടായിരുന്നു. കലാകാരനായ വേരെ ഷ്ചഗിൻ. അയാൾ ചോദിക്കുന്നു: "എന്തുകൊണ്ട് നിങ്ങൾ ഈ പുരോഹിതവ്യാപാരം അവസാനിപ്പിക്കുന്നില്ല?" ഞാൻ ചിന്തിച്ചു നോക്കി. നാട്ടിൽ ഏവരും എന്റെ രക്ഷിതാക്കളെ നോക്കിക്കാണുന്നത്, എന്റെ പിതാവിനെ ഗ്രാമത്തിലെ മൂപ്പനായാണ്. ഏവരും അദ്ദേഹത്തെ ബഹുമാനിക്കുന്നു. അപ്പോൾ എല്ലാവരും പറയും: 'നിങ്ങളുടെ മകൻ നഗ്നനാണ്, ഇല്ല ഞാനത് ചെയ്തില്ല.'

മൊത്തത്തിൽ അതായിരുന്നു ഗാപോൺ.

പഠിക്കുന്ന കാര്യത്തിൽ അദ്ദേഹം ഒട്ടും മെച്ചമായിരുന്നില്ല. അദ്ദേഹം അധികസമയവും ചെലവഴിച്ചത് ലക്ഷ്യം നോക്കി വെടിവയ്ക്കാനും കുതിരസവാരിക്കും വേണ്ടിയായിരുന്നു. എന്നാൽ പുസ്തകങ്ങളുടെ കാര്യത്തിൽ അതൊട്ടും പ്രാവർത്തികമായില്ല. ഇല്ലിച്ചിന്റെ ഉപദേശം മാനിച്ച് അദ്ദേഹം പ്ലെഖാനോവിന്റെ പുസ്തകങ്ങൾ വായിക്കാനാരംഭിച്ചുവെങ്കിലും അതൊരു ചുമതലയെന്ന നിലയ്ക്കായിരുന്നു. പുസ്തകങ്ങളിൽ നിന്നും പഠിക്കാൻ അദ്ദേഹത്തിന് കഴിയുമായിരുന്നില്ല. പുരോഹിതമനോഭാവം അദ്ദേഹത്തെ അന്ധനാക്കി. റഷ്യയിലേക്ക് മടങ്ങിപ്പോയ അദ്ദേഹം 'പ്രകോപിപ്പിക്കുന്ന ഏജന്റിന്റെ ചുഴിയിലാണ് നിപതിച്ചത്.

വിപ്ലവത്തിന്റെ ആദ്യദിവസം മുതൽ തന്നെ മുഴുവൻ കാര്യങ്ങളെയും തികഞ്ഞ വ്യക്തതയോടെയാണ് വ്ളാദിമിർ ഇല്ലിച്ച് നോക്കിക്കണ്ടത്. പ്രസ്ഥാനം ഇനി ഒരു കൊടുങ്കാറ്റ് പോലെ വളരുമെന്നും വിപ്ലവകാരികൾ പകുതിവഴിക്ക് പ്രവർത്തനം അവസാനിപ്പിക്കുകയില്ലെന്നും പ്രഭുവർഗഭരണത്തിനെതിരായ പോരാട്ടത്തിൽ തൊഴിലാളികൾ ആഴ്ന്നിറങ്ങുമെന്നും അദ്ദേഹത്തിന് ബോധ്യമുണ്ടായിരുന്നു. അവർ നേടിയാലും നഷ്ടപ്പെട്ടാലും ആ പോരാട്ടത്തിന്റെ അനന്തരഫലം പ്രകടമാവും. നേടുന്നതിന് അവർ നന്നായി ആയുധം ധരിച്ചവരായിരിക്കണം.

ഒരു നിർദിഷ്ട നിമിഷത്തിൽ അധ്വാനിക്കുന്ന വർഗത്തിന്റെ മനോനില ആഴത്തിൽ മണത്തറിയാൻ വ്ളാദിമിർ ഇല്ലിച്ചിന് എല്ലായ്പ്പോഴും കഴിയുമായിരുന്നു.

ഇനിയും ചലിച്ചുതുടങ്ങാത്ത ലിബറൽ ബൂർഷ്വാസിയുടെ നിലപാട് കണ്ടറിഞ്ഞ മെൻഷെവിക്കുകൾ വിപ്ലവം 'അഴിച്ചുവിടുന്നതിനെ'കുറിച്ച് സംസാരിച്ചപ്പോൾ അന്ത്യംവരെ പോരാട്ടം നടത്താൻ തൊഴിലാളികൾ ദൃഢനിശ്ചയം ചെയ്തിരിക്കുകയാണെന്ന് വ്ളാദിമിർ ഇല്ലിച്ചിന് അറിയാമായിരുന്നു. മാത്രമല്ല, അദ്ദേഹം അവർക്കൊപ്പവുമായിരുന്നു. പകുതിവഴിക്ക് അത് അവസാനിപ്പിക്കാൻ സാധിക്കുകയില്ലെന്നും അദ്ദേഹത്തിന് അറിയാമായിരുന്നു. അത് അധ്വാനിക്കുന്ന വർഗത്തെ അങ്ങേയറ്റം നിരുത്സാഹപ്പെടുത്തുകയും ഒരു സാഹചര്യത്തിലും ചിന്തിക്കാനാവാത്ത തരത്തിൽ അവരുടെ സമരോത്സുകതയെ ദുർബലപ്പെടുത്തുമെന്നും അദ്ദേഹം മനസിലാക്കിയിരുന്നു. 1905ലെ അധ്വാനിക്കുന്ന വർഗത്തിന്റെ വിപ്ലവം പരാജയപ്പെട്ടുവെങ്കിലും തുടച്ചുനീക്കപ്പെട്ടില്ലെന്ന് ചരിത്രം നമുക്ക് കാണിച്ചുതരുന്നു. പോരാടാനുള്ള അതിന്റെ ഇച്ഛാശക്തി തകർന്നില്ല. "അവർ ആയുധങ്ങൾ എടുക്കേണ്ടിയിരിക്കുന്നു" എന്നതിൽ കൂടുതലായി യാതൊന്നും പറയാനില്ലാതിരുന്ന ലെനിൻ അദ്ദേഹത്തിന്റെ 'വ്യക്തമായ വീക്ഷണങ്ങളുടെ' പേരിൽ ആക്രമിച്ച, ആളുകൾ മനസിലാക്കാതെ പോയതും അത് തന്നെയായിരുന്നു. ഒരുവൻ അവന്റെ വർഗത്തോട് ആത്മാർഥമായി നിലകൊള്ളണമെങ്കിൽ അതിന് ആയുധമേന്താതെ മറ്റ് മാർഗങ്ങളൊന്നുമില്ല. പോരാടുന്ന വർഗത്തെ സംരക്ഷിക്കാൻ അത് അത്യന്താപേക്ഷിതമാണ്.

പോരാടാനും സംഘടിക്കാനും പ്രവർത്തിക്കാനും ബഹുജനങ്ങളെ ആയുധധാരികളാക്കാൻ അധ്വാനിക്കുന്നവർഗത്തിന്റെ മുന്നണിയായ പാർട്ടിയോട് വ്ളാദിമിർ ഇല്ലിച്ച് സദാ ആഹ്വാനം ചെയ്തുകൊണ്ടിരുന്നു. അതദ്ദേഹം *വ്പെർയോദിലും* റഷ്യയിലേക്കുള്ള കത്തുകളിലും എഴുതിക്കൊണ്ടിരുന്നു.

"1905 ജനുവരി 9. വിപ്ലവാത്മക ബഹുജനഊർജത്തിന്റെ ബ്രഹത്തായ സംഭരണികളെയെല്ലാം തുറന്നുകാണിച്ചു. *നാം വിപ്ലവം സംഘടിപ്പിക്കേണ്ടതുണ്ടോ?* എന്ന തലക്കെട്ടിലുള്ള വ്ളാദിമിർ ഇല്ലിച്ചിന്റെ ഫെബ്രുവരിയിലെ ലേഖനം ആരംഭിക്കുന്നത് അങ്ങനെയാണ്. അതേസമയം, സോഷ്യൽ ഡെമോക്രാറ്റിക് സംഘടനയുടെ തികഞ്ഞ അപര്യാപ്തതയെയും അത് വെളിപ്പെടുത്തി. അതിലെ ഓരോ വരിയും വാക്കുകളെ പ്രവൃത്തികളായി പരിണമിപ്പിക്കാനുള്ള കാഹളധ്വനികളായിരുന്നു.

മാർക്സിന്റെയും എംഗൽസിന്റെയും വിപ്ലവത്തെയും കലാപത്തെയും കുറിച്ചുള്ള രചനകൾ വ്ളാദിമിർ ഇല്ലിച്ച് ആവർത്തിച്ച് വായിക്കുകയും ശ്രദ്ധാപൂർവം പഠിക്കുകയും മാത്രമല്ല ചെയ്തത്. യുദ്ധമുറ കൈകാര്യം ചെയ്യുന്ന നിരവധി ഗ്രന്ഥങ്ങൾ അദ്ദേഹം വായിക്കുകയും സായുധകലാപത്തിന്റെ വിദ്യയെയും സംഘാടനത്തെയും കുറിച്ച് പഠനം നടത്തുകയും ചെയ്തു. ആളുകൾ അറിയുന്നതിനെക്കാൾ കൂടുതലായി അദ്ദേഹമതിൽ ശ്രദ്ധ കേന്ദ്രീകരിച്ചു. പക്ഷാവലംബിയായ യുദ്ധത്തിലെ പോരാടുന്ന സ്ക്വാഡുകളെക്കുറിച്ചുള്ള അദ്ദേഹത്തിന്റെ നിലപാടുകളും 'അഞ്ചിന്റെയും പത്തിന്റെയും' സ്ക്വാഡുകളെക്കുറിച്ചുള്ള നിലപാടുകളും

ഒരു സാധാരണക്കാരന്റെ വിഡ്ഢിത്തങ്ങളായിരുന്നില്ല, മറിച്ച്, നന്നായി ആലോചിച്ചുറപ്പിച്ച പദ്ധതിയായിരുന്നു.

വിലകുറഞ്ഞ ട്രൗസർ ധരിച്ച, അതിന്റെ കീഴ്ഭാഗം സ്വിസ് സ്റ്റൈലിൽ മേൽപ്പോട്ട് കയറ്റിവച്ച (അത് നിവർത്തിയിടാൻ മറന്നുപോയി എന്നതാണ് വസ്തുത), ഒരു റഷ്യൻ വിപ്ലവകാരി ഓരോ പ്രഭാതത്തിലും നേരത്തേ എത്തിച്ചേർന്ന്, യുദ്ധമുറയെക്കുറിച്ചുള്ള പുസ്തകമെടുത്ത്, ജാലകത്തിനടുത്തുള്ള സ്ഥിരം ഇരിപ്പിടത്തിലിരുന്ന് തലേന്ന് വായിച്ചുനിർത്തിയതിന്റെ തുടർഭാഗം തന്റെ കഷണ്ടിത്തല തലോടിക്കൊണ്ട് എങ്ങനെയാണ് വായിച്ചിരുന്നത് എന്നതിന് സൊസൈറ്റിയിലെ ലൈബ്രേറിയൻ സാക്ഷിയായിരുന്നു. വായനയ്ക്കിടെ പരിചയമില്ലാത്ത ഒരു വാക്ക് കണ്ണിൽപ്പെട്ടാൽ അദ്ദേഹം തടിച്ചൊരു നിഘണ്ടുവെടുത്ത് മറിച്ചു നോക്കിയശേഷം ചിന്താമഗ്നനായി അൽപ്പനേരം അങ്ങോട്ടുമിങ്ങോട്ടും നടക്കുകയും പിന്നീട് തന്റെ ഇരിപ്പിടത്തിലിരുന്ന് തികഞ്ഞ ഗഹനതയോടെ നാലായി മടക്കിയ കടലാസിൽ എഴുതാൻ തുടങ്ങുകയും ചെയ്യും.

റഷ്യയിൽ ആയുധങ്ങൾ എത്തിച്ചുകൊടുക്കാൻ ബോൾഷെവിക്കുകൾ തങ്ങളാലാവുന്നതെല്ലാം ചെയ്തുവെങ്കിലും അത് മഹാസമുദ്രത്തിൽ പതിക്കുന്ന കേവലം തുള്ളികളായിരുന്നു. റഷ്യയിൽ (സെന്റ് പീറ്റേഴ്സ്ബർഗിൽ) ഒരു പോരാട്ടസമിതി രൂപീകരിച്ചുവെങ്കിലും അതിന്റെ പ്രവർത്തനം തീരെ മന്ദഗതിയിലായിരുന്നു. ഇല്ലിച്ച് സെന്റ് പീറ്റേഴ്സ്ബർഗിലേക്കെഴുതി:

> ഇത്തരത്തിലുള്ള ഒരു കാര്യത്തിൽ പദ്ധതികളും ചർച്ചകളും പോരാട്ട സമിതിയുടെ പ്രവർത്തനങ്ങളെയും അതിന്റെ അവകാശങ്ങളെയും കുറിച്ചുള്ള സംസാരവും നമുക്കാവശ്യമായ അവസാനസംഗതിയാണ്. നമുക്കാവശ്യം രോഷാകുലമായ ഊർജവും, അപ്പോഴും കൂടുതൽ ഊർജവുമാണ്. ആറ് മാസക്കാലമായി ആളുകൾ ബോംബിനെക്കുറിച്ച് സംസാരിക്കുന്നെങ്കിലും ഇതുവരെ ഒരൊറ്റ ബോംബുപോലും നിർമിക്കാത്തതിലും എനിക്ക് തികഞ്ഞ ഞെട്ടലുണ്ട്. മാത്രമല്ല, വളരെ വൈജ്ഞാനികരായ ആളുകളാണ് അങ്ങനെയൊക്കെ സംസാരിക്കുന്നത്... മാന്യരേ, ചെറുപ്പക്കാരിലേക്ക് കടന്നുചെല്ലുക. അത് മാത്രമേ പോംവഴിയായിട്ടുള്ളൂ. മറിച്ചായാൽ നിങ്ങൾ വൈകിപ്പോവുകയും (എനിക്കത് വ്യക്തമായി കാണാൻ കഴിയുന്നു) ഒരു സംഘടനയോ ചെയ്യാനെന്തെങ്കിലും കാര്യങ്ങളോ ഇല്ലാതെ നിങ്ങൾ 'ശാസ്ത്രീയ' ഇടപാടുകളിലും പദ്ധതികളിലും രേഖാചിത്രങ്ങളിലും പരിപാടികളിലും രുചികരമായ ഭോജ്യവസ്തുക്കളിലും മാത്രം എത്തിച്ചേരുകയും ചെയ്യും. ദൈവത്തെ യോർത്ത് എല്ലാ ഔപചാരികതകളെയും പദ്ധതികളെയും അവഗണിച്ചുകൊണ്ട് ആ എല്ലാ 'പ്രവർത്തനങ്ങളെയും അവകാശാധികാരങ്ങളെയും' ചെകുത്താന് അയച്ചുകൊടുക്കുക.

യഥാർഥത്തിൽ സായുധകലാപത്തിന് സജ്ജമാക്കുന്നതിൽ ബോൾഷെവിക്കുകളുടെ പങ്ക് വളരെ വലുതായിരുന്നു. അവർ ഓരോ നിമിഷവും സ്വന്തം ജീവന്റെ സുരക്ഷയെ അവഗണിച്ചുകൊണ്ട് മിക്കപ്പോഴും വിസ്മയകരമായ ധീരത പ്രകടിപ്പിച്ചു. 'സായുധ കലാപത്തിനുള്ള തയാറെടുപ്പ്' ആയിരുന്നു ബോൾഷെവിക്കുകളുടെ മുദ്രാവാക്യം. ഒരു സായുധ കലാപത്തെക്കുറിച്ച് ഗാപോണും സംസാരിച്ചു.

എത്തിച്ചേർന്നുകഴിഞ്ഞ് വൈകാതെ വിപ്ലവപാർട്ടികൾക്കിടയിൽ സമരോത്സുക ഉടമ്പടിക്കുള്ള ഒരു നിർദേശം അദ്ദേഹം മുന്നോട്ടുവച്ചു. 1905 ഫെബ്രുവരി 8നുള്ള *വ്പെർയോദിന്റെ* ഏഴാം ലക്കത്തിൽ വ്ളാദിമിർ ഇല്ലിച്ച് ഗാപോണിന്റെ നിർദേശത്തിന്റെ അവലോകനവും സമരോത്സുക ഉടമ്പടിയുടെ ചോദ്യത്തെക്കുറിച്ചുള്ള പൂർണമായൊരു പരിശോധനയും എഴുതി.

സെന്റ് പീറ്റേഴ്സ്ബർഗ് തൊഴിലാളികൾക്ക് ആയുധങ്ങൾ വിതരണം ചെയ്യാനുള്ള ചുമതല ഗാപോൺ ഏറ്റെടുത്തു. എല്ലാ തരത്തിലുമുള്ള സംഭാവനകളും അദ്ദേഹത്തെ ഏൽപ്പിക്കുകയും ആ തുക ഇംഗ്ലണ്ടിൽ നിന്നും ആയുധങ്ങൾ വാങ്ങാൻ അദ്ദേഹം ചെലവാക്കുകയും ചെയ്തു. അവസാനം അതിനുള്ള എല്ലാ സൗകര്യങ്ങളുമൊരുങ്ങി. ഒരു കപ്പൽ - ജോൺ ഗ്രാഫ്റ്റൺ - കണ്ടെത്തി. റഷ്യയുടെ അതിർത്തിക്കടുത്തുള്ള ദ്വീപുകളിലൊന്നിൽ ആയുധങ്ങൾ ഇറക്കാമെന്ന് ആ കപ്പലിന്റെ കപ്പിത്താൻ സമ്മതിച്ചു. നിയമവിരുദ്ധമായ കയറ്റുമതി എങ്ങനെയാണെന്നതിനെക്കുറിച്ച് യാതൊരു ധാരണയുമില്ലാതിരുന്ന ഗാപോൺ അത് യഥാർഥത്തിലുള്ളതിനെക്കാൾ വളരെ ലളിതമാണെന്നാണ് കരുതിയത്. ഞങ്ങൾ നൽകിയ നിയമവിരുദ്ധമായ പാസ്പോർട്ടും രഹസ്യമേൽവിലാസങ്ങളുമായി പരിപാടികൾ സംഘടിപ്പിക്കാൻ അദ്ദേഹം സെന്റ് പീറ്റേഴ്സ്ബർഗിലേക്ക് പോയി. വ്ളാദിമിർ ഇല്ലിച്ചിനെ സംബന്ധിച്ചിടത്തോളം ഈ മുഴുവൻ പ്രവർത്തനങ്ങളും വാക്കുകളിൽ നിന്നും പ്രവൃത്തികളിലേക്കുള്ള കടന്നുചെല്ലലായിരുന്നു. എന്ത് ചെലവിലും തൊഴിലാളികൾക്ക് ആയുധങ്ങൾ ലഭിക്കണമായിരുന്നു. എന്തായാലും ആ ശ്രമം ഫലിച്ചില്ല. കപ്പൽ മണൽത്തിട്ടയിലിടിച്ചു. ലക്ഷ്യമിട്ടിരുന്ന ദ്വീപിലേക്ക് അടുക്കുന്നതും അസാധ്യമായിരുന്നു. സെന്റ് പീറ്റേഴ്സ്ബർഗിൽ എന്തെങ്കിലും ചെയ്യാൻ ഗാപോണിനും സാധിച്ചില്ല. അധ്വാനിക്കുന്ന വർഗക്കാരുടെ കുടിലുകളിൽ ഒളിച്ച അദ്ദേഹം ഒരു വ്യാജനാമത്തിലാണ് അവിടെ താമസിച്ചത്. ആളുകളുമായി ബന്ധപ്പെടുന്നത് അങ്ങേയറ്റം വിഷമകരമായിരുന്നു. മാത്രമല്ല, ആയുധങ്ങൾ ഏറ്റുവാങ്ങേണ്ടിയിരുന്ന സോഷ്യലിസ്റ്റ് വിപ്ലവകാരികളുടെ വിലാസങ്ങളും ശരിയായിരുന്നില്ല. ദ്വീപിലേക്ക് തങ്ങളുടെ ആളുകളെ അയയ്ക്കാൻ കഴിഞ്ഞത് ബോൾഷെവിക്കുകൾക്ക് മാത്രമായിരുന്നു. ഇതെല്ലാം തന്നെ ഗാപോണിനെ തികച്ചും അസ്വസ്ഥനാക്കി. അപകടസാധ്യതയൊന്നുമില്ലാതെ തിങ്ങിനിറഞ്ഞ ആൾക്കൂട്ടത്തെ അഭിസംബോധന ചെയ്യുന്നതും എങ്ങും മുഖം കാണിക്കാൻ ധൈര്യപ്പെടാതെ

അർധപട്ടിണിയിൽ ഒളിവിൽ കഴിയുന്നതും വ്യത്യസ്തമായ കാര്യങ്ങളാണ്. ആയുധങ്ങൾ കയറ്റിയയയ്ക്കാൻ ഏർപ്പാട് ചെയ്യാനും തികഞ്ഞ അരക്ഷിതാവസ്ഥയിൽ എന്ത് ത്യാഗം സഹിക്കാനും ഏതൊരാൾക്കും വ്യത്യസ്തമായൊരു വിപ്ലവാത്മക മനോനില ആവശ്യമാണ്.

'രാജ്യത്തിലെ കർഷകരുടെ സമരത്തിനുള്ള പിന്തുണ'യെന്നതാണ് വ്ളാദിമിർ ഇല്ലിച്ച് മുന്നോട്ടുവച്ച മറ്റൊരു മുദ്രാവാക്യം. കർഷകരുടെ സമരത്തിൽ അത് അധ്വാനിക്കുന്ന വർഗത്തിന്റെ പിന്തുണ ഉറപ്പാക്കും. എല്ലായ്പോഴും കർഷകരുടെ പ്രശ്നങ്ങൾക്ക് വ്ളാദിമിർ ഇല്ലിച്ച് വളരെയധികം പ്രാധാന്യം കൽപ്പിച്ചിരുന്നു. രണ്ടാം കോൺഗ്രസിൽ വച്ച് പാർട്ടി പരിപാടിയുടെ ചർച്ചാവേളയിൽ 1861ലെ പരിഷ്കരണഘട്ടത്തിൽ കർഷകരിൽ നിന്നും എടുത്തുമാറ്റപ്പെട്ട 'ഓട്രെസ്കി' പുനഃസ്ഥാപിക്കണമെന്ന് വ്ളാദിമിർ ഇല്ലിച്ച് ശക്തിയുക്തം വാദിക്കുകയുണ്ടായി.

കൃഷീവല സമൂഹത്തെ പാട്ടിലാക്കാൻ അവരുടെ അടിയന്തരമായ ആവശ്യങ്ങൾ കൈകാര്യം ചെയ്യുന്ന ശക്തമായൊരു ആവശ്യം മുന്നോട്ട് വയ്ക്കണമെന്ന് അദ്ദേഹം വിശ്വസിച്ചിരുന്നു. തൊഴിലാളികളുടെ കാര്യത്തിൽ അവർക്കിടയിൽ സോഷ്യൽ ഡെമോക്രാറ്റുകൾ സംഘടിപ്പിച്ച ചായയ്ക്കും പ്രവർത്തിസമയം കുറക്കാനും കൃത്യമായ വേതനത്തിനും വേണ്ടിയുള്ള പ്രക്ഷോഭം പോലെ കർഷക സമൂഹത്തെ പിന്നിൽ അണിനിരത്താൻ ശക്തമായൊരു മുദ്രാവാക്യം ആവശ്യമായിരുന്നു.

1905ലെ സംഭവങ്ങൾ ഈ പ്രശ്നത്തെ പുനഃപരിശോധിക്കാൻ ഇല്ലിച്ചിനെ പ്രേരിപ്പിച്ചു. യഥാർഥത്തിൽ ഒരു കർഷകനും തന്റെ ഗ്രാമവുമായുള്ള ബന്ധം നിലനിർത്തിപ്പോന്നവനുമായ ഗാപോൺ, 'പോട്ടെംകിൻ' എന്ന കപ്പലിലെ ഒരു നാവികനായ മാറ്റ്യൂഷെൻകോ, നാട്ടിൻപുറത്തെക്കുറിച്ച് നേരിട്ടറിയുന്നവരും തൊട്ടുമുമ്പ് റഷ്യയിൽ നിന്നും എത്തിച്ചേർന്നവരുമായ ഒരു സംഘം പ്രവർത്തകർ എന്നിവരുമായുള്ള സംഭാഷണത്തിൽ നിന്നും ഓട്രെസ്കി മുദ്രാവാക്യം അപര്യാപ്തമാണെന്നും, ഭൂജന്മിമാരുടെ എസ്റ്റേറ്റുകളും പള്ളികളുടെയും രാജകുടുംബാംഗങ്ങളുടെയും ഭൂമികളും കണ്ടുകെട്ടുക എന്ന് ആവശ്യപ്പെടുന്നത് പോലുള്ള കൂടുതൽ വ്യാപ്തിയേറിയ മുദ്രാവാക്യം ആവശ്യമാണെന്ന് വ്ളാദിമിർ ഇല്ലിച്ചിന് ബോധ്യമായി. അദ്ദേഹം സ്ഥിതിവിവര റഫറൻസ് ഗ്രന്ഥങ്ങളിലേക്ക് ഇറങ്ങിച്ചെന്നതും പട്ടണത്തിനും നാട്ടിൻപുറത്തിനുമിടയിലും വൻകിട-ചെറുകിട വ്യവസായങ്ങൾക്കിടയിലും അധ്വാനിക്കുന്ന വർഗത്തിനും കൃഷീവല സമൂഹത്തിനുമിടയിലുമുള്ള സാമ്പത്തിക ബന്ധങ്ങൾ പൂർണമായും പഠിച്ചത് വെറുതെയായിരുന്നില്ല. കൃഷിക്കാർക്ക് മേൽ ശക്തമായൊരു രാഷ്ട്രീയ സ്വാധീനത്തിന്റെ ഒരു ഉത്തോലകം എന്ന നിലയിൽ ഈ സാമ്പത്തികബന്ധം അധ്വാനിക്കുന്ന സാധാരണക്കാർക്ക് സഹായകമാകാനുള്ള സമയമായിരിക്കുന്നതായി അദ്ദേഹം കണ്ടു. അധ്വാനിക്കുന്ന സാധാരണക്കാർ മാത്രമാണ് വിട്ടുവീഴ്ചയില്ലാത്ത വിപ്ലവവർഗമെന്ന് അദ്ദേഹം വിശ്വസിച്ചു.

താനെഴുതിയ ഒരു അഭ്യർഥന ശ്രവിക്കാൻ ഒരിക്കൽ ഗാപോൺ വ്ളാദിമിർ ഇല്ലിച്ചിനോട് ആവശ്യപ്പെട്ട രസകരമായ സംഭവം ഞാനോർക്കുന്നു. വളരെ ആർജവത്തോടെ അദ്ദേഹം അത് വായിക്കാൻ ആരംഭിച്ചു. സാർ ചക്രവർത്തിക്ക് നേരെയുള്ള അസഭ്യവർഷമാണ് ആ അഭ്യർഥനയിൽ ഉടനീളമുണ്ടായിരുന്നത്. 'നമുക്ക് ഒരു സാറും ആവശ്യമില്ല. രാജ്യത്തുടനീളം ഒരു യജമാനൻ ഉണ്ടാവട്ടെ. തന്റെ എല്ലാ കുടിയാന്മാരുമൊന്നിച്ച ഒരൊറ്റ ദൈവം!" (അന്ന് ഭൂനികുതികൾ കുറയ്ക്കുക എന്നതായിരുന്നു കർഷകപ്രസ്ഥാനത്തിന്റെ മുഖ്യലക്ഷ്യം) വ്ളാദിമിർ ഇല്ലിച്ച് പൊട്ടിച്ചിരിക്കാൻ തുടങ്ങി. എത്രതന്നെ ബാലിശമായ ആശയമായിരുന്നാലും ജനങ്ങളുമായി തനിക്കുള്ള ഉറ്റബന്ധത്തെയാണ് ഗാപോൺ അവിടെ വെളിപ്പെടുത്തിയത്. സ്വയം ഒരു കർഷകനായ അദ്ദേഹം ഭൂമിക്ക് വേണ്ടി നൂറ്റാണ്ടുകളായി ദാഹിക്കുന്ന, സ്വന്തം ഗ്രാമങ്ങളുമായി പകുതി മാത്രം ബന്ധമുള്ള, തൊഴിലാളികളിൽ ഉന്മേഷം കുത്തിവയ്ക്കാനാണ് അതിലൂടെ ശ്രമിച്ചത്.

വ്ളാദിമിർ ഇല്ലിച്ചിന്റെ പൊട്ടിച്ചിരി ഗാപോണിനെ നിർവീര്യമാക്കിത്തീർത്തു. അദ്ദേഹം പറഞ്ഞു: "ഇത് ശരിയല്ലെങ്കിൽ അതെന്നോട് പറയൂ. ഞാനിതിൽ മാറ്റം വരുത്താം." ഒറ്റയടിക്ക് വ്ളാദിമിർ ഇല്ലിച്ചിൽ ഗൗരവം പ്രകടമായി. അദ്ദേഹം പറഞ്ഞു: "അതെന്തെങ്കിലും പ്രയോജനം ചെയ്യുകയില്ലെന്ന് ഞാൻ ഭയപ്പെടുന്നു. എന്റെ മുഴുവൻ ചിന്താഗതിയും വിഭിന്നമാണ്. ഇത് നിങ്ങൾ നിങ്ങളുടെ സ്വന്തം രീതിയിൽ എഴുതുക." മറ്റൊരു രംഗം ഞാനോർക്കുന്നു. മൂന്നാം കോൺഗ്രസിനും 'പോട്ടെംകിൻ' കലാപത്തിനും ശേഷമായിരുന്നു, അത്. ദൗത്യസംഘത്തെ റൂമാനിയയിലേക്ക് അയയ്ക്കുകയും അവരവിടെ കടുത്തൊരു ഘട്ടത്തെ അഭിമുഖീകരിക്കുകയുമായിരുന്നു. അതിന്റെ ഓർമക്കുറിപ്പുകൾക്കുള്ള പ്രതിഫലമായും വിപ്ലവത്തിന് വേണ്ടിയുള്ള സംഭാവനകളായും ഗപോണിന് കണ്ടമാനം പണം ലഭിച്ചുവെങ്കിലും അത് പോട്ടെംകിനിലെ ആളുകൾക്ക് വസ്ത്രം വാങ്ങാനാണ് അദ്ദേഹം ചെലവഴിച്ചത്. കലാപത്തിലെ ഏറ്റവും പ്രമുഖനും നാവികനുമായ മാത്യുഷെൻകോ ജനീവയിലേക്ക് വന്നു. അയാൾ ഒറ്റയടിക്ക് ഗാപോണിന്റെ സുഹൃത്താവുകയും ഇരുവരും വേർപിരിയാനാവാത്തത്ര അടുക്കുകയും ചെയ്തു.

അതേകാലത്ത് തന്നെ അടുത്തയിടെ സോഷ്യൽ ഡെമോക്രാറ്റുകളുമായി ചേർന്ന് ഒരു പുസ്തകവിൽപ്പനശാലയിലെ വിൽപ്പനക്കാരനായ ഒരു യുവാവ് (ഇപ്പോൾ ഞാനയാളുടെ പേര് ഓർക്കുന്നില്ല) മോസ്കോയിൽ നിന്നും അവിടെ എത്തിച്ചേർന്നു. മോസ്കോവിൽ നിന്നുമുള്ള പാർട്ടിയുടെ നിർദേശപ്രകാരമായിരുന്നു അത്. എങ്ങനെ, എന്തുകൊണ്ട് താനൊരു സോഷ്യൽ ഡെമോക്രാറ്റ് ആയിത്തീർന്നുവെന്ന് വ്യക്തമാക്കിയ അയാൾ ആവേശപൂർവം എന്തുകൊണ്ടാണ് ആ പാർട്ടിയുടെ നയപരിപാടികൾ ശരിയായിരിക്കുന്നതെന്ന് അക്കമിട്ട് പറയാൻ തുടങ്ങി. അതിൽ വിരസനായിത്തീർന്ന വ്ളാദിമിർ ഇല്ലിച്ച് അയാൾക്ക് ചായ നൽകാൻ

എന്നോട് പറഞ്ഞേൽപ്പിച്ച് ലൈബ്രറിയിലേക്ക് പോയി. തുടർന്നും ആ യുവാവ് സോഷ്യൽ ഡെമോക്രാറ്റിക് നയപരിപാടികളെക്കുറിച്ച് ആവേശപൂർവം സംസാരിച്ചു. ഗാപോണും മാ തുഷെൻകോയും അപ്പോഴവിടെ എത്തിച്ചേർന്നു. അവർക്കും ചായ നൽകാൻ സമയമായപ്പോഴാണ് ആ യുവാവ് ഓട്രെസ്കിയുമായി ബന്ധപ്പെട്ട ഒരു വിഷയം അവതരിപ്പിച്ചത്. ഓട്രെസ്കി തിരിച്ചുപിടിക്കാനുള്ള സമരത്തിനപ്പുറത്തേക്ക് കർഷകർ കടന്നുചെല്ലരുതെന്ന യുവാവിന്റെ വാദം കേട്ടപാടെ മാ തുഷെൻകോ ചാടിയെണീറ്റ് അലറി. "എല്ലാ ഭൂമിയും ജനങ്ങൾക്ക്!"

അപ്പോഴേക്കും ഇല്ലിച്ച് മടങ്ങി എത്താതിരുന്നുവെങ്കിൽ കാര്യങ്ങൾ എവിടെ എത്തുമായിരുന്നുവെന്ന് എനിക്കറിഞ്ഞുകൂടാ. വാദപ്രതിവാദം എന്തിനെക്കുറിച്ചാണെന്ന് വളരെ വേഗം മനസിലാക്കിയ അദ്ദേഹം അതിലേക്ക് കടന്നുചെല്ലുന്നതിന് പകരം ഗാപോണിനെയും മാ തുഷെൻകോയെയും തന്റെ മുറിയിലേക്ക് കൂട്ടിക്കൊണ്ടുപോയി. കഴിയുന്നത്ര വേഗത്തിൽ ആ യുവാവിനെ ഞാനവിടെനിന്നും ഒഴിവാക്കി.

കർഷകർക്കിടയിൽ സാർവത്രികമായൊരു വിപ്ലവപ്രസ്ഥാനം ഉയർന്നുവരികയായിരുന്നു. തമ്മർ ഫോർസിൽ നടന്ന ഡിസംബർ കോൺഫറൻസിൽ ഓട്രെസ്കിയുമായി ബന്ധപ്പെട്ട വകുപ്പ് കാര്യപരിപാടിയിൽ നിന്നും പൂർണമായും ഒഴിവാക്കണമെന്ന് വ്ളാദിമിർ ഇല്ലിച്ച് ആവശ്യപ്പെട്ടു. പകരം ജന്മിമാരുടെയും സർക്കാരിന്റെയും പള്ളിയുടെയും ആശ്രമങ്ങളുടെയും രാജാവിന്റെയും കൈവശമുള്ള ഭൂമി പിടിച്ചെടുക്കുന്നതുൾപ്പെടെ കർഷകരുടെ വിപ്ലവനടപടികൾക്ക് പിൻബലമേകുന്ന ഒരു വകുപ്പ് അതിൽ ഉൾപ്പെടുത്തി.

ഇക്കാര്യത്തിൽ വ്യത്യസ്തമായൊരു നിലപാടായിരുന്നു അന്ന് വളരെ സ്വാധീനശക്തിയുണ്ടായിരുന്ന ജർമൻ സോഷ്യൽ ഡെമോക്രാറ്റായ കൗത്സ്കിയുടേത്. കർഷകരുടെയും ഭൂജന്മിമാരുടെയും കാര്യത്തിൽ റഷ്യയിലെ നഗരവിപ്ലവപ്രസ്ഥാനം നിഷ്പക്ഷത പാലിക്കണമെന്ന് അന്ന് അദ്ദേഹം *ന്യൂ സെയ്റ്റ്(Neue Zeit)*ൽ എഴുതി.

ഇന്ന് തൊഴിലാളികളുടെ കാര്യത്തിൽ കൗത്സ്കി ഏറ്റവും വലിയ വഞ്ചകനായിത്തീർന്നിട്ടുണ്ടെങ്കിലും അദ്ദേഹത്തെ വിപ്ലവകാരിയായ ഒരു സോഷ്യൽ ഡെമോക്രാറ്റായി ഗണിച്ചിരുന്ന അക്കാലത്ത് മറ്റൊരു ജർമൻ സോഷ്യൽ ഡെമോക്രാറ്റായ ബെൻസ്റ്റീൻ തൊണ്ണൂറുകളുടെ അന്ത്യത്തിൽ, കാലഹരണപ്പെട്ട മാർക്സിന്റെ ശിക്ഷണങ്ങൾ പരിഷ്കരിക്കണമെന്നും അതിന്റെ ലക്ഷ്യം (സോഷ്യലിസം) യാതൊന്നുമല്ലെന്നും പ്രസ്ഥാനമാണ് സകലതുമെന്നും പ്രഖ്യാപിച്ചപ്പോൾ മാർക്സിന്റെ ശിക്ഷണങ്ങളെ പ്രതിരോധിക്കാൻ ശക്തമായൊരു നിലപാടെടുത്തത് കൗത്സ്കിയായിരുന്നു. അതിന്റെ ഫലമായി, ഏറ്റവും നല്ലൊരു വിപ്ലവകാരിയും മാർക്സിന്റെ ശിഷ്യന്മാരിൽ വച്ച് വളരെ സുസ്ഥിരതയുള്ളവനുമെന്ന ആദരവിന് അന്ന് കൗത്സ്കി അർഹനായി. എന്നാൽ, നിലപാട് എന്തുതന്നെയായാലും, കർഷകരുടെ പിൻബലത്തോടെ മാത്രമേ റഷ്യയിലെ

വിപ്ലവം വിജയിക്കൂ എന്ന ഇല്ലിച്ചിന്റെ നിലപാടിനെ പിടിച്ചുകുലുക്കാൻ അതിനായില്ല.

മാർക്സിന്റെയും എംഗൽസിന്റെയും കാര്യം കൗത്സ്കി കൃത്യമായിട്ടാണോ അവതരിപ്പിക്കുന്നതെന്ന് പരിശോധിക്കാൻ അദ്ദേഹത്തിന്റെ പ്രസ്താവന ഇല്ലിച്ചിനെ പ്രേരിതനാക്കി. 1848ൽ അമേരിക്കയിലുണ്ടായ കർഷകപ്രസ്ഥാനത്തെക്കുറിച്ചുള്ള മാർക്സിന്റെ വീക്ഷണങ്ങളും 1885ലെ ഹെൻട്രി ജോർജിനെക്കുറിച്ചുള്ള എംഗൽസിന്റെ വീക്ഷണങ്ങളും അദ്ദേഹം പഠിക്കാൻ ആരംഭിച്ചു. അതിന്റെ ഫലമായി, ഏപ്രിലിൽ *അമേരിക്കൻ പുനർവിതരണത്തെക്കുറിച്ച് മാർക്സ്*' (Marx on American Redistribution) എന്ന തലക്കെട്ടിലുള്ള ലേഖനം പ്രസിദ്ധീകരിച്ചു. താഴെപ്പറയുന്ന വാക്കുകളോടെയാണ് അദ്ദേഹം ആ ലേഖനം അവസാനിപ്പിച്ചത്:

> റഷ്യയിലേതുപോലെ കർഷകസമൂഹം കഷ്ടപ്പെടുകയും അടിച്ചമർത്തപ്പെടുകയും തരം താഴ്ത്തപ്പെടുകയും ചെയ്തിട്ടുള്ള മറ്റൊരു രാജ്യം ലോകത്തുണ്ടെന്ന് തോന്നുന്നില്ല. കൃഷീവല സമൂഹത്തിന് നേരെയുള്ള അടിച്ചമർത്തൽ എത്രത്തോളം കൂടുതലാവുന്നുവോ അത്രതന്നെ അവരുടെ ഉയർത്തെഴുന്നേൽപ്പിനും വിപ്ലവാത്മകതയ്ക്കും ശക്തിയേറുകയും ചെയ്യും. സർവശക്തിയുമുപയോഗിച്ച് ആ കൊടുങ്കാറ്റിനെ പിന്തുണയ്ക്കേണ്ടത് വിപ്ലവബോധമുള്ള അധ്വാനിക്കുന്ന വർഗത്തിന്റെ ചുമതലയാണ്. അങ്ങനെ പഴക്കമേറിയതും ക്രൂരവും പ്രഭുവർഗഭരണവും അടിമത്തവുമുള്ള റഷ്യയിലെ സകല ശിലകളും പിഴുതെറിയപ്പെടും. അത് ധീരരും സ്വതന്ത്രരുമായ ഒരു പുതിയ തലമുറയെയും സോഷ്യലിസത്തിന് വേണ്ടി അധ്വാനിക്കുന്ന വർഗത്തിന് സമരം ചെയ്യാൻ സാധിക്കുന്ന ഒരു ജനകീയ പരമാധികാരരാജ്യത്തെയും സൃഷ്ടിക്കും.

റഷ്യൻ രാഷ്ട്രീയ കുടിയേറ്റക്കാർ പാർത്തിരുന്ന തെരുവായ വിഖ്യാതമായ റ്യൂ ദെകറോജിൽ അർവെ ചിറയുടെ സമീപത്തായാണ് ജനീവയിലെ ബോൾഷെവിക് സെന്റർ പ്രവർത്തിച്ചിരുന്നത്. *വ്പെർയോദിന്റെ* എഡിറ്റോറിയൽ-വിതരണവിഭാഗങ്ങൾ, ലെപെഷിൻസ്കിസിന്റെ ബോൾഷെവിക് റെസ്റ്റോറന്റ്, ബോൺച്-ബ്രുയേവിച്ചികളുടെയും ല്യാദോവ്, ഇല്ലിൻസ് എന്നിവരുടെയും പാർപ്പിടങ്ങൾ എന്നിവയെല്ലാം അതേ കെട്ടിടത്തിലായിരുന്നു. ഓർലോവ്സ്കി, ഓൾമിൻസ്കി തുടങ്ങിയവർ ബോൺച്-ബ്രൂയേവ്ച്മാരുടെ സ്ഥിരം സന്ദർശകരായിരുന്നു. റഷ്യയിൽ നിന്നും മടങ്ങിയ ബോഗ്ദനോവ് *വ്പെർയോദി*ന്റെ എഡിറ്റോറിയലിൽ ചേരാൻ ജനീവയിലെത്തിയ ലുണാചാർസ്കിക്ക് ആവശ്യമായ സൗകര്യങ്ങൾ ഒരുക്കിക്കൊടുത്തു. പ്രഗത്ഭനായൊരു പ്രസംഗകനെന്ന് തെളിയിച്ചിട്ടുള്ള ലുണാചാർസ്കി ബോൾഷെവിക് നിലപാടുകൾ ശക്തിപ്പെടുത്താൻ വളരെ കൂടുതൽ പ്രവർത്തിച്ചു. അദ്ദേഹവുമായി വളരെ സൗഹൃദത്തിലായ വ്ളാദിമിർ ഇല്ലിച്ച് അദ്ദേഹവുമൊന്നിച്ച് സമയം ചെലവഴിക്കാൻ

തൽപ്പരനായിരുന്നു. *വ്പെർയോദിസ്റ്റു*കളുമായുള്ള അഭിപ്രായവ്യത്യാസങ്ങളുടെ വേളകളിൽ അദ്ദേഹം തന്റെ നേരെ പക്ഷപാതിത്വമുള്ളവനായിരുന്നു. തന്റെ സാന്നിധ്യം ഉയർത്തിക്കാണിക്കുന്നതിൽ ലുണാചാർസ്കി എപ്പോഴും ശ്രദ്ധാലുവായിരുന്നു. 1919ലോ 1920ലോ ആണെന്നാണ് എന്റെ ഓർമ, മുൻനിരയിലെ ഒരു സന്ദർശനം കഴിഞ്ഞ് മടങ്ങിയ തന്റെ അനുഭവങ്ങൾ വ്ളാദിമിർ ഇല്ലിച്ചിനോട് വിവരിക്കുമ്പോൾ അത് ശ്രവിച്ചിരുന്ന ഇല്ലിച്ചിന്റെ മിഴികളിലെ തിളക്കം ഞാൻ ഓർക്കുന്നു.

ലുണാചാർസ്കി, വോറോവ്സ്കി, ഓൾമിസ്കി എന്നിവർ ഉൾപ്പെട്ട *വ്പെർയോദി*ന്റെ എഡിറ്റോറിയൽ വളരെ പ്രബലമായിരുന്നു. അതിൽ വളരെ സന്തുഷ്ടനായിത്തീർന്ന വ്ളാദിമിർ, ബോൺച്-ബ്രൂരേയേവിച്ച് തിരക്കിട്ട് അച്ചടിശാലകളുടെ പ്രവർത്തനത്തിലേർപ്പെട്ടു.

ഏറെക്കുറെ എല്ലാ സന്ധ്യകളിലും കഫേ ലാൻഡോറ്റിൽ ഒന്നിച്ച് കൂടിയിരുന്ന ബോൾഷെവിക്കുകാർ ഒരു ഗ്ലാസ് ബിയർ സേവിച്ച് മണിക്കൂറുകളോളം റഷ്യയിലെ സംഭവവികാസങ്ങൾ ചർച്ച ചെയ്യുകയും ഭാവി പരിപാടികൾ ആസൂത്രണം ചെയ്യുകയുമുണ്ടായി.

നിരവധി സഖാക്കൾ റഷ്യയിലേക്ക് പോവുകയും വേറെ നിരവധി പേർ അതിന് തയാറെടുക്കുകയും ചെയ്തു.

ആ ഘട്ടത്തിൽ ഒരു മൂന്നാം കോൺഗ്രസിനായി റഷ്യയിൽ ഒരു പ്രക്ഷോഭം നടക്കുകയായിരുന്നു. രണ്ടാം കോൺഗ്രസിന് ശേഷം അവിടെ നിരവധി മാറ്റങ്ങളുണ്ടായെന്ന് മാത്രമല്ല, ഒരു പുതിയ കോൺഗ്രസ് അനിവാര്യമാക്കിത്തീർക്കാനാവശ്യമായ നിരവധി ചോദ്യങ്ങൾ അവിടെ ഉയർന്നുവരികയുമുണ്ടായി. ഒട്ടെല്ലാ കമ്മിറ്റികളും ഒരു കോൺഗ്രസിന് അനുകൂലമായിരുന്നു. ഭൂരിപക്ഷം കമ്മിറ്റികളുടേതുമായ ഒരു ബ്യൂറോ രൂപീകരിക്കപ്പെട്ടു. മെൻഷെവിക്കുകളുൾപ്പെടെ പുതിയ അംഗങ്ങളിലെ നിരവധി പേരെ കേന്ദ്രകമ്മിറ്റി അതിൽ കൂടുതലായി ഉൾപ്പെടുത്തി. എന്നാൽ ഒരു സമവായ സമിതിയായിരുന്ന അത് ഒരു മൂന്നാം കോൺഗ്രസിന് എല്ലാ തടസങ്ങളുമുണ്ടാക്കി. ലിയോനിദ് ആൻഡ്രെയേവിന്റെ മോസ്കോവിലുള്ള കേന്ദ്രകമ്മിറ്റിയിൽ നടന്ന റെയ്ഡിന് ശേഷം അറസ്റ്റ് ചെയ്യപ്പെടാത്ത അംഗങ്ങൾ കേന്ദ്രകമ്മിറ്റിയുടെ ഒരു യോഗം വിളിച്ചുകൂട്ടാൻ സമ്മതിച്ചു.

ലണ്ടനിലായിരുന്നു ആ കോൺഗ്രസ് നടന്നത്. പ്രകടമായിത്തന്നെ ബോൾഷെവിക്കുകാർ ഭൂരിപക്ഷമായിരുന്നതിനാൽ മെൻഷെവിക്കുകാർ അതിൽ നിന്നും വിട്ടുനിൽക്കുകയും, അവരുടെ പ്രതിനിധികൾ ജനീവയിൽ അവരുടേതായ പ്രത്യേക സമ്മേളനം നടത്തുകയും ചെയ്തു.

കേന്ദ്രകമ്മിറ്റിയിലേക്ക് റഷ്യയിൽനിന്നുമുള്ള പ്രതിനിധികൾ സൊമ്മറും (അഥവാ മാർക്ക് - ല്യൂബിനോവ്) വിന്ററും (ക്രാസിൽ) ആയിരുന്നു. മാർക്ക് ആകുലചിത്തനായി കാണപ്പെട്ടുവെങ്കിലും യാതൊന്നും സംഭവിച്ചിട്ടില്ലെന്ന ഭാവമായിരുന്നു ക്രാസിന്റേത്. സമവായ നിലപാടിനെതിരെ പ്രതിനിധികൾ കേന്ദ്രകമ്മിറ്റിയെ ശക്തിയുക്തം ആക്രമിച്ചു. ഒരു

ഇടിമിന്നൽ മേഘത്തെപ്പോലെ ഇരുണ്ട് ഇരിക്കുകയായിരുന്ന മാർക്ക് യാതൊന്നും മിണ്ടിയില്ല. താടിക്ക് കൈയും കൊടുത്ത് പൂർണമായും അശ്രദ്ധനെന്നമട്ടിൽ, ആവേശജനകമായ പ്രസംഗങ്ങളൊന്നും തനിക്ക് ബാധകമല്ലെന്ന ഭാവത്തിൽ ഇരിക്കുകയായിരുന്ന ക്രാസിനും നിശബ്ദനായിരുന്നു. തന്റെ ഊഴം വന്നപ്പോൾ, അവടെയുണ്ടായ ആക്രമണങ്ങളെ പരാമർശിക്കുക പോലും ചെയ്യാതെ, ശാന്തമായ സ്വരത്തിൽ അദ്ദേഹം തന്റെ റിപ്പോർട്ട് അവതരിപ്പിച്ചു. ഇതിനകം കടന്നുപോയ സമവായത്തിന്റെ പക്ഷപാതിത്വത്തിന്റേതായ ഒരു നിലപാട് അദ്ദേഹം കൈക്കൊണ്ടിട്ടുണ്ടെന്നും അവസാനം വരെ ബോൾഷെവിക്കുകളുമൊന്നിച്ച് അദ്ദേഹം നിലകൊള്ളുമെന്നും ഏവർക്കും മനസിലായി.

സമരയോദ്ധാക്കളെ ആയുധം ധരിക്കാൻ സഹായിക്കുകയും സമര പോരാളികൾക്ക് മേൽനോട്ടം കൊടുക്കുകയും ചെയ്തപ്പോൾ 1905ലെ വിപ്ലവകാലത്ത് ക്രാസിൻ ചെയ്ത ശ്രേഷ്ഠവും ഉത്തരവാദിത്തമുള്ളതുമായ ജോലി എന്തായിരുന്നുവെന്ന് ഇന്ന് പാർട്ടിയിലെ അംഗങ്ങൾക്കറിയാം. യാതൊരു ഒച്ചപ്പാടുമില്ലാതെ വളരെ രഹസ്യമായിട്ടാണ് അതെല്ലാം ചെയ്തതെങ്കിലും അവ ചെയ്യാനുണ്ടായ ആർജവം വളരെ കൂടുതലായിരുന്നു. മറ്റാരെക്കാളും കൂടുതലായി ആ പ്രവർത്തനത്തെക്കുറിച്ച് വ്ളാദിമിർ ഇല്ലിച്ചിന് അറിയാമായിരുന്നു. അതുകൊണ്ട് തന്നെ അതിന് ശേഷം എല്ലായ്പോഴും ക്രാസിനെ കുറിച്ച് അദ്ദേഹത്തിന് വളരെ നല്ല അഭിപ്രായവുമായിരുന്നു

കോക്കസസിൽ നിന്നും നാല് പുരുഷന്മാർ - മിഖാത്സ്ഖാകായ, അല്യോഷ ജപാറിഡ്സെ, ലെമാൻ, കമെനേവ് - അവിടെ എത്തിച്ചേർന്നു. അവിടെ നിന്നും കോൺഗ്രസിൽ പങ്കെടുക്കാൻ മൂന്നുപേർക്ക് മാത്രമേ അധികാരമുണ്ടായിരുന്നുള്ളൂ. അവർ ആരാണെന്നും മൂന്ന് അധികാരപത്രങ്ങളുപയോഗിച്ച് നാല് പ്രതിനിധികൾ വന്നതെങ്ങനെയെന്നും വ്ളാദിമിർ ഇല്ലിച്ചിന് അറിയണമായിരുന്നു. ആർക്കാണ് കൂടുതൽ വോട്ടുകൾ ലഭിച്ചത്? മിഖാ പ്രതിഷേധിച്ചു: "കോക്കസസിൽ ആരെങ്കിലും വോട്ടു ചെയ്യുന്നതിനെക്കുറിച്ച് ആരാണ് കേട്ടിട്ടുള്ളത്? ഞങ്ങൾ ഞങ്ങളുടെ എല്ലാ കാര്യങ്ങളും സൗഹൃദപൂർവമാണ് തീർപ്പാക്കുന്നത്. അയയ്ക്കപ്പെട്ട ഞങ്ങൾ നാലുപേരും ഇവിടെ എത്തിച്ചേർന്നു. ആളുകളുടെ എണ്ണത്തിൽ കാര്യമൊന്നുമില്ല." കോൺഗ്രസിൽ ഏറ്റവും പ്രായം കൂടിയ വ്യക്തിയായിരുന്ന മിഖാ തന്നെയാണ് അത് ഉൽഘാടനം ചെയ്തതും. പൊളെസ്യേ കമ്മിറ്റിയെ പ്രതിനിധീകരിച്ചത് ല്യോവ വ്ളാദിമിറോവ് ആയിരുന്നു. വിഘടനത്തെക്കുറിച്ച് റഷ്യയിലുള്ള അദ്ദേഹത്തിന് ഞങ്ങൾ ഇടയ്ക്കിടെ എഴുതുമായിരുന്നുവെങ്കിലും ഒരിക്കലും ഒരു മറുപടി ലഭിക്കുകയുണ്ടായില്ല. എന്തായാലും ദൃഢതയുള്ളൊരു ബോൾഷെവിക്കാണ് താനെന്ന് കോൺഗ്രസിൽ അദ്ദേഹം സ്വയം വെളിപ്പെടുത്തി.

ബോഗ്ദനോവ്, പോസ്തോലോവ്സ്കി (വാദിം), പി പി റുമ്യാത്സേവ്, റൈക്കോവ്, ഡാമ്മെർ, സെമ്ലാച്ക ലിത്വിനോവ്, സ്ക്രിപ്നിക്,

ബുർ (എ ഇ എസ്സെൻ), ഷ്ക്ലോവ്സ്കി, ക്രാമോൾനിക്കോവ് എന്നിവരടങ്ങുന്നതായിരുന്നു റഷ്യയിൽ നിന്നുമുള്ള മറ്റ് പ്രതിനിധികൾ.

കോൺഗ്രസിലെ എല്ലാം തന്നെ റഷ്യയിലെ തൊഴിലാളി പ്രസ്ഥാനം തികച്ചും സജീവമാണെന്ന വസ്തുതയിലേക്ക് വിരൽ ചൂണ്ടുന്നതായിരുന്നു. സായുധ കലാപം, ഒരു താൽക്കാലിക വിപ്ലവഭരണകൂടം, കലാപത്തിന് തൊട്ടുമുമ്പ് ഭരണകൂടത്തിന് അതിന് നേരെയുള്ള സമീപനം, ആർ എസ് ഡി എൽ പിയുടെ പരസ്യപ്രവർത്തനം, കർഷകപ്രസ്ഥാനത്തോടുള്ള സമീപനം, റഷ്യക്കാരല്ലാത്ത ദേശീയതകളുടെ ലിബറൽ-സോഷ്യൽ ഡെമോക്രാറ്റിക് സംഘടനകളോടുള്ള സമീപനം, പ്രചരണവും പ്രക്ഷോഭവും, വിഘടിച്ചുപോയ പാർട്ടിയിലെ വിഭാഗം എന്നിവ പോലുള്ള വിഷയങ്ങളുമായി ബന്ധപ്പെട്ട് പ്രമേയങ്ങൾ പാസാക്കപ്പെട്ടു.

കാർഷിക പ്രശ്നത്തെക്കുറിച്ച് വ്ളാദിമിർ ഇല്ലിച്ച് തയാറാക്കി അവതരിപ്പിച്ച റിപ്പോർട്ടിൽ ഓട്രെസ്കിയെകുറിച്ചുള്ള തന്റെ അഭിപ്രായം രേഖപ്പെടുത്തിയപ്പോൾതന്നെ, ഭൂജന്മിമാരുടെയും പള്ളിയുടെയും രാജാവിന്റെയും ഭൂമികൾ പിടിച്ചെടുക്കുന്ന വിഷയത്തിനാണ് ഏറ്റവും പ്രാമുഖ്യം നൽകിയത്.

മൂന്നാം കോൺഗ്രസിന്റെ മറ്റ് രണ്ട് സവിശേഷതകൾ രണ്ട് കേന്ദ്രങ്ങളെക്കുറിച്ചും തൊഴിലാളികൾക്കും ബുദ്ധിജീവികൾക്കും ഇടയിലെ ബന്ധത്തെക്കുറിച്ചുമുള്ള ചോദ്യങ്ങളായിരുന്നു.

രണ്ടാം കോൺഗ്രസിലെ സുപ്രധാന ഘടകം സാഹിത്യവുമായി ബന്ധമുള്ള ബുദ്ധിജീവികളും ഒരു രീതിയിലല്ലെങ്കിൽ മറ്റൊരു രീതിയിൽ പാർട്ടിക്കുവേണ്ടി, നല്ലപ്രവർത്തനം നടത്തിയവരും, എന്നാൽ, അപ്പോഴും രൂപം പ്രാപിച്ചുകൊണ്ടിരുന്ന റഷ്യയിലെ സംഘടനയുമായി സുദൃഢമായ ബന്ധമില്ലാത്ത പാർട്ടിയുടെ പ്രായോഗിക പ്രവർത്തകരുമായിരുന്നു.

മൂന്നാം കോൺഗ്രസിന് തികച്ചും വിഭിന്നമായൊരു സ്വഭാവമാണുണ്ടായിരുന്നത്. നിയമവിരുദ്ധമായ ലോക്കൽ കമ്മിറ്റികളുടെ രൂപത്തിൽ അതിനകം തന്നെ റഷ്യയിലെ സംഘടനകൾ പ്രവർത്തിച്ചു തുടങ്ങിയിരുന്നു. അവയാകട്ടെ രഹസ്യത്തിന്റെ അങ്ങേയറ്റം പ്രയാസമേറിയ സ്ഥിതിയിൽ പ്രവർത്തിക്കാൻ നിർബന്ധിതവുമായിരുന്നു. അതിന്റെ ഫലമായി തൊഴിലാളി പ്രസ്ഥാനങ്ങൾക്ക് മേൽ വളരെയധികം സ്വാധീനമുണ്ടായിരുന്നുവെങ്കിലും എവിടെയും ആ കമ്മിറ്റികൾക്ക് അവയിലെ അംഗങ്ങൾക്കിടയിൽ പ്രായോഗിക പ്രവർത്തകരുണ്ടായിരുന്നില്ല. ഇപ്പോൾ തങ്ങൾക്കൊരു നേതൃത്വമുണ്ടെന്ന് അനുഭവപ്പെട്ട അധ്വാനിക്കുന്ന ജനവിഭാഗങ്ങളുടെ വികാരം പ്രതിഫലിപ്പിക്കുന്നവയായിരുന്നു ആ കമ്മിറ്റികളുടെ ലഘുലേഖകളും നിർദേശങ്ങളും. അക്കാരണത്താൽ ആ ജനവിഭാഗങ്ങളും ആ ജനവിഭാഗങ്ങൾക്ക് വളരെയധികം ഇഷ്ടമായിരുന്ന ആ കമ്മിറ്റികളിലെ പ്രവർത്തകരും നിഗൂഢതയുടെ മറവിലാണ് പ്രവർത്തിച്ചുപോന്നത്. പ്രസ്ഥാനത്തിന്റെ മൗലികമായ വിഷയങ്ങൾ ചർച്ച ചെയ്യാൻ ബുദ്ധിജീവികളിൽ നിന്നും വേറിട്ട് ആ പ്രവർത്തകർ ഇടയ്ക്കിടെ ഒന്നിച്ച്

കൂടിയിരുന്നു. മെൻഷെവിക്കുകൾക്കും ബോൾഷെവിക്കുകൾക്കുമിടയിലെ പ്രധാന വ്യത്യാസങ്ങൾ ചൂണ്ടിക്കാണിച്ചുകൊണ്ട് ഒഡെസയിലെ അമ്പത് പ്രവർത്തകരുടെ ഒരു പ്രസ്താവന മൂന്നാം കോൺഗ്രസിന് ലഭിച്ചു. ഈ വിഷയം ചർച്ചചെയ്തപ്പോൾ ഒരൊറ്റ ബുദ്ധിജീവിപോലും ആ യോഗത്തിൽ പങ്കെടുത്തില്ലെന്നും ആ പ്രസ്താവനയിൽ എടുത്തു പറഞ്ഞിരുന്നു.

സാധാരണയായി ഒരു 'കമ്മിറ്റിക്കാരൻ' ആത്മവിശ്വാസമുള്ളൊരു വ്യക്തിയായിരുന്നു. ജനങ്ങൾക്കിടയിൽ കമ്മിറ്റിയുടെ പ്രവർത്തനത്തിന് വളരെയധികം സ്വാധീനശക്തിയുണ്ടെന്ന് കണ്ടറിഞ്ഞ അയാൾ, ഒരു നിയമമെന്നനിലയ്ക്ക്, ഒരുതരത്തിലുമുള്ള ഉൾപ്പാർട്ടി ജനാധിപത്യത്തെയും അംഗീകരിച്ചിരുന്നില്ല. 'കമ്മിറ്റിക്കാരൻ' പറയും: 'ഉൾപ്പാർട്ടി ജനാധിപത്യം പൊലീസുമായുള്ള പ്രശ്നത്തിലേക്ക് മാത്രമേ നയിക്കൂ. ഇപ്പോഴത്തെപ്പോലെ ഞങ്ങൾ പ്രസ്ഥാനവുമായി ബന്ധപ്പെട്ടു നിൽക്കുന്നു,' അവരുടെ അഭിപ്രായത്തിൽ അന്യോന്യം കലഹിക്കുന്നതിൽ കൂടുതലായ യാതൊന്നും ചെയ്യാത്ത, വിദേശത്ത് പാർക്കുന്ന പാർട്ടി പ്രവർത്തകർക്ക് നേരെ മനസുകൊണ്ട് അവർക്ക് വെറുപ്പായിരുന്നു: "അവർ റഷ്യൻ സാഹചര്യങ്ങളിൽ പ്രവർത്തിക്കുകയാണ് വേണ്ടത്." വിദേശത്തെ സെന്ററിന്റെ അതിരുകടന്ന സ്വാധീനത്തെ 'കമ്മിറ്റിക്കാരൻ' എതിർത്തു. അതേസമയം, അവർക്ക് പ്രചോദനവും ആവശ്യമായിരുന്നില്ല. ദ്രുതഗതിയിൽ മാറിക്കൊണ്ടിരിക്കുന്ന സാഹചര്യം അവർ ആഗ്രഹിച്ചില്ലെന്ന് മാത്രമല്ല, അതിനോട് പൊരുത്തപ്പെടാനും അവർക്ക് കഴിയുമായിരുന്നില്ല.

1904-05 കാലഘട്ടത്തിൽ ഈ 'കമ്മിറ്റിക്കാർ' വളരെ വിലപ്പെട്ട പ്രവർത്തനങ്ങളാണ് നടത്തിയതെങ്കിലും തുറന്ന സമരത്തിന്റെ രീതികളോടും നിയമപരമായ സൗകര്യങ്ങൾ വർധിപ്പിക്കുന്നതിന്റെ സാഹചര്യങ്ങളോടും പൊരുത്തപ്പെടുന്നത് അങ്ങേയറ്റം പ്രയാസമുള്ള സംഗതിയാണെന്ന് അവരിൽ നിരവധിപേർ കണ്ടെത്തി.

കുറഞ്ഞപക്ഷം ഏതെങ്കിലും അടയാളമുള്ള പ്രവർത്തകരാരും മൂന്നാം കോൺഗ്രസിലുണ്ടായിരുന്നില്ല. ഞാൻ ഓർമിക്കുന്നിടത്തോളം. ബബുഷ്കിൻ എന്ന ഇരട്ടപ്പേരിൽ കോൺഗ്രസിൽ പങ്കെടുത്ത വ്യക്തി ഷ്ക്ലോവ്സ്കി ആയിരുന്നു. ബബുഷ്കിൻ അന്ന് സൈബീരിയയിലായിരുന്നു. എങ്കിലും 'കമ്മിറ്റിക്കാർ'ക്ക് അവിടെ ഒരു കുറവുമുണ്ടായിരുന്നില്ല. കോൺഗ്രസിന്റെ ഈ സംവിധാനം മനസിലുണ്ടാവാതിരുന്നുവെങ്കിൽ കോൺഗ്രസ് രേഖകളിലെ നിരവധി കാര്യങ്ങൾ ശരിയായി മനസിലാക്കാൻ കഴിയാതെ പോവുമായിരുന്നു. 'കമ്മിറ്റിക്കാരെ'ക്കൂടാതെ പ്രമുഖ പ്രവർത്തകരും 'വിദേശത്തുള്ള സെന്ററിനെ കാൽച്ചുവട്ടിൽ കൊണ്ടുവരുന്ന ചോദ്യമുന്നയിച്ചു. അവർക്ക് നേതൃത്വം നൽകിയത് ബോഗ്ദനോവ് ആയിരുന്നു.

അവിടെ പറഞ്ഞുകേട്ട നിരവധി കാര്യങ്ങൾ പറഞ്ഞിട്ടില്ലെന്ന് കരുതുന്നതാണ് ഭംഗി. അവ കേട്ടതായി വ്ളാദിമിർ ഇല്ലിച്ച് ഭാവിച്ചില്ല. വിക

സിച്ചുവരുന്ന വിപ്ലവത്തിനനുസൃതമായി കുടിയേറ്റക്കാരുടെ സെന്ററിന്റെ പ്രാധാന്യം മണിക്കൂറുകൾ തോറും കുറഞ്ഞുവരുന്നതായി അദ്ദേഹം കണ്ടു. വിദേശത്ത് തന്റെ തന്നെ ദിവസങ്ങൾ 'എണ്ണപ്പെട്ടുകഴിഞ്ഞു' എന്ന് അറിയാമായിരുന്ന അദ്ദേഹത്തിന്റെ മുഖ്യമായ ആവശ്യം എന്താണ് സംഭവിച്ചുകൊണ്ടിരിക്കുന്നതെന്ന് കേന്ദ്ര ജിഹ്വ (തൽക്കാലം വിദേശത്ത് നിന്നും പ്രസിദ്ധീകരിക്കുന്ന പേര് *പ്രൊലെറ്ററി* എന്നാണ് ഇവിടുന്നങ്ങോട്ട് പരാമർശിക്കുക) റഷ്യയിലെ കേന്ദ്രകമ്മിറ്റിയെ കൃത്യമായി അറിയിക്കണം എന്നതായിരുന്നു. മാത്രമല്ല, റഷ്യയിലെയും വിദേശത്തെയും കേന്ദ്രകമ്മിറ്റി വിഭാഗങ്ങൾക്കിടയിൽ പതിവായി യോഗങ്ങൾ സംഘടിപ്പിക്കണമെന്നും അദ്ദേഹം ആവശ്യപ്പെട്ടു.

പ്രവർത്തകരെ കമ്മിറ്റികളിലേക്ക് കൊണ്ടുവരുന്നതിനെകുറിച്ചുള്ള ചോദ്യം വളരെ അഭിപ്രായവ്യത്യാസമുണ്ടാക്കിയ ഒന്നായിരുന്നു. വ്ളാദിമിർ ഇല്ലിച്ച് ആ ആശയത്തെ ആവേശപൂർവം പിന്തുണച്ചു. ബോഗ്ദനോവും കേന്ദ്രകമ്മിറ്റിയിലെ അംഗങ്ങളും എഴുത്തുകാരും അതിന് അനുകൂലമായിരുന്നു. എന്നാൽ, 'കമ്മിറ്റിക്കാർ' അതിനെ എതിർത്തു. വ്ളാദിമിർ ഇല്ലിച്ചും 'കമ്മിറ്റിക്കാരും' ചൂടേറിയ വാദപ്രതിവാദത്തിലേർപ്പെട്ടു. പ്രവർത്തകരെ കമ്മിറ്റികളിലേക്ക് പ്രവേശിപ്പിക്കുന്നത് അപ്രായോഗികമാണെന്ന് വാദിച്ചുകൊണ്ട് ഇക്കാര്യത്തിൽ ഒരു പ്രമേയവും പാസാക്കാൻ പറ്റില്ലെന്ന് 'കമ്മിറ്റിക്കാർ' ശാഠ്യം പിടിച്ചു.

ആ ചർച്ചകളിൽ പങ്കെടുത്തുകൊണ്ട് വ്ളാദിമിർ ഇല്ലിച്ച് പറഞ്ഞു:

> ഇക്കാര്യത്തിന്മേൽ കൂടുതൽ വിശാലമായൊരു വീക്ഷണം നമുക്കുണ്ടാവണമെന്ന് ഞാൻ കരുതുന്നു. തൊഴിലാളികളെ കമ്മിറ്റികളിൽ എടുക്കുന്നത് പ്രബോധനപരം മാത്രമല്ല, രാഷ്ട്രീയവുമായൊരു ദൗത്യമാണ്. ഒരു വർഗബോധമുള്ള അവർക്ക് ഒരൽപ്പം രാഷ്ട്രീയ പരിചയം നൽകിയാൽ വളരെവേഗം അവർ ദൃഢതയുള്ള സോഷ്യൽ ഡെമോക്രാറ്റുകളായിത്തീരും. നമ്മുടെ ഓരോ കമ്മിറ്റികളിലും രണ്ട് ബുദ്ധിജീവികൾക്ക് ആനുപാതികമായി എട്ട് തൊഴിലാളികളുണ്ടാവുന്നതിനെ ഞാൻ ശക്തിയുക്തം അനുകൂലിക്കുന്നു. സാഹിത്യത്തിൽ ഉപദേശം നൽകപ്പെട്ടിട്ടുള്ളതിനാൽ - സാധ്യമായ കമ്മിറ്റികളിലെല്ലാം തൊഴിലാളികളെ ഉൾപ്പെടുത്തേണ്ടതിനാൽ - അത് കോൺഗ്രസിന്റെ പേരിലാവുന്നത് പര്യാപ്തമായിരിക്കുകയില്ല. കോൺഗ്രസിന്റെ നിർദേശത്തെക്കുറിച്ച് നിങ്ങൾക്ക് വ്യക്തവും സുനിശ്ചിതവുമായ ഒരു ധാരണയുണ്ടെങ്കിൽ പ്രബോധനപരമല്ലാത്തതിനെ ചെറുക്കാൻ വിപ്ലവാത്മകമായൊരു മാർഗം നിങ്ങൾക്കുണ്ടാവും: അതാണ് കോൺഗ്രസിന്റെ സുവ്യക്തമായ ഇച്ഛ.

കമ്മിറ്റികളിലേക്ക് സാധ്യമാവുന്നിടത്തോളം പ്രവർത്തകരെ ആകർഷിക്കുന്നതിന്റെ അവശ്യകതയെക്കുറിച്ച് വ്ളാദിമിർ ഇല്ലിച്ച്

ആവർത്തിച്ച് വ്യക്തമാക്കുകയുണ്ടായി. തന്റെ *ലെറ്റർ റ്റു എ കോമ്രേഡിൽ* 1903ൽത്തന്നെ അദ്ദേഹം അതെഴുതുകയും ചെയ്തു. വീണ്ടുമിപ്പോൾ കോൺഗ്രസിൽ അതേ വീക്ഷണത്തെ പ്രതിരോധിച്ചുകൊണ്ട് അദ്ദേഹം എതിരാളികളെ ഉത്തരം മുട്ടിച്ചു. "അപ്പോൾ പ്രായോഗികമായി പ്രവർത്തകരുടെ വളരെ കൂടുതൽ ആവശ്യവും ബുദ്ധിജീവികളുടെ വളരെ കുറച്ച് ആവശ്യവുമേയുള്ളൂ" എന്ന് മിഖായ്‌ലോവ് പറഞ്ഞപ്പോൾ വ്ളാദിമിർ ഇല്ലിച്ച് ഉറക്കെ വിളിച്ചു പറഞ്ഞു: "വളരെ ശരിയാണ്." അപ്പോൾ 'കമ്മിറ്റിക്കാർ ഏകസ്വരത്തിൽ ശബ്ദിച്ചു: "അത് തെറ്റാണ്!"

"പതിനഞ്ച് വർഷക്കാലമായി പ്രവർത്തിച്ചുപോരുന്നുണ്ടെങ്കിലും സെന്റ് പീറ്റേഴ്സ് ബർഗ് കമ്മിറ്റിക്ക് ഒരൊറ്റ പ്രവർത്തകനേയുള്ളൂ" എന്ന് റുമ്യാൻത്സേവ് പറഞ്ഞപ്പോൾ വ്ളാദിമിർ ഇല്ലിച്ച് വിളിച്ചലറി: "ലജ്ജാവഹം!"

പിന്നീട് സംവാദത്തിന്റെ അന്ത്യത്തിൽ വ്ളാദിമിർ ഇല്ലിച്ച് പറഞ്ഞു:

> കമ്മിറ്റികളിൽ അംഗങ്ങളാകാൻ യോഗ്യതയുള്ള പ്രവർത്തകരില്ലെന്ന് ആളുകൾ പറയുന്നത് ശാന്തനായി കേട്ടിരിക്കാൻ എനിക്ക് കഴിഞ്ഞില്ല. ഇത് വിഷയത്തിൽ നിന്നുമുള്ള വഴിതെറ്റിപ്പോകലാണ്. പ്രകടമായിത്തന്നെ അത് അനാരോഗ്യത്തിന്റെ ലക്ഷണമാണ്. പ്രവർത്തകരെ കമ്മിറ്റികളിൽ ഉൾപ്പെടുത്തിയേ മതിയാവൂ.

പ്രചരണവും പ്രക്ഷോഭവുമാണ് കോൺഗ്രസിന് മുമ്പിലുണ്ടായിരുന്ന മറ്റൊരു സുപ്രധാന ചോദ്യം.

ഒഡെസയിൽ നിന്നും വന്നൊരു പെൺകുട്ടി പരാതിപ്പെട്ടത് ഞാനോർക്കുന്നു: "പ്രാദേശിക കമ്മിറ്റിക്ക് അസാധ്യമായതാണ് പ്രവർത്തകർ ആവശ്യപ്പെടുന്നത്. അവർക്കായി ഞങ്ങൾ പ്രചരണം നടത്തുകയാണ് അവർക്കാവശ്യം. ഞങ്ങൾക്ക് അതെങ്ങനെ സാധിക്കും? അവർക്കായി ഞങ്ങൾക്ക് നൽകാനാവുന്നത് പ്രക്ഷോഭം മാത്രമാണ്."

പെൺകുട്ടിയുടെ പ്രസ്താവന ഇല്ലിച്ചിനെ വളരെ ആകർഷിച്ചു. അത് പ്രചരണത്തെക്കുറിച്ചുള്ള ചർച്ചയുടെ ഒരു പരിചയപ്പെടുത്തലായി പരിണമിച്ചു. സെംല്യാച്ക, മിഖാത്സ്ഖാകായ, ഡെസ്നിസ്കി തുടങ്ങിയവരുടെ പ്രസംഗങ്ങളിൽ നിന്നും ചികഞ്ഞെടുക്കാവുന്ന തരത്തിലുള്ള പ്രചരണത്തിന്റെ പഴയ രീതികൾ നിർജീവമായിത്തീരുകയും പ്രചരണം പ്രക്ഷോഭത്തിന് വഴിമാറിക്കൊടുക്കുകയും ചെയ്തു. അധ്വാനിക്കുന്ന വർഗത്തിന്റെ വമ്പിച്ച മുന്നേറ്റത്തോടെ വാക്കുകൾ കൊണ്ടുള്ള പ്രചരണത്തിനെന്നല്ല, മുഴുവനുമെന്ന നിലയിൽ പ്രക്ഷോഭത്തിന് പോലും പ്രസ്ഥാനത്തിന്റെ ആവശ്യങ്ങൾ പൂർണമായും നിറവേറ്റാൻ കഴിയാതെ വന്നു. ജനകീയ സാഹിത്യം, ഒരു ജനകീയ വർത്തമാന പത്രം, കർഷകർക്കും റഷ്യക്കാരല്ലാത്ത ദേശീയതകൾക്കും വേണ്ടിയുള്ള സാഹിത്യം എന്നിവയാണ് ആവശ്യമായിരുന്നത്.

നിയമവിരുദ്ധമായ സംഘടനകളുടെ പരിമിതികൾക്കുള്ളിൽ നിന്നു

കൊണ്ട് ഉത്തരം കണ്ടെത്താനാവാത്ത നൂറുകണക്കിന് ചോദ്യങ്ങൾ അവിടെ ഉയർന്നുവന്നു. റഷ്യയിൽ ഒരു ദിനപത്രവും നിയമവിധേയമായ അതിന്റെ പ്രസിദ്ധീകരണത്തിനുള്ള വ്യാപ്തിയേറിയ സൗകര്യങ്ങളും ഉണ്ടാവുന്നിലൂടെ മാത്രമേ അത് സാധ്യമാവുമായിരുന്നുള്ളൂ. എന്നാൽ പത്രസ്വാതന്ത്ര്യം അപ്പോഴും നേടിയെടുക്കേണ്ടതായിട്ടാണിരുന്നത്. റഷ്യയിൽ നിയമവിരുദ്ധമായൊരു ദിനപത്രം പ്രസിദ്ധീകരിക്കാനും ഒരു ജനകീയ ദിനപത്രം പ്രസിദ്ധീകരിക്കാൻ ചുമതലയുള്ള എഴുത്തുകാരുടെ ഒരു സംഘം രൂപീകരിക്കാനും തീരുമാനിക്കപ്പെട്ടു. എന്തായാലും ഈ നടപടികളെല്ലാം തന്നെ കേവലം തൽക്കാലശാന്തിക്കുള്ളവയായിരുന്നു.

ഉയർന്നുവരുന്ന വിപ്ലവസമരത്തെക്കുറിച്ച് കോൺഗ്രസിൽ വളരെക്കൂടുതൽ ചർച്ച ചെയ്യപ്പെട്ടു. പോളണ്ടിലെയും കോക്കസസിലെയും സംഭവവികാസങ്ങളുമായി ബന്ധപ്പെട്ട പ്രമേയങ്ങൾ പാസാക്കി. “പ്രസ്ഥാനം കണിശമായും വ്യാപിച്ചുകൊണ്ടിരിക്കുന്നു.” യുറൾസിൽ നിന്നുമുള്ള പ്രതിനിധി പറഞ്ഞു: “മുന്നേറാൻ അശക്തമായ ഉറങ്ങുന്ന ഒരു പിന്നോക്ക പ്രദേശമെന്ന നിലയിൽ ഇനിയും യുറൾസിനെ നാം പരിഗണിച്ചുകൂടാ. ലിസ്വലിലെ രാഷ്ട്രീയ ഫാക്ടറികളിലെ നിരവധി സമരങ്ങളും മറ്റ് നിരവധി ലക്ഷണങ്ങളും വിപ്ലവാന്തരീക്ഷത്തിന്റെ സൂചനകളാണ്. ഇവയെല്ലാം തന്നെ യുറൾസ് വലിയൊരു വിപ്ലവപ്രസ്ഥാനത്തിന്റെ വക്കിലാണെന്ന് കാണിക്കുന്നു. യുറൾസിലെ ഈ പ്രസ്ഥാനം ഒരു സായുധ കലാപത്തിന്റെ രൂപം കൈക്കൊള്ളാൻ എല്ലാ സാധ്യതയുമുണ്ട്. തൊഴിലാളികൾ ബോംബുകളും തോക്കുകളും ഉപയോഗിച്ച ആദ്യത്തെ ഇടം (വോട്കിൻസ്ക് വർക്സ്) യുറൾസായിരുന്നു. സഖാക്കളേ, യുറൾസിനെ വിസ്മരിക്കരുത്.”

വ്ളാദിമിർ ഇല്ലിച്ച് യുറൾസ് പ്രതിനിധിയുമായി ദീർഘനേരം സംസാരിച്ചുവെന്ന കാര്യം എടുത്തുപറയേണ്ടതാണ്.

മൊത്തത്തിൽ സമരത്തിനുള്ള കൃത്യമായ മാർഗരേഖ മൂന്നാം കോൺഗ്രസ് ആവിഷ്കരിച്ചു. അതേ കാര്യങ്ങൾ തന്നെ തികച്ചും വ്യത്യസ്തമായി മെൻഷെവിക്കുകളും തീരുമാനിച്ചു. *റ്റു ടാക്റ്റിക്സ് ഓഫ് സോഷ്യൽ ഡെമോക്രസി ഇൻ ദി ഡെമോക്രാറ്റിക് റെവലൂഷൻ* എന്ന ലഘുഗ്രന്ഥത്തിൽ മൂന്നാം കോൺഗ്രസിന്റെ പ്രമേയങ്ങൾക്കും മെൻഷെവിക് കോൺഫറൻസിനുമിടയിലെ മൗലികമായ വ്യത്യാസങ്ങളെ വ്ളാദിമിർ ഇല്ലിച്ച് വിശകലനം ചെയ്യുകയുണ്ടായി.

ഞങ്ങൾ ജനീവയിൽ മടങ്ങിയെത്തി. കാംസ്കിക്കും ഓർലോവ്സ്കിക്കുമൊപ്പം കോൺഗ്രസ് മിനിറ്റ്സ് എഡിറ്റു ചെയ്യുന്ന കമ്മിറ്റിയിലേക്ക് എന്നെയും തെരഞ്ഞെടുത്തു. കാംസ്കി അവിടന്നും പോയി. ഓർലോവ്സ്കി വളരെ തിരക്കിലുമായിരുന്നു. കോൺഗ്രസിനുശേഷം നിരവധി പ്രതിനിധികൾ എത്തിച്ചേർന്ന ജനീവയിൽ വച്ചാണ് കോൺഗ്രസ് മിനിറ്റ്സിന്റെ സാധൂകരണം സംഘടിപ്പിച്ചത്. ആ നാളുകളിൽ സ്റ്റെനോഗ്രാഫർമാരോ സെക്രട്ടറിമാരോ ഉണ്ടായിരുന്നില്ല. കോൺഗ്രസിലെ രണ്ട്

അംഗങ്ങൾ മാറിമാറി മിനിറ്റ്സ് പരിശോധിച്ചശേഷം എനിക്കത് കൈമാറി. എല്ലാ പ്രതിനിധികളും നല്ല സെക്രട്ടറിമാരായിരുന്നില്ല. മിനിറ്റ്സ് കോൺഗ്രസിന്റെ മുമ്പിൽ വയ്ക്കാൻ സമയം ലഭിച്ചില്ലെന്ന കാര്യം എടുത്തുപറയേണ്ടതുണ്ട്. ജനീവയിലെ ലെപെഷിൻസ്കിസ് റസ്റ്റോറന്റിൽവച്ച് പ്രതിനിധികളുമൊന്നിച്ചിരുന്ന് ഞങ്ങളത് പുനഃപരിശോധനാവിധേയമാക്കി. സ്വാഭാവികമായും, തന്റെ ചിന്തകൾ കൃത്യമായി രേഖപ്പെടുത്തിയിട്ടില്ലെന്ന് ഓരോ പ്രതിനിധിയും കണ്ടെത്തുകയും ടെക്സ്റ്റിൽ കൂട്ടിച്ചേർക്കൽ നടത്തണമെന്ന് ആഗ്രഹം പ്രകടിപ്പിക്കുകയും ചെയ്തു. എങ്കിലും അത് അനുവദിക്കുകയുണ്ടായില്ല. ആവശ്യമാണെന്ന് മറ്റ് പ്രതിനിധികളും സമ്മതിച്ചാൽ മാത്രമേ ഭേദഗതികൾ സാധ്യമാവുമായിരുന്നുള്ളൂ. പതിവുള്ള വിയോജിപ്പോടു കൂടിത്തന്നെ അത് വളരെ ആയാസകരമായൊരു ജോലിയായിരുന്നു. സ്ക്രിപ്നികിന് മിനിറ്റ്സ് കൂടെ കൊണ്ടുപോകണമായിരുന്നു. അങ്ങനെയെങ്കിൽ മറ്റെല്ലാവർക്കും അത് കൊടുക്കേണ്ടി വരുമെന്നും യാതൊന്നും അവശേഷിക്കാതാവുമെന്നും ഞാൻ ചൂണ്ടിക്കാണിച്ചപ്പോൾ അദ്ദേഹം കോപാകുലനായിത്തീരുകയും കേന്ദ്രകമ്മിറ്റിക്ക് ഒരു പ്രതിഷേധകുറിപ്പെഴുതുകയും ചെയ്തു.

മിനിറ്റ്സിന്റെ കരടിന്റെ ജോലിപൂർത്തിയായിക്കഴിഞ്ഞപ്പോൾ അത് എഡിറ്റ് ചെയ്യാൻ ഓർലോവ്സ്കിയും കുറച്ചധികം സമയം ചെലവഴിച്ചു.

ജൂലായിൽ പുതിയ കേന്ദ്രകമ്മിറ്റിയുടെ ആദ്യയോഗത്തിൽ മിനിറ്റ്സ് ഞങ്ങൾക്ക് ലഭിച്ചു. മെൻഷെവിക്കുകൾ *ഇസ്ക്ര*യുമായി വിയോജിച്ചതായും അവർ ഒരു ബഹിഷ്കരണം നടത്തുമെന്നും കർഷകപ്രസ്ഥാനത്തെ പിന്തുണയ്ക്കുന്ന ചോദ്യത്തെക്കുറിച്ച് കേന്ദ്രകമ്മിറ്റി ചർച്ച ചെയ്തുവെങ്കിലും, കർഷകരുമായി കൂടിയാലോചിക്കേണ്ടതിനാൽ ആ ദിശയിൽ ഇതുവരെ യാതൊന്നും ചെയ്തിട്ടില്ലെന്നും റിപ്പോർട്ടിൽ പറഞ്ഞിരുന്നു.

ആ കത്ത് തികച്ചും പ്രകോപനപരമായിട്ടാണ് ഞങ്ങൾക്കനുഭവപ്പെട്ടത്. കേന്ദ്രകമ്മിറ്റിയുടെ പ്രവർത്തനത്തെക്കുറിച്ചുള്ള അടുത്ത കത്ത് കൂടുതൽ ശുഷ്കമായിരുന്നു. ഇല്ലിച്ച് വളരെ ആകുലചിത്തനായിരുന്നു. കോൺഗ്രസിലുണ്ടായ റഷ്യൻ അന്തരീക്ഷത്തിന്റെ ഫൂൽക്കാരത്തിന് ശേഷം റഷ്യയിലെ പ്രവർത്തനത്തിൽ നിന്നും ഒരാളെ മാറ്റിനിർത്തുന്നത് കൂടുതൽ വേദനാജനകമായിരുന്നു.

ആഗസ്റ്റ് മധ്യത്തിൽ ഇല്ലിച്ച് എഴുതിയ ഒരു കത്തിൽ 'ഉദാസീനത അവസാനിപ്പിക്കാൻ' കേന്ദ്രകമ്മിറ്റിക്കെഴുതുകയും അവർക്കിടയിലെ ചോദ്യങ്ങൾ ചർച്ചചെയ്യുന്നതിൽ ഒതുങ്ങിക്കൂടരുതെന്ന് ആവശ്യപ്പെടുകയും ചെയ്തു. "കേന്ദ്രകമ്മിറ്റിക്ക് ചിലതരം ആന്തരിക തകരാറുകളുണ്ട്." അദ്ദേഹം റഷ്യയിലെ കേന്ദ്രകമ്മിറ്റി അംഗങ്ങൾക്കെഴുതി.

തുടർന്നുള്ള കത്തുകളിൽ സ്ഥിരമായി കേന്ദ്ര ഓഫീസിനെ അറിയക്കാനുള്ള തീരുമാനം പാലിക്കാത്തതിനെ അദ്ദേഹമവരെ നിശിതമായി വിമർശിച്ചു.

സെപ്റ്റംബറിലെ കത്തിൽ ഇല്ലിച്ച് എഴുതി: "കേന്ദ്രകമ്മിറ്റിയിലോ അതിന്റെ ഏജന്റുമാർക്കിടയിലോ പൂർണമായ താൽപ്പര്യൈക്യത്തിനായി കാത്തുനിൽക്കുകയെന്നത് തികഞ്ഞ ഉട്ടോപ്യയാണ്. പ്രിയസുഹൃത്തേ, ഇതൊരു ഉപജാപക സംഘമല്ല, ഒരു പാർട്ടിയാണ്."

1905 ഒക്ടോബർ 13 ന് ഗുസേയിനെഴുതിയ കത്തിൽ ഒരു സായുധ കലാപത്തിനുള്ള തയാറെടുപ്പിനൊപ്പം ഒരു ട്രേഡ് യൂണിയൻ സമരവും സംഘടിപ്പിക്കേണ്ടതിന്റെ ആവശ്യകത അദ്ദേഹം ചൂണ്ടിക്കാണിച്ചു. എന്തായാലും ഈ സമരം നടത്തേണ്ടത് ബോൾഷെവിക് ആർജവത്തോടെയായിരിക്കണം. മാത്രമല്ല, ഇവിടെയും മെൻഷെവിക്കുകളെ വെല്ലുവിളിക്കേണ്ടതാവശ്യമാണ്.

പത്രസ്വാതന്ത്ര്യത്തിന്റെ മുൻസൂചനകൾ ജനീവയുടെ അന്തരീക്ഷത്തിൽ തെളിയാനാരംഭിച്ചു. വിദേശത്ത് നിയമവിരുദ്ധമായി പ്രസിദ്ധീകരിച്ച ലഘുഗ്രന്ഥങ്ങൾ നിയമാനുസൃതമാക്കാമെന്ന വാഗ്ദാനവുമായി അന്യോന്യം മത്സരിക്കുന്ന പ്രസാധകർ പ്രത്യക്ഷപ്പെട്ടു. ഒഡെസ, ബുരെവെസ്റ്റ്നിക്ക്, മലിഖ് തുടങ്ങിയവ അക്കൂട്ടത്തിൽപ്പെടും.

സ്വന്തമായി പ്രസിദ്ധീകരണം നടത്താൻ ഉദ്ദേശിക്കുന്നത് കൊണ്ട് ഏതെങ്കിലും കരാറിൽ ഒപ്പുവയ്ക്കുന്നിൽ നിന്നും വിട്ടുനിൽക്കാൻ കേന്ദ്രകമ്മിറ്റി ഞങ്ങളോടാവശ്യപ്പെട്ടു. ഒക്ടോബറിന്റെ തുടക്കത്തിൽ കേന്ദ്രകമ്മിറ്റിയുമായുള്ള ഒരു കൂടിക്കാഴ്ചയ്ക്ക് ഫിൻലാന്റിലേക്ക് പോകാൻ ഇല്ലിച്ച് ഉദ്ദേശിച്ചിരുന്നുവെങ്കിലും സംഭവവികാസങ്ങൾ അദ്ദേഹത്തിന്റെ പരിപാടിയിൽ മാറ്റംവരുത്തി. അദ്ദേഹം റഷ്യയിലേക്ക് പോകാൻ ഉദ്ദേശിച്ചു. കാര്യങ്ങളെല്ലാം നേരെയാക്കുന്നതിനായി രണ്ടാഴ്ചക്കാലം കൂടെ ഞാൻ ജനീവയിൽ തുടരേണ്ടിയിരുന്നു. ഇല്ലിച്ചിന്റെ കടലാസുകളും എഴുത്തുകുത്തുകളും ക്രമപ്പെടുത്താൻ ഞാൻ സഹായിക്കുകയും അവയെ എൻവലോപ്പുകളിലാക്കുകയും ചെയ്തു. എൻവലോപ്പിലും അദ്ദേഹം അതിന്റെ ഉള്ളടക്കമെന്താണെന്ന് കുറിച്ചുവച്ചു. ഒരു സ്യൂട്ട്കേസിൽ അവയെല്ലാം അടക്കം ചെയ്ത് സുരക്ഷിതമായി സൂക്ഷിക്കാൻ കാർപിൻസ്കിക്ക് കൈമാറി. അങ്ങനെ സുരക്ഷിതമായി സൂക്ഷിച്ച സ്യൂട്ട്കേസ് ഇല്ലിച്ചിന്റെ മരണശേഷം ലെനിൻ ഇൻസ്റ്റിറ്റ്യൂട്ടിലേക്ക് അയച്ചുകൊടുത്തു. പാർട്ടിയുടെ ചരിത്രത്തിലേക്ക് വൈവിധ്യമേറിയ വെളിച്ചം വീശുന്ന രേഖകളും കത്തുകളുമാണ് അതിലുണ്ടായിരുന്നത്.

സെപ്റ്റംബറിൽ ഇല്ലിച്ച് കേന്ദ്രകമ്മിറ്റിക്കെഴുതി:

> പ്ലെഖാനോവിന്റെ കാര്യത്തിൽ, താങ്കളുടെ അറിവിലേക്കായി, പ്രാദേശിക കിംവദന്തികൾ ഞാൻ എഴുതുന്നു. ഇന്റർനാഷണൽ ബ്യൂറോക്ക് മുമ്പിൽ തുറന്നു കാണിച്ചതിന്റെ പേരിൽ പ്രകടമായി ത്തന്നെ അദ്ദേഹം നമുക്കെതിരാണ്. ഒരു *സോഷ്യൽ ഡെമോക്രാറ്റി*ന്റെ ഡയറിയിലെ രണ്ടാം നമ്പർ യോദ്ധാവിനെ പ്പോലെയാണ് അദ്ദേഹം പെരുമാറുന്നത്. ചില കിംവദന്തികൾ അദ്ദേഹം സ്വന്തം പത്രം ആസൂത്രണം ചെയ്യുകയാണെന്നും മറ്റുള്ളവ അദ്ദേഹം

> *ഇസ്ക്രയിലേക്ക്* മടങ്ങുകയാണെന്നും പറയുന്നു. ഇതെല്ലാം തന്നെ നമ്മുടെ ഭാഗത്തുനിന്നും അദ്ദേഹത്തെ കൂടുതൽ അവിശ്വസിക്കാൻ കാരണങ്ങളാണ്.

മാത്രമല്ല, ഒക്ടോബർ 8ന് ഇല്ലിച്ച് തുറന്നെഴുതി:

> ദയവായി പ്ലെഖാനോവിനെക്കുറിച്ചുള്ള ആശയം ഒഴിവാക്കാനും ഭൂരിപക്ഷത്തിൽ നിന്നും നമ്മുടെ സ്വന്തം പ്രതിനിധിയെ നിയമിക്കാനും ഞാൻ വിനീതമായി അഭ്യർഥിക്കുന്നു. ആ സ്ഥാനത്ത് ഓർലോവ്സ്കിയെ നിയമിക്കുന്നത് വളരെ നന്നായിരിക്കും....

എന്നാൽ ഇല്ലിച്ച് അവിടം വിട്ടുപോവുന്നതിന് തൊട്ടുമുമ്പ് റഷ്യയിൽ നിന്നും ഒരു ദിനപത്രം പ്രസിദ്ധീകരിക്കാനുള്ള സാധ്യതയെ കുറിച്ചുള്ള വാർത്ത ഞങ്ങൾക്ക് ലഭിച്ചു. അതുമായി സഹകരിക്കാൻ അഭ്യർഥിച്ചുകൊണ്ട് ഊഷ്മളമായൊരു കത്ത് ഇല്ലിച്ച് പ്ലെഖാനോവിനെഴുതി: " വിസ്മയകരമായ ത്വരിതഗതിയിൽ വിപ്ലവം തന്നെ നമ്മുടെ തന്ത്രപരമായ വ്യത്യാസങ്ങൾ ഇല്ലായ്മ ചെയ്യും. അതൊരു പുതിയതലം സൃഷ്ടിക്കുകയും സജീവമായ ഒരു യഥാർഥ കാര്യത്തിനായി ഒന്നിച്ച് പ്രവർത്തിക്കാൻ പഴയ കാര്യങ്ങൾ വിസ്മരിക്കാൻ എളുപ്പം നമ്മെ പ്രാപ്തരാക്കുകയും ചെയ്യും. തന്നെ കാണാൻ പ്ലെഖാനോവിനോട് ആവശ്യപ്പെട്ടുകൊണ്ടാണ് ഇല്ലിച്ച് ആ കത്ത് അവസാനിപ്പിച്ചത്. അത്തരമൊരു കൂടിക്കാഴ്ച നടന്നുവോ ഇല്ലയോ എന്ന് ഞാൻ ഓർക്കുന്നില്ല. ഒരുപക്ഷേ അതുണ്ടായിട്ടുണ്ടാവില്ല. മറിച്ചായിരുന്നുവെങ്കിൽ അത് വിസ്മരിക്കാൻ എനിക്ക് സാധിക്കുമായിരുന്നില്ല.

1905ൽ പ്ലെഖാനോവ് റഷ്യയിലേക്ക് മടങ്ങിയില്ല.

റഷ്യയിലേക്ക് മടങ്ങുന്നതുമായി ബന്ധപ്പെട്ട് ഒക്ടോബർ 26ലെ കത്തിൽ ഇല്ലിച്ച് വളരെ വിശദമായ ക്രമീകരണങ്ങളാണ് ചെയ്തിരുന്നത്. "എന്റെ വാക്കുകൾ വിശ്വസിക്കുകയാണെങ്കിൽ, റഷ്യയിലെ നമ്മുടെ വിപ്ലവം തികച്ചും ആഹ്ലാദമുളവാക്കുന്ന സംഗതിയാണ്," അദ്ദേഹമെഴുതി. കലാപത്തിന്റെ കാലത്തെകുറിച്ചുള്ള ചോദ്യത്തിനുള്ള മറുപടിയായി അദ്ദേഹമെഴുതി: "ശരത്കാലം വരെ ഞാൻ കലാപം നീട്ടിവെച്ചേന്നിരിക്കും. എന്നാലതിന്റെ കാരണമെന്താണെന്ന് ഒരു തരത്തിലും ഞങ്ങളോട് ചോദിക്കരുത്."

സെന്റ് പീറ്റേഴ്സ്ബർഗിൽ മടങ്ങിയെത്തുന്നു

മറ്റൊരു പേരിൽ രാജ്യത്ത് പ്രവേശിക്കാനും സെന്റ് പീറ്റേഴ്സ് ബർഗിൽ താമസിക്കാനും വേണ്ടി രേഖകൾ ലഭ്യമാക്കിക്കൊടുക്കാൻ ഒരു മനുഷ്യൻ വ്ളാദിമിർ ഇല്ലിച്ചിനെ സ്റ്റോക്ക്ഹോമിൽ വച്ച് കൂടിക്കാണേണ്ടതുണ്ടായിരുന്നു. ദിവസങ്ങൾ കഴിഞ്ഞിട്ടും ആ മനുഷ്യൻ എത്തിച്ചേർന്നില്ല. റഷ്യയിലെ വിപ്ലവസംഭവവികാസങ്ങൾക്ക് കൂടുതൽ കൂടുതലായി ആഴമേറിയ സ്വഭാവം കൈവരിച്ചപ്പോൾ യാതൊന്നും ചെയ്യാനില്ലാതെ ഇല്ലിച്ച് സ്റ്റോക്ക്ഹോമിൽ കഴിച്ചുകൂട്ടേണ്ടിവന്നു. അവിടത്തെ രണ്ടാഴ്ചക്കാലത്തെ കാത്തിരിപ്പിന് ശേഷം നവംബർ ആദ്യവാരത്തിൽ അദ്ദേഹം റഷ്യയിലെത്തിച്ചേർന്നു. ജനീവയിലെ എല്ലാ കാര്യങ്ങളും തീർപ്പാക്കിക്കഴിഞ്ഞ്, പത്ത് ദിവസങ്ങൾക്ക് ശേഷം ഞാനും റഷ്യയിലേക്ക് പുറപ്പെട്ടു. സ്റ്റോക്ക്ഹോമിൽ വച്ച് എന്നോടൊപ്പം ബോട്ടിൽ കയറിയ ഒരു കുറ്റാന്വേഷകൻ ഹാൽഗാ മുതൽ ഹെൽസിങ് ഫോർസ് വരെയുള്ള തീവണ്ടി യാത്രയ്ക്കിടയിൽ ഒരിക്കലും തന്റെ ദൃഷ്ടിയിൽ നിന്നും വിട്ടുപോവാൻ എന്നെ അനുവദിച്ചില്ല. വിപ്ലവം അതിന്റെ ഉച്ചാവസ്ഥയിലായിരുന്നു. എനിക്ക് സെന്റ് പീറ്റേഴ്സ്ബർഗിലേക്ക് ഒരു കമ്പി അയയ്ക്കണമായിരുന്നുവെങ്കിലും തപാൽ-കമ്പിവകുപ്പ് ജീവനക്കാർ സമരത്തിലായതിനാൽ തനിക്ക് കമ്പികളൊന്നും സ്വീകരിക്കാനാവില്ലെന്ന് ഫിൻലാന്റുകാരിയായ പെൺകുട്ടി പുഞ്ചിരിച്ചുകൊണ്ട് അറിയിച്ചു. ഒച്ചവച്ചുള്ളതും ആഹ്ലാദകരവുമായിരുന്നു റെയിൽവേ കോച്ചുകളിലെ സംഭാഷണം. എന്തോ കാരണത്താൽ ജർമൻ ഭാഷയിൽ സംസാരിക്കുന്ന ഫിൻലാന്റുകാരനായ ഒരു പ്രവർത്തകനുമായി ഞാൻ ആശയവിനിമയത്തിലേർപ്പെട്ടു. വിപ്ലവത്തിന്റെ വിജയങ്ങളെക്കുറിച്ച് അയാൾ വിശദീകരിക്കുകയായി

രുന്നു. "ഞങ്ങൾ ചുവടടയാളം നോക്കി പോവുന്ന എല്ലാവരെയും അറസ്റ്റ് ചെയ്ത് ജയിലിലിലടച്ചു," അയാൾ പറഞ്ഞു. എന്റെ നോട്ടം എന്നോടൊപ്പം യാത്രചെയ്യുന്ന മനുഷ്യനിൽ പതിഞ്ഞു. ചിരിയോടെ, എന്റെ കുറ്റാന്വേഷകനെ അർഥവത്തായി നോക്കി ഞാൻ പറഞ്ഞു: "അതെ. എങ്കിലും മറ്റുള്ളവർ അവരുടെ സ്ഥാനം എറ്റെടുക്കും." അതെന്താണെന്ന് ഫിൻലാന്റുകാരന് മനസിലായി. "അതെയോ? ആരെങ്കിലും നിങ്ങളുടെ ശ്രദ്ധയിൽപ്പെടുന്നുണ്ടെങ്കിൽ നിങ്ങൾ ഒരു വാക്ക് പറഞ്ഞാൽ മതി," അയാൾ വിളിച്ചുപറഞ്ഞു: "ഒറ്റയടിക്ക് ഞങ്ങളവനെ അറസ്റ്റ് ചെയ്യും." അടുത്ത സ്റ്റേഷനിൽ തീവണ്ടി ഒരു നിമിഷം മാത്രമാണ് നിർത്തിയതെങ്കിലും എന്റെ ചാരൻ പുറത്തിറങ്ങി. പിന്നീടൊരിക്കലും ഞാനയാളെ കാണുകയുണ്ടായില്ല.

നാല് വർഷക്കാലത്തോളം വിദേശത്ത് താമസിച്ച ഞാൻ സെന്റ് പീറ്റേഴ്സ്ബർഗിൽ തിരിച്ചെത്താൻ ദാഹിക്കുകയായിരുന്നു. ഞാൻ തീവണ്ടി കയറിയ ഫിൻലാന്റ് സ്റ്റേഷനിലെ പ്രശാന്തതയിൽ നിന്നും തികച്ചും വിഭിന്നമായി നഗരം പ്രക്ഷുബ്ധമാണെന്നറിയാമായിരുന്നുവെങ്കിലും ഞാൻ വിഭാവനം ചെയ്ത സെന്റ് പീറ്റേഴ്സ്ബർഗിൽ നിന്നും വിപ്ലവത്തിൽ നിന്നും വിഭിന്നമായി തോന്നിയതിനാൽ സ്റ്റേഷൻ മാറി ഇറങ്ങിയതാണോ എന്ന് ഞാൻ സംശയിച്ചു. അതുകൊണ്ട് അവിടെനിന്നു ഞാൻ ഒരാളോട് ആരാഞ്ഞു. അത്ഭുതത്തോടെ എന്നെ ഉറ്റുനോക്കി അയാൾ പറഞ്ഞു: "ഇതൊരു സ്റ്റോപ്പല്ല. ഇത് സെന്റ് പീറ്റേഴ്സ്ബർഗ് നഗരമാണ്."

സ്റ്റേഷന് പുറത്ത് പ്യോട്ടർ റുമാൻത്സേവ് എന്നെ കാത്തുനിൽക്കുന്നുണ്ടായിരുന്നു. പെസ്കിയുടെ സമീപത്ത് തങ്ങളോടൊപ്പമാണ് വ്ളാദിമിർ ഇല്ലിച്ച് താമസിക്കുന്നതെന്ന് അദ്ദേഹമെന്നോട് പറഞ്ഞു. ഞങ്ങളവിടേക്ക് കാറോടിച്ചു പോയി. റുമ്യാൻത്സേവിനെ ഞാൻ ആദ്യമായി കണ്ടത് ഷെൽഗുണോവിന്റെ ശവസംസ്കാരവേളയിലാണ്. അന്ന് യുവാവായിരുന്ന അദ്ദേഹം ഗാനമാലപിച്ച് ശവസംസ്കാരയാത്രയുടെ മുമ്പിലാണ് നടന്നിരുന്നത്. വീണ്ടും 1896ൽ സോഷ്യൽ ഡെമോക്രാറ്റുകളുടെ ശ്രദ്ധാകേന്ദ്രമായിരുന്ന അദ്ദേഹത്തെ പോർട്ടാവയിൽ വച്ച് ഞാൻ കണ്ടുമുട്ടി. അതിന് തൊട്ടുമുമ്പ് ജയിൽ മോചിതനായ അദ്ദേഹം അപ്പോൾ വിളറിയവനും അസ്വസ്ഥനുമായി കാണപ്പെട്ടു. വളരെ സ്വാധീനശക്തിയുള്ള ബുദ്ധിമാനായ അദ്ദേഹം ഒരു നല്ല സഖാവിന്റെ പ്രതീതിയാണ് ഉളവാക്കിയത്.

പിന്നീട് 1900ൽ യുഫായിൽ വച്ച് സമാറയിൽ നിന്നും എത്തിച്ചേർന്നപ്പോൾ അദ്ദേഹത്തിനെന്തോ ആശയക്കുഴപ്പമുണ്ടെന്ന തോന്നലുണ്ടായി.

സാമൂഹ്യപദവിയും സ്വാധീനശക്തിയുമുള്ള ഒരു സാഹിത്യകാരനെന്ന നിലയിൽ 1905ൽ വീണ്ടും രംഗത്ത് വന്ന അദ്ദേഹം ബുദ്ധിമാനും കാര്യശേഷിയുമുള്ള ഒരു പ്രസംഗകനായിരുന്നു. ദൃഢതയുള്ള ഒരു

ബോൾഷെവിക്കിനെപ്പോലെ പെരുമാറിയ അദ്ദേഹം ഷിഡ്‌ലോവ്സ്കി കമ്മിഷൻ ബഹിഷ്കരിക്കാൻ ഊർജസ്വലമായി പ്രചാരണം നടത്തി. മൂന്നാം കോൺഗ്രസിന് തൊട്ടുപിന്നാലെ അദ്ദേഹം കേന്ദ്രകമ്മിറ്റിയിലേക്ക് കോ-ഓപ്റ്റ് ചെയ്യപ്പെട്ടു.

വളരെ സൗകര്യങ്ങളുള്ള ഒരു ഫ്ളാറ്റിലാണ് അദ്ദേഹം താമസിച്ചിരുന്നത്. രജിസ്റ്റർ ചെയ്യാതെ തന്നെ താൽക്കാലികമായി വ്ളാദിമിർ ഇല്ലിച്ച് അവിടെ താമസിച്ചു.

അപരിചിതമായ ഭവനങ്ങളിൽ താമസിക്കുന്നത് ഇല്ലിച്ചിന് ഒരിക്കലും സുഖകരമായിരുന്നില്ല. ഞാൻ എത്തിച്ചേർന്നപ്പോൾ രജിസ്റ്റർ ചെയ്യാതെ തന്നെ നെവ്സ്കി പ്രോസ്പെക്ടിലുള്ള ഒരു അപ്പാർട്ട്മെന്റിൽ ഞങ്ങൾ താമസമാക്കി. അവിടെ വേലക്കാരികളായ പെൺകുട്ടികളുമായി ആശയവിനിമയത്തിലേർപ്പെട്ടതും രഹസ്യസ്വഭാവമുള്ളതും സെന്റ് പീറ്റേഴ്സ്ബർഗിൽ സംഭവിച്ചുകൊണ്ടിരിക്കുന്നതുമായ നിരവധി കാര്യങ്ങൾ അവരെന്നോട് വെളിപ്പെടുത്തിത്തന്നതും ഞാൻ ഓർക്കുന്നു. ഒട്ടും വൈകാതെ അതെല്ലാം ഇല്ലിച്ചിനോട് ഞാൻ പറയുകയുമുണ്ടായി. കാര്യങ്ങൾ കണ്ടുപിടിക്കാനുള്ള കഴിവിന്റെ പേരിൽ അദ്ദേഹമെന്നെ അഭിനന്ദിക്കുകയും അതുമുതൽ ഞാൻ അദ്ദേഹത്തിന്റെ ശുഷ്കാന്തിയുള്ള റിപ്പോർട്ടറായിത്തീരുകയും ചെയ്തു. ഞങ്ങൾ റഷ്യയിൽ ജീവിച്ചിരുന്നപ്പോൾ സാധാരണയായി അദ്ദേഹത്തെക്കാൾ വളരെക്കൂടുതൽ സ്വാതന്ത്ര്യത്തോടെ സഞ്ചരിക്കാനും വളരെയധികം ആളുകളുമായി സംസാരിക്കാനും എനിക്ക് കഴിയുമായിരുന്നു. അദ്ദേഹത്തിന്റെ രണ്ടോ മൂന്നോ ചോദ്യങ്ങൾ അദ്ദേഹം അറിയാനുദ്ദേശിക്കുന്നതെന്താണെന്ന് മനസിലാക്കാൻ പര്യാപ്തമായിരുന്നു. അതിനായി ഞാനെന്റെ പരിസരം സശ്രദ്ധം വീക്ഷിച്ചു. അപ്പോഴും ഇല്ലിച്ചിന് വേണ്ടി എന്റെ ഓരോ ധാരണകളും മാനസികമായി രൂപപ്പെടുത്തുന്ന ശീലം ഞാൻ നിലനിർത്തി.

തൊട്ടടുത്ത ദിവസം തന്നെ ആ ദിശയിൽ വളരെക്കൂടുതൽ വിവരങ്ങൾ ശേഖരിക്കാൻ എനിക്ക് സാധിച്ചു. ഒരു പാർപ്പിടം അന്വേഷിച്ചിറങ്ങിയ ഞാൻ ട്രോയ്ത്സ്കായ സ്ട്രീറ്റിലെ ആളൊഴിഞ്ഞൊരു ഫ്ളാറ്റ് നോക്കിക്കാണുന്നതിനിടയിൽ അതിന്റെ കാവൽക്കാരനുമായി ആശയവിനിമയത്തിലേർപ്പെട്ടു. നാട്ടിൻപുറത്തെ ഭൂജന്മിമാരെക്കുറിച്ചും പ്രഭുക്കന്മാരിൽ നിന്നും ഭൂമി പിടിച്ചെടുത്ത് എങ്ങനെ കർഷകർക്ക് നൽകാമെന്നതിനെക്കുറിച്ചും വളരെക്കൂടുതൽ കാര്യങ്ങൾ അയാളെന്നോട് പറഞ്ഞു.

അതേസമയം, നിയമപരമായ പാർപ്പിടത്തിൽ താമസിക്കാൻ ഞങ്ങൾ തീരുമാനിച്ചു. ഗ്രെച്ചെസ്കി പ്രോസ്പെക്ടിലുള്ള ചില സുഹൃത്തുക്കളുമൊത്ത് താമസിക്കാൻ മാരിയ ഇല്ലിനിച്ന ഏർപ്പാടുണ്ടാക്കി പാർപ്പിടം രജിസ്റ്റർ ചെയ്ത നിമിഷത്തിൽ അതിന് ചുറ്റും പൊലീസ് ചാരന്മാരെക്കൊണ്ട് നിറഞ്ഞു. അതിൽ വളരെ ഭയന്നുപോയ ഞങ്ങളുടെ ആതി

ഥേയൻ രാത്രിമുഴുവൻ ഉറങ്ങാതെ പൊലീസുകാരെ നേരിടാനുള്ള ദൃഢ നിശ്ചയത്തോടെ പോക്കറ്റിൽ റിവോൾവറുമായി അങ്ങോട്ടുമിങ്ങോട്ടും നടന്നു. "ആ മനുഷ്യൻ നമ്മെ കുഴപ്പത്തിലാക്കുകയേയുള്ളൂ." ഇല്ലിച്ച് പറഞ്ഞു. ഞങ്ങൾ വെവ്വേറെ മുറികളെടുത്ത് നിയമവിരുദ്ധമായി താമസിച്ചു. പ്രാസ്കോവിയ ഒനേഗിന എന്ന പേരിൽ ഞാൻ പുതിയൊരു പാസ്പേർട്ട് സമ്പാദിക്കുകയും മുഴുവൻ സമയവും ആ രേഖയുമായി ജീവിക്കുകയും ചെയ്തു. വ്ളാദിമിർ ഇല്ലിച്ച് നിരവധി തവണ തന്റെ പാസ്പോർട്ട് മാറ്റി.

വ്ളാദിമിർ ഇല്ലിച്ച് റഷ്യയിലെത്തുമ്പോൾ നിയമാനുസൃതദിനപത്രമായ *നോവായ ഷിസ്ൻ (പുതിയ ജീവിതം)* പ്രത്യക്ഷപ്പെട്ട് കഴിഞ്ഞിരുന്നു. മാരിയ ആന്ദ്രേയേവ്സ് (കോർക്കിയുടെ ഭാര്യ) അതിന്റെ പ്രസാധകയും കവിയായ മിൻസ്കി എഡിറ്ററും കോർക്കി, ലിയോനിഡ് ആന്ദ്രേയേവ്, ചിറിക്കോവ്, ബൽമോണ്ട്, ടെഫി തുടങ്ങിയവർ അതിലെ എഴുത്തുകാരുമായിരുന്നു. ബോഗ്ദനേവ്, റുമ്യാൻത്സേവ്, റോഷ്കോവ്, ഓർലോവ്സ്കി, ലുണാചാർസ്കി, ബസാറോവ്, കാമേനേവ് തുടങ്ങിയവരായിരുന്നു പത്രത്തിന്റെ ബോൾഷെവിക് സഹകാരികൾ. ആ പത്രത്തിന്റെയും തുടർന്നുണ്ടായ മറ്റെല്ലാ ബോൾഷെവിക് പത്രങ്ങളുടെയും അക്കാലത്തെ സെക്രട്ടറി ദ്മിത്രി ലെഷ്ചെങ്കോ ആയിരുന്നു. ഒപ്പം അദ്ദേഹം ന്യൂസ് എഡിറ്റർ, *ദുമാ* റിപ്പോർട്ടർ, കോപ്പിമാൻ തുടങ്ങിയ നിലകളിലും പ്രവർത്തിച്ചു.

വ്ളാദിമിർ ഇല്ലിച്ചിന്റെ ആദ്യലേഖനം നവംബർ 10ന് പ്രസിദ്ധീകരിച്ചു. അത് ഇപ്രകാരമാണ് ആരംഭിച്ചത്: "നമ്മുടെ പാർട്ടിയുടെ പ്രവർത്തനങ്ങൾ സമൂലമായൊരു പരിവർത്തനത്തിന് വിധേയമായിക്കൊണ്ടിരിക്കുകയാണ്. കൂടിച്ചേരാനും സംഘടിക്കാനും പത്രസ്വാതന്ത്ര്യത്തിനുമുള്ള സ്വാതന്ത്ര്യം നിഷേധിക്കപ്പെട്ടിരിക്കുന്നു. "പുതിയൊരു പാതയിലേക്കുള്ള ധീരമായ നടപടികളും ആ ലേഖനത്തിൽ അദ്ദേഹം എടുത്തുപറഞ്ഞിരുന്നു. പാർട്ടിയുടെ രഹസ്യസംവിധാനം കാത്തുസൂക്ഷിക്കേണ്ടതാവശ്യമാണ്. അതേസമയം, കൂടുതൽ കൂടുതലായി നിയമാനുസൃതവും അർധനിയമാനുസൃതവുമായ പാർട്ടിയും അനുബന്ധ സംഘടനകളും രൂപീകരിക്കേണ്ടത് അത്യന്താപേക്ഷിതമാണ്. പാർട്ടിയിൽ കൂടുതൽ കൂടുതലായി തൊഴിലാളികളെ അംഗങ്ങളാക്കണം. സ്വാഭാവികമായും നൈസർഗികമായും അധ്വാനിക്കുന്ന വർഗം സോഷ്യൽ ഡെമോക്രാറ്റിക് പ്രവർത്തനം ആ സ്വാഭാവികതയെ ആത്മബോധമായി പ്രവർത്തിപ്പിക്കാൻ വളരെക്കൂടുതൽ കാര്യങ്ങൾ ചെയ്തു. വ്ളാദിമിർ ഇല്ലിച്ച് തന്റെ ലേഖനത്തിന്റെ അടിക്കുറിപ്പിൽ എഴുതി:

> പാർട്ടിയുടെ മൂന്നാം കോൺഗ്രസിൽ എട്ട് തൊഴിലാളികൾക്ക് രണ്ട് ബുദ്ധിജീവികൾ എന്ന അനുപാതത്തിൽ പാർട്ടികമ്മിറ്റികൾ രൂപീകരിക്കണമെന്ന ആഗ്രഹം ഞാൻ പ്രകടിപ്പിച്ചു. വർത്തമാനകാലത്ത്

> ഈ ആഗ്രഹം എത്രമാത്രം ലുപ്തപ്രചാരമാണെന്ന് കാണാവുന്നതാണ്!
>
> പുതിയ പാർട്ടി സംഘടനകളിൽ നൂറുകണക്കിന് സോഷ്യൽ ഡെമോക്രാറ്റിക് പ്രവർത്തകർക്ക് ഒരു സോഷ്യൽ ഡെമോക്രാറ്റിക് ബുദ്ധിജീവി എന്നാണ് നാം ഇപ്പോൾ ആഗ്രഹിക്കേണ്ടത്.

പൊതുജനം പാർട്ടിയിൽ ഇരച്ചുകയറുമെന്ന് ഭയപ്പെട്ട 'കമ്മിറ്റിക്കാരെ' സംബോധന ചെയ്തുകൊണ്ട് വ്ളാദിമിർ ഇല്ലിച്ച് എഴുതി:

> സഖാക്കളേ, 'ബോഗി'കളെ രൂപപ്പെടുത്തരുത്." "സോഷ്യൽ ഡെമോക്രാറ്റിക് ബുദ്ധിജീവികൾ ഇപ്പോൾ ജനങ്ങൾക്കടുത്തേക്ക് പോവുകയാണ് വേണ്ടത്.
>
> ഏറ്റവും ദീർഘവീക്ഷണമുള്ളതും ധീരവുമായ പ്രവർത്തനത്തിന്റെ വികാസത്തിന് എന്ന നിലയിൽ ഒരു പുതിയ അടിത്തറമേൽ സംഘടനകൾക്ക് നിയമങ്ങൾ സൃഷ്ടിച്ച് നൽകുകയല്ല ഇപ്പോൾ നമ്മുടെ പ്രധാന ദൗത്യം."

"പുതിയൊരു അടിത്തറയിൽ സംഘടനയെ പ്രതിഷ്ഠിക്കാൻ മറ്റൊരു പാർട്ടി കോൺഗ്രസ് വിളിച്ചുകൂട്ടേണ്ടതുണ്ട്."

ഇത്തരത്തിലുള്ളതായിരുന്നു ഇല്ലിച്ചിന്റെ 'നിയമാനുസൃതമായ' ആദ്യലേഖനത്തിലെ ഉള്ളടക്കം. അപ്പോഴും എവിടെയും പ്രകടമായിരുന്ന സ്റ്റഡി സർക്കിൾ സ്റ്റേജിന്റെ രീതികളെ ചെറുക്കേണ്ടതാവശ്യമായിരുന്നു.

സ്വാഭാവികമായും അവിടെ എത്തിച്ചേർന്ന എന്റെ ആദ്യത്തെ പ്രവൃത്തി പഴയ സ്മോളെൻസ്കായ സണ്ടേ ഈവിനിങ് സ്കൂൾ സന്ദർശിക്കാൻ തെവ്സ്കായ സസ്താവയിലേക്ക് പോവുകയെന്നതായിരുന്നു. അപ്പോഴവിടെ 'ഭൂമിശാസ്ത്രമോ പ്രകൃതിചരിത്രമോ പഠിപ്പിക്കുന്നുണ്ടായിരുന്നില്ല. പണിയെടുക്കുന്ന സ്ത്രീ-പുരുഷന്മാർ നിറഞ്ഞിരുന്ന അവിടത്തെ ക്ലാസ് മുറികളിൽ പ്രചാരണപ്രവർത്തനമാണ് നടത്തിയിരുന്നത്. അവിടെ പാർട്ടി പ്രചാരകർ പ്രസംഗങ്ങൾ വായിക്കുകയാണ് ചെയ്തിരുന്നത്. ഏംഗൽസിന്റെ 'സോഷ്യലിസം: ഉട്ടോപ്യൻ ആന്റ് സയന്റിഫിക്' എന്ന വിഷയം കൈകാര്യം ചെയ്തിരുന്ന യുവാവായ ഒരു പ്രചാരകനെ ഞാൻ ഓർക്കുന്നു. തൊഴിലാളികൾ നിശ്ചലരായി, അധ്യാപകൻ പറയുന്നത് മനസിലാക്കാൻ പരമാവധി ശ്രമിച്ച് ക്ലാസിലിരുന്നു. ആരും യാതൊന്നും ചോദിച്ചില്ല. താഴത്തെ നിലയിൽ, പട്ടണത്തിൽ നിന്നും വാങ്ങിക്കൊണ്ടുവന്ന കണ്ണാടികൾ ചിട്ടപ്പെടുത്തി. തൊഴിലാളികൾക്ക് വേണ്ടി ഒരു ക്ലബ് രൂപപ്പെടുത്തുകയായിരുന്നു ഞങ്ങളുടെ പാർട്ടിയിലെ പെൺകുട്ടികൾ.

അവിടെ കണ്ടതിൽ നിന്നും എനിക്കുണ്ടായ അനുഭവം ഞാൻ ഇല്ലിച്ചിനോട് പറഞ്ഞപ്പോൾ അദ്ദേഹം ചിന്താമഗ്നനായി. അതല്ല, മറിച്ച്, തൊഴി

ലാളികളുടെ തന്നെ പ്രവർത്തനമാണ് അദ്ദേഹത്തിന് കാണേണ്ടിയിരുന്നത്. അത്തരം പ്രവർത്തനങ്ങൾ നടക്കുന്നുണ്ടായിരുന്നുവെങ്കിലും പാർട്ടിയുടെ യോഗങ്ങളിൽ അത് പ്രകടമായിരുന്നില്ല. പാർട്ടി പ്രവർത്തനത്തിന്റെയും തൊഴിലാളികളുടെ പ്രവർത്തനങ്ങളുടെയും ഒഴുക്ക് കടന്നുപോയ ചാനലുകൾ, എന്തുകൊണ്ടോ, കൂടിച്ചേരുന്നതായി കാണപ്പെട്ടില്ല. ആ വർഷങ്ങളിൽ തൊഴിലാളികൾ വളരെ ദൃഢതയുള്ളവരായി വളർന്നു. എന്റെ പഴയ സണ്ടേ സ്കൂൾ 'വിദ്യാർഥികളെ' കണ്ടുമുട്ടിയപ്പോൾ എനിക്കത് എന്നത്തെക്കാളും ബോധ്യമായി. ഒരിക്കൽ തെരുവിൽവച്ച് ഒരു ബേക്കറി നടത്തിപ്പുക്കാരൻ എന്നെ അഭിവാദ്യം ചെയ്തു. എന്റെ പഴയൊരു വിദ്യാർഥിയായ അയാളെ മാക്സ്വെൽ മിൽസിന്റെ മാനേജരുമായുണ്ടായ ബാലിശമായ ഒരു തർക്കത്തിന്റെ പേരിൽ പത്ത് വർഷം മുമ്പ് സ്വന്തം ഗ്രാമത്തിലേക്ക് നാടുകടത്തി. ഇപ്പോൾ തികഞ്ഞൊരു സോഷ്യൽ ഡെമോക്രാറ്റായ അയാളുമൊന്നിച്ച് വളർന്നുകൊണ്ടിരിക്കുന്ന വിപ്ലവത്തെയും അധ്വാനിക്കുന്ന ജനങ്ങളുടെ സംഘടനയെയും കുറിച്ച് ഞാൻ ദീർഘമായി ആശയവിനിമയം നടത്തി. ബേക്കറിക്കാരുടെ സമരത്തെക്കുറിച്ച് എല്ലാ വിവരങ്ങളും അയാളെനിക്ക് നൽകി.

പാർട്ടി കോൺഗ്രസിനെയും പാർട്ടിയുടെ രഹസ്യസംഘടനയെയും കുറിച്ച് എഴുതിയ ഇല്ലിച്ചിന്റെ ആദ്യ ലേഖനം *നൊവായ ഷിസ്നെ* നിയമാനുസൃത പത്രത്തിന്റെ ജിഹ്വയാക്കി പരിവർത്തിപ്പിച്ചു. മിൻസ്കിയെയും ബൽമോണ്ടിനെയും പോലുള്ള വ്യക്തികൾക്ക് അത് ഹിതകരമായിരുന്നില്ല. അതിന്റെ ഫലമായി, ഒരു വിഘടനം സംഭവിക്കുകയും പത്രം കൃത്യമായിത്തന്നെ പൂർണമായും ബോൾഷെവിക്കുകളുടെ നിയന്ത്രണത്തിലാവുകയും ചെയ്തു. മാത്രമല്ല. സംഘടനാപരമായി, പൂർണമായും അതൊരു പാർട്ടി പത്രമായിത്തീരുകയും അതിന്റെ പ്രവർത്തനം പാർട്ടിയുടെ നിയന്ത്രണത്തിനും മാർഗദർശിത്വത്തിനും കീഴിലവാൻ തുടങ്ങുകയും ചെയ്തു.

ആ പത്രത്തിലെ ഇല്ലിച്ചിന്റെ അടുത്തലേഖനം റഷ്യൻ വിപ്ലവത്തിലെ മൗലികവിഷയമായ അധ്വാനിക്കുന്ന വർഗത്തിനും കൃഷീവല സമൂഹത്തിനുമിടയിലെ ബന്ധങ്ങളെയാണ് കൈകാര്യം ചെയ്തത്. ഈ ബന്ധങ്ങളെ ദുർവ്യാഖ്യാനം ചെയ്തത് മെൻഷെവിക്കുകൾ മാത്രമായിരുന്നില്ല. ബോൾഷെവിക്കുകൾക്കിടയിലെ ചില പ്രത്യേക സഖാക്കൾക്കിടയിൽപ്പോലും അപ്പോഴും ഒരു 'ഓട്രെസ്കി വഴിതിരിയൽ' ഉണ്ടായിരുന്നു. പ്രക്ഷോഭത്തിനുള്ള ഒരു ആരംഭമാവുന്നതിന് പകരം, അവർക്ക് ഓട്രെസ്കിയുടെ പ്രശ്നം അതിന്റേതായ നിലയിൽ ഒരു അവസാനമായി തീർന്നു. യാഥാർഥ്യങ്ങളുടെ വസ്തുതകൾ അതിലെ സാധ്യതകൾ വ്യക്തമാക്കുകയും തികച്ചും വ്യത്യസ്തമായൊരു അടിത്തറയിൽ നിന്നുകൊണ്ട് സമരം നടത്തേണ്ടുന്നതിന്റെ ആവശ്യകത വെളിപ്പെടുകയും ചെയ്തിട്ടുപോലും അവർ സ്വന്തം നിലപാടിൽ ഉറച്ചുനിന്നു.

വ്യക്തമായൊരു പാർട്ടി മുദ്രാവാക്യം ലഭ്യമാക്കിക്കൊടുത്ത മാർഗ ദർശിത്വപരമായ ഇല്ലിച്ചിന്റെ 'ദി പ്രോലിട്ടറിയേറ്റ് ആന്റ് പീസെൻട്രി' (അ ധ്വാനിക്കുന്ന ബഹുജനങ്ങളും കൃഷീവലസമൂഹവും) എന്ന ലേഖന ത്തിൽ ഇപ്രകാരം പറഞ്ഞിരുന്നു:

> അന്തർദേശീയ തൊഴിലാളിവർഗത്തോടും കർഷകത്തൊഴിലാളി കൾക്കുമൊപ്പം ഭൂമിക്കും സ്വാതന്ത്ര്യത്തിനും വേണ്ടി ഒന്നിച്ചുനിന്ന് പൊരുതുന്ന റഷ്യയിലെ അധ്വാനിക്കുന്ന വർഗവും കൃഷീവലസ മൂഹവും സോഷ്യലിസത്തിന് വേണ്ടിയാണ് സമരം ചെയ്യുന്നത്.

തൊഴിലാളികളുടെ ഡെപ്യൂട്ടികളുടെ സോവിയറ്റ് എന്ന നിലയിൽ ബോൾഷെവിക് പ്രതിനിധികളും ഈ വീക്ഷണത്തെ പിന്താങ്ങാൻ തുടങ്ങി. വ്ളാദിമിർ ഇല്ലിച്ച് വിദേശത്തായിരുന്നപ്പോൾ, ഒക്ടോബർ 13ന് പോരാടുന്ന 'തൊഴിലാളിവർഗത്തിന്റെ സമരോത്സുക ധാര'യെന്ന നില യിലാണ് ഈ സോവിയറ്റ് നിലവിൽ വന്നത്. തൊഴിലാളി ഡെപ്യൂട്ടിക ളുടെ സോവിയറ്റിൽ ഇല്ലിച്ച് നടത്തിയ പ്രസംഗം ഞാൻ ഓർക്കുന്നില്ല. വ്ളാദിമിർ ഇല്ലിച്ചിന്റെ പ്രസംഗം ശ്രവിക്കാൻ നിരവധി പാർട്ടി പ്രവർത്ത കർ പങ്കെടുത്ത ഫ്രീ ഇക്കണോമിക് സൊസൈറ്റിയെ അധികരിച്ചുള്ള ഒരു പ്രസംഗം ഇല്ലിച്ച് അവിടെ വായിച്ചു. അലെക്സെൻസ്കിയെ അദ്ദേഹം ആദ്യമായി കണ്ടുമുട്ടിയത് അവിടെ വച്ചായിരുന്നു. ആ യോഗ വുമായി ബന്ധപ്പെട്ട ഏതാണ്ട് മിക്കകാര്യങ്ങളും എന്റെ ഓർമയിൽ നിന്നും മാഞ്ഞുപോയിരിക്കുന്നു. നരച്ചൊരു വാതിലിനെയും ആൾക്കൂട്ടത്തിനിട യിലൂടെ പുറത്ത് കടക്കാൻ ശ്രമിക്കുന്ന വ്ളാദിമിർ ഇല്ലിച്ചിനെയും കുറി ച്ചുള്ള മങ്ങിയ ഓർമ മാത്രമേ എനിക്കുള്ളൂ. മറ്റ് സഖാക്കൾ അതിനെ ക്കുറിച്ച് കൂടുതൽ വ്യക്തമായി ഓർക്കുന്നുണ്ടാവും. ആ യോഗം നടന്നത് നവംബറിലായിരുന്നുവെന്നും വ്ളാദിമിർ നെവ്സ്കി അതിൽ പങ്കെടുത്തു വെന്നും മാത്രമേ എനിക്ക് ഓർക്കാനാവുന്നുള്ളൂ.

അധികാരത്തെ പരസ്യമായി വെല്ലുവിളിക്കുന്നതിൽ ജനങ്ങളുടെ സമരോത്സുക സംഘടനകളായ തൊഴിലാളികളുടെ ഡെപ്യൂട്ടികളുടെ സോവിയറ്റുകൾ വളരെ മുമ്പിലാണെന്ന വസ്തുത നവംബറിലെ ലേഖ നങ്ങളിൽ ഇല്ലിച്ച് എടുത്തു പറഞ്ഞു. ഒരു വശത്ത് വിപ്ലവാത്മക സമര ത്തിന്റെ നിർണായകതയിലൂടെ മാത്രമേ ഒരു താൽക്കാലിക വിപ്ലവഭര ണകൂടം സ്ഥാപിക്കാനാവൂ എന്ന് ഊന്നിപ്പറഞ്ഞ അദ്ദേഹം, മറുവശത്ത് തൊഴിലാളി ഡെപ്യൂട്ടികളുടെ സോവിയറ്റുകളിൽ സ്വാധീനമുറപ്പിക്കാൻ സോഷ്യൽ ഡെമോക്രാറ്റിക് പാർട്ടി കഠിനമായി യത്നിക്കേണ്ടുന്നതിന്റെ അവശ്യകതയും എടുത്തുപറഞ്ഞു.

രഹസ്യത്തിന്റെ കാരണങ്ങളാൽ ഇല്ലിച്ചും ഞാനും വേറിട്ടാണ് താമ സിച്ചത്. ദിവസം മുഴുവനും അദ്ദേഹം പത്രത്തിന്റെ എഡിറ്റോറിയൽ

ബോർഡിലാണ് പ്രവർത്തിച്ചത്. *നൊവായ ഷിസ്*ന്റെ ഓഫീസുകളിൽ മാത്രമല്ല അജ്ഞാതമായ ഒരു അപ്പാർട്ടുമെന്റിലോ അല്ലെങ്കിൽ ഗ്ലാസോ വ്സ്കായ സ്ട്രീറ്റിലുള്ള ദ്മിത്രിലഷ്ചെങ്കോയുടെ ഫ്ളാറ്റിലോ ബോർഡ് പ്രവർത്തിച്ചിരുന്നു. രഹസ്യത്തിന്റെ കാരണങ്ങളാൽ അവിടേക്ക് ചെല്ലാൻ എനിക്ക് വളരെ അസൗകര്യമായിരുന്നു. ഇടയ്ക്കിടെയല്ലാതെ പത്ര ത്തിന്റെ ഓഫീസുകളിൽ വച്ച് ഞങ്ങൾ കൂടിക്കണ്ടിരുന്നു. എന്തായാലും, അവിടെ വ്ളാദിമിർ ഇല്ലിച്ച് എല്ലായ്പോഴും വളരെ തിരക്കിലായിരുന്നു. ഒരു നല്ല പാസ്പോർട്ട് ലഭിക്കുകയും അദ്ദേഹം ബസീനയയുടെയും നാദേ ഷ്ദിൽസ്കായയുടെയും മൂലയിലുള്ള ഒരിടത്തേക്ക് താമസം മാറ്റുകയും ചെയ്തശേഷമേ വീട്ടിൽ അദ്ദേഹത്തെ സന്ദർശിക്കാൻ എനിക്ക് കഴിഞ്ഞു ള്ളൂ. ഞാൻ കെട്ടിടത്തിന്റെ പിൻവാതിലിലൂടെ അകത്ത് പ്രവേശിക്കു കയും ശബ്ദം താഴ്ത്തി സംസാരിക്കുകയും ചെയ്യേണ്ടിയിരുന്നുവെങ്കിലും ഏത് കാര്യത്തെകുറിച്ചും സുദീർഘമായി സംസാരിക്കാൻ അവിടെ ഞങ്ങൾക്ക് സൗകര്യമുണ്ടായിരുന്നു.

ആ ഫ്ളാറ്റിൽ നിന്നുമാണ് വ്ളാദിമിർ ഇല്ലിച്ച് മോസ്കോവിലേക്ക് ഒരു യാത്രപോയത്. അദ്ദേഹം മടങ്ങി എത്തിയയുടൻ ഞാനദ്ദേഹത്തെ കാണാൻ ചെന്നു. കെട്ടിടത്തിന്റെ ഓരോ മൂലയിലും ചുറ്റിത്തിരിയുന്ന ചാരന്മാരുടെ എണ്ണം എന്നെ വിസ്മയിപ്പിച്ചു. കറങ്ങി നടക്കാൻ ഇങ്ങനെ എന്താണ് കാരണം?" ഞാൻ അദ്ദേഹത്തോട് ചോദിച്ചു. മടങ്ങിയെത്തിയ ശേഷം പാർപ്പിടത്തിന് പുറത്തിറങ്ങാതിരുന്ന അദ്ദേഹത്തിന് ചാരന്മാരുടെ സാന്നിധ്യത്തെക്കുറിച്ച് അറിഞ്ഞുകൂടായിരുന്നു. ഞാനദ്ദേഹത്തിന്റെ സ്യൂട്ട്കേസിൽ നിന്നും സാധനങ്ങൾ പുറത്തെടുക്കാൻ തുടങ്ങി. പൊടു ന്നനെ വലിയൊരു നീലക്കണ്ണട എന്റെ ശ്രദ്ധയിൽപ്പെട്ടു. ആളെ തിരിച്ച റിയാതിരിക്കാൻ വേണ്ടി മോസ്കോവിലെ സഖാക്കൾ അദ്ദേഹത്തിന് നൽകിയതായിരുന്നു ആ കണ്ണട. അവസാനനിമിഷത്തിൽ അവരദ്ദേ ഹത്തെ ഒരു നോൺ-സ്റ്റോപ് ട്രെയിനിൽ കയറ്റിവിടുകയും ചെയ്തു. പിടി കൂടപ്പെടേണ്ടവനാണെന്ന് ധരിച്ച പൊലീസുകാർ ആ നേരം മുതൽ അദ്ദേ ഹത്തെ പിന്തുടരാൻ തുടങ്ങി. എത്രയും വേഗം ഞങ്ങളവിടെനിന്നും പുറത്ത് കടക്കേണ്ടിയിരുന്നു. യാതൊന്നും സംഭവിച്ചിട്ടില്ലാത്ത മട്ടിൽ കൈകോർത്തുപിടിച്ച് പുറത്തിറങ്ങിയ ഞങ്ങൾ, ഞങ്ങൾക്ക് പോവേണ്ടി യിരുന്നതിന്റെ എതിർദിശയിലേക്ക് നടന്നു. ഞങ്ങൾ മൂന്ന് വട്ടം ടാക്സി കാറുകൾ മാറിക്കയറി, ഇടവഴികൾ താണ്ടി, ചാരന്മാരെ വെട്ടിച്ച് അവ സാനം ദുമ്യാൻത്സേവിന്റെ പാർപ്പിടത്തിൽ എത്തിച്ചേർന്നു. അന്നത്തെ രാത്രി എന്റെ പഴയ സുഹൃത്തുക്കളായ വിറ്റ്മേഴ്സുമൊന്നിച്ച് ഞങ്ങൾ ചെലവഴിച്ചു എന്നാണ് എന്റെ ഓർമ. വ്ളാദിമിർ ഇല്ലിച്ച് താമസിച്ചിരുന്ന കെട്ടിടത്തിന് മുമ്പിലൂടെ ടാക്സി കാറിലാണ് ഞങ്ങൾ അവിടേക്ക് പോയ ത്. പൊലീസുകാർ അപ്പോഴുമവിടെ ചുറ്റിക്കറങ്ങി നടക്കുന്നുണ്ടായിരു ന്നു. ഇല്ലിച്ച് തന്റെ പാർപ്പിടത്തിലേക്ക് തിരിച്ചു പോയില്ല. പകരം രണ്ടാ

ഴ്ചകൾക്ക് ശേഷം അദ്ദേഹത്തിന്റെ സാധനങ്ങൾ കൊണ്ടുവരാനും വീട്ടുടമയുടെ കണക്കുകൾ തീർക്കാനും ഒരു പെൺകുട്ടിയെ പറഞ്ഞയച്ചു.

അന്ന് ഞാൻ കേന്ദ്രകമ്മിറ്റിയുടെ ഒരു സെക്രട്ടറിയായിരുന്നു. ഒറ്റയടിക്ക് എനിക്ക് ആ ജോലിയുമായി പൂർണമായും ഇണങ്ങിച്ചേരാനും സാധിച്ചു. മിഖായേൽ സെർഗിയേവിച്ച് (എം. വൈ. വിൻസ്റ്റീൻ) ആയിരുന്നു മറ്റൊരു സെക്രട്ടറി. എന്റെ അസിസ്റ്റന്റ് വേരാ മെൻഷിൻസ്കായയായിരുന്നു. ഞങ്ങൾ മൂവരും അടങ്ങുന്നതായിരുന്നു ഞങ്ങളുടെ സെക്രട്ടറിയേറ്റ്. ഒട്ടുമിക്ക നേരങ്ങളിലും പോരാട്ട സംഘടനയുമായി ബന്ധപ്പെട്ട് നിന്ന മിഖായേൽ സെർഗിയേവിച്ച് (എൽ ബി ക്രാസിൻ) നിർദേശങ്ങൾ നടപ്പിലാക്കേണ്ടിയിരുന്നതിനാൽ എപ്പോഴും വളരെ തിരക്കിലായിരുന്നു. രഹസ്യ യോഗസ്ഥലങ്ങളുമായും പ്രാദേശികകമ്മിറ്റികളുമായും വ്യക്തികളുമായും ബന്ധപ്പെടുന്നതിന്റെ ചുമതല എനിക്കായിരുന്നു. ആ നാളുകളിൽ കേന്ദ്രകമ്മിറ്റിയുടെ സെക്രട്ടറിയേറ്റ് അവലംബിച്ചിരുന്ന പ്രവർത്തനരീതി വിഭാവനം ചെയ്യാൻ ഇന്ന് പ്രയാസമാണ്. ഞങ്ങളൊരിക്കലും കേന്ദ്രകമ്മിറ്റിയുടെ യോഗങ്ങളിൽ പങ്കെടുത്തില്ലെന്ന് മാത്രമല്ല, ഞങ്ങൾക്ക് മേൽ ആർക്കും ചുമതലയുമുണ്ടായിരുന്നില്ല. ഞങ്ങൾ മിനിറ്റ്സുകളൊന്നും കുറിച്ചെടുത്തില്ല. ഗൂഢഭാഷയിലുള്ള മേൽവിലാസങ്ങൾ തീപ്പെട്ടിക്കുള്ളിലും പുസ്തകങ്ങളുടെ കവറുകളിലും സമാനമായ ഇടങ്ങളിലുമാണ് സൂക്ഷിച്ചിരുന്നത്. ഞങ്ങൾ സ്വന്തം ഓർമകളെ ആശ്രയിക്കേണ്ടിയിരുന്നു. നിരവധി ആളുകൾ ഞങ്ങളെ പൊതിയുകയും സാധ്യമാവുന്നിടത്തോളം ഞങ്ങളവരെ ശ്രദ്ധിക്കുകയും സാഹിത്യം, പാസ്പോർട്ടുകൾ, നിർദേശങ്ങൾ, ഉപദേശങ്ങൾ എന്ന് തുടങ്ങി ആവശ്യമായതെന്തും ഞങ്ങളവർക്ക് നൽകുകയും ചെയ്തു. ഇത്രയേറെ തിരക്കേറിയ പ്രവർത്തനത്തെ ഞങ്ങളെങ്ങനെ കൈകാര്യം ചെയ്തുവെന്നും നിയന്ത്രണമേതുമില്ലാതെ മുഴുവൻ കാര്യങ്ങളെയും എങ്ങനെ പൂർത്തീകരിച്ചുവെന്നും വിശദീകരിക്കാൻ ഇന്ന് സാധ്യമല്ല. സാധാരണയായി, ഇല്ലിച്ചിനെ കണ്ടുമുട്ടിയപ്പോൾ എല്ലാറ്റിനെക്കുറിച്ചും ഞാനദ്ദേഹത്തിന് വിരസമായ ഒരു വിവരണം നൽകി. കാര്യങ്ങളിൽ ഏറ്റവും തൽപ്പരരും ഊർജസ്വലരുമായ സഖാക്കളെ ഞങ്ങൾ കേന്ദ്രകമ്മിറ്റിയിലേക്ക് നേരിട്ട് റഫർ ചെയ്തു.

ഭരണകൂടവുമായി കെട്ടുപിണഞ്ഞുള്ള യുദ്ധം അടുത്തുവരികയായിരുന്നു. സൈന്യത്തിന് നിഷ്പക്ഷമാവാൻ കഴിയുകയില്ലെന്നും അങ്ങനെ ആയിക്കൂടെന്നും പരസ്യമായി ഇല്ലിച്ച് *നോവായ ഷിസ്നിൽ* എഴുതി. രാജ്യത്താകമാനം ജനങ്ങളെ ആയുധം ധരിപ്പിക്കുന്നതിനെക്കുറിച്ചും അദ്ദേഹമെഴുതി. നവംബർ 26ന് ക്രുസ്തലേവ് നോസർ അറസ്റ്റ് ചെയ്യപ്പെട്ടപ്പോൾ ട്രോത്സ്കി അദ്ദേഹത്തിന്റെ ചുമതല ഏറ്റെടുത്തു. സർക്കാരിനുള്ള നികുതികൾ നൽകരുതെന്ന് ആവശ്യപ്പെടുന്ന മാനിഫെസ്റ്റോ ഡിസംബർ രണ്ടിന് *സോവിയറ്റ്സ് ഓഫ് വർക്കേഴ്സ് ഡെപ്യൂട്ടീസ്* പുറത്തിറക്കി.

ഡിസംബർ മൂന്നിന് *നോവായ ഷിസ്ൻ* ഉൾപ്പെടെ എട്ട് പത്രങ്ങൾ ആ മാനിഫെസ്റ്റോ പ്രസിദ്ധീകരിച്ചു. നിയമവിരുദ്ധമായ എല്ലാത്തരം സാഹിത്യവുമായി മുൻകൂട്ടി നിശ്ചയിച്ച 'രഹസ്യമായൊരു കൂടിക്കാഴ്ചയ്ക്കായി ആ ദിവസം ഞാൻ എഡിറ്റോറിയൽ ഓഫീസിലേക്ക് പോയപ്പോൾ ആ കെട്ടിടത്തിന് പുറത്ത് എന്നെ തടഞ്ഞുകൊണ്ട് ഒരാൾ എന്നോട് വിളിച്ചു പറഞ്ഞു: "നല്ലവണ്ണം ശ്രദ്ധിക്കണം. പൊലീസ് അതിനകത്തുണ്ട്." അതറിഞ്ഞപ്പോൾ വ്ളാദിമിർ ഇല്ലിച്ച് പറഞ്ഞു: "ജനങ്ങൾ നമുക്കൊപ്പമുണ്ട്."

ഡിസംബർ മധ്യത്തിൽ ടമ്മെർഫോർസ് കോൺഫറൻസ് നടന്നു. ആ കോൺഫറൻസിന്റെ മിനിറ്റ്സ് നഷ്ടപ്പെട്ടു എന്നത് വളരെ ദുഃഖകരമാണ്. എത്രമാത്രം അത്യുത്സാഹമായിരുന്നു, അവിടെ! വിപ്ലവം ആർജവത്തോടെ മുന്നേറുകയായിരുന്നു. അതിലുള്ള ഉത്സാഹം അത്ഭുതപൂർവവുമായിരുന്നു. ഓരോ സഖാവും പോരാടാൻ സന്നദ്ധരായിരുന്നു. ഇടവേളകളിൽ നിറയൊഴിക്കാൻ ഞങ്ങൾ പഠിച്ചു. ഒരു സന്ധ്യയിൽ ഫിൻലാന്റുകാരുടെ ഒരു പന്തം കൊളുത്തി പ്രകടനത്തിൽ പങ്കെടുത്ത ഞങ്ങൾ പ്രതിനിധികളുടെ മനോനില എത്രമാത്രം ഏകാന്തതയുള്ളതാണെന്ന് നേരിട്ട് മനസിലാക്കി. ആ കോൺഫറൻസിലുണ്ടായിരുന്ന ആർക്കെങ്കിലും എന്നെങ്കിലും അത് വിസ്മരിക്കാനാവുമോ എന്ന് ഞാൻ സംശയിക്കുന്നു. ലോവോസ്കി, ബരൻസ്കി, യാരോസ്ലാവ്സ്കി തുടങ്ങി നിരവധി പേർ അവിടെയുണ്ടായിരുന്നു. അവരുടെ 'ലോക്കൽ റിപ്പോർട്ടുകൾ' ഉളവാക്കിയ അതീവ താൽപ്പര്യം മൂലം ഈ സഖാക്കളെ ഞാൻ പ്രത്യേകം ഓർക്കുന്നു.

ബോൾഷെവിക്കുകൾ മാത്രം പങ്കെടുത്ത ടമ്മെർഫോർസ് കോൺഫറൻസ് ഒരു സായുധ കലാപം സംഘടിപ്പിക്കാൻ അടിയന്തിരമായ തയാറെടുപ്പുകൾ നടത്താൻ ആഹ്വാനം ചെയ്യുന്ന ഒരു പ്രമേയം പാസാക്കി.

മോസ്കോവിൽ കലാപം അതിനകം തന്നെ രൂപം കൊണ്ടതിനാൽ കോൺഫറൻസ് ഹ്രസ്വമാക്കേണ്ടിവന്നു. സെമ്യോനോവ്സ്കി റെജിമെന്റിനെ മോസ്കോവിലേക്ക് അയയ്ക്കുന്നതിന് തൊട്ടുമുമ്പ് തന്നെ ഞങ്ങൾ തിരിച്ചെത്തിയെന്നാണ് എന്റെ വിശ്വാസം. എന്തായാലും ഒരു സംഭവം എന്റെ ഓർമയിൽ തെളിഞ്ഞു നിൽക്കുന്നു. ട്രിനിറ്റി ചർച്ചിൽ നിന്നും വളരെയൊന്നും അകലെയല്ലാതെ സെമ്യോനോവ്സ്കി റെജിമെന്റിലെ ഒരു സൈനികൻ ഉന്മേഷരഹിതനായി നടക്കുകയായിരുന്നു. അയാൾക്കൊപ്പം, തന്റെ തൊപ്പി കൈയിൽ പിടിച്ച് വാദപ്രതിവാദത്തിലേർപ്പെട്ടും അഭ്യർഥന നടത്തിയും യുവാവായൊരു പ്രവർത്തകൻ നടക്കുന്നുണ്ടായിരുന്നു. പ്രവർത്തകൻ എന്തിനെക്കുറിച്ചാണ് അഭ്യർഥിക്കുന്നതെന്ന് അവരുടെ മുഖഭാവത്തിൽ നിന്ന് തന്നെ വ്യക്തമായിരുന്നു. അതായത്, തൊഴിലാളികൾക്കെതിരായി സൈനികർ പുറത്തു വരരുത്. ഒപ്പം

സെമ്യോനോവ്സ്കി സൈനികൻ അതിനോട് യോജിക്കുന്നില്ലെന്നും വ്യക്തമായിരുന്നു.

മോസ്കോവിലെ തൊഴിലാളികളുടെ കലാപത്തെ പിന്തുണയ്ക്കാൻ കേന്ദ്രകമ്മിറ്റി സെന്റ് പീറ്റേഴ്സ്ബർഗിലെ തൊഴിലാളികളോട് ആഹ്വാനം ചെയ്തുവെങ്കിലും ഏകോപിതമായ പ്രവർത്തനം നടന്നില്ല. താരതമ്യേന പിന്നോക്കം നിന്നിരുന്ന മോസ്കോവ്സ്കിയെപ്പോലുള്ള ജില്ലകളിൽ അനുകൂലപ്രതികരണമുണ്ടായെങ്കിലും നെവ്സ്കിയെപ്പോലുള്ള മുന്നോക്ക ജില്ലകളിൽ അതുണ്ടായില്ല. നെവ്സ്കി ജില്ലയിൽ തന്നെ പ്രക്ഷോഭം നടത്തുകയായിരുന്ന സ്റ്റാനിസ്ലാ വോൾസ്കി അതിൽ എത്രമാത്രം കോപാകുലനായിരുന്നുവെന്ന് ഞാനോർക്കുന്നു. ഒറ്റയടിക്ക് ആത്മസംയമനം നഷ്ടപ്പെട്ടുപോയ അദ്ദേഹം താൻ ഉദ്ദേശിച്ചപോലെ അധ്വാനിക്കുന്ന വർഗത്തിന് വിപ്ലവസ്വഭാവമുണ്ടോയെന്ന് പോലും സംശയിച്ചു. മുൻകാല സമരങ്ങളാൽ സെന്റ് പീറ്റേഴ്സ്ബർഗിലെ തൊഴിലാളികൾ മടുപ്പുള്ളവരായിത്തീർന്നുവെന്നും സാറിസവുമായുള്ള നിർണായക പോരാട്ടത്തിൽ അവർ സുസംഘടിതരല്ലെന്നും സായുധരല്ലെന്നുമുള്ള വസ്തുത അദ്ദേഹം വിസ്മരിച്ചു. മാത്രവുമല്ല. അതൊരു ജീവന്മരണ പോരാട്ടവുമാണ്. മോസ്കോ അവർക്കൊരു ഉദാഹരണവുമാണ്.

സെന്റ് പീറ്റേഴ്സ്ബർഗും ഫിൻലാന്റും
1905–1907

ഡിസംബറിലെ കലാപം അടിച്ചമർത്തപ്പെടുകയും വിമതർക്കെതിരെ ഭരണകൂടം കടുത്തനടപടികൾ കൈക്കൊള്ളുകയും ചെയ്തു.

1906 ജനുവരി 4 ലെ ലേഖന(*ദി വർക്കേഴ്സ് പാർട്ടി ആന്റ് ഇറ്റ്സ് ടാസ്ക്സ് ഇൻ ദി പ്രസന്റ് സിറ്റുവേഷൻ*) ത്തിൽ താഴെ പറയുന്ന വാക്കുകളിൽ വ്ളാദിമിർ ഇല്ലിച്ച് സാഹചര്യത്തെ അവലോകനം ചെയ്തു.

> ആഭ്യന്തര യുദ്ധം പടർന്നുപിടിക്കുന്നു. അതുപോലെ, രാഷ്ട്രീയ സമരം പ്രസ്ഥാനത്തിന്റെ അസ്ഥിരമായ രീതിയായിത്തീരുകയും ഭൂതകാലത്തിന്റെ ഒരു സംഭവമെന്ന നിലയിൽ സ്വയം എരിഞ്ഞടങ്ങാൻ തുടങ്ങുകയും ചെയ്യുന്നു. ഉദാഹരണമായി, ക്ഷീണിതരും വീര്യം നശിച്ചവരുമായ തൊഴിലാളികൾക്ക് സെന്റ് പീറ്റേഴ്സ് ബർഗിൽ ഡിസംബറിലെ സമരം നടത്താൻ കഴിഞ്ഞില്ല. മറുവശത്ത്, പ്രതികരണത്തിന്റെ കടുത്ത സമ്മർദമുണ്ടായിരുന്നിട്ടും മുഴുവനുമെന്ന നിലയിൽ പ്രസ്ഥാനം നിസ്സംശയമായും കൂടുതൽ ശക്തിയാർജിക്കുകയാണുണ്ടായത്.
>
> ദുബാസോവിന്റെ തോക്കുകൾ അഭൂതപൂർവമായ തോതിൽ ജനങ്ങളുടെ പുതിയ കൂട്ടങ്ങളെ വിപ്ലവവൽക്കരിച്ചു. ഇനി എന്താണ്? യാഥാർഥ്യങ്ങളെ നമുക്ക് മുഖാമുഖം നേരിടാം. പ്രസ്ഥാനത്തിന്റെ ഏറ്റവും പ്രധാനപ്പെട്ട കേന്ദ്രങ്ങളിലെ പരിശീലനവും ശക്തികളുടെ സംഘാടനവും ഏറ്റെടുത്തുകൊണ്ട് സമരത്തിന്റെ അവസാനത്തെ രൂപങ്ങളുടെ വിലയിരുത്തലും അനുഭവങ്ങളുടെ പഠനവുമാണ് ഇപ്പോൾ നമുക്ക് മുമ്പിലുള്ള ദൗത്യം.

മോസ്കോവിലുണ്ടായ പരാജയം വ്ളാദിമിർ ഇല്ലിച്ചിനെ വളരെ അസ്വസ്ഥനാക്കി. തൊഴിലാളികൾ സുസജ്ജരായിരുന്നില്ലെന്നതും സംഘടന ദുർബലമായിരുന്നുവെന്നതും വളരെ വ്യക്തമാണ്. സെന്റ് പീറ്റേഴ്സ്ബർഗിനും മോസ്കോയ്ക്കും ഇടയിലെ ബന്ധം പോലും മോശമായിരുന്നു. റയിൽവേ സ്റ്റേഷനിൽ വച്ച് കണ്ടുമുട്ടിയ മോസ്കോയിൽ നിന്നുമുള്ള ഒരു തൊഴിലാളിസ്ത്രീയിൽ നിന്നുമറിഞ്ഞ വിവരങ്ങൾ ഇല്ലിച്ച് അദ്ദേഹത്തിന്റെ സഹോദരിയിൽ നിന്നും ശ്രവിച്ചിരുന്നത് എങ്ങനെയാണെന്ന് ഞാൻ ഓർമിക്കുന്നു. സെന്റ് പീറ്റേഴ്സ്ബർഗിലെ സഖാക്കളെ ആ സ്ത്രീ ഈൗർഷ്യയോടെ തള്ളിപ്പറഞ്ഞു: "സെന്റ് പീറ്റേഴ്സ്ബർഗിലെ സഖാക്കളേ, നിങ്ങളുടെ പിന്തുണയ്ക്ക് നന്ദി. നിങ്ങൾ സെമ്യോനോവ്സ്കി റെജിമെന്റിനെ ഞങ്ങൾക്കടുത്തേക്ക് അയച്ചു."

ഈ തള്ളിപ്പറയലിന് മറുപടിയായി ഇല്ലിച്ച് എഴുതി:

> ഇപ്പോൾ ചെയ്തുകൊണ്ടിരിക്കുന്നതുപോലെ, അധ്വാനിക്കുന്ന വർഗങ്ങളുടെ ഒറ്റപ്പെട്ട പ്രവർത്തനങ്ങളെ അടിച്ചമർത്താൻ ഭരണകൂടത്തിന് വളരെ എളുപ്പമാണ്. തികച്ചും അനുകൂലമല്ലാത്ത സാഹചര്യങ്ങളിൽ സെന്റ് പീറ്റേഴ്സ്ബർഗിലെ തൊഴിലാളികളുടെ പോരാട്ടത്തെ വെല്ലുവിളിക്കാൻ ഭരണകൂടം ഇഷ്ടപ്പെടുമെന്ന കാര്യത്തിൽ സംശയമൊന്നുമില്ല. എന്നാൽ, തൊഴിലാളികൾ സ്വയം പ്രകോപിതരാവുകയില്ല എന്ന് മാത്രമല്ല, അടുത്ത അഖില റഷ്യൻ സമരത്തിനായി സ്വതന്ത്രമായ തയാറെടുപ്പിന്റെ അവരുടെ പാത പിൻതുടരാൻ കഴിവുള്ളവരായിത്തീരുകയും ചെയ്യും.

1906ലെ വസന്തകാലത്ത് കൃഷീവലസമൂഹവും സമരത്തിൽ അണിചേരുമെന്നും സൈന്യത്തിന്റെ പ്രവർത്തനക്ഷമതയെ അത് ബാധിക്കുമെന്നും ഇല്ലിച്ച് വിശ്വസിച്ചു. അദ്ദേഹം എഴുതി:

> കൂടുതൽ കണിശവും പ്രായോഗികവുമായ രീതിയിൽ പുതിയൊരു പ്രവർത്തനത്തിന്റെ വലിയൊരു ദൗത്യം നാം ഏറ്റെടുക്കുകയും സുസ്ഥിരവും സാമ്പ്രദായികവുമായൊരു രീതിയിൽ നാം നമ്മെ സജ്ജരാക്കുകയും സമരത്താൽ ശക്തി നഷ്ടപ്പെട്ട അധ്വാനിക്കുന്ന വർഗത്തിന്റെ ശക്തി പരമാവധി വീണ്ടെടുക്കുകയും വേണം.
>
> തൊഴിലാളികളുടെ പാർട്ടിക്ക് അതിന്റെ ദൗത്യത്തെക്കുറിച്ച് വ്യക്തമായ ധാരണയുണ്ടാവട്ടെ. ഭരണഘടനാപരമായ മിഥ്യാധാരണകൾ തകർന്നടിയട്ടെ! അധ്വാനിക്കുന്ന വർഗത്തിന്റെ പക്ഷത്ത് നിൽക്കുന്ന പുത്തൻശക്തികൾ ഒന്നായി ചേരട്ടെ. വിപ്ലവത്തിന്റെ ശ്രേഷ്ഠമായ രണ്ട് മാസങ്ങളിലെ അനുഭവങ്ങളെ നാം ഒന്നായി ചേർക്കണം. പുനഃസ്ഥാപിക്കപ്പെട്ട ഏകാധിപത്യത്തിന് നാം നമ്മെ വീണ്ടും അനുരൂപരാക്കിത്തീർക്കുകയും ആവശ്യം വരുമ്പോൾ ഒരിക്കൽക്കൂടി ഒളിവിൽ പോകാൻ കഴിവുള്ളവരാക്കുകയും വേണം.

മാത്രമല്ല, ഞങ്ങൾ ഒളിവിൽ പോവുകയും ചെയ്തു. രഹസ്യസംഘടനയുടെ ശൃഖലയെ ഞങ്ങൾ പൊളിച്ചു പണിതു. റഷ്യയുടെ എല്ലാ ഭാഗങ്ങളിൽ നിന്നും സഖാക്കൾ എത്തിച്ചേർന്നു. അവരുമൊന്നിച്ച് ചെയ്യേണ്ട പ്രവർത്തനത്തെയും സ്വീകരിക്കേണ്ട പാതയെയും കുറിച്ച് ഞങ്ങൾ ധാരണയിലെത്തി. ആളുകൾ ആദ്യം രഹസ്യയോഗസ്ഥലങ്ങളിലെത്തി. അവിടെ ഞാനോ വേര മെൻഷിൻസ്കായയോ മിഖായേൽ സെർഗെയെവിച്ചോ അവരെ സ്വീകരിച്ചു. കൂടുതൽ അടുപ്പമുള്ളവരും പ്രാധാന്യമുള്ളവരുമായ വ്യക്തികൾക്ക് വേണ്ടി ഞാൻ വ്ളാദിമിർ ഇല്ലിച്ചുമായി കൂടിക്കാഴ്ചകൾ തരപ്പെടുത്തി. അതേസമയം സൈനികമായ കാര്യങ്ങൾക്കായി എത്തിയവർക്കു വേണ്ടി സെർഗെയേവിച്ച് നികിതിച്ചു (ക്രാസിൻ)മായി കൂടിക്കാഴ്ചകൾ ഏർപ്പാട് ചെയ്തു. വ്യത്യസ്ത ഇടങ്ങളിൽ വച്ചാണ് കൂടിക്കാഴ്ചകൾ നടന്നത്. ഡോറ ദ്വോയ്ർസ് ഡന്റൽ സർജറി (നെവ്സ്കിയിൽ), ഡന്റിസ്റ്റ് ലാവ്റെന്റയേവ്സ് (നിക്കോളെവ്സ്കായ സ്ട്രീറ്റിൽ) വ്പെർയോദ് ബുക്സ്റ്റോർ, വ്യത്യസ്തരായ അനുഭാവികളുടെ ഫ്ളാറ്റുകൾ എന്നിവയായിരുന്നു അവ.

വേറിട്ട രണ്ട് സംഭവങ്ങൾ ഞാനോർക്കുന്നു. ഒരിക്കൽ വ്പെർയോദ് ബുക്സ്റ്റോറിലെ പ്രത്യേകം മാറ്റിവച്ചിട്ടുള്ള മുറിയിൽ സന്ദർശകരെ സ്വീകരിക്കാൻ ഞാനും വേരാ മെൻഷിൻസ്കായയും സൗകര്യങ്ങളൊരുക്കി. മറ്റൊരാൾ പുറത്ത് കാത്തിരിക്കുമ്പോൾ ഒരു പ്രാദേശിക പാർട്ടിപ്രവർത്തകൻ പ്രഖ്യാപനങ്ങളുടെ ഒരു കെട്ടുമായി എത്തിച്ചേർന്നു. പൊടുന്നനെ ഒരു പൊലീസ് ഉദ്യോഗസ്ഥൻ വാതിൽ തുറന്ന് തല ഉള്ളിലേക്ക് നീട്ടിപ്പറഞ്ഞു: “ആഹാ!” ഞങ്ങൾക്കെന്താണ് ചെയ്യാൻ കഴിയുമായിരുന്നത്? ജനാലയിലൂടെക്കയറി പുറത്ത് ചാടാൻ കഴിയാതിരുന്നതിനാൽ അന്യോന്യം മിഴിച്ചുനോക്കി ഞങ്ങളവിടെ ഇരുന്നതേയുള്ളൂ. അതേസമയം, പ്രഖ്യാപനങ്ങളെയും മറ്റ് നിയമവിരുദ്ധസാഹിത്യത്തെയും കത്തിച്ചുകളയാൻ തീരുമാനിക്കുകയും - ഞങ്ങൾ അത് ചെയ്യുകയുമുണ്ടായി - ഞങ്ങളവിടേക്ക് വന്നത് ഗ്രാമങ്ങളിൽ വിതരണം ചെയ്യാനുള്ള ജനപ്രിയ സാഹിത്യം വാങ്ങാനാണെന്ന് പറയാൻ തീരുമാനിക്കുകയുമുണ്ടായി. ഞങ്ങളങ്ങനെ പറഞ്ഞപ്പോൾ പൊലീസുകാരൻ ഞങ്ങളെ തുറിച്ചു നോക്കിയെങ്കിലും ഞങ്ങളെ അറസ്റ്റ് ചെയ്തില്ല. അയാൾ ഞങ്ങളുടെ പേരുകളും മേൽവിലാസങ്ങളും കുറിച്ചെടുത്തു. സ്വാഭാവികമായും, വ്യാജമായ പേരുകളും വിലാസങ്ങളുമാണ് ഞങ്ങൾ അയാൾക്ക് നൽകിയത്.

മറ്റൊരിക്കൽ ഏറെക്കുറെ ഞാൻ വലിയൊരു അബദ്ധത്തിൽ ചെന്നു ചാടി. ലാവ്റെന്റ് യേവ്സിന്റെ രഹസ്യമീറ്റിങ് സ്ഥലത്തേക്കാണ് ഞാൻ പോയതെങ്കിലും 32ന് പകരം 33-ാം നമ്പരിലുള്ള വീടാണ് എനിക്കു പറഞ്ഞുതന്നത്. വാതിലിലെ നെയിംപ്ലേറ്റ് നീക്കം ചെയ്തിരിക്കുന്നത് എന്നെ അത്ഭുതപ്പെടുത്തി. രഹസ്യവിദ്യയുടെ മറ്റൊരു തമാശയാണ് അതെന്ന് ഞാൻ കരുതി. പ്രകടമായിത്തന്നെ ഒരു ഓഫീസറുടെ സേവകനായ ഒരു പട്ടാളക്കാരൻ വാതിൽ തുറന്നു. ഒരക്ഷരം ഉരിയാടാതെ രഹസ്യമായ

മേൽവിലാസങ്ങളും സാഹിത്യവുമായി ഞാൻ പടികളിറങ്ങി നടന്നു. എന്നെ അയാൾ പിന്തുടരുന്നുവെന്ന് മനസിലാക്കിയ ഞാൻ നടത്തം നിർത്തി ചോദിച്ചു: "ഇത് ഡെന്റിസ്റ്റിന്റെ പാർപ്പിടമാണെന്നാണ് ഞാൻ കരുതിയത്. എനിക്ക് കലശലായ പല്ലുവേദന." "ഇത് കേണലിന്റെ പാർപ്പിടമാണ്." അയാൾ പറഞ്ഞു. "കേണൽ?" ഞാൻ ചോദിച്ചു. "അതെ, കേണൽ റിമാൻ." മോസ്കോ കലാപത്തെ അടിച്ചമർത്തിയ സെമ്യോനോവ്സ്കി റെജിമെന്റിന്റെ കേണലായിരുന്നു റിമാൻ.

കേണലിന്റെ ജീവന് നേരെയുള്ള ഭീഷണി കണക്കിലെടുത്താണ് വാതിലിലെ നെയിംപ്ലേറ്റ് നീക്കം ചെയ്തതെന്ന കാര്യം വ്യക്തമായിരുന്നു. അയാളുടെ സേവകനായ പട്ടാളക്കാരനോട് ഞാൻ പറഞ്ഞു:

"തെറ്റായ ഇടത്താണ് ഞാൻ വന്നത്. എനിക്ക് കാണേണ്ടത് ഡെന്റിസ്റ്റിനെയാണ്." എന്നിട്ട് ധൃതിയിൽ ഞാനവിടന്നും പിൻവാങ്ങി.

മറ്റുള്ളവരുടെ ഇടങ്ങളിലെ നിദ്ര ഇല്ലിച്ചിനെ ക്ഷീണിതനാക്കി. മാത്രമല്ല, അതദ്ദേഹത്തിന് വളരെ ബുദ്ധിമുട്ടുണ്ടാക്കുന്ന സംഗതിയുമായിരുന്നു. സ്വതവേ ലജ്ജാശീലനായ അദ്ദേഹത്തിന് ദയാലുക്കളായ ആതിഥേയരുടെ അളവറ്റ ശ്രദ്ധയിൽ അസൗകര്യങ്ങളുമുണ്ടായി. ഒരു ലൈബ്രറിയിലോ പാർപ്പിടത്തിലോ, പ്രവർത്തിക്കാൻ ഇഷ്ടപ്പെട്ടിരുന്ന അദ്ദേഹത്തിന് ഇവിടെ പുതിയ ചുറ്റുപാടുകളുമായി പൊരുത്തപ്പെടാൻ നന്നേ പാടുപെടേണ്ടിയിരുന്നു.

സാധാരണയായി വിയന്ന റസ്റ്റോറന്റിൽ വച്ചാണ് ഞാനദ്ദേഹവുമായി കൂടിക്കണ്ടിരുന്നത്. എന്നാൽ പരസ്യമായി സംസാരിക്കാൻ അത് ഒട്ടും സൗകര്യപ്രദമായിരുന്നില്ല. അതുകൊണ്ട് അവിടെ അൽപ്പനേരം ചെലവഴിച്ചശേഷം നിക്കോളായേവ്സ്കി സ്റ്റേഷന് എതിർവശത്തുള്ള ഹോട്ടലിൽ പോയി ഒരു സ്വകാര്യമുറിയെടുത്ത് ആശയവിനിമയത്തിലേർപ്പെടുകയും ഭക്ഷണം കഴിക്കുകയും ചെയ്തു. ഒരിക്കൽ തെരുവിൽ വച്ച് ഞങ്ങൾ ജൂസെഫി (ദ്സെർഷിൻസ്കി) നെ കണ്ടുമുട്ടി. ഞങ്ങൾ തെന്നുവണ്ടി നിർത്തി ഞങ്ങളോടൊപ്പം പോരാൻ അദ്ദേഹത്തെ ക്ഷണിച്ചു. ഡ്രൈവർക്കരികിൽ അദ്ദേഹമിരുന്നു. അദ്ദേഹം അവിടെയിരുന്ന് യാത്രചെയ്യുന്നത് സുഖകരമാവുമോയെന്ന് ഇല്ലിച്ചിന് ആശങ്കയുണ്ടായിരുന്നുവെങ്കിലും ഗ്രാമത്തിൽ ജനിച്ചുവളർന്ന അദ്ദേഹത്തിന് തെന്നുവണ്ടിയിലെ ഡ്രൈവിങ് സീറ്റിൽ ഇരുന്നുള്ള യാത്ര ബുദ്ധിമുട്ടുണ്ടാക്കില്ലെന്ന് ഇല്ലിച്ച് സമാധാനിച്ചു.

അവസാനം ഇത്തരം ജീവിതത്തോട് ഇല്ലിച്ചിന് തീർത്തും വിരക്തി തോന്നിയപ്പോൾ ഞങ്ങൾ പാന്റെലീമോണോസ്കായലെ വലിയൊരു കെട്ടിടത്തിൽ ഒന്നിച്ച് മുറികൾ വാടകയ്ക്കെടുത്തു. ബ്ലാക്ക്-ഹൺഡ്രഡ് രീതിയിലുള്ള ഒരു പിന്തിരിപ്പനായിരുന്നു ആ കെട്ടിടത്തിന്റെ ഉടമ.

അക്കാലത്തെ ഇല്ലിച്ചിന്റെ പ്രസംഗങ്ങളെക്കുറിച്ച് പറയുമ്പോൾ നിപ്പോവിച്ചിന്റെ ഫ്ളാറ്റിൽ വച്ച് നടന്ന, വ്യത്യസ്ത ജില്ലകളിൽ നിന്നുമുള്ള പ്രചാരകന്മാരുടെ യോഗത്തിൽ, കർഷകരുടെ ചോദ്യം ഉയർന്നുവ

ന്നത് ഞാൻ ഓർക്കുന്നു. നെവ്സ്കായ സസ്താവ ജില്ലയിൽ നിന്നുമുള്ള നിക്കോളായ് അദ്ദേഹത്തോട് ചില ചോദ്യങ്ങൾ ചോദിച്ചു. ചോദ്യം ചോദിച്ച രീതിയോ നിക്കോളായുടെ സംസാരരീതിയോ എനിക്കിഷ്ടപ്പെട്ടില്ല. നിക്കോളായ എന്തുതരം പ്രവർത്തകനാണെന്ന് യോഗാനന്തരം ജില്ലയിലെ പ്രാദേശികസംഘാടകനായ അങ്കിളിനോട് ഞാൻ ചോദിച്ചു. ഗ്രാമവുമായി അടുത്ത ബന്ധമുള്ള ബുദ്ധിമാനായ ഒരു യുവാവാണ് അയാളെന്നും എന്നാൽ ബഹുജനമധ്യത്തിലിറങ്ങി പ്രവർത്തിക്കുന്നതിന് പകരം അയാൾ ചെറിയൊരു ഗ്രൂപ്പിനിടയിൽ മാത്രം പ്രവർത്തിച്ച് തന്റെ കഴിവുകൾ പാഴാക്കിയെന്നും അവർ പറഞ്ഞു. എന്തായാലും, 1906 ൽ നിക്കോളായ് ഒരു സജീവപ്രവർത്തകനായിരുന്നു. എന്നാൽ, പ്രതികരണത്തിന്റെ ഘട്ടത്തിൽ അയാൾ ദുഷ്പ്രേരണ ചെലുത്തുന്നവനായിത്തീരുകയും അവിടെ പിടിച്ചുനിൽക്കാനാവാതെ ആത്മഹത്യ ചെയ്യുകയുമുണ്ടായി. എല്ലാ ദരിദ്രജനവിഭാഗങ്ങളിലേക്കും ഇറങ്ങിച്ചെല്ലാൻ ശ്രമിച്ച സഖാക്കളുടെ ഒരു ഗ്രൂപ്പിൽപ്പെട്ടവനായിരുന്നു നിക്കോളായ്. പ്രക്ഷോഭം നടത്താൻ കുറഞ്ഞ വാടകയുള്ള ഒരു ഉറക്കറയിലേക്ക് അയാൾ പോയത് ഞാൻ ഓർക്കുന്നു. അയാളുടെ ഗ്രൂപ്പിൽപ്പെട്ട ക്രിലെങ്കോയും സെർഗി വോയ്റ്റിൻസ്കിയും തുടർച്ചയായി പ്രശ്നങ്ങളിൽ ചെന്നുചാടുന്നവരായിരുന്നു.

പൊലീസ് ഇല്ലിച്ചിനെ പിന്തുടർന്നുകൊണ്ടിരുന്നു. നിയമജ്ഞനായ ചെറെകുൽ-കുഷിന്റെ ഫ്ളാറ്റിൽ വച്ച് നടന്ന ഒരു യോഗത്തിൽ അദ്ദേഹം ഒരു റിപ്പോർട്ട് അവതരിപ്പിച്ചു. പാർപ്പിടത്തിൽ തിരിച്ചെത്തുന്നില്ലെന്ന് തീരുമാനിക്കുന്ന തലത്തോളം പൊലീസുകാർ അദ്ദേഹത്തെ പിന്തുടർന്നിരുന്നു. രാത്രി മുഴുവനും ജനാലയ്ക്കരികിൽ ഇരുന്ന ഞാൻ അദ്ദേഹം അറസ്റ്റു ചെയ്യപ്പെട്ടുവെന്ന നിഗമനത്തിലെത്തിച്ചേർന്നു. ബാസ്കി(അന്ന് സ്പിൽക്കയുടെ ഒരു പ്രമുഖ അംഗം)ന്റെ സഹായത്തോടെ കഷ്ടിച്ച് പൊലീസിനെ വെട്ടിച്ച് ഫിൻലാന്റിലേക്ക് രക്ഷപ്പെട്ട അദ്ദേഹം സ്റ്റോക്ഹോം കോൺഗ്രസിന്റെ സമയം വരെ അവിടെ താമസിച്ചു.

ഏപ്രിലിൽ അവിടെവച്ച് *ദി വിക്ടറി ഓഫ് ദി കേഡറ്റ്സ് ആന്റ് ദി ടാസ്ക്സ് ഓഫ് ദി വർക്കേഴ്സ് പാർട്ടി (The victory of the Cadets and the Tasks of the Workers party)* എന്ന ലഘുഗ്രന്ഥം രചിക്കുകയും യൂണിറ്റി കോൺഗ്രസിനുള്ള പ്രമേയങ്ങളുടെ കരട് തയാറാക്കുകയും ചെയ്തു. അതുമായി ബന്ധപ്പെട്ട് ഇല്ലിച്ച് സെന്റ് പീറ്റേഴ്സ്ബർഗിലെത്തിയപ്പോൾ അത് ചർച്ചാവിധേയമായി. വിറ്റ്മേഴ്സിന്റെ ക്ലാസ്മുറികളിലൊന്നിൽ വച്ചാണ് ചർച്ച നടന്നത് (ഒരു സ്കൂളെന്ന നിലയിൽ അവരുടെ പാർപ്പിടം ഉപയോഗിച്ചിരുന്നു).

രണ്ടാം പാർട്ടി കോൺഗ്രസിന് ശേഷം ആദ്യമായി കോൺഗ്രസിൽ ബോൾഷെവിക്കുകളും മെൻഷെവിക്കുകളും ഒന്നിച്ചുകൂടി. അവസാനത്തെ കുറെ മാസങ്ങളായി മെൻഷെവിക്കുകൾ അവരുടെ യഥാർഥനിറം പ്രദർശിപ്പിച്ചുവെങ്കിലും വിപ്ലവത്തിന്റെ പുതിയ തരംഗത്തിൽ ഇരുകൂട്ടർക്കും രമ്യതയിലെത്താൻ കഴിയുമെന്നും അവരെ ബോൾഷെവിക് പാതയിലേക്ക് കൊണ്ടുവരാനാവുമെന്നും ഇല്ലിച്ച് ആശിച്ചു.

അൽപ്പം വൈകിയാണ് ഞാൻ കോൺഗ്രസിന് എത്തിച്ചേർന്നത്. ഒന്നാം കോൺഗ്രസ് സജ്ജമാക്കാൻ ഞാനുമൊന്നിച്ച് പ്രവർത്തിച്ച ടുചാപ്സ്കിയും ക്ലൗഡിയ സ്വെർദ്ലോവുമൊന്നിച്ചാണ് ഞാൻ യാത്രചെയ്തത്. കോൺഗ്രസിലേക്ക് വരാൻ സ്വെർദ്ലോവ് സ്വയം തീരുമാനിക്കുകയായിരുന്നു. യുറൾസിൽ അദ്ദേഹത്തിന് വളരെ സ്വാധീനശക്തിയുണ്ടായിരുന്നു. കോൺഗ്രസിൽ പോകാനുള്ള അദ്ദേഹത്തിന്റെ തീരുമാനത്തെ അവിടത്തെ പ്രവർത്തകർ നിരാകരിച്ചു. കമ്മിറ്റിയിൽ നിന്നും എനിക്ക് അംഗീകാരം ലഭിച്ചുവെങ്കിലും ഏതാനും വോട്ടുകളുടെ കുറവുണ്ടായിരുന്നു. ക്രെഡെൻഷ്യൽ കമ്മിറ്റി സൂക്ഷ്മവിവേചനം ചെയ്യുന്ന ഒരു വോട്ടു മാത്രമാണ് എനിക്ക് നൽകിയത്. ക്രഡൻഷ്യൽ കമ്മിറ്റിയുമായുള്ള ഏതാനും മിനിറ്റുകൾ ഒരാളെ കോൺഗ്രസിലെത്തിക്കാൻ മതിയായതായിരുന്നു.

താൽക്കാലികമായ പരാജയമുണ്ടായെങ്കിലും വിപ്ലവം മുന്നേറുകയാണെന്ന നിലപാടിൽ ബോൾഷെവിക്കുകൾ ഐക്യത്തോടെ ഉറച്ചുനിന്നു.

അങ്കിൾ എത്രമാത്രം തിരക്കുള്ളവളായിരുന്നുവെന്ന് ഞാനോർക്കുന്നു. സ്വീഡിഷ് നന്നായി അറിയാമായിരുന്നതിനാൽ പ്രതിനിധികളുടെ താമസസൗകര്യം ഏർപ്പാടാക്കുന്ന ജോലി അവർക്കാണ് നൽകിയത്.

ഇവാൻ സ്കവോർട്ട്സോവിനെയും വാക്കേറ്റം നടത്തുമ്പോൾ കണ്ണുകൾക്ക് തിളക്കമേറുന്ന വ്ളാദിമിർ ബാസറോവിനെയും ഞാൻ ഓർക്കുന്നു. അതുമായി ബന്ധപ്പെട്ട് ബാസറോവിന് പ്രബലമായൊരു രാഷ്ട്രീയ നിലപാട് ഉണ്ടെന്ന് ഇല്ലിച്ച് പറയാറുണ്ടായിരുന്നതായും ഞാൻ ഓർക്കുന്നു. അദ്ദേഹവുമായുള്ള വാദപ്രതിവാദത്തെ ഇല്ലിച്ചും ഇഷ്ടപ്പെട്ടിരുന്നു. റിക്കോവും സ്ട്രോയേവും അലെക്സിൻസ്കിയുമൊന്നിച്ച് നാട്ടിൻപുറത്ത് കൂടെ നടന്നതും അപ്പോൾ പ്രവർത്തകരുടെ മനോനിലയെക്കുറിച്ച് ഞങ്ങൾ സംസാരിച്ചതും എന്റെ ഓർമയിൽ തെളിയുന്നു. വൊറോഷിലോവും (വൊലോദ്യ അന്റിമെക്കോവ്) സമോയ്ലോവും (നതാഷ ബോൾഷെവിക്കോവ) കോൺഗ്രസിൽ പങ്കെടുത്തിരുന്നു. അവരുടെ ഊർജസ്വലത യൂണിറ്റി കോൺഗ്രസിലെ ബോൾഷെവിക് പ്രതിനിധികളുടെ മനോനില വെളിപ്പെടുത്തുന്നതായിരുന്നു. മുമ്പെന്നത്തെക്കാളും ഐക്യത്തോടെയാണ് ബോൾഷെവിക് പ്രതിനിധികൾ കോൺഗ്രസിൽ നിന്നും പുറത്തുകടന്നത്.

ആദ്യത്തെ സ്റ്റേറ്റ് ദുമ(പാർലമെന്റ്) സമ്മേളിച്ചത് ഏപ്രിൽ 27നാണ്. വൊയ്റ്റിൻസ്കിയുടെ പ്രവർത്തനമേഖലയായ തൊഴിൽ രഹിതരുടെ ഒരു പ്രകടനം അവിടെ നടന്നു. വളരെ ഉത്സാഹപൂർവമാണ് മേയ്ദിനം ആചരിച്ചത്. ഏപ്രിൽ അവസാനത്തോടെ *നോവോയ ഷിസ്ന്റെ* സ്ഥാനത്ത് *വോൾന* (തരംഗം) എന്ന പേരിൽ ഒരു വർത്തമാനപത്രവും *വെസ്റ്റ്നിക് ഷിസ്നി* (ജീവിതഘോഷം) എന്ന പേരിൽ ചെറിയൊരു

ബോൾഷെവിക് മാഗസിനും പ്രസിദ്ധീകരിച്ചുതുടങ്ങി. പ്രസ്ഥാനം വീണ്ടും നിർമിക്കപ്പെടുകയായിരുന്നു.

സ്റ്റോക്ഹോം കോൺഗ്രസിൽ നിന്നും മടങ്ങിയെത്തിയ ശേഷം ഞാൻ പ്രസ്കോവ്റിയ ഒനേഗിന എന്ന പേരിലും ഇല്ലിച്ച് ച്കീഡ്സ് എന്ന പേരുകളിലുമുള്ള പാസ്പോർട്ടുകളുപയോഗിച്ച്, സബാൽസ്കി സ്ട്രീറ്റിൽ മുറികളെടുത്തു. നീണ്ടൊരു ഇടനാഴിയുള്ള ആ കെട്ടിടം ഞങ്ങൾക്ക് കുറച്ചൊക്കെ സൗകര്യപ്രദമായിരുന്നുവെങ്കിലും തന്റെ ഭാര്യയെ മർദിച്ച് വീഴ്ത്തിയശേഷം തലമുടിയിൽ പിടിച്ച് അങ്ങോട്ടുമിങ്ങോട്ടും നിർദയം വലിച്ചിഴച്ച ഒരു സൈനികനും ഇല്ലിച്ചിന്റെ ബന്ധുക്കളെക്കുറിച്ച് വളരെ അന്വേഷണത്വരയുള്ളവളും വളരെ ഇണക്കമുള്ളവളുമായ കെട്ടിടത്തിന്റെ ഉടമയുമായ സ്ത്രീയും അവിടെ താമസക്കാരായുണ്ടായിരുന്നു. നാല് വയസുള്ളപ്പോൾ മുതൽ ഇല്ലിച്ചിനെ തനിക്കറിയാമെന്ന് ആ സ്ത്രീ തീർത്തു പറഞ്ഞു.

സെന്റ് പീറ്റേഴ്സ്ബർഗിലെ പ്രവർത്തകർക്ക് യൂണിറ്റി കോൺഗ്രസിനെക്കുറിച്ച് അദ്ദേഹമൊരു റിപ്പോർട്ടെഴുതി. സുപ്രധാന വിഷയങ്ങളിലേക്കുള്ള എല്ലാ അഭിപ്രായവ്യത്യാസങ്ങളും അദ്ദേഹമതിൽ എടുത്തു പറഞ്ഞിരുന്നു. “ചർച്ചാസ്വാതന്ത്ര്യത്തിനും പ്രവർത്തനഐക്യത്തിനും നാം ഊന്നൽ നൽകണം,” ആ റിപ്പോർട്ടിൽ അദ്ദേഹം എഴുതി. “കൃഷീവല സമൂഹത്തിന്റെ വിപ്ലവപ്രവർത്തനങ്ങളെ പിന്തുണയ്ക്കുന്നതിനോട് യോജിക്കുന്ന എല്ലാ സോഷ്യൽ ഡെമോക്രാറ്റുകളും പെറ്റിബൂർഷ്വാ ഉട്ടോപ്യയെ വിമർശിക്കുന്നു.” “*ദുമ*യിലേക്കുള്ള തിരഞ്ഞെടുപ്പിൽ പ്രവർത്തനത്തിന്റെ പൂർണമായ യോജിപ്പ് അനിവാര്യമാണ്. ഏതെങ്കിലും തരത്തിലുള്ള തിരഞ്ഞെടുപ്പ് നടക്കുന്ന ഇടങ്ങളിലെല്ലാം നാമെല്ലാവരും വോട്ടു ചെയ്യേണ്ടതാണെന്ന് കോൺഗ്രസ് തീരുമാനിച്ചു. തിരഞ്ഞെടുപ്പിന്റെ ഘട്ടത്തിൽ അതിൽ പങ്കെടുക്കുന്നതിനെതിരെ യാതൊരു വിമർശനവും ഉണ്ടായിക്കൂടാ. അധ്വാനിക്കുന്ന ബഹുജനങ്ങളുടെ പ്രവർത്തനം ഏകോപിതമായിരിക്കണം.”

മേയ്മാസത്തിൽ *വ്പെർയോദിൽ* ആ റിപ്പോർട്ട് പ്രസിദ്ധീകരിച്ചു.

മേയ് 9ന് റഷ്യയിലാദ്യമായി പനീനാർസ് പീപ്പിൾസ് ഹൗസിൽ വച്ച്, കാർപ്പോവ് എന്ന പേരിൽ വലിയൊരു പൊതുയോഗത്തെ വ്ളാദിമിർ ഇല്ലിച്ച് സംബോധന ചെയ്ത് പ്രസംഗിച്ചു. എല്ലാ ജില്ലകളിൽ നിന്നുമുള്ള പ്രവർത്തകരാൽ നിറഞ്ഞതായിരുന്നു ആ ഹാൾ. പൊലീസ് അവിടെയുണ്ടായിരുന്നില്ല എന്നത് ശ്രദ്ധേയമാണ്. തുടക്കത്തിൽ അവിടെ ചുറ്റിപ്പറ്റി നടന്നിരുന്ന രണ്ട് പൊലീസ് ഓഫീസർമാർ വളരെവേഗം അപ്രത്യക്ഷരായി. “അവർക്ക് മേൽ ആരോ പ്രാണികളെ കൊല്ലുന്ന പൗഡർ വിതറിയതായി നിങ്ങൾ കരുതിയാൽ മതി”, ആരോ ഹാസ്യാത്മകമായി അഭിപ്രായപ്പെട്ടു. ഒരു കോൺസ്റ്റിറ്റ്യൂഷണൽ ഡെമോക്രാറ്റ് (കേഡറ്റ്) ആയ ഒഗോറോദ്നിക്കോവ് സംസാരിച്ചുകഴിഞ്ഞപ്പോൾ പ്രസംഗിക്കാൻ ചെയർമാൻ കാർപ്പോവിനെ ക്ഷണിച്ചു. ഞാൻ ആൾക്കൂട്ടത്തിനിടയിൽ

നിൽക്കുകയായിരുന്നു. ഇല്ലിച്ച് അങ്ങേയറ്റം അസ്വസ്ഥനായിരുന്നു. ഒരു മിനിറ്റ് നേരത്തോളം അദ്ദേഹം വിളറി. നിശ്ശബ്ദനായിരുന്നു. മുഴുവൻ രക്തവും അദ്ദേഹത്തിന്റെ ഹൃദയത്തിലേക്കൊഴുകി. പ്രസംഗകന്റെ അസ്വസ്ഥത ശ്രോതാക്കളിലേക്ക് പടരുന്നത് നമുക്ക് മനസിലാക്കാനാവുമായിരുന്നു. പൊടുന്നനെ ഹാളിലുടനീളം കൈയടി ഉയർന്നു - പാർട്ടി സഖാക്കൾ ഇല്ലിച്ചിനെ തിരിച്ചറിഞ്ഞതാണ് അതിന് കാരണം. എനിക്കടുത്തായി നിന്നിരുന്ന ഒരു പ്രവർത്തകന്റെ ആഹ്ലാദം നിറഞ്ഞ മുഖം ഞാനോർക്കുന്നു. "ആരാണദ്ദേഹം? ആരാണദ്ദേഹം?" അയാൾ ചോദിച്ചു. ആരുമതിന് മറുപടി പറഞ്ഞില്ല. ഹാൾ തികച്ചും നിശ്ശബ്ദമായി. ഇല്ലിച്ചിന്റെ പ്രസംഗത്തിന് ശേഷം ശ്രോതാക്കളിൽ അസാധാരണമായ ഉത്സാഹത്തിന്റെ ഒരു തരംഗം വീശിയടിച്ചു. അന്ത്യം വരേക്കുമുള്ള, വരാനിരിക്കുന്ന പോരാട്ടത്തെക്കുറിച്ചാണ് ആ നിമിഷത്തിൽ ഏവരും ചിന്തിച്ചത്.

ബാനറുകളുണ്ടാക്കാൻ ചുവന്ന കുപ്പായങ്ങൾ കീറപ്പെട്ടു. വിപ്ലവഗാനങ്ങളുമായി ജനക്കൂട്ടം അവരവരുടെ ജില്ലകളിലേക്ക് മടങ്ങി.

സെന്റ് പീറ്റേഴ്സ്ബർഗിലെ ഉന്മേഷദായകമായ വെളുത്ത രാത്രികളിലൊന്നായ ഒരു മേയ്മാസ രാത്രിയായിരുന്നു അത്. പുറത്ത് ഞങ്ങൾ പ്രതീക്ഷിച്ചിരുന്ന പൊലീസുകാർ അവിടെ ഉണ്ടായിരുന്നില്ല. യോഗാനന്തരം ഉറങ്ങാനായി വ്ളാദിമിർ ഇല്ലിച്ച് ദ്മിത്രി ലെഷ്ചെങ്കോയുടെ പാർപ്പിടത്തിലേക്കാണ് പോയത്.

വിപ്ലവകാലഘട്ടത്തിൽ മറ്റൊരു വലിയ പൊതുയോഗത്തെ സംബോധന ചെയ്യാനുള്ള അവസരം ഇല്ലിച്ചിന് ലഭിച്ചില്ല.

മേയ് 24ന് *വോൾന* ദിനപ്പത്രം അടച്ചുപൂട്ടപ്പെട്ടു. മേയ് 26ന് *വ്പെർയോദ്* എന്ന പേരിൽ അതിന്റെ പ്രസിദ്ധീകരണം പുനരാരംഭിച്ചു.

ജൂലായ് 7വരെ നിലനിന്നിരുന്ന *ഇക്കോ* (പ്രതിധ്വനി) എന്ന പുതിയൊരു ബോൾഷെവിക് വർത്തമാനപ്പത്രം പ്രസിദ്ധീകരിക്കാൻ ഞങ്ങൾക്ക് സാധിച്ചത് ജൂൺ 22നാണ്. ജൂലായ് 8ന് സ്റ്റേറ്റ് പാർലമെന്റ് പിരിച്ചുവിടപ്പെട്ടു.

ജൂൺ അവസാനം റോസ ലക്സംബർഗ് സെന്റ് പീറ്റേഴ്സ്ബർഗിൽ എത്തിച്ചേർന്നു. തൊട്ടുമുമ്പ് വാഴ്സയിലെ ജയിലിൽനിന്നും മോചിതയായതാണവർ. വ്ളാദിമിർ ഇല്ലിച്ചും ഞങ്ങളുടെ ബോൾഷെവിക് നേതാക്കളും അവരുമായി കൂടിക്കാഴ്ച നടത്തി. നെവ്സ്കായ സസ്താവയിൽ എന്റെ സഹാധ്യാപികയും പിന്നീട് എന്നോടൊപ്പം ജയിൽവാസമനുഷ്ഠിക്കുകയും ചെയ്ത സുഹൃത്തിന്റെ പിതാവും ഒരു വീട്ടുടമയുമായ ഓൾഡ് പാപ്പാ റോദ് കൂടിക്കാഴ്ചയ്ക്ക് വേണ്ടി ഒരു അപ്പാർട്ടുമെന്റ് ഞങ്ങൾക്ക് വിട്ടുതന്നു. എല്ലാരീതിയിലും ഞങ്ങളെ സഹായിക്കാൻ വൃദ്ധനായ ആ മനുഷ്യൻ വളരെ തൽപ്പരനായിരുന്നു. കൂടിക്കാഴ്ചയ്ക്കായി അയാൾ ഞങ്ങൾക്ക് നൽകിയ ആളൊഴിഞ്ഞ വലിയ അപ്പാർട്ടുമെന്റ് കൂടുതൽ രഹസ്യസ്വഭാവമുള്ളതാക്കാൻ അയാളതിന്റെ എല്ലാ ജനാലകളും വെള്ള പൂശുകയും, അതിലൂടെ എല്ലാ സൂക്ഷിപ്പുകാരുടെയും ശ്രദ്ധയാകർഷി

ക്കുകയും ചെയ്തു. ആ യോഗത്തിൽ വച്ച് സാഹചര്യങ്ങളെയും ഉപയോഗിക്കേണ്ട തന്ത്രങ്ങളെയും കുറിച്ച് ഞങ്ങൾ ചർച്ച ചെയ്തു. സെന്റ് പീറ്റേഴ്സ്ബർഗിൽ നിന്നും റോസ ഫിൻലാന്റിലേക്കും പിന്നീട് വിദേശത്തേക്കും പോയി.

പ്രസ്ഥാനം ശക്തിയാർജിച്ചുകൊണ്ടിരുന്ന മേയ്മാസത്തിൽ പാർലമെന്റിന്റെ കാര്യങ്ങളിൽ ഇല്ലിച്ച് വളരെ ശ്രദ്ധാലുവായിരുന്നു. അത് കർഷകസമൂഹത്തിന്റെ മനോനില പ്രതിഫലിപ്പിക്കാൻ ആരംഭിച്ചു. ആ ഘട്ടത്തിൽ താഴെപ്പറയുന്ന ലേഖനങ്ങൾ അദ്ദേഹമെഴുതി: "സ്റ്റേറ്റ് ദൂമയിൽ തൊഴിലാളികളുടെ ഗ്രൂപ്പ്", "ട്രൂദോവിക് ഗ്രൂപ്പിലെ കർഷകരും ആർ എസ് ഡി എൻ പിയും", "ദൂമയിൽ ഭൂപ്രശ്നം" "ഭൂമിയും സ്വാതന്ത്ര്യവും" "ഭരണകൂടവും ദുമയും ജനങ്ങളും", "ജനങ്ങളോട് അപേക്ഷിക്കുന്നതിൽ നിന്നും കേഡറ്റുകൾ ദുമയെ തടയുന്നു", "മോശപ്പെട്ട ഉപദേശം", "നിസ്സഹായരും ഒക്ടോബറിസ്റ്റുകളും കേഡറ്റുകളും", "കേഡറ്റുകളും ട്രുദോവിക്കുകളും തൊഴിലാളികളുടെ പാർട്ടിയും" എന്നിവയാണവ. ഈ ലേഖനങ്ങൾക്കെല്ലാം പിന്നിൽ ഒരൊറ്റ ലക്ഷ്യമേ ഉണ്ടായിരുന്നുള്ളൂ- അധ്വാനിക്കുന്ന വർഗത്തിനും കർഷകസമൂഹത്തിനുമിടയിലെ സഖ്യം, ഭൂമിക്കും സ്വാതന്ത്ര്യത്തിനും വേണ്ടിയുള്ള സമരത്തിന് കർഷകരെ സജ്ജരാക്കുന്നതിന്റെ അവശ്യകത, ഭരണകൂടവുമായി കേഡറ്റുകൾ സന്ധിചെയ്യുന്നതിനെ തടയേണ്ടുന്നതിന്റെ അവശ്യകത എന്നിവയാവണം.

ആ കാലഘട്ടത്തിൽ ഈ വിഷയകമായി ഇല്ലിച്ച് ഇടയ്ക്കിടെ റിപ്പോർട്ടുകൾ തയാറാക്കുകയുമുണ്ടായി.

സാഗോ റോദ്നി പ്രോസ്പെക്ടിലെ എഞ്ചിനിയേഴ്സ് യൂണിയനിൽ വച്ച് സെന്റ് പീറ്റേഴ്സ്ബർഗിലെ വിബോഗിൽ നിന്നുമുള്ള പ്രതിനിധികളുടെ ഒരു യോഗത്തെയും ഇല്ലിച്ച് അഭിസംബോധന ചെയ്ത് സംസാരിച്ചു. ഒരു ഹാളിൽ തൊഴിൽരഹിതരുടെയും മറ്റേ ഹാളിൽ ലോങ്ഷൊർമാൻമാരുടെയും യോഗം നടന്നുകൊണ്ടിരുന്നതിനാൽ ദീർഘനേരം ഞങ്ങൾ പുറത്തു കാത്തുനിൽക്കേണ്ടിവന്നു. രണ്ടാമത് പറഞ്ഞതിന്റെ സംഘാടകൻ സെർഗി മാലിഷേവ് ആയിരുന്നു. തൊഴിലുടമകളുമായി ഒരു ധാരണയിലെത്താൻ അവർ ഒരു അവസാനശ്രമം നടത്തിയെങ്കിലും അത് ഫലപ്രദമായില്ല. അവർ പോകുന്നതു വരെ കാത്തുനിൽക്കാനേ ഞങ്ങൾക്കാവുമായിരുന്നുള്ളൂ.

ഇല്ലിച്ച് ഒരുസംഘം സ്കൂൾ ടീച്ചേഴ്സുമായി സംസാരിച്ചതും ഞാനോർക്കുന്നു. അന്ന് അധ്യാപകർക്കിടയിൽ സോഷ്യലിസ്റ്റ് വിപ്ലവ മനോഘടനയുണ്ടായിരുന്നുവെന്ന് മാത്രമല്ല, ടീച്ചേഴ്സ് കോൺഗ്രസിൽ പങ്കെടുക്കുന്നതിൽ ബോൾഷെവിക്കുകൾക്ക് വിലക്കുമുണ്ടായിരുന്നു. സ്കൂളുകളിലൊന്നിൽ വച്ചാണ് കുറെ അധ്യാപകരുമായുള്ള സംഭാഷണം ഏർപ്പാട് ചെയ്തിരുന്നത്. അവരിൽ വച്ച് മുതുകിൽ കൂനുള്ള ഒരു ചെറിയ സ്ത്രീയുടെ മുഖം ഞാൻ നന്നായി ഓർക്കുന്നു. സോഷ്യലിസ്റ്റ് വിപ്ലവകാരിയായ കോൺട്രാറ്റേയേവയായിരുന്നു അവർ. ആ യോഗത്തിൽ

വച്ച് റ്യാസനോവ് ട്രേഡ് യൂണിയനുകളെക്കുറിച്ച് ഒരു റിപ്പോർട്ട് തയാറാക്കി. കാർഷിക പ്രശ്നത്തെക്കുറിച്ച് വ്ളാദിമിർ ഇല്ലിച്ച് അവിടെ സംസാരിച്ചു. ഇല്ല്യനെ ഉദ്ധരിച്ചുകൊണ്ട് വ്ളാദിമിർ ഇല്ലിച്ച് സ്വന്തം നിലപാടിനെതിരെ സംസാരിക്കുകയാണെന്ന് ചൂണ്ടിക്കാണിച്ച് ബുനാക്കോവ് അദ്ദേഹത്തെ എതിർത്തു. (ഇല്ലിൻ ആയിരുന്നു അക്കാലത്ത് ഇല്ലിച്ചിന്റെ തൂലികാനാമം). ശ്രദ്ധാപൂർവം അത് കേട്ടിരുന്ന ഇല്ലിച്ച് നോട്ടുകൾ കുറിച്ചെടുക്കുകയും എന്നിട്ട് അവയ്ക്കുള്ള മറുപടി നൽകുകയും ചെയ്തു.

ഭൂമിയുടെ പ്രശ്നം ഉയർന്നുവരികയും "മുഷിക്കുകൾക്കെതിരെ ഉദ്യോഗസ്ഥരുടെയും ലിബറലുകളുടെയും കൂട്ടുകെട്ടെ"ന്ന് ഇല്ലിച്ച് വിളിച്ച വിഷയം മുൻനിരയിലെത്തുകയും ചെയ്തപ്പോൾ ട്രുദോവിക് ഗ്രൂപ്പ് തൊഴിലാളികളുടെ പക്ഷം ചേർന്നു. ദുമയെ ആശ്രയിക്കാനാവില്ലെന്ന് ബോധ്യപ്പെട്ട ഭരണകൂടം പരസ്യമായിത്തന്നെ അതിനെതിരെ രംഗത്തെത്തി. അത് സമാധാനപരമായ പ്രകടനങ്ങളെ അടിച്ചമർത്തുകയും പൊതുയോഗങ്ങൾക്കായി ഉപയോഗിച്ച കെട്ടിടങ്ങൾ അഗ്നിക്കിരയാക്കുകയും യഹൂദർക്കെതിരെ നരവംശഹത്യകൾ ആരംഭിക്കുകയും ചെയ്തു. കാർഷിക പ്രശ്നത്തിന്മേലുള്ള അക്രമാസക്തമായ ഒരു സർക്കാർ പ്രസ്താവന ജൂൺ 20ന് സ്റ്റേറ്റ് പാർലമെന്റിൽ വിതരണം ചെയ്യപ്പെട്ടു.

അവസാനം ജൂലായ് 8ന് ദുമ പിരിച്ചുവിടുകയും സോഷ്യൽ ഡെമോക്രാറ്റിക് വർത്തമാനപത്രങ്ങൾ അടച്ചുപൂട്ടുകയും എല്ലാത്തരം അടിച്ചമർത്തലുകളും അറസ്റ്റുകളും ആരംഭിക്കുകയും ചെയ്തു. കോൺസ്റ്റഡ്റ്റിലും സ്വീബോർഗിലും കലാപം പൊട്ടിപ്പുറപ്പെട്ടു. അതിൽ ഞങ്ങളുടെ ആളുകൾ വളരെ സജീവമായി പങ്കെടുത്തു. ഇന്നോകെന്റി (ദുബ്രോവിൻസ്കി) വളരെ കഷ്ടിച്ചാണ് കോൺസ്റ്റഡ്റ്റിൽ നിന്നും പുറത്തുകടന്നത്. മദ്യപിച്ച് തികച്ചും ലക്കുകെട്ടവനെന്ന് അഭിനയിച്ചാണ് അദ്ദേഹം അവിടെ പൊലീസിന്റെ വിരലുകൾക്കിടയിലൂടെ പുറത്തുചാടിയത്. അൽപ്പം കൂടെ കഴിഞ്ഞപ്പോൾ ഞങ്ങളുടെ മിലിട്ടറി സംഘടന അറസ്റ്റു ചെയ്പ്പെട്ടു. അതിനുള്ളിൽ ഒരു സർക്കാർ ചാരൻ നുഴഞ്ഞു കയറിയിരുന്നു. സ്വീബോർഗ് കലാപത്തിന്റെ അതേ സമയത്താണ് അത് സംഭവിച്ചത്. കലാപത്തിന്റെ പുരോഗതി റിപ്പോർട്ട് ചെയ്യുന്ന ടെലഗ്രാമുകൾക്കായി ഞങ്ങൾ അക്ഷമരായി കാത്തിരുന്നു.

മെൻഷിൻസ്കിമാരുടെ ഫ്ളാറ്റിൽ ഞങ്ങൾ ഇരിക്കുകയായിരുന്നു. മെൻഷിൻസ്കിയുടെ സഹോദരിമാരായ വേരയും ല്യുദ്മിലയും വളരെ സൗകര്യപ്രദമായ സ്വന്തം അപ്പാർട്ട്മെന്റിലാണ് താമസിച്ചിരുന്നത്. അവരെ സന്ദർശിക്കാൻ ഇടയ്ക്കിടെ സഖാക്കൾ അവിടെ എത്തിയിരുന്നു. റോഷ്കോവും ജൂസെഫും ഗോൾഡൻബർഗും സ്ഥിരം സന്ദർശകരായിരുന്നു. ഇക്കുറിയും ഇല്ലിച്ച് ഉൾപ്പെടെ നിരവധി സഖാക്കൾ അവിടെ എത്തിച്ചേർന്നിരുന്നു. ഉടനടി സ്വീബോർഗിലേക്ക് പോകാനുള്ള നിർദേശമടങ്ങുന്ന ഒരു സന്ദേശവുമായി അദ്ദേഹം വേരയെ ഷ്ലിച്റ്റെർക്കടുത്തേക്കയച്ചു. കേഡറ്റ് പത്രമായ *റെച്ചി* (പ്രസംഗം)ൽ പ്രൂഫ് റീഡറായി

ഹാറിക് എന്ന് പേരുള്ള ഒരു സഖാവ് ജോലി ചെയ്യുന്നതായി ആരോ ഒരാൾ ഓർമിച്ചു. ഏതെങ്കിലും ടെലഗ്രാം അവിടെ എത്തിയിട്ടുണ്ടോ എന്നറിയാൻ ഞാൻ അയാളെ അന്വേഷിച്ചുപോയി. അയാൾ ഓഫീസിലുണ്ടായിരുന്നില്ലെങ്കിലും മറ്റൊരു പ്രൂഫ്റീഡറിൽ നിന്നും എനിക്ക് ടെലഗ്രാമുകൾ ലഭിച്ചു. സമീപത്തുള്ള ഗുസാവ് സ്ട്രീറ്റിൽ താമസിക്കുന്ന ഹാറിക്കുമായി ബന്ധപ്പെട്ട് ആവശ്യമായ കാര്യങ്ങൾ ചെയ്യാൻ അയാൾ എന്നെ ഉപദേശിച്ചു. അയാളെനിക്ക് ഹാറിക്കിന്റെ മേൽവിലാസവും എഴുതിത്തന്നു. ഞാൻ ഗുവാസ് സ്ട്രീറ്റിലേക്ക് ചെന്നു. അവിടെ വീട്ടിന് മുമ്പിലൂടെ രണ്ട് സ്ത്രീകൾ കൈകോർത്ത് പിടിച്ച് നടക്കുന്നുണ്ടായിരുന്നു. എന്നെ തടഞ്ഞുനിർത്തി അവർ പറഞ്ഞു: “നിങ്ങൾ... നമ്പരുള്ള ഫ്ളാറ്റിലേക്കാണ് പോവുന്നതെങ്കിൽ അവിടേക്ക് പോവാതിരിക്കുന്നതാണ് നല്ലത്. അവിടെ പൊലീസുണ്ട്. അതൊരു കെണിയാണ്. അവിടേക്ക് പോകുന്നവരെയെല്ലാം പൊലീസ് പിടികൂടുന്നു.” ഞങ്ങളുടെ ആളുകൾക്ക് മുന്നറിയിപ്പ് കൊടുക്കാൻ ധൃതിയിൽ ഞാൻ മടങ്ങി. വളരെ കഴിയും മുമ്പ്, വ്യാഷെസ്ലാ മെൻഷിൻസ്കി ഉൾപ്പെടെ ഞങ്ങളുടെ മുഴുവൻ മിലിട്ടറി സംഘടനയും അവിടെവച്ച് അറസ്റ്റ് ചെയ്യപ്പെട്ടതായി ഞങ്ങൾ കണ്ടെത്തി. കലാപം അടിച്ചമർത്തപ്പെട്ടു. ബോൾഷെവിക്കുകൾ നിയമവിരുദ്ധമായ *പ്രൊലെട്ടറി*യുടെ പ്രസിദ്ധീകരണം പുനരാരംഭിക്കുകയും ഒളിവിൽ പോവുകയും ചെയ്തു. പിന്തിരിഞ്ഞ മെൻഷെവിക്കുകൾ ബൂർഷ്വാ പത്രങ്ങളിൽ എഴുതാൻ തുടങ്ങുകയും ‘പാർട്ടി രഹിത തൊഴിലാളികളുടെ കോൺഗ്രസ്’ എന്ന മുദ്രാവാക്യം മുന്നോട്ട് വയ്ക്കുകയും ചെയ്തു. അതാകട്ടെ, വർത്തമാനകാലസാഹചര്യങ്ങളിൽ പാർട്ടിയെ ഇല്ലായ്മ ചെയ്യുന്നതിന് സമവുമായിരുന്നു. അതേസമയം, ഒരു അടിയന്തര കോൺഗ്രസ് വിളിച്ചുകൂട്ടണമെന്ന് ബോൾഷെവിക്കുകൾ ആവശ്യപ്പെട്ടു.

ഇല്ലിച്ച് ‘അർധപ്രവാസത്തിൽ’ ഫിൻലാന്റിലേക്ക് പോകാൻ നിർബന്ധിതനായി. റെയിൽവേ സ്റ്റേഷനിൽ നിന്നും വളരെയൊന്നും അകലെയല്ലാതെ കൗക്കലയിലെ ലീറ്റീസെൻസിന്റെ പാർപ്പിടത്തിലാണ് അദ്ദേഹം താമസിച്ചത്. വാസ എന്ന് പേരുള്ള പഴയ വലിപ്പമേറിയ നാടൻകെട്ടിടം വളരെക്കാലമായി വിപ്ലവകാരികളുടെ അഭയസങ്കേതമായിരുന്നു. മുമ്പ് എസ് ആർകാരാണ് അവിടെ പാർത്തിരുന്നത്. അവരവിടെ ബോംബുകൾ നിർമിച്ചിരുന്നു. പിന്നീട് ബോൾഷെവിക് ലീറ്റീസെനും (ലിൻദോവ്) കുടുംബവും അവിടെ താമസിച്ചു. കെട്ടിടത്തിന്റെ ഒഴിഞ്ഞൊരു കോണിലായിരുന്നു ഇല്ലിച്ചിന്റെ മുറി. അവിടെയിരുന്ന് അദ്ദേഹം ലേഖനങ്ങളും ലഘുഗ്രന്ഥങ്ങളുമെഴുതുകയും കേന്ദ്രകമ്മിറ്റിയിലെയും സെന്റ് പീറ്റേഴ്സ്ബർഗ് കമ്മിറ്റിയിലെയും അംഗങ്ങളെയും പ്രവിശ്യകളിൽ നിന്നുമുള്ള പ്രവർത്തകരെയും സ്വീകരിക്കുകയും ചെയ്തു. പ്രായോഗികമായി അവിടെയിരുന്നുകൊണ്ടാണ് ഇല്ലിച്ച് ബോൾഷെവിക്കുകളുടെ എല്ലാ പ്രവർത്തനങ്ങളെയും നിയന്ത്രിച്ചിരുന്നത്. വൈകാതെ ഞാനും അദ്ദേഹത്തോടൊപ്പം താമസമാക്കി. എല്ലാ പ്രഭാതങ്ങളിലും ട്രെയിനിൽ സെന്റ് പീറ്റേ

ഴ്സ്ബർഗിലേക്ക് പോയ ഞാൻ വൈകുന്നേരങ്ങളിൽ മടങ്ങിയെത്തി. വൈകാതെ ലീറ്റീസെൻസ് അവിടം വിട്ടുപോവുകയും കെട്ടിടത്തിന്റെ താഴത്തെ നില മുഴുവനും ഞങ്ങളുടെതായിത്തീരുകയും ചെയ്തു. എന്റെ മാതാവ് ഞങ്ങളോടൊപ്പം താമസിക്കാൻ അവിടേക്ക് വന്നു. അൽപ്പകാലം മാരിയ ഇല്ലിനിച്നയും ഞങ്ങൾക്കൊപ്പം അവിടെയുണ്ടായിരുന്നു. ബോഗ്ദ നോവ് കുടുംബം താമസിച്ചിരുന്ന മുകളിലത്തെ നിലയിൽ 1907ൽ ദുബ്രോ വിൻസ്കി (ഇന്നോക്കെന്റി) താമസമാക്കി. ആ നാളുകളിൽ റഷ്യൻ പോലീസ് വിവേകപൂർവം ഫിൻലാന്റിൽ നിന്നും വിട്ടുനിന്നിരുന്നതിനാൽ ഞങ്ങൾക്കവിടെ ഗണ്യമായ തോതിൽ സ്വാതന്ത്ര്യമനുഭവിക്കാൻ കഴിയുമായിരുന്നു. വീടിന്റെ വാതിൽ ഒരിക്കലും ലോക്കുചെയ്തിരുന്നില്ലെന്ന് മാത്രമല്ല, ഒരു സോഫയിൽ കിടക്ക സജ്ജീകരിച്ചിരുന്ന ഡൈനിങ്റൂമിൽ എല്ലാ രാത്രിയും ഒരു പാത്രത്തിൽ പാലും ഒരു പാക്കറ്റ് ബ്രഡ്ഡും സൂക്ഷിച്ചിരുന്നു. അതിലൂടെ രാത്രിവണ്ടിക്ക് ആരെങ്കിലും അവിടെ എത്തുന്ന പക്ഷം അവ ആഹരിച്ച് ആരെയും ശല്യപ്പെടുത്താതെ അവിടെ കിടന്നുറങ്ങാൻ സാധിക്കുമായിരുന്നു. മിക്ക പ്രഭാതങ്ങളിലും അവിടെ ശയിക്കുന്ന സഖാക്കളെ കാണാനാവുമായിരുന്നു.

എല്ലാ ദിവസവും ഒരു പ്രത്യേക സന്ദേശവാഹകൻ കോപ്പികൾ, വർത്തമാനപത്രങ്ങൾ, കത്തുകൾ എന്നിവയുമായി ഇല്ലിച്ചിനടുത്തെത്തി. ഇല്ലിച്ച് ആ കത്തുകൾ പരിശോധിച്ച് അപ്പോൾത്തന്നെ മറുപടിയെഴുതി അയാളുടെ പക്കൽ കൊടുത്തയയ്ക്കും. ദ്മിത്രി ലെഷ്ചെങ്കോ ഏതാണ്ട് എല്ലാദിവസവും അവിടെ സന്ദർശകനായെത്തി. വൈകുന്നേരങ്ങളിൽ സെന്റ് പീറ്റേഴ്സ് ബർഗിൽ നിന്നുമുള്ള വാർത്തകളും സന്ദേശങ്ങളും ഞാൻ കൊണ്ടുവന്നു.

ഇല്ലിച്ചുമായി പരമാവധി സാധ്യമായ അടുപ്പം സൂക്ഷിക്കാൻ ഞങ്ങൾ ബദ്ധശ്രദ്ധരായിരുന്നുവെങ്കിലും സ്വാഭാവികമായും സെന്റ് പീറ്റേഴ്സ് ബർഗിലേക്ക് മടങ്ങാൻ ആഗ്രഹിച്ചിരുന്ന അദ്ദേഹത്തെ ചിലപ്പോഴെല്ലാം ഏകാന്തതാ ബോധം കീഴടക്കി. അദ്ദേഹത്തെ ഉന്മേഷവാനാക്കാൻ കഴിയുന്നത്രയും ഞങ്ങളെല്ലാവരും ശ്രമിച്ചു. അങ്ങനെയാണ് വാസയിലെ അന്തേവാസികൾ ഡൂറക് കളിക്കാൻ ആരംഭിച്ചത്.

ചിലപ്പോഴെല്ലാം പാർട്ടിയുടെ ഏതെങ്കിലും പ്രാദേശിക ഘടകത്തിൽ നിന്നുമെത്തിച്ചേരുന്ന ഒരു മനുഷ്യൻ കേന്ദ്രകമ്മിറ്റിയിലെ അംഗങ്ങൾ ഡൂറക് കളിക്കുന്നത് കണ്ട് അത്ഭുതം കൂറി നിന്നുപോവും. എന്നാൽ അതൊരു ഇടവേളമാത്രമായിരുന്നു.

ഞാൻ ചെയ്തിരുന്നതു പോലെ, പകൽ മുഴുവൻ സെന്റ് പീറ്റേഴ്സ് ബർഗിൽ ചെലവഴിച്ചിരുന്നതിനാൽ വളരെകുറച്ച് മാത്രമേ ഇല്ലിച്ചിനെ കാണാൻ എനിക്ക് കഴിഞ്ഞിരുന്നുള്ളൂ. വീട്ടിൽ തിരിച്ചെത്തുമ്പോൾ എല്ലായ്പോഴും അദ്ദേഹം മനഃക്ഷോഭമുള്ളവനായി കാണപ്പെട്ടു. അതുകൊണ്ട് അങ്ങോട്ടെന്തെങ്കിലും ചോദിക്കുന്നതിന് പകരം ആ ദിവസം ഞാൻ കണ്ടതിനെയും കേട്ടതിനെയും കുറിച്ചെല്ലാം ഞാൻ അദ്ദേഹത്തോട് പറഞ്ഞു.

ആ ശീതകാലത്ത് വേരാ മെൻഷിൻസ്കായയും ഞാനും ടെക്നോളജിക്കൽ ഇൻസ്റ്റിറ്റ്യൂട്ടിന്റെ കാന്റീനിൽവച്ച് ഞങ്ങളുടെ സ്ഥിരം കൂടിക്കാഴ്ച ആരംഭിച്ചു. ദിവസം മുഴുവനും വളരെക്കൂടുതൽ ആളുകൾ വരികയും പോവുകയും ചെയ്തിരുന്നതിനാൽ അവിടം വളരെ സൗകര്യപ്രദമായൊരു ഇടമായിരുന്നു. ചിലപ്പോഴെല്ലാം ഒരു ദിവസം ഞങ്ങളിലെ പത്തോളം പേരെ അവിടെവച്ച് കാണുമായിരുന്നു. ഞങ്ങൾ ആരുടെയും ശ്രദ്ധ ആകർഷിച്ചില്ല. എങ്കിലും ഒരിക്കൽ പൂർണമായും കോക്കേഷ്യൻ വേഷത്തിൽ വലിയ പന്തിന്റെ ആകൃതിയിലുള്ള ഒരു സാധനവുമായി കാമോ ഒരു കൂടിക്കാഴ്ചയ്ക്കായി അവിടെയെത്തി. കാന്റീനിലുണ്ടായിരുന്ന എല്ലാവരും തീറ്റനിർത്തി അസാധാരണ വേഷധാരിയായ സന്ദർശകനെ ഉറ്റുനോക്കാൻ തുടങ്ങി. 'അയാൾ കൊണ്ടുവന്നത് ഒരു ബോംബാണെ'ന്ന് അവരിൽ മിക്കവർക്കും തോന്നിയിരിക്കാം. എന്നാൽ അയാൾ കൊണ്ടുവന്നത് ഇല്ലിച്ചിനും എനിക്കുമുള്ള സമ്മാനമെന്ന നിലയിൽ വലിയൊരു തണ്ണീർമത്തനും കുറെ കാൻഡിഡ് നട്സുമായിരുന്നു. "എന്റെ ആന്റി അയച്ചുതന്നതാണവ." തന്റെ ഫലിതപ്രധാനമായ രീതിയിൽ അയാൾ വിശദീകരിച്ചു. വിട്ടുവീഴ്ചയില്ലാത്തവനും സ്നേഹസമ്പന്നവനുമായൊരു സഖാവ് എന്നതിലുപരി അയവില്ലാത്ത ഇച്ഛാശക്തിയും തന്റേടവും ഉന്നതമായ സ്വഭാവഗുണങ്ങളുമുള്ള ഒരുവനായിരുന്നു കാമോ. ഇല്ലിച്ചിനെയും ക്രാസിനെയും ബോഗ്ദനോവിനെയും അയാൾ അങ്ങേയറ്റം ആദരിച്ചിരുന്നു. കൗക്കലയിൽ ഞങ്ങളെ സന്ദർശിച്ചിരുന്ന അയാൾ ഞാനും എന്റെ മാതാവുമായും സൗഹൃദത്തിലാവുകയും തന്റെ ആന്റിയെയും സഹോദരിമാരെയും കുറിച്ച് എല്ലാം വിവരിക്കുകയും ചെയ്തു. ഫിൻലാന്റിനും സെന്റ് പീറ്റേഴ്സ്ബർഗിനുമിടയിൽ എപ്പോഴും യാത്ര ചെയ്തിരുന്ന കാമോ മടക്കയാത്രയിൽ എല്ലായ്പോഴും ആയുധങ്ങൾ കൂടെ കൊണ്ടുപോയിരുന്നു. റിവോൾവറുകൾ അയാളുടെ മുതുകിൽ കെട്ടിവയ്ക്കാൻ എന്റെ മാതാവ് ശ്രദ്ധാപൂർവം അയാളെ സഹായിച്ചിരുന്നു.

ശരത്ക്കാലത്ത് വൈബോർഗിൽ നിയമവിരുദ്ധ പത്രമായ പ്രൊലെട്ടറി പ്രത്യക്ഷപ്പെട്ട് തുടങ്ങി. അതിന് വേണ്ടി ഇല്ലിച്ച് വളരെക്കൂടുതൽ സമയം ചെലവഴിച്ചു. ബന്ധം നിലനിർത്തിപ്പോന്നത് ഷ്ലിച്ച്റ്ററിലൂടെയായിരുന്നു. സെന്റ് പീറ്റേഴ്സ്ബർഗിൽ എത്തിച്ചുകൊടുത്ത പത്രം അവിടെ നിന്നും ഡിസ്ട്രിക്ടുകളിൽ വിതരണം ചെയ്തു. വിതരണവുമായി ബന്ധപ്പെട്ട കാര്യങ്ങൾ കൈകാര്യം ചെയ്തതും ഐറീന (ലിദ്യദോബി) യാണ്. അയച്ചുകൊടുക്കലും വിതരണവും കാര്യക്ഷമമായിരുന്നുവെങ്കിലും (നിയമാനുസൃത ബോൾഷെവിക് പ്രിന്റ് ഷോപ്പായ ദെലോയിലൂടെയാണ് അത് നടന്നത്) പത്രം അയച്ചുകൊടുക്കേണ്ട മേൽവിലാസങ്ങൾ ലഭ്യമാക്കേണ്ടതുണ്ടായിരുന്നു. വേര മെഷിൻസ്കായയ്ക്കും എനിക്കും ഞങ്ങളെ സഹായിക്കാൻ ആരെയെങ്കിലും വേണമായിരുന്നു. ജില്ലയിൽ നിന്നുമുള്ള കോമിസറോവ് ഒരു സഹായി എന്ന നിലയിൽ തന്റെ ഭാര്യ

കാത്യയെ നിർദേശിച്ചു. ബോബ് ചെയ്ത തലമുടിയുള്ള, ലജ്ജാശീല യെന്ന് തോന്നിക്കുന്ന, അവർ എത്തിച്ചേർന്നു. അവരെ കണ്ടപ്പോൾ അസു ഖകരമായൊരു അനുഭവമാണ് എനിക്കുണ്ടായത്. ആഴമേറിയ ഒരു അവി ശ്വാസം. അത് കാര്യമാക്കാൻ എനിക്ക് കഴിയുമായിരുന്നില്ലെന്ന് മാത്ര മല്ല വളരെ വേഗം അത് അപ്രത്യക്ഷമാവുകയും ചെയ്തു. വളരെ കാര്യ ക്ഷമതയുള്ള ഒരു അസിസ്റ്റന്റാണ് താനെന്ന് കാത്യ തെളിയിച്ചു. ശ്രദ്ധാ പൂർവമുള്ള രഹസ്യസ്വഭാവത്തോടെ അവർ എല്ലാം വേഗത്തിലും കൃത്യ മായും ചെയ്തു തീർത്തു. ഒരു കൗതുകവും പ്രകടിപ്പിക്കാതിരുന്ന അവർ ഒരു ചോദ്യവും ചോദിച്ചതുമില്ല. എങ്കിലും ഒരിക്കൽ വസന്തകാലം ചെല വഴിക്കാൻ എവിടേക്കാണവർ പോവുന്നതെന്ന് ഞാൻ ചോദിച്ചപ്പോൾ പൊടുന്നനെ ഉത്തരം മുട്ടിയ അവർ വൃത്തിഹീനമായി എന്നെ നോക്കി. കാത്യയും അവരുടെ ഭർത്താവും ഒറ്റുകൊടുക്കുന്നവരാണെന്ന് വൈകാതെ ഞങ്ങൾക്ക് മനസിലായി. സെന്റ് പീറ്റേഴ്സ് ബർഗിൽ നിന്നും ആയുധങ്ങളുടെ ഒരു പെട്ടി സ്വീകരിച്ച കാത്യ അതുമായി യുറൾസി ലേക്ക് പോയി. അവരെ പിന്തുടർന്ന പൊലീസുകാർ അവർ എത്തിച്ചേർന്ന ഉടൻ ആയുധങ്ങൾ പിടിച്ചെടുക്കുകയും അവിടെ ഉണ്ടായിരുന്ന എല്ലാവ രെയും പിടികൂടുകയും ചെയ്തു. വളരെ കഴിഞ്ഞാണ് ഞങ്ങൾ അതറി ഞ്ഞത്. അവരുടെ ഭർത്താവായ കോമിസറോവ് സഗോറോദ്നി പ്രോസ്പെക്ടിലെ 9-ാം നമ്പർ വീടിന്റെ ഉടമയായ സിമോറോവിന്റെ മാനേ ജരായി. സോഷ്യൽ ഡെമോക്രാറ്റുകളെ സഹായിക്കുന്ന പതിവ് സിമോ റോവിനുണ്ടായിരുന്നു. അൽപ്പകാലം അവിടെ താമസിച്ച വ്ളാദിമിർ ഇല്ലിച്ച് അവിടെ ഒരു ബോൾഷെവിക് ക്ലബ് രൂപീകരിക്കുകയുണ്ടായി. പിന്നീട് അലെക്സിൻസ്കിയും അവിടെ താമസിച്ചു. കുറച്ചുകാലം കഴിഞ്ഞ് കോമിസറോവ്, അവിടെയുള്ള നിയമവിരുദ്ധരായ സഖാക്കളെ തെരഞ്ഞു പിടിക്കുകയും അവർക്ക് പാസ്പോർട്ടുകൾ നൽകുകയും ആ സഖാക്കൾ അതിർത്തിയിൽ വച്ച് അറസ്റ്റു ചെയ്യപ്പെടുകയുമുണ്ടായി. ഈ കെണി യിൽപ്പെട്ടുപോയ ഒരാൾ റഷ്യയിൽ പ്രവർത്തിക്കാൻ വിദേശത്ത് നിന്നും മടങ്ങിയ ഇന്നോക്കെന്റിയാണ്,. കോമിസറോവും ഭാര്യയും ഒറ്റുകൊടു ക്കുന്നവരായിത്തീർന്നത് എപ്പോഴാണെന്ന് കൃത്യമായി പറയാൻ പ്രയാ സമാണ്. എന്തായാലും, പൊലീസിന് അറിയാത്തതായി മറ്റ് നിവധി കാര്യ ങ്ങളുണ്ടായിരുന്നു. ഒരു കാരണത്താൽ വ്ളാദിമിർ ഇല്ലിച്ച് എവിടെയാ ണെന്ന് അവർക്ക് അറിഞ്ഞുകൂടായിരുന്നു. 1905ലും 1906 ഉടനീളവും പൊലീസ് സേന സുസംഘടിതമായിരുന്നില്ല. 1907 ഫെബ്രുവരി 20ന് രണ്ടാം സ്റ്റേറ്റ് ദുമ വിളിച്ചുകൂട്ടേണ്ടതുമുണ്ടായിരുന്നു.

വ്ളാദിമിർ ഇല്ലിച്ചിന്റെ നേതൃത്വത്തിൽ പോളണ്ടും ലിത്വാനിയയി ലെയുമുൾപ്പെടെ നവംബർ കോൺഫറൻസിലെ പതിനാല് പ്രതിനിധി കൾ ദുമയിലേക്കുള്ള തെരഞ്ഞെടുപ്പിന് അനുകൂലമായിരുന്നുവെങ്കിലും മെൻഷെവിക്കുകളുടെ നിലപാടിന് വിരുദ്ധമായി കേഡറ്റുകളുമായി ഏതെ ങ്കിലും തരത്തിലുള്ള സഖ്യത്തിന് എതിരായിരുന്നു. തെരഞ്ഞെടുപ്പിൽ

കേഡറ്റുകൾ പരാജയപ്പെട്ടു. രണ്ടാം ദുമയിൽ തിരിച്ചെത്തിയ കേഡറ്റ് ഡെപ്യൂട്ടികളുടെ എണ്ണം ഒന്നാം ദുമയിലുണ്ടായിരുന്നതിന്റെ പകുതി മാത്രമായിരുന്നു. തെരഞ്ഞെടുപ്പ് വളരെ വൈകിയാണ് നടന്നത്. അപ്പോഴേക്കും പുതിയൊരു വിപ്ലവതരംഗം ഉയർന്നുവരുന്നതായി കാണപ്പെട്ടു.

ഇല്ലിച്ചുമായി ആശയവിനിമയം നടത്താൻ രണ്ടാം ദുമയിലെ ഡെപ്യൂട്ടിമാർ ഇടയ്ക്കിടെ കൗക്കാലയിലെത്തി. ബോൾഷെവിക് ഡെപ്യൂട്ടിമാരുടെ പ്രവർത്തനം നിയന്ത്രിച്ചിരുന്നത് അലക്സാണ്ടർ ബോഗ്ദനോവ് ആയിരുന്നു. ഞങ്ങളുടെ അതേ കെട്ടിടത്തിൽ താമസിച്ചിരുന്ന അദ്ദേഹം ഏതൊരു കാര്യത്തിനും ഇല്ലിച്ചുമായി കൂടിയാലോചിച്ചിരുന്നു.

വൈകുന്നേരം വൈകി സെന്റ് പീറ്റേഴ്സ്ബർഗിൽ നിന്നും കൗക്കാലയിലേക്ക് മടങ്ങിയതും ട്രെയിനിൽവച്ച് പാവെൽ അക്സെൽറോദിനെ കണ്ടുമുട്ടിയതും ഞാൻ ഓർക്കുന്നു. ബോൾഷെവിക് ഡെപ്യൂട്ടിമാർ, പ്രത്യേകിച്ചും അലെക്സിൻസ്കി, ദുമയിൽ നല്ല പ്രകടനം കാഴ്ചവയ്ക്കുന്നുണ്ടെന്ന് അദ്ദേഹം എന്നോട് പറഞ്ഞു. തൊഴിലാളികളുടെ ഒരു കോൺഗ്രസിനെക്കുറിച്ച് സംസാരിച്ചുകൊണ്ടാണ് അദ്ദേഹം സംഭാഷണം ആരംഭിച്ചത്. ബോൾഷെവിക്കുകളുടെ വർധിച്ചുവരുന്ന സ്വാധീനത്തെ ചെറുക്കാൻ സാധിക്കുമെന്ന പ്രതീക്ഷയോടെ മെൻഷെവിക്കുകളാണ് അത്തരമൊരു കോൺഗ്രസിന് വേണ്ടി ശക്തിയുക്തം വാദിച്ചത്. ബോൾഷെവിക്കുകളാവട്ടെ എത്രയും വേഗം ഒരു പാർട്ടി കോൺഗ്രസ് വിളിച്ചുകൂട്ടണമെന്നും ആവശ്യപ്പെട്ടു. അവസാനമത് ഏപ്രിൽ മാസത്തിലാക്കി നിശ്ചയിച്ചു. അതിലെ പ്രവർത്തകരുടെ സാന്നിധ്യം വളരെ കൂടുതലായിരുന്നു. വിഭാഗങ്ങളായാണ് പ്രതിനിധികൾ എത്തിച്ചേർന്നത്. അവർ അവരവരുടെ യോഗ്യത വെളിപ്പെടുത്താനായി രഹസ്യയോഗസ്ഥലത്തെത്തിച്ചേർന്നു. ബോൾഷെവിക് പ്രതിനിധികൾ മിഖായേൽ സെർഗിയേവിച്ചും ഞാനും മെൻഷെവിക് പ്രതിനിധികൾ ക്രോഖ്മെലും ഖിൻചുക്കിന്റെ ഭാര്യയായ എം എം ഷിക്കുമായിരുന്നു. പൊലീസ് ഞങ്ങളെ പിന്തുടരുന്നുണ്ടായിരുന്നു. മാറാട്ടും (സ്കാന്നെർ) മറ്റ് നിരവധി പ്രതിനിധികളും ഫിൻലാന്റ് സ്റ്റേഷനിൽ വച്ച് അറസ്റ്റ് ചെയ്യപ്പെട്ടു. മുൻകരുതലായി ഞങ്ങൾ കൂടുതൽ നടപടികൾ കൈക്കൊള്ളേണ്ടിയിരുന്നു. ഇല്ലിച്ചും ബോഗ്ദനോവും അതിനകം തന്നെ കോൺഗ്രസിന് പുറപ്പെട്ട് കഴിഞ്ഞിരുന്നു. കൗക്കലയിൽ മടങ്ങിയെത്താൻ എനിക്ക് ഒരു തിടുക്കവുമുണ്ടായിരുന്നില്ല. ഞായറാഴ്ച വൈകുന്നേരം ഞാനവിടെ എത്തിച്ചേരുമ്പോൾ അവിടെ കണ്ടത് തണുത്തുവിറച്ച് വിശന്നിരിക്കുന്ന പതിനേഴ് പ്രതിനിധികളെയാണ്. ഞങ്ങളോടൊപ്പം താമസിച്ചിരുന്ന ഫിന്നിഷ് സോഷ്യൽ ഡെമോക്രാറ്റായ വീട്ടുവേലക്കാരി എല്ലാ ഞായറാഴ്ചയും അവധിയെടുത്ത് പീപ്പിൾസ് ഹൗസിൽ നാടകം കാണാൻ പോവുന്നതായിരുന്നു പതിവ്. ഈ പ്രതിനിധികൾക്ക് ഭക്ഷണം തയാറാക്കിക്കൊടുക്കാൻ എനിക്ക് കുറച്ചധികം സമയം വേണ്ടിവന്നു. കോൺഗ്രസിൽ ഞാൻ നേരിട്ട് പങ്കെടുത്തില്ല. സെക്രട്ടറിയുടേതായ എന്റെ ചുമതലകൾ കൈമാറാൻ എനിക്കാ

രുമുണ്ടായിരുന്നില്ല. മാത്രമല്ല, വിഷമം പിടിച്ചൊരു സമയവുമായിരുന്നു അത്. പൊലീസ് കൂടുതൽ കൂടുതലായി ശല്യപ്പെടുത്തി. ബോൾഷെവിക്കുകൾക്ക് ഉറങ്ങാനും രഹസ്യമായ കൂടിക്കാഴ്ചകൾക്കും തങ്ങളുടെ മുറികൾ നൽകാൻ ആളുകൾ ഭയപ്പെട്ടു. പലപ്പോഴും ഞങ്ങളുടെ ആളുകളുമായി കൂടിക്കാണാൻ ഉപയോഗിച്ചത് വെസ്റ്റ്നിക് സിസ്നിയുടെ ഓഫീസായിരുന്നു. തുടർന്നും അവിടെ വച്ച് കൂടിക്കാഴ്ചകൾ നടത്താനാവില്ലെന്ന് വളരെ വിഷമത്തോടെയാണ് ആ മാസികയുടെ പത്രാധിപരായ പ്യോട്ടർ റുമ്യാൻത്സേവ് എന്നോടു പറഞ്ഞത്.

കോൺഗ്രസിൽ നിന്നും അവസാനം മടങ്ങിയെത്തിയത് ഇല്ലിച്ച് ആയിരുന്നു. മീശ ചെറുതാക്കുകയും താടി വടിച്ചുകളയുകയും ചെയ്തിരുന്ന അദ്ദേഹം പുൽത്തണ്ടുകൊണ്ടുള്ള വലിയൊരു തൊപ്പി ധരിച്ചിരുന്നു. ജൂൺ മൂന്നിന് രണ്ടാം ദുമ പിരിച്ചുവിടപ്പെട്ടു. ബോൾഷെവിക് ഗ്രൂപ്പ് ഒന്നിച്ച് കൗക്കാലയിലേക്ക് വരികയും രാത്രി മുഴുവനും ചർച്ചയിലേർപ്പെടുകയും ചെയ്തു. വളരെ ക്ഷീണിതനായിട്ടാണ് ഇല്ലിച്ച് കോൺഗ്രസിൽ നിന്നും മടങ്ങിയെത്തിയത്. അന്ന് രാത്രി അദ്ദേഹം യാതൊന്നും ഭക്ഷിച്ചില്ല. ഞാനദ്ദേഹത്തിന്റെ സാധനങ്ങൾ പെട്ടിയിലാക്കി അദ്ദേഹത്തെ അങ്കിളിന്റെ കുടുംബം താമസിച്ചിരുന്ന സ്റ്റിർസഡ്ഡിലേക്കയയ്ക്കുകയും താൽക്കാലികമായി ഞാനവിടെത്തന്നെ തുടരുകയും ചെയ്തു. ഞാൻ സ്റ്റിർസഡ്ഡിലെത്തുമ്പോഴേക്കും അദ്ദേഹം പഴയ ആർജവം കുറച്ചൊക്കെ വീണ്ടെടുത്തിരുന്നു. ആദ്യനാളുകളിൽ അദ്ദേഹം എപ്പോഴും ഉറങ്ങുമായിരുന്നുവെന്ന് അവരെന്നോട് പറഞ്ഞു. അവിടെയുണ്ടായിരുന്ന ദേവദാരു വൃക്ഷത്തിന്റെ ചുവട്ടിലിരുന്ന് ഒരു മിനിറ്റിനുള്ളിൽ അദ്ദേഹം കൂർക്കംവലി തുടങ്ങുമായിരുന്നു. കുട്ടികൾ അദ്ദേഹത്തെ 'ഉറക്കംതൂങ്ങി' എന്നാണ് വിളിച്ചിരുന്നത്. വനവും കടലുമുള്ള പ്രകൃതിഭംഗി നിറഞ്ഞു തുളുമ്പുന്ന സ്റ്റിർസഡ്ഡിലെ താമസം വളരെ ആനന്ദപ്രദമായിരുന്നു. ലെഷ്ചെങ്കോയും അദ്ദേഹത്തിന്റെ ഭാര്യയും അലെക്സിൻസ്കിയും താമസിച്ചിരുന്ന എഞ്ചിനീയറായ സാബിറ്റ്സ്കിയുടെ വലിയൊരു വീട് മാത്രമാണ് തൊട്ടയലത്തുണ്ടായിരുന്നത്. അലെക്സിൻസ്കിയുമായുള്ള ആശയവിനിമയം ഇല്ലിച്ച് ഒഴിവാക്കിയിരുന്നു; അദ്ദേഹത്തിനാവശ്യം വിശ്രമമായിരുന്നു. അത് അലെക്സിൻസ്കിയെ ദുഃഖിപ്പിച്ചതായി തോന്നി. ചിലപ്പോഴെല്ലാം സംഗീതം ശ്രവിക്കാൻ ഞങ്ങൾ ലെഷ്ചെങ്കോയുടെ വീട്ടിൽ ഒന്നിച്ചുകൂടി. നിപ്പോവിച്ചിന്റെ ഒരു ബന്ധുവായ ക്ലെനിയ ഐവാനോവ മാധുര്യമേറിയ ശബ്ദമുള്ള ഒരു പ്രൊഫഷണൽ ഗായികയായിരുന്നു. അവരുടെ ആലാപനം ഇല്ലിച്ച് വളരെയധികം ആസ്വദിച്ചിരുന്നു. ഇല്ലിച്ചും ഞാനും ദിവസത്തിന്റെ അധികഭാഗവും കടൽത്തീരത്തോ സൈക്കിൾ സവാരി ചെയ്തോ ചെലവഴിച്ചു. വളരെ പഴക്കമുള്ള ഞങ്ങളുടെ യന്ത്രങ്ങൾക്ക് എപ്പോഴും റിപ്പെയർ ചെയ്യേണ്ടിയിരുന്നു. ചിലപ്പോൾ ലെഷ്ചെങ്കോയുടെ സഹായത്തോടെയോ അല്ലാത്തപ്പോൾ സഹായമൊന്നുമില്ലാതെയോ ഞങ്ങളത് നിർവഹിച്ചു. ഒരർഥത്തിൽ സവാരിചെയ്യുന്നതിനെക്കാളധികം സമയം ഞങ്ങൾ

ചെലവഴിച്ചത് സൈക്കിൾ നന്നാക്കാനായിരുന്നു. എന്തായാലും ആ സൈക്കിൾ സവാരി വളരെ രസകരമായിരുന്നു. ഇല്ലിച്ചിനെ അങ്കിൾ പോഷകമൂല്യമുള്ള ഓംലെറ്റുകളം മാനിറച്ചിയും തീറ്റിച്ചു. ക്രമേണ ഇല്ലിച്ച് പൂർണ ആരോഗ്യവാനായിത്തീർന്നു.

സ്റ്റിർസഡ്ഡിൽ നിന്ന് ടെറിജോക്കിയിലെ ഒരു കോൺഫറൻസിന് ഞങ്ങൾ പോയി. സാഹചര്യം ശ്രദ്ധാപൂർവം പഠിച്ചശേഷം മൂന്നാം ദുമ ബഹിഷ്കരിക്കുന്നതിനെതിരെ അദ്ദേഹം സംസാരിച്ചു. യാഥാർഥ്യം മനസിലാക്കാൻ വിസമ്മതിക്കുന്ന ബഹിഷ്കരണ വാദികൾക്കെതിരായ മറ്റൊരു യുദ്ധമായിരുന്നു അത്. നാട്ടിൻപുറത്തെ ചെറിയൊരു വീട്ടിൽ വച്ച് നടന്ന ആ യോഗത്തിൽ സൈക്കിളിൽ എത്തിച്ചേർന്ന ക്രാസിൻ ഇല്ലിച്ചിന്റെ പ്രസംഗം ശ്രദ്ധിച്ച് ജനാലയ്ക്കരികിൽ നിന്നു. എന്നിട്ട് അകത്തേക്ക് പ്രവേശിക്കുന്നതിനുപകരം ചിന്താമഗ്നനായി നടന്നകന്നു. തീർച്ചയായും ചിന്തിക്കാൻ അവിടെ ധാരാളം വകയുണ്ടായിരുന്നു,.

അപ്പോഴേക്കും സ്റ്റട്ട്ഗർട്ട് കോൺഗ്രസിന് സമയമായി. അതിൽ ഇല്ലിച്ച് വളരെ സന്തുഷ്ടനായിരുന്നു. ട്രേഡ് യൂണിയനുകളുമായി ബന്ധപ്പെട്ട പ്രമേയങ്ങളിലും യുദ്ധത്തിന് നേരെയുള്ള സമീപനത്തിലും അദ്ദേഹം തൃപ്തനായിരുന്നു

വീണ്ടും വിദേശത്ത്
1907 ന്റെ അന്ത്യം

ഫിൻലാന്റിൽ കൂടുതൽ ഉൾനാട്ടിലേക്ക് പോകാൻ ഇല്ലിച്ച് നിർബ ന്ധിതനായി. ബോഗ്ദനോവ് കുടുംബവും ഇന്നോക്കെന്റിയും ഞാനും കൗക്കാലയിലെ വാസയിലെ വീട്ടിൽ തുടർന്നും താമസിച്ചു. ടെറിജോ ക്കിയിൽ അതിനകം തന്നെ പൊലീസ് റെയ്ഡുകൾ നടന്നു. കൗക്കാല യിലും ഞങ്ങളവരെ പ്രതീക്ഷിക്കുന്നുണ്ടായിരുന്നു. നതാലിയ ബോഗ്ദ നോവയും ഞാനും ഒരു ശുചീകരണപ്രവർത്തനം ആരംഭിച്ചു. എല്ലാ ഫയ ലുകളും പരിശോധിച്ച ഞങ്ങൾ മൂല്യവത്തായവയെല്ലാം ശേഖരിച്ച് ഒളി പ്പിക്കാനായി ഫിന്നിഷ് സഖാക്കളെ ഏൽപ്പിക്കുകയും ബാക്കിയുള്ളവ കത്തിച്ചുകളയുകയും ചെയ്തു. വളരെ രഹസ്യമായിട്ടാണ് ചെയ്തതെ ങ്കിലും ഒരു പ്രഭാതത്തിൽ വാസയ്ക്ക് ചുറ്റും മൂടിക്കിടന്നിരുന്ന മഞ്ഞിന് മുകളിൽ ചാരം നിറഞ്ഞിരിക്കുന്നത് ഞങ്ങളെ അത്ഭുതപ്പെടുത്തി. അപ്പോൾ പൊലീസ് എത്തിച്ചേരുകയാണെങ്കിലും ആവശ്യമായ കാര്യ ങ്ങൾ കണ്ടെത്താൻ അവർക്കാവുമായിരുന്നു. കെട്ടുകണക്കിന് കടലാ സുകൾ അപ്പോഴും വീട്ടിൽ അവശേഷിച്ചിട്ടുണ്ടായിരുന്നു. പ്രത്യേക മുൻക രുതലുകളെടുക്കേണ്ടത് ആവശ്യവുമായിരുന്നു. കൗക്കാലയിൽ പൊലീ സുകാരെത്തിയത് പറയാൻ ഒരു പ്രഭാതത്തിൽ ഞങ്ങളുടെ വീട്ടുടമയായ സ്ത്രീ ഓടിയെത്തി. തന്റെ പാർപ്പിടത്തിൽ ഒളിപ്പിക്കാനായി കൊണ്ടു പോകാവുന്നത്രയും നിയമവിരുദ്ധമായ കടലാസുകൾ അവർ എടുത്തു കൊണ്ടുപോയി. അലക്സാണ്ടർ ബോഗ്ദനോവിനെയും ഇന്നോക്കെന്റി യെയും കാട്ടിൽ നടക്കാൻ പറഞ്ഞയച്ചശേഷം സെർച്ച് വാറണ്ടുമായി വരുന്ന പൊലീസിനെ ഞങ്ങൾ കാത്തിരുന്നു. എന്തായാലും അന്നവർ പരിശോധനയൊന്നും നടത്തിയില്ല. ഫൈറ്റിങ് സ്ക്വാഡിലെ സഖാക്കളെ അന്വേഷിച്ചാണവർ വന്നത്.

സഖാക്കൾ ഇല്ലിച്ചിനെ തുറമുഖപ്രദേശത്തേക്കയച്ചു. രണ്ട് ഫിന്നിഷ് സഹോദരിമാർക്കൊപ്പം, ചെറിയൊരു സ്റ്റേഷനായ ഹെൽസിങ് ഫോർസിനടുത്തുള്ള അഗ്ഗൾബിയിലാണ് അദ്ദേഹം താമസിച്ചത്. എല്ലാം ചിട്ടപ്പെടുത്തിയ, ലവലേശം അഴുക്കുപുരളാത്ത, തൊട്ടടുത്ത മുറിയിൽ നിന്നുമുള്ള ചിരിയുടെയും പിയാനോയുടെയും ശബ്ദത്തിന് നടുവിലാണെങ്കിലും ഇല്ലിച്ചിന് അനുഭവപ്പെട്ടത് കടുത്തൊരു വന്യതയാണ്. തൊട്ടുമുമ്പ് നടന്ന വിപ്ലവത്തിന്റെ പശ്ചാത്തലത്തിൽ ദിവസം മുഴുവനും അദ്ദേഹം കാർഷികപ്രശ്നത്തെക്കുറിച്ചുള്ള തന്റെ പേപ്പർ എഴുതാൻ ചെലവഴിച്ചു. വീട്ടുടമകളെ ശല്യപ്പെടുത്താതിരിക്കാനെന്നോണം ഓരോ വിഷയങ്ങളെക്കുറിച്ചും ചിന്തിച്ച് അദ്ദേഹം മുറിക്കുള്ളിൽ അങ്ങോട്ടുമിങ്ങോട്ടും നടന്നു. ഒരിക്കൽ അദ്ദേഹത്തെ കാണാൻ ഞാനങ്ങോട്ട് ചെല്ലുകയുമുണ്ടായി.

ഫിൻലാന്റിലുടനീളം പൊലീസ് ഇല്ലിച്ചിനെ തെരയുകയായിരുന്നു. അദ്ദേഹം ആ രാജ്യം വിട്ടുപോവേണ്ടിയിരുന്നു. ചുരുക്കത്തിൽ, വർഷങ്ങളോളം നീണ്ടുനിൽക്കുന്ന പ്രതികരണമായിരുന്നു അത്. അക്കാരണത്താൽ ഞങ്ങൾ സ്വിറ്റ്സർലാന്റിലേക്ക് തന്നെ മടങ്ങേണ്ടതാവശ്യമായിരുന്നു. ഞങ്ങൾക്കതിൽ വളരെയൊന്നും താൽപ്പര്യമുണ്ടായിരുന്നില്ലെങ്കിലും വേറെ പോംവഴികളൊന്നുമുണ്ടായിരുന്നില്ല. കൂടാതെ, ഫിൻലാന്റിൻ തുടർന്നും സാധ്യമല്ലാതിരുന്നതിനാൽ *പ്രൊലെട്ടറി*യുടെ പ്രസിദ്ധീകരണത്തിനുള്ള സൗകര്യം വിദേശത്ത് തരപ്പെടുത്തേണ്ടതുമുണ്ടായിരുന്നു. ആദ്യം ലഭിക്കുന്ന അവസരത്തിൽ ഇല്ലിച്ച് സ്റ്റോക്ഹോമിലേക്ക് പോവാനും അവിടെ എന്നെ കാത്തുനിൽക്കാനും ഞങ്ങൾ തീരുമാനിച്ചു. ഇല്ലിച്ചിനെ പിന്തുടരുന്നതിന് മുമ്പ് ഞാൻ രോഗിയായ എന്റെ മാതാവിന് സെന്റ് പീറ്റേഴ്സ്ബർഗിൽ താമസമേർപ്പാടാക്കേണ്ടതും മറ്റ് നിരവധി കാര്യങ്ങൾ തീർപ്പാക്കേണ്ടതും ഭാവിയിലെ ബന്ധങ്ങൾ ഏതൊക്കെയായിരിക്കണമെന്ന് തീരുമാനിക്കേണ്ടതും ആവശ്യമായിരുന്നു.

ഞാൻ സെന്റ് പീറ്റേഴ്സ്ബർഗിൽ ഓടിനടക്കുമ്പോൾ, സ്റ്റോക് ഹോമിലേക്കുള്ള യാത്രാമധ്യേ ഇല്ലിച്ചിന്റെ ജീവന് തന്നെ ഭീഷണിയുണ്ടായി. അബോയിൽനിന്നും യാത്രയാവുമ്പോൾ അദ്ദേഹം അറസ്റ്റ് ചെയ്യപ്പെടുമെന്ന് ഏതാണ്ട് തീർച്ചയായിരുന്നു. സ്റ്റീമറിൽ കയറുന്ന വേളയിൽ ഞങ്ങളുടെ സഖാക്കൾ അറസ്റ്റ് ചെയ്യപ്പെട്ടിട്ടുള്ള സംഭവങ്ങളുമുണ്ടായിട്ടുണ്ട്. അതുകൊണ്ട് സമീപത്തുള്ള ഒരു ദ്വീപിൽ നിന്നും ബോട്ടിൽ കയറാൻ ഫിൻലാന്റുകാരനായ ഒരു സഖാവ് അദ്ദേഹത്തെ ഉപദേശിച്ചു. അറസ്റ്റിനെ സംബന്ധിച്ചിടത്തോളം അത് സുരക്ഷിതമായിരുന്നെങ്കിലും, പലയിടങ്ങളിലും ഉറപ്പില്ലാതിരുന്നതിനാൽ, മഞ്ഞിന് മുകളിലൂടെ ദ്വീപിലേക്കുള്ള മൂന്ന് നാഴിക നടത്തം അത്രതന്നെ സുരക്ഷിതവുമായിരുന്നില്ല. സ്വന്തം ജീവൻ അപകടപ്പെടുത്താൻ ആരും ഇഷ്ടപ്പെടാതിരുന്നത് കൊണ്ട് വഴികാട്ടികളും ലഭ്യമായിരുന്നില്ല. അവസാനം, മദ്യപാനശീലമുള്ള രണ്ട് കർഷകർ ഇല്ലിച്ചിന്റെ വഴികാട്ടികളാവാമെന്ന് സമ്മതിച്ചു. രാത്രി മഞ്ഞുപാളി

തരണംചെയ്യുമ്പോൾ ഒരിടത്ത് വച്ച് മഞ്ഞുപാളി പൊട്ടുകയും അവർ മൂവരും കഷ്ടിച്ച് ചാടി രക്ഷപ്പെടുകയും ചെയ്തു.

പിന്നീട് സ്റ്റോക്ഹോമിലേക്ക് പോവാൻ എന്നെ സഹായിച്ച ഒരു ഫിന്നിഷ് സഖാവായ ബോർഗോയിൽ നിന്നും ഇല്ലിച്ച് തെരഞ്ഞെടുത്ത അപകടകരമായ പാതയെക്കുറിച്ചും എത്രമാത്രം കഷ്ടിച്ചാണ് അദ്ദേഹം രക്ഷപ്പെട്ടത് എന്നതിനെക്കുറിച്ചും ഞാൻ അറിയാനിടയായി. (വളരെ കഴിയും മുമ്പ് ബോർഗോ വൈറ്റ് ഗാർഡുകളുടെ വെടിയേറ്റ് മരിച്ചു.) മഞ്ഞുപാളി പൊട്ടിയപ്പോൾ, “മരിക്കാൻ എത്ര വിഡ്ഢിത്തം നിറഞ്ഞ മാർഗം എന്നാണ് താൻ ആദ്യം ചിന്തിച്ചതെന്ന് പിന്നീട് ഇല്ലിച്ച് എന്നോട് പറയുകയുണ്ടായി

റഷ്യക്കാരുടെ ഒരു നിർഗമനം വീണ്ടുമാരംഭിച്ചു. ബോൾഷെവിക്കുകളും മെൻഷെവിക്കുകളും എസ് ആറുകളും രാജ്യം വിട്ടു. രാജ്യത്തിന് പുറത്തേക്ക് പോവുന്ന ഒരു ബോട്ടിൽ വച്ച് ഞാൻ ഡാൻ, ലിദിയ സെദെർബോം ഏതാനും എസ് ആർ പ്രവർത്തകർ എന്നിവരെ കണ്ടുമുട്ടി.

സ്റ്റോക്ഹോമിലെ ഏതാനും ദിവസത്തെ താമസത്തിന് ശേഷം ബർലിൻ വഴി ഞങ്ങൾ ജനീവയിലേക്ക് പുറപ്പെട്ടു. ഞങ്ങൾ എത്തിച്ചേരുന്നതിന് തൊട്ടുമുമ്പ് ബർലിനിലെ റഷ്യക്കാർക്കിടയിൽ പരിശോധനകളും അറസ്റ്റുകളും നടന്നു. ഞങ്ങൾ കണ്ടുമുട്ടിയ ബർലിൻ ഗ്രൂപ്പിലെ ഒരംഗമായ അവ്റാമോവ് ഞങ്ങളുടെ സഖാക്കളിൽ ആരുടെയും ഭവനങ്ങൾ സന്ദർശിക്കരുതെന്ന് ഞങ്ങളെ ഉപദേശിച്ചു. ദിവസം മുഴുവനും അദ്ദേഹം കഫേയിൽ നിന്നും കഫേയിലേക്ക് ഞങ്ങളെ കൂട്ടിക്കൊണ്ടുപോയി. റോസ ലക്സംബർഗുമൊന്നിച്ച് ഞങ്ങൾ വൈകുന്നേരം ചെലവഴിച്ചു. സ്റ്റട്ട്ഗർട്ട് കോൺഗ്രസിൽ യുദ്ധവിഷയത്തിൽ ഒരേ അഭിപ്രായക്കാരായിരുന്നതിനാൽ റോസയും ഇല്ലിച്ചും വളരെ അടുപ്പമുള്ളവരായി ത്തീർന്നിരുന്നു. യുദ്ധത്തിനെതിരായ സമരം സമാധാനത്തെ മാത്രം ലക്ഷ്യമാക്കിയുള്ളതാവരുതെന്നും മുതലാളിത്തത്തിന്റെ സ്ഥാനത്ത് സോഷ്യലിസത്തെ പ്രതിഷ്ഠിക്കാനുള്ളതും കൂടിയാവണമെന്നും 1907ൽ ത്തന്നെ ഇരുവരും ആവശ്യപ്പെട്ടിരുന്നു. യുദ്ധം സൃഷ്ടിച്ചിട്ടുള്ള പ്രതിസന്ധിയെ ബൂർഷ്വാവർഗത്തിന്റെ ശീഘ്രഗതിയിലുള്ള പിഴുതെറിയലിന് ഉപയോഗിക്കണം. ഇല്ലിച്ച് എഴുതി: “സ്റ്റട്ട്ഗർട്ട് കോൺഗ്രസ് നിർണായകമായ നിരവധി വിഷയങ്ങളിന്മേൽ അന്താരാഷ്ട്ര സോഷ്യൽ ഡെമോക്രസിയുടെ അവസരവാദപരവും വിപ്ലവാത്മകവുമായ മേഖലകളെ പിടിച്ചുലയ്ക്കുകയും വിപ്ലവാത്മക മാർക്സിസത്തിന്റെ ആർജവത്തിലെ ഈ വിഷയങ്ങളിന്മേൽ തീരുമാനമെടുക്കുകയും ചെയ്തു.” സ്റ്റട്ട്ഗർട്ട് കോൺഗ്രസിൽ ഇല്ലിച്ചും റോസയും ഒരേ പക്ഷത്തായിരുന്നു. അക്കാരണത്താൽ ആ സന്ധ്യയിലെ അവരുടെ സംഭാഷണം പതിവുള്ള സൗഹൃദത്തിനും ഉപരിയായിരുന്നു.

വൈകിക്കഴിഞ്ഞപ്പോൾ ക്ഷീണിതരായ ഞങ്ങൾ ഹോട്ടൽ മുറിയിൽ തിരിച്ചെത്തി. ചുണ്ടുകളിൽ വെളുത്ത നുരയുണ്ടായിരുന്ന ഞങ്ങളിരുവരും തികച്ചും ദുർബലരായിരുന്നു. വ്യത്യസ്ത റെസ്റ്റോറന്റുകളിൽ കയറിയിറങ്ങിയപ്പോൾ എവിടെനിന്നോ മത്സ്യവിഷബാധയേറ്റതാണെന്ന് പിന്നീട് ഞങ്ങൾക്ക് മനസിലായി. രാത്രി ഒരു ഡോക്ടറെ വിളിച്ചുവരുത്തേണ്ടിയിരുന്നു. വ്ളാദിമിർ ഇല്ലിച്ച് ഫിൻലാന്റുകാരനായ ഒരു പാചകക്കാരനായും ഞാനൊരു അമേരിക്കക്കാരിയായും രജിസ്റ്റർ ചെയ്തിരുന്നതിനാൽ ഹോട്ടൽ ജോലിക്കാരൻ ഒരു അമേരിക്കൻ ഡോക്ടറെയാണ് വിളിച്ചുവരുത്തിയത്. ഇല്ലിച്ചിനെ പരിശോധിച്ച് അദ്ദേഹത്തിന്റെ രോഗം ഗുരുതരമാണെന്ന് പറഞ്ഞ അയാൾ എന്നെ പരിശോധിച്ച ശേഷം ഭയപ്പെടാനൊന്നുമില്ലെന്നും പറഞ്ഞു. കുറച്ചേറെ മരുന്നുകൾ കുറിച്ചു തന്ന് ഒരു വൻതുക കൺസൾട്ടിങ് ഫീയായി വാങ്ങി സ്ഥലം വിട്ടു. ഏതാനും ദിവസങ്ങൾ കിടക്കയെ ശരണം പ്രാപിച്ച ഞങ്ങൾ 7ന് ജനീവയിലെത്തുകയും ചെയ്തു. യാത്രാമധ്യേ ഞങ്ങൾക്ക് 'ജലദോഷം ബാധിച്ചു'വെന്ന് പിന്നീട് ഇല്ലിച്ച് ഗോർക്കിക്കെഴുതി.

ജനീവ വിളറിയ പോലെ കാണപ്പെട്ടു. അവിടെ മഞ്ഞിന്റെ കണികപോലുമുണ്ടായിരുന്നില്ലെന്ന് മാത്രമല്ല, രൂക്ഷമായ തണുത്തകാറ്റ് വീശുന്നുമുണ്ടായിരുന്നു. ജനീവ തടാകത്തിന്റെ കരയിൽ തണുത്തുറഞ്ഞ ജലത്തിന്റെ ദൃശ്യമുള്ള പോസ്റ്റ് കാർഡുകൾ വിൽക്കുന്നുണ്ടായിരുന്നു. നിർജീവവും ആളൊഴിഞ്ഞതും പോലെ പട്ടണം കാണപ്പെട്ടു. അന്ന് അവിടെ താമസിച്ചിരുന്നവരുടെ കൂട്ടത്തിൽ മിഖാത്സ്ഖാകായ, വി കാർഹിൻസ്കി, ഓൾഗാ റാവിച്ച് എന്നിവരുമുണ്ടായിരുന്നു. ഒരു ചെറിയ മുറിയിൽ താമസിച്ചിരുന്ന മിഖാ ഞങ്ങൾ എത്തിച്ചേർന്നപ്പോൾ വളരെ ബുദ്ധിമുട്ടിയാണ് കിടക്കയിൽ നിന്നുമെണീറ്റത്. പരന്ന ആശയവിനിമയമാണ് ഞങ്ങൾക്കിടയിൽ നടന്നത്. കാർഹൻസ്കി മാനേജരായിട്ടുള്ള റഷ്യൻ ലൈബ്രറിയിലാണ് അന്ന് അദ്ദേഹത്തിന്റെ കുടുംബം താമസിച്ചിരുന്നത്. ഞങ്ങൾ എത്തിച്ചേർന്നപ്പോൾ അദ്ദേഹത്തിന് കലശലായ തലവേദനയായിരുന്നു. പ്രകാശം അദ്ദേഹത്തിന് അസ്വസ്ഥതയുണ്ടാക്കും എന്ന കാരണത്താൽ എല്ലാ ജാലകങ്ങളും അടച്ചിരുന്നു. അവിടെ നിന്നും പുറത്തിറങ്ങി തെരുവിലൂടെ നടക്കുമ്പോൾ ഇല്ലിച്ചിന് ഒരു വീഴ്ച പറ്റി. "ഇവിടെ കുഴിച്ചുമൂടപ്പെടാൻ വേണ്ടി ഞാനിവിടേക്ക് വന്നുവെന്നാണ് തോന്നുന്നത്." അദ്ദേഹം പറഞ്ഞു.

ആദ്യത്തേതിനെക്കാൾ വളരെ കാഠിന്യമേറിയ രണ്ടാമത്തെ കുടിയേറ്റം ആരംഭിക്കുകയായിരുന്നു ഞങ്ങൾ.

ഭാഗം രണ്ട്

രണ്ടാമത്തെ പ്രവാസജീവിതം

രണ്ടാമത്തെ പ്രവാസജീവിതത്തെ മൂന്ന് ഘട്ടങ്ങളായി വേർതിരിക്കാവുന്നതാണ്.

റഷ്യയിലെ വ്യാപകമായ പ്രതികരണത്തിന്റെതാണ് അതിലെ ഒന്നാംഘട്ടം (1908-1911). വിപ്ലവകാരികൾക്കെതിരെ സാറിസ്റ്റ് ഭരണകൂടം അതിക്രൂരമായ നടപടികളാണ് അപ്പോൾ കൈക്കൊണ്ടത്. ജയിലുകൾ കുത്തിനിറയ്ക്കപ്പെടുകയും തടവുകാർ ക്രൂരമായി പീഡിപ്പിക്കപ്പെടുകയും ഒന്നിന് പുറകെ മറ്റൊന്നായി വധശിക്ഷകൾ വിധിക്കപ്പെടുകയുമുണ്ടായി. അത് നിയമവിരുദ്ധ സംഘടനകളെ കൂടുതൽ ആഴങ്ങളിലേക്ക് പായിക്കുകയും അവരെ കണ്ടെത്താൻ വേണ്ടി രക്ഷപ്പെടാനുള്ള മാർഗങ്ങൾ കൂടുതൽ പ്രയാസമുള്ളതാക്കിത്തീർക്കുകയും ചെയ്തു. വിപ്ലവത്തിന്റെ കാലഘട്ടത്തിൽ പാർട്ടി അംഗങ്ങളുടെ ഘടന വലിയൊരു മാറ്റത്തിന് വിധേയമായി. വിപ്ലവത്തിന് മുമ്പുള്ള ഘട്ടത്തിലെ പ്രവർത്തന പരിചയമോ പ്രവർത്തനത്തിന്റെ രഹസ്യസ്വഭാവമോ അറിയാത്ത പുതിയ ആളുകൾ പാർട്ടിയിൽ അംഗങ്ങളായിച്ചേർന്നു. മറുവശത്ത് ചാരപ്രവർത്തനത്തിനായി പണം ചെലവാക്കുന്നതിൽ സാറിസ്റ്റ് ഭരണകൂടം യാതൊരു പിശുക്കും കാണിച്ചതുമില്ല. വളരെ വ്യാപ്തിയേറിയതും കണിശമായി ആസൂത്രണം ചെയ്തതുമായ അതിന്റെ ചാരപ്രവർത്തനസംവിധാനവും അതിന്റെ ശൃംഖലയും പാർട്ടിയുടെ കേന്ദ്രസംഘടനകളെപ്പോലും ആവരണം ചെയ്യുന്നതായിരുന്നു. ഭരണകൂടത്തിന്റെ രഹസ്യാന്വേഷണവിഭാഗം വളരെ സുസംഘടിതമായിരുന്നു.

അതേസമയം, നിയമാനുസൃതമുള്ള എല്ലാ സൊസൈറ്റികൾക്കും ട്രേഡ് യൂണിയനുകൾക്കും പത്രങ്ങൾക്കുമെതിരെ പീഡനത്തിന്റെതായ ഒരു സ്ഥിരം പരിപാടിയും സംഘടിപ്പിക്കപ്പെട്ടു. വിപ്ലവത്തിന്റെ ഘട്ടത്തിൽ

നേടിയെടുത്ത ജനകീയാവകാശങ്ങൾ നിർമാർജനം ചെയ്യാൻ ഭരണകൂടം എല്ലാ തന്ത്രങ്ങളും ഉപയോഗിച്ചു. എന്നാൽ, ഭൂതകാലത്തിലേക്ക് തിരിച്ചുപോകാൻ സാധിക്കുമായിരുന്നില്ല. വിപ്ലവം ജനങ്ങളിൽ അതിന്റെ അടയാളം അവശേഷിപ്പിച്ചിരുന്നു. മാത്രമല്ല, തൊഴിലാളികളുടെ ആർജവം സാധ്യമായ എവിടേക്കും കടന്നുചെന്നു.

സോഷ്യൽ ഡെമോക്രാറ്റുകൾക്കിടയിൽ ഏറ്റവും കൂടുതൽ ആശയക്കുഴപ്പമുണ്ടാക്കിയ വർഷങ്ങളായിരുന്നു അത്. മാർക്സിസത്തിന്റെ അടിത്തറയെത്തന്നെ പുനർനിർമിക്കാനും മാർക്സിസം അടിസ്ഥാനമാക്കിയിട്ടുള്ള ഭൗതികവാദപരമായ ആശയങ്ങളെ പൂർണമായും തത്വശാസ്ത്രപരമായി മാറ്റിയെഴുതാനുമുള്ള ശ്രമങ്ങൾ നടന്നു. ഇരുണ്ട ദിനങ്ങളായിരുന്നു അവ. പരിഷ്കരിച്ച പുതിയൊരു മതമുണ്ടാക്കാനും അതിന് താത്വികമായൊരു അടിത്തറ കണ്ടെത്താനുമുള്ള ശ്രമങ്ങളുമുണ്ടായി. എല്ലാത്തരം 'ദൈവവിശ്വാസികൾക്കും ദൈവസ്രഷ്ടാക്കൾക്കും വഴിതുറന്നുകൊടുക്കുന്ന' ഈ പുതിയ ചിന്താധാരയ്ക്ക് നേതൃത്വം നൽകിയത് ബോഗ്ദനോവും അതിനെ പിന്തുണച്ചത് ലുണാചാർസ്കിയും ബാസറോവും മറ്റുമായിരുന്നു. തത്വശാസ്ത്രത്തിന്റെ പാതയിലൂടെയും ആദർശത്തിനെതിരായ സമരത്തിന്റെ പാതയിലൂടെയും മാർക്സ്, മാർക്സിസത്തിലെത്തിച്ചേർന്നു. പ്ലെഖാനോവ് അദ്ദേഹത്തിന്റെ കാലത്ത് ഭൗതികവാദതത്വശാസ്ത്രത്തിന് അവലംബമാക്കാനുള്ള തെളിവ് കണ്ടെത്താൻ വളരെക്കൂടുതൽ സമയം ചെലവഴിക്കുകയുണ്ടായി. പ്രവാസത്തിലായിരുന്നപ്പോൾ അവരുടെ പ്രവർത്തനങ്ങളെയും തത്വശാസ്ത്രങ്ങളെയും ആഴത്തിൽ പഠിക്കാൻ ലെനിൻ വളരെക്കൂടുതൽ സമയം ചെലവഴിച്ചു. മാർക്സിസത്തിന്റെ താത്വികമായ അടിത്തറയെ മാറ്റിമറിക്കുന്നതിലെ അപകടത്തെയും പ്രതികരണത്തിന്റെ വർഷങ്ങളിൽ അതിനുള്ള പ്രാധാന്യത്തെയും കുറിച്ച് തികച്ചും ബോധവാനായിരുന്ന അദ്ദേഹം ബോഗ്ദനോവിനെയും അദ്ദേഹത്തിന്റെ ചിന്താപദ്ധതിയെയും ശക്തിയുക്തം എതിർത്തു.

ബോഗ്ദനോവ് എതിരാളിയായിരുന്നത് താത്വികമായ തലത്തിൽ മാത്രമായിരുന്നില്ല. അദ്ദേഹം ഓട്ട്സോവിസ്റ്റുകളെയും അൾട്ടിമാട്ട്മിസ്റ്റുകളെയും തനിക്ക് ചുറ്റുമായി അണിനിരത്തി, സ്റ്റേറ്റ് ദുമ തികച്ചും പിന്തിരിപ്പനായിത്തീർന്നുവെന്നും അക്കാരണത്താൽ അതിലെ സോഷ്യൽ ഡെമോക്രാറ്റിക് അംഗങ്ങളെ തിരിച്ചുവിളിക്കണമെന്നും ഓട്ട്സോവിസ്റ്റുകൾ ആവശ്യപ്പെട്ടു. ദുമയിൽ ഒരു അന്ത്യശാസനം നൽകണമെന്നും, പുറത്താക്കപ്പെടാവുന്ന തരത്തിൽ സോഷ്യൽ ഡെമോക്രാറ്റുകൾ അവിടെ പ്രസംഗിക്കണമെന്നുമുള്ള നിലപാടായിരുന്നു അൾട്ടിമാട്ട്മിസ്റ്റുകളുടേത്. ശരിയായി പറഞ്ഞാൽ, ഓട്ട്സോവിസ്റ്റുകൾക്കും അൾട്ടിമാട്ട്മിസ്റ്റുകൾക്കും ഇടയിൽ വ്യത്യാസങ്ങളൊന്നുമുണ്ടായിരുന്നില്ല. അലെക്സിൻസ്കിയും മാറാട്ടും അൾട്ടിമാട്ട്മിസ്റ്റുകൾക്കൊപ്പമായിരുന്നു. ബോൾഷെവിക്കുകൾ ട്രേഡ് യൂണിയനുകളിലും ലീഗൽ സൊസൈറ്റികളിലും പങ്കെടുക്കുന്നതിനും ഇരു വിഭാഗക്കാരും എതിരായിരുന്നു. ഒരു ബോൾഷെവിക് കാഠി

ന്യമേറിയവനും വിട്ടുവീഴ്ചയില്ലാത്തവനും ആയിരിക്കണമെന്നും അവർ പ്രഖ്യാപിച്ചു. ബാലിശമായിട്ടാണ് ലെനിൻ ഈ വീക്ഷണത്തെ ഗണിച്ചത്. യഥാർഥ ജീവിതപ്രശ്നങ്ങൾ ഉയർത്തിപ്പിടിച്ച് ജനങ്ങളെ സംഘടിപ്പിക്കുന്നതിന് പകരം അവരിൽ നിന്നും അകന്ന് നിന്ന് എല്ലാ പ്രായോഗിക പ്രവർത്തനങ്ങളും വേണ്ടെന്നു വയ്ക്കുക എന്നാണതിനർഥം. 1905ലെ വിപ്ലവത്തിന് മുമ്പ് നിയമപരമായ ഓരോ സാധ്യതയെയും പരമാവധി ഉപയോഗിക്കാനും തികച്ചും പ്രതികൂലമായ സാഹചര്യങ്ങളിൽപ്പോലും ജനങ്ങളെ അണിനിരത്തി മുന്നേറാനും തങ്ങൾക്ക് കഴിയുമെന്ന് ബോൾഷെവിക്കുകൾ തെളിയിച്ചു. ടീ സർവീസിന്റെയും പരസ്യപ്രസ്താവനയുടെയും പ്രചരണപരിപാടികളിൽ നിന്നും ആരംഭിച്ച് പടിപടിയായി സായുധദേശീയ കലാപത്തിലേക്ക് അവർ ജനങ്ങളെ നയിച്ചു. ഏറ്റവും പ്രതികൂലസാഹചര്യങ്ങളോട് പൊരുത്തപ്പെടാനും, അതേസമയം, ഉന്നതമായ തത്വദീക്ഷ നിലനിർത്താനുമുള്ള ഒരുവന്റെ കഴിവാണ് ലെനിനിസത്തിന്റെ പാരമ്പര്യം. ഈ ബോൾഷെവിക് പാരമ്പര്യങ്ങളിൽ നിന്നും ഓട്ട്സോവിസ്റ്റുകൾ സ്വയം ഛേദിച്ചുമാറ്റി. ഓട്ട്സോവിസത്തിനെതിരായ പോരാട്ടം പരീക്ഷിച്ചുവിജയിച്ചത് ബോൾഷെവിക്ക് ലെനിനിസ്റ്റ് തന്ത്രങ്ങൾക്ക് വേണ്ടിയുള്ള പോരാട്ടമായിരുന്നു.

കൂടാതെ, 1908–1911 വർഷങ്ങൾ പാർട്ടിക്കും അതിന്റെ നിയമവിരുദ്ധ സംഘടനയ്ക്കും വേണ്ടിയുള്ള സമരോത്സുക കാലഘട്ടമായിരുന്നു.

പ്രതികരണത്തിന്റേതായ ആ ഘട്ടത്തിൽ എല്ലായ്പോഴും സങ്കുചിതമായ മുദ്രാവാക്യങ്ങളുമായി, ലിബറൽ ബൂർഷ്വാസികളുമായി ഉറ്റ ബന്ധം പുലർത്തിയിരുന്ന, മെൻഷെവിക് പ്രവർത്തകരുടെ നിഷേധാത്മക മനോനിലയാണ് ആദ്യം പ്രത്യക്ഷപ്പെട്ടത്. പാർട്ടിയെ പിരിച്ചുവിടാനുള്ള നിരവധി മെൻഷെവിക്കുകളുടെ ആഗ്രഹം അവരുടെ നിലപാടുകളിൽ പ്രകടമായിരുന്നു. നിയമ വിരുദ്ധമായൊരു പാർട്ടി പൊലീസ് റെയ്ഡുകളിലേക്കും അറസ്റ്റുകളിലേക്കും മാത്രം വഴിതെളിക്കുന്നുവെന്ന് വാദിച്ച അവർ തൊഴിലാളി പ്രസ്ഥാനത്തിന്റെ തലത്തെ ലളിതമാക്കുന്നതായും വാദിച്ചു. ഒരു വസ്തുതയെന്ന നിലയിൽ പാർട്ടിയെ പിരിച്ചുവിടുകയെന്നത് അധ്വാനിക്കുന്ന വർഗത്തിന്റെ സ്വതന്ത്രമായ നയത്തെ കൈയൊഴിയുകയും അവരുടെ സമരത്തിന്റെ വിപ്ലവവീര്യത്തെ തരംതാഴ്ത്തുകയും അവരുടെ സംഘടനയെ ദുർബലപ്പെടുത്തുകയും അവരുടെ പ്രവർത്തനഐക്യം നശിപ്പിക്കുകയും ചെയ്യുക എന്നാണർഥം. അത് മാർക്സിന്റെ ശിക്ഷണങ്ങളെയെല്ലാം നിരാകരിക്കുകയും ചെയ്യും.

തീർച്ചയായും മാർക്സിസത്തിന്റെ പ്രചരണത്തിനും അവസരവാദത്തിനെതിരെയും വളരെ കൂടുതൽ പ്രവർത്തിച്ച പ്ലെഖാനോവിനെപ്പോലുള്ള മെൻഷെവിക്കുകൾക്ക് പാർട്ടിയെ പിരിച്ചുവിടുന്നതിലെ പിന്തിരിപ്പൻ സമീപനം മനസിലാക്കാൻ കഴിഞ്ഞില്ല. എങ്കിലും പാർട്ടിയെ പിരിച്ചുവിടാനുള്ള പ്രക്ഷോഭം മാർക്സിസത്തിന്റെ അടിസ്ഥാന തത്വങ്ങളുടെ നിരാകരണമാണെന്ന് ബോധ്യപ്പെട്ടപ്പോൾ അദ്ദേഹം പ്രക്ഷോഭകാരിക

ളുമായുള്ള എല്ലാ ബന്ധങ്ങളും ഉപേക്ഷിക്കുകയും 'പാർട്ടി മെൻഷെവിക്കുകൾ' എന്ന പേരിൽ സ്വന്തമായൊരു ഗ്രൂപ്പ് രൂപീകരിക്കുകയും ചെയ്തു.

പാർട്ടിക്ക് വേണ്ടി തുടർന്നുണ്ടായ സമരം സംഘടനാപരമായ നിരവധി വിഷയങ്ങൾ വെളിച്ചത്ത് കൊണ്ടുവരികയും പാർട്ടിയുടെ സാധാരണ പ്രവർത്തകർക്ക് അതിനെക്കുറിച്ച് കൂടുതൽ വ്യക്തമായൊരു ധാരണ ഉണ്ടാക്കിക്കൊടുക്കുകയും അതിലെ അംഗങ്ങളുടെ ചുമതലകൾ അവരെ ധരിപ്പിക്കുകയും ചെയ്തു.

രാഷ്ട്രീയപ്രവാസത്തിന്റെ സാഹചര്യങ്ങൾക്ക് കീഴിലാണ് ജനങ്ങളുമായുള്ള ബന്ധപ്പെടലിനും ലെനിനിസ്റ്റ് തന്ത്രങ്ങൾക്കും പാർട്ടിക്കും വേണ്ടിയുള്ള ഭൗതികവാദപരമായൊരു തത്വശാസ്ത്രത്തിനുള്ള സമരം നടന്നത്.

പ്രതികരണത്തിന്റെ വർഷങ്ങളിൽ റഷ്യയിൽ നിന്നുമുള്ള രാഷ്ട്രീയ കുടിയേറ്റക്കാരുടെ എണ്ണം വളരെ കൂടുതലായിരുന്നു. സാറിസ്റ്റ് ഭരണകൂടത്തിന്റെ ക്രൂരമായ അടിച്ചമർത്തലിൽനിന്നും രക്ഷപ്പെടാൻ തികഞ്ഞ നൈരാശ്യത്തോടെ, ഭാവിയെക്കുറിച്ച് പ്രതീക്ഷ നശിച്ച ആളുകൾ കൈയിലൊരു ചില്ലിക്കാശോ റഷ്യയിൽ നിന്നും എന്തെങ്കിലും സഹായമോ ഇല്ലാതെയാണ് വിദേശത്തേക്ക് പലായനം ചെയ്തത്. ഇവയെല്ലാം തന്നെ രാഷ്ട്രീയ സമരത്തിന് വേദനാജനകമായൊരു വഴിത്തിരിവുണ്ടാക്കിക്കൊടുത്തു.

ആ വർഷങ്ങളിലേക്ക് തിരിഞ്ഞുനോക്കുമ്പോൾ സമരം എന്തിന് വേണ്ടിയുള്ളതായിരുന്നുവെന്ന് ഇന്ന് സുവ്യക്തമാണ്. വളരെയധികം ആളുകൾക്ക് പറയത്തക്ക താൽപ്പര്യമുണ്ടാവുകയില്ലെങ്കിലും ലെനിന്റെ പാത ശരിയായിരുന്നുവെന്ന് അന്നത്തെ അനുഭവം കാണിച്ചു തരുന്നു. ആ സമരം കൂടാതെ കാലാനുസൃതമായി, പാർട്ടിക്ക് ദ്രുതഗതിയിൽ വികസിക്കാൻ കഴിയുമായിരുന്നില്ലെന്ന് മാത്രമല്ല, വിജയത്തിലേക്കുള്ള അതിന്റെ പുരോഗതി തടസപ്പെടുകയും ചെയ്യുമായിരുന്നു. മറിച്ചുള്ള ന്യായീകരണം കണ്ടെത്താൻ ആരൊക്കെ ശ്രമിച്ചാലും യഥാർഥത്തിൽ ആ സമരം പാർട്ടിയുടെ നിലനിൽപ്പിനു തന്നെ വേണ്ടിയുള്ളതും അതിന്റെ സുസ്ഥിരവും ശരിയുമായ തന്ത്രങ്ങൾക്ക് വേണ്ടിയുള്ളതും ആയിരുന്നു.

1908 മുതൽ 1911 വരെയുള്ള വർഷങ്ങൾ കേവലം പ്രവാസത്തിന്റെ കാലമായിരുന്നില്ല. ഏറ്റവും സുപ്രധാനമായ, തീവ്രതയേറിയ, ആശയ സമരത്തിന്റെ കാലവുമായിരുന്നു അത്.

1911 മുതൽ 1914 വരെയുള്ള രണ്ടാം പ്രവാസത്തിന്റെ രണ്ടാംഘട്ടം റഷ്യയിൽ പ്രസ്ഥാനത്തിന്റെ അലയടിച്ചുയരുന്ന തരംഗത്തിന് സാക്ഷ്യം വഹിച്ചു. വർധിതമായ തോതിലുള്ള സമരപ്രസ്ഥാനം അധ്വാനിക്കുന്ന വർഗത്തെ മുഴുവനായും സമരോത്സുകരാക്കിയ 'ലേന സംഭവങ്ങൾ', തൊഴിലാളി പത്രങ്ങളുടെ വികാസം, ദുമയിലേക്കുള്ള തെരഞ്ഞെടുപ്പ്, സോഷ്യൽ ഡെമോക്രാറ്റിക് ഡെപ്യൂട്ടികളുടെ പ്രവർത്തനങ്ങൾ എന്നി

വയെല്ലാം തന്നെ പാർട്ടിപ്രവർത്തനത്തിന് പുതിയൊരു രൂപവും തലവും ലഭ്യമാക്കിക്കൊടുക്കുകയും പാർട്ടിയിലെ അംഗത്വം വളരെയധികം അധ്വാനിക്കുന്ന വർഗത്തിന്റേതാക്കുകയും പാർട്ടിയെ ജനങ്ങളുമായി കൂടുതൽ അടുപ്പിക്കുകയും ചെയ്തു.

റഷ്യയുമായുള്ള ബന്ധം ദ്രുതഗതിയിൽ ശക്തമാവാൻ തുടങ്ങി. റഷ്യയിലെ പ്രവർത്തനങ്ങൾക്ക് മേലുള്ള സ്വാധീനവും ശക്തമായി. 1912ലെ പ്രേഗ് കോൺഫറൻസിൽ വച്ച് പിരിച്ചുവിടൽവാദികളെ പാർട്ടിയിൽ നിന്നും പുറത്താക്കുകയും നിയമവിരുദ്ധ പാർട്ടി സംഘടനയ്ക്ക് അടിത്തറപാകുകയും ചെയ്തു. എന്നാൽ അപ്പോഴും പ്ലെഖാനോവ് ബോൾഷെവിക്കുകളുമായി ചേരുകയുമുണ്ടായില്ല.

1912 ൽ ഞങ്ങൾ ക്രാക്കോവിലേക്ക് പോയി. പാർട്ടിക്ക് വേണ്ടിയുള്ള സമരവും അതിന്റെ സംയോജനവും വിദേശത്തുള്ള ചെറു സംഘങ്ങൾക്കിടയിൽ മാത്രമല്ലാതായിത്തീർന്നു. ലെനിന്റെ തന്ത്രങ്ങൾ റഷ്യയിൽ പരീക്ഷിച്ചതും പ്രായോഗികമായി അവ എത്രമാത്രം മൂല്യവത്താണെന്ന് തെളിയിക്കപ്പെട്ടതും ക്രാക്കോവ് കാലഘട്ടത്തിലാണ്. പ്രായോഗിക പ്രവർത്തനത്തിന്റെ ചോദ്യം ലെനിനെ പൂർണമായും കീഴ്പ്പെടുത്തിയിരുന്നു. എന്നാൽ അധ്വാനിക്കുന്ന വർഗത്തിന്റെ പ്രസ്ഥാനം റഷ്യയിൽ വ്യാപകമായി വികസിച്ചു വന്നപ്പോൾത്തന്നെ വരാനിരിക്കുന്ന കൊടുങ്കാറ്റിനെക്കുറിച്ചുള്ള മുറുമുറുപ്പ് അന്താരാഷ്ട്രതലത്തിൽ കേൾക്കാമായിരുന്നു. യുദ്ധമേഘങ്ങൾ ഒന്നിച്ചു കൂടുകയായിരുന്നു. യുദ്ധം ഒരു ആഭ്യന്തരയുദ്ധമായി പരിണമിക്കുമ്പോൾ വ്യത്യസ്ത ദേശീയതകൾക്കിടയിലുണ്ടാവേണ്ട പുതിയ ബന്ധങ്ങളിൽ ലെനിൻ ശ്രദ്ധ പതിപ്പിക്കാൻ ആരംഭിച്ചു. ക്രാക്കോവിൽ താമസിക്കുന്ന കാലത്ത് പോളണ്ടിലെ സോഷ്യൽ ഡെമോക്രാറ്റുകളുമായി അടുക്കാനും ദേശീയതയുടെ ചോദ്യവുമായി ബന്ധപ്പെട്ട അവരുടെ വീക്ഷണം മനസിലാക്കാനും ഇല്ലിച്ചിന് സാധിച്ചു. അവരുടെ തെറ്റുകൾ ചൂണ്ടിക്കാണിച്ച അദ്ദേഹം തന്റെ തന്നെ ധാരണകൾക്ക് കൂടുതൽ സുവ്യക്തതയുണ്ടാക്കാനും ശ്രമിച്ചു. ക്രാക്കോവിലെ കാലഘട്ടത്തിൽ ദേശീയതയുമായി ബന്ധപ്പെട്ട വളരെ പ്രാധാന്യമേറിയ പല പ്രമേയങ്ങളും ബോൾഷെവിക്കുകൾ പാസാക്കുകയുണ്ടായി.

യുദ്ധകാലഘട്ടവുമായി ബന്ധപ്പെട്ടതാണ് രണ്ടാംപ്രവാസത്തിന്റെ മൂന്നാം ഘട്ടം (1914-1917). അപ്പോൾ ഞങ്ങളുടെ വിദേശവാസത്തിന്റെ മുഴുവൻ സ്വഭാവവും മറ്റൊരു വലിയ മാറ്റത്തിന് വിധേയമായി. അന്താരാഷ്ട്രവിഷയങ്ങൾക്ക് നിർണായകമായ പ്രാധാന്യം സിദ്ധിക്കുകയും അതിന്റെ വെളിച്ചത്തിൽ ഞങ്ങളുടെ സ്വന്തം റഷ്യൻ കാര്യങ്ങൾ രൂപപ്പെടുത്തപ്പെട്ടതും ഘട്ടത്തിലായിരുന്നു.

അപ്പോൾ സ്വാഭാവികമായും അന്തർദേശീയമായ വ്യാപ്തിയേറിയൊരു തലത്തിൽ അവയെ പ്രതിഷ്ഠിക്കേണ്ടിയിരുന്നു. ഒരു നിഷ്പക്ഷ രാജ്യത്ത് ജീവിച്ചുകൊണ്ട് സാമ്രാജ്യത്വ യുദ്ധത്തിനെതിരായ സമരത്തിനുള്ള പ്രചരണം നടത്തിയ ഇല്ലിച്ച് ആ യുദ്ധത്തെ ഒരു ആഭ്യന്തരയുദ്ധ

മാക്കി പരിവർത്തിപ്പിക്കാൻ എല്ലാ ശ്രമങ്ങളും നടത്തുകയും പുതിയൊരു ഇന്റർനാഷണലിനുള്ള അടിത്തറ പാകുകയും ചെയ്തു. യുദ്ധത്തിന്റെ ആദ്യവർഷങ്ങളിൽ (1914-1915) ആ പ്രവർത്തനം ലെനിന്റെ എല്ലാ ഊർജവും ചോർത്തിക്കളഞ്ഞു.

അതേസമയം, തനിക്ക് ചുറ്റുമുള്ള സംഭവങ്ങൾ ലെനിനിൽ ചില പുതിയ ആശയങ്ങൾ രൂപപ്പെടുത്തി. അതദ്ദേഹത്തെ സാമ്രാജ്യത്വത്തെയും യുദ്ധത്തിന്റെ സ്വഭാവത്തെയും അധ്വാനിക്കുന്ന വർഗം വിജയിച്ചുകഴിയുമ്പോൾ സ്റ്റേറ്റിന്റെ അധികാരത്തിന്റെ പുതിയ രൂപങ്ങളെയും നയത്തിനുള്ള വൈരുധ്യാത്മകരീതിയുടെ പ്രയോഗത്തിന്റെയും അധ്വാനിക്കുന്ന വർഗത്തിന്റെ തന്ത്രങ്ങളെയും കുറിച്ച് ആഴത്തിൽ പഠിക്കാൻ നിർബന്ധിതനാക്കി. എഴുതാൻ ആരംഭിച്ച ഇല്ലിച്ച് ഫെബ്രുവരി വിപ്ലവത്തെക്കുറിച്ചുള്ള വാർത്ത വരുന്നത് വരെ ലൈബ്രറികളിൽ ചെലവാക്കുകയും, തുടർന്ന്, റഷ്യയിലേക്ക് മടങ്ങാനുള്ള തയാറെടുപ്പ് നടത്തുകയും ചെയ്തു.

പ്രതിപ്രവർത്തനത്തിന്റെ വർഷങ്ങൾ
ജനീവ 1908

ഞങ്ങൾ ജനീവയിലെത്തിയ ദിവസം വൈകന്നേരം ഇല്ലിച്ച് രണ്ടാം ദുമയിൽ നിന്നും പുറത്താക്കപ്പെട്ട് മറ്റ് ബോൾഷവിക് ഡെപ്യൂട്ടിമാർക്കൊപ്പം പ്രവാസത്തിന് ശിക്ഷിക്കപ്പെടുകയും ഇപ്പോൾ ഓസ്ട്രിയയിൽ പാർക്കുകയും ചെയ്യുന്ന അലെക്സ്കിയ്ക്ക് എഴുതി. ഏതാനും ദിവസങ്ങൾക്ക് ശേഷം കാപ്രി സന്ദർശിക്കാൻ ഇല്ലിച്ചിനെ നിർബന്ധിച്ചുകൊണ്ടിരുന്ന മാക്സിം ഗോർക്കിക്കും അദ്ദേഹം കത്തെഴുതി.

പാർട്ടിയുടെ കേന്ദ്ര ജിഹ്വയായ *പ്രോലെട്ടറി*യുടെ ജോലി ആരംഭിക്കേണ്ടിയിരുന്നതിനാൽ കാപ്രിയിലേക്ക് പോകാൻ കഴിയുമായിരുന്നില്ല. പ്രതിപ്രവർത്തനത്തിന്റെ വിഷമം പിടിച്ച ആ നാളുകളിൽ കേന്ദ്രജിഹ്വയിലൂടെ എത്രയും വേഗം സ്ഥിരമായൊരു നേതൃത്വം ലഭ്യമാക്കേണ്ടത് ആവശ്യമായിരുന്നു. അതുകൊണ്ട് ഗോർക്കിയുമായി കൂടിക്കാണാൻ ആഗ്രഹമുണ്ടായിരുന്നുവെങ്കിലും ഇല്ലിച്ചിന് യാത്ര നീട്ടി വയ്ക്കേണ്ടിവന്നു.

പ്രൊലെട്ടറി എവിടെ നിന്നും പ്രസിദ്ധീകരിക്കണമെന്ന് അപ്പോഴും തീരുമാനിച്ചിരുന്നില്ല. അതുമായി ബന്ധപ്പെട്ട് ഞങ്ങൾ ഓസ്ട്രിയയിലെ സോഷ്യൽ ഡെമോക്രാറ്റായ അഡ്ലർക്കും അവിടെത്തന്നെ താമസിച്ചിരുന്ന ജൂസെഫിനും കത്തുകളെഴുതി. റഷ്യൻ അതിർത്തിയോട് അടുത്തായിരുന്നതിനാൽ പത്രം അവിടെ അച്ചടിക്കാനും അയയ്ക്കാനും എളുപ്പമായിരുന്നു. എന്നാൽ ജനീവയിലൊഴികെ മറ്റെവിടെയെങ്കിലും പത്രം അച്ചടിക്കാനാവുമെന്ന് ഇല്ലിച്ചിന് കാര്യമായ പ്രതീക്ഷയുണ്ടായിരുന്നില്ല. മുമ്പ് ഉപയോഗിച്ചിരുന്ന ടൈപ്പ് സെറ്റിങ് യന്ത്രം അപ്പോഴും ലഭ്യമായിരുന്നതിനാൽ ചെലവുകൾ ചുരുക്കാൻ എളുപ്പമായിരുന്നു.

പത്രത്തിന്റെ നടത്തിപ്പിന്റെ പൊതുവായ ചുമതല കൊട്ട്ല്യാരെങ്കോയ്ക്കായിരുന്നു നൽകിയത്. ഫെബ്രുവരിയിൽ *പ്രോലെട്ടറി* സംഘടിപ്പി

ക്കാൻ റഷ്യയിൽ നിന്നും നിയോഗിക്കപ്പെട്ട ലെനിനും ബോഗ്ദനോവും ഇന്നോക്കെന്റിയും ജനീവയിൽ യോഗം ചേർന്നു.

പത്രം ഏതാനും ദിവസങ്ങൾക്കകം പ്രസിദ്ധീകരിക്കാവുന്ന തരത്തിൽ എല്ലാം സജ്ജമായിട്ടുണ്ടെന്നറിയിച്ചുകൊണ്ടും കഴിയുമെങ്കിൽ ആദ്യലക്കങ്ങളിൽ ചേർക്കാൻ ലേഖനങ്ങൾ അയയ്ക്കാൻ അഭ്യർഥിച്ചുകൊണ്ടും ഇല്ലിച്ച് ഗോർക്കിക്കും ട്രോത്സ്കിക്കും എഴുതി. എന്നാൽ ബോൾഷെവിക്കുകളുമായി സഹകരിക്കാതിരുന്ന ട്രോത്സ്കി തനിക്ക് വളരെ തിരക്കാണെന്ന് പറഞ്ഞുകൊണ്ട് അതിന് വിസമ്മതിച്ചു.

പത്രം റഷ്യയിലേക്കയയ്ക്കുന്നത് വളരെ ശ്രമകരമായിരുന്നു. അതിനായി പഴയ ബന്ധങ്ങൾ ചികഞ്ഞെടുക്കുകയും പലരുടെയും സഹകരണം സ്വീകരിക്കുകയും വേണമായിരുന്നു. യുറോപ്പിലെ വ്യത്യസ്ത തുറമുഖങ്ങളിൽ നിന്നും റഷ്യയിലേക്ക് പോകുന്ന കപ്പലുകളിലെ ജോലിക്കാരെ അതിന് ആശ്രയിക്കേണ്ടിവന്നു.

ഓസ്ട്രിയയിൽ നിന്നും ജനീവയിലേക്ക് വരാൻ അലെക്സിൻസ്കി തീരുമാനിച്ചു. റഷ്യയിലേക്കുള്ള കത്തുകൾ കൈകാര്യം ചെയ്യുന്നതിൽ എന്നെ സഹായിക്കാൻ അദ്ദേഹത്തിന്റെ ഭാര്യ നത്യാനയെ ഉൾപ്പെടുത്താൻ ഉദ്ദേശിച്ചിരുന്നുവെങ്കിലും അത് കേവലം ഒരു ആസൂത്രണം മാത്രമായിരുന്നു. ഞങ്ങൾ ജനീവയിലെത്തി വളരെ കഴിയും മുമ്പ് പണം വിനിമയം ചെയ്യുന്നതിൽ ചില പ്രശ്നങ്ങളുണ്ടായി. 1907ൽ വിപ്ലവത്തിന്റെ ഉച്ചാവസ്ഥയിൽ പ്രഭുവർഗഭരണത്തിനെതിരായ സമരം വ്യാപകമായപ്പോൾ റെയ്ഡുകളിലൂടെ പണം പിടിച്ചെടുക്കുന്നത് അനുവദനീയമാണെന്ന് കരുതിയ ബോൾഷെവിക്കുകൾ ടിഫ്ലിസിലെ എറിവിൻ സ്ക്വയറിൽ റെയ്ഡുകൾ നടത്തി. അങ്ങനെ ലഭിച്ച പണം വിപ്ലവ ആവശ്യങ്ങൾക്കായി ബോൾഷെവിക്കുകൾക്ക് കൈമാറി. മാറ്റിയെടുക്കേണ്ട ആ പണമെല്ലാം 500 റൂബിളിന്റെ നോട്ടുകളായിരുന്നു. നോട്ടുകളുടെ നമ്പരുകളുടെ ലിസ്റ്റ് ബാങ്കുകൾ എല്ലായ്പോഴും സൂക്ഷിച്ചിരുന്നതിനാൽ റഷ്യയിൽ അവ മാറ്റിയെടുക്കാൻ കഴിയുമായിരുന്നില്ല. വിപ്ലവകാരികളെ സർഭരണകൂടം ക്രൂരമായി കൈകാര്യം ചെയ്തിരുന്ന ആ ഘട്ടത്തിൽ ജയിലിൽ നിന്നുമുള്ള രക്ഷപ്പെടലുകൾ സംഘടിപ്പിക്കേണ്ടത് ആവശ്യമായിരുന്നതിനാൽ പ്രതിപ്രവർത്തനം വളരെ വ്യാപകമായിരുന്നു. ഒപ്പം, പ്രസ്ഥാനത്തെ സജീവമായി നിലനിർത്താൻ അച്ചടിശാലകളും മറ്റും ആവശ്യവുമായിരുന്നു. പണം അത്യാവശ്യമായിരുന്നു. അതുകൊണ്ട് ഞങ്ങൾ എത്തിക്കഴിഞ്ഞ് ഏതാനും ദിവസങ്ങൾക്കകം ഒരേസമയത്ത് വ്യത്യസ്ത വിദേശപട്ടണങ്ങളിൽ അഞ്ഞൂറ് റൂബിളിന്റെ നോട്ടുകൾ മാറ്റിയെടുക്കാൻ ഞങ്ങളുടെ സഖാക്കൾ ഒരു ശ്രമം നടത്തി. എന്നാൽ അതിനകം തന്നെ പ്രസ്ഥാനത്തിന്റെ പൂർണവിശ്വാസമാർജിക്കുകയും പലരുടെയും സംശയങ്ങൾക്ക് കാരണഭൂതനാവുകയും ചെയ്തിരുന്ന ഒരു ചാരൻ നോട്ടുകൾ മാറുന്ന വിവരം അധികാരികൾക്ക് ചോർത്തിക്കൊടുക്കുകയും അതിൽ പങ്കാളികളായവർ അറസ്റ്റ് ചെയ്യപ്പെടുകയുമുണ്ടായി. സൂറിച്ചിലും ജനീവയിലും

മ്യൂണിക്കിലും സ്റ്റോക്ഹോമിലും അതുമായി ബന്ധപ്പെട്ട് അറസ്റ്റുകൾ നടന്നു. വിദേശത്തുള്ള ഞങ്ങളുടെ റഷ്യൻ സഖാക്കൾക്ക് വളരെ ക്കൂടുതൽ ബുദ്ധിമുട്ടുകളുണ്ടാക്കിയ സംഭവമായിരുന്നു അത്.

സെമസ്കോയുടെ അറസ്റ്റുമായി ബന്ധപ്പെട്ട് അന്ന് സ്വിറ്റ്സർലന്റിലെ പാർട്ടിയിൽ തികച്ചും അവസരവാദപരമായ സ്ഥിതിയാണ് നിലനിന്നിരുന്നത്. ലോകത്തിലെ ഏറ്റവും ജനാധിപത്യപരമായ രാജ്യം തങ്ങളുടേതാണെന്നും ഇവിടത്തെ നീതിനടത്തിപ്പ് കുറ്റമറ്റതാണെന്നും, അക്കാരണത്താൽ, തങ്ങളുടെ രാജ്യത്ത് സ്വത്തവകാശങ്ങൾക്കെതിരായ കുറ്റകൃത്യങ്ങൾ വച്ചുപൊറുപ്പിക്കില്ലെന്നും സോഷ്യൽ ഡെമോക്രാറ്റുകൾ പ്രഖ്യാപിച്ചു.

അറസ്റ്റ് ചെയ്യപ്പെട്ടവരെ തങ്ങൾക്ക് വിട്ടുകിട്ടണമെന്ന് റഷ്യൻ ഭരണകൂടം ആവശ്യപ്പെട്ടു എന്നാൽ അറസ്റ്റ് ചെയ്യപ്പെട്ട സൂറിച്ച് ഗ്രൂപ്പിൽപ്പെട്ടയാൾ എല്ലായ്പോഴും സൂറിച്ചിൽത്തന്നെ പാർക്കുന്നവനാണെന്ന് ഉറപ്പുവരുത്തണമെന്ന് സ്വീഡനിലെ സോഷ്യൽ ഡെമോക്രാറ്റുകൾ ആവശ്യപ്പെട്ടു. മെൻഷെവിക്കുകൾക്ക് പ്രാമുഖ്യമുണ്ടായിരുന്ന സൂറിച്ച് ഗ്രൂപ്പ് അതിന് വിസമ്മതിച്ചു. അതവർ ബെർണെയിലെ പത്രങ്ങളിലൂടെ പ്രഖ്യാപിക്കുകയും സ്റ്റട്ട്ഗർട്ട് കോൺഗ്രസിൽ സെമാഷ്കോ സോഷ്യൽ ഡെമോക്രാറ്റിക് പ്രതിനിധിയായിരുന്നില്ലെന്ന് വരുത്തിത്തീർക്കാൻ ശ്രമിക്കുകയും ചെയ്തു.

1905ലെ മോസ്കോ കലാപത്തെ മെൻഷെവിക്കുകൾ അപലപിച്ചു. ലിബറൽ ബൂർഷ്വാസിയെ അകറ്റി നിർത്തുന്ന ഏതൊന്നിനെയും അവർ എതിർത്തു. ബോൾഷെവിക്കുകളുടെ പ്രവർത്തനരീതിമൂലം ബൂർഷ്വാ ബുദ്ധിജീവിവർഗം വിട്ടുനിന്നതാണ് വിപ്ലവം പരാജയപ്പെട്ടതിന് കാരണമെന്ന് അവർ ആരോപിച്ചു. വിപ്ലവത്തിന്റെ ആവശ്യങ്ങൾക്കായി അതിന്റെ ഉച്ചാവസ്ഥയിൽ പണം പിടിച്ചെടുത്ത നടപടി നിയമാനുസാരിയാണെന്ന ബോൾഷെവിക്കുകളുടെ നിലപാടിനെയും അവർ അപലപിച്ചു. ലിബറൽ ബൂർഷ്വാസികളെ ബോൾഷെവിക്കുകൾ ഭയപ്പെടുത്തി അകറ്റിയതായി അവർ പ്രചരിപ്പിച്ചു. ബോൾഷെവിക്കുകൾക്കെതിരായ ഏത് സമരമാർഗമുപയോഗിക്കുന്നതും മെൻഷെവിക്കുകൾക്ക് ന്യായയുക്തമായിരുന്നു.

വിദേശികൾക്കുമുമ്പിൽ ബോൾഷെവിക്കുകളെ അപകീർത്തിപ്പെടുത്താൻ 1908 ഫെബ്രുവരിയിൽ അക്സൽറോഡ് പ്ലെഖാനോവിനെഴുതിയതും 1926ൽ പ്രസിദ്ധീകരിച്ചതുമായ കത്ത് അന്ന് ബോൾഷെവിക്കുകളും മെൻഷെവിക്കുകളും അവലംബിച്ച മാർഗങ്ങൾ എത്രമാത്രം വൈവിധ്യമുള്ളവയായിരുന്നു എന്നതിന് നല്ലൊരു തെളിവാണ്.

എന്തായാലും, സെമാഷ്കോയുടെ അറസ്റ്റുമായി ബന്ധപ്പെട്ട് ആർ എസ് ഡി എൽ പിയുടെ പ്രതിനിധിയെന്ന നിലയിൽ വ്ളാദിമിർ ഇല്ലിച്ച് ഇന്റർനാഷണൽ സോഷ്യലിസ്റ്റ് ബ്യൂറോയ്ക്കും ഗോർക്കിക്കും ഔദ്യോഗിക പ്രസ്താവനകളയയ്ക്കുകയും വൈകാതെ സെമാഷ്കോ മോചിതനാവുകയുമുണ്ടായി.

വിപ്ലവത്തിന് ശേഷം പ്രവാസത്തിൽ കഴിയുകയെന്നത് ഞങ്ങളെ സംബന്ധിച്ചിടത്തോളം വിഷമകരമായിരുന്നു. വ്ളാദിമിർ ഇല്ലിച്ച് ദിവസം മുഴുവനും ലൈബ്രറിയിൽ ചെലവഴിച്ചു. വൈകുന്നേരങ്ങളിൽ എന്ത് ചെയ്യണമെന്ന് ഞങ്ങൾക്ക് തന്നെ അറിഞ്ഞുകൂടായിരുന്നു. തണുത്ത മുറിയിലിരുന്ന് നേരം പോക്കുന്നതിനെക്കാൾ ഞങ്ങൾ ഇഷ്ടപ്പെട്ടത് ആളുകളുമായി ഇടകലരാനായിരുന്നു. രാത്രിയുടെ അവസാനം വരെ അങ്ങനെ ചെലവഴിച്ചില്ലെങ്കിലും, ഓരോ സന്ധ്യകളിലും സിനിമകാണാനോ തിയേറ്ററിലേക്കോ പോയ ഞങ്ങൾ അതിന്റെ പകുതിക്ക് വച്ച് പുറത്തിറങ്ങി തെരുവുകളിലൂടെയോ കായൽ തീരത്ത് കൂടെയോ നടന്നു.

അവസാനം ഫെബ്രുവരിയിൽ ജനീവയിൽ നിന്നുമുള്ള *പ്രൊലെട്ടറി*യുടെ ആദ്യലക്കം (നമ്പർ 21) പുറത്തുവന്നു. അതിൽ ഇല്ലിച്ച് എഴുതി:

> വിപ്ലവത്തിന് മുമ്പുള്ള വർഷങ്ങളിൽ എങ്ങനെ പ്രവർത്തിക്കണമെന്ന് നമുക്കറിയാം. മറ്റുള്ളവർ എന്തൊക്കെ പറഞ്ഞാലും നാം പാറപോലെ ദൃഢതയുള്ളവരാണ്. ആദ്യത്തെ സായുധ കലാപത്തിന്റെ പരാജയത്തിൽ അധ്വാനിക്കുന്നവരുടെ പാർട്ടിയായ സോഷ്യൽ ഡെമോക്രാറ്റുകളുടെ ആത്മവീര്യം നഷ്ടപ്പെട്ടില്ല. അത് അതിന്റെ ശിരസ് നഷ്ടപ്പെടുത്തുകയോ സാഹസികത്വത്തിൽ മുങ്ങിത്താഴുകയോ ചെയ്യുകയില്ല. ബൂർഷ്വാവിപ്ലവങ്ങളുടെ ഏതെങ്കിലും പ്രത്യേകം കാലഘട്ടങ്ങളുടെ വിഷയങ്ങളുമായി ബന്ധപ്പെട്ടുള്ള ബാധ്യതകൾ കൂടാതെ പാർട്ടി സോഷ്യലിസത്തിലേക്ക് മാർച്ച് ചെയ്യുകയാണ്. അക്കാരണത്താൽ കണിശമായും അത് ബൂർഷ്വാ വിപ്ലവങ്ങളുടെ ദുർബലമായ വശങ്ങളിൽ നിന്നും സ്വതന്ത്രവുമാണ്. മാത്രമല്ല, അധ്വാനിക്കുന്നവരുടെ ആ പാർട്ടി വിജയത്തിലേക്ക് മുന്നേറുകയുമാണ്.

അന്ന് ഇല്ലിച്ചിന്റെ മുഴുവൻ ജീവിതത്തിലും നിറഞ്ഞു നിന്ന ചിന്തകളുടെ പ്രതിഫലനമാണ് ഈ വാക്കുകൾ. പരാജയത്തിന്റെ നിമിഷത്തിൽ ഉണ്ടാവാനിരിക്കുന്ന പരിപൂർണ വിജയങ്ങളെക്കുറിച്ചാണ് അദ്ദേഹം ചിന്തിച്ചത്. സന്ധ്യാവേളകളിൽ ജനീവ തടാകത്തിന്റെ കരയിലൂടെയുള്ള നടത്തത്തിനിടയിൽ അദ്ദേഹമെന്നോടത് ആവർത്തിച്ച് പറയുമായിരുന്നു. അധ്വാനിക്കുന്ന വർഗത്തിനുണ്ടായ പരാജയം തികച്ചും താൽക്കാലികം മാത്രമാണെന്ന കാര്യത്തിൽ ഇല്ലിച്ചിന് യാതൊരു സംശയവുമുണ്ടായിരുന്നില്ല.

ഉപയോഗപ്രദമായൊരു അനുഭവമെന്ന നിലയിൽ വിപ്ലവത്തിലെ അനുഭവത്തെ വളരെ ശ്രദ്ധാപൂർവം പഠിക്കേണ്ടതാണെന്ന നിലപാടായിരുന്നു ഇല്ലിച്ചിന്റേത്. അതിനദ്ദേഹം അതിൽ പങ്കെടുത്ത പരമാവധി ആളുകളുമായി ദീർഘനേരം സംസാരിച്ചു. 'ബുദ്ധിജീവി സമൂഹവും പെറ്റി ബൂർഷ്വാകളും നിരാകരിക്കാൻ ധൃതികാണിക്കുന്ന വിപ്ലവ പാരമ്പര്യത്തെ വികസിപ്പിക്കേണ്ടതും പ്രബലപ്പെടുത്തേണ്ടതും ജനമനസുകളിലേക്ക്

അത് പകർന്നു കൊടുക്കേണ്ടതും ജനാധിപത്യപ്രസ്ഥാനത്തിന്റെ അടുത്ത ഘട്ടത്തിനവരെ സജ്ജരാക്കേണ്ടതും റഷ്യയിലെ അധ്വാനിക്കുന്ന വർഗത്തിന്റെ ദൗത്യമാണെന്ന് അദ്ദേഹം വിശ്വസിച്ചിരുന്നു.

"സ്വാഭാവികമായും തൊഴിലാളികൾ ആ പാത പിന്തുടരുന്നുണ്ട്," അദ്ദേഹമെഴുതി.

> ഒക്ടോബറിലെയും ഡിസംബറിലെയും വലിയ സമരങ്ങളിലൂടെ കടന്നുപോയ അവർ നേരിട്ടുള്ള വിപ്ലവസമരത്തിന്റെ ഫലമായി മാത്രമേ തങ്ങളുടെ സ്ഥിതിക്ക് മാറ്റമുണ്ടാവൂ എന്ന് വ്യക്തമായി കാണുകയുണ്ടായി. മേലുദ്യോഗസ്ഥരിൽ നിന്നും തൊഴിലാളികൾ കടുത്ത പീഡനം സഹിക്കേണ്ടിവരുന്നു. എങ്കിലും, കാത്തിരിക്കൂ, നമുക്ക് മറ്റൊരു 1905 ലഭ്യമാവും.
>
> അങ്ങനെ തന്നെയാണ് തൊഴിലാളികളും അതിനെ നോക്കിക്കാണുന്നത്. സമരത്തിൽ എന്താണ് ചെയ്യേണ്ടതെന്നതിനുള്ള ഒരു പാഠമായിരുന്നു ആ വർഷത്തേത്. ബുദ്ധിജീവി വർഗത്തിനും പെറ്റി ബൂർഷ്വാ സമൂഹത്തിനും എന്താണ് ചെയ്തുകൂടാത്തത് എന്നതിനെ ഉദാഹരിക്കുന്ന ഒരു ഭ്രാന്തെടുത്ത വർഷമായിരുന്നു അത്. അധ്വാനിക്കുന്ന വർഗത്തിനാവട്ടെ, കൂടുതൽ കാര്യക്ഷമമായി സമരരീതികൾ എങ്ങനെ പ്രയോഗിക്കാമെന്നതിനെക്കുറിച്ച് വിമർശനാത്മകമായി പഠിക്കാൻ അത് അവസരം നൽകി. അതവരെ കൂടുതൽ വ്യാപ്തിയേറിയ സമരത്തിന് സജ്ജരാക്കുകയും കൂടുതൽ വർഗബോധമുള്ളവരാക്കിത്തീർക്കുകയും ചെയ്തു.

പുതിയൊരു പോരാട്ടത്തിനുള്ള തയാറെടുപ്പായിട്ടാണ് വരും വർഷങ്ങളെ ഇല്ലിച്ച് കണ്ടത്. വിപ്ലവസമരത്തിലെ 'തിരിച്ചടി' ആ സമരത്തിന്റെ ആഴം വർധിപ്പിക്കാൻ ഉപയോഗിക്കേണ്ടത് ആവശ്യമായിരുന്നു.

ആദ്യമായി പ്രതിപ്രവർത്തനത്തിന്റെ സാഹചര്യങ്ങൾ ആവിഷ്കരിക്കേണ്ടിയിരുന്നു. അവിടെ ഒളിപ്രവർത്തനത്തിലേക്ക് പാർട്ടി പിൻവാങ്ങുകയും, അതേസമയം, തൊഴിലാളികളുടെയും കർഷകരുടെയും കാര്യങ്ങൾ കൈകാര്യം ചെയ്യാൻ നിയമസംവിധാനങ്ങളും ദുമയിലെ സൗകര്യങ്ങളും ഉപയോഗിക്കുന്നുവെന്ന് ഉറപ്പുവരുത്തുകയും ചെയ്യേണ്ടിയിരുന്നു. അക്കാര്യത്തിൽ ഔട്ട് സോവിസ്റ്റുകളെന്ന് വിളിക്കുന്ന അനേകം ബോൾഷെവിക്കുകളുടെ നിലപാടിനോട് ഇല്ലിച്ചിന് വിയോജിപ്പുണ്ടായിരുന്നു. ഇടതുപക്ഷത്തുനിന്നും സ്വയം അകലുന്നവരാണ് അവരെന്ന നിലപാടായിരുന്നു ഇല്ലിച്ചിന്റേത്. അലെക്സിൻസ്കി ഒരു തീവ്ര ഔട്ട്സോവിസ്റ്റായിരുന്നു. അദ്ദേഹം ജനീവയിൽ തിരിച്ചെത്തിക്കഴിഞ്ഞയുടൻ അദ്ദേഹത്തിനും ഇല്ലിച്ചിനുമിടയിലെ ബന്ധം വഷളായി. അലെക്സിൻസ്കിയുടെ സങ്കുചിതമായ ചിന്താഗതിയായിരുന്നു മുഖ്യമായും അതിന് കാരണം. ഭൂമിയിന്മേലുള്ള പങ്കാളിത്തത്തിൽ അദ്ദേഹത്തിന് യാതൊരു

താൽപ്പര്യവുമുണ്ടായിരുന്നില്ല. രണ്ടാം ദുമ പിരിച്ചുവിട്ടതും അതിനൊരു കാരണമായിരുന്നു.

ഇത് അലെക്സിൻസ്കിയുടെ മാത്രം ഒരു പ്രശ്നമായിരുന്നില്ല. ബോഗ്ദനോവ് ഉൾപ്പെടെയുള്ളവരുടെ പ്രബന്ധങ്ങളടങ്ങുന്ന ഒരു ഗ്രന്ഥം *സ്റ്റഡീസ് ഇൻ ദ ഫിലോസഫി ഓഫ് മാർക്സിസം* എന്ന പേരിൽ റഷ്യയിൽ പ്രസിദ്ധീകരിക്കപ്പെട്ടു. ഭൗതികവാദപരമായ തത്വശാസ്ത്രം, മനുഷ്യന്റെ വികാസത്തെക്കുറിച്ചുള്ള ഭൗതികവാദപരമായ മാർക്സിസ്റ്റ് ആശയം, വർഗസമരത്തിന്റെ ആശയം എന്നിവയെ പുനർരചനയ്ക്ക് വിധേയമാക്കാനുള്ള ഒരു ശ്രമമായിരുന്നു അതിലെ പ്രബന്ധങ്ങളിലുണ്ടായിരുന്നത്.

തത്വശാസ്ത്രത്തിൽ ഇല്ലിച്ച് എപ്പോഴും തൽപ്പരനായിരുന്നു. ആ വിഷയവുമായി ബന്ധപ്പെട്ട് മാർക്സ്, എംഗൽസ്, പ്ലെഖാനോവ്, ഹെഗൽ, ഫ്യൂവർബക്, കാന്റ് തുടങ്ങിവരുടെ രചനകൾ പ്രവാസകാലത്ത് അദ്ദേഹം ആഴത്തിൽ പഠിക്കുകയുണ്ടായി. സൈബീരിയയിലായിരുന്നപ്പോൾ ആ വിഷയത്തിൽ സഖാക്കളുമായി അദ്ദേഹം സംവാദത്തിലേർപ്പെടുകയും ചെയ്തിരുന്നു.

ഫെബ്രുവരിയിൽ ഗോർക്കിക്കെഴുതിയ കത്തിൽ ബോഗ്ദനോവുമായുള്ള അഭിപ്രായ വ്യത്യാസത്തെക്കുറിച്ച് ഇല്ലിച്ച് പരാമർശിച്ചിരുന്നു. സൈബീരിയൻ പ്രവാസകാലത്ത് അദ്ദേഹം ബോഗ്ദനോവിന്റെ *ഫണ്ടമെന്റൽസ് ഓഫ് ദ ഹിസ്റ്റോറിക്കൽ കൺസെപ്ഷൻ ഓഫ് നേച്ചർ* വായിക്കുകയുണ്ടായി. അന്ന് താത്വികമായ വീക്ഷണങ്ങളിൽ ബോഗ്ദനോവ് ഒരു പരിവർത്തന ഘട്ടത്തിലായിരുന്നു. 1903ൽ പ്ലെഖാനോവും ബോഗ്ദനോവിന്റെ വീക്ഷണങ്ങളെ വിമർശിക്കുകയുണ്ടായി. അത് ശരിയായിരുന്നുവെന്ന് 1904ൽ ബോഗ്ദനോവിനോട് തുറന്നുപറയാൻ ഇല്ലിച്ചും മടിച്ചില്ല.

"വിപ്ലവത്തിന്റെ ഉച്ചാവസ്ഥയിൽ തത്വശാസ്ത്രത്തിനായി നീക്കിവയ്ക്കാൻ വളരെയൊന്നും സമയമുണ്ടായിരുന്നില്ല,"

ഇല്ലിച്ച് ഗോർക്കിക്കെഴുതി.

> ആ കാലത്താണ് ബോഗ്ദനോവ് തന്റെ *ഇമ്പീരിയോമോണിസ*ത്തിന്റെ മൂന്നാംഭാഗം ജയിലിൽവച്ച് എഴുതിയതെന്ന് ഞാൻ വിശ്വസിക്കുന്നു. 1906ലെ ശരത്കാലത്ത് അദ്ദേഹം അതിന്റെ ഒരു പ്രതി എനിക്ക് ലഭ്യമാക്കിത്തരികയും ഞാനത് ശ്രദ്ധാപൂർവം വായിക്കുകയും ചെയ്തു. വായിച്ചുകഴിഞ്ഞപ്പോൾ അദ്ദേഹത്തിന്റേത് തികച്ചും ഒരു മാർക്സിസ്റ്റിതര സമീപനമാണെന്ന് എനിക്ക് ബോധ്യമായി. ദീർഘമായൊരു കത്തിൽ ഞാനത് അദ്ദേഹത്തെ അറിയിക്കുകയും ചെയ്തു. അതുപോലെ അദ്ദേഹത്തിന്റെ *സ്റ്റഡീസ് ഇൻ ദ ഫിലോസഫി ഓഫ് മാർക്സിസ*ത്തിന്റെ സ്ഥിതിയും വ്യത്യസ്തമായിരുന്നില്ല. അതും ഞാൻ അദ്ദേഹത്തെ എഴുതി അറിയിക്കുകയുണ്ടായി.

*പ്രൊലെട്ടറി*യുടെ ആദ്യലക്കം (1908 ഫെബ്രുവരി) വിദേശത്ത് പ്രത്യക്ഷപ്പെട്ടപ്പോൾത്തന്നെ ഇല്ലിച്ചിനും ബോഗ്ദനോവിനുമിടയിലെ ബന്ധം വഷളായിരിക്കുന്നതായി കാണാമായിരുന്നു. മാർച്ച് മാസത്തോടെ ബോൾഷെവിക് വിഭാഗങ്ങൾക്കുള്ളിലെ രാഷ്ട്രീയ ഗ്രൂപ്പുകളിൽ നിന്നും തത്വശാസ്ത്രപരമായ തർക്കങ്ങളെ വേർപെടുത്തേണ്ടതാണെന്ന് ഇല്ലിച്ചിന് ബോധ്യമായി. ബോൾഷെവിസം എന്ന നിലയിൽ ബോഗ്ദനോവ് അവതരിപ്പിച്ച തത്വശാസ്ത്രമായിരുന്നു അതിന് കാരണം.

എന്തായാലും ദിവസം കഴിയുന്തോറും വൈകാതെ ബോൾഷെവിക് ഗ്രൂപ്പ് വിഘടിക്കുമെന്ന കാര്യം വ്യക്തമായിക്കൊണ്ടിരുന്നു. വിഷമം പിടിച്ച ആ ഘട്ടത്തിലാണ് ഇല്ലിച്ച് ഇന്നോക്കെന്റിയുമായി കൂടുതൽ സൗഹൃദത്തിലായത്. 1905വരെ ഞങ്ങൾക്ക് അദ്ദേഹത്തെക്കുറിച്ച് കേട്ടറിവ് മാത്രമാണുണ്ടായിരുന്നത്. അസ്ട്രാഖാനിലെ പ്രവാസകാലത്ത് അദ്ദേഹവുമായി പരിചയപ്പെട്ട ലിദിയാ നിപ്പോവിച്ച് അദ്ദേഹത്തെക്കുറിച്ച് വളരെ നല്ല അഭിപ്രായമാണ് ഞങ്ങളോട് പറഞ്ഞത്. സമാറാ സഖാക്കളും അങ്ങനെ തന്നെയായിരുന്നു. ഞങ്ങൾക്കിടയിൽ എഴുത്തുകുത്തുകളൊന്നുമുണ്ടായിരുന്നില്ല. പാർട്ടിയുടെ രണ്ടാം കോൺഗ്രസിൽ വച്ച് മെൻഷെവിക്കുകളുമായുള്ള തർക്കം രൂക്ഷമായതിന് ശേഷം ഒരിക്കൽ മാത്രം പാർട്ടിയുടെ ഐക്യം നിലനിർത്തണമെന്ന് ആവശ്യപ്പെട്ടുകൊണ്ട് അദ്ദേഹം ഞങ്ങൾക്കെഴുതി. പിന്നീടദ്ദേഹം കേന്ദ്രകമ്മിറ്റിയിൽ അംഗമായിത്തീരുകയും ലിയോനിദ് അന്ദ്രേയേവിന്റെ ഫ്ളാറ്റിൽ വച്ച് മറ്റ് കേന്ദ്രകമ്മിറ്റി അംഗങ്ങൾക്കൊപ്പം അറസ്റ്റ് ചെയ്യപ്പെടുകയുമുണ്ടായി.

1905ൽ അയവില്ലാത്ത സാഹസികനായ വിപ്ലവകാരിയായ ഇന്നോക്കെന്റിയെ കണ്ടുമുട്ടുമ്പോൾ അദ്ദേഹം ഇല്ലിച്ചിൽ അങ്ങേയറ്റത്തെ മതിപ്പാണുളവാക്കിയത്. എല്ലായ്പോഴും പാർട്ടി കോൺഗ്രസിന് തൊട്ടുമുമ്പ് അറസ്റ്റ് ചെയ്യപ്പെട്ടിരുന്നതിനാൽ ഒരൊറ്റ കോൺഗ്രസിൽപോലും പങ്കെടുക്കാൻ അദ്ദേഹത്തിന് കഴിഞ്ഞിട്ടില്ല. മോസ്കോവിലെയും പിന്നീട് കോൺസ്റ്റഡ്റ്റിലെയും കലാപങ്ങളിൽ അദ്ദേഹം സജീവമായി പങ്കെടുത്തു. സാഹിത്യകാരൻ അല്ലാതിരുന്ന അദ്ദേഹം തൊഴിലാളികളുടെ യോഗങ്ങളിൽ സംസാരിക്കുകയും അത് അവരുടെ സമരങ്ങൾക്ക് പ്രചോദനമേകുകയും ചെയ്തു. ആ പ്രസംഗങ്ങൾ ആരും കുറിച്ചെടുത്തില്ല. തികഞ്ഞ സമർപ്പണബോധമുള്ള അദ്ദേഹം ജനീവയിലെത്തിച്ചേർന്നത് ഇല്ലിച്ചിനെ വളരെ സന്തുഷ്ടനാക്കി. സമാന ചിന്താഗതിയായിരുന്നു ഇരുവർക്കുമുണ്ടായിരുന്നത്. പാർട്ടി പിരിച്ചുവിടണമെന്ന് വാദിച്ചവർക്കെതിരെ ഇരുവർക്കും വളരെ കർശനമായ നിലപാടാണ് ഉണ്ടായിരുന്നത്. ആ വിഭാഗക്കാരുടെ പക്ഷത്ത് ചേരാതിരുന്ന പ്ലെഖാനോവിനോട് ഇരുവർക്കും വളരെ മതിപ്പായിരുന്നു. താത്വികമായ തലത്തിൽ പ്ലെഖാനോവ് ശരിയാണെന്നും ബോഗ്ദനോവിൽ നിന്നും അകന്നു നിൽക്കേണ്ടതാണെന്നും ഇരുവരും കരുതി. ഇന്നോക്കെന്റിയോളം പെട്ടെന്ന് തന്നെ ആർക്കും മനസിലാക്കാനാവുന്നില്ലെന്ന് ഇല്ലിച്ച് കണ്ടു. ഞങ്ങളുമൊന്നിച്ച് ഭക്ഷണം കഴി

ച്ചിരുന്ന ഇന്നോക്കെന്റി അത്താഴശേഷം ദീർഘനേരം ഭാവിപരിപാടികളെക്കുറിച്ചുള്ള ചർച്ചകളിലേർപ്പെട്ടു. സന്ധ്യാവേളകളിലും അവർ കാര്യങ്ങൾ ചർച്ചചെയ്തു.

റഷ്യയിൽ സംഘടനകൾ പിളർപ്പുകളെ നേരിടുന്ന കാലമായിരുന്നു അത്. ചാരന്മാരുടെ സഹായത്തോടെ പൊലീസ് പാർട്ടിനേതാക്കളെ അറസ്റ്റ് ചെയ്യുന്നുണ്ടായിരുന്നു. വലിയ യോഗങ്ങളും സമ്മേളനങ്ങളും അസാധ്യമായിത്തീർന്നു. സമീപകാലത്ത് പൊതുജനങ്ങളുടെ കണ്ണിൽപ്പെട്ടവർക്ക് ഒളിവിൽ പോവുക എളുപ്പമായിരുന്നില്ല. ഏപ്രിൽ-മേയ് മാസങ്ങളിൽ കാമെനേവ്, വാർസ്കി, സിനോവീവ്, റോസ്കോവ് എന്നിവർ തെരുവിൽ വച്ച് അറസ്റ്റ് ചെയ്യപ്പെട്ടു. ജനങ്ങൾ തങ്ങളിലേക്ക് ഒതുങ്ങിക്കൂടി. എന്താണ് സംഭവിച്ചതെന്ന് മനസിലാക്കാൻ അവർക്ക് വീണ്ടും ചിന്തിക്കേണ്ടിയിരുന്നു. പൊതുവായ സ്വഭാവമുള്ള ഒരു സമരം ആരെയും തൃപ്തിപ്പെടുത്താത്തതായിത്തീർന്നു. ആളുകൾ സ്റ്റഡിസർക്കിളുകളിൽ സന്നദ്ധതയോടെ എത്തിയെങ്കിലും അവരെ കൈകാര്യം ചെയ്യാൻ ആരുമുണ്ടായിരുന്നില്ല. അത് ഓട്ട്സോവിസത്തിന് അനുകൂലമായൊരു സാഹചര്യം സൃഷ്ടിച്ചു. പാർട്ടി സംഘടനയുടെ നേതൃത്വമില്ലാതാവുകയും സ്വതന്ത്രരായി പ്രവർത്തിക്കാൻ ആളുകൾ നിർബന്ധിതരായിത്തീരുകയും പോരാടുന്ന സ്ക്വാഡുകൾ നിർജീവമാവുകയും ചെയ്തപ്പോൾ അതിന്റെയെല്ലാം ഫലമായി ഉയർന്നുവന്ന വിഷമം പിടിച്ച സാഹചര്യം കൈകാര്യം ചെയ്യേണ്ട ബാധ്യത ഇന്നോക്കെന്റിക്കായിത്തീർന്നു.

പൊതുവായൊരു ഉടമ്പടിയുണ്ടാക്കാനായി അന്ന് ബോഗ്ദനോവും ബാസറോവും മറ്റും താമസിച്ചിരുന്ന കാപ്രിയിലേക്ക് ഗോർക്കി ഇല്ലിച്ചിനെ ക്ഷണിച്ചുവെങ്കിലും അത്തരമൊരു ഉടമ്പടി സാധ്യമല്ലെന്ന കാരണത്താൽ അങ്ങോട്ടുപോവാൻ ഇല്ലിച്ച് വിസമ്മതിച്ചു.

എന്തായാലും ആവർത്തിച്ചുള്ള അഭ്യർഥനകളെ മാനിച്ച് ഇല്ലിച്ച് കാപ്രിയിലേക്ക് പോയെങ്കിലും ഏതാനും ദിവസങ്ങൾ മാത്രം അവിടെ താമസിച്ച ശേഷം യാതൊരു ഒത്തുതീർപ്പിലുമെത്താതെ മടങ്ങിപ്പോന്നു. താത്വികമായി ബോഗ്ദനോവുമായുള്ള അകൽച്ചയുടെ നിരവധി കാരണങ്ങൾ 1908ലെ വേനൽക്കാലത്ത് *വ്പെർയോദിൽ* പ്രവർത്തിക്കുകയും 1905ലെ വിപ്ലവത്തിൽ പങ്കെടുക്കുകയും ചെയ്ത വോറോവ്സ്കിക്കെഴുതിയ കത്തിൽ ഇല്ലിച്ച് വ്യക്തമാക്കുകയുണ്ടായി.

ആ ഘട്ടത്തിൽ ബോൾഷെവിക്കുകൾക്ക് സാമ്പത്തികമായ ബുദ്ധിമുട്ടുകളൊന്നുമുണ്ടായിരുന്നില്ല. മോറോഡോവിന്റെ ഇരുപത്തിമൂന്ന് വയസുള്ള അനന്തിരവനും മോസ്കോവിൽ ഒരു ഫർണിച്ചർ ഫാക്ടറിയുടെ ഉടമയുമായ നിക്കോളായ് ഷ്മിഡ്റ്റ് മോസ്കോനിലേക്ക് പോവുകയും ഒരു ബോൾഷെവിക് ആയിത്തീരുകയും ചെയ്തു. *നോവായ ഷിൻസിനും* ആയുധങ്ങൾ വാങ്ങാനും പണം ലഭ്യമാക്കിക്കൊടുത്ത അയാൾ തൊഴിലാളികളുടെ ഉറ്റസുഹൃത്താവുകയുമുണ്ടായി. പൊലീസ് അയാളുടെ ഫാക്ടറിയെ വിളിച്ചത് 'ചെകുത്താന്റെ കൂട്' എന്നാണ്. മോസ്കോവിലെ

കലാപകാലത്ത് ആ ഫാക്ടറി സുപ്രധാനമായൊരു പങ്കാണ് വഹിച്ചത്. അറസ്റ്റ് ചെയ്യപ്പെട്ട ഷ്മിഡ്റ്റിനെ പൊലീസ് ക്രൂരമായാണ് ജയിലിൽ കൈകാര്യം ചെയ്തത്. ഫാക്ടറിക്ക് എന്താണ് സംഭവിച്ചതെന്നും കൊല്ലപ്പെട്ട തൊഴിലാളികളുടെ ജഡങ്ങൾ കാണിച്ചുകൊടുക്കാനും അയാളെ കൂട്ടിക്കൊണ്ടുപോയ പൊലീസ് പിന്നീടയാളെ ജയിലിൽ വച്ച് അതിക്രൂരമായി കൊലപ്പെടുത്തി. എന്തായാലും, കൊല്ലപ്പെടുന്നതിന് മുമ്പ് തന്റെ സ്വത്തുവകകൾ ബോൾഷെവിക്കുകൾക്ക് ഇഷ്ടദാനമായി നൽകിയതായി സുഹൃത്തുക്കളെ അറിയിക്കുന്നതിൽ അയാൾ വിജയിച്ചു. അതിന് സമാനമായി അയാളുടെ ഇളയ സഹോദരിയായ എലിസവെറ്റ ഷ്മിഡ്റ്റും പൈതൃകസ്വത്തിലെ തന്റെ വിഹിതം ബോൾഷവിക്കുകൾക്ക് നൽകാൻ തീരുമാനിച്ചു. അങ്ങനെ ലഭിച്ച പണം പ്രതിനിധികളുടെ യാത്രാ ചെലവുകൾക്ക് വേണ്ടി ഉപയോഗിക്കാൻ *പ്രൊലെട്ടറി*യെ പ്രാപ്തിയുള്ളതാക്കിത്തീർത്തു.

വേനൽക്കാലത്ത് ജനീവയിലേക്ക് വന്ന വിക്ടർ ടറാട്ടൂറ്റ ബിസിനസ് കാര്യങ്ങളിൽ സഹായിക്കുകയും കേന്ദ്രകമ്മിറ്റിയുടെ ഫോറിൻ ബ്യൂറോയുടെ സെക്രട്ടറിയെന്ന നിലയിൽ വിദേശത്ത് മറ്റ് കേന്ദ്രങ്ങളുമായി ആശയവിനിമയം നടത്തുകയും ചെയ്തു.

ക്രമേണയായി റഷ്യയുമായുള്ള ബന്ധങ്ങൾ പുനഃസ്ഥാപിക്കപ്പെട്ടു. അപ്പോഴും, കൂടുതൽ കാലം വിദേശത്ത് താമസിക്കേണ്ടിവന്നേക്കാമെന്നതിനാലും കൂടുതൽ ഒഴിവ് സമയം ലഭിച്ചതിനാലും പ്രാദേശിക സോഷ്യൽ ഡെമോക്രാറ്റിക് പാർട്ടിയുടെ പ്രവർത്തനങ്ങളിൽ പങ്കെടുക്കാൻ കഴിയുമെന്നതിനാലും ഞാൻ ജനീവാ സർവകലാശാലയിൽ ചെന്ന് ഫ്രഞ്ച് ഭാഷ പഠിക്കാനാരംഭിച്ചു.

തത്വശാസ്ത്രത്തെക്കുറിച്ചുള്ള തന്റെ പുസ്തകരചനയിൽ ക്ഷീണിതനായിത്തീരുമ്പോൾ ഇല്ലിച്ച് എന്റെ വ്യാകരണപുസ്തകങ്ങളും ഭാഷാചരിത്രപുസ്തകങ്ങളും വായിച്ചു. ഞാനും ജനീവയിലെ സ്കൂൾ പരിശീലന സമ്പ്രദായം പഠിക്കാൻ തുടങ്ങി. 'ജനങ്ങൾക്ക് വേണ്ടിയുള്ള' ഒരു ബൂർഷ്വാവിദ്യാലയം എന്താണെന്ന് ആദ്യമായി എനിക്ക് ബോധ്യമായി. മേന്മയേറിയ വിശാലമായ ജാലകങ്ങളുള്ള കെട്ടിടങ്ങളിൽ തൊഴിലാളികളുടെ മക്കൾക്ക് മെരുക്കാവുന്ന അടിമകളാവാൻ പരിശീലനം കൊടുക്കുന്നതെങ്ങനെയാണെന്നും അധ്യാപകർ ആ കുട്ടികളുടെ ചെവി പിടിച്ച് കിഴുക്കുന്നതെങ്ങനെയാണെന്നും ഞാൻ കണ്ടു. സമ്പന്നരുടെ കുട്ടികളെ അവർ സ്പർശിച്ചതേയില്ല. ഓരോ കുട്ടിയുടെയും മനസിൽ നിന്നും സ്വതന്ത്രചിന്തയെ ഉന്മൂലനം ചെയ്യാൻ ശ്രമിച്ച അവർ പടിപടിയായി കുട്ടികളിൽ അധികാരത്തിന്റെയും സമ്പത്തിന്റെയും ആരാധന കുത്തിവയ്ക്കുകയും ചെയ്തു. ഒരു ജനാധിപത്യരാജ്യത്ത് ഇത് സാധ്യമാണെന്ന് എനിക്ക് സങ്കൽപ്പിക്കാനാവുമായിരുന്നില്ല. എന്റെ അനുഭവങ്ങൾ ഇല്ലിച്ചുമായി പങ്കുവച്ചപ്പോൾ ഒരു ബൂർഷ്വാവ്യവസ്ഥിതിക്ക് കീഴിൽ അത് മാത്രമേ പ്രതീക്ഷിക്കാനാവൂ എന്നായിരുന്നു അദ്ദേഹത്തിന്റെ പ്രതികരണം.

1905ലെ വിപ്ലവത്തിലൂടെയും രണ്ടാമത്തെ പ്രവാസജീവിതത്തിലൂടെയും കടന്നുപോയില്ലായിരുന്നുവെങ്കിൽ *ഭരണകൂടവും വിപ്ലവവും* എന്ന കൃതി എഴുതാൻ ഇല്ലിച്ചിന് കഴിയമായിരുന്നില്ലെന്ന് ഞാൻ കരുതുന്നു.

താത്വികമായ ചോദ്യങ്ങളെക്കുറിച്ചുള്ള വിവാദം തത്വശാസ്ത്രത്തെക്കുറിച്ചുള്ള ഇല്ലിച്ചിന്റെ കൃതി എത്രയും വേഗം പൂർത്തിയാക്കി പ്രസിദ്ധീകരിക്കാനുള്ള അവശ്യകതയുളവാക്കി. അതിന് ജനീവയിൽ ലഭ്യമല്ലാത്ത ചില വസ്തുതകൾ അദ്ദേഹത്തിന് ആവശ്യമായിരുന്നു. കൂടാതെ രാഷ്ട്രീയ കുടിയേറ്റക്കാർക്കിടയിലെ ഒരു പ്രത്യേകതയായ അന്തഃഛിദ്രങ്ങൾ അദ്ദേഹത്തിന്റെ പ്രവർത്തനത്തിന് വലിയൊരു തടസവുമായിരുന്നു. അക്കാരണത്താൽ ലണ്ടനിലെ ബ്രിട്ടീഷ് മ്യൂസിയത്തിലേക്ക് പോയി, അവിടെ വച്ച് തന്റെ പുസ്തകം പൂർത്തിയാക്കാൻ ഇല്ലിച്ച് തീരുമാനിച്ചു.

അദ്ദേഹത്തിന്റെ അഭാവത്തിൽ ലുണാചാർസ്കിയുടെ ഒരു പ്രഭാഷണം ജനീവയിൽ പ്രഖ്യാപിക്കപ്പെട്ടു. അവിടെ എത്തിച്ചേർന്ന ഇന്നോക്കെന്റി സംവാദത്തിൽ പങ്കെടുത്തു. ചില ഭേദഗതികളോടെ അദ്ദേഹം അവതരിപ്പിച്ച തീസിസ് അയച്ചുകൊടുത്തത് ഇല്ലിച്ച് ആയിരുന്നു. അതിന്റെ തലേ ദിവസം അദ്ദേഹം ഞങ്ങളുടെ പാർപ്പിടത്തിലിരുന്ന് പുസ്തകങ്ങൾ റഫർ ചെയ്ത് കുറിപ്പുകൾ തയാറാക്കി. നന്നായി സംസാരിച്ച അദ്ദേഹം ബോഗ്ദനോവിന്റെ താത്വികനിലപാടിനോട് തന്റെയും ലെനിന്റെയും ബോൾഷെവിസത്തിന് ഒരു ബന്ധവുമില്ലെന്ന് പ്രഖ്യാപിച്ചു.

തന്റെ ജോലി പൂർത്തിയാക്കി ഇല്ലിച്ച് ലണ്ടനിൽ നിന്നും മടങ്ങിയെത്തിക്കഴിഞ്ഞ ഉടൻ കേന്ദ്രകമ്മിറ്റിയോഗം ചേരുകയും അടിയന്തിരമായി ഒരു പാർട്ടി സമ്മേളനം വിളിച്ചുകൂട്ടണമെന്ന് തീരുമാനിക്കുകയും ചെയ്തു. സമ്മേളനത്തിനുള്ള ഒരുക്കങ്ങൾ ചെയ്യാൻ ഇന്നോക്കെന്റി റഷ്യയിലേക്കുപോയി. ആ ഘട്ടമായപ്പോഴേക്കും മെൻഷെവിക്കുകളിലെ പിരിച്ചുവിടൽ വാദികൾക്ക് അവിടെ പ്രബലമായൊരു അടിത്തറയുണ്ടാക്കാൻ കഴിഞ്ഞിരുന്നു. അവരുടെ അഭിപ്രായത്തിൽ പരാജയങ്ങളിലേക്കും അറസ്റ്റുകളിലേക്കും മാത്രം നയിച്ച പാർട്ടിയെയും അതിന്റെ സംഘടനകളെയും പിരിച്ചുവിടേണ്ടത് ആവശ്യമായിരുന്നു. ട്രേഡ് യൂണിയനുകളിലും മറ്റ് സൊസൈറ്റികളിലും ശുദ്ധവും നിയമാനുസാരിയുമായൊരു പാത പിന്തുടരുകയായിരുന്നു അവർക്കാവശ്യം. നിലവിലുള്ള പ്രതിപ്രവർത്തനത്തിന്റെ അന്തരീക്ഷത്തിൽ എല്ലാ വിപ്ലവപ്രവർത്തനങ്ങളെയും അവരുടെ നേതൃത്വത്തെയും നിരാകരിക്കുകയും എല്ലാ സ്ഥാനങ്ങളെയും അടിയറ വയ്ക്കുകയും ചെയ്യുക എന്നാണതിനർഥം. മറുവശത്ത്, ബോൾഷെവിക് ഗ്രൂപ്പിലെ അൾട്ടിമാറ്റുമിസ്റ്റുകളും ഓട്ട്സോവിസ്റ്റുകളും എതിർധ്രുവത്തിലേക്ക് നീങ്ങി. ദുമയിലെ പ്രവർത്തനത്തെ മാത്രമല്ല, സാംസ്കാരികവും വിദ്യാഭ്യാസപരവുമായ സംഘടനകളിലെയും ക്ലബുകളിലെയും ട്രേഡ് യൂണിയനുകളിലെയും സൊസൈറ്റികളിലെയും പ്രവർത്തനങ്ങളെയും അവർ എതിർത്തു. അവർ ജനങ്ങൾക്കിടയിലെ വ്യാപ്തിയേറിയ പ്രവർത്തനങ്ങളിൽ നിന്നും പൂർണമായും പിൻവാങ്ങുകയും ജനങ്ങളുടെ നേതൃത്വം കൈയൊഴിയുകയും ചെയ്തു.

ജനങ്ങൾക്കിടയിൽ വ്യാപ്തിയേറിയ പ്രവർത്തനം നടത്തുന്നതിനെക്കുറിച്ച് ഇല്ലിച്ചും ഇന്നോക്കെന്റിയും ഇടയ്ക്കിടെ ആശയവിനിമയം നടത്തി. പാർട്ടി കോൺഫറൻസിന്റെ തയാറെടുപ്പായിരുന്നു അന്നത്തെ പ്രധാനവിഷയം. ആ പദ്ധതി പ്രായോഗികമാക്കാനാണ് ഇന്നോക്കെന്റി റഷ്യയിലേക്ക് പോയത്. സെന്റ് പീറ്റേഴ്സ്ബർഗിൽ താമസിച്ചുകൊണ്ട് അദ്ദേഹമടങ്ങുന്ന അഞ്ചുപേർ കേന്ദ്രകമ്മിറ്റിയുടെ പ്രവർത്തനങ്ങൾ സംഘടിപ്പിച്ചു. ഇതൊക്കെയാണെങ്കിലും വാഴ്സാ റെയിൽവേ സ്റ്റേഷനിൽ വച്ച് അറസ്റ്റ് ചെയ്യപ്പെട്ട് വോളോഗ്ദ ഗുബർനിയയിലേക്ക് നാടുകടത്തപ്പെട്ടത് മൂലം 1908 ഡിസംബറിൽ നടന്ന സമ്മേളനത്തിൽ പങ്കെടുക്കാൻ ഇന്നോക്കെന്റിക്ക് സാധിച്ചില്ല. പാർട്ടിക്കുള്ളിൽ തന്നെയുള്ള ചാരന്മാരാണ് അദ്ദേഹത്തിന്റെ അറസ്റ്റിന് വഴിയൊരുക്കിയത്.

ആ ഘട്ടത്തിൽ റഷ്യയിൽ നിന്നും പാർട്ടിയിലെ നിരവധി പ്രമുഖർ ജനീവയിലെത്തിയെങ്കിലും പല കാരണങ്ങളാലും പാരീസിലേക്ക് കുടിയേറാൻ ഇല്ലിച്ച് പ്രേരിതനായി.

പാരീസ്
1909–1910

ആയിരത്തിത്തൊള്ളായിരത്തി ഒൻപതിൽ മെൻഷെവിക്കുകളുമായി സംയുക്തമായൊരു സമ്മേളനം നടക്കുന്നതിന് തൊട്ടുമുമ്പാണ് ഞങ്ങൾ പാരീസിലെത്തിയത്. വിവിധ ഗ്രൂപ്പുകൾ പങ്കെടുക്കുന്ന ആ സമ്മേളനം ആ ഗ്രൂപ്പുകളിലെ ചിലതിന് ആഹ്ലാദകരവും മറ്റ് ചിലതിന് സംഘർഷഭരിതവുമായിരുന്നു. നിലപാടുകളിലെ വ്യതിരിക്തതയായിരുന്നു അതിന് കാരണം.

പാരീസിന്റെ പ്രാന്തത്തിലുള്ള അവന്യൂ ദെ ഓർലിയൻസിലെ വായുസഞ്ചാരമുള്ളതും സാമാന്യം വിസ്തൃതവുമായൊരു ഫ്ളാറ്റാണ് ഞങ്ങൾ അവിടെ വാടകയ്ക്കെടുത്തത്. അവിടെ ഞങ്ങൾക്കും എന്റെ മാതാവിനും ഇല്ലിച്ചിന്റെ സഹോദരിക്കും (അൽപ്പം മുമ്പാണ് അവരിവിടെ എത്തിച്ചേർന്നത്) വെവ്വേറെ മുറികളുണ്ടായിരുന്നു. ഒരു തരത്തിൽ ആഡംബരമുള്ളതാണെങ്കിലും ജനീവയിൽ നിന്നും കൊണ്ടുവന്ന 'വസ്തുവകകൾ' ഉൾക്കൊള്ളാൻ ആ ഫ്ളാറ്റിന് കഴിയുമായിരുന്നില്ല. ഏതാനും കസേരകളും ചെറിയൊരു മേശയും അടങ്ങുന്നതായിരുന്നു ഞങ്ങളുടെ ലിവിങ് റൂം.

തിരക്കേറിയതായിരുന്നു പാരീസിലെ ജീവിതം. അന്ന് യൂറോപ്പിന്റെ എല്ലാ ഭാഗത്ത് നിന്നും റഷ്യയിലെ രാഷ്ട്രീയ കുടിയേറ്റക്കാർ അവിടേക്ക് വന്നുകൊണ്ടിരുന്നു. അക്കൊല്ലം അപൂർവമായി മാത്രമേ ഇല്ലിച്ച് പാർപ്പിടത്തിലുണ്ടായിരുന്നുള്ളൂ. രാത്രി വൈകുവോളം കഫേകളിൽ ചെലവഴിക്കുന്നതായിരുന്നു ഞങ്ങളുടെ ആളുകളുടെ ശീലം.

എന്തായാലും ഡിസംബറിലെ ചൂടേറിയ വാദപ്രതിവാദങ്ങൾക്ക് ശേഷം പൊതുവായൊരു മാർഗരേഖ കണ്ടെത്തുന്നതിൽ ഞങ്ങൾ വിജയിച്ചു. മൊത്തത്തിലെന്ന നിലയിൽ *സോഷ്യൽ ഡെമോക്രാറ്റി*നെ പാർട്ടി

യുടെ ജിഹ്വയാക്കാൻ തീരുമാനിച്ചു. ലെനിൻ, സിനോവീവ്, കാമനേവ് മാർട്ടോവ്, മാർച്ചിലെവ്സ്കി എന്നിവരെ അതിന്റെ എഡിറ്റോറിയൽ ബോർഡിലേക്ക് തിരഞ്ഞെടുത്തു.

ബോൾഷെവിക് പാർട്ടിയിലെ ഒരു ഗ്രൂപ്പെന്ന നിലയിൽ ഓട്ട്സോവിസ്റ്റുകളുമായുള്ള ബന്ധത്തിൽ വളരെക്കൂടുതൽ ഉലച്ചിലുണ്ടായി. അതിലെ അംഗങ്ങൾ കൂടുതൽ അവകാശവാദങ്ങളുന്നയിക്കുകയും ഫെബ്രുവരി അവസാനത്തോടെ പൂർണമായൊരു വിഘടനമുണ്ടാവുകയും ചെയ്തു.

വേദനാജനകമായൊരു സംഭവമായിരുന്നു ആ വിഘടനം. അത് ഇല്ലിച്ചിനെ വളരെ അസ്വസ്ഥനാക്കി. അതുകൊണ്ട് ഒരാഴ്ചക്കാലം ഇറ്റലിയിലെ വെനീസിൽ ചെലവഴിക്കാൻ ഞങ്ങളദ്ദേഹത്തെ നിർബന്ധിക്കുകയും അങ്ങനെ ചെയ്തശേഷം പൂർണാരോഗ്യത്തോടെ അദ്ദേഹം തിരിച്ചെത്തുകയും ചെയ്തു.

വളരെ അസൗകര്യമുണ്ടാക്കുന്നതായിരുന്നു പാരീസിലെ പഠനം. അവിടത്തെ നാഷണൽ ലൈബ്രറി വളരെ അകലെയായിരുന്നു. സാധാരണയായി സൈക്കിളിലാണ് ഇല്ലിച്ച് അവിടേക്ക് പോയിരുന്നതെങ്കിലും ജനീവയിലെ പ്രാന്തപ്രദേശങ്ങളിലേക്ക് സൈക്കിൾ യാത്രചെയ്യുന്നത്ര എളുപ്പമായിരുന്നില്ല അത്. ആ യാത്രകൾ അദ്ദേഹത്തെ വളരെ ക്ഷീണിതനാക്കി. മറ്റ് പല ലൈബ്രറികളും ഞങ്ങൾ അന്വേഷിച്ച് കണ്ടെത്തിയെങ്കിലും അവയൊന്നും ഇല്ലിച്ചിന് ഉപയോഗപ്രദമായവ ആയിരുന്നില്ല. അവസാനം ലൈബ്രറിയുടെ പടിക്കെട്ടിന് ചുവട്ടിൽ പ്രതിദിനം പത്ത് സെന്റിംസ് വാടക നൽകി സൂക്ഷിച്ചിരുന്ന അദ്ദേഹത്തിന്റെ സൈക്കിളും മോഷണം പോയി.

പാരീസിലും അതിന്റെ പ്രാന്തങ്ങളിലുമുള്ള തെരുവുകളിൽ സൈക്കിൾ സവാരിക്ക് വളരെ കൂടുതൽ ശ്രദ്ധ ആവശ്യമാണ്. ഒരിക്കൽ ഒരു മോട്ടോർ കാറിന്റെ ഇടിയിൽ നിന്നും അദ്ദേഹം രക്ഷപ്പെട്ടത് സൈക്കിളിൽ നിന്നും എടുത്തുചാടിയാണ്. കാർ കയറി സൈക്കിൾ പൂർണമായും തകരുകയും ചെയ്തു.

ഡോർവിദോസ്കിലെ ജയിലിൽ നിന്നും രക്ഷപ്പെട്ട ഇന്നോക്കെന്റി പാരീസിൽ എത്തിച്ചേർന്നു. പ്രവാസകാലത്ത് അണിയിക്കപ്പെട്ട ചങ്ങലകൾ അദ്ദേഹത്തിന്റെ കാലുകളിൽ ആഴമുള്ള മുറിവുകളുണ്ടാക്കിയിരുന്നു. അവ ഭേദമാകാൻ ദീർഘനാളത്തെ ചികിത്സ ആവശ്യമായിരുന്നു.

അദ്ദേഹത്തിന്റെ ആഗമനത്തിൽ ഇല്ലിച്ച് വളരെ സന്തുഷ്ടനായിത്തീർന്നു. 1908ൽ മേധാവിത്വം നേടിയെടുത്ത പിരിച്ചുവിടൽ വാദികളുടേതായ *സോഷ്യൽ ഡെമോക്രാറ്റു*കളുടെ ശബ്ദത്തിന്റെ എഡിറ്റോറിയൽ ബോർഡിൽ നിന്നും പ്ലെഖാനോവ് രാജിവച്ചതിൽ ഇരുവരും വളരെ സന്തുഷ്ടരുമായിരുന്നു. പിന്നീട് 1909ൽ ആ പ്രസിദ്ധീകരണത്തിൽ വന്ന ചില ലേഖനങ്ങളുടെ അടിസ്ഥാനത്തിൽ പ്ലെഖാനോവ് അതുമായുള്ള എല്ലാ ബന്ധങ്ങളും വിച്ഛേദിച്ചു. പഴയ തലമുറക്കാരായ മാർക്സിസ്റ്റുകളോളം അനുഭാവം പുതിയ തലമുറക്കാർക്ക് പ്ലെഖാനോവിനോട് ഉണ്ടായില്ല എന്നതുമാകാം അതിനൊരു കാരണം.

ഇല്ലിച്ചും ഇന്നോക്കെന്റിയും ആത്മാർഥമായിത്തന്നെ സമരത്തെ താത്വികമായ തലത്തിലേക്ക് കൊണ്ടുപോയി. അവരെ സംബന്ധിച്ചിടത്തോളം എല്ലാദിശകളിലുമുള്ള പ്രാഥമിക സമരത്തിന്റെ ചോദ്യങ്ങളടങ്ങുന്ന വൈരുധ്യാത്മക ഭൗതികവാദത്തിന്റെ വീക്ഷണകോണിൽ നിന്നും എല്ലാ പ്രതിഭാസങ്ങളെയും മൂല്യനിർണയം നടത്താനുള്ള സമരത്തിലെ ഒരു ആയുധമായിരുന്നു തത്വശാസ്ത്രം. അക്കാരണത്താൽ തന്റെ പുസ്തകത്തിന്റെ പ്രസിദ്ധീകരണം ത്വരിതഗതിയിലാക്കാൻ ഇല്ലിച്ച് റഷ്യയിലുള്ള അന്നാ ഇല്ലിച്ചിനയ്ക്കെഴുതി. ഓട്ട്സോവിസ്റ്റുകളുമായി പൂർണമായൊരു വിഘടനം ഉദ്ദേശിച്ചുകൊണ്ട് *പ്രൊലെട്ടറി*യുടെ കൂടുതൽ അംഗങ്ങളടങ്ങിയ എഡിറ്റോറിയൽ ബോർഡിന്റെ ഒരു യോഗം ആസൂത്രണം ചെയ്യുകയുമുണ്ടായി.

മേയ് മാസത്തിൽ ഇല്ലിച്ചിന്റെ *മെറ്റീരിയലിസം ആന്റ് ഇമ്പീരിയോക്രിട്ടിസിസം* പ്രസിദ്ധീകരിച്ചു. ഇല്ലിച്ചിനെ സംബന്ധിച്ചിടത്തോളം മതത്തിനെതിരായ സമരത്തിൽ തത്വശാസ്ത്രത്തിന് അതിപ്രധാനമായൊരു പങ്കാണുള്ളത്. മേയ് മാസത്തിൽ *പ്രൊലെട്ടറി* ക്ലബിൽ “മതവും തൊഴിലാളികളുടെ പാർട്ടിയും” എന്ന വിഷയത്തിൽ അദ്ദേഹം ഒരു പേപ്പർ അവതരിപ്പിച്ചതും “തൊഴിലാളികളുടെ പാർട്ടിക്ക് മതത്തോടുള്ള സമീപനം” “വർഗങ്ങൾക്കും പാർട്ടിക്കും മതത്തിനും സഭയ്ക്ക് നേരെയുള്ള സമീപനം” എന്നീ തലക്കെട്ടുകളിൽ അദ്ദേഹം *പ്രൊലെട്ടറി*യിൽ ലേഖനങ്ങളെഴുതിയതും അക്കാരണത്താലായിരുന്നു. മതവുമായി ബന്ധപ്പെട്ട ഈ വിഷയങ്ങൾ ഇന്നും പ്രസക്തമാണ്. അവ മതത്തിന്റെ വർഗസ്വഭാവത്തിന് ഊന്നൽ നൽകുകയും ബൂർഷ്വാസിയുടെ കൈയിൽ മതം വർഗസമരത്തിൽ നിന്നും ബഹുജനത്തെ തിരിച്ചുവിടാനും ജനമനസുകളിൽ വിഷം കുത്തിവയ്ക്കാനുമുള്ള മാർഗങ്ങളാണെന്നും കാണിച്ചു തരുന്നു. ആ ദിശയിലേക്കുള്ള പോരാട്ടത്തെ അവഗണിക്കാൻ സാധ്യമല്ലെന്ന് മാത്രമല്ല അതിനെ ലളിതവൽക്കരിക്കാനും കഴിയുകയില്ല.

പതിനഞ്ച് വയസുള്ള ഒരു കുട്ടിയായിരിക്കുമ്പോൾത്തന്നെ മതമുളവാക്കുന്ന ഹാനിയെക്കുറിച്ച് ഇല്ലിച്ചിന് ബോധ്യമായി. അദ്ദേഹം കുരിശുമാല ധരിക്കുന്നതും പള്ളിയിൽ പോവുന്നതും അവസാനിപ്പിച്ചു. ആ നാളുകളിൽ ഇന്നത്തെപ്പോലെ ലളിതമായ കാര്യമായിരുന്നില്ല അത്.

ലെനിന്റെ അഭിപ്രായത്തിൽ, ഏറ്റവും ഹാനികരമായിട്ടുള്ളത് അസംബന്ധങ്ങൾ കുത്തിനിറച്ചതും ബാഹ്യമായി അടിമത്ത സ്വഭാവമുള്ളതുമായ മതത്തിന്റെ അതിസൂക്ഷ്മമായ രൂപമാണ്. അത്തരമൊരു മതത്തിന് ജനങ്ങൾക്ക്മേൽ ശക്തമായ സ്വാധീനം ചെലുത്താൻ കഴിയുമെന്ന് അദ്ദേഹം വിശ്വസിച്ചിരുന്നു. ‘ദൈവനിർമിതി’ പുതിയൊരു മതം സൃഷ്ടിക്കാനുള്ള ശ്രമം, പുതിയൊരു വിശ്വാസം, എന്നിവയ്ക്കെല്ലാം ഹേതു അദ്ദേഹത്തെ സംബന്ധിച്ചിടത്തോളം, അത്തരത്തിലുള്ള അതിസൂക്ഷ്മമായ മതമായിരുന്നു.

റഷ്യയിൽനിന്നും മറ്റിടങ്ങളിൽ നിന്നും സഖാക്കൾ എത്തിച്ചേർന്നു. ജൂലായ് 4 മുതൽ 13 വരെ നടന്ന കോൺഫറൻസിൽ ഓട്ട്സോവിസ്റ്റുകളും അൾട്ടിമാറ്റുമിസ്റ്റുകളുമായും ബന്ധപ്പെട്ടു. പാർട്ടി ഐക്യത്തിനു വേണ്ടിയും ഒരു പ്രത്യേക ബോൾഷെവിക് കോൺഗ്രസ് വിളിച്ചുകൂട്ടുന്നതിനെതിരെയും പ്രമേയങ്ങൾ പാസാക്കി. കാപ്രിസ്കൂളിനെക്കുറിച്ചുള്ള ചോദ്യം മാറ്റിവച്ചു. ബോൾഷെവിക് ഗ്രൂപ്പ് വിഘടിക്കുമെന്ന് വ്യക്തമായിക്കണ്ട ബോഗ്ദനോവ് തന്റെ സ്വന്തം ഗ്രൂപ്പ് സംഘടിപ്പിക്കാൻ അനുയോജ്യമായ സമയമാണിതെന്ന് മനസിലാക്കി. ബോഗ്ദനോവും അലെക്സിൻസ്കിയും ഗോർക്കിയും ലുണാചാർസ്കിയും ചേർന്ന് പ്രവർത്തനങ്ങൾക്ക് വേണ്ടി ഒരു സോഷ്യൽ ഡെമോക്രാറ്റിക് പ്രചരണ ഹൈസ്കൂളിന് രൂപം നൽകി. റഷ്യയിൽ നിന്നുമായിരുന്നു ആ സ്കൂളിനുള്ള വിദ്യാർഥികളെ ചേർത്തത്. ദൃഢതയുള്ളവരും വിശ്വസ്തരുമായ ആളുകളെയാണ് അതിലേക്ക് തെരഞ്ഞെടുത്തത്. വിപ്ലവത്തിന്റെ അനുഭവങ്ങളുണ്ടായിക്കഴിഞ്ഞപ്പോൾ പ്രവർത്തകർക്ക് സൈദ്ധാന്തിക പരിശീലനത്തിന്റെ ആവശ്യം അനുഭവപ്പെട്ടതിന് പുറമേ സമരത്തിലുണ്ടായ മാന്ദ്യം അത്തരമൊരു കാര്യത്തിന് സമയവും ലഭ്യമാക്കിക്കൊടുത്തു. പഠിക്കാനാണ് അവർ കാപ്രിയിലേക്ക് പോയതെങ്കിലും പാർട്ടി പ്രവർത്തനത്തിൽ പരിചയമുള്ള ഏതൊരാൾക്കും കാപ്രിയിലെ സ്കൂൾ പുതിയൊരു ഗ്രൂപ്പിന് അടിത്തറപാകുമെന്ന് വ്യക്തമായിരുന്നു. അതുകൊണ്ടുതന്നെ, പുതിയൊരു ഗ്രൂപ്പിന്റെ സംഘടനയെ *പ്രൊലെട്ടറി*യുടെ എഡിറ്റോറിയൽ ബോർഡ് യോഗം അപലപിച്ചു. കോൺഫറൻസിന്റെ തീരുമാനങ്ങളെ അംഗീകരിക്കില്ലെന്ന് പ്രഖ്യാപിച്ച ബോഗ്ദനോവിനെ ബോൾഷെവിക്ക് ഗ്രൂപ്പിൽ നിന്നും പുറത്താക്കി. ക്രാസിനും അദ്ദേഹം പിന്തുണച്ചു. ബോൾഷെവിക് ഗ്രൂപ്പ് വിഘടിക്കുകയായിരുന്നു.

വർത്തമാന പത്രങ്ങളിൽ ഇല്ലിച്ച് ചെലവുകുറഞ്ഞ ഒരു പാർപ്പിടം അന്വേഷിച്ചു. ബോംബോൺ ഗ്രാമത്തിൽ അത്തരമൊരെണ്ണം അദ്ദേഹം കണ്ടെത്തി. നാലുപേർക്ക് ഒരു ദിവസത്തെ വാടക പത്ത് ഫ്രാങ്കായിരുന്നു. സുഖപ്രദമായി ഒരു മാസം ഞങ്ങളവിടെ താമസിച്ചു.

ബോംബോണിൽ ഇല്ലിച്ച് ജോലിയൊന്നും ചെയ്തില്ല. ഞങ്ങൾ നടക്കാനിറങ്ങുകയും ഏതാണ്ട് എല്ലാ ദിവസവും പതിനഞ്ച് കിലോമീറ്റർ അകലെയുള്ള ക്ലാമാർട്ട് കാട്ടിലേക്ക് സൈക്കിൾ സവാരി നടത്തുകയും ചെയ്തു. കൂടാതെ ഫ്രഞ്ചുകാരുടെ ജീവിതരീതിയും നിരീക്ഷിച്ചു. ഞങ്ങളുടെ ബോർഡിങ് ഹൗസിൽ മറ്റ് താമസക്കാർക്കൊപ്പം വ്യത്യസ്ത ക്ലാർക്കുമാർ, ഒരു വലിയ സ്റ്റോറിലെ ഒരു സെയിൽസ് വുമണും അവരുടെ ഭർത്താവും മക്കളും, ഏതോ പ്രഭുവിന്റെ ഒരു അംഗപരിചാരകൻ എന്നിവരുമുണ്ടായിരുന്നു. മധ്യവർഗ ധാരണകളും മുൻവിധികളുമുള്ള ഈ പെറ്റി ബൂർഷ്വാ ആൾക്കൂട്ടം വളരെ കൗതുകകരമായ പഠനം സാധ്യമാക്കിത്തന്നു.

പുതിയ വിപ്ലവമുന്നേറ്റങ്ങളുടെ വർഷങ്ങൾ 1911–1914
ക്രാക്കോവ് 1912–1914

പാരീസിലായാലും സ്വിസ്റ്റ്സർലാന്റിലായാലും രാഷ്ട്രീയമായ പ്രവാസം അർധപ്രവാസം മാത്രമായിരുന്നു എന്നതാണ് വസ്തുത. ക്രാക്കോവിലെ ഞങ്ങളുടെ ജീവിതത്തിലെ മുഖ്യതാൽപ്പര്യം റഷ്യയിലെ പ്രവർത്തനമായിരുന്നു. റഷ്യയുമായുള്ള ബന്ധങ്ങൾ വളരെ പെട്ടെന്ന് സ്ഥാപിതമായി. സെന്റ് പീറ്റേഴ്സ് ബർഗിൽ നിന്നുമുള്ള വർത്തമാനപത്രങ്ങൾ രണ്ടോ മൂന്നോ ദിവസങ്ങൾകൊണ്ട് എത്തിച്ചേർന്നു. ആ സമയത്ത് റഷ്യയിൽ *പ്രവ്ദ* പ്രസിദ്ധീകരിക്കുന്നുണ്ടായിരുന്നു. സാധ്യമായ ഏറ്റവും ഉറ്റബന്ധം *പ്രവ്ദയു*മായി സ്ഥാപിതമായി. ഏറെക്കുറെ എല്ലാ ദിവസവും ഇല്ലിച്ച് *പ്രവ്ദ*യിൽ ലേഖനങ്ങളെഴുതുകയും അതിലേക്ക് കത്തുകളയയ്ക്കുകയും അതിന്റെ പ്രവർത്തനത്തെ പിന്തുടരുകയും അതിന് സംഭാവന നൽകുന്നവരെ റിക്രൂട്ട് ചെയ്യുകയുണ്ടായി. അതിന് വേണ്ടി എഴുതാൻ അദ്ദേഹം ഗോർക്കിയോട് അഭ്യർഥിച്ചു. ഇത്തരം സ്ഥിരമായ സഹകരണം പാരീസിലോ സ്വിറ്റ്സർലാന്റിലോ സങ്കൽപ്പിക്കാൻ കഴിയുമായിരുന്നില്ല. റഷ്യയുമായുള്ള ആശയവിനിമയം അങ്ങേയറ്റം രഹസ്യമായി എങ്ങനെ ചെയ്യാമെന്ന് ക്രാക്കോവിലെ സഖാക്കൾ ഞങ്ങളെ പഠിപ്പിച്ചു. വിദേശ തപാൽ സ്റ്റാമ്പ് പതിപ്പിച്ച കത്തുകൾ പൊലീസിന്റെ ശ്രദ്ധയാകർഷിക്കുമെന്നതിനാൽ റഷ്യയിൽ നിന്നും ചന്തയിലേക്ക് വരുന്ന കർഷക സ്ത്രീകൾ ചെറിയൊരു പ്രതിഫലം വാങ്ങി അവ റഷ്യയിലേക്ക് കടത്തുകയും അവിടെനിന്നും തപാലിൽ അയയ്ക്കുകയുമായിരുന്നു അതിന്റെ രീതി.

റഷ്യയിൽ നിന്നുമുള്ള നാലായിരത്തോളം പോളിഷ് പ്രവാസികൾ ക്രാക്കോവിലുണ്ടായിരുന്നു.

ഞങ്ങൾ എത്തിച്ചേർന്നപ്പോൾ ഒരു പോളിഷ് രാഷ്ട്രീയ പ്രവാസി

യായ ബഗോക്കി ഞങ്ങളെ കാണാനെത്തുകയും ഞങ്ങളുടെ എല്ലാ ഗാർഹികകാര്യങ്ങൾക്കും രഹസ്യപ്രവർത്തനങ്ങൾക്കും സഹായം നൽകുകയും ചെയ്തു. അങ്ങോട്ടുമിങ്ങോട്ടും അതിർത്തികടക്കാൻ വേണ്ടി തദ്ദേശീയരായ താമസക്കാർക്ക് നൽകുന്ന പ്രത്യേക പാസായ 'പോലുപാസ്കി' എങ്ങനെ ഉപയോഗിക്കണമെന്ന് അദ്ദേഹം പറഞ്ഞു തന്നു. വളരെ ചെലവ് കുറഞ്ഞ ആ പാസുപയോഗിച്ചാണ് ഞങ്ങളുടെ സഖാക്കൾ അതിർത്തിയിലൂടെ അങ്ങോട്ടുമിങ്ങോട്ടും സഞ്ചരിച്ചിരുന്നത്. ഒരിക്കൽ ഈ പാസുമായി സ്റ്റാലിനെയും ഞങ്ങൾ റഷ്യയിലേക്ക് അയയ്ക്കുകയുണ്ടായി.

എന്നാൽ ഇതിലൊരു തകരാറുണ്ടായിരുന്നത് നിയമവിരുദ്ധസാഹിത്യം റഷ്യയിലേക്ക് കൊണ്ടുപോകാൻ പെട്ടികളോ രഹസ്യ അറകളുള്ള പ്രത്യേകം തുന്നിയുണ്ടാക്കിയ കോട്ടുകളോ ആണ് സഖാക്കൾ ഉപയോഗിച്ചിരുന്നത്. അത് ക്രാക്കോവ് പൊലീസിന്റെ ശ്രദ്ധയിൽപ്പെടുമ്പോൾ റഷ്യയ്ക്ക് പകരം മറ്റേതെങ്കിലും ദിശയിലേക്ക് യാത്രചെയ്യാൻ അവർ നിർബന്ധിതരാവാറുണ്ട്.

വേനൽക്കാലത്ത് ക്രാക്കോവിലെത്തിയ ഞങ്ങൾ ബഗോക്കിയുടെ ഉപദേശപ്രകാരം സിനോവീവ്മാർ എന്ന വ്യാജനാമത്തിലാണ് മുറികൾ വാടകയ്ക്കെടുത്തത്. ഇല്ലിച്ചിന് ആ പട്ടണം വളരെ ഇഷ്ടപ്പെട്ടു. അദ്ദേഹത്തിനത് റഷ്യയെ അനുസ്മരിപ്പിക്കുന്നതായിരുന്നു. പുതിയ ചുറ്റുപാടുകളും പ്രവാസികളുടെ കലഹങ്ങളില്ലാത്തതും അദ്ദേഹത്തിന്റെ തലവേദനകൾക്ക് ആശ്വാസം പകർന്നു. അദ്ദേഹം ക്രോക്കോവ് ജനതയുടെയും അവിടത്തെ തൊഴിലാളികളുടെയും ദൈനംദിനജീവിതം വളരെ അടുത്തുനിന്നും നിരീക്ഷിച്ചറിഞ്ഞു. ക്രാക്കോവിനെ ഇഷ്ടപ്പെട്ട ഞാനും ഇല്ലിച്ചിനെപ്പോലെ പാരീസിൽ നിന്നും രക്ഷപ്പെടാൻ കഴിഞ്ഞതിൽ അതിയായി സന്തുഷ്ടയായിരുന്നു.

ക്രാക്കോവിൽ ഗൃഹപരിപാലനം പാരീസിനെ അപേക്ഷിച്ച് വിഷമം പിടിച്ചതായിരുന്നു. അവിടെ ഗ്യാസ് ഇല്ലാതിരുന്നതിനാൽ പാചകത്തിന് വിറകിനെ ആശ്രയിക്കേണ്ടിയിരുന്നു. ഒരിക്കൽ, പാരീസിലെ പോലെ, എല്ലില്ലാത്ത മാംസം ഞാൻ കശാപ്പുകാരനോട് ആവശ്യപ്പെട്ടു. എന്റെ മുഖത്തേക്കുറ്റു നോക്കി അയാൾ ചോദിച്ചു: "എല്ലുകളോട് കൂടിയാണ് ദൈവം പശുക്കളെ സൃഷ്ടിച്ചത്. പിന്നെയെങ്ങനെ എല്ലില്ലാത്ത മാംസം വിൽക്കാനെനിക്ക് സാധിക്കും?" അവിടെ പോളിഷ് ഷോപ്പുകളും യഹൂദഷോപ്പുകളുമുണ്ടായിരുന്നു. യഹൂദഷോപ്പുകളിൽ എല്ലാം പകുതിവിലയ്ക്ക് കിട്ടും. എന്നാലതിന് ദീർഘനേരത്തെ വിലപേശലും ഇറങ്ങിപ്പോവുന്നതിന്റെ നാട്യവും വീണ്ടും തിരിച്ചു പോക്കുമൊക്കെ വേണമായിരുന്നു.

പട്ടണത്തിലെ വേറിട്ടൊരു ഭാഗത്ത് പാർത്തിരുന്ന യഹൂദരുടെ വസ്ത്രധാരണം വ്യത്യസ്തമായിരുന്നു. ഒരു ഔട്ട് പേഷ്യന്റ് ആശുപത്രിയുടെ വെയ്റ്റിങ് ഷെഡ്ഡിലിരുന്ന് രോഗികൾ ഒരു യഹൂദകുട്ടി ഒരു പോളിഷ് കുട്ടിക്ക് സമനാണോ അല്ലയോ, അവൻ ശാപഗ്രസ്ഥനാണോ

അല്ലയോ എന്ന് ഗൗരവമേറിയ ചർച്ചയിലേർപ്പെട്ടു. ഇതെല്ലാം ശ്രദ്ധിച്ച് ചെറിയൊരു യഹൂദ കുട്ടി അൽപ്പം മാറിയിരിക്കുന്നുണ്ടായിരുന്നു. ക്രാക്കോവിൽ കത്തോലിക്കാ പുരോഹിതവർഗത്തിന്റെ അധികാരം അളവറ്റതാണ്. തീപ്പൊള്ളലേറ്റവർക്കും വൃദ്ധകൾക്കും അനാഥർക്കും വേണ്ടി പുരോഹിതന്മാർ ആശ്വാസം നൽകി. ഗാർഹിക വേലക്കാരികൾക്ക് വേണ്ടി തൊഴിൽ കണ്ടെത്തിയ കോൺവെന്റുകൾ അവരുടെ അവകാശങ്ങളെ പ്രതിരോധിച്ചു. ജനങ്ങളിലെ ചവിട്ടിത്തേക്കപ്പെട്ടവരും അജ്ഞരുമായവരുടെ ഏക ഒഴിവുകാല വിനോദം പണിക്കുള്ള സേവനങ്ങളായിരുന്നു. ഉദാഹരണമായി, ഒരു വേലക്കാരിയെ വാടകയ്ക്കെടുക്കാൻ ഒരു വനിത ചന്തയിലേക്ക് വരും. വേലക്കാരികളായി പണിലഭിക്കുമെന്ന പ്രതീക്ഷയിൽ അവിടെയെത്തുന്ന ഒരു ഡസനോളം കൃഷിത്തൊഴിലാളികളായ സ്ത്രീകൾ ആ വനിതയ്ക്ക് ചുറ്റുംകൂടി അവരുടെ കരത്തിൽ മുത്തം വയ്ക്കും. എവിടെയും കൈമടക്ക് നൽകിയിരുന്നു. ഒരു കൈമടക്ക് ലഭിക്കുന്ന മരപ്പണിക്കാരൻ അല്ലെങ്കിൽ വണ്ടിക്കാരൻ കാൽമുട്ട് മടക്കി നെറ്റി നിലത്ത് മുട്ടിച്ച് വണങ്ങും. ഇതൊക്കെയാണെങ്കിലും ജനങ്ങൾക്കിടയിൽ അവരുടെ യജമാനന്മാരോടുള്ള വെറുപ്പ് അതിതീക്ഷ്ണമായിരുന്നു.

ക്രാക്കോവിൽ വച്ച് പോളണ്ടിന്റെയും ലിത്വാനിയയുടെയും സോഷ്യൽ ഡെമോക്രാറ്റിക് പാർട്ടിയുടെ പ്രതിനിധിയായി ഞങ്ങളുടെ പാർട്ടിയുടെ രണ്ടാം കോൺഗ്രസിനും പിന്നീട് സ്റ്റോക്ഹോം, ലണ്ടൻ കോൺഗ്രസുകളിലും പങ്കെടുത്ത ഗനെയ്ക്കിയെ ഇല്ലിച്ച് കണ്ടുമുട്ടി. അദ്ദേഹത്തിൽ നിന്നുമാണ് പോളിഷ് സോഷ്യൽ ഡെമോക്രാറ്റുകൾക്കിടയിൽ ഭിന്നിപ്പുണ്ടായ കാര്യം ഇല്ലിച്ച് വ്യക്തമായി അറിഞ്ഞത്. മുഴുവൻ വാഴ്സാ സംഘടനയെയും പ്രതിനിധീകരിച്ചിരുന്ന വാഴ്സാ കമ്മിറ്റിക്കെതിരെ കേന്ദ്രബോർഡ് ഒരു പ്രചാരണം ആരംഭിച്ചു. റഷ്യൻ സോഷ്യൽ ഡമോക്രാറ്റിക് ലേബർ പാർട്ടിക്കു നേരെ കേന്ദ്ര ബോർഡിന്റെ കൂടുതൽ തത്വാധിഷ്ഠിതവും കണിശവുമായൊരു സമീപനം വാഴ്സാ കമ്മിറ്റി ആവശ്യപ്പെട്ടു. സെൻട്രൽ ബോർഡ് വാഴ്സാ കമ്മിറ്റിപിരിച്ചു വിടുകയും അതിന് രഹസ്യപൊലീസുമായി ബന്ധമുണ്ടെന്ന് ആരോപണമുന്നയിച്ച് കിംവദന്തി പരത്താൻ തുടങ്ങുകയും ചെയ്തു. ഇല്ലിച്ച് വാഴ്സാ കമ്മിറ്റിയുടെ പക്ഷത്ത് ചേർന്നു. അവരെ പ്രതിരോധിച്ചുകൊണ്ട് ഒരു ലേഖനമെഴുതിയ അദ്ദേഹം ഇന്റർനാഷണൽ സോഷ്യലിസ്റ്റ് ബ്യൂറോക്ക് ഒരു പ്രതിഷേധക്കുറിപ്പയച്ചു. വാഴ്സാ കമ്മിറ്റിക്ക് വാഴ്സയിലെ ബഹുജനങ്ങളുമായും മറ്റ് അധ്വാനിക്കുന്ന വർഗങ്ങളുടെ കേന്ദ്രങ്ങളുമായും അടുത്തബന്ധമാണുണ്ടായിരുന്നത്. അവർ അന്യമായ എന്തെങ്കിലും താൽപ്പര്യങ്ങൾക്ക് വേണ്ടിയല്ല പോരാടുന്നതെന്ന് അദ്ദേഹത്തിന് ബോധ്യമുണ്ടായിരുന്നു. അക്കാരണത്താൽ ഇല്ലിച്ചിന് കേവലം ഒരു കാഴ്ചക്കാരനായി നിൽക്കാനാവുമായിരുന്നില്ല. എങ്കിലും അദ്ദേഹത്തിന്റെ പ്രാഥമിക ശ്രദ്ധ റഷ്യൻ കാര്യങ്ങളിലായിരുന്നു.

ലെനിന്റെ അടുത്ത സഖാക്കളായ സഫറോവും ഇനേസ്സയും തെര

ഞ്ഞെടുപ്പ് പ്രചരണത്തിനുള്ള ഒരുക്കങ്ങൾ ചെയ്യാൻ മറ്റുള്ളവരുടെ പാസ്പോർട്ടുകളുമായി പാരീസിൽ നിന്നും സെന്റ് പീറ്റേഴ്സ്ബർഗിലേക്ക് പോയി. അവർ മറ്റ് ചില സഖാക്കളുമായിച്ചേർന്ന് തങ്ങളുടെ ആസ്ഥാനം നാർവ ജില്ലയിൽ സ്ഥാപിച്ചു. സെന്റ് പീറ്റേഴ്സ്ബർഗ് കമ്മിറ്റി പുനഃസ്ഥാപിക്കപ്പെട്ടു. തുടർന്ന് ഒരു നോർതേൺ റീജിയണൽ ബ്യൂറോയും രൂപീകരിച്ചു.

സെന്റ് പീറ്റേഴ്സ്ബർഗിൽ അധ്വാനിക്കുന്ന ജനവിഭാഗങ്ങൾക്കിടയിൽ പിരിച്ചുവിടൽ വാദികൾക്ക് സ്വാധീനം നഷ്ടപ്പെട്ടുകൊണ്ടിരുന്നു. ഒരു വിപ്ലവസമരത്തിലെ പോരാളികളാവുന്നതിന് പകരം അവർ പരിഷ്കരണത്തിന്റെയും ലിബറൽ ലേബർ നയത്തിന്റെയും പാത പിന്തുടരുന്നതായി തൊഴിലാളികൾ കണ്ടു. പിരിച്ചുവിടൽ വാദികൾക്കെതിരെ സന്ധിയില്ലാത്തൊരു സമരം ആവശ്യമായിരുന്നു. അതുകൊണ്ടാണ് പിരിച്ചുവിടൽ വാദികളെ വിമർശിക്കുന്ന തന്റെ ലേഖനങ്ങളിൽ *പ്രവ്ദ* വെട്ടിച്ചുരുക്കലുകൾ നടത്തിയതിൽ ഇല്ലിച്ച് അസ്വസ്ഥനായത്. രൂക്ഷമായിത്തന്നെ അദ്ദേഹം *പ്രവ്ദ*യ്ക്കെഴുതി. ക്രമേണ *പ്രവ്ദ* സമരത്തിൽ പങ്കാളികളാവാൻ തുടങ്ങി.

സെന്റ് പീറ്റേഴ്സ്ബർഗ് വർക്കർ ക്യൂറിയയിലേക്കുള്ള തിരഞ്ഞെടുപ്പ് സെപ്തംബർ 16ന് നടന്നു. 14ന് ഇനെസ്സയും സഫറോവും അറസ്റ്റ് ചെയ്യപ്പെട്ടു. എന്നാൽ, പ്രവാസത്തിൽ നിന്നും രക്ഷപ്പെട്ട സ്റ്റാലിൻ 12-ാം തീയതി അവിടെ എത്തിച്ചേർന്ന വിവരം പൊലീസിന് അറിഞ്ഞുകൂടായിരുന്നു. ആ തിരഞ്ഞെടുപ്പിൽ വലതുപക്ഷത്തിന്റെ ഒരൊറ്റ സ്ഥാനാർഥിയും ജയിച്ചില്ലെന്ന് മാത്രമല്ല, എവിടെയും ഒരു രാഷ്ട്രീയ സ്വഭാവങ്ങളുള്ള പ്രമേയങ്ങൾ പാസാക്കപ്പെടുകയും ചെയ്തു.

ഒക്ടോബറിലുടനീളം പാർട്ടിയുടെ ശ്രദ്ധ തിരഞ്ഞെടുപ്പുകളിലായിരുന്നു. തിരഞ്ഞെടുപ്പിൽ പത്ത് ലക്ഷം വോട്ടർമാരുടെ പ്രാതിനിധ്യത്തോടെ ആറ് ബോൾഷെവിക്കുകളും രണ്ടരലക്ഷം വോട്ടർമാരുടെ പ്രാതിനിധ്യത്തോടെ ഏഴ് മെൻഷെവിക്കുകളുമാണ് ദുമായിൽ അംഗത്വം നേടിയത്. എന്തായാലും പ്രകടമായിത്തന്നെ, ബോൾഷെവിക്കുകൾ മെച്ചപ്പെട്ട രീതിയിൽ സംഘടിപ്പിക്കപ്പെട്ടവരും കൂട്ടിയിണക്കപ്പെട്ടവരുമാണെന്ന് വ്യക്തമായിരുന്നു. പിൽക്കാലത്ത് ഇരുകൂട്ടർക്കുമിടയിലെ അന്തർപാർട്ടി ബന്ധങ്ങൾ വഷളായിത്തീർന്നുവെങ്കിലും ദുമയിൽ ബോൾഷെവിക്കുകളും മെൻഷെവിക്കുകളും ഒന്നിച്ച് നിന്ന് പ്രവർത്തിക്കേണ്ടത് ആവശ്യമായിരുന്നു.

ജനുവരിയിൽ പ്രേഗ് കോൺഫറൻസ് നടന്നു. ബോൾഷെവിക് ശക്തികളെ സംഘടിപ്പിക്കുന്നതിൽ അതൊരു സുപ്രധാന പങ്കാണ് വഹിച്ചത്.

ട്രോത്സ്കി സ്പോൺസർ ചെയ്തതും പാർട്ടി കോൺഫറൻസ് എന്ന് വിളിക്കപ്പെട്ടതുമായൊരു സമ്മേളനം 1912 ഓഗസ്റ്റിൽ വിയന്നയിൽ വിളിച്ചുകൂട്ടുകയുണ്ടായി. പിരിച്ചുവിടൽ വാദികൾക്കും ബോൾഷെവിക്കു

കൾക്കുമിടയിലെ ആഴമേറിയ വ്യത്യാസങ്ങളെയും പാർട്ടി നയത്തിന് തികച്ചും എതിരായ പരിപാടികളെയും പൂർണമായും അവഗണിച്ചുകൊണ്ട് എല്ലാ സോഷ്യൽ ഡെമോക്രാറ്റിക് ശക്തികളെയും ഐക്യപ്പെടുത്തുക എന്നതായിരുന്നു ആ കോൺഫറൻസിന്റെ പ്രഖ്യാപിതലക്ഷ്യം. *വ്പെർയോദിസ്റ്റു*കളെയും അതിലേക്ക് ക്ഷണിച്ചിരുന്നു. എന്നാൽ സെൻട്രൽ കമ്മിറ്റിയുമൊന്നിച്ചുനിന്ന ബോൾഷെവിക്കുകൾ മാത്രമല്ല, പ്ലെഖാനോവൈറ്റുകളായ മെൻഷെവിക്കുകളോ പ്ലെഖാനോവിന്റെ പ്രസിദ്ധീകരണവുമായി ബന്ധപ്പെട്ടുനിന്ന ബോൾഷെവിക്കുകൾ പോലുമോ ആ സമ്മേളനത്തിൽ പങ്കെടുത്തില്ല.

പഴയ പാർട്ടി നിലവിലില്ലെന്നും ഈ കോൺഫറൻസ് ഒരു ഉൽഘാടനസമ്മേളനമാണെന്നും അതിലെ മുഖ്യപ്രഭാഷകന്മാരിലൊരാളായ ബോറിസ് ഗോൾഡ്മാൻ (ഗോറോവ്) പറഞ്ഞു. അതിനെതിരെ അലെക്സിൻസ്കി പോലും പ്രതിഷേധിച്ചു. 'ആഗസ്റ്റ് ബ്ലോക്ക്' എന്ന് വിളിക്കപ്പെട്ട ഈ പുതിയ ഐക്യപ്പെടൽ കേന്ദ്ര കമ്മിറ്റിയെ എതിർക്കുന്നതും പ്രേഗ് കോൺഫറൻസിലെ തീരുമാനങ്ങളെ നിസാരവൽക്കരിക്കാൻ ശ്രമിക്കുന്നതുമായിരുന്നു. എല്ലാ സോഷ്യൽ ഡെമോക്രാറ്റുകളുടെയും ഐക്യമെന്ന വ്യാജേന അവിടെ ബോൾഷെവിക്കുകൾക്കെതിരായ ഒരു യൂണിയൻ രൂപീകരിക്കപ്പെട്ടു.

അതേസമയം റഷ്യയിലെ തൊഴിലാളി പ്രസ്ഥാനം വളരുകയായിരുന്നു. തിരഞ്ഞെടുപ്പ് അത് തെളിയിക്കുകയും ചെയ്തു.

തിരഞ്ഞെടുപ്പ് കഴിഞ്ഞയുടൻ ഒന്നിന് പിറകെ ഒന്നായി ദുമായിലെ അംഗങ്ങളും അല്ലാത്തവരുമായ സഖാക്കൾ നിയമാനുസൃതമായും നിയമവിരുദ്ധമായും ഞങ്ങളെ കാണാൻ ക്രേക്കോവിലെത്തി. റഷ്യയിലെ പാർട്ടിയുടെ നിയമവിരുദ്ധവും അല്ലാത്തതുമായ പ്രവർത്തനങ്ങളെക്കുറിച്ചും അവിടത്തെ ഒടുവിലത്തെ സംഭവവികാസങ്ങളെക്കുറിച്ചും അവർ ഞങ്ങൾക്ക് വിശദീകരിച്ചുതന്നു.

അക്കൊല്ലവും വസന്തകാലത്ത് ബാൾക്കൻ മേഖലകളിൽ വൻശക്തികളുടെ ഇടപെടൽ മൂലം യുദ്ധമേഘങ്ങൾ അടിഞ്ഞുകൂടാൻ തുടങ്ങി. എല്ലായിടത്തും ഇന്റർനാഷണൽ സോഷ്യലിസ്റ്റ് ബ്യൂറോ പ്രതിഷേധയോഗങ്ങൾ സംഘടിപ്പിച്ചു. അത്തരത്തിലുള്ള ഒരു യോഗം ക്രാക്കോവിലും നടന്നു. എങ്കിലും അതിന് യുദ്ധത്തിനെതിരായ പ്രതിഷേധം എന്നതിലുപരിയായി റഷ്യയ്ക്കെതിരായ ഒരു വിദ്വേഷപ്രകടനമെന്ന സവിശേഷതയാണുണ്ടായിരുന്നത്.

നവംബർ 11-12 തീയതികളിൽ ബാസലിലെ സോഷ്യലിസ്റ്റ് ഇന്റർനാഷണലിന്റെ ഒരു അടിയന്തരയോഗം ചേർന്നു. ബാസൽ കോൺഗ്രസിൽ റഷ്യൻ സോഷ്യൽ ഡെമോക്രാറ്റിക് ലേബർ പാർട്ടിയെ പ്രതിനിധീകരിച്ച് കാമനേവ് പങ്കെടുത്തു.

യുദ്ധത്തിനെതിരെ തൊഴിലാളികൾ പ്രക്ഷോഭങ്ങളോ സമരങ്ങളോ സംഘടിപ്പിക്കുന്നത് ഒരു അബദ്ധമായിരിക്കുമെന്ന് വാദിച്ചുകൊണ്ട്

കൗത്സ്കി *ന്യൂസെയ്റ്റിൽ* എഴുതിയ ലേഖനം വ്ളാദിമിർ ഇല്ലിച്ചിന്റെ കോപം ആളിക്കത്തിച്ചു. 1905ലെ വിപ്ലവകാലത്ത് സമരത്തിന്റെ സംഘടനാപരമായ പങ്കിനെക്കുറിച്ച് ഇല്ലിച്ച് ധാരാളം എഴുതുകയുണ്ടായി. അധ്വാനിക്കുന്ന വർഗത്തിന്റെ നേരിട്ടുള്ള പ്രവർത്തനത്തിന്റെ എല്ലാത്തരം രീതികളെയും മുമ്പ് സമീപിച്ചിട്ടുള്ളതുപോലെ സമരത്തിനുള്ള വൻതോതിലുള്ള പ്രാധാന്യത്തെ അദ്ദേഹം ഊന്നിപ്പറഞ്ഞു.

ബേസിൽ കോൺഗ്രസിനും അഞ്ചുകൊല്ലം മുമ്പ് 1907ൽ സ്റ്റട്ട്ഗാർട്ട് കോൺഗ്രസിൽ യുദ്ധത്തിന്റെ വിഷയം ചർച്ച ചെയ്യുകയും വിപ്ലവാത്മക മാർക്സിസത്തിന്റെ ആർജവം അതിനുണ്ടായിരിക്കണമെന്ന് തീരുമാനിക്കുകയുമുണ്ടായി. ഇടയ്ക്കുള്ള അഞ്ചുവർഷക്കാലം അവസരവാദം വളരെയധികം മുന്നേറുകയുണ്ടായി. അതിന്റെ ഉത്തമോദാഹരണമായിരുന്നു കൗത്സ്കിയുടെ ലേഖനം. എന്തായാലും, ബേസിൽ കോൺഗ്രസ് യുദ്ധത്തിനെതിരെ ഏകകണ്ഠമായി ഒരു മാനിഫെസ്റ്റോ അംഗീകരിക്കുകയും ഗംഭീരമായൊരു യുദ്ധവിരുദ്ധ പ്രകടനം സംഘടിപ്പിക്കുകയും ചെയ്തു. രണ്ടാം കോൺഗ്രസ് അംഗീകരിച്ച അവസരവാദം 1914 വരെ വേണ്ടത്ര ശക്തിയോടെ ഉയർത്തെഴുന്നേൽക്കുകയുണ്ടായില്ല.

ക്രാക്കോവിലെ താമസക്കാലത്ത് ദേശീയതയുടെ ചോദ്യത്തിന് ഇല്ലിച്ച് വളരെക്കൂടുതൽ സമയം ഉഴിഞ്ഞുവച്ചു. യൗവനകാലം മുതൽ ത്തന്നെ എല്ലാതരത്തിലുമുള്ള ദേശീയമായ അടിച്ചമർത്തലുകളെ അദ്ദേഹം വെറുത്തിരുന്നു. ഒരു രാഷ്ട്രം മറ്റൊരു രാഷ്ട്രത്തിന് കീഴടങ്ങി കൊടുക്കുന്നതിലും കൂടുതൽ അപകടകാരിയായ ദൗർഭാഗ്യമുണ്ടാവാനില്ലെന്ന മാർക്സിന്റെ നിലപാടിനെയാണ് അദ്ദേഹം ഉയർത്തിപ്പിടിച്ചത്. അതിനോട് വിട്ടുവീഴ്ച ചെയ്യാൻ അദ്ദേഹത്തിന് കഴിയുമായിരുന്നില്ല.

യുദ്ധം അടുത്തുകൊണ്ടിരിക്കേ ബൂർഷ്വാ വർഗത്തിന്റെ ദേശീയതാ വികാരം ഉയർന്നുകൊണ്ടിരിക്കുകയും സാധ്യമായ എല്ലാ രീതിയിലും അവർ ദേശീയ വിദ്വേഷം ആളിക്കത്തിക്കുകയും ചെയ്തു. യുദ്ധത്തിനർഥം ദുർബല ദേശീയതകളെയും അവയുടെ സ്വാതന്ത്ര്യത്തെയും അടിച്ചമർത്തുക എന്നതാണ്. എന്നാൽ യുദ്ധം ഒരു വിപ്ലവത്തിലേക്ക് പരിണമിക്കുമെന്നും അടിച്ചമർത്തപ്പെട്ട ദേശീയതകൾ അവയുടെ സ്വാതന്ത്ര്യത്തിനായി പൊരുതുമെന്നുമുള്ള കാര്യത്തിൽ ഇല്ലിച്ചിന് ഒരു സംശയവുമുണ്ടായിരുന്നില്ല. അതവരുടെ അവകാശമാണ്. 1896ൽ ലണ്ടനിൽച്ചേർന്ന ഇന്റർ നാഷണൽ സോഷ്യലിസ്റ്റ് കോൺഗ്രസ് ആ അവകാശം സ്ഥിരീകരിക്കുകയും ചെയ്തിട്ടുണ്ട്. വരാനിരിക്കുന്ന യുദ്ധസാഹചര്യത്തിൽ (1912 -13) സ്വയംഭരണാവകാശത്തിനുള്ള രാഷ്ട്രങ്ങളുടെ അവകാശത്തെ കുറച്ചുകാണാൻ ഇല്ലിച്ചിന്റെ സാമാന്യബോധം വിസമ്മതിച്ചു. അവസരത്തിനൊത്തുയർന്ന് വിഷയം കൈകാര്യം ചെയ്യുന്നിന് പകരം, സാംസ്കാരിക ദേശീയതാ സ്വയംഭരണാവകാശം സ്വയം ഭരണത്തിനുള്ള രാഷ്ട്രങ്ങളുടെ ദേശീയതാവാദപരമായ അവകാശം കൈകാര്യം ചെയ്യുന്ന പാർട്ടിയുടെ ആശയങ്ങളുമായി പൊരുത്തപ്പെടുന്നില്ലെന്നാരോപിച്ച് 'ആഗസ്റ്റ്

ബ്ലോക്ക്' ഒരു പ്രമേയം പാസാക്കി. ഒരായിരം ബന്ധങ്ങളിലൂടെ സാംസ്കാരികതയും മുഴുവൻ രാഷ്ട്രീയ സംവിധാനവും കെട്ടുപിണഞ്ഞുകിടക്കുന്നുവെന്ന കാര്യം വ്യക്തമല്ലെന്ന മട്ടിൽ മുഴുവൻ സമരത്തെയും സാംസ്കാരികതയ്ക്ക് വേണ്ടി മാത്രമുള്ള ഒരു പോരാട്ടമായി ഒതുക്കി നിർത്തുക എന്നാണതിനർഥം. ഇത് അവസരവാദത്തെ അതിന്റെ പാരമ്യതയിലേക്ക് ഉയർത്തുന്നുവെന്നായിരുന്നു ഇല്ലിച്ചിന്റെ നിലപാട്. സ്വയംഭരണത്തിനുള്ള രാഷ്ട്രങ്ങളുടെ അവകാശത്തിന്മേലുള്ള പ്രധാന തർക്കം മുന്നോട്ടുകൊണ്ടുപോയത് പോളിഷ് വംശജരാണ്. സ്വയംഭരണത്തിനുള്ള രാഷ്ട്രങ്ങളുടെ അവകാശമെന്നത് രാജ്യത്തുനിന്നും വിഘടിച്ചു പോവാനുള്ള അവകാശമല്ലെന്ന് അവർ വാദിച്ചു. പോളിഷ് വംശജരുടെ ഈ സമീപനത്തിനുള്ള കാരണമെന്താണെന്ന് ഇല്ലിച്ച് മനസിലാക്കിയിരുന്നു. പോളിഷ് ജനത സാറിസത്തെ വെറുത്തിരുന്നു. ക്രാക്കോവിൽ നിത്യേന അത് നിരീക്ഷിക്കാനാവുമായിരുന്നു. അതിനവർക്ക് നിരവധി കാരണങ്ങളുമുണ്ടായിരുന്നു

യുദ്ധഭീഷണിയും ദേശീയതയെക്കുറിച്ചുള്ള ചോദ്യവും കത്തിജ്വലിച്ച് നിന്നപ്പോഴും കർഷകരുടേതു പോലുള്ള ചോദ്യങ്ങൾക്ക് ഇല്ലിച്ചിന്റെ മനസിൽ മങ്ങലേറ്റില്ല. അതദ്ദേഹത്തിന് വളരെ പ്രാധാന്യമുള്ളതായിരുന്നു അതുമായി ബന്ധപ്പെട്ട് ദുമയിലെ ചില അംഗങ്ങൾക്കും എഴുതിയ അദ്ദേഹം വ്യാപകമായി കാർഷികമേഖലയിലെ മുതലാളിത്ത വികസനത്തിന്റെ നിയമങ്ങളെക്കുറിച്ചുള്ള ഗ്രന്ഥരചന ആരംഭിക്കുകയും ചെയ്തു. ക്രാക്കോവിൽവച്ച് 1915ൽ എഴുതാനാരംഭിച്ച ഈ ലഘുഗ്രന്ഥം 1917വരെ പ്രസിദ്ധീകരിക്കുകയുണ്ടായില്ല.

എട്ടുവർഷങ്ങൾക്ക് ശേഷം, 1923ൽ അദ്ദേഹം രോഗബാധിതനായി ത്തീർന്ന ശേഷം, *ഓവർ റവല്യൂഷൻ* എന്ന പേരിൽ അദ്ദേഹം പറഞ്ഞു കൊടുത്ത് എഴുതിയ ഗ്രന്ഥം *പ്രവ്ദ*യിൽ പ്രസിദ്ധീകരിച്ചു.

ക്രാക്കോവിലെ താമസക്കാലത്ത് കൃഷി, കുടിയേറ്റ പ്രസ്ഥാനം, കൃഷിയിലെ കൂലിത്തൊഴിൽ, ഭൂമിയുടെ വിൽപ്പനയും വാങ്ങലും, ബാലവേല, കൃഷിഭൂമിയുടെ കുന്നുകൂടൽ തുടങ്ങിയ വിഷയങ്ങളെക്കുറിച്ച് ഇല്ലിച്ച് നിരവധി ലേഖനങ്ങളെഴുതുകയുണ്ടായി. നാട്ടിൻപുറങ്ങളെയും കർഷകരുടെ ആവശ്യങ്ങളെയും കുറിച്ച് അദ്ദേഹത്തിന് നേരിട്ടറിയാമായിരുന്നു. തൊഴിലാളികളും കർഷകരും അത് മനസിലാക്കുകയും ചെയ്തിരുന്നു.

1912 ന്റെ അവസാനത്തിൽ ഉയർന്നു വന്ന തൊഴിലാളിവിപ്ലവപ്രസ്ഥാനവും *പ്രവ്ദ*യ്ക്ക് അതിലുള്ള പങ്കും ഏവർക്കും അനുഭവവേദ്യമായിരുന്നു.

1912 ൽ *വ്പെർയോദിസ്റ്റു*കളുടെ പാരീസ് ഗ്രൂപ്പിന് വേണ്ടി *പ്രവ്ദ*യുടെ എഡിറ്റോറിയൽ ബോർഡുമായി സഹകരിക്കാൻ അലെക്സിൻസ്കി മുന്നോട്ടുവന്നു. അദ്ദേഹം *പ്രവ്ദ*യിൽ കുറെ ലേഖനങ്ങളുമെഴുതി. പിരിച്ചുവിടൽ വാദികളെ ചെറുക്കാൻ ബോൾഷെവിക് വിഭാഗ

ങ്ങൾക്കിടയിലെ കലഹം അവസാനിപ്പിക്കണമെന്നും എല്ലാ ബോൾഷെവിക്കുകളും ഒറ്റക്കെട്ടായി നിലകൊള്ളണമെന്നും അദ്ദേഹം ആവശ്യപ്പെട്ടു. *പ്രവ്ദ*യുടെ 'സംഭാവന ചെയ്യുന്നവരുടെ' ലിസ്റ്റിൽ അലെക്സിൻസ്കി മാത്രമല്ല, ബോഗ്ദനോവുമുണ്ടായിരുന്നു. പിരിച്ചുവിടൽ വാദികളെ ചെറുക്കാനും പാർട്ടിക്ക് വേണ്ടി നിവർന്നു നിൽക്കാനും അവരൊക്കെ സന്നദ്ധരായത് ഇല്ലിച്ചിനെ വളരെ സന്തോഷിപ്പിച്ചു. ഒരു സഖാവെന്ന നിലയിൽ ഇന്നലെകളിലെ എതിരാളിയെ സമീപിക്കാൻ അദ്ദേഹത്തിന് പ്രത്യേകമായ കഴിവുണ്ടായിരുന്നു. എന്നാൽ, തത്വങ്ങളുടെ കാര്യത്തിൽ യോജിക്കാനായില്ലെങ്കിൽ വിട്ടുവീഴ്ചയ്ക്കും അദ്ദേഹം ഒരുക്കമായിരുന്നില്ല.

ക്രാക്കോവ് വാസകാലത്ത് തന്നെ ഇല്ലിച്ചിന്റെ മനസിൽ സോഷ്യലിസത്തിന്റെ നിർമിതി നടന്നുകൊണ്ടിരിക്കുകയായിരുന്നു. തീർച്ചയായും റഷ്യയിലെ സോഷ്യലിസ്റ്റ് വിപ്ലവത്തിന്റെ ദിശ ഏതായിരിക്കുമെന്ന് അന്ന് പറയാനാവുമായിരുന്നില്ല. ഇതൊക്കെയാണെങ്കിലും സാമ്പത്തികവും സാംസ്കാരികവുമായ എല്ലാ പിടിപാടുകളുമായും ദുമഗ്രൂപ്പിന്റെ രാഷ്ട്രീയസമരം ഏറ്റുമുട്ടേണ്ടി വന്ന ഘട്ടത്തിൽ ഒക്ടോബർ വിപ്ലവത്തിന്റെ തൊട്ടുപിന്നാലെയുള്ള ഘട്ടത്തിലെ സോവിയറ്റ് നിർമാണത്തിന്റെ എല്ലാ അവശ്യഘടകങ്ങളെയും പൂർണമായും കൈകാര്യം ചെയ്യാൻ അർധപ്രവാസത്തിന്റെ ഈ അനുഭവം കൂടാതെ കഴിയുമായിരുന്നില്ലെന്ന കാര്യം തീർച്ചയാണ്. സോഷ്യലിസ്റ്റ് നിർമാണത്തിനുള്ള ഒരുതരം തയാറെടുപ്പ് കാലമായിരുന്നു ക്രാക്കോവ് കാലഘട്ടം. സ്വാഭാവികമായും പ്രശ്നങ്ങൾ കേവലം രൂപരേഖകൾ മാത്രമായിരുന്നുവെങ്കിലും പ്രസക്തിയൊന്നും നഷ്ടപ്പെടാതെ ഇന്നും നിലനിൽക്കുന്ന സുപ്രധാനവും യഥാർഥവുമായ പ്രശ്നങ്ങളാണവ.

അന്ന് സാംസ്കാരികതയുടെ ചോദ്യത്തിന് വ്ളാദിമിർ ഇല്ലിച്ച് വളരെക്കൂടുതൽ സമയം ചെലവഴിച്ചു.

അക്കൊല്ലം ഡിസംബർ അവസാനം സെന്റ് പീറ്റേഴ്സ്ബർഗിലെ വിറ്റ്മർ ജിംനാസിയം വിദ്യാർഥികൾക്ക് മേൽ വ്യാപകമായി പരിശോധനയും അറസ്റ്റുകളും നടന്നു. തീർച്ചയായും അതേരീതിയിലുള്ള മറ്റ് വിദ്യാലയങ്ങളെപ്പോലെയായിരുന്നില്ല ആ സ്കൂൾ. സംഭവങ്ങളുമായി ബന്ധപ്പെട്ട രേഖപ്പെടുത്തിയിട്ടുള്ള ആണ്ടുകൾ പരിശോധിക്കണം. 1890 കളിൽ ആദ്യത്തെ മാർക്സിസ്റ്റ് സർക്കിളുകൾ രൂപീകരിച്ചപ്പോൾ ആ സ്കൂളിന്റെ ഹെഡ്മിസ്ട്രസും അവയിൽ സജീവമായി പങ്കെടുക്കുകയും 1905-07 കാലത്ത് ബോൾഷെവിക്കുകൾക്ക് വിവിധ സേവനങ്ങൾ നൽകുകയുമുണ്ടായി. വിറ്റ്മർ ജിംനാസിയത്തിൽ രാഷ്ട്രീയ പ്രവർത്തനം നടത്താനോ സർക്കിളുകൾ രൂപീകരിക്കാനോ ആർക്കും വിലക്കുണ്ടായിരുന്നില്ല. ആ ജിംനാസിയത്തിലാണ് പൊലീസ് റെയ്ഡ് നടത്തിയത്. വിദ്യാർഥികളുടെ അറസ്റ്റിനെക്കുറിച്ച് ദുമയിൽ ചോദ്യമുയർന്നപ്പോൾ വിദ്യാഭ്യാസമന്ത്രി ഒരു വിശദീകരണം നൽകിയെങ്കിലും ഭൂരിപക്ഷ വോട്ടോടെ അത് നിരാകരിക്കപ്പെട്ടു.

സാംസ്കാരികതയെക്കുറിച്ച് സംസാരിക്കുമ്പോൾ എല്ലായ്പോഴും സാംസ്കാരികതയ്ക്കും പൊതുവായ രാഷ്ട്രീയ-സാമ്പത്തിക സമ്പ്രദായത്തിനും ഇടയിലെ ബന്ധത്തിന് ഇല്ലിച്ച് ഊന്നൽ നൽകി: സാംസ്കാരിക-ദേശീയ സ്വയംഭരണ മുദ്രാവാക്യത്തെ രൂക്ഷമായി വിമർശിച്ച അദ്ദേഹം എഴുതി:

> നിരവധി രാഷ്ട്രങ്ങൾ ഒരു സ്റ്റേറ്റിനുള്ളിൽ ജീവിക്കുന്ന കാലത്തോളം ദശലക്ഷക്കണക്കിന് സാമ്പത്തികവും നിയമപരവും സാമൂഹികവുമായ സ്വഭാവങ്ങളുള്ള ബന്ധങ്ങളാൽ അവ അന്യോന്യം തുന്നിച്ചേർക്കപ്പെട്ടിരിക്കുന്നു. ഈ ബന്ധങ്ങളിൽ നിന്നും സ്കൂൾ വിദ്യാഭ്യാസത്തെ എങ്ങനെ പറിച്ചു മാറ്റാനാവും? ബുണ്ട് ഫോർമുലയുടെ പൗരാണികവും ഊന്നിപ്പറഞ്ഞതുമായ അസംബന്ധത്തെ ഉപയോഗപ്രദമാക്കുന്നതിനായി സ്റ്റേറ്റിന്റെ അധികാരപരിധിയിൽ നിന്നും അതിനെ എങ്ങനെ നീക്കം ചെയ്യാനാവും? ഒരൊറ്റ സ്റ്റേറ്റിനുള്ളിൽ ജീവിക്കുന്ന രാഷ്ട്രങ്ങളെ സാമ്പത്തികം ഐക്യപ്പെടുത്തുന്നുണ്ടെങ്കിൽ 'സാംസ്കാരികത'യുടെ തലത്തിൽ, പ്രത്യേകിച്ചും വിദ്യാഭ്യാസ മേഖലയിൽ, അവയെ എക്കാലത്തേക്കുമായി വിഘടിപ്പിക്കാനുള്ള ഏതൊരു ശ്രമവും അപഹാസ്യം മാത്രമല്ല, പ്രതിലോമപരവുമാണ്. മറിച്ച്, ജീവിതം സജ്ജമാക്കാനുള്ള വിദ്യാലയം ഉണ്ടാക്കുന്നതിനായി, വിദ്യാലയ വിഷയങ്ങളിൽ നാം രാഷ്ട്രങ്ങളെ ഐക്യപ്പെടുത്താനാണ് ശ്രമിക്കേണ്ടത്. ഇന്ന് രാഷ്ട്രങ്ങളുടെ അസന്തുലിതാവസ്ഥയും അവയുടെ വികസനത്തിന്റെ സമാനതയില്ലായ്മയ്ക്കുമാണ് നാം സാക്ഷ്യം വഹിക്കുന്നത്. ഇത്തരമൊരു സാഹചര്യത്തിൽ ദേശീയതകളാൽ സ്കൂൾ വിദ്യാഭ്യാസത്തിന്റെ വിഭജനം യഥാർഥത്തിൽ പിന്നോക്ക ദേശീയതകളുടെ സ്ഥിതി കൂടുതൽ വഷളാക്കുക മാത്രമേ ചെയ്യൂ. ഇന്നും മുൻ അടിമകളുടെ വംശാവലിയിൽപ്പെട്ട നീഗ്രോ കുട്ടികൾ മാത്രം പഠിക്കുന്ന അമേരിക്കയിലെ തെക്കൻ സംസ്ഥാനങ്ങളും നീഗ്രോകളും വെളുത്തവരുമായ കുട്ടികൾ പഠിക്കുന്ന വടക്കൻ സംസ്ഥാനങ്ങളും ഇക്കാര്യം സ്ഥിരീകരിക്കുന്നുണ്ട്.

1913ൽ ഇല്ലിച്ച് എഴുതിയ "റഷ്യക്കാരും നീഗ്രോകളും" എന്ന ലേഖനം ഒരു ദേശീയതയുടെ അജ്ഞതയും സാംസ്കാരികപിന്നോക്കാവസ്ഥയും മറ്റൊരു ദേശീയതയെ എങ്ങനെ ബാധിക്കുന്നുവെന്നും ഒരു വർഗത്തിന്റെ സാംസ്കാരിക പിന്നോക്കാവസ്ഥ രാജ്യത്തുടനീളമുള്ള സാംസ്കാരികതയിൽ അതിന്റെ അടയാളം എങ്ങനെ അവശേഷിപ്പിക്കുന്നുവെന്നും കാണിച്ചു തരുന്നു. സാംസ്കാരിക - ദേശീയ സ്വയംഭരണമെന്ന ആശയത്തെ ഖണ്ഡിച്ചുകൊണ്ട്, ജനാധിപത്യത്തിനും അധ്വാനിക്കുന്ന വർഗത്തിന്റെ വളർച്ചയ്ക്കും ഒഴിവാക്കാനാവാത്തതെന്ന നിലയിൽ, ഒരു പ്രത്യേക പ്രദേശത്തിലെ വിദ്യാലയത്തിൽ എല്ലാ ദേശീയതകളി

ലും പെട്ട കുട്ടികളെ ഒന്നിച്ചിരുത്തി ശിക്ഷണം നൽകേണ്ടതാണെന്ന് അദ്ദേഹം ആവശ്യപ്പെട്ടു.

1913 ശരത്കാലത്ത് ദുമയിൽ അവതരിപ്പിക്കാൻ ബദയേവിന് വേണ്ടി "വിദ്യാഭ്യാസമന്ത്രാലയത്തിന്റെ നയത്തെക്കുറിച്ച്" എന്ന തലക്കെട്ടിൽ ഇല്ലിച്ച് ഒരു പേപ്പർ തയാറാക്കി. ബദയേവ് അത് അവതരിപ്പിച്ചുവെങ്കിലും അത് പൂർത്തിയാക്കാൻ ദുമയുടെ ചെയർമാൻ അനുവദിച്ചില്ല.

സ്ഥിതിവിവരക്കണക്കുകൾ ഉദ്ധരിച്ചുകൊണ്ട് രാജ്യത്തിന്റെ അവിശ്വസനീയമായ തരത്തിലുള്ള സാംസ്കാരിക പിന്നോക്കാവസ്ഥയും വിദ്യാഭ്യാസത്തിന് വേണ്ടി ചെലവാക്കുന്ന തുച്ഛമായ സംഖ്യയും എന്താണെന്ന് ആ പേപ്പറിലൂടെ അദ്ദേഹം വ്യക്തമാക്കി. സാർ ഭരണകൂടം ജനസംഖ്യയിലെ പത്തിൽ ഒമ്പത് പേർക്കും വിദ്യാഭ്യാസം നിഷേധിച്ചിരിക്കുന്നതായി അദ്ദേഹം ചൂണ്ടിക്കാണിച്ചു. അധ്യാപകർക്ക് നേരെയുള്ള ഭരണകൂടത്തിന്റെ നിന്ദ്യവും ലജ്ജാവഹവും ഏകാധിപത്യപരവുമായ സമീപനം അദ്ദേഹം അതിൽ എടുത്തുപറഞ്ഞിരുന്നു. സാക്ഷരതയുടെ കാര്യത്തിൽ നീഗ്രോകളുൾപ്പെടെ അമേരിക്കക്കാർ റഷ്യയിലെ കർഷകരെക്കാൾ പലമടങ്ങ് മെച്ചമാണെന്നും സ്ഥിതിവിവരക്കണക്കുകൾ ഉദ്ധരിച്ചുകൊണ്ട് അദ്ദേഹം വ്യക്തമാക്കി. വിദ്യാഭ്യാസവുമായി ബന്ധപ്പെട്ട് ദുമ ഡെപ്യൂട്ടിയായ ഷാഗോവിന് വേണ്ടിയും ഇല്ലിച്ച് ഒരു പ്രസംഗം തയ്യാറാക്കുകയുണ്ടായി.

ക്രാക്കോവിലെ താമസക്കാലത്ത് "അധ്വാനിക്കുന്ന വർഗവും നവ-മാൾതുസിയനിസവും," ഖനിത്തൊഴിലാളികളുടെ ജീവിതവുമായി ബന്ധപ്പെട്ട് "ടെക്നിക്സിന്റെ ശ്രേഷ്ഠമായൊരു വിജയം", "വൈദ്യുതീകരണം" "സ്ത്രീകളുടെ വിമോചനം", യന്ത്രവൽകൃതവാഹനങ്ങളുടെ വികസനവുമായി ബന്ധപ്പെട്ട് "പ്രായമെത്താത്ത ഒരു വ്യവസായം", "കാർഷിക മേഖലയിലെ ലോഹങ്ങൾ", "പുരോഗതി പ്രാപിച്ച മൂലധനത്തിന്റെ ആശയങ്ങൾ" തുടങ്ങി നിരവധി പ്രബന്ധങ്ങൾ ആ ഘട്ടത്തിൽ ഇല്ലിച്ച് എഴുതുകയുണ്ടായി.

സോവിയറ്റ് ശക്തി സ്ഥാപിതമായിക്കഴിയുമ്പോൾ എന്തൊക്കെ പ്രശ്നങ്ങളാണ് കൈകാര്യം ചെയ്യാനുള്ളതെന്ന് ഇല്ലിച്ചിന് വളരെ മുമ്പ് തന്നെ വ്യക്തമായ ധാരണയുണ്ടായിരുന്നതായി പതിനെട്ട് വർഷങ്ങൾക്ക് മുമ്പെഴുതിയ ഈ പ്രബന്ധങ്ങൾ വ്യക്തമാക്കുന്നു.

ക്രാക്കോവിൽ നിരവധി പേർ ഞങ്ങളുടെ സന്ദർശകരായി എത്തിയിരുന്നു. തങ്ങളുടെ പ്രവർത്തനങ്ങൾക്ക് ആവശ്യമായ ഏർപ്പാടുകൾ ചെയ്യാൻ റഷ്യയിലേക്ക് പോവുന്ന സഖാക്കൾ യാത്രയ്ക്കിടയിൽ ഞങ്ങളെ കാണാൻ എത്തിയിരുന്നു. വാർവറ നിക്കോളായേവ്നയുടെ സഹോദരനായ നിക്കോളായ് യാക്കോവ്ലേവ് ഒരിക്കൽ രണ്ടാഴ്ചക്കാലം ഞങ്ങളുമൊത്ത് താമസിച്ചു. റഷ്യയിലേക്കുള്ള അയാളുടെ യാത്ര ഒരു ബോൾഷെവിക് പത്രം പ്രസിദ്ധീകരിക്കാനായിരുന്നുവെങ്കിലും വൈകാതെ അയാൾ അറസ്റ്റ് ചെയ്യപ്പെട്ടു. അയാൾക്ക് സഹായഹസ്ത

വുമായെത്തിയ മോസ്കോവിൽ നിന്നുമുള്ള ദുമ ഡെപ്യൂട്ടി പൊലീസിന്റെ ഒരു ചാരനായ മാലിനോവ്സ്കി ആയിരുന്നു എന്നതാണ് അതിന് കാരണം. അതിന് സമാനമായി പ്രവ്ദയിലും സർക്കാരിന്റെ ഒരു ചാരനുണ്ടായിരുന്നു: ഷെർണോമാസോവ്. പാരീസിൽ താമസിച്ചിരുന്ന അയാൾ പ്രവ്ദയിൽ ജോലി ചെയ്യാൻ റഷ്യയിലേക്ക് പോകുംവഴി ക്രാക്കോവിൽ ഞങ്ങളെ കാണാനെത്തി. അയാളെ ഇഷ്ടപ്പെടാതിരുന്ന ഞങ്ങൾ രാത്രി ഞങ്ങളുടെ പാർപ്പിടത്തിൽ തങ്ങാൻ അയാളോട് ആവശ്യപ്പെട്ടില്ല. ഇല്ലിച്ച് *പ്രവ്ദയ്ക്ക്* വളരെ പ്രാധാന്യം കൽപ്പിച്ചിരുന്നു. ഏതാണ്ട് എല്ലാദിവസവും അദ്ദേഹം അതിന് ലേഖനങ്ങൾ അയച്ചുകൊടുത്തു. താൻ എത്ര ലേഖനങ്ങൾ അയച്ചുവെന്നും അവ ഏത് വിഷയങ്ങളെ കുറിച്ചാണെന്നും അദ്ദേഹം തിട്ടപ്പെടുത്തിയിരുന്നു. അതിൽ പ്രത്യക്ഷപ്പെട്ട നല്ല ലേഖനങ്ങൾ അദ്ദേഹത്തെ സന്തോഷിപ്പിച്ചു.

റഷ്യയിലേക്ക് പോകുന്നവർ മാത്രമല്ല, വ്യത്യസ്തകാര്യങ്ങളെക്കുറിച്ച് കൂടിയാലോചിക്കാൻ റഷ്യയിൽ നിന്നുള്ളവരും ക്രാക്കോവിൽ ഞങ്ങളുടെ സന്ദർശകരായി എത്തിയിരുന്നു. ദുമ ഡെപ്യൂട്ടികൾ പങ്കെടുത്ത കേന്ദ്രകമ്മിറ്റിയുടെ ഒരു യോഗം 1913 ഫെബ്രുവരിയിൽ ക്രാക്കോവിൽ ചേർന്നു. സ്റ്റാലിനും അതിൽ പങ്കെടുത്തു. ടമ്മെർ ഫോഴ്സ് കോൺഫറൻസിലും സ്റ്റോക്ഹോമിലും ലണ്ടനിലും ചേർന്ന കോൺഗ്രസുകളിലും ഇല്ലിച്ച് സ്റ്റാലിനുമായി കൂടിക്കണ്ടിരുന്നു. ഇക്കുറി ദേശീയതയുടെ വിഷയത്തെക്കുറിച്ച് അദ്ദേഹവുമായി ഇല്ലിച്ച് ദീർഘമായി സംസാരിച്ചു. ആ വിഷയത്തിൽ വളരെ താൽപ്പര്യവും അവഗാഹവുമുള്ള ഒരു മനുഷ്യനെ കാണാൻ കഴിഞ്ഞതിൽ ഇല്ലിച്ച് വളരെ സന്തുഷ്ടനായിരുന്നു. മുമ്പ് ഏതാനും മാസക്കാലം വിയന്നയിൽ താമസിക്കുമ്പോഴാണ് സ്റ്റാലിൻ ആ വിഷയത്തെകുറിച്ച് ആഴത്തിൽ പഠിച്ചത്. അവിടെ വച്ച് ഞങ്ങളുടെ സഖാക്കളായ ബുഖാറിനും ട്രോവനോവ്സ്കിയുമുൾപ്പെടെയുള്ളവരുമായി അദ്ദേഹം അടുത്ത് ബന്ധപ്പെട്ടിരുന്നു. ഏന്തായാലും റഷ്യയിൽ തിരിച്ചെത്തിയ സ്റ്റാലിൻ ഫെബ്രുവരി 22ന് സെന്റ് പീറ്റേഴ്സ്ബർഗിൽ വച്ച് അറസ്റ്റു ചെയ്യപ്പെട്ടു.

സന്ദർശകരില്ലാത്ത ക്രാക്കോവിലെ ദിവസങ്ങൾ വിരസമായിരുന്നു. ഇല്ലിച്ചിന് അവിടത്തെ ലൈബ്രറികൾ വളരെയൊന്നും ഉപയോഗപ്രദമായിരുന്നില്ല. മാത്രമല്ല, ആ ഘട്ടത്തിൽ എന്റെ തൈറോയ്ഡ് ഗ്രന്ഥിക്ക് അണുബാധയുമുണ്ടായി. അക്കാരണങ്ങളാൽ ഞങ്ങൾ ഏഴ് കിലോമീറ്റർ അകലെയുള്ള പൊറോനിനോയിലേക്കും പിന്നീട് എന്റെ ചികിത്സാർഥം ബർണെയിലേക്കും പോയി. മൂന്നാഴ്ചക്കാലം ഞാൻ ആശുപത്രിയിലായിരുന്നു. ഇല്ലിച്ച് ദിവസത്തിന്റെ പകുതി എന്റെ കിടക്കയ്ക്കരികിലും പകുതി ലൈബ്രറികളിലും ചെലവഴിച്ചു. ആ വേളയിൽ അദ്ദേഹം വളരെക്കൂടുതൽ വായിക്കുകയുണ്ടായി. മാത്രമല്ല, തൈറോയ്ഡ് രോഗങ്ങളുമായി ബന്ധപ്പെട്ട വൈദ്യശാസ്ത്രഗ്രന്ഥങ്ങൾ പോലും വായിക്കുകയും കുറിപ്പുകൾ തയാറാക്കുകയും ചെയ്തു. ഞാൻ ആശുപത്രിയി

ലായിരുന്നപ്പോൾ അദ്ദേഹം സൂറിച്ചിലും ജനീവയിലും ലോസെന്നെയിലും ബർണെയിലും ദേശീയതയുമായി ബന്ധപ്പെട്ട പ്രഭാഷണങ്ങൾ നടത്തി. ഞാൻ ആശുപത്രിയിൽ നിന്നും പുറത്തുവന്നപ്പോൾ പാർട്ടിയുടെ കാര്യങ്ങൾ ചർച്ച ചെയ്യാൻ, വിദേശത്തുള്ള പാർട്ടി ഗ്രൂപ്പുകളുടെ ഒരു യോഗം ബർണെയിൽ ചേർന്നു. ഡോക്ടറുടെ ഉപദേശപ്രകാരം ഓപ്പറേഷന് ശേഷം രണ്ടാഴ്ചക്കാലം കൂടി ഞാൻ വിശ്രമിക്കേണ്ടതുണ്ടായിരുന്നുവെങ്കിലും അടിയന്തിരമായി ചെയ്തു തീർക്കേണ്ട ഒരുപാട് കാര്യങ്ങൾ പോറോനിനോയിലുണ്ടെന്ന് കാണിച്ച് സിനോവീവിന്റെ കമ്പിസന്ദേശം ലഭിച്ചതിനാൽ മടങ്ങിപ്പോവാൻ ഞങ്ങൾ നിർബന്ധിതരായി.

മടങ്ങും വഴി ഞങ്ങൾ മ്യൂണിക്കിൽ ഇറങ്ങി. ലിദിയ നിപ്പോവിച്ചിന്റെ അനന്തരവനായ ബോറിസ് നിപ്പോവിച്ച് അവിടെയാണ് താമസിച്ചിരുന്നത്. അയാൾക്ക് നാല് വയസുള്ളപ്പോൾ മുതൽ എനിക്കയാളെ അറിയാമായിരുന്നു. നാടോടിക്കഥകൾ ഞാനയാൾക്ക് പറഞ്ഞുകൊടുത്തിരുന്നു. അത്രയ്ക്കടുത്ത ആത്മബന്ധമായിരുന്നു ഞങ്ങളുടേത്.

1911ൽ അറസ്റ്റ് ചെയ്യപ്പെട്ട ബോറിസ് വിദേശത്തേക്ക് നാടുകടത്തപ്പെടുകയും മ്യൂണിക്ക് സർവകലാശാലയിൽ പഠനം തുടരുകയും ചെയ്തു. അയാളുടെ ആദ്യപുസ്തകമായ *റഷ്യൻ കൃഷീവല സമൂഹത്തിനിടയിലെ വൈവിധ്യവൽക്കരണം* 1912 ൽ പ്രസിദ്ധീകരിക്കുകയും അതിന്റെ ഒരു പ്രതി ഇല്ലിച്ചിന് അയച്ചുകിട്ടുകയുമുണ്ടായി. അത് ഇല്ലിച്ചിനെ വളരെയധികം ആകർഷിച്ചു. അതിനദ്ദേഹം അയച്ച പ്രതികരണക്കുറിപ്പ് പുനർ വായനയ്ക്ക് വിധേയമാക്കുമ്പോൾ പുതിയ എഴുത്തുകാരോടുള്ള അദ്ദേഹത്തിന്റെ സമീപനമെന്തായിരുന്നുവെന്ന് ഇന്നെനിക്ക് ബോധ്യമാവുന്നു. തന്നെ തിരുത്തുകയാണെന്ന് എഴുത്തുകാരനിൽ തോന്നലുണ്ടാക്കാത്ത തരത്തിലായിരുന്നു അദ്ദേഹം പ്രതികരണം എഴുതിയിരുന്നത്. ആളുകളെ അവരുടെ ജോലികളിൽ സഹായിക്കുന്നതിൽ വളരെക്കൂടുതൽ പ്രാഗത്ഭ്യം ഇല്ലിച്ചിനുണ്ടായിരുന്നു. ഉദാഹരണമായി, ആരെക്കൊണ്ടെങ്കിലും ഒരു ലേഖനം എഴുതിക്കണമെന്നുണ്ടെങ്കിൽ, എന്നാൽ അവരത് ശരിയായി ചെയ്യുമെന്ന് ഉറപ്പില്ലാതിരിക്കുമ്പോൾ, സ്വന്തം ആശയങ്ങൾ അവതരിപ്പിച്ചു കൊണ്ട് അവരുമായി വിഷയം ചർച്ച ചെയ്യുകയും അങ്ങനെ താൽപ്പര്യം ജനിപ്പിക്കുന്നതുമായിരുന്നു ഇല്ലിച്ചിന്റെ രീതി. മാത്രമല്ല ഈ പ്രാഥമിക ചർച്ച തന്നെ സഹായിക്കാനാണെന്ന് എഴുത്തുകാരൻ ശ്രദ്ധിച്ചെന്നുപോലും വരില്ല.

1902ലെ ഞങ്ങളുടെ മ്യൂണിക് വാസത്തിന് ശേഷം അവിടെ എന്തൊക്കെ മാറ്റങ്ങളുണ്ടായിട്ടുണ്ടെന്ന് അറിയാൻ അവിടെ ഏതാനും ദിവസങ്ങൾ തങ്ങണമെന്നുണ്ടായിരുന്നുവെങ്കിലും അടിയന്തരമായി മടങ്ങേണ്ടിയിരുന്നതിനാൽ ഞങ്ങൾ ഏതാനും മണിക്കൂറുകൾക്ക് ശേഷം തീവണ്ടി കയറി.

ആഗസ്റ്റ് 9ന് കേന്ദ്രകമ്മിറ്റി അംഗങ്ങളുടെ ഒരു യോഗം നിശ്ചയിച്ചിരുന്നു. പൊലീസ് *പ്രവ്ദ* അടച്ചുപൂട്ടി. *റബോച്യ പ്രവ്ദ* പ്രസിദ്ധീക

രിച്ചു തുടങ്ങിയെങ്കിലും അതിന്റെ ഏറെക്കുറെ മുഴുവൻ പ്രതികളും കണ്ടുകെട്ടി. സമരതരംഗം ശക്തമായിക്കൊണ്ടിരുന്നു. സെന്റ് പീറ്റേഴ്സ്ബർഗ്, റിഗ, നിക്കോലായേവ്, ബാകു എന്നിവിടങ്ങളിൽ സമരം പൊട്ടിപ്പുറപ്പെട്ടു.

പാർട്ടി കോൺഫറൻസിന് വേണ്ട തയാറെടുപ്പുകൾ ആസൂത്രണം ചെയ്യാൻ സെപ്റ്റംബർ 22നും ഒക്ടോബർ 1 നുമിടയിൽ പോറോനിനോയിൽ വച്ച് "സമ്മർ കോൺഫറൻസ്" എന്ന് വിളിക്കപ്പെട്ട യോഗം ചേർന്നു. വിവിധ സംഘടനകളെ പ്രതിനിധീകരിച്ചെത്തിയവർക്ക് പുറമേ ഒരാളൊഴികെ ദുമ ഡെപ്യൂട്ടിമാരെല്ലാം എത്തിയിരുന്നു. പാർട്ടി പത്രങ്ങളുടെയും പ്രിബോയ് പബ്ലിഷിങ് ഹൗസിന്റെയും കാര്യങ്ങൾക്ക് പുറമേ അടുത്ത് നടക്കാനിരിക്കുന്ന കോഓപ്പറേറ്റീവ് ആന്റ് ഷോപ്പ് അസിസ്റ്റന്റ്സ് കോൺഗ്രസുകളിൽ സ്വീകരിക്കേണ്ട തന്ത്രങ്ങളും കോൺഫറൻസ് ചർച്ച ചെയ്തു.

ആകെ 22 പേരാണ് കോൺഫറൻസിൽ പങ്കെടുത്തത്. ഒരു പാർട്ടി കോൺഗ്രസ് വിളിച്ചു കൂട്ടുന്ന കാര്യം ഗൗരവമായെടുക്കണമെന്ന് തീരുമാനിക്കപ്പെട്ടു. അഞ്ചാമത്തെ ലണ്ടൻ കോൺഗ്രസ് നടന്നത് ആറുവർഷങ്ങൾക്ക് മുമ്പാണ്. അതിന് ശേഷം വളരെയധികം മാറ്റങ്ങളുണ്ടായിട്ടുണ്ട്. അധ്വാനിക്കുന്ന വർഗ പ്രസ്ഥാനത്തിന്റെ വളർച്ച ഒരു കോൺഗ്രസിന്റെ പ്രസക്തി വർധിപ്പിച്ചു. സമരപ്രസ്ഥാനം, പൊതുവായൊരു രാഷ്ട്രീയ സമവായത്തിനുള്ള തയാറെടുപ്പ്, പ്രക്ഷോഭത്തിന്റെ ദൗത്യങ്ങൾ, കുറെ ജനകീയ ലഘുഗ്രന്ഥങ്ങളുടെ പ്രസിദ്ധീകരണം, ഒരു ജനാധിപത്യ റിപ്പബ്ലിക്കിന് ആഹ്വാനം ചെയ്യുന്ന മുദ്രാവാക്യങ്ങളുടെ ഗൗരവം, പ്രക്ഷോഭ പ്രവർത്തനത്തിന്റെ പാതയിൽ ഭൂജന്മിമാരുടെ തോട്ടങ്ങൾ പിടിച്ചെടുക്കുകയും എട്ടുമണിക്കൂർ ജോലി സമയവും തുടങ്ങിയവയായിരുന്നു കോൺഫറൻസിന് മുമ്പിലുണ്ടായിരുന്ന വിഷയങ്ങൾ. ലീഗൽ സൊസൈറ്റികളിലെ പ്രവർത്തനവും ദുമയിലെ സോഷ്യൽ ഡെമോക്രാറ്റിക് പ്രവർത്തനവും ചർച്ചയ്ക്ക് വിഷയീഭവിച്ചു. ദുമയിലെ സോഷ്യൽ ഡെമോക്രാറ്റിക് ഗ്രൂപ്പിലെ ബോൾഷെവിക് - മെൻഷെവിക് വിഭാഗങ്ങൾക്ക് തുല്യമായ അവകാശങ്ങൾ ഉറപ്പാക്കേണ്ടുന്നതിന്റെ അവശ്യകതയ്ക്ക് പ്രത്യേക പ്രാധാന്യം നൽകപ്പെടുകയുമുണ്ടായി. ബോൾഷെവിക്കുകൾക്ക് ആറും മെൻഷെവിക്കുകൾക്ക് ഏഴും ഡെപ്യൂട്ടിമാരാണ് ദുമയിലുണ്ടായിരുന്നത്. ബോൾഷെവിക് വിഭാഗം തൊഴിലാളികളുടേത് മാത്രമായ റഷ്യയിലെ അധ്വാനിക്കുന്ന വർഗത്തെ പ്രതിനിധാനം ചെയ്തപ്പോൾ മെൻഷെവിക്കുകൾ പെറ്റിബൂർഷ്വാകളുടെ പരിവർത്തനവാദികളായ ബുദ്ധിജീവിവർഗത്തിന്റെ താൽപ്പര്യങ്ങളെയാണ് സംരക്ഷിച്ചിരുന്നത്.

1914ൽ ക്രാക്കോവിലെത്തിച്ചേർന്ന മാലിനോവ്സ്കി ഇല്ലിച്ചുമൊത്ത് പാരീസിലേക്കും അവിടെ നിന്നും ജനുവരി 13ന് ആരംഭിച്ച ലെറ്റിഷ് സോഷ്യൽ ഡെമോക്രാറ്റുകളുടെ നാലാം കോൺഗ്രസിൽ പങ്കെടുക്കാൻ ബ്രസൽസിലേക്കും പോയി.

പാരീസിൽ ദുമ ഗ്രൂപ്പിന്റെ പ്രവർത്തനത്തെക്കുറിച്ച് മാലിനോവ്സ്കി

സമഗ്രമായൊരു റിപ്പോർട്ട് അവതരിപ്പിച്ചപ്പോൾ ദേശീയതയുടെ വിഷയത്തെക്കുറിച്ച് ഇല്ലിച്ച് സുദീർഘമായൊരു പ്രഭാഷണം നടത്തി. രമ്യതയിലെത്തുകയെന്ന ഉദ്ദേശ്യം ഉയർത്തിപ്പിടിച്ച് ഇന്റർനാഷണൽ സോഷ്യലിസ്റ്റ് ബ്യൂറോ റഷ്യൻ കാര്യങ്ങളിൽ ഇടപെടുന്നതിനെ അദ്ദേഹം വിമർശിച്ചു. ലെറ്റിഷ് സോഷ്യൽ ഡെമോക്രാറ്റുകളുടെ നാലാം കോൺഗ്രസ് ബോൾഷെവിക്കുകളുടെ വിജയത്തിൽ കലാശിച്ചു. കോൺഗ്രസിൽ പ്രസംഗിച്ച ഇല്ലിച്ച് ലെറ്റിഷുകാരോട് കേന്ദ്രകമ്മിറ്റിയുടെ പക്ഷത്ത് നിൽക്കാൻ അഭ്യർഥിച്ചു.

ശീതകാലത്ത് പാരീസിൽ നിന്നും മടങ്ങിയെത്തിയ ഇല്ലിച്ച് *പ്രവ്ദ*യുടെ നടത്തിപ്പിനും ദുമ ഗ്രൂപ്പിന് നിർദേശങ്ങൾ നൽകാനും വേണ്ടി കാമനോവിനെ റഷ്യയിലേക്ക് നിയോഗിക്കാൻ തീരുമാനിച്ചു. പ്രവ്ദയ്ക്കും ദുമ ഗ്രൂപ്പിനും സഹായം ആവശ്യമായിരുന്നു. കാമനേവ് അവിടെ ദീർഘകാലം പിടിച്ചു നിൽക്കുമോ എന്ന കാര്യം ഞങ്ങൾക്കാർക്കും തീർച്ചയുണ്ടായിരുന്നില്ല. ഞങ്ങൾക്കെല്ലാം എപ്പോൾ റഷ്യയിലേക്ക് മടങ്ങാനാവുമെന്ന കാര്യത്തിലും ആശങ്ക നിലനിന്നിരുന്നു.

1914 മാർച്ചിൽ ജനകീയ മാസികയായ റബോട്ട് നിത്സ (തൊഴിലെടുക്കുന്ന സ്ത്രീ)യുടെ ആദ്യലക്കം സെന്റ് പീറ്റേഴ്സ്ബർഗിൽ പ്രസിദ്ധീകരിച്ചു. സ്ത്രീകളുടെ ദിനത്തിൽ അവിടത്തെ കമ്മിറ്റി ലഘുലേഖകളും വിതരണം ചെയ്തു. മാസികയുടെ ആകെ ഏഴ് ലക്കങ്ങൾ പ്രസിദ്ധീകരിച്ചു.

വിയന്നയിൽ വച്ച് ഇന്റർനാഷണൽ സോഷ്യലിസ്റ്റ് കോൺഗ്രസും ഇന്റർനാഷണൽ വിമെൻസ് കോൺഗ്രസും ചേരുന്ന വേളയിൽ പാർട്ടി കോൺഗ്രസ് വിളിച്ചു കൂട്ടാനാണ് ഞങ്ങൾ തീരുമാനിച്ചത്. ചിലർക്ക് നിയമനാനുസൃതം വരാൻ കഴിയുമെന്നായിരുന്നു പ്രതീക്ഷ. മറ്റുള്ളവർ ഒന്നിച്ച് വിനോദസഞ്ചാരസംഘമെന്ന വ്യാജേന അതിർത്തി മുറിച്ചുകടക്കാൻ തീരുമാനിച്ചു. അത് ഏർപ്പാടാക്കേണ്ടിയിരുന്നത് ക്രാക്കോവിലെ പ്രിന്റർമാരുമായിരുന്നു.

റഷ്യയിൽ ബോൾഷെവിക്കുകളുടെ സ്വാധീനം വർധിച്ചുകൊണ്ടേയിരുന്നു. 1914ൽ സെന്റ് പീറ്റേഴ്സ്ബർഗിലെ ആകെയുള്ള പതിനെട്ട് ട്രേഡ് യൂണിയനുകളിൽ പതിനാലെണ്ണവും ബോൾഷെവിക്കുകളുടെ പക്ഷത്തായിരുന്നതായി *ബോൾഷെവിക്സ് ഇൻ ദി സ്റ്റേറ്റ് ദുമ*യിൽ ബദായേവ് ചൂണ്ടിക്കാണിച്ചിട്ടുണ്ട്. സെന്റ് പീറ്റേഴ്സ്ബർഗിലും മോസ്കോവിലും നിന്ന് തെരഞ്ഞെടുക്കപ്പെട്ട ഇൻഷ്വറൻസ് ഫണ്ട് പ്രതിനിധികളിൽ മുപ്പത്തേഴ് പേർ ബോൾഷെവിക്കുകളും ഏഴ് പേർ മാത്രം മെൻഷെവിക്കുകളുമായിരുന്നു. അതേസമയം, അഖില റഷ്യൻ ഇൻഷ്വറൻസ് സ്ഥാപനങ്ങൾ യഥാക്രമം നാൽപ്പത്തിയെട്ടിന് പത്തുമായിരുന്നു. വിയന്നയിലെ ഇന്റർനാഷണൽ സോഷ്യലിസ്റ്റ് കോൺഗ്രസിലേക്കുള്ള പ്രതിനിധികളിൽ ബോൾഷെവിക്കുകളെയാണ് ഭൂരിപക്ഷം തൊഴിലാളി സംഘടനകളും തെരഞ്ഞെടുത്തത്.

പാർട്ടി കോൺഗ്രസിനായുള്ള തയാറെടുപ്പുകൾ വളരെ കാര്യക്ഷമമായിത്തന്നെ ആരംഭിച്ചു. വസന്തകാലമായപ്പോഴേക്കും അതിന് പ്രബലതയും കൈവന്നു. അതിന് സഹായകമായ തരത്തിൽ രാജ്യത്ത് വിപ്ലവ പ്രസ്ഥാനം മുന്നേറ്റം നടത്തി. പാർട്ടിയിലേക്കുള്ള തൊഴിലാളികളുടെ ഒഴുക്ക് വർധിക്കുകയും വിപ്ലവമനോഭാവമുള്ള പുതിയ അണികൾ പാർട്ടിയിൽ ചേരുകയും ചെയ്തു. അത് പാർട്ടിക്ക് പുതിയൊരു ആർജവം പകർന്നു നൽകി.

പാർട്ടിയുടെ കേന്ദ്രങ്ങൾ എന്നറിയപ്പെട്ടിരുന്ന ഞങ്ങളുടെ ഗ്രൂപ്പും *പ്രവ്ദ*യുടെ എഡിറ്റോറിയൽ ഓഫീസുകളും സംയോജിതമായിട്ടാണ് പ്രവർത്തിച്ചത്. എന്തായാലും രഹസ്യപൊലീസ് അവരുടെ പ്രവർത്തനങ്ങൾ വ്യാപിപ്പിച്ചപ്പോൾത്തന്നെ തദനുസരണമായി, ഞങ്ങളുടെ രഹസ്യവിദ്യകളും പുരോഗതി നേടി. തീർച്ചയായും, സഖാക്കൾ അപ്പോഴും അറസ്റ്റ് ചെയ്യപ്പെട്ടുകൊണ്ടിരുന്നുവെങ്കിലും അത് വൻതോതിലുള്ളതും വിനാശകരവുമായ വിഘടനത്തിലേക്ക് വഴിതെളിച്ചില്ല.

അങ്ങനെ നിയമപരമായ പ്രസിദ്ധീകരണത്തെ ലക്ഷ്യമിട്ടും നിയമപരവും നിയമവിരുദ്ധവുമായ പ്രസാധനത്തെ സംയോജിപ്പിച്ചുകൊണ്ടുമുള്ള കേന്ദ്രകമ്മിറ്റി കൈക്കൊണ്ട സമീപനം ശരിയായിരുന്നുവെന്ന് ആത്യന്തികമായി തെളിയിക്കപ്പെട്ടു.

ഇന്റർനാഷണൽ സോഷ്യലിസ്റ്റ് ബ്യൂറോയിലൂടെ ഈ നയത്തെ അട്ടിമറിക്കാനുള്ള ശ്രമം ഇല്ലിച്ചിനെ കോപാകുലനാക്കി. അക്കാരണത്താൽ ബ്രസൽസിലെ യൂണിറ്റി കോൺഫറൻസിൽ പങ്കെടുക്കാതിരുന്ന അദ്ദേഹം ഇനേസ്സയെയാണ് അതിലേക്ക് നിയോഗിച്ചത്. ബ്യൂറോയിൽ പങ്കെടുക്കുന്ന ഇനേസ്സയ്ക്ക് അവിടെ അവതരിപ്പിക്കാൻ വളരെ ശ്രദ്ധാപൂർവം തയാറാക്കിയ കേന്ദ്രകമ്മിറ്റിയുടെ റിപ്പോർട്ട് ഇല്ലിച്ച് അയച്ചുകൊടുക്കുകയുമുണ്ടായി. എങ്കിലും, ബ്യൂറോയ്ക്ക് വേണ്ടി കൗത്സ്കി അവതരിപ്പിച്ച പ്രമേയത്തെ അനുകൂലിക്കാതിരുന്നത് കേന്ദ്രകമ്മിറ്റിയുടെയും ലറ്റീഷുകാരുടെയും പ്രതിനിധികൾ മാത്രമായിരുന്നു.

അതേസമയം, പിരിച്ചുവിടൽ വാദികളുടെയും ട്രോത്സ്കിയിസ്റ്റുകളുടെയും *വ്പെർയോദിസ്റ്റു*കളുടെയും പ്ലെഖാനോവിസ്റ്റുകളുടെയും കോക്കേഷ്യൻ റീജിയണൽ സംഘടനയുടെയും ഒരു സ്വകാര്യയോഗത്തിൽ ബോൾഷെവിക്കുകൾക്കെതിരെ ഒരു ബ്ലോക്ക് രൂപീകരിക്കുകയും ബോൾഷെവിക്കുകളിൽ സമ്മർദം ചെലുത്താൻ തീരുമാനിക്കുകയും ചെയ്തു.

1914ലെ വേനൽക്കാലത്ത് ഇല്ലിച്ചിന് വളരെ തലവേദനയുണ്ടാക്കിയ മറ്റൊരു പ്രശ്നം മാലിനോവ്സ്കിയുടെ പ്രശ്നമായിരുന്നു. പുതിയതായി നിയമിതനായ ആഭ്യന്തരസഹമന്ത്രി മാലിനോവ്സ്കി ഒരു പൊലീസ് ചാരനാണെന്ന് ദുമയിലെ ചെയർമാന് റിപ്പോർട്ടു നൽകുകയും, അദ്ദേഹം ദുമയിൽ നിന്നും രാജിവച്ച് രാജ്യം വിട്ടുപോവുകയും പാർട്ടി സംഘടന അദ്ദേഹത്തെ പാർട്ടിയിൽ നിന്നും പുറത്താക്കുകയും ചെയ്തു. ഇതൊ

ക്കെയാണെങ്കിലും ലെനിൻ ഉൾപ്പെടെ കേന്ദ്രക്കമ്മിറ്റി അന്വേഷണത്തിനായി നിയോഗിച്ച മൂന്നംഗസമിതിക്ക് മാലിനോവ്സ്കിയുടെ കുറ്റം സ്ഥാപിക്കാൻ കഴിഞ്ഞില്ല.

പിന്നീട് എവിടെല്ലാമോ അജ്ഞാതനായി ജീവിച്ച മാലിനോവ്സ്കി ഒക്ടോബർ വിപ്ലവത്തിന് ശേഷം സ്വന്തം ഇഷ്ടപ്രകാരം റഷ്യയിൽ തിരിച്ചെത്തുകയും സോവിയറ്റ് അധികാരികൾക്ക് മുമ്പിൽ കീഴടങ്ങുകയും ചെയ്തു. സുപ്രീം ട്രൈബ്യൂണലാൽ വധശിക്ഷയ്ക്ക് വിധിക്കപ്പെട്ട അദ്ദേഹത്തെ വെടിവച്ചു കൊന്നു.

അതേസമയം റഷ്യയിൽ സമരം കൂടുതൽ രൂക്ഷമായിത്തീർന്നു. സെന്റ് പീറ്റേഴ്സ്ബർഗിൽ ഒരു യോഗത്തിന് ഒന്നിച്ചുകൂടിയ 12,000 പുട്ടിലോവ് തൊഴിലാളികൾക്ക് നേരെ പൊലീസ് വെടിവയ്പു നടത്തി. പൊലീസുമായുള്ള സംഘട്ടനങ്ങൾ കൂടുതൽ ആക്രമണോത്സുകമായി. ദുമ ഡെപ്യൂട്ടിമാർ ഉയർന്നുവരുന്ന അധ്വാനിക്കുന്ന വർഗത്തിന്റെ നേതാക്കളായിത്തീരുകയായിരുന്നു.

ജൂലായ് ഏഴിന് സെന്റ് പീറ്റേഴ്സ്ബർഗിൽ ഒരു ലക്ഷത്തി മുപ്പതിനായിരം തൊഴിലാളികൾ പണിമുടക്കി തെരുവിലിറങ്ങി. ആറിത്തണുക്കുന്നതിന് പകരം സമരത്തിന്റെ തീവ്രത വർധിക്കുകയായിരുന്നു.

അപ്പോഴാണ് യുദ്ധം പൊട്ടിപ്പുറപ്പെട്ടത്. ആഗസ്റ്റ് 1 ന് ജർമനി റഷ്യയ്ക്കെതിരെയും 3ന് ഫ്രാൻസിനെതിരെയും 4ന് ബൽജിയത്തിനെതിരെയും യുദ്ധം പ്രഖ്യാപിച്ചു. 4ന് ബ്രിട്ടൻ ജർമനിക്കെതിരെയും 6ന് ഓസ്ട്രിയ-ഹംഗറി റഷ്യയ്ക്കെതിരെയും 11ന് ബ്രിട്ടനും ഫ്രാൻസും ഓസ്ട്രീയ-ഹംഗറിക്കെതിരെയും യുദ്ധപ്രഖ്യാപനം നടത്തി.

യുദ്ധം റഷ്യയിൽ ഉയർന്നുവരുന്ന വിപ്ലവ പ്രസ്ഥാനത്തിന് താൽക്കാലികമായ തിരിച്ചടിയുണ്ടാക്കുകയും ലോകത്തെ കീഴ്മേൽ മറിക്കുകയും ഗുരുതരമായ നിരവധി പ്രതിസന്ധികൾ സൃഷ്ടിക്കുകയും വിപ്ലവസമരത്തിന്റെ സുപ്രധാന വിഷയങ്ങൾക്ക് പുതിയതും കൂടുതൽ കൃത്യതയുമുള്ള ഊന്നൽ നൽകുകയും പണിയെടുക്കുന്ന എല്ലാവരുടെയും നേതാവെന്ന നിലയിൽ അധ്വാനിക്കുന്ന വർഗത്തിന്റെ പങ്ക് ഉയർത്തുകയും റഷ്യയിലെ വിജയം അധ്വാനിക്കുന്ന വർഗത്തിന്റെ ജീവന്മരണ പോരാട്ടമായി പരിണമിക്കുകയും ചെയ്തു.

യുദ്ധത്തിന്റെ വർഷങ്ങൾ
ക്രാക്കോവ് 1914

ദീർഘകാലമായി യുദ്ധത്തിന്റെ ഗന്ധം അന്തരീക്ഷത്തിലുണ്ടായിരുന്നുവെങ്കിലും സുനിശ്ചിതമായും അതുണ്ടാവുമെന്ന അറിവ് ഞങ്ങളെല്ലാവരെയും നടുക്കി. ഞങ്ങൾ പോറോനിനോയിൽ നിന്നും പുറത്തുകടക്കേണ്ടതുണ്ട്. എന്നാൽ പോകേണ്ടതെവിടേക്കാണെന്ന് ഒരു ധാരണയുമില്ല. തൽക്കാലം അവിടെത്തന്നെ താമസിക്കാൻ ഇല്ലിച്ച് തീരുമാനിച്ചു. സൈന്യത്തിൽ ആളെ ചേർക്കാനാരംഭിച്ചപ്പോൾ തദ്ദേശീയർ അങ്ങേയറ്റം ആകുലരായി. യുദ്ധം എന്തിന് വേണ്ടിയാണെന്നും ആർക്കെതിരെയാണ് അത് നടത്തുന്നതെന്നും അവരിലെ ആർക്കും അറിഞ്ഞുകൂടായിരുന്നു. പള്ളിയിലെ തന്റെ പ്രസംഗത്തിനിടെ യുദ്ധത്തിന് രാജ്യസ്നേഹപരമായൊരു നിറം നൽകാൻ കത്തോലിക്കാ പാതിരി ശ്രമിച്ചു. റഷ്യക്കാർ കിണറുകളിൽ വിഷമിടുകയാണെന്ന് ഞങ്ങളുടെ അടുത്ത വീട്ടിലെ ആറുവയസുകാരിയായ കുട്ടി എന്നോടു പറഞ്ഞു. പുരോഹിതനും അങ്ങനെ തന്നെയാണ് പറഞ്ഞത്.

ആഗസ്റ്റ് ഏഴിന് ഇല്ലിച്ച് അറസ്റ്റ് ചെയ്യപ്പെട്ടുവെങ്കിലും വിയന്നയിൽ നിന്നും ല്വോവിൽ നിന്നുമുള്ള പാർലമെന്റംഗങ്ങളുടെ ഇടപെടൽ മൂലം പത്തൊമ്പതിന് അദ്ദേഹം ജയിൽ മോചിതനായി. ഒരു കുതിരവണ്ടിയിൽ പോറോനിനോയിലേക്ക് പോയ ഞങ്ങൾ ക്രാക്കോവിലേക്ക് താമസം മാറ്റാനുള്ള അനുവാദം ലഭിക്കുന്നത് വരെ ഒരാഴ്ചക്കാലം അവിടെത്തന്നെ തങ്ങാൻ നിർബന്ധിതരായി. ക്രാക്കോവിൽ മുമ്പ് കാമനേയും ഇനേസ്സയും താമസിച്ചിരുന്ന കെട്ടിടത്തിൽ ഞങ്ങൾക്ക് ഒരു മുറി ലഭിച്ചു. കെട്ടിടത്തിന്റെ ഉടമയായ സ്ത്രീയുടെ രണ്ട് പുത്രന്മാർ ക്രാസ്നിക്കിൽ നടന്ന ആദ്യയുദ്ധത്തിൽ പങ്കെടുക്കുന്നുണ്ടായിരുന്നു. സ്വമേധയാ സൈന്യത്തിൽച്ചേർന്ന അവർക്ക് എന്ത് സംഭവിച്ചുവെന്നറിയാത്തതിലുള്ള വ്യഥയിലായിരുന്നു ആ സ്ത്രീ.

അടുത്ത ദിവസം മുറിയുടെ ജാലകത്തിലൂടെ നടുക്കമുണ്ടാക്കുന്നൊരു ദൃശ്യം ഞങ്ങൾ കണ്ടു. ക്രാസ്നിക്കിൽ നിന്നും മരിച്ചവരെയും മുറിവേറ്റവരെയും വഹിച്ചുകൊണ്ട് ഒരു ട്രെയിൻ എത്തിച്ചേർന്നു. മരിച്ചവരെയും മരിച്ചുകൊണ്ടിരിക്കുന്നവരെയും തിരിച്ചറിയാനുള്ള ആകാംക്ഷയോടെ യുദ്ധത്തിൽ പങ്കെടുത്തവരെ തിരിച്ചറിയാൻ അവരുടെ ബന്ധുക്കൾ സ്ട്രെച്ചറുകളിൽ തിരച്ചിൽ നടത്തി. ഗുരുതരമായി മുറിവേൽക്കാത്തവർ ശരീരഭാഗങ്ങളിൽ ബാൻഡേജുകളുമായി സ്റ്റേഷനിൽ നിന്നും സാവധാനം നടന്നു. ട്രെയിനിനെ സ്വീകരിക്കാനെത്തിയവർ അവരുടെ സാമാനങ്ങൾ കൊണ്ടുപോവാൻ സഹായിക്കുകയും അവർക്ക് ഭക്ഷണപാനീയങ്ങൾ നൽകുകയും ചെയ്തു. "അപ്പോൾ ഇതാണ് യുദ്ധം," ആളുകൾ ചിന്തിച്ചു. മാത്രമല്ല, ഇത് ആദ്യത്തേത് മാത്രവുമാണ്.

ക്രാക്കോവിൽ നിന്നും നിഷ്പക്ഷരാജ്യമായ സ്വിറ്റ്സർലാന്റിലേക്ക് പോകാനുള്ള അനുവാദത്തിന് കാത്തിരിക്കേണ്ടിവന്നില്ല. അതിനിടെ ഒരു മുൻ അധ്യാപികയായിരുന്ന എന്റെ മാതൃസഹോദരി അന്തരിച്ചു. മുപ്പത് വർഷക്കാലത്തെ അധ്യാപനത്തിലൂടെ അവർ സമ്പാദിച്ച വെള്ളിക്കരണ്ടികൾ, പ്രതിമകൾ, വസ്ത്രങ്ങൾ, നാലായിരം റൂബിൾ എന്നിവയുൾപ്പെടെ തന്റെ എല്ലാ സ്വത്തുവകകളും അവർ എന്റെ മാതാവിന് എഴുതി വച്ചിരുന്നു. ക്രാക്കോവിലെ ഒരു ബാങ്കിൽ നിക്ഷേപിച്ചിരുന്ന ആ പണം ലഭിക്കുന്നതിന് വിയന്നയിൽ നിന്നുമുള്ള ഒരു ദല്ലാളനെ ഞങ്ങൾ ആശ്രയിക്കേണ്ടിവന്നു. ആ തുകയുടെ പകുതി അയാൾ തന്റെ ഫീസായി എടുത്തു. വളരെ കരുതലോടെ ചെലവഴിച്ച ആ പണം കൊണ്ടാണ് മുഖ്യമായും യുദ്ധകാലത്ത് ഞങ്ങൾ ജീവിച്ചത്. 1917ൽ റഷ്യയിലേക്ക് മടങ്ങുമ്പോൾ അതിൽ കുറച്ച് പണം മിച്ചവുമുണ്ടായിരുന്നു. 1917 ജൂലായ് മാസത്തിൽ ഞങ്ങളുടെ മുറികളിൽ നടത്തിയ പൊലീസ് പരിശോധനയിൽ ഇല്ലിച്ച് ജർമൻ ഭരണകൂടത്തിന് വേണ്ടി നടത്തിയ ചാരപ്പണിക്കുള്ള പ്രതിഫലമെന്ന ആരോപണത്തിനുള്ള ആധാരവും ആ പണം തന്നെയായിരുന്നു.

ക്രാക്കോവിൽ നിന്നും ഒരാഴ്ചകൊണ്ടാണ് ഞങ്ങൾ സ്വിസ് അതിർത്തിയിലെത്തിയത്. സൈനികരുടെ ട്രെയിനുകൾക്ക് കടന്നുപോവാൻ വേണ്ടി ഞങ്ങളുടെ ട്രെയിൻ ദീർഘനേരം സ്റ്റേഷനുകളിൽ നിർത്തിയിട്ടു. അതിരു കടന്ന അന്യരാജ്യവിദ്വേഷമുള്ള കന്യാസ്ത്രീകൾ റയിൽവേ സ്റ്റേഷനുകളിൽ വിശുദ്ധ രൂപങ്ങളും പ്രാർഥനാ പുസ്തകങ്ങളും സൈനികർക്ക് വിതരണം ചെയ്യുന്നത് ഞങ്ങൾ കണ്ടു. അഹംഭാവികളായ സൈനികർ സ്റ്റേഷനിൽ ചുറ്റിത്തിരിഞ്ഞു. ഫ്രഞ്ചുകാരോടും ഇംഗ്ലീഷുകാരോടും എന്ത് ചെയ്യണമെന്ന് സൈനികരോട് പറയുന്ന മുദ്രാവാക്യം കോച്ചുകൾക്ക് പുറത്ത് പതിച്ചിരുന്നു. "ഓരോ റഷ്യക്കാരനും ഒരു വെടി." അതിർത്തിയിൽ വിതരണം ചെയ്യാൻ പ്രാണി വിഷം നിറച്ച നിരവധി വാഹനങ്ങൾ വശങ്ങളിൽ പാർക്ക് ചെയ്തിരുന്നു.

യുദ്ധത്തിന്റെ വർഷങ്ങൾ
ബർണെ 1914 - 1915

സെപ്റ്റംബർ 5-ന് സ്വിറ്റ്സർലാന്റിൽ പ്രവേശിച്ച ഞങ്ങൾ ബർണെയിലേക്ക് പുറപ്പെട്ടു.

ജനീവയിലാണോ ബർണെയിലാണോ താമസിക്കേണ്ടതെന്ന കാര്യത്തിൽ ഞങ്ങൾ സുനിശ്ചിതമായൊരു തീരുമാനം എടുത്തിരുന്നില്ല. നല്ലൊരു റഷ്യൻ ലൈബ്രറി ഉണ്ടായിരുന്നതിനാൽ ജനീവയോടായിരുന്നു ഇല്ലിച്ചിന് കൂടുതൽ ആഭിമുഖ്യം. എന്നാൽ അവിടമിപ്പോൾ വളരെയധികം മാറ്റത്തിന് വിധേയമായിട്ടുണ്ടെന്നും, അവിടമിപ്പോൾ മറ്റ് നഗരങ്ങളിൽ നിന്നും ഫ്രാൻസിൽ നിന്നുമുള്ള പ്രവാസികളാൽ തിങ്ങിനിറഞ്ഞിരിക്കുകയാണെന്നും ആകെ ഒച്ചപ്പാടുകളുള്ളതാണെന്നും ബർണെയിലെ സഖാക്കൾ ഞങ്ങളെ അറിയിച്ചു അക്കാരണത്താൽ കണിശമായെന്തെങ്കിലും തീരുമാനിക്കാതെ ബർണെയിൽ ഞങ്ങളൊരു മുറി വാടകയ്ക്കെടുത്തു.

അടിയന്തരമായിത്തന്നെ, റഷ്യയുമായുള്ള ബന്ധങ്ങൾ പുനഃസ്ഥാപിക്കാൻ ഉപയോഗിക്കാവുന്ന തരത്തിൽ ആരെങ്കിലും റഷ്യയിലേക്ക് പോവുന്നുണ്ടോയെന്നും റഷ്യയിൽ അച്ചടിശാല ഇപ്പോഴും നിലവിലുണ്ടോയെന്നും റഷ്യൻ ലഘുലേഖകൾ അവിടെ അച്ചടിക്കാൻ സാധിക്കുമോയെന്നും മറ്റുമുള്ള കാര്യങ്ങളറിയാൻ ഇല്ലിച്ച് ജനീവയുമായി ബന്ധപ്പെട്ടു.

ഗലീസിയയിൽ നിന്നും ഞങ്ങൾ എത്തിച്ചേർന്നതിന്റെ പിറ്റേ ദിവസം ബർണെയിൽ താമസിച്ചിരുന്ന എല്ലാ ബോൾഷെവിക്കുകളും ഒന്നിച്ച് കൂടുകയും വർത്തമാനകാല സ്ഥിതിഗതികൾ ഇല്ലിച്ച് വിശദീകരിക്കുകയും ചെയ്തു. അവിടെവച്ച് യുദ്ധം ഒരു സാമ്രാജ്യത്വ നശീകരണപ്രക്രിയയാണെന്ന് ഒരു പ്രമേയം പാസാക്കി, ഒപ്പം, യുദ്ധത്തിന് വേണ്ടി വോട്ടു ചെയ്ത സോഷ്യലിസ്റ്റ് ഇന്റർനാഷണലിന്റെ നേതാക്കൾ അധ്വാനിക്കുന്ന

വർഗത്തെ വഞ്ചിച്ചുവെന്നും ആ പ്രമേയത്തിൽ പറഞ്ഞിരുന്നു. ഒരു സോഷ്യലിസ്റ്റ് വിപ്ലവത്തിനും ആഭ്യന്തരയുദ്ധത്തിനും മേധാവിത്തത്തിനെതിരായ അയവില്ലാത്ത സമരത്തിനുമുള്ള പ്രചരണത്തിന്റെ മുദ്രാവാക്യം ആ പ്രമേയം മുന്നോട്ടുവച്ചിരുന്നു. കൂടാതെ, റഷ്യയ്ക്ക് വേണ്ടി രാജാധികാരത്തിനെതിരായ സമരത്തിനും വിപ്ലവത്തിനുള്ള പ്രചരണത്തിനും ഒരു റിപ്പബ്ലിക്കിന് വേണ്ടിയുള്ള പോരാട്ടത്തിനും അടിച്ചമർത്തപ്പെട്ട ദേശീയതയുടെ മോചനത്തിനും വേണ്ടി ഒരു പ്രവർത്തന പദ്ധതിയുടെ രൂപരേഖ അതിൽ മുന്നോട്ടുവയ്ക്കുകയും ചെയ്തിരുന്നു. അതിന്റെ പകർപ്പുകൾ കേന്ദ്രക്കമ്മിറ്റിയുൾപ്പെടെ എല്ലാ ബോൾഷെവിക് ഘടകങ്ങൾക്കും അയച്ചുകൊടുക്കുകയും അത് പ്രവർത്തനത്തിനുള്ള ഒരു മാർഗരേഖയായി അംഗീകരിക്കപ്പെടുകയും ചെയ്തു.

യുദ്ധത്തിന്റെ ആദ്യനാളുകളിൽ സൈനിക സമാഹരണം ആരംഭിച്ചപ്പോൾത്തന്നെ ഒരു ലഘുലേഖയിൽ കേന്ദ്രക്കമ്മിറ്റി പ്രഖ്യാപിച്ചു : "യുദ്ധം തുലയട്ടെ! യുദ്ധത്തിനെതിരായ യുദ്ധം!" സമാഹരണത്തിന്റെ ആദ്യദിവസം സെന്റ് പീറ്റേഴ്സ്ബർഗിലെ നിരവധി ഫാക്ടറികളിൽ പ്രക്ഷോഭം നടന്നു. യുദ്ധത്തിനെതിരെ ദൃഢമായൊരു നിലപാടെടുത്ത ഞങ്ങളുടെ ദുമഗ്രൂപ്പ് സാറിസ്റ്റ് ഭരണത്തിനെതിരായ സമരപാത പിന്തുടർന്നു. യുദ്ധനേട്ടങ്ങളിന്മേലുള്ള വോട്ടെടുപ്പിൽ നിന്നും വിട്ടുനിന്ന മുഴുവൻ സോഷ്യൽ ഡെമോക്രാറ്റിക് ഗ്രൂപ്പും പ്രതിഷേധസൂചകമായി ഒന്നിച്ച് ദുമയിൽ നിന്നും ഇറങ്ങിപ്പോക്ക് നടത്തി. യുദ്ധ വിരുദ്ധ പ്രചരണം പ്രവിശ്യകളിലും ആരംഭിച്ചു.

പിന്നീട് ജനീവയിൽ നടത്തിയ 'അധ്വാനിക്കുന്ന വർഗവും യുദ്ധവും' എന്ന വിഷയത്തിന്മേലുള്ള പ്രഭാഷണം നടത്തിക്കഴിഞ്ഞ് പാർപ്പിടത്തിൽ മടങ്ങിയെത്തുമ്പോൾ സ്റ്റോക്ഹോമിൽ നിന്നുമുള്ള ഒരു ടെലഗ്രാം അദ്ദേഹത്തിന് എത്തിച്ചേർന്നിരുന്നു. യുദ്ധം പ്രഖ്യാപിക്കപ്പെട്ടപ്പോൾ ഇന്റർനാഷണൽ സോഷ്യലിസ്റ്റ് ബ്യൂറോയുടെ ബൽജിയൻ പ്രതിനിധിയായ എമിലി വാൻഡെർവെൽഡ് ബൽജിയൻ ഭരണകൂടത്തിൽ മന്ത്രിസ്ഥാനം സ്വീകരിച്ചുവെന്ന് അറിയിച്ചിരുന്നു. യുദ്ധത്തിന് തൊട്ടുമുമ്പ് റഷ്യ സന്ദർശിച്ച അദ്ദേഹം പ്രഭുവർഗഭരണത്തിനെതിരായ തൊഴിലാളികളുടെ സമരം കണ്ടുവെങ്കിലും അതിന്റെ അടിസ്ഥാനത്തിൽ ജർമനിക്കെതിരായ നിർണായക യുദ്ധത്തിൽ റഷ്യൻ ഭരണകൂടത്തെ സഹായിക്കാൻ അഭ്യർഥിച്ചുകൊണ്ട് ദുമ ഗ്രൂപ്പിന് കമ്പിയടിക്കുകയും ചെയ്തു.

അതുവരെ യുദ്ധനേട്ടങ്ങൾക്ക് വേണ്ടി വോട്ടുചെയ്യാൻ വിസമ്മതിച്ച മെൻഷെവിക്കുകൾ വാൻഡെർവെൽഡിനുള്ള മറുപടിയിലൂടെ പൂർണമായ മനംമാറ്റത്തിന് വിധേയരായതായി കാണപ്പെട്ടു. തങ്ങൾ യുദ്ധത്തെ എതിർക്കുകയില്ല എന്നവർ പ്രഖ്യാപിച്ചു. ബോൾഷെവിക്കുകളാവട്ടെ, യുദ്ധത്തെ അനുകൂലിക്കാനുള്ള അഭ്യർഥനയെ കണിശമായും നിരാകരിച്ചുകൊണ്ടും സാറിസ്റ്റ് ഭരണത്തിനെതിരായ സമരം അവസാനിപ്പിക്കുകയില്ലെന്ന് അറിയിച്ചുകൊണ്ടുമാണ് മറുപടി അയച്ചത്. ഇതിന്റെയെല്ലാം

അടിസ്ഥാനത്തിൽ, സ്റ്റോക്ഹോമിലൂടെ കാര്യങ്ങൾ സുഗമമായി കൈകാര്യം ചെയ്യാം എന്നതിനാൽ, ഷ്ല്യാപ്നിക്കോവ് അവിടെത്തന്നെ തുടരണമെന്ന് ഇല്ലിച്ച് നിർബന്ധിച്ചു.

റഷ്യൻ സോഷ്യൽ ഡെമോക്രാറ്റുകൾക്ക് പുറമേ യുദ്ധത്തെ അനുകൂലിച്ച് വോട്ടുചെയ്യാത്ത ഏക വ്യക്തി സെർബിയൻ പാർലമെന്റിൽ ആകെയുള്ള രണ്ടു പേരിൽ ഒരാളാണ്. ജർമനിയിൽ തുടക്കത്തിൽ എല്ലാവരും യുദ്ധത്തെ അനുകൂലിച്ച് വോട്ടു ചെയ്തുവെങ്കിലും സെപ്റ്റംബർ പകുതിക്ക് മുമ്പ് ഭൂരിപക്ഷം ജർമൻ സോഷ്യൽ ഡെമോക്രാറ്റുകളുടെയും നിലപാടിനെതിരെ അവരിൽ മൂന്ന് പേർ ഒരു പ്രഖ്യാപനം തയാറാക്കി. ജർമൻ പത്രങ്ങളിൽ പ്രസിദ്ധീകരിക്കാൻ കഴിയാതെ വന്നതിനാൽ ഒക്ടോബർ അവസാനം സ്വിസ് പത്രങ്ങളിലൂടെയാണ് അത് വെളിച്ചം കണ്ടത്. യുദ്ധം 'അന്താരാഷ്ട്ര അധ്വാനിക്കുന്നവർഗ'ത്തെ നശിപ്പിച്ചതായി യുദ്ധത്തിന്റെ തുടക്കത്തിൽത്തന്നെ ജർമനിയിലെ ഒട്ടെല്ലാ ഇടതുപക്ഷ പത്രങ്ങളും പ്രഖ്യാപിച്ചിരുന്നു. ഫ്രാൻസിലെ സോഷ്യലിസ്റ്റ് പാർട്ടി ഭ്രാന്തമായ സ്വരാജ്യാഭിമാനത്തിലേക്ക് വഴുതിവീണു. എങ്കിലും ആ പാർട്ടിയുടെ സാധാരണ പ്രവർത്തകർക്കിടയിലെ യുദ്ധവിരുദ്ധവികാരം വളരെ ശക്തമായിരുന്നു. ബ്രിട്ടനിൽ അവിടത്തെ സോഷ്യലിസ്റ്റ് പാർട്ടിയുടെ അന്യരാജ്യ വിദ്വേഷത്തെ അവസരവാദ സ്വതന്ത്ര ലേബർ പാർട്ടി പുച്ഛിച്ചുതള്ളി. വാൻഡെർവെൽഡെയുടെ പെരുമാറ്റം ബൽജിയൻ പാർട്ടിക്ക് മാതൃകയായിരുന്നു. നിഷ്പക്ഷ രാജ്യങ്ങളിൽ യുദ്ധത്തിനെതിരായ വികാരമാണുണ്ടായിരുന്നതെങ്കിലും വലിയൊരളവുവരെ അതിന് അശുഭാപ്തി വിശ്വാസത്തിന്റ സ്വഭാവമാണുണ്ടായിരുന്നത്. *അവന്തി* വർത്തമാനപത്രം സ്വന്തമായുണ്ടായിരുന്ന ഇറ്റാലിയൻ സോഷ്യലിസ്റ്റ് പാർട്ടിക്കാണ് ഇക്കാര്യത്തിൽ മറ്റുള്ളവയെക്കാൾ വിപ്ലവാത്മകതയുണ്ടായിരുന്നത്. അന്യരാജ്യവിദ്വേഷത്തെ എതിർത്ത ആ പാർട്ടി യുദ്ധത്തിന് വേണ്ടിയുള്ള അഭ്യർഥനകൾക്ക് പിന്നിലെ യഥാർഥ ഉദ്ദേശ്യം തുറന്നുകാണിച്ചു. പുരോഗമനാശയക്കാരായ പ്രവർത്തകരായിരുന്നു ആ പാർട്ടിയിലെ മഹാഭൂരിപക്ഷവും. സെപ്റ്റംബർ 27-ന് ലുഗാനോയിൽ വച്ച് ഒരു ഇറ്റാലിയൻ-സ്വിസ് സോഷ്യലിസ്റ്റ് കോൺഫറൻസ് ചേർന്നു. യുദ്ധവുമായി ബന്ധപ്പെട്ട ഞങ്ങളുടെ തീസിസ് ആ കോൺഫറൻസിന് ഞങ്ങൾ അയച്ചുകൊടുത്തു. യുദ്ധത്തെ ഒരു സാമ്രാജ്യത്വയുദ്ധമെന്ന് മുദ്രകുത്തിയ കോൺഫറൻസ് സമാധാനത്തിനായി പൊരുതാൻ അന്താരാഷ്ട്രതലത്തിൽ അധ്വാനിക്കുന്ന വർഗത്തോട് ആഹ്വാനം ചെയ്തു.

മൊത്തത്തിൽ പറഞ്ഞാൽ, അന്യരാജ്യവിദ്വേഷത്തിനെതിരായ അന്താരാഷ്ട്രവാദികളുടെ ശബ്ദം അപ്പോഴും തീരെ ദുർബലവും ഒറ്റപ്പെട്ടതും അനിശ്ചിതത്വമുള്ളതുമായിരുന്നുവെങ്കിലും അത് കണിശമായും ശക്തിപ്രാപിക്കുമെന്ന കാര്യത്തിൽ ഇല്ലിച്ചിന് യാതൊരു സംശയവുമുണ്ടായിരുന്നില്ല.

സംഗ്രഹരൂപത്തിൽ ഇല്ലിച്ച് തയാറാക്കിയ സമരപാതയുടെ പ്രധാനകാര്യങ്ങൾ ഒക്ടോബർ 17-ന് അദ്ദേഹം ഷ്ല്യാപ്നിക്കോവിനെഴുതിയ കത്തിൽ നിന്നും വ്യക്തമാവുന്നു;

> .... ഇപ്പോൾ എല്ലാവരിലും വച്ച് ഏറ്റവും അപകടകാരി കൗത്സ്കിയാണ്. അത്യാകർഷകവും വഴുതിമാറുന്നതുമായ പ്രയോഗങ്ങളിലൂടെ അവസരവാദികളുടെ തെമ്മാടിത്തത്തിന് മറപിടിക്കാൻ അദ്ദേഹമുപയോഗിക്കുന്ന അപകടകരവും നികൃഷ്ടവുമായ അദ്ദേഹത്തിന്റെ ആശയങ്ങളെ വിവരിക്കാൻ വാക്കുകൾക്കാവില്ല. പരസ്യമായൊരു തിന്മയാണ് അവസരവാദികൾ. കൗത്സ്കി തലപ്പത്തുള്ളതും, തൊഴിലാളികളുടെ ദൃഷ്ടികൾക്കും ബൗദ്ധികതയക്കും ബോധത്തിനും മങ്ങലേൽപ്പിക്കുന്നതുമായ, നയതന്ത്രാവശ്യങ്ങൾക്കു വേണ്ടി അടിഞ്ഞുകൂടിയതും ഒളിച്ചുവച്ചിട്ടുള്ളതുമായ തിന്മ മറ്റെന്തിനെക്കാളും അപകടകാരിയാണ്. അന്താരാഷ്ട്ര അവസരവാദത്തിനും അതിനെ സംരക്ഷിക്കുന്നവർക്കും എതിരെ പരസ്യമായൊരു സമരമാണ് ഇന്നത്തെ നമ്മുടെ അടിയന്തരമായ ആവശ്യം. ഇക്കാര്യം നാം നമ്മുടെ കേന്ദ്ര ജിഹ്വയിലൂടെ വൈകാതെ പ്രഖ്യാപിക്കും. ജർമനിക്കാരുടെ പെരുമാറ്റത്തിന് നേരെയുള്ള അധ്വാനിക്കുന്ന വർഗത്തിന്റെ ന്യായമായ വിദ്വേഷം ഉദ്ദീപിപ്പിക്കാൻ എല്ലാവരും സകല ശ്രമവും നടത്തേണ്ടതാണ്. അവസരവാദത്തിനെതിരെയും അവസരവാദത്തിന്റെ ആനുകൂല്യത്തിനെതിരെയും ഏതൊരാളും ഒരു രാഷ്ട്രീയ നിഗമനത്തിൽ എത്തിച്ചേരേണ്ടത് ഈ വിദ്വേഷത്തിൽ നിന്നുമാണ്. ഇത് ഒരു അന്താരാഷ്ട്ര ദൗത്യമാണ്. അത് നമ്മളിൽ വികസിക്കുന്നു. ആർക്കുമത് നിഷേധിക്കാനാവില്ല. ഇന്റർനാഷണലിനെ ലളിതമായി പുനഃസ്ഥാപിക്കുക എന്ന മുദ്രാവാക്യം ശരിയല്ല. 'സമാധാനം' എന്ന മുദ്രാവാക്യവും ശരിയല്ല. കാരണം, ആ മുദ്രാവാക്യം ദേശീയ യുദ്ധത്തെ ആഭ്യന്തരയുദ്ധമായി പരിവർത്തിപ്പിക്കുന്നതിനായിരിക്കണം. യുദ്ധത്തെ അട്ടിമറിക്കുന്നതോ ആ ദിശയിലേക്കുള്ള ഒറ്റപ്പെട്ട പ്രവർത്തനങ്ങൾ ഏറ്റെടുക്കുന്നതോ അല്ല, മറിച്ച് യുദ്ധത്തെ ആഭ്യന്തരയുദ്ധമായി പരിവർത്തിപ്പിക്കാനാവശ്യമായ വൻതോതിലുള്ള പ്രചരണമാണ് നമുക്കിന്ന് ആവശ്യം. റഷ്യയിലും അന്യരാജ്യവിദ്വേഷം ഒട്ടുംതന്നെക്കുറവല്ല. അക്കാരണത്താൽ ഇത്തരം വിതണ്ഡവാദങ്ങൾക്കെതിരെ പോരാടേണ്ടത് തീർച്ചയായും നമ്മുടെ ചുമതലയാണ്. റഷ്യയിലെ അധ്വാനിക്കുന്ന ജനവിഭാഗത്തിന്റെ താൽപ്പര്യം സംരക്ഷിക്കാൻ ഇപ്പോഴത്തെ യുദ്ധത്തിൽ സാറിസത്തിന്റെ പരാജയം ഒരവശ്യഘടകമാണ്. ജർമനിയിലെ കൈസറിസത്തെക്കാൾ നൂറ് മടങ്ങ് വഷളാണ് റഷ്യയിലെ സാറിസം. ഇവയിൽ ആദ്യത്തേത് അവസരവാദത്തിന്റെയും രണ്ടാമത്തേത് അരാജകത്വത്തിന്റെയും

> പര്യായമാണ്. ഇവിടെയാണ് ദേശീയ യുദ്ധത്തെ ആഭ്യന്തരയുദ്ധമായി പരിവർത്തിപ്പിക്കുന്നതിന് പ്രസക്തിയേറുന്നത്.
>
> നമുക്ക് ആഭ്യന്തരയുദ്ധം വാഗ്ദാനം ചെയ്യാനോ വിധിക്കാനോ കഴിയുകയില്ലെങ്കിലും, ആവശ്യമെങ്കിൽ, ദീർഘകാലം അതിനു വേണ്ടി പ്രവർത്തിക്കേണ്ടത് നമ്മുടെ ചുമതലയാണ്. കേന്ദ്ര ജിഹ്വയിൽ അതിന്റെ വിശദാംശങ്ങൾ താങ്കൾക്ക് കാണാനാവും.

യുദ്ധം പൊട്ടിപ്പുറപ്പെട്ട് രണ്ടര മാസങ്ങൾക്കു ശേഷം പോരാട്ടത്തിന്റെ വ്യക്തവും വേറിട്ടതുമായൊരു രേഖ ഇല്ലിച്ച് രൂപപ്പെടുത്തി. തുടർന്നുള്ള അദ്ദേഹത്തിന്റെ എല്ലാ പ്രവർത്തനങ്ങളിലും അതിനായിരുന്നു പ്രാമുഖ്യം. അത് റഷ്യയുമായി ബന്ധപ്പെട്ട അദ്ദേഹത്തിന്റെ മുഴുവൻ പ്രവർത്തനങ്ങൾക്കും പുതിയ ആർജവവും നിറവും പകർന്നുനൽകി. പാർട്ടിയെയും റഷ്യയിലെ അധ്വാനിക്കുന്ന വർഗത്തിന്റെ സംഘടനയെയും പടുത്തുയർത്താൻ ഉഴിഞ്ഞുവെച്ച ദീർഘകാലത്തെ ആയാസമേറിയ ആ പ്രാഥമിക പ്രവർത്തനങ്ങൾ കൂടാതെ ഇല്ലിച്ച് ചെയ്ത അത്രയും വേഗത്തിൽ സാമ്രാജ്യത്വയുദ്ധം ഉയർത്തിക്കൊണ്ടുവന്ന പ്രശ്നങ്ങളോട് ശരിയായൊരു സമീപനം സ്വീകരിക്കാൻ അദ്ദേഹത്തിന് കഴിയുമായിരുന്നില്ല. അന്താരാഷ്ട്ര പോരാട്ടത്തിന്റെ നടുവിൽ ഇല്ലായിരുന്നുവെങ്കിൽ ഒക്ടോബറിന്റെ വിജയത്തിലേക്ക് റഷ്യൻ തൊഴിലാളി വർഗത്തെ നയിക്കാനും അദ്ദേഹത്തിന് കഴിയുമായിരുന്നില്ല.

1914 നവംബറിൽ പുറത്തിറങ്ങിയ *സോഷ്യൽ ഡെമോക്രാറ്റിന്* അഞ്ഞൂറുകോപ്പികൾ മാത്രമാണുണ്ടായിരുന്നതെങ്കിലും അതിന്റെ 1000 കോപ്പികൾ കൂടി ആവശ്യമാണെന്ന് പിന്നീട് ബോധ്യമായി. ആ മാസം തന്നെ ഫ്രഞ്ച് ഭാഷയിൽ ഒരു സ്വിസ് പത്രം മാനിഫെസ്റ്റോ പ്രസിദ്ധീകരിക്കുകയും അതിന്റെ പരിഭാഷകൾ ഇംഗ്ലീഷ്, ഫ്രഞ്ച്, ജർമൻ പത്രങ്ങൾക്ക് ഞങ്ങൾ അയച്ചു കൊടുക്കുകയും ചെയ്തു.

റഷ്യയുമായുള്ള ബന്ധങ്ങൾ തീർത്തും നിരാശാജനകമായിരുന്നു. ദുമയിലെ അഞ്ച് ബോൾഷെവിക് ഡെപ്യൂട്ടികൾ അറസ്റ്റ് ചെയ്യപ്പെട്ടത് ഞങ്ങളെ അസ്വസ്ഥരാക്കി.

പ്രഥമദൃഷ്ട്യാ സമാന്തരങ്ങളെന്ന് തോന്നാമെങ്കിലും ഇഴപിരിക്കാനാവാത്തതരത്തിൽ ഇല്ലിച്ചിന്റെ പോരാട്ടവും പഠനവും ഗവേഷണവും എല്ലായ്പോഴും അന്യോന്യം ബന്ധപ്പെട്ടതായിരുന്നു.

1915 ന്റെ ആരംഭത്തിലും വിദേശത്തുള്ള ബോൾഷെവിക് ഗ്രൂപ്പുകളുടെ ഐക്യപ്പെടലിനുള്ള കഠിനപ്രയത്നങ്ങൾ തുടർന്നുകൊണ്ടിരുന്നു. കണിശമായ ധാരണ കൈവരിക്കാനായെങ്കിലും ചിലപ്പോഴെല്ലാം മുമ്പെന്നത്തെക്കാളും കൂടുതലായ താൽപ്പര്യൈക്യം അതിന് ആവശ്യമായിരുന്നു. യുദ്ധത്തിന് മുമ്പ് 'കമ്മിറ്റി ഓഫ് ഓർഗനൈസേഷൻസ് എബ്രോഡ്' എന്നറിയപ്പെടുന്ന ബോൾഷെവിക് ഗ്രൂപ്പുകളുടെ കേന്ദ്രം പാരീസിലായിരുന്നു. ഇപ്പോഴത് നിഷ്പക്ഷരാജ്യമായ സ്വിറ്റ്സർലാന്റിലെ ബർണെയി

ലേക്ക് മാറ്റേണ്ടിവന്നു. അവിടെയാണ് കേന്ദ്രജിഹ്വയുടെ ഓഫീസ് പ്രവർത്തിച്ചിരുന്നത്. യുദ്ധത്തെ വിലയിരുത്തൽ, പാർട്ടി അഭിമുഖീകരിക്കുന്ന പുതിയ പ്രശ്നങ്ങൾ, അവയെ കൈകാര്യം ചെയ്യേണ്ട രീതികൾ എന്നിവയിലെല്ലാം സമവായമുണ്ടാക്കേണ്ടിയിരുന്നു. ഗ്രൂപ്പുകളുടെ പ്രവർത്തനത്തെ കണിശമായും നിർണയിക്കേണ്ടതും ആവശ്യമായിരുന്നു. ഉദാഹരണമായി, ബൗഗി ഗ്രൂപ്പ് കേന്ദ്രജിഹ്വയുമായി ആലോചിക്കുകപോലും ചെയ്യാതെ അവരുടെ സ്വന്തം പത്രം പ്രസിദ്ധീകരിക്കാൻ തീരുമാനിച്ചു. എന്തുതന്നെയായാലും അത്തരമൊരു പത്രം തീർത്തും അഭികാമ്യമായിരുന്നില്ല. കേന്ദ്രജിഹ്വ പ്രസിദ്ധീകരിക്കാൻ പണമുണ്ടായിരുന്നില്ല. അതുവരെ അഭിപ്രായ ഭിന്നതകളൊന്നുമില്ലെങ്കിലും അത് എളുപ്പം ഉണ്ടാകാവുന്നതേയുള്ളു. അശ്രദ്ധമായി ഉപയോഗിക്കുന്ന ഒരു പ്രയോഗം എതിരാളികൾക്ക് ആയുധമായി ഉപയോഗിക്കുകയും ചെയ്യാം. ഇത്തരമൊരു വേളയിൽ ഞങ്ങൾ ഒന്നിച്ച് മുന്നോട്ടു നീങ്ങേണ്ടതാവശ്യമാണ്. ഫെബ്രുവരി അവസാനം വിദേശ ഗ്രൂപ്പുകൾക്ക് പുറമേ പാരീസ്, ലണ്ടൻ, ബൗഗി, കീവ് എന്നീ ഗ്രൂപ്പുകളുടെ പ്രതിനിധികളും അതിൽ പങ്കെടുത്തു. സമാന ചിന്താഗതിക്കാരായ ഓരോ പുതിയ വ്യക്തിയുടെയും ആഗമനം വിദേശത്തുള്ള ഞങ്ങളുടെ ശക്തികളെ നിസ്സംശയമായും ശക്തിപ്പെടുത്തി.

യുദ്ധത്തിന് മേൽ വ്യക്തമായൊരു പ്രമേയം പാസാക്കിയ ആ സമ്മേളനം 'യുണൈറ്റഡ് സ്റ്റേറ്റ്സ് ഓഫ് യൂറോപ്പ്' മുദ്രാവാക്യം ചർച്ചചെയ്യുകയും വിദേശഗ്രൂപ്പുകളുടെ പ്രവർത്തനത്തിന്റെ സ്വഭാവത്തിന് രൂപരേഖ തയാറാക്കുകയും ബൗഗി ന്യൂസ്പേപ്പർ പ്രസിദ്ധീകരിക്കേണ്ടതില്ലെന്ന് തീരുമാനിക്കുകയും സംഘടനകളുടെ പുതിയൊരു കമ്മിറ്റിയെ തെരഞ്ഞെടുക്കുകയും ചെയ്തു.

മാർച്ച് 26 -28 തിയതികളിൽ ബർണെയിൽ വച്ച് ഒരു അന്താരാഷ്ട്ര വനിതാസമ്മേളനം നടന്നു. ജർമനി, റഷ്യൻ കേന്ദ്രകമ്മിറ്റി, പോളണ്ട്, റഷ്യൻ സംഘാടക സമിതി, ഇംഗ്ലണ്ട്, ഫ്രാൻസ്, സ്റ്റോക്ഹോം, നെതർലാന്റ്സ്, ഇറ്റലി തുടങ്ങിയവയുടേതായ പ്രതിനിധികൾ ആ സമ്മേളനത്തിൽ പങ്കെടുത്തു. ജർമനിയിൽ നിന്നുള്ള പ്രതിനിധികളിൽ മിക്കവരും റോസ ലക്സംബർഗ് ഗ്രൂപ്പിൽപ്പെട്ടവരായിരുന്നു. ആ ഗ്രൂപ്പ് അന്യരാജ്യവിദ്വേഷത്തിൽനിന്നും അകലാനും അവരുടെ ഭരണകൂടത്തെ എതിർക്കാനും തുടങ്ങിയിരുന്നു. അക്കാരണത്താൽ റോസാ ലക്സംബർഗ് അറസ്റ്റ് ചെയ്യപ്പെടുകയുമുണ്ടായി. ആ വനിതാ സമ്മേളനത്തിനുള്ള ഞങ്ങളുടെ പ്രമേയം എഴുതിത്തയാറാക്കിയ ഇല്ലിച്ച് അതിന്റെ നടപടിക്രമങ്ങൾ സൂക്ഷ്മമായി നിരീക്ഷിച്ചശേഷം ഒരിക്കൽ പറഞ്ഞു: "നാമിപ്പോൾ എണ്ണത്തിൽ വളരെ കുറവാണെന്നത് കാര്യമാക്കേണ്ടതില്ല. നമ്മളോടൊപ്പം ദശലക്ഷങ്ങൾ ഉണ്ടാകും." ഒരു ചരിത്രസംഭവമായിത്തീർന്ന ആ സമ്മേളനത്തിൽ ഒരുതരം നിഴൽ മറഞ്ഞു നിൽക്കുന്ന നേതാവിന്റെ പങ്കാണ് ഇല്ലിച്ചിനുണ്ടായിരുന്നത്.

ഏപ്രിൽ 17-ന് ബർണെയിൽ വച്ച് മറ്റൊരു അന്താരാഷ്ട്ര സമ്മേളനം നടന്നു. യുവ സോഷ്യലിസ്റ്റുകളുടെ സമ്മേളമായിരുന്നു അത്. സാമ്രാജ്യത്വയുദ്ധത്തിൽ പങ്കെടുക്കാൻ വിസമ്മതിച്ച്, ഒരു നിഷ്പക്ഷരാജ്യമെന്ന നിലയിൽ സ്വിറ്റ്സർലാന്റിൽ പാറപ്പുറപ്പിച്ച വ്യത്യസ്തരാജ്യങ്ങളിൽ നിന്നുമുള്ള കുറച്ചധികം ചെറുപ്പക്കാർ ആ സമ്മേളനത്തിൽ പങ്കെടുത്തു. അവർ വിപ്ലവ ചിന്താഗതിക്കാരായിരുന്നുവെന്ന കാര്യം എടുത്തു പറയേണ്ടതാവശ്യമാണ്. അന്താരാഷ്ട്ര വനിതാ സമ്മേളനത്തിന് തൊട്ടുപിന്നാലെ യുവസോഷ്യലിസ്റ്റുകളുടെ സമ്മേളനം നടന്നുവെന്നത് യാദൃച്ഛികമായിരുന്നില്ല.

മാർച്ച് മാസത്തിൽ എന്റെ മാതാവ് അന്തരിച്ചു. ഞങ്ങളുടെ എല്ലാ പ്രവർത്തനങ്ങളിലും സഹായിച്ച അടുത്തൊരു സഖാവായിരുന്നു അവർ. റഷ്യയിൽ റെയ്ഡുകൾ നടക്കുമ്പോൾ നിയമവിരുദ്ധമായ എല്ലാ സാധനങ്ങളും എന്റെ മാതാവ് ഒളിച്ചുവച്ചിരുന്നു. ജയിലിലുള്ള സഖാക്കൾക്ക് അവർ പാർസലുകളും സന്ദേശങ്ങളും എത്തിച്ചുകൊടുത്തു. സൈബീരിയയിലും വിദേശത്തും ഞങ്ങളോടൊപ്പം ജീവിച്ച അവർ ഗൃഹഭരണം നടത്തുകയും ഞങ്ങളെ കാണാനെത്തിയിരുന്ന സഖാക്കളെ സൽക്കരിക്കുകയും പെട്ടികളിൽ നിയമവിരുദ്ധസാഹിത്യം കടത്തിക്കൊണ്ടുപോകാനുള്ള പ്രത്യേകതരം അടിത്തട്ടുകൾ തുന്നിയുണ്ടാക്കുകയും ചെയ്തിരുന്നു. അവർക്ക് വളരെ ബുദ്ധിമുട്ടുണ്ടാക്കിയ ഒന്നായിരുന്നു അവസാനത്തെ ശീതകാലം. അവർക്ക് ഗൃഹാതുരത്വം ഉണ്ടായിരുന്നുവെങ്കിലും അവരെ പരിചരിക്കാൻ റഷ്യയിൽ ആരുമുണ്ടായിരുന്നില്ല. എപ്പോഴും തർക്കിച്ചിരുന്നുവെങ്കിലും അവർക്കും ഇല്ലിച്ചിനും അന്യോന്യം വളരെ ബഹുമാനമായിരുന്നു. മരിക്കുന്നതിനും കുറച്ചുദിവസം മുമ്പ് അമ്മ എന്നോട് പറഞ്ഞു : "ഇല്ല, ഞാൻ തനിച്ച് റഷ്യയിലേക്ക് പോവുകയില്ല. നിങ്ങൾ രണ്ടുപേരും പോവുന്നതുവരെ ഞാൻ കാത്തിരിക്കും." മറ്റൊരിക്കൽ അവർ മതത്തെക്കുറിച്ച് സംസാരിക്കാനൻ തുടങ്ങി. സ്വയം ഒരു മതവിശ്വാസിയായി കരുതിയിരുന്നുവെങ്കിലും നിരവധി വർഷങ്ങളായി അവർ പള്ളിയിൽ പോവുകയോ വ്രതമനുഷ്ഠിക്കുകയോ പ്രാർഥിക്കുകയോ ചെയ്തിട്ടില്ല. ചുരുക്കത്തിൽ, അവരുടെ ജീവിതത്തിൽ മതത്തിന് യാതൊരു സ്ഥാനവുമുണ്ടായിരുന്നില്ല. എങ്കിലും അതിനെക്കുറിച്ച് കൂടുതൽ സംസാരിക്കാൻ അവർ ഇഷ്ടപ്പെട്ടില്ല. ഇപ്പോൾ ആ നിയമം ഖണ്ഡിച്ചുകൊണ്ടവർ പറഞ്ഞു: "യൗവനത്തിൽ ഞാൻ ദൈവത്തിൽ വിശ്വസിച്ചിരുന്നെങ്കിലും ജീവിക്കുകയും ജീവിതത്തെ പഠിക്കുകയും ചെയ്തുകഴിഞ്ഞപ്പോൾ അതെല്ലാം അസംബന്ധമാണെന്ന് എനിക്ക് ബോധ്യമായി." മരിച്ചു കഴിഞ്ഞാൽ തന്റെ ജഡം ദഹിപ്പിക്കാനുള്ള ഒരാഗ്രഹം പലപ്പോഴുമവർ പ്രകടിപ്പിച്ചിട്ടുണ്ട്. അവർ ആവശ്യപ്പെട്ടതുപോലെ തന്നെ അവരുടെ ജഡത്തെ ക്രിമിറ്റോറിയത്തിൽ ഞങ്ങൾ ദഹിപ്പിച്ചു.

രണ്ടുമണിക്കൂർ നേരം ഇല്ലിച്ചും ഞാനും സെമിത്തേരിയിൽ കാത്തിരുന്നശേഷം അപ്പോഴും ചൂടാറാത്ത ചാരം നിറച്ച ഒരു ടിന്നുമായി

ഞങ്ങൾക്കടുത്തേക്ക് വന്ന പരിചാരകൻ അതെവിടെ കുഴിച്ചിടണമെന്നും ഞങ്ങൾക്ക് പറഞ്ഞുതന്നു.

കുടുംബജീവിതം മുമ്പെന്നത്തേക്കാളുമധികം വിദ്യാർഥി ജീവിതം പോലെ ആയിത്തീർന്നു. കടുത്ത മതവിശ്വാസിയായിരുന്ന ഞങ്ങളുടെ വീട്ടുടമയായ സ്ത്രീ മതവിശ്വാസികളായവർക്ക് ഞങ്ങളുടെ മുറി നൽകാനായി മറ്റേതെങ്കിലും പാർപ്പിടം അന്വേഷിക്കാൻ ഞങ്ങളോട് ആവശ്യപ്പെട്ടു. അതനുസരിച്ച് ഞങ്ങൾ മറ്റൊരു മുറിയിലേക്ക് താമസം മാറ്റി.

ദുമയിലെ അഞ്ച് ബോൾഷെവിക് ഡെപ്യൂട്ടികളുടെയും വിചാരണ ഫെബ്രുവരി 10-ന് നടന്നു. അവർ നാടുകടത്തലിന് വിധിക്കപ്പെട്ടു.

*പ്രവ്ദ*യോട് ആഭിമുഖ്യമുള്ള പത്രങ്ങളുടെയും മുറിനോവ് രീതിയിലുള്ള പ്രവർത്തനങ്ങളുടെയും ഫലമായി റഷ്യയിലെ വർഗബോധമുള്ള തൊഴിലാളികളിലെ അഞ്ചിൽ നാല് ഭാഗങ്ങൾക്കിടയിലും ഐക്യമുണ്ടായി. നാൽപ്പതിനായിരത്തിലധികം തൊഴിലാളികൾ *പ്രവ്ദ* വാങ്ങുകയും അതിന്റെ പലമടങ്ങ് ആളുകൾ അത് വായിക്കുകയും ചെയ്തു. യുദ്ധത്തിനോ ജയിലിനോ സൈബീരിയയ്ക്കോ ശിക്ഷാപരമായ അടിമത്തത്തിനോ അവരുടെ മനോവീര്യം തകർക്കാൻ കഴിയുമായിരുന്നില്ല. വിപ്ലവവീര്യവും അന്യരാജ്യവിദ്വേഷവിരുദ്ധതയും അവരുടെ രക്തത്തിൽ അലിഞ്ഞു ചേർന്നിരുന്നു. പൊതുവായ ജീർണതയുണ്ടായിട്ടുപോലും അവരുടെ ഐക്യം നിലനിർത്തിപ്പോന്നത് അത് മാത്രമായിരുന്നു. സാമൂഹികമായി അന്ധമായ സ്വരാജ്യാഭിമാനത്തിൽ നിന്നും അധ്വാനിക്കുന്ന വർഗത്തെ സോഷ്യലിസത്തിലേക്കു നയിച്ചതും അത് തന്നെയായിരുന്നു. അതിന്റെ നിലനിൽപ്പും ആശയങ്ങളും പ്രവർത്തനങ്ങളും സ്വാധീനവും ദുമ ഡെപ്യൂട്ടികളുടെ വിചാരണ റഷ്യയ്ക്കു മുഴുവനുമായി വെളിപ്പെടുത്തപ്പെട്ടു.

“ഈ വിഭാഗവുമൊന്നിച്ചാണ് നാം പ്രവർത്തിക്കേണ്ടത്,” ലെനിൻ എഴുതി : “സാമൂഹികമായ അന്യരാജ്യവിദ്വേഷത്തെ ചെറുക്കാനും റഷ്യയിലെ അധ്വാനിക്കുന്ന വർഗ പ്രസ്ഥാനത്തെ സാമൂഹ്യ വിപ്ലവത്തിന്റേതായി വികസിപ്പിക്കാനും ആ വിഭാഗത്തിന്റെ ഐക്യം അനിവാര്യമാണ്.”

അദ്ദേഹം ശരിയായിരുന്നുവെന്ന് തുടർന്നുണ്ടായ സംഭവങ്ങൾ വൈകാതെ തെളിയിച്ചു. അന്താരാഷ്ട്രീയതയുടെ ആശയങ്ങൾ പകർന്നു നൽകാനും എല്ലാതലത്തിലുമുള്ള സാമൂഹികമായ അന്യരാജ്യവിദ്വേഷം തുറന്നുകാണിക്കാനുമാണ് അദ്ദേഹം അക്ഷീണം പരിശ്രമിച്ചത്.

എന്റെ ആരോഗ്യസ്ഥിതി വീണ്ടും പഴയപോലെ വഷളാവുകയും മലയിലെ ശുദ്ധവായു എനിക്കാവശ്യമാണെന്ന് ഡോക്ടർമാർ ശുപാർശ ചെയ്യുകയുമുണ്ടായി. അതനുസരിച്ച് സോറൻബർഗിലുള്ള റോത്തോണിലേക്ക് ഞങ്ങൾ താമസം മാറുന്നതിന് തൊട്ടുമുമ്പ് ജപ്പാൻ ഗ്രൂപ്പ് (ബോഷും പ്യാറ്റാകോവും) ബർണെയിലെത്തുകയും എല്ലാ ചോദ്യങ്ങളും സമഗ്രമായി കൈകാര്യം ചെയ്യുന്നൊരു മാസിക ആരംഭിക്കാനുള്ള ഒരു നിർദേശം മുന്നോട്ടുവയ്ക്കുകയും ചെയ്തു. കേന്ദ്രജിഹ്വയുടെ സഹായ

ത്തോടെ കമ്യൂണിസ്റ്റ് പ്രസിദ്ധീകരിക്കണം എന്നായിരുന്നു ആ നിർദ്ദേശം. അത് അംഗീകരിക്കപ്പെടുകയും അതിന് വേണ്ടി ഇല്ലിച്ച് "രണ്ടാം ഇന്റർനാഷണലിന്റെ തകർച്ച" എന്ന പേരിൽ സമഗ്രമായൊരു ലേഖനമെഴുതുകയും ചെയ്തു. ഒപ്പം, അന്താരാഷ്ട്രവാദികളുടെ കോൺഫറൻസിനുള്ള തയാറെടുപ്പിന്റെ ഭാഗമായി *സോഷ്യലിസവും യുദ്ധവും* എന്ന തലക്കെട്ടിൽ അദ്ദേഹം ഒരു ലഘുഗ്രന്ഥവുമെഴുതി.

ജർമനിയിൽ സമരം ശക്തിയാർജിക്കാൻ തുടങ്ങിയിരുന്നു. റോസ ലക്സംബർഗിന്റെ നേതൃത്വത്തിൽ ഏപ്രിലിൽ *ഇന്റർനാഷണൽ* എന്ന മാസിക പ്രസിദ്ധീകരിച്ചുവെങ്കിലും വൈകാതെ അത് അടച്ചുപൂട്ടിക്കപ്പെട്ടു. *ജർമൻ സോഷ്യൽ ഡെമോക്രസിയുടെ പ്രതിസന്ധി* എന്നപേരിൽ ജൂനിയസ് ഒരു ലഘുഗ്രന്ഥം പ്രസിദ്ധീകരിച്ചു. "നിങ്ങളുടെ രാജ്യമാണ് മുഖ്യ ശത്രു" എന്ന തലക്കെട്ടിൽ ഒരു അഭ്യർഥനയും യുദ്ധത്തിന് നേരെയുള്ള സോഷ്യൽ ഡെമോക്രാറ്റിക് ഭൂരിപക്ഷത്തിന്റെ സമീപനത്തിൽ പ്രതിഷേധിച്ചുകൊണ്ട് പാർട്ടിയുടെ കേന്ദ്രകമ്മിറ്റിക്ക് ഒരു "തുറന്ന കത്തും" അതിൽ പ്രസിദ്ധീകരിച്ചു.

ജൂലായിൽ ബർണെയിൽ നടക്കാൻ പോവുന്ന ഇടതുപക്ഷക്കാരുടെ അന്താരാഷ്ട്ര സമ്മേളനം ചർച്ചചെയ്യാൻ സ്വിറ്റ്സർലാന്റിൽ ഒരു പ്രാഥമിക സമ്മേളനം വിളിച്ചു കൂട്ടിയെങ്കിലും അതിൽ പങ്കെടുത്ത ഏഴുപേരിൽ സിനോവീവ് മാത്രമായിരുന്നു ഇടതുപക്ഷക്കാരൻ. ഇടതുപക്ഷക്കാരുടെ ഒരു കോൺഫറൻസ് വിളിച്ചുകൂട്ടുന്നതിൽ മറ്റാർക്കും പറയത്തക്ക താൽപ്പര്യമുണ്ടായിരുന്നില്ലെന്ന് അവരുടെ നിലപാടുകൾ വ്യക്തമാക്കുകയുണ്ടായി.

നടക്കാനിരിക്കുന്ന സമ്മേളനത്തിൽ യഥാർഥ ഇടതുപക്ഷക്കാർക്ക് ഇടവും അവരുടെ പരമാവധി ഐക്യവും ഉറപ്പാക്കാൻ ഇല്ലിച്ച് എല്ലാ ദിശകളിലേക്കും കത്തുകളയച്ചു. ആഗസ്റ്റ് മധ്യത്തോടെ ബോൾഷെവിക്കുകൾ ഒരു പ്രകടനപത്രികയും കരട് പ്രമേയങ്ങളും കരട് പ്രഖ്യാപനവും എഴുതിയുണ്ടാക്കി പരിഗണിക്കാനായി തീവ്ര ഇടതുപക്ഷ സഖാക്കൾക്ക് അയച്ചുകൊടുത്തു. ഒക്ടോബറിൽ ലെനിന്റെ *സോഷ്യലിസവും യുദ്ധവും* എന്ന ലഘുഗ്രന്ഥം ജർമൻ ഭാഷയിലേക്ക് പരിഭാഷപ്പെടുത്തി.

സെപ്റ്റംബർ 5- 8 തിയതികളിൽ സിമ്മെർവാൾഡിൽ വച്ചു നടന്ന സമ്മേളനത്തിൽ ആകെ പങ്കെടുത്തവർ 38 പ്രതിനിധികളും അവരിൽ ഒമ്പത് പേർ ഇടതുപക്ഷക്കാരുമായിരുന്നു. ബാക്കിയുള്ളവരിൽ ട്രോത്സ്കി ഇടതുപക്ഷവുമായി ചേരുകയുണ്ടായില്ല. ആ സമ്മേളനത്തിൽ ഇടതുപക്ഷം അവരുടെ കരട് മാനിഫെസ്റ്റോയും കരട് പ്രമേയവും അവതരിപ്പിച്ചുവെങ്കിലും ഭൂരിപക്ഷം പേരും അത് നിരാകരിക്കുകയും കൂടുതൽ അയഞ്ഞതും സമരോത്സുകത കുറഞ്ഞതുമായൊരു മാനിഫെസ്റ്റോ അംഗീകരിക്കുകയും ചെയ്തു. സിമ്മെർവാൾഡ് കോൺഫെറൻസിൽ വച്ച് ഇടതുപക്ഷം അവരുടേതായ സ്വന്തം ബ്യൂറോ രൂപീകരിക്കുകയും, പൊതുവിൽ, വേറിട്ടൊരു ഗ്രൂപ്പായിത്തീരുകയുമുണ്ടായി. എന്തായാലും, ഉന്മേഷരഹിതമായൊരു മനസുമായിട്ടാണ് ഇല്ലിച്ച് അവിടന്നും മടങ്ങിയത്.

ഇടതുപക്ഷക്കാരുമായി നേരിട്ടുള്ള ബന്ധം സ്ഥാപിക്കാനുള്ള സൗകര്യങ്ങൾ ബർണെയിൽ വളരെ കുറവായിരുന്നു. ഇല്ലിച്ച് മാത്രമല്ല മറ്റുള്ളവരും ആ ദിശയിൽ പല ശ്രമങ്ങളും നടത്തിയെങ്കിലും അവയൊന്നും പ്രതീക്ഷിച്ച ഫലം കാണുകയുണ്ടായില്ല. ഇടതുപക്ഷത്തെ സംഘടിപ്പിക്കാനുള്ള സുപ്രധാനമായൊരു ചർച്ചയുടെ ആവശ്യം നേരിട്ടപ്പോൾ ഒന്നല്ലെങ്കിൽ മറ്റൊന്ന് അതിന്റെ പാതയിൽ തടസമുണ്ടാക്കി. സിമ്മെർവാൾഡിൽ നിന്നും മടങ്ങുന്നവഴി ചില സഖാക്കൾ അന്താരാഷ്ട്ര ബന്ധങ്ങൾ പുനഃസ്ഥാപിക്കാനുള്ള ഒരു കമ്മിറ്റിക്ക് പാരീസിൽ രൂപം നൽകി. അതിൽ ബോൾഷെവിക്കുകളെ പ്രതിനിധീകരിച്ചത് ഇനേസ്സയായിരുന്നു. ദീർഘകാലാടിസ്ഥാനത്തിൽ വിജയം കണ്ട ഇടതുപക്ഷ മാർഗരേഖയ്ക്കുവേണ്ടി അവരവിടെ ശക്തമായി പോരാടേണ്ടിവന്നു. തന്റെ പ്രവർത്തനങ്ങളെക്കുറിച്ചെല്ലാം അവർ അപ്പോഴപ്പോൾ തന്നെ ഇല്ലിച്ചിന് എഴുതിക്കൊണ്ടിരുന്നു. ഒപ്പം, ആ കത്തുകൾക്കൊപ്പം, ഒരു പുസ്തകത്തിന്റെ കവറിനുള്ളിൽ ഒളിപ്പിച്ചുവച്ച തന്റെ കൂടുതലായ പ്രവർത്തനങ്ങളെക്കുറിച്ചുള്ള മുഴുവൻ വിവരങ്ങളും അവർ ഇല്ലിച്ചിന് അയച്ചുകൊടുത്തു. യുവജനങ്ങളുമൊന്നിച്ചുള്ള തന്റെ പ്രവർത്തനങ്ങളെക്കുറിച്ചും ലഘുലേഖകൾ പ്രസിദ്ധീകരിക്കാനുള്ള പദ്ധതികളെക്കുറിച്ചും മെക്കാനിക്കുകളും തുന്നൽക്കാരും മറ്റുമായ മറ്റ് വിഭാഗത്തിൽപ്പെട്ട അനുഭാവികളെ കുറിച്ചുമെല്ലാം അവർ കത്തുകളിലെഴുതി. ഞങ്ങളുടെ പാരീസ് ഗ്രൂപ്പിൽ വളരെ കൂടുതൽ പ്രവർത്തനങ്ങൾ നടത്തിയ അവർ ഒരു വാളണ്ടിയർ എന്ന നിലയിൽ യുദ്ധമുന്നണിയിലേക്ക് പോകാൻ തുടങ്ങിയിരുന്ന ആ ഗ്രൂപ്പിലെ ഒരംഗമായ സപോഷ്കോവുമായി കൂടിക്കാഴ്ച നടത്തി. ഇപ്പോൾ ബോൾഷെവിക്കുകളുടെ വീക്ഷണം പങ്കുവെക്കുന്ന അയാൾ ഫ്രഞ്ച് സൈനികർക്കിടയിൽ പ്രചരണമാരംഭിക്കുകയും ചെയ്തു.

വലിയൊരളവു വരെ ബർണെയിൽ ചെയ്യാമായിരുന്ന പ്രവർത്തനം സൈദ്ധാന്തികമായിരുന്നു. യുദ്ധത്തിന്റെ ഘട്ടത്തിൽ നിരവധി കാര്യങ്ങൾ വ്യക്തതയുള്ളതായിത്തീർന്നു. യൂറോപ്യൻ ഐക്യനാടുകളുടെ വിഷയമായിരുന്നു അവയിലൊന്ന്. ജർമനിയിലെയും ഓസ്ട്രീയയിലെയും റഷ്യയിലെയും രാജഭരണകൂടങ്ങളെ പുറത്താക്കാതെ അത്തരമൊരു മുദ്രാവാക്യം വ്യാജവും അർഥശൂന്യവുമാണെന്ന് 1914-ൽ കേന്ദ്രകമ്മിറ്റിയും പ്രഖ്യാപിക്കുകയുണ്ടായി. മാർച്ചിൽ നടന്ന വിദേശഗ്രൂപ്പുകളുടെ സമ്മേളനത്തിൽ ആ വിഷയം വളരെ കൂടുതൽ ചർച്ചചെയ്യപ്പെടുകയും അതിലെ സാമ്പത്തിക വിഷയങ്ങൾ കൈകാര്യം ചെയ്യുന്നതുവരെ അത് നീട്ടിവയ്ക്കാൻ തീരുമാനിക്കുകയും ചെയ്തു. സാമ്രാജ്യത്വം, അതിന്റെ സാമ്പത്തികമായ സത്ത, ദുർബല രാജ്യങ്ങൾക്ക് നേരേയുള്ള പ്രബല മുതലാളിത്ത രാജ്യങ്ങളുടെ ചൂഷണം, കോളനികളുടെ ചൂഷണം എന്നിവയെല്ലാം വളരെ ഗൗരവമേറിയ സംഗതികളാണെന്നും, അക്കാരണത്താൽ മുതലാളിത്തത്തിൻ കീഴിലുള്ള ഒരു യൂറോപ്യൻ ഐക്യനാടുകൾ അസാധ്യമോ പിന്തിരിപ്പനോ ആണെന്ന നിഗമനത്തിൽ കേന്ദ്രജിഹ്വയും എത്തിച്ചേർന്നു.

യുദ്ധത്തിന്റെ വർഷങ്ങൾ സൂറിച്ച് 1916

ആയിരത്തിത്തൊള്ളായിരത്തി പതിനാറ് ജനുവരിയിൽ വ്ളാദിമിർ ഇല്ലിച്ച് സാമ്രാജ്യത്വത്തെക്കുറിച്ചുള്ള ലഘുഗ്രന്ഥം എഴുതാനാരംഭിച്ചു. സാമ്പത്തികമായും രാഷ്ട്രീയമായും സാമ്രാജ്യത്വത്തിന്റെ സത്ത സുവ്യക്തമാക്കാത്തിടത്തോളം ഇപ്പോഴത്തെ യുദ്ധത്തിന്റെ കൃത്യമായൊരു വിലയിരുത്തൽ അസാധ്യമാണ് എന്നതിനാൽ ആ വിഷയത്തിന് അദ്ദേഹം വളരെക്കൂടുതൽ വില കൽപ്പിച്ചു. അതുമായി ബന്ധപ്പെട്ട് ഇല്ലിച്ചിന് സൂറിച്ചിലെ ലൈബ്രറികളിലേക്ക് പോകേണ്ടിയിരുന്നതിനാൽ ഒന്നോ രണ്ടോ ആഴ്ചക്കാലത്തേക്ക് മാത്രമായി അവിടേക്ക് പോയ ഞങ്ങൾ പലവട്ടം മടക്കയാത്ര നീട്ടിവയ്ക്കുകയും പിന്നീട് അവിടെത്തന്നെ സ്ഥിരതാമസമാവുകയും ചെയ്തു. വിപ്ലവ ചിന്താഗതിയുള്ള യുവാക്കളായ നിരവധി വിദേശികൾ സൂറിച്ചിലുണ്ടായിരുന്നു. അവിടത്തെ സോഷ്യൽ ഡെമോക്രാറ്റിക് പാർട്ടി കൂടുതൽ ഇടതുപക്ഷ ചായ്‌വുള്ളതുമായിരുന്നു.

ഞങ്ങൾ സ്ഥിരമായി സൂറിച്ചിലെ ലൈബ്രറികൾ സന്ദർശിച്ചു. ഞങ്ങളുടെ സൂറിച്ച് ഗ്രൂപ്പിലെ അധികം സഖാക്കളും ഫാക്ടറികളിൽ പണിയെടുക്കുന്നവരും വളരെ തിരക്കേറിയവരുമായിരുന്നു. ഗ്രൂപ്പ് യോഗങ്ങൾ താരതമ്യേന അപൂർവമായിരുന്നു. എങ്കിലും, ഗ്രൂപ്പിലെ അംഗങ്ങൾക്ക് അവിടത്തെ തൊഴിലാളികളുമായി നല്ല ബന്ധങ്ങളാണുണ്ടായിരുന്നത്.

ഫ്രിറ്റ്സ് പ്ലാറ്റെൻ ആയിരുന്നു സൂറിച്ചിലെ സ്വിസ് പ്രസ്ഥാനത്തിന്റെ നേതാവും സെക്രട്ടറിയും. ഒരു തൊഴിലാളിയുടെ മകനായ ലാളിത്യമുള്ള അദ്ദേഹം ഇടതുപക്ഷക്കാരനും ജനങ്ങൾക്കിടയിൽ വളരെ സ്വാധീനശക്തിയുള്ളവനുമായ വ്യക്തിയായിരുന്നു. പ്രവാസികളായ നിരവധി യുവപ്രവർത്തകരും ഇടതുപക്ഷത്തായിരുന്നു. ഇതെല്ലാം തന്നെ സ്വിറ്റ്സർലാന്റിലെ തൊഴിലാളിപ്രസ്ഥാനവുമായി ഉറ്റബന്ധം സ്ഥാപിക്കാൻ

അവർക്ക് സഹായകമായി. മുമ്പ് വിദേശത്ത് രാഷ്ട്രീയ പ്രവാസജീവിതം നയിച്ചിട്ടില്ലാത്ത പല സഖാക്കളും സ്വിസ് പ്രസ്ഥാനത്തിൽ വലിയ കാര്യങ്ങൾ ലെനിൻ പ്രതീക്ഷിക്കുന്നുവെന്ന് ധരിച്ചവരും ആ രാജ്യം ഭാവിയിലെ സാമൂഹിക വിപ്ലവത്തിന്റെ കേന്ദ്രമായിത്തീരുമെന്ന് വിശ്വസിച്ചവരുമായിരുന്നു. എന്നാൽ, പ്രബലമായൊരു അധ്വാനിക്കുന്ന വർഗം ഒരിക്കലും അവിടെയുണ്ടായിട്ടില്ല എന്നതാണ് വസ്തുത. പ്രബലമായ മുതലാളിത്ത രാജ്യങ്ങളാൽ ചുറ്റപ്പെട്ട ചെറിയൊരു ഭൂപ്രദേശമായ സ്വിറ്റ്സർലാൻഡിലെ തൊഴിലാളികൾ അത്രയൊന്നും വിപ്ലവാശയമുള്ളവരായിരുന്നില്ല. ജനാധിപത്യവും ദേശീയതയുടെ ചോദ്യത്തിന് വിജയകരമായ പരിഹാരവും സ്വിറ്റ്സർലാൻഡിനെ ഒരു സാമൂഹിക വിപ്ലവത്തിന്റെ കേന്ദ്രമാക്കാൻ പര്യാപ്തമായിരുന്നില്ല.

എങ്കിലും സ്വിറ്റ്സർലാൻഡിൽ അന്താരാഷ്ട്ര പ്രചാരണം നടത്തേണ്ടിയിരുന്നില്ലെന്നോ സ്വിസ് തൊഴിലാളി പ്രസ്ഥാനത്തെയും പാർട്ടിയെയും വിപ്ലവാത്മകമാക്കിത്തീർക്കാൻ സഹായകമായ യാതൊന്നും ചെയ്യേണ്ടിയിരുന്നില്ലെന്നോ തീർച്ചയായും അതിന് അർഥമില്ല. കാരണം, ആ രാജ്യം യുദ്ധത്തിലേക്ക് വലിച്ചിഴയ്ക്കപ്പെട്ടിരുന്നുവെങ്കിൽ അവിടത്തെ സാഹചര്യം സമൂലമായ മാറ്റത്തിന് വിധേയമാവുമായിരുന്നു എന്നത് തന്നെ.

അന്ന് സൂറിച്ചിലെ സ്വിസ് തൊഴിലാളികളോടും പോളിഷ് സഖാക്കളോടും ദേശീയതയുടെ വിഷയത്തെക്കുറിച്ച് ഇല്ലിച്ച് പ്രഭാഷണങ്ങൾ നടത്തുകയുണ്ടായി. എങ്കിലും, ആ പരമ്പരയിൽ നാലാമത്തെ യോഗത്തിൽ റഷ്യക്കാരും പോളണ്ടുകാരും മാത്രമാണ് പങ്കെടുത്തത്.

സൂറിച്ചിലെ വാസക്കാലത്തെ ആദ്യമാസങ്ങൾ ഇല്ലിച്ച് മുഖ്യമായും ചെലവഴിച്ചത് സാമ്രാജ്യത്വത്തെ അധികരിച്ചുള്ള ലഘുഗ്രന്ഥത്തിന് വേണ്ടിയായിരുന്നു. ആ വിഷയത്തിലേക്ക് ആഴത്തിൽ കടന്നുചെന്ന അദ്ദേഹം നിരവധി കുറിപ്പുകൾ തയാറാക്കി. സാമ്രാജ്യത്വ കോളനികളിൽ പ്രത്യേകം തൽപ്പരനായിരുന്ന അദ്ദേഹം വളരെക്കൂടുതൽ വിവരങ്ങൾ സമാഹരിക്കുകയും ആഫ്രിക്കൻ കോളനികളെക്കുറിച്ചുള്ള നിരവധി രേഖകൾ ഇംഗ്ലീഷിൽ നിന്നും പരിഭാഷപ്പെടുത്താൻ എന്നെ ഏൽപ്പിക്കുകയും ചെയ്തു. അദ്ദേഹം യൂറോപ്പിന്റെയും അമേരിക്കയുടെയും മറ്റും സമ്പദ്ഘടന പഠന വിധേയമാക്കി. തീർച്ചയായും സമ്പദ്ഘടനയിൽ മാത്രമല്ല, അതുമായി ബന്ധപ്പെട്ടതും ജനങ്ങളിൽ സ്വാധീനം ചെലുത്തുന്നതുമായ, അതിന്റെ രാഷ്ട്രീയഘടനകളെയും അദ്ദേഹം പഠനവിധേയമാക്കി. അതിന്റെയെല്ലാം ഫലമായി, *സാമ്രാജ്യത്വം* എന്ന പേരിലുള്ള ലഘുഗ്രന്ഥം അദ്ദേഹം ജൂലായ് മാസത്തിൽ പൂർത്തിയാക്കി.

കീന്തൽ കോൺഫറൻസ് എന്നറിയപ്പെടുന്ന രണ്ടാം ഡിമ്മെർവാൾഡ് കോൺഫറൻസ് 1916 ഏപ്രിൽ 24–30 തീയതികളിൽ നടന്നു. ഒന്നാം കോൺഫറൻസ് കഴിഞ്ഞും കൂടുതൽ വ്യാപ്തമായിക്കൊണ്ടിരിക്കുന്ന സാമ്രാജ്യത്വയുദ്ധം ആരംഭിച്ചത് എട്ടുമാസം കഴിഞ്ഞിട്ടാണെങ്കിലും

ഈ സമ്മേളനം ആദ്യ സമ്മേളനത്തിൽ നിന്നും വളരെയൊന്നും വ്യത്യസ്ഥമായിരുന്നില്ല. ഇടതുപക്ഷത്തേക്ക് അൽപ്പം കൂടുതൽ ചായ്‌വുണ്ടായി. എട്ടിന് പകരം ഇടതുപക്ഷത്തിന് പന്ത്രണ്ട് പ്രതിനിധികളുണ്ടായി. ഇന്റർനാഷണൽ സോഷ്യലിസ്റ്റ് ബ്യൂറോയെ ശക്തമായി അപലപിച്ച ആ കോൺഫറൻസ് സമാധാനവുമായി ബന്ധപ്പെട്ട് താഴെപ്പറയുന്ന പ്രമേയം പാസാക്കി:

> മുതലാളിത്തസമൂഹത്തിന്റെ അടിസ്ഥാനത്തിൽ നിതാന്തമായ സമാധാനം സ്ഥാപിക്കുക അസാധ്യമാണ്. അതിനാവശ്യമായ സാഹചര്യം സൃഷ്ടിക്കാൻ സോഷ്യലിസത്തിന് മാത്രമേ സാധിക്കൂ. മുതലാളിത്ത സ്വകാര്യസ്വത്ത് ഇല്ലായ്മ ചെയ്യുന്നതിലൂടെയും, സമ്പന്നവർഗം സാധാരണക്കാരെ ചൂഷണം ചെയ്യുന്നതും ദേശീയമായ അടിച്ചമർത്തലും അവസാനിപ്പിക്കുന്നതിലൂടെയും യുദ്ധത്തിനുള്ള കാരണങ്ങളെ സോഷ്യലിസം ഉന്മൂലനം ചെയ്യും. അതുകൊണ്ട് എന്നെന്നേക്കുമായുള്ള സമാധാനത്തിനായുള്ള സമരം സോഷ്യലിസത്തിന്റെ യാഥാർഥ്യവൽക്കരണത്തിനുള്ള യാഥാർഥ്യവൽക്കരണം മാത്രമാണ്.

കിടങ്ങുകളിൽ ഈ മാനിഫെസ്റ്റോ വിതരണം ചെയ്തതിന് മേയ് മാസത്തിൽ ജർമനിയിൽ മൂന്ന് ഓഫീസർമാരെയും മുപ്പത്തിരണ്ട് പട്ടാളക്കാരെയും വെടിവച്ചുകൊന്നു. ജർമൻ ഭരണകൂടം ഏറ്റവുമധികം ഭയപ്പെട്ടത് ജനങ്ങളുടെ വിപ്ലവവൽക്കരണമായിരുന്നു.

കീന്തൽ കോൺഫറൻസിനുള്ള റഷ്യൻ സോഷ്യൽ ഡെമോക്രാറ്റിക് ലേബർ പാർട്ടിയുടെ നിർദേശത്തിൽ ജനങ്ങളെ വിപ്ലവവൽക്കരിക്കേണ്ടതിന്റെ ആവശ്യകത ഊന്നിപ്പറഞ്ഞിരുന്നു:

> സിമ്മെർവാൾഡ് മാനിഫെസ്റ്റോ മറ്റുള്ളവർക്ക് വേണ്ടിയല്ല. സ്വന്തം ആവശ്യത്തിനായി തൊഴിലാളികൾ ത്യാഗം സഹിക്കണമെന്ന് പറഞ്ഞുകൊണ്ട് വിപ്ലവത്തെക്കുറിച്ച് സൂചിപ്പിച്ചാൽ മാത്രം മതിയാവുകയില്ല. ജനങ്ങൾ സ്വീകരിക്കേണ്ട പാതയേതെന്ന് വ്യക്തമായും കൃത്യമായും അവർക്ക് കാണിച്ചുകൊടുക്കണം. എവിടേക്ക് എന്തിന് പോവുന്നുവെന്ന് അവർ അറിഞ്ഞിരിക്കണം. വിജയകരമായി പിന്തുടരുന്ന പക്ഷം യുദ്ധകാലത്തെ ബഹുജനവിപ്ലവപ്രവർത്തനങ്ങൾ സോഷ്യലിസത്തിന് വേണ്ടിയുള്ള ഒരു ആഭ്യന്തര യുദ്ധമാക്കി സാമ്രാജ്യത്വയുദ്ധത്തെ പരിവർത്തിപ്പിക്കും. അത് ജനങ്ങളിൽ നിന്നും മറച്ചു വയ്ക്കുന്നത് ഹാനികരമാണ് എന്നത് ഒരു വസ്തുതയാണ്. മറിച്ച് എത്രതന്നെ വിഷമം പിടിച്ച അനന്തര ഫലങ്ങൾ ഉണ്ടാകാമെങ്കിൽപ്പോലും ഈ വസ്തുത നാം തുറന്നു പറയേണ്ടതാവശ്യമാണ്.

ജനങ്ങളോട് ബോൾഷെവിക്കുകൾക്കും ഇല്ലിച്ചിനുമുണ്ടായിരുന്ന സമീപനമെന്തായിരുന്നുവെന്ന് കേന്ദ്രകമ്മിറ്റിയുടെ ഈ നിർദേശം വ്യക്ത

മാക്കുന്നു - ഭയപ്പെടുത്തുമെന്ന ഭീതികൂടാതെ, വളച്ചുകെട്ടൊന്നുമില്ലാതെ, എല്ലായ്പോഴും അവരോട് സത്യം പറയുക. ജനങ്ങൾക്ക് മാത്രമേ സോഷ്യലിസം കൈവരിക്കാൻ കഴിയൂ എന്നതിനാൽ ബോൾഷെവിക്കുകൾ അവരുടെ എല്ലാ പ്രതീക്ഷകളും ജനങ്ങളിലാണ് അർപ്പിച്ചത്.

മുതലാളിത്തത്തിന്റെ അന്തിമഘട്ടമായ ജീർണമായിക്കൊണ്ടിരിക്കുന്ന സാമ്രാജ്യത്വത്തെക്കുറിച്ചുള്ള പഠനവും വിശകലനവും നിരവധി രാഷ്ട്രീയവിഷയങ്ങളിലേക്ക് കടന്നുചെല്ലാനും പൊതുവിലും റഷ്യയ്ക്ക് പ്രത്യേകമായും സോഷ്യലിസത്തിനുള്ള സമരരീതികളെക്കുറിച്ച് കൂടുതൽ ആഴത്തിൽ അന്വേഷിക്കാൻ ഇല്ലിച്ചിനെ പ്രാപ്തനാക്കി. അതിനായി അദ്ദേഹം വളരെ കൂടുതൽ സമയം ചെലവഴിച്ചു.

സൂറിച്ചിലെ ഞങ്ങളുടെ താമസക്കാലത്ത് അടിയന്തരമായി ചെയ്യേണ്ട പ്രവർത്തനത്തിന്റെ പദ്ധതിയെക്കുറിച്ച് ഇല്ലിച്ച് കുലങ്കഷമായിത്തന്നെ ചിന്തിച്ചു. ആ നേരത്ത് പ്രത്യേക പ്രാധാന്യമുണ്ടായിരുന്ന ഒന്നാമത്തെ കാര്യം സൈദ്ധാന്തിക ചോദ്യങ്ങൾക്ക് മേലുള്ള സമവായവും വ്യക്തമായൊരു സൈദ്ധാന്തിക രേഖയുടെ രൂപപ്പെടുത്തലുമായിരുന്നു. അക്കാര്യത്തിൽ പല റഷ്യൻ പ്രവാസികൾക്കുമിടയിൽ അഭിപ്രായഭിന്നതയുണ്ടായിരുന്നു.

സോഷ്യലിസത്തിന് വേണ്ടിയുള്ള സമരത്തിൽ ജനാധിപത്യത്തെ അവഗണിക്കാനാവില്ല.

രണ്ട് കാരണങ്ങളാൽ ജനാധിപത്യം കൂടാതെ സോഷ്യലിസം അസാധ്യമാണ്,

വ്ളാദിമിർ ഇല്ലിച്ച് എഴുതി:

> (1) ജനാധിപത്യത്തിനുള്ള ഒരു സമരത്തിലൂടെ സജ്ജമാക്കാത്തിടത്തോളം അധ്വാനിക്കുന്ന വർഗത്തിന് ഒരു സോഷ്യലിസ്റ്റ് വിപ്ലവം വിജയിപ്പിക്കാൻ കഴിയുകയില്ല. (2) ജനാധിപത്യം പൂർണമായും കൈവരിക്കാതെ സ്റ്റേറ്റ് അതിൽ നിന്നും അകന്നുമാറുകയാണെങ്കിൽ വിജയശ്രീലാളിതമായ സോഷ്യലിസത്തിന് സ്വയം നിലനിർത്താനാവുകയില്ല.

ലെനിന്റെ ഈ വാക്കുകൾ തികച്ചും ശരിയായിരുന്നുവെന്ന് റഷ്യയിലെ സംഭവവികാസങ്ങൾ വൈകാതെ തെളിയിച്ചു. ഫെബ്രുവരി വിപ്ലവവും തുടർന്നുണ്ടായ ജനാധിപത്യത്തിന് വേണ്ടിയുള്ള സമരവും ഒക്ടോബർ വിപ്ലവത്തിന് റഷ്യക്കാരെ സജ്ജരാക്കി. സോവിയറ്റ് സമ്പ്രദായത്തിലെ സോവിയറ്റുകളുടെ അവിരാമമായ വ്യാപ്തി കൂട്ടലും പ്രബലപ്പെടുത്തലും അവയുടേതായ നിലയിൽത്തന്നെ ജനാധിപത്യത്തെ അംഗീകരിക്കുകയും ആ ആശയത്തിന് ത്വരിതഗതിയിൽ ആഴമുണ്ടാക്കിക്കൊടുക്കുകയും ചെയ്തു.

1915-1916ൽത്തന്നെ സോഷ്യലിസ്റ്റ് നിർമിതിയുടെ വെളിച്ചത്തിൽ ജനാധിപത്യത്തിന്റെ വിഷയത്തിലേക്ക് ആഴത്തിൽ കടന്നുചെല്ലുകയുണ്ടായി.

റുദെക്കിന്റെ ഒരു ലേഖനത്തിനുള്ള മറുപടിയായി 1915 ഒക്ടോബറിൽ ഇല്ലിച്ച് എഴുതി:

> ജനാധിപത്യത്തിന്റെ മേഖലയിൽ സോഷ്യലിസ്റ്റ് വിപ്ലവത്തിന് വേണ്ടിയുള്ള നിരന്തരമായ വിപ്ലവപ്രവർത്തനങ്ങളെ റാദെക്ക് നിരാകരിക്കുന്നു. അത് ശരിയല്ല. ജനാധിപത്യത്തിലൂടെ മാത്രമേ അധ്വാനിക്കുന്ന വർഗത്തിന് വിജയിക്കാനാകൂ. സോഷ്യലിസ്റ്റ് വിപ്ലവത്തെയും മുതലാളിത്തത്തിനെതിരായ വിപ്ലവാത്മക സമരത്തെയും തടസപ്പെടുത്തുന്നത് ജനാധിപത്യത്തിലെ ഒരു പ്രധാന ചോദ്യമാണ്. ഇവിടെയത് ദേശീയമായ ഒരു ചോദ്യവുമാണ്. ഇവിടെ മുതലാളിത്തത്തിനെതിരായ ഒരു വിപ്ലവാത്മക സമരത്തെയും ഒരു റിപ്പബ്ലിക്, ഒരു മിലിഷ്യ, ജനങ്ങളാൽ തെരഞ്ഞെടുക്കപ്പെടുന്ന സർക്കാർ ഉദ്യോഗസ്ഥർ, സ്ത്രീകളുടെ തുല്യവകാശം, രാഷ്ട്രങ്ങളുടെ സ്വയം നിർണയാവകാശം തുടങ്ങിയവ ഉൾപ്പെടെ എല്ലാ ജനാധിപത്യാവശ്യങ്ങളെയും നാം സംയോജിപ്പിച്ചേ മതിയാവൂ.

സോഷ്യലിസത്തിന്റെ നിർമിതി കേവലമൊരു സാമ്പത്തികമായ കെട്ടിപ്പടുക്കലിന്റെ വിഷയമല്ല. സമ്പദ്ഘടന സോഷ്യലിസ്റ്റ് നിർമിതിയുടെ അടിസ്ഥാനവും അടിത്തറയും മാത്രമാണ്. സോഷ്യലിസ്റ്റ് നിർമിതിയുടെ കാതൽ മുഴുവൻ സാമൂഹിക സമ്പ്രദായത്തെ പുതുക്കിപ്പണിയുന്നതിലും സോഷ്യലിസ്റ്റ് വിപ്ലവ ജനാധിപത്യത്തിന്റെ അടിസ്ഥാനത്തിൽ പുനർനിർമിക്കുന്നതിലുമാണ് കുടികൊള്ളുന്നത്.

ലെനിനെയും ട്രോത്സ്കിയെയും എല്ലായ്പോഴും അകറ്റി നിർത്തിയിരുന്നതും ലെനിന്റെ ഈ നിലപാട് തന്നെയാണ്. ജനാധിപത്യപരമായ ആർജവത്തെയും സോഷ്യലിസ്റ്റ് നിർമിതിയുടെ ജനാധിപത്യപരമായ തത്വങ്ങളെയും ജനങ്ങളുടെ ജീവിതത്തിന്റെ മുഴുവൻ രീതിയെയും പുനഃക്രമീകരിക്കുന്ന പ്രക്രിയയെയും മനസിലാക്കുന്നതിൽ ട്രോത്സ്കി പരാജയപ്പെട്ടു. 1916ൽ അത്രയൊന്നും പ്രകടമാവാതിരുന്ന ലെനിനും ബുക്കാറിനുമിടയിലെ അഭിപ്രായഭിന്നതകൾ തന്നെയാണ് പിന്നീട് മറനീക്കി പുറത്തുവന്നത്.

സ്റ്റേറ്റിനെ കുറിച്ച് മാർക്സും എംഗൽസും എഴുതിയിട്ടുള്ള എല്ലാം തന്നെ ഇല്ലിച്ച് പുനർവായനയ്ക്ക് വിധേയമാക്കുകയും അവരുടെ രചനകളെ അധികരിച്ച് കുറിപ്പുകൾ തയാറാക്കുകയും ചെയ്തു. ഇത് വരാനിരിക്കുന്ന വിപ്ലവത്തിന്റെ സ്വഭാവത്തെക്കുറിച്ച് ആഴത്തിൽ മനസിലാക്കാനും ആ വിപ്ലവത്തിന്റെ ദൗത്യങ്ങളെ കുറിച്ച് സുദൃഢമായൊരു ധാരണയിലെത്താനും അദ്ദേഹത്തിന് സഹായകമായി.

ആ ഘട്ടത്തിൽ എല്ലാ സംഭവങ്ങളോടുമുള്ള വൈരുധ്യാത്മക സമീപനത്തെ കുറിച്ചുള്ള ചിന്തകളും ഇല്ലിച്ചിന്റെ സമയം അപഹരിച്ചു. 'എർഫർട്ട് പ്രോഗ്രാമി'ന്റെ കരടിനെക്കുറിച്ചുള്ള എംഗൽസിന്റെ വിമർശനവുമായി ബന്ധപ്പെട്ട് അദ്ദേഹം എഴുതി:

... ആത്യന്തികമായി അത്തരമൊരു നയത്തിന് ഒരുവനെ പാർട്ടിയിൽ നിന്നും വഴിതെറ്റിക്കാൻ മാത്രമേ കഴിയൂ. അവർ പൊതുവിലുള്ളതും സംഗ്രഹിക്കപ്പെട്ടതുമായ രാഷ്ട്രീയമായ ചോദ്യങ്ങളെ മുന്നിലേക്ക് എറിയുകയും അങ്ങനെ അടിയന്തരപ്രാധാന്യമുള്ള സുപ്രധാനമായ ചോദ്യങ്ങളെയും സംഭവങ്ങളിൽ ആദ്യം വളരെ പ്രാധാന്യമുണ്ടായിരുന്ന ചോദ്യങ്ങളെയും ആദ്യത്തെ രാഷ്ട്രീയ പ്രതിസന്ധികളെയും കാര്യപരിപാടികളിൽ ഉയർത്തിപ്പിടിക്കുകയും ചെയ്യുന്നു.

മാത്രമല്ല ജൂനിയസിന്റെ ലഘുഗ്രന്ഥത്തിനുള്ള അവലോകനത്തിൽ ഇല്ലിച്ച് എഴുതി:

മാർക്സിയൻ വൈരുധ്യാത്മക വാദം ഓരോ പ്രത്യേക ചരിത്ര സാഹചര്യങ്ങളുടെയും സുദൃഢമായൊരു വിശകലനം ആവശ്യപ്പെടുന്നു. അന്ന് എല്ലാ കാര്യങ്ങളുടെയും സ്വാധീനങ്ങളെയും അന്തർബന്ധങ്ങളെയും അദ്ദേഹം വിശദമായി പഠനവിധേയമാക്കുകയുണ്ടായി. ആ വീക്ഷണകോണിൽ നിന്നുകൊണ്ടുമാണ് അദ്ദേഹം ജനാധിപത്യത്തിന്റെ ചോദ്യത്തെയും രാഷ്ട്രങ്ങളുടെ സ്വയംഭരണാവകാശത്തിനുള്ള വിഷയത്തെയും സമീപിച്ചത്.

1916ന്റെ അന്ത്യത്തിലും 1917ന്റെ തുടക്കത്തിലും ഇല്ലിച്ച് മുഴുവൻ സമയവും സൈദ്ധാന്തിക പ്രവർത്തനത്തിനായിട്ടാണ് ചെലവഴിച്ചത്. നിത്യേന രാവിലെ ഒമ്പത് മണി മുതൽ പന്ത്രണ്ട് മണിവരെയും വീണ്ടും ഉച്ചഭക്ഷണത്തിന് ശേഷം വൈകുന്നേരം ആറ് മണിവരെയും ലൈബ്രറിയിൽ ചെലവഴിച്ച അദ്ദേഹം ആ നേരങ്ങളിൽ ഓരോ നിമിഷത്തെയും പരമാവധി പ്രയോജനപ്പെടുത്താൻ ശ്രമിച്ചു. വളരെ സാമ്പത്തികക്ലേശമുണ്ടായിരുന്നുവെങ്കിലും, അവിടത്തെ പഠനങ്ങളുടെ അടിസ്ഥാനത്തിൽ ഒരു *പ്രബോധനപരമായ വിശ്വവിജ്ഞാനകോശം* പ്രസിദ്ധീകരിക്കാനുള്ള ഒരു പദ്ധതിയെക്കുറിച്ച് അദ്ദേഹം ഗോർക്കിയുൾപ്പെടെയുള്ള സുഹൃത്തുക്കൾക്കെഴുതി.

സാഹചര്യം കണിശമായും വിപ്ലവാത്മകമായി വളർന്നുകൊണ്ടിരിക്കുന്ന ഘട്ടത്തിലാണ് സാമ്പത്തികഞെരുക്കങ്ങൾക്ക് നടുവിൽ ഞങ്ങൾ സൂറിച്ചിൽ താമസിച്ചിരുന്നത്. എഴുത്തിൽ നിന്നുമുള്ള വരുമാനം അത്രയൊന്നും മെച്ചമല്ലാതിരുന്നതിനാൽ ഫെലിക്സ് കോഹ്ൻന്റെ നേതൃത്വത്തിലുള്ള സൂറിച്ചിലെ പ്രവാസികളുടെ ബെനിഫിറ്റ്സ് ഫണ്ട്സ് ബ്യൂറോയിൽ അദ്ദേഹത്തെ സഹായിക്കാനായി സെക്രട്ടറിയുടെ ജോലി ഞാൻ സ്വീകരിച്ചു. അതിനു പുറമേ, തന്റെ സൈദ്ധാന്തിക മേഖലയിൽ തന്ത്രപരമായി ശരിയായൊരു പാത രൂപപ്പെടുത്തേണ്ടത് അങ്ങേയറ്റം പ്രധാനപ്പെട്ടൊരു സംഗതിയാണെന്ന് ഇല്ലിച്ച് കരുതിയിരുന്നു. അന്താരാഷ്ട്രതലത്തിൽ രണ്ടാം ഇന്റർനാഷണൽ, ഇന്റർനാഷണൽ സോഷ്യലിസ്റ്റ് ബ്യൂറോ

എന്നിവയുമായും കൗത്സ്കിയും സംഘവുമായി എന്നെന്നേക്കുമായും ഒരു വിഘടനത്തിനും സിമ്മെർവാൾഡ് ഇടത് ഗ്രൂപ്പിന്റെ ചുവട് പിടിച്ച്, ഒരു മൂന്നാം ഇന്റർനാഷണൽ പടുത്തുയർത്താൻ സമയമായിരിക്കുന്നതായും അദ്ദേഹം വിശ്വസിച്ചു. റഷ്യയിലാകട്ടെ, ഷ്കെയ്ഡ്സെ, സ്കോബലേവ് തുടങ്ങിയവരുമായി ഒറ്റയടിയ്ക്ക് ബന്ധം വിച്ഛേദിക്കേണ്ടതും ആവശ്യമായിരുന്നു. സോഷ്യലിസത്തിന് വേണ്ടിയുള്ള വിപ്ലവ സമരം വ്യാപിപ്പിക്കേണ്ടതും വാക്കിന് യോജിക്കുന്ന പ്രവർത്തനത്തിന് പകരം യഥാർഥത്തിൽ ബൂർഷ്വാവർഗത്തെ സഹായിക്കുകയും തൊഴിലാളിവർഗ താൽപ്പര്യങ്ങളെ വഞ്ചിക്കുകയും ചെയ്യുന്ന അവസരവാദികളെ വിട്ടുവീഴ്ചയില്ലാതെ തുറന്നുകാണിക്കുകയും ചെയ്യേണ്ടതാവശ്യമായിരുന്നു. വ്ളാദിമിർ ഇല്ലിച്ച് 1916ന്റെ അവസാനത്തെയും 1917ന്റെ ആദ്യത്തെയും മാസങ്ങളിലെപ്പോലെ മുമ്പൊരിക്കലും വിട്ടുവീഴ്ചയില്ലാത്തൊരു സ്ഥിതിയിലായിരുന്നിട്ടില്ല. വിപ്ലവം അടുത്തുകൊണ്ടിരിക്കുകയാണെന്ന കാര്യത്തിൽ അദ്ദേഹത്തിന് ഒരു സംശയവുമുണ്ടായിരുന്നില്ല. 1917 ജനുവരിയിൽ സൂറിച്ചിൽവച്ച് റഷ്യയിൽ നിന്നും യുദ്ധത്തിൽ പങ്കെടുക്കാൻ വിസമ്മതിച്ച ജർമനി, ഇറ്റലി തുടങ്ങിയ രാജ്യങ്ങളിൽ നിന്നുമുള്ള യുവാക്കളെ അഭിസംബോധന ചെയ്തുകൊണ്ട് ഇല്ലിച്ച് പ്രസംഗിച്ചു. 1905ലെ വിപ്ലവം ആസന്നമായ യുദ്ധത്തിന്റെ മുന്നോടിയാണെന്ന് അദ്ദേഹം പറഞ്ഞു: ആസന്നമായ വിപ്ലവം അധ്വാനിക്കുന്ന വർഗത്തിന്റെ വിപ്ലവം മാത്രമാണെന്ന കാര്യത്തിൽ ഒരു സംശയവുമില്ല കൂടുതൽ കൃത്യമായി പറഞ്ഞാൽ, ഉള്ളടക്കത്തിൽ അത് അധ്വാനിക്കുന്നവരുടെ ഒരു സോഷ്യലിസ്റ്റ് വിപ്ലവമാണ്. ഒരു വശത്ത് രൂക്ഷമായ പോരാട്ടങ്ങൾക്കും ആഭ്യന്തരയുദ്ധങ്ങൾക്കും മാത്രമേ മനുഷ്യരാശിയെ മൂലധനത്തിന്റെ നുകത്തിൽ നിന്നും മോചിപ്പിക്കാനാവൂ എന്ന് ഈ വിപ്ലവം നമുക്ക് കാണിച്ചുതരും. മറുവശത്ത് ചൂഷണം ചെയ്യപ്പെടുന്ന മഹാഭൂരിപക്ഷത്തിന് നേതൃത്വം നൽകാൻ വർഗബോധമുള്ള അധ്വാനിക്കുന്ന വർഗത്തിന് മാത്രമേ കഴിയൂ. ഇല്ലിച്ചിന് ഒരിക്കലും അക്കാര്യത്തിൽ സംശയമുണ്ടായിരുന്നില്ല. എന്നാൽ, വരാനിരിക്കുന്ന വിപ്ലവം എന്ന് നടക്കുമെന്ന് ഇല്ലിച്ചിന് അറിഞ്ഞുകൂടായിരുന്നു. "ഒരുപക്ഷേ വരാനിരിക്കുന്ന ഈ വിപ്ലവത്തിന്റെ നിർണായകമായ പോരാട്ടം കാണാൻ പഴയ തലമുറയിൽപ്പെട്ട നാം ജീവിച്ചിരുന്നെന്നുവരില്ല," ഫലിതരൂപേണ അദ്ദേഹം പറഞ്ഞു. അപ്പോഴും വിപ്ലവത്തെക്കുറിച്ചല്ലാതെ ഇല്ലിച്ച് മറ്റൊന്നും ചിന്തിച്ചില്ല.

പ്രവാസത്തിന്റെ അവസാനമാസങ്ങൾ
ഫെബ്രുവരി വിപ്ലവം
റഷ്യയിലേക്കുള്ള പുറപ്പാട്

ഒരുദിവസം ഇല്ലിച്ച് ലൈബ്രറിയിലേക്ക് പോകാൻ തയാറെടുക്കുമ്പോൾ വീട്ടിലേക്ക് കയറിവന്ന ബ്ലോൺസ്കി പറഞ്ഞു: "വാർത്തകൾ നിങ്ങൾ കേട്ടില്ലേ? റഷ്യയിൽ ഒരു വിപ്ലവം നടക്കുന്നുണ്ട്!" മാത്രമല്ല വർത്തമാനപത്രങ്ങളുടെ പ്രത്യേക എഡിഷനുകളിൽ പ്രസിദ്ധീകരിച്ച ഏറ്റവും പുതിയ വാർത്തകളെക്കുറിച്ചും അദ്ദേഹം ഞങ്ങളോട് പറഞ്ഞു. *ബോൺസ്കി* തുടങ്ങിയതിന് ശേഷം, ആ പത്രങ്ങൾ ലഭിച്ചയുടൻ കായൽത്തീരത്തേക്ക് പോയ ഞങ്ങൾ അവയെല്ലാം അവിടെ ഒട്ടിച്ചു.

ഞങ്ങൾ ആ വാർത്തകൾ നിരവധിതവണ വായിച്ചു. റഷ്യയിൽ യഥാർത്ഥത്തിലൊരു വിപ്ലവം നടന്നു. ഇല്ലിച്ചിന്റെ മനസ്സ് ഒറ്റയടിക്ക് പ്രവർത്തനനിരതമായി. ആ പകലും രാത്രിയും എങ്ങനെ കടന്നുപോയി എന്ന് കൃത്യമായി ഓർക്കാൻ എനിക്ക് കഴിയുന്നില്ല. അടുത്ത ദിവസം ഫെബ്രുവരി വിപ്ലവത്തെക്കുറിച്ചുള്ള ഔദ്യോഗികമായ കൂടുതൽ റിപ്പോർട്ടുകൾ എത്തിച്ചേർന്നപ്പോൾ സ്റ്റോക്ഹോമിലുള്ള കൊല്ലോൺട്രായ്ക്ക് ഇല്ലിച്ച് എഴുതി:

> രണ്ടാം ഇന്റർനാഷണലിന്റെ പാതയിലൂടെ ഇനിയൊരിക്കലുമില്ല. കൗത്സ്കിയുമൊന്നിച്ച് ഇനിയൊരിക്കലും സഖ്യമില്ല. എല്ലാ അർത്ഥത്തിലും കൂടുതൽ വിപ്ലവാത്മകമായൊരു കാര്യപരിപാടിയും തന്ത്രങ്ങളും... മുമ്പത്തെപ്പോലെ, വിപ്ലവാത്മകപ്രചരണവും പ്രക്ഷോഭവും, അധ്വാനിക്കുന്നവർഗത്തിന്റെ ഒരു അന്തർദേശീയ സമരം ലക്ഷ്യമിട്ടുള്ള സമരവും തൊഴിലാളി ഡെപ്യൂട്ടികളുടെ സോവിയറ്റുകളാലുള്ള അധികാരം പിടിച്ചടക്കലുമാണ് ഇനി ആവശ്യം (അത് കേഡറ്റ് തട്ടിപ്പുകാരാൽ ആകരുത്.)

വിപ്ലവത്തിന്റെ വ്യാപ്തി അപ്പോഴും പൂർണമായും മനസിലാക്കാൻ കഴിഞ്ഞില്ലെങ്കിലും, ഒറ്റയടിക്ക് ഇല്ലിച്ച് അയവില്ലാത്തൊരു നിലപാട് സ്വീകരിച്ചു. അതിനെ 1905ലെ വിപ്ലവത്തിന്റെ തോത് കൊണ്ട് അളന്ന അദ്ദേഹം നിയമവിധേയവും നിയമവിരുദ്ധവുമായ പ്രവർത്തനങ്ങളെ സംയോജിപ്പിക്കുകയാണ് അടിയന്തരമായ ആവശ്യമെന്ന് വ്യക്തമാക്കുകയും ചെയ്തു. അതുകൊണ്ടുതന്നെ, അടുത്ത ദിവസം നിർദേശങ്ങൾ ആവശ്യപ്പെട്ടുകൊണ്ടുള്ള കൊല്ലോൺടായ്യുടെ ടെലഗ്രാമിന് മറുപടിയായി, തൊഴിലാളികളുടെ ഡെപ്യൂട്ടികളുടെ സോവിയറ്റുകൾ അധികാരം പിടിച്ചെടുക്കുന്നതിനെ കുറിച്ചല്ല, മറിച്ച്, അധികാരം പിടിച്ചെടുക്കാൻ സജ്ജരാക്കാൻ തൊഴിലാളികളെ ആയുധമണിയിക്കുന്നതിനെക്കുറിച്ചും ആഹാരത്തിനും സമാധാനത്തിനും സ്വാതന്ത്ര്യത്തിനും വേണ്ടി പോരാടുന്നതിനെ കുറിച്ചുമാണ് അദ്ദേഹം എഴുതിയത്. മാത്രമല്ല, ഫെബ്രുവരി വിപ്ലവത്തിന്റെ വാർത്ത എത്തിച്ചേർന്ന നിമിഷം മുതൽ റഷ്യയിലേക്ക് മടങ്ങാൻ ഇല്ലിച്ചിന് വളരെ തിടുക്കവുമായിരുന്നു.

ഫ്രാൻസും ഇംഗ്ലണ്ടും അവയുടെ മണ്ണിലൂടെ റഷ്യയിലേക്ക് കടന്നുപോവാൻ ബോൾഷെവിക്കുകളെ അനുവദിക്കുകയില്ല. അതുകൊണ്ട് നിയമവിരുദ്ധമായ മാർഗങ്ങൾ അവലംബിക്കുക മാത്രമായിരുന്നു ആകെയുള്ള പോംവഴി. സ്റ്റോക്ഹോമിലെ സഖാക്കൾ ലഭ്യമാക്കിത്തരുന്ന സ്വീഡിഷ് പാസ്പോർട്ടുപയോഗിച്ച് യാത്രചെയ്യാൻ സാധ്യമായിരുന്നില്ല. സ്വീഡിഷ് ഭാഷ ഞങ്ങൾക്കറിഞ്ഞുകൂടാ എന്നതായിരുന്നു അതിന് കാരണം. ജർമനിയിലൂടെ റഷ്യയിലേക്ക് പോകാനുള്ള ശ്രമവും തുടക്കത്തിൽ ഫലിച്ചില്ല. മാർച്ച് 18ന് റഷ്യയിലെത്തിയ കൊല്ലാൻടായ് ഇല്ലിച്ചിന്റെ ആഗമനവുമായി ബന്ധപ്പെട്ട പ്രശ്നങ്ങൾ കേന്ദ്രകമ്മിറ്റിയുടെ ബ്യൂറോയ്ക്ക് വിശദീകരിച്ചുകൊടുക്കുകയും ഏത് വിധേനയായാലും അദ്ദേഹം അടിയന്തരമായി റഷ്യയിൽ എത്തിച്ചേരാൻ ആവശ്യമായ നിർദേശങ്ങൾ ബ്യൂറോ നൽകുകയും ചെയ്തു. അതനുസരിച്ച് സ്വിറ്റ്സർലാന്റിലെ സോഷ്യലിസ്റ്റ് ഇന്റർനാഷണലിസ്റ്റായ ഫ്രിറ്റ്സ് പ്ലാറ്റെൻ അവിടത്തെ ജർമൻ അമ്പാസഡറുമായി കൂടിയാലോചനകൾ നടത്തുകയും മുഖ്യമായും താഴെപറയുന്ന നിബന്ധനകൾക്ക് വിധേയമായി ഒരു ഉടമ്പടിയിലെത്തിച്ചേരുകയും ചെയ്തു. (1) യുദ്ധത്തെക്കുറിച്ചുള്ള വീക്ഷണം എന്തു തന്നെയായാലും എല്ലാ പ്രവാസികളെയും പോകാൻ അനുവദിക്കണം (2) പ്ലാറ്റെന്റെ അനുവാദം കൂടാതെ അവർ സഞ്ചരിക്കുന്ന റെയിൽവേ ബോഗിക്കുള്ളിൽ മറ്റാരും പ്രവേശിച്ചുകൂടാ; അവരുടെ പാസ്പോർട്ടുകളോ ലഗേജുകളോ പരിശോധനാ വിധേയമാക്കിക്കൂടാ. (3) ഈ യാത്രക്കാർ തത്തുല്യമായ എണ്ണം വരുന്ന റഷ്യയിൽ കഴിയുന്ന ഓസ്ട്രീയൻ-ജർമൻ തടവുകാരെ മോചിപ്പിക്കാൻ എല്ലാ ശ്രമങ്ങളും നടത്തേണ്ടതാണ്. ഞങ്ങളോടൊപ്പം റഷ്യയിലേക്ക് പോവാൻ *വ്പെർയോദിസ്റ്റു*കളെ ഇല്ലിച്ച് പ്രേരിപ്പിച്ചുവെങ്കിലും വഴങ്ങാൻ കാറലും കാസ്പറോവും ആസന്നമരണരായി

ദാവോസിൽ കഴിയുകയായിരുന്നതിനാൽ അവരെ അവിടെ വിട്ടുപോകാൻ ഞങ്ങൾ നിർബന്ധിതരായി.

പ്ലാറ്റെന്റെ ഒത്തുതീർപ്പുചർച്ചകൾ വിജയകരമായി സമാപിക്കുകയും ഉടമ്പടി ഒപ്പുവയ്ക്കുകയും ചെയ്തുവെന്നറിയിക്കുകയും ചെയ്തുകൊണ്ടുള്ള വിവരം ബർണെയിൽ നിന്നും ലഭിച്ചു കഴിഞ്ഞയുടൻ രണ്ട് മണിക്കൂറുകൾക്ക് ശേഷമുള്ള ആദ്യത്തെ തീവണ്ടിയിൽ യാത്രയാവാൻ ഞങ്ങൾ തീരുമാനിച്ചു. ആകെ മുപ്പത് പേരാണ് ആ സംഘത്തിലുണ്ടായിരുന്നത്. ഫ്രിറ്റ്സ് പ്ലാറ്റെന്റെ അകമ്പടിയും ഞങ്ങൾക്കുണ്ടായിരുന്നു.

ബോൾഷെവിക്കുകൾ ജർമനിയിലൂടെ യാത്രചെയ്യുന്നതിനെച്ചൊല്ലി മെൻഷെവിക്കുകൾ വളരെ കൂടുതൽ ഒച്ചപ്പാടുകളുണ്ടാക്കി. സ്വാഭാവികമായും വിപ്ലവം ഒരു രാജ്യത്തിന് വിപത്തുണ്ടാക്കുമെന്ന വിശ്വാസത്തോടെയും അന്താരാഷ്ട്രവാദികളായ പ്രവാസികളുടെ മടങ്ങിപ്പോക്ക് റഷ്യയിലെ വിപ്ലവത്തിന് വ്യാപ്തികൂട്ടുമെന്ന ധാരണയോടെയുമാണ് തങ്ങളുടെ പ്രദേശത്തിലൂടെ കടന്നുപോവാൻ ജർമൻ ഭരണകൂടം ഞങ്ങൾക്ക് അനുവാദം നൽകിയത്. റഷ്യയിൽ വിപ്ലവപ്രക്ഷോഭം വ്യാപിപ്പിക്കേണ്ടത് തങ്ങളുടെ ചുമതലയായി കരുതിയ ബോൾഷെവിക്കുകളുടെ ലക്ഷ്യം അധ്വാനിക്കുന്ന വർഗത്തിന്റെ വിപ്ലവം വിജയിപ്പിക്കുക എന്നതുമായിരുന്നു. ഇക്കാര്യത്തിൽ മെൻഷെവിക്കുകൾ ബോൾഷെവിക്കുകളെ കടന്നാക്രമിക്കുമെന്ന് ജർമനിയിലെ ബൂർഷ്വാ ഭരണകൂടത്തിനറിയാമായിരുന്നു. എങ്കിലും അന്ന് അത്തരമൊരു അപകടസാധ്യതയെ നേരിടാൻ ധൈര്യം കാണിച്ചത് ബോൾഷെവിക്കുകൾ മാത്രമായിരുന്നു. എന്തായാലും ഒരു മാസത്തിന് ശേഷം ജർമനിയിലൂടെ അതേ പാത പിന്തുടരാൻ മാർട്ടോവ് ഉൾപ്പെടെ ഇരുന്നൂറിലധികം മെൻഷെവിക്കുകൾ നിർബന്ധിതരായി.

ട്രെയിനിൽ കയറുമ്പോൾ ആരും ഞങ്ങളുടെ ലഗേജുകളോ പാസ്പോർട്ടുകളോ പരിശോധിച്ചില്ല. യാത്രയിലുടനീളം ഞങ്ങളുടേത് നിസാരസ്വഭാവമുള്ള സംഭാഷണങ്ങളായിരുന്നു. ജർമനിക്കാർ തങ്ങളുടെ ധാരാളിത്തം പ്രകടിപ്പിക്കാൻ നന്നായി ശ്രമിച്ചു. പ്രവാസികളായ ഞങ്ങൾക്ക് ചിരപരിചിതമല്ലാത്ത ഭക്ഷണസാധനങ്ങൾ പാചകക്കാരൻ വിളമ്പിത്തന്നു. ബോഗിയുടെ ജാലകത്തിലൂടെ പുറത്തേക്ക് നോക്കിയിരിക്കുമ്പോൾ അവിടത്തെ പ്രായപൂർത്തിയായ പുരുഷന്മാരുടെ പൂർണമായ അഭാവം ഞങ്ങളെ വിസ്മയിപ്പിച്ചു. സ്റ്റേഷനുകളുടെ പാർശ്വങ്ങളിലും കൃഷിയിടങ്ങളിലും പട്ടണങ്ങളിലെ തെരുവുകളിലും സ്ത്രീകളെയും കുട്ടികളെയും കൗമാരപ്രായത്തിലുള്ളവരെയും മാത്രമേ കാണാനുണ്ടായിരുന്നുള്ളൂ.

ബർലിനിൽ എത്തുന്നതിന് തൊട്ടുമുമ്പ് നിവധി ജർമൻ സോഷ്യൽ ഡെമോക്രാറ്റുകൾ ഒരു പ്രത്യേക കമ്പാർട്ടുമെന്റിൽ കയറി. ഞങ്ങൾ അന്യോന്യം യാതൊന്നും സംസാരിച്ചില്ല. മാർച്ച് 31ന് ഞങ്ങൾ സ്വീഡനിൽ പ്രവേശിച്ചു. സ്റ്റോക്ഹോം റെയിൽവേ സ്റ്റേഷനിൽ ഏതാനും സ്വീഡിഷ് സോഷ്യൽ ഡെമോക്രാറ്റിക് എം പി മാരും മറ്റുള്ളവരും

ഞങ്ങളെ സ്വീകരിക്കാനെത്തിയിരുന്നു. വലിയൊരു ചെങ്കൊടി തൂക്കിയിട്ടിരുന്ന അവിടത്തെ വെയിറ്റിങ് റൂമിൽ വച്ച് ഒരു യോഗവും നടന്നു.

റഷ്യയിലെ താൽക്കാലികഭരണകൂടം ഫ്രിറ്റ്സ് പ്ലാറ്റെണെയും റാദെക്കിനെയും രാജ്യത്ത് പ്രവേശിക്കാൻ അനുവദിച്ചില്ല. എങ്കിലും ബോൾഷെവിക്കുകളെ തടയാൻ അവർ ധൈര്യപ്പെട്ടില്ല. സ്വീഡനിൽ നിന്നും ഹിമസവാരിക്കുള്ള തെന്നുവണ്ടിയിൽ ഞങ്ങൾ ഫിൻലാൻഡിൽ പ്രവേശിച്ചു. ഞങ്ങൾ കടന്നുപോയ സ്റ്റേഷനുകളുടെ പ്ലാറ്റ്ഫാമുകൾ സൈനികരെക്കൊണ്ട് നിറഞ്ഞവയായിരുന്നു യുസേവിച്ച് പുറത്തേക്ക് തലനീട്ടി ഉറക്കെ വിളിച്ചുപറഞ്ഞു: "ലോകവിപ്ലവം നീണാൾ വാഴട്ടെ!" സൈനികർ അദ്ദേഹത്തെ ഉറ്റുനോക്കിനിന്നതേയുള്ളൂ.

പെത്രോഗ്രാദിൽ

തൊഴിലാളികളും സൈനികരും നാവികരുമുൾപ്പെടെ പെത്രോഗ്രാദിലെ ഒരു വൻ ജനാവലി അവരുടെ നേതാവിനെ സ്വീകരിക്കാൻ എത്തിച്ചേർന്നിരുന്നു. ഞങ്ങളുടെ വളരെ അടുത്ത നിരവധി സഖാക്കളും അവരിലുണ്ടായിരുന്നു. ഇളകിമറിയുന്നൊരു മനുഷ്യ മഹാസമുദ്രത്തിന്റെ നടുവിലായിരുന്നു ഞങ്ങൾ.

ഒരു വിപ്ലവത്തിലൂടെ കടന്നുപോവാത്ത ആർക്കും അതിന്റെ ഗാംഭീര്യമെന്താണെന്ന് മനസിലാവുകയില്ല. ചുവന്ന ബാനറുകളും ക്രോൺസ്റ്റഡ്റ്റ് സെയ്‌ലർമാരുടെ അഭിവാദ്യവും ഫിൻലാൻഡ് സ്റ്റേഷൻമുതൽ ക്രസെസിൻസ്കോ മന്ദിരം വരെയുള്ള പാതയെ പ്രകാശമാനമാക്കുന്ന പീറ്റർ ആന്റ് പോൾ ഫോർട്രസിൽ നിന്നുമുള്ള സെർച്ച് ലൈറ്റുകളും കവചിത വാഹനങ്ങളും പാതയ്ക്കിരുപുറവും തൊഴിലാളികളായ സ്ത്രീ-പുരുഷന്മാരുടെ കാവലും അവിടെയുണ്ടായിരുന്നു

പെത്രോഗ്രാദിലെ തൊഴിലാളികളുടെയും സൈനികരുടെയും ഔദ്യോഗിക പ്രതിനിധികളെന്ന നിലയിൽ സ്റ്റേഷനിൽ ഞങ്ങളെ വരവേറ്റ ഷ്കെയ്ഡെസെയും സ്കോബ്‌ലോവും സഖാക്കളുടെ അകമ്പടിയോടെ ഞങ്ങളെ റോയൽ വെയിറ്റിങ് റൂമിലേക്ക് ആനയിച്ചു. ഇല്ലിച്ച് പ്ലാറ്റ്ഫാമിലേക്കിറങ്ങുമ്പോൾ ഒരു ക്യാപ്റ്റൻ അദ്ദേഹത്തെ അഭിവാദ്യം ചെയ്യുകയും അദ്ദേഹം തിരിച്ചുമങ്ങനെ ചെയ്യുകയുമുണ്ടായി. പ്ലാറ്റ്ഫാമിൽ സൈനികർ അദ്ദേഹത്തിനും സംഘത്തിനും ഒരു സൈനികോപചാരമർപ്പിച്ചു. തുടർന്ന് ഞങ്ങൾ മോട്ടോർ വാഹനങ്ങളിലും ഇല്ലിച്ച് ഒരു കവചിത വാഹനത്തിലും ക്രസെസിൻസ്കാ മന്ദിരത്തിലേക്ക് യാത്രയായി. ഞങ്ങൾക്ക് പിന്നാലെ പാഞ്ഞെത്തിയ വൻ ജനക്കൂട്ടത്തിന് നേരെ അത്യുച്ചത്തിൽ ഇല്ലിച്ച് വിളിച്ചു പറഞ്ഞു: “സോഷ്യലിസ്റ്റ് ലോക വിപ്ലവം നീണാൾ വാഴട്ടെ!”

അദ്ദേഹത്തിന്റെ ചിന്തകളുടെ ഓരോ നാഡികളിലും അതിനകം തന്നെ ആ വിപ്ലവം അനുഭവപ്പെട്ടു തുടങ്ങിയിരുന്നു.

അന്ന് പാർട്ടിയുടെ കേന്ദ്രകമ്മിറ്റിയും പെത്രോഗ്രാദ് കമ്മിറ്റിയും പ്രവർത്തിച്ചിരുന്ന ക്ഴ്സെസിൻസ്കാ മൻസിനിൽ ഞങ്ങൾ എത്തിച്ചേർന്നു. സ്വാഗതപ്രസംഗങ്ങൾ നടത്തുന്നതിനായി അതിന്റെ മുകളിലെ നിലയിൽ സഖാക്കൾ ഒരു ചായ സൽക്കാരം സംഘടിപ്പിച്ചിരുന്നുവെങ്കിലും ഇല്ലിച്ചിന് താൽപ്പര്യജനകമായിരുന്ന, കൈക്കൊള്ളേണ്ട തന്ത്രങ്ങളുടെ വിഷയത്തെക്കുറിച്ചാണ് അദ്ദേഹം സംസാരിച്ചത്. തൊഴിലാളികളുടെയും സൈനികരുടെയും കൂട്ടങ്ങൾ കെട്ടിടത്തിന് പുറത്ത് നിലയുറപ്പിച്ചിരുന്നതിനാൽ അദ്ദേഹം ബാൽക്കണിയിൽ നിന്നുകൊണ്ട് അവരെ അഭിസംബോധന ചെയ്യാൻ ബാധ്യസ്ഥനായിത്തീർന്നു. ആ യോഗത്തെക്കുറിച്ചുള്ള ധാരണയും അവിടെ പ്രകടമായ അളവറ്റ വിപ്ലവവീര്യവും മറ്റെല്ലാറ്റിനെയും നിഷ്പ്രഭമാക്കിത്തീർത്തു.

പിന്നീട് ഞങ്ങൾ ലെനിന്റെ സഹോദരി അന്നാ ഇല്ലിനിഷെയുടെ പാർപ്പിടത്തിലേക്ക് പോയി. അവിടെ ഞങ്ങൾക്കവർ നൽകിയ വേറിട്ട മുറിയിൽ അവരുടെ വളർത്തുപുത്രനായ ഗോറ ഞങ്ങളുടെ ആഗമനത്തെ ആദരിച്ചുകൊണ്ട് വലിയൊരു ബാനർ തൂക്കിയിട്ടിരുന്നു: "സർവരാജ്യത്തൊഴിലാളികളെ സംഘടിക്കുവിൻ!" ആ രാത്രിയിൽ ഞാനും ഇല്ലിച്ചും ഗൗരവമുള്ള യാതൊന്നും സംസാരിച്ചില്ല. ആ ദിവസത്തെ വിവരിക്കാൻ വാക്കുകൾക്കൊന്നും കഴിയുമായിരുന്നില്ല. വാക്കുകൾ കൂടാതെ തന്നെ എല്ലാ കാര്യങ്ങളും വ്യക്തവുമായിരുന്നു.

ഓരോ നിമിഷവും വളരെ അമൂല്യമായൊരു ഘട്ടത്തിലാണ് അന്ന് ഞങ്ങൾ ജീവിച്ചത്. തൊഴിലാളികളുടെയും സൈനികരുടെയും ഡെപ്യൂട്ടികളുടെ അഖില റഷ്യൻ കോൺഫറൻസിന്റെ ബോൾഷെവിക് അംഗങ്ങളുടെ യോഗത്തിന് വിളിക്കുമ്പോൾ അപൂർവമായി മാത്രമേ ഇല്ലിച്ച് ഉറക്കമുണർന്നിരുന്നുള്ളൂ. ടൂറിദ പാലസിന്റെ മുകളിലെ നിലയിലാണ് ഞങ്ങളന്ന് താമസിച്ചിരുന്നത്. താൻ രചിച്ച നിരവധി തീസിസുകളിലൂടെ അദ്ദേഹം തന്റെ വീക്ഷണങ്ങൾ വിശദീകരിച്ചു. ഈ തീസിസുകളിൽ അദ്ദേഹം സാഹചര്യങ്ങളെ വിശകലനം ചെയ്യുകയും ലക്ഷ്യം കൈവരിക്കാൻ അവലംബിക്കേണ്ട മാർഗങ്ങളേതൊക്കെയാണെന്ന് വ്യക്തമാക്കുകയും ചെയ്തു. എങ്കിലും ഒരു സോഷ്യലിസ്റ്റ് വിപ്ലവത്തെക്കുറിച്ചുള്ള ഇത്രയും തുറന്നൊരു ഭാഷണം കാലാനുസൃതമല്ലെന്ന തോന്നൽ ചില സഖാക്കളിലെങ്കിലും ഉണ്ടാക്കാതിരുന്നില്ല.

താഴത്തെ നിലയിൽ മെൻഷെവിക്കുകളുടെ ഒരു യോഗം നടക്കുന്നുണ്ടായിരുന്നു. അവിടെനിന്നും വന്ന ഒരു സഖാവ് മെൻഷെവിക്കുകളുടെയും ബോൾഷെവിക്കുകളുടെയും ഒരു സംയുക്തയോഗത്തിൽ ഇല്ലിച്ച് ഒരു റിപ്പോർട്ട് അവതരിപ്പിക്കണമെന്ന് നിർബന്ധം പിടിച്ചു. എല്ലാ സോഷ്യൽ ഡെമോക്രാറ്റുകളുടെയും ഒരു പൊതുയോഗത്തിൽ ഇല്ലിച്ച് തന്റെ റിപ്പോർട്ട് അവതരിപ്പിക്കേണ്ടതാണെന്ന് ബോൾഷെവിക്കുകളുടെ

യോഗവും തീരുമാനിച്ചു. ഇല്ലിച്ച് അതിന് വഴങ്ങി. പാലസിന്റെ താഴത്തെ നിലയിലുള്ള ഒരു വലിയ ഹാളിലാണ് യോഗം നടന്നത്. അവിടെ എന്നെ ആദ്യമായി വിസ്മയിപ്പിച്ചത് അധ്യക്ഷവേദിയിൽ ഇരിക്കുകയായിരുന്ന ഗോൾഡൻബർഗ് ആണ്. 1905ലെ വിപ്ലവകാലത്ത് ശക്തനായൊരു ബോൾഷെവിക്കും ഞങ്ങളുടെ ഉറ്റസഖാവുമായിരുന്നു അദ്ദേഹം. ഇപ്പോൾ പ്ലെഖാനോവിന്റെ പക്ഷത്തു ചേർന്ന അദ്ദേഹം ഒരു മെൻഷെവിക്ക് ആയി ത്തീർന്നിരിക്കുന്നു. രണ്ട് മണിക്കൂറിലധികം നേരം ലെനിൻ സംസാരിച്ചു. എന്നാൽ, വിപ്ലവകാരികളായ ജനാധിപത്യവാദികൾക്കിടയിൽ ലെനിൻ ആഭ്യന്തരയുദ്ധത്തിന്റെ മുദ്രാവാക്യം ഉയർത്തുകയാണെന്നാണ് ഗോൾഡൻബർഗ് ആരോപിച്ചത്.

അപ്പോഴേക്കും ബോൾഷെവിക് സംഘടനയ്ക്കുള്ളിൽ ഒരു പ്രക്ഷോഭം ആരംഭിച്ചുവെങ്കിലും അത് നീണ്ടുനിന്നില്ല. ഒരാഴ്ചയ്ക്ക് ശേഷം പെത്രോഗ്രാദ് നഗരത്തിലെ ബോൾഷെവിക്കുകളുടെ ഒരു പൊതു യോഗം നടക്കുകയും അവിടെവച്ച് ഇല്ലിച്ചിന്റെ വീക്ഷണങ്ങൾ അംഗീകരിക്കപ്പെടുകയുമുണ്ടായി. ആ കാലയളവിലുണ്ടായ ചില സുപ്രധാനസംഭവങ്ങൾ ഇല്ലിച്ചിന്റെ നിലപാടുകൾ ശരിവയ്ക്കുന്നു.

ഏപ്രിൽ 7ന് ഇല്ലിച്ചിന്റെ തീസിസ് ആദ്യമായി പ്രസിദ്ധീകരിക്കുകയും പെത്രോഗ്രാദ് സോവിയറ്റിന്റെ എക്സിക്യൂട്ടീവ് കമ്മിറ്റി 'ലിബർട്ടി ലോണി'ന് അനുകൂലമായി വോട്ടു ചെയ്യുകയുമുണ്ടായി.

ബൂർഷ്വാ-മെൻഷെവിക് പത്രങ്ങൾ ലെനിനും ബോൾഷെവിക്കുകൾക്കുമെതിരെ ആക്രമണോത്സുകമായൊരു പ്രചരണം അഴിച്ചുവിട്ടു. എന്നാലും ലെനിന്റെ നിലപാട് അംഗീകരിക്കപ്പെടുമെന്ന് ബോൾഷെവിക് സംഘടനയിലെ ഏവർക്കും അറിയാമായിരുന്നു. ലെനിനെതിരായ പ്രചരണം അദ്ദേഹത്തിന്റെ തീസിസിനെ ജനകീയവൽക്കരിക്കാനുള്ള ഏറ്റവും കാര്യക്ഷമമായൊരു മാർഗമായിരുന്നു. കൊള്ളയടിക്കാനുള്ള ഒരു ഉപാധിയെന്ന് ലെനിൻ സാമ്രാജ്യത്വ യുദ്ധത്തെ വിളിക്കുകയും അദ്ദേഹം യഥാർഥത്തിൽ സമാധാനമാണ് ആഗ്രഹിക്കുന്നതെന്ന് ജനങ്ങൾ മനസിലാക്കുകയും ചെയ്തു. അത് സൈനികരെയും നാവികരെയും മാത്രമല്ല, യുദ്ധം ഒരു ജീവന്മരണ വിഷയമായി കണ്ട സകലരെയും ഉദ്ദീപിപ്പിക്കുകയും ചെയ്തു. ഏപ്രിൽ പത്തിന് ഇല്ലിച്ച്, ഇസ്മയ്ലോവ്സ്കി റെജിമെന്റിലെ സൈനികരെ അഭിസംബോധന ചെയ്തു. ഏപ്രിൽ 15ന് *സോൾഡാത്സ്കായ പ്രവ്ദ* (സൈനികന്റെ സത്യം) പ്രസിദ്ധീകരിച്ചു തുടങ്ങി. 16ന് ലെനിനും ബോൾഷെവിക്കുകൾക്കുമെതിരായ പ്രചരണങ്ങളിൽ പ്രതിഷേധിച്ച് പെത്രോഗ്രാദിലെ സൈനികരും നാവികരും ഒരു വൻപ്രകടനം നടത്തി. ഏപ്രിൽ 18ന് മുമ്പൊരിക്കലും ഉണ്ടായിട്ടില്ലാത്ത തരത്തിൽ റഷ്യയിലുടനീളം വൻതോതിലുള്ള മേയ്ദിന പ്രകടനങ്ങൾ നടന്നു.

യുദ്ധം വിജയശ്രീലാളിതമായി അവസാനിക്കുമെന്നും സഖ്യകക്ഷികളോടുള്ള എല്ലാ ബാധ്യതകളും നിറവേറ്റുമെന്നും അന്നേ ദിവസം

താൽക്കാലിക ഭരണകൂടത്തിന്റെ വിദേശകാര്യമന്ത്രിയായ മില്യുക്കോവ് ഒരു പ്രസ്താവന പുറപ്പെടുവിച്ചു. എന്നാൽ ആ ബാധ്യതകൾ എന്തൊക്കെയാണെന്ന് ബോൾഷെവിക്കുകൾ പത്രങ്ങളിലൂടെ വെളിപ്പെടുത്തി. നിക്കോളായ് രണ്ടാമനും മുഴുവൻ സാർ ഭരണകൂടവും വരുത്തിവച്ച ബാധ്യതകൾ താൽക്കാലിക ഭരണകൂടം ഏറ്റെടുത്തിട്ടുള്ളതായി ബോൾഷെവിക്കുകൾ വ്യക്തമാക്കി. ആ ബാധ്യതകൾ ബൂർഷ്വാ വർഗത്തിന് വേണ്ടി വരുത്തിവച്ചിട്ടുള്ളതാണെന്നും വരച്ചുകാണിച്ചു.

ജനങ്ങൾക്ക് ഇത് വ്യക്തമായിക്കഴിഞ്ഞപ്പോൾ അവർ തെരുവുകളിലേക്കിറങ്ങി. ഏപ്രിൽ 21ന് നെവ്സ്കി പ്രോസ്പെക്ടിൽ അവർ പ്രകടനം നടത്തി. അവിടെ താൽക്കാലിക ഭരണകൂടത്തിന്റെ അനുഭാവികളുടെ ഒരു എതിർപ്രകടനവും നടന്നു.

താൽക്കാലിക ഭരണകൂടത്തെ തുറന്നു കാണിക്കേണ്ടതിന്റെ ആവശ്യകതയെ വ്യക്തമായി അംഗീകരിച്ചുകൊണ്ട് ഏപ്രിൽ 21നും 22നും കേന്ദ്രകമ്മിറ്റി പ്രമേയങ്ങൾ പാസാക്കി. അത് പെത്രോഗ്രാദ് സോവിയറ്റിന്റെ സമവായ തന്ത്രങ്ങളെ അപലപിക്കുകയും തൊഴിലാളികളുടെയും സൈനികരുടെയും പുതിയ തിരഞ്ഞെടുപ്പിന് ആഹ്വാനം നൽകുകയും സോവിയറ്റുകളെ പ്രബലപ്പെടുത്താനും വ്യാപകമായി വിശദീകരണ പ്രചരണ പരിപാടികൾ സംഘടിപ്പിക്കാനും ആവശ്യപ്പെടുകയും, അതേസമയം, താൽക്കാലികഭരണകൂടത്തെ അടിയന്തരമായി അട്ടിമറിക്കാനുള്ള ശ്രമം അപക്വമാണെന്ന് ചൂണ്ടിക്കാണിക്കുകയും ചെയ്തു.

ലെനിൻ തന്റെ തീസിസ് പ്രസിദ്ധീകരിച്ച ഏപ്രിൽ 24ന് ശേഷം നടന്ന അഖില റഷ്യൻ കോൺഫറൻസിന്റെ ഘട്ടമെത്തിപ്പോഴേക്കും ബോൾഷെവിക്കുകൾക്കിടയിൽ പൂർണമായ ഐക്യം സാധ്യമായിത്തീർന്നു.

പെത്രോഗ്രാദിൽ എത്തിച്ചേർന്നശേഷം അപൂർവമായി മാത്രമേ എനിക്ക് ഇല്ലിച്ചിനെ കാണാൻ കഴിഞ്ഞിരുന്നുള്ളൂ. അദ്ദേഹം കേന്ദ്രകമ്മിറ്റിയിലും *പ്രവ്ദ*യിലും പ്രവർത്തിക്കുകയും യോഗങ്ങളിൽ പങ്കെടുക്കുകയുമായിരുന്നു. ക്രിസെസിൻസ്കാ മാൻഷെനിൽ പ്രവർത്തിച്ചിരുന്ന കേന്ദ്രകമ്മിറ്റിയുടെ സെക്രട്ടേറിയറ്റിലാണ് ഞാൻ ജോലിചെയ്തിരുന്നത്. കേന്ദ്രകമ്മിറ്റിക്ക് പുറമെ സൈനികസംഘടനയുടെയും സോൾദാത്കായ *പ്രവ്ദ*യുടെയും ഓഫീസുകളും അവിടെയാണ് പ്രവർത്തിക്കുന്നത്. കൗമാരക്കാരും തൊഴിലെടുക്കുന്ന യുവാക്കളും ധാരാളമായി അവിടേക്ക് വന്നുകൊണ്ടിരുന്നു. ബോൾഷെവിക്കുകളും മെൻഷെവിക്കുകളും സോഷ്യൽ റവല്യൂഷണറികളും അരാജകവാദികളും അവരിലുണ്ടായിരുന്നു. അന്ന് അമ്പതിനായിരത്തോളം പേരാണ് സംഘടനയിലുണ്ടായിരുന്നത്.

ഞങ്ങൾ എത്തിച്ചേർന്ന് വളരെ കഴിയും മുമ്പ് അധ്യാപകരുടെ ഒരു കോൺഗ്രസിൽ ഞാൻ പങ്കെടുത്തു. അത് വലിയൊരു ജനക്കൂട്ടമായിരുന്നു. സോഷ്യൽ റെവല്യൂഷണറികളുടെ പൂർണമായ സ്വാധീനത്തിൻ കീഴിലുള്ളവരായിരുന്നു ആ അധ്യാപകർ. പ്രമുഖ മെൻഷെവിക്കുകൾ

ആ കോൺഗ്രസിൽ സംസാരിച്ചു. ബോൾഷെവിക്കുകളും മെൻഷെവിക് - ഇന്റർനാഷണലിസ്റ്റുകളുമുൾപ്പെടെ ഇരുപതോളം സോഷ്യൽ ഡെമോക്രാറ്റുകളും അവിടെ എത്തിയിരുന്നു. ഏതുതരം ചിന്താധാരയാണ് കൈക്കൊള്ളേണ്ടതെന്ന് കൂടിയാലോചിക്കാൻ വേറിട്ടൊരു ചെറിയ മുറിയിൽ അവർ ഒന്നിച്ചു കൂടി. ആ യോഗത്തിൽ പങ്കെടുത്ത പലരും പിന്നീട് ജില്ലാ കൗൺസിലുകളിൽ പ്രവർത്തിച്ചിട്ടുണ്ട്.

ഏപ്രിൽ 21ന് ദാൻസ്കോയ്സിൽ വച്ച് എനിക്ക് ഇല്ലിച്ചിനെ കാണേണ്ടിയിരുന്നു. അവിടേക്ക് പോവുന്നതിനിടെ നെവ്സ്കായോ സസ്താവയിൽ നിന്നുമുള്ള തൊഴിലാളികളുടെ വലിയൊരു പ്രകടനം കടന്നുപോവുന്നത് ഞാൻ കാണാനിടയായി. പാതയോരത്ത് തിങ്ങിനിറഞ്ഞ തൊഴിലാളികൾ അവരെ അഭിവാദ്യം ചെയ്യുന്നുണ്ടായിരുന്നു. എതിർദിശയിൽ നിന്നും വൃത്താകൃതിയിലുള്ള കറുത്ത രോമത്തൊപ്പി ധരിച്ച മറ്റൊരു ആൾക്കൂട്ടവും അതുവഴി കടന്നുവന്നു. ജർമൻ സ്വർണം കൊണ്ട് ലെനിൻ തൊഴിലാളികളെ പാട്ടിലാക്കിയിരിക്കുകയാണെന്ന കഥയും രണ്ടാമത്തെ പ്രകടനക്കാർ പ്രചരിപ്പിച്ചു. ഭംഗിയായി വസ്ത്രധാരണം ചെയ്തൊരു സ്ത്രീ വിളിച്ചലറി: “ലെനിനെ നമുക്ക് പ്രഹരിക്കണം.” അവരുടെ നേതാവ് വിളിച്ച് പറഞ്ഞു: “ആ എല്ലാ തെമ്മാടികളും കൊല്ലപ്പെടണം!” വർഗം വർഗത്തിനെതിരെ! അധ്വാനിക്കുന്ന വർഗം ലെനിന്റെ ചോരയ്ക്കായി ദാഹിക്കുകയായിരുന്നു.

ഏപ്രിൽ 24-29 തീയതികളിൽ അഖില റഷ്യൻ പാർട്ടി കോൺഫറൻസ് നടന്നു. 151 പ്രതിനിധികളാണ് അതിൽ പങ്കെടുത്തത്. കോൺഫറൻസ് പുതിയൊരു കേന്ദ്രകമ്മിറ്റിയെ തിരഞ്ഞെടുക്കുകയും രാഷ്ട്രീയ സാഹചര്യം, യുദ്ധം, മൂന്നാം ഇന്റർനാഷണിന്റെ ഉൽഘാടനം, ദേശീയതയുടെയും കാർഷിക മേഖലയുടെയും ചോദ്യങ്ങൾ, പാർട്ടി പരിപാടി തുടങ്ങിയ വിഷയങ്ങൾ ചർച്ച ചെയ്യുകയുമുണ്ടായി.

രാഷ്ട്രീയ സാഹചര്യത്തെക്കുറിച്ചുള്ള ഇല്ലിച്ചിന്റെ പ്രസംഗം ഞാൻ പ്രത്യേകം ഓർക്കുന്നു. ജനങ്ങളുടെ ജീവിതത്തെയും താൽപ്പര്യങ്ങളെയും അദ്ദേഹം എത്ര അടുത്ത് പിന്തുടരുന്നുവെന്ന് വ്യക്തമാക്കുന്നതായിരുന്നു ആ പ്രസംഗം!

> ഒരു വർഗമെന്ന നിലയിൽ അധ്വാനിക്കുന്നവർഗത്തിന് യുദ്ധത്തിൽ ഒരു താൽപര്യവുമില്ലെന്ന കാര്യത്തിൽ ഒരു സംശയവുമില്ല. പാരമ്പര്യത്താലും കബളിപ്പിക്കലാലും അവർ സ്വാധീനിക്കപ്പെട്ടിരിക്കുന്നു. ഇപ്പോഴുമവർക്ക് രാഷ്ട്രീയമായ പരിചയമൊന്നുമില്ല. അക്കാരണത്താൽ ക്ഷമാപൂർവം വിശദീകരിച്ചുകൊടുക്കുകയാണ് നമ്മുടെ ദൗത്യം. തത്വങ്ങൾക്ക് യാതൊരു ക്ഷതവുമേൽപ്പിക്കാത്ത നാം ചെറിയൊരു വിട്ടുവീഴ്ചയ്ക്ക് പോലും തയാറുമല്ല. അപ്പോഴും, സാമൂഹ്യവിരുദ്ധർക്ക് നേരെയുള്ള സമീപനം നമുക്ക് ജനങ്ങളോട് സ്വീകരിക്കാനാവില്ല. നമ്മുടെ ജനങ്ങൾ ഒരിക്കലും സോഷ്യലിസ്റ്റുകളായിരുന്നിട്ടില്ലെന്ന് മാത്രമല്ല, സോഷ്യലിസമെന്ന

ആശയത്തെക്കുറിച്ച് അവർക്ക് യാതൊരു ധാരണയുമില്ല. അവർ രാഷ്ട്രീയ ജീവിതത്തിലേക്ക് ഉണർന്നെഴുന്നേൽക്കുന്നതേയുള്ളൂ. എങ്കിലും അവരുടെ വർഗബോധം ത്വരിതഗതിയിൽ വളരുകയും വികസിക്കുകയും ചെയ്തുകൊണ്ടിരിക്കുന്നു. വിശദീകരിച്ചുകൊണ്ട് അവരെ എങ്ങനെ സമീപിക്കണമെന്ന് നാം അറിഞ്ഞേ മതിയാവൂ. പ്രത്യേകിച്ചും ഇന്നലെ വരെ ഒളിവിലായിരുന്ന ഒരു പാർട്ടിയെ സംബന്ധിച്ചിടത്തോളം അത് ഏറ്റവും വിഷമം പിടിച്ചൊരു ദൗത്യവുമാണ്.

ഇല്ലിച്ച് തന്റെ പ്രസംഗത്തിൽ വ്യക്തമാക്കി:

ഞാനുൾപ്പെടെ നമ്മളിലെ നിരവധി പേർക്ക് ജനങ്ങളെ, പ്രത്യേകിച്ചും സൈനികരെ, അഭിസംബോധന ചെയ്യാൻ അവസരമുണ്ടായിട്ടുണ്ട്. എന്നാൽ വർഗതാൽപ്പര്യങ്ങളുടെ വീക്ഷണകോണിലൂടെ എല്ലാം അവർക്ക് വിശദീകരിച്ചുകൊടുത്തിട്ടുപോലും യുദ്ധം അവസാനിപ്പിക്കാനുള്ള നമ്മുടെ നിലപാടിനെക്കുറിച്ച് പൂർണമായും ഉൾക്കൊള്ളാൻ അവർക്ക് കഴിഞ്ഞിട്ടില്ല. അതെങ്ങനെ സാധ്യമാവുമെന്ന് മനസിലാക്കാനും അവർക്കായിട്ടില്ല. തെറ്റായ ധാരണകൾക്ക് നടുവിലാണ് ജനങ്ങൾ. നമ്മുടെ നിലപാടിനെക്കുറിച്ച് തികഞ്ഞ തെറ്റിദ്ധാരണയാണ് ഇപ്പോഴുള്ളത്. അത് നാം ദൂരീകരിച്ചേ മതിയാവൂ.

ജനങ്ങളെ സമീപിക്കുമ്പോൾ അവരുടെ എല്ലാ ചോദ്യങ്ങൾക്കും ദൃഢമായ ഉത്തരങ്ങൾ നാം നൽകേണ്ടതാവശ്യമാണ്.

അധ്വാനിക്കുന്നവർക്കിടയിൽ മാത്രമല്ല, പെറ്റി ബൂർഷ്വാകളുടെ വിപുലമായ വിഭാഗങ്ങൾക്കിടയിലും വിശദീകരണപ്രവർത്തനങ്ങൾ നടത്താൻ നമുക്ക് കഴിയണമെന്നും ഇല്ലിച്ച് വ്യക്തമാക്കി.

നിയന്ത്രണത്തെക്കുറിച്ച് സംസാരിക്കവേ അദ്ദേഹം പറഞ്ഞു:

നിയന്ത്രിക്കാൻ ഒരുവന് അധികാരം ആവശ്യമാണ്. പെറ്റി ബൂർഷ്വാകളുടെ വ്യാപ്തിയേറിയ ജനസമൂഹത്തിന് അത് മനസിലാവുന്നില്ലെങ്കിൽ അത് വിശദീകരിച്ചുകൊടുക്കാനുള്ള ക്ഷമ നമുക്കുണ്ടാവണം." എന്നാൽ ഒരു സാഹചര്യത്തിലും നാമവരോട് അസത്യം പറയരുത് ഒരു ജനനായകന്റെ നിലയിൽ അദ്ദേഹം സംസാരിക്കുന്നതായി സൈനികർക്കോ കർഷകർക്കോ ഒരിക്കലും അനുഭവപ്പെട്ടില്ല. എന്തൊക്കെയായാലും വഴിവിട്ട് വിശ്വാസം ആർജിക്കാനാവില്ല. സംഘർഷഭരിതമായിരുന്ന ആ ഘട്ടത്തിലും ഇല്ലിച്ചിന് മനസിന്റെ സമനില തെറ്റിയില്ല. ഇതുവരെ നാമൊരു ന്യൂനപക്ഷമാണ്: ബഹുജനങ്ങൾ ഇപ്പോഴും നമ്മെ വിശ്വസിക്കുന്നില്ല. അദ്ദേഹം പറഞ്ഞു: "നമുക്ക് കാത്തുനിൽക്കാം; ഭരണകൂടം

> അതിന്റെ യഥാർഥ സ്വഭാവം വെളിപ്പെടുത്തുമ്പോൾ ജനങ്ങൾ നമ്മുടെ പക്ഷത്ത് ചേരും." അതിനകം തന്നെ അനേകം സൈനികരും കർഷകരുമായി കൂടിക്കാഴ്ച നടത്തിയ ഇല്ലിച്ചിന് തന്റെ നിലപാടുകളെക്കുറിച്ച് യാതൊരു മിഥ്യാധാരണകളുമുണ്ടായിരുന്നില്ല.
>
> സംഘടനയ്ക്ക് ആവശ്യമെന്ന് തോന്നുന്ന കീഴടങ്ങൽ വ്യാമോഹങ്ങളുടെ അടിസ്ഥാനത്തിൽ അധ്വാനിക്കുന്ന വർഗത്തിന്റെ നയങ്ങൾ രൂപപ്പെടുത്തുകയാണെങ്കിൽ അത് അവരോട് ചെയ്യുന്ന ഏറ്റവും കൊടിയ തെറ്റായി പരിണമിക്കും. ഭൂരിപക്ഷം നമ്മോടൊപ്പമാണെന്ന് നമുക്ക് ഊന്നിപ്പറയാനാവില്ല. ഇക്കാര്യത്തിൽ ജാഗ്രത മാത്രമായിരിക്കണം നമ്മുടെ മുദ്രാവാക്യം. അമിത വിശ്വാസത്തിൽ അധിഷ്ഠിതമായൊരു അധ്വാനിക്കുന്നവർഗനയം അതിനെ പരാജയത്തിലേ കൊണ്ടെത്തിക്കൂ.

രാഷ്ട്രീയ സാഹചര്യത്തെക്കുറിച്ചുള്ള പ്രസംഗം ഉപസംഹരിച്ചുകൊണ്ട് ഇല്ലിച്ച് പറഞ്ഞു:

> റഷ്യൻ വിപ്ലവം സോവിയറ്റുകളെ സൃഷ്ടിച്ചു. ലോകത്തിലെ ഒരു ബൂർഷ്വാ രാജ്യത്തിനും സ്റ്റേറ്റിന്റേതായ അത്തരം സ്ഥാപനങ്ങൾ ഉണ്ടാക്കാൻ സാധ്യമല്ല. സ്റ്റേറ്റിന്റെ മറ്റേതെങ്കിലും അധികാരവുമായി ചേർന്ന് ഒരു സോഷ്യലിസ്റ്റ് വിപ്ലവത്തിനും പ്രവർത്തിക്കാനാവില്ല. ഒരു സാധാരണ ബൂർഷ്വാ റിപ്പബ്ലിക് നിർമിക്കാൻ വേണ്ടിയോ സോഷ്യലിസത്തിലേക്ക് നേരിട്ട് പരിവർത്തിപ്പിക്കാൻ വേണ്ടിയോ അല്ല തൊഴിലാളികളുടെയും സൈനികരുടെയും ഡെപ്യൂട്ടികൾ അധികാരം പിടിച്ചെടുക്കേണ്ടത്. ഇവയിൽ രണ്ടാമത്തേത് കൈവരിക്കാനാവില്ല. അതുകൊണ്ട് പരിവർത്തനത്തിലേക്കുള്ള ആദ്യത്തെ സുദൃഢമായ നടപടികൾ കൈക്കൊള്ളാൻ വേണ്ടിയായിരിക്കണം അധികാരം പിടിച്ചേടുക്കേണ്ടത്. ഇക്കാര്യത്തിൽ ഭീതിയാണ് ഏറ്റവും വലിയ ശത്രു. അവിടെ ജനങ്ങളെ ബോധ്യപ്പെടുത്താനുള്ള നടപടികൾ അടിയന്തിരമായി സ്വീകരിക്കണം. മറിച്ചായാൽ തൊഴിലാളികളുടെയും സൈനികരുടെയും ഡെപ്യൂട്ടികളുടെ അധികാരം അർഥമില്ലാത്തതാവുകയും ജനങ്ങൾക്ക് യാതൊന്നും ലഭിക്കാതെ പോവുകയും ചെയ്യും.

സോവിയറ്റുകൾ അഭിമുഖീകരിക്കുന്ന അടിയന്തര പ്രശ്നങ്ങളെ കുറിച്ചും ഇല്ലിച്ച് സംസാരിച്ചു:

> ഭൂമിക്ക് മേലുള്ള സ്വകാര്യ ഉടമസ്ഥാവകാശം ഇല്ലായ്മ ചെയ്തേ മതിയാവൂ. ഭൂരിപക്ഷം ജനങ്ങളും അത് ആഗ്രഹിക്കുന്നതിനാൽ അത് നമ്മുടെ ഒന്നാമത്തെ ദൗത്യമാണ്. ആ ലക്ഷ്യം കൈവരി

ക്കാൻ നമുക്ക് സോവിയറ്റുകൾ ആവശ്യമാണ്. പഴയ ഉദ്യോഗസ്ഥ ഭരണക്രമത്തിലൂടെ അത് സാധ്യമാവുകയില്ല.

1917 മേയിൽ ഇല്ലിച്ച് പാർട്ടി പരിപാടികൾക്ക് ഭേദഗതികൾ എഴുതിയുണ്ടാക്കി. സാമ്രാജ്യത്വയുദ്ധവും വിപ്ലവവും സാമൂഹ്യജീവിതത്തിൽ വളരെ കൂടുതൽ മാറ്റങ്ങൾ ഉളവാക്കിയിരുന്നു. അത് പുതിയ അവലോകനങ്ങളുടെയും പുതിയ സമീപനത്തിന്റെയും അവശ്യകതയുമുണ്ടാക്കി. പഴയ പരിപാടി തികച്ചും കാലഹരണപ്പെട്ടതുമായിത്തീർന്നു. ജനങ്ങളുടെ ജീവിത നിലവാരം ഉയർത്താനും അവരുടെ പ്രവർത്തനമണ്ഡലം വികസിപ്പിക്കാനും ലക്ഷ്യമിട്ടുള്ളതായിരുന്നു പുതിയ മിനിമം പ്രോഗ്രാമിന്റെ രൂപരേഖ.

ജൂണിൽ ജില്ലാ കൗൺസിലുകളിലേക്കുള്ള തിരഞ്ഞെടുപ്പ് നടന്നു. തിരഞ്ഞെടുപ്പ് പ്രചരണം കാണാൻ ഞാൻ വാസിലിയേവ്സ്കി ദ്വീപിലേക്ക് പോയി. മുഖ്യമായും ട്യൂബ് ഫാക്ടറിയിൽ നിന്നുമുള്ളവരുൾപ്പെടെ തൊഴിലാളികളെക്കൊണ്ട് അവിടത്തെ തെരുവുകൾ നിറഞ്ഞിരുന്നു. ലെഫെർമെ ഫാക്ടറിയിൽ നിന്നുമുള്ള നിരവധി സ്ത്രീതൊഴിലാളികളും അക്കൂട്ടത്തിലുണ്ടായിരുന്നു. സോഷ്യൽ റെവല്യൂഷണറികൾക്ക് വേണ്ടിയാണ് ആ ഫാക്ടറി വോട്ടു ചെയ്തത്. സ്ഥാനാർഥികളെക്കുറിച്ചോ അവരുടെ വ്യക്തിത്വത്തെക്കുറിച്ചോ അല്ല, മറിച്ച്, വ്യത്യസ്ത പാർട്ടികളുടെ പ്രവർത്തനങ്ങളെയും അവ എന്തിന് വേണ്ടി നിലകൊള്ളുന്നു എന്നതിനെയും കുറിച്ചാണ് ആളുകൾ ചർച്ച ചെയ്തത്. ഞങ്ങൾ പാരീസിലായിരുന്നപ്പോൾ നടന്ന മുനിസിപ്പൽ തിരഞ്ഞെടുപ്പാണ് ഞാൻ ഓർത്തുപോയത്. അവിടെ രാഷ്ട്രീയ വിഷയങ്ങളുടെ അഭാവത്തിൽ എവിടെയും വ്യക്തിഗതമായ പരിഗണനകൾക്കായിരുന്നു പ്രാമുഖ്യം. എന്നാലിവിടത്തെ സ്ഥിതി നേരേ വിപരീതമായിരുന്നു 1905-1907ന് ശേഷം ജനങ്ങൾ വലിയൊരളവ് വരെ രാഷ്ട്രീയമായി പക്വത കൈവരിച്ചു എന്നതായിരുന്നു ശ്രദ്ധേയമായ മറ്റൊരു സംഗതി. വ്യത്യസ്ത രാഷ്ട്രീയപ്രവണതകളെ കുറിച്ച് എല്ലാവരും വർത്തമാനപത്രങ്ങളിൽ വായിക്കാറുണ്ടെന്ന കാര്യം വളരെ പ്രകടവുമായിരുന്നു. ജനങ്ങൾക്കിടയിലെ വിപ്ലവവികാരവും എവിടെയും ദർശിക്കാമായിരുന്നു.

ജൂൺ 10ന് ഒരു പ്രകടനം നടത്താൻ ബോൾഷെവിക്കുകൾ തീരുമാനിച്ചുവെങ്കിലും മൂന്ന് ദിവസത്തേക്ക് സോവിയറ്റുകളുടെ കോൺഗ്രസ് എല്ലാ പ്രകടനങ്ങളും വിലക്കി. സോവിയറ്റുകളുടെ അധികാരത്തെ അംഗീകരിക്കുന്നതിനാലും മറിച്ചായാൽ എതിരാളികൾ അവസരം മുതലെടുക്കുമെന്നതിനാലും പെത്രോഗ്രാദ് പാർട്ടി കമ്മിറ്റി ആഹ്വാനം ചെയ്ത പ്രകടനം ഒഴിവാക്കണമെന്ന് ഇല്ലിച്ചും നിർദേശിച്ചു. എങ്കിലും ജനങ്ങളുടെ വികാരത്തിന് വഴങ്ങിയ സോവിയറ്റുകളുടെ കോൺഗ്രസ് ജൂൺ 18ന് ഒരു പ്രകടനം സംഘടിപ്പിച്ചു. വേണ്ടത്ര തയാറെടുപ്പുകൾ ഇല്ലാതിരുന്നിട്ടുപോലും തൊഴിലാളികളും സൈനികരുമായ നാല് ലക്ഷത്തോളമാളുകൾ അതിൽ പങ്കെടുത്തു. ബോൾഷെവിക്ക് കേന്ദ്രകമ്മിറ്റിയുടെ മുദ്രാ

വാക്യങ്ങളുള്ളവയായിരുന്നു അതിലെ 90 ശതമാനം ബാനറുകളും പോസ്റ്ററുകളും: "എല്ലാ അധികാരവും സോവിയറ്റുകൾക്ക്!" "പത്ത് മുതലാളിത്ത മന്ത്രിമാരും തുലയട്ടെ!"

ജില്ലാ കൗൺസിലുകളിലേക്കുള്ള തിരഞ്ഞെടുപ്പിൽ വൈബോഗ് ജില്ലാ കൗൺസിലിലേക്ക് ഞാൻ തിരഞ്ഞെടുക്കപ്പെട്ടു. ഏതാനും മെൻഷെവിക്-ഇന്റർനാഷണലിസ്റ്റുകളെ കൂടാതെ ജയിച്ചവരെല്ലാം ബോൾഷെവിക്കുകളായിരുന്നു. മെൻഷെവിക്കുകൾ കൗൺസിലിൽ പ്രവർത്തിക്കാൻ വിസമ്മതിച്ചു. ഞങ്ങളുടെ കൗൺസിലും പാർട്ടി സംഘടനയും വളരെ അടുത്ത് ബന്ധപ്പെട്ടാണ് പ്രവർത്തിച്ചത്. ഈ ജില്ലാ കൗൺസിലിലെ പ്രവർത്തനം എനിക്ക് വലിയൊരു പാഠമായിത്തീർന്നു. പാർട്ടിയുടെയും സോവിയറ്റിന്റെയും പ്രവർത്തനത്തിനുള്ള മികച്ചൊരു വിദ്യാലയമായിരുന്നു അത്. നീണ്ട വർഷങ്ങൾ വിദേശത്ത് പാർക്കുകയും ഒരു ചെറിയ യോഗത്തെപ്പോലും അഭിസംബോധന ചെയ്യാനോ *പ്രവ്ദ*യ്ക്ക് വേണ്ടി ഒരു വരിപോലും എഴുതാനോ കഴിയാതിരുന്ന എനിക്ക് അത്തരമൊരു വിദ്യാലയം അത്യന്താപേക്ഷിതമായിരുന്നു.

മഹാഭൂരിപക്ഷം തൊഴിലാളികളുടെയും വിശ്വാസമാർജിച്ച പ്രബലവും സജീവവുമായ ബോൾഷെവിക് അംഗത്വമാണ് വൈബോർഗ് ജില്ലയിലുണ്ടായിരുന്നത്. ഔദ്യോഗിക ചുമതല ഏറ്റെടുത്ത് വളരെ കഴിയും മുമ്പ് ആ ജില്ലയിലെ സൈനികരുടെ ഭാര്യമാർക്കുള്ള ദുരിതാശ്വാസ കമ്മിറ്റിയുടെ ഉത്തരവാദിത്വവും ഞാൻ ഏറ്റെടുക്കേണ്ടിവന്നു. ആ ചുമതല എനിക്ക് കൈമാറുമ്പോൾ എന്റെ പഴയൊരു സഹപ്രവർത്തകയും ഒരു സോഷ്യൽ ഡെമോക്രാറ്റുമായ നിനാ ഗെർദ് പറഞ്ഞു: "സൈനികരുടെ ഭാര്യമാർക്ക് ഞങ്ങളിൽ വിശ്വാസമില്ല. ഞങ്ങൾ ചെയ്യുന്നതിലൊന്നും അവർ തൃപ്തരുമല്ല. അവർ ബോൾഷെവിക്കുകളെ മാത്രമേ വിശ്വസിക്കുന്നുള്ളൂ."

അവിടെ യുവാക്കളുടെ പ്രശ്നങ്ങളും ഞാൻ കൈകാര്യം ചെയ്യേണ്ടിയിരുന്നു. സ്വന്തമായൊരു പ്രവർത്തനപദ്ധതി ഉണ്ടായിരുന്ന ഒന്നാണ് 'ദ ലൈറ്റ് ആന്റ് നോളഡ്ജ് ലീഗ്', ബോൾഷെവിക്കുകളും മെൻഷെവിക്കുകളും അരാജകവാദികളും കക്ഷിരഹിതരും അതിൽ അംഗങ്ങളായുണ്ടായിരുന്നു. ഒരളവ് വരെ അവരുടെ പ്രവർത്തന പരിപാടി ബാലിശവും പ്രാകൃതവുമായിരുന്നുവെങ്കിലും അവർക്കിടയിൽ ഉടലെടുത്ത തർക്കങ്ങൾ താൽപ്പര്യജനകമായിരുന്നു. ഉദാഹരണമായി, എല്ലാ അംഗങ്ങളും തുന്നൽ പഠിക്കണമെന്ന് അതിലെ ഒരു വകുപ്പ് നിഷ്കർഷിച്ചു. ബോൾഷെവിക്കായ ഒരു ചെറുപ്പക്കാരൻ അഭിപ്രായപ്പെട്ടു: "എന്തിന് നാമെല്ലാവരും തുന്നൽ പഠിക്കണം. ആവശ്യം നേരിടുമ്പോൾ സ്വന്തം ഭർത്താവിന്റെ ട്രൗസറിന്റെ ഒരു ബട്ടൻ തുന്നിപ്പിടിപ്പിക്കാമെന്ന കാരണത്താൽ ഒരു പെൺകുട്ടി തുന്നൽ പഠിക്കുന്നത് ആവശ്യമാണെങ്കിലും നാമെല്ലാം എന്തിനത് പഠിക്കണം?" ആ അഭിപ്രായപ്രകടനം ഒരു കൊടുങ്കാറ്റ് സൃഷ്ടിച്ചു. അതിൽ പ്രതിഷേധിച്ച് ആൺകുട്ടികളും പെൺകുട്ടികളും ചാടിയെഴുന്നേ

റ്റു. ക്ഷോഭത്തോടെ ഒരുവൾ ചോദിച്ചു: "ട്രൗസറിൽ ബട്ടൺ തുന്നിപ്പിടിപ്പിക്കേണ്ടത് ഭാര്യയാണെന്ന് ആരു പറഞ്ഞു? ഇതിനർഥം നിങ്ങൾ സ്ത്രീയുടെ പഴയ ഗാർഹിക അടിമത്തത്തിനായി നിലകൊള്ളുന്നു എന്നാണ്. ഒരു ഭാര്യ അവളുടെ ഭർത്താവിന്റെ വേലക്കാരിയല്ല, സഖാവാണ്!" ബോൾഷെവിക്കുകളെ ദൃഢമായി പിന്തുണയ്ക്കുന്ന മറ്റൊരു യുവാവിനോട് ഞാൻ ആരാഞ്ഞു: "നിങ്ങൾ എന്തുകൊണ്ട് ബോൾഷെവിക് സംഘടനയിൽ ചേരുന്നില്ല?" അയാൾ പറഞ്ഞു: "യുവാക്കളായ ഞങ്ങളിൽ അനേകം പേർ സംഘടനയിലുണ്ട്. അത് ബോൾഷെവിക്കുകൾ ശരിയാണെന്ന് ഞങ്ങൾ കരുതുന്നതുകൊണ്ടാണെന്ന് നിങ്ങൾക്ക് തോന്നുന്നുണ്ടോ? അല്ല. ബോൾഷെവിക്കുകൾ അവരുടെ ആളുകൾക്ക് റിവോൾവറുകൾ വിതരണം ചെയ്യുന്നു. അതൊരിക്കലും ശരിയല്ല. അതുകൊണ്ട് ശരിയായൊരു തീരുമാനത്തിലെത്തുന്നതുവരേക്കും ഞാനെന്റെ പാർട്ടികാർഡ് മടക്കി നൽകി." ഇതൊക്കെയാണെങ്കിലും അവരുടെ സംഘടനയിൽപ്പെട്ടവർ വിപ്ലവചിന്താഗതിക്കാരാണെന്ന കാര്യം എടുത്തു പറയേണ്ടതാണ്. വലതുപക്ഷ ചിന്താഗതിക്കാരുമായി അവർക്കൊരു തരത്തിലുള്ള ബന്ധവുമുണ്ടായിരുന്നില്ല. അവരെല്ലാം തന്നെ സ്വന്തം പണിശാലകളിൽ പ്രസംഗിക്കുന്ന സജീവ അംഗങ്ങളായിരുന്നു. ക്ഷണവിശ്വാസശീലമായിരുന്നു അവരുടെ ഏറ്റവും വലിയ പ്രശ്നം. അതിനെ ചെറുക്കേണ്ടതും ആവശ്യമായിരുന്നു.

വൈബോർഗ് ജില്ലയിൽ ഞാൻ ജോലി തുടങ്ങിക്കഴിഞ്ഞശേഷം വിരളമായി മാത്രമേ എനിക്ക് ഇല്ലിച്ചിനെ കാണാൻ കഴിയുമായിരുന്നുള്ളൂ. സമരം കൂടുതൽ ശക്തമായിക്കൊണ്ടിരുന്ന നിർണായക ദിനങ്ങളായിരുന്നു അവ. ബോൾഷെവിക്ക് മുദ്രാവാക്യങ്ങൾക്ക് കീഴിൽ നാല് ലക്ഷം പേരുടെ പ്രകടനത്തിന് മാത്രമല്ല ജൂൺ 18 സാക്ഷ്യം വഹിച്ചത്. മൂന്ന് മാസക്കാലത്തെ മുന്നോട്ടും പിറകോട്ടുമുള്ള ചാഞ്ചാട്ടത്തിന് ശേഷം സഖ്യകക്ഷികളുടെ സമ്മർദത്തിന് വഴങ്ങി യുദ്ധനിരയിൽ താൽക്കാലിക ഭരണകൂടം ആക്രമണമഴിച്ചുവിട്ടതും ആ ദിവസമായിരുന്നു. അതിനകം തന്നെ ബോൾഷെവിക്കുകൾ പത്രങ്ങളിലും യോഗങ്ങളിലും പ്രക്ഷോഭം ആരംഭിച്ചുകഴിഞ്ഞിരുന്നു. സ്വന്തം പാദങ്ങൾക്കടിയിലെ മണ്ണ് ഒലിച്ചു പോവുന്നതായി താൽക്കാലിക ഭരണകൂടത്തിന് അനുഭവപ്പെട്ടുതുടങ്ങി. ജൂൺ 28ന് യുദ്ധനിരയിൽ റഷ്യൻ സൈന്യം തുരത്തിയോടിക്കപ്പെടാൻ തുടങ്ങി. അത് സൈനികരിൽ വളരെയധികം ആകുലതയുളവാക്കി.

അതേസമയം, വൈബോർഗ് ആസ്ഥാനമായുള്ള മെഷീൻഗൺ റെജിമെന്റ് ഒരു സായുധകലാപം നടത്താൻ തീരുമാനിച്ചു. അതിനും രണ്ടുദിവസംമുമ്പ് സാംസ്കാരിക പ്രവർത്തനവുമായി ബന്ധപ്പെട്ട ചില പ്രത്യേക വിഷയങ്ങൾ ചർച്ച ചെയ്യാൻ ഞങ്ങളുടെ എഡ്യൂക്കേഷൻ കമ്മിറ്റി റെജിമെന്റൽ എഡ്യൂക്കേഷൻ കമ്മിറ്റിയുമായി കൂടിക്കാണാൻ ഏർപ്പാടുണ്ടാക്കി. സ്വാഭാവികമായും, റെജിമെന്റിൽ നിന്നും ആരും എത്തിച്ചേർന്നില്ല. ഞാൻ ക്ഷ്സെസിൻസ്കാ മാൻഷെനിലേക്ക് പോകുന്ന വഴി

പീരങ്കിപ്പടയാളികളെ കണ്ടുമുട്ടി. അവർ വളരെ ചിട്ടയോടെ സാംപ്സോനീവിസ്കി പ്രോസ്പെക്ടിലേക്ക് മാർച്ചു ചെയ്യുകയായിരുന്നു. അവർക്കരികിലെത്തിയ പ്രായമുള്ളൊരു തൊഴിലാളി താണുവണങ്ങി പറഞ്ഞു: “ഇങ്ങനെ വേണം, കുട്ടികളേ, തൊഴിലാളികളായ ഞങ്ങൾക്ക് വേണ്ടി നിവർന്നു നിൽക്കൂ!” കേന്ദ്രകമ്മിറ്റി ഓഫീസിൽ മറ്റുള്ളവർക്കൊപ്പം സ്റ്റാലിനും ലാഷെവിച്ചുമുണ്ടായിരുന്നു. പീരങ്കിപ്പടയാളികൾ ക്ഷ്സെസിൻസ്കാ മാൻഷെന്റെ ബാൽക്കണിക്ക് ചുവട്ടിൽ നിന്ന് സല്യൂട്ട് ചെയ്തശേഷം മുന്നോട്ടു നീങ്ങി. തുടർന്ന് രണ്ട് റെജിമെന്റുകളും ഒരു പ്രകടനവും അതുവഴി മാർച്ച് ചെയ്ത് കടന്നുപോയി. പ്രകടനം സമാധാനപരമായിരിക്കണമെന്ന് കേന്ദ്രകമ്മിറ്റി ആഹ്വാനം ചെയ്തുവെങ്കിലും അതിനകം തന്നെ പീരങ്കിപ്പടയാളികൾ ബാരിക്കേടുകൾ തീർത്തിരുന്നു. ഫാക്ടറി തൊഴിലാളികൾ പണിശാലകൾക്ക് പുറത്തിറങ്ങി. സായുധരായ തൊഴിലാളികളുടെയും സൈനികരുടെയും ഒരു വൻപ്രകടനം ടൗറിദ കൊട്ടാരത്തിലേക്ക് മാർച്ചു ചെയ്യുന്നുണ്ടായിരുന്നു ക്ഷ്സെസിൻസ്കാ മാൻഷെന്റെ ബാൽക്കണിയിൽ നിന്നുകൊണ്ട് ഇല്ലിച്ച് അവരെ അഭിസംബോധന ചെയ്തു. പ്രകടനം അവസാനിപ്പിക്കാൻ കേന്ദ്രക്കമ്മിറ്റി ഒരു അഭ്യർഥന പുറപ്പെടുവിച്ചു. പ്രകടനക്കാരെ നേരിടാൻ താൽക്കാലിക ഭരണകൂടം മിലിട്ടറി കേഡറ്റുകളെയും അശ്വഭടസേനയെയും വിന്യസിച്ചു. സാദോവയ സ്ട്രീറ്റിൽ അവർ പ്രകടനക്കാർക്ക് നേരെ വെടിവയ്പ് നടത്തി.

വീണ്ടും ഒളിവിൽ

ആ രാത്രി ഇല്ലിച്ച് പെത്രോഗ്രാദ് ജില്ലയിലെ സുലിമോവിന്റെ പാർപ്പിടത്തിൽ താമസിക്കാൻ ഏർപ്പാട് ചെയ്തു. ഒളിവിൽ കഴിയാൻ അദ്ദേഹത്തിന് ഏറ്റവും സുരക്ഷിതമായ ഇടം വൈബോർഗ് ജില്ല തന്നെ യായിരുന്നു. ഒരു തൊഴിലാളിയായ കായുറോവുമൊന്നിച്ച് അദ്ദേഹം കഴി യണമെന്ന് തീരുമാനിക്കപ്പെട്ടു. സുലിമോവിന്റെ വസതിയിൽ ഞാൻ ഇല്ലി ച്ചിനെ സന്ദർശിക്കുകയും ഞങ്ങളൊന്നിച്ച് വൈബോർഗ് ജില്ലയിലേക്ക് പോവുകയും ചെയ്തു. വീതിയേറിയ റോഡിലൂടെ മോസ്കോവ്സ്കി റെജിമെന്റ് കടന്നുപോയിക്കൊണ്ടിരുന്നു. നടപ്പാതവക്കിൽ കുറയേവ് ഞങ്ങളെ കാത്തിരിക്കുന്നുണ്ടായിരുന്നു. ഞങ്ങളെ കണ്ട ഉടൻ അയാൾ എഴുന്നേറ്റ് മുമ്പേ നടക്കുകയും ഇല്ലിച്ച് അയാളെ പിന്തുടരുകയും ഞാൻ റോഡിന്റെ മറുവശത്തേക്ക് നീങ്ങുകയും ചെയ്തു.

മിലിട്ടറി കേഡറ്റുകൾ *പ്രവ്ദ*യുടെ എഡിറ്റോറിയൽ ഓഫീസ് തകർത്തിരുന്നു. അന്നേദിവസം റെനോൾട്ട് പ്ലാന്റിന്റെ സൂക്ഷിപ്പുകാരന്റെ ലോഡ്ജിൽ വച്ച് ഇല്ലിച്ചും പങ്കെടുത്ത പെത്രോഗ്രാദ് കമ്മിറ്റിയുടെ ഒരു യോഗം നടന്നു. ഒരു പൊതു പണിമുടക്കിനെക്കുറിച്ച് ചർച്ച ചെയ്തുവെ ങ്കിലും അത് വേണ്ടെന്ന തീരുമാനത്തിലെത്തി. അവിടെ നിന്നും കേന്ദ്ര കമ്മിറ്റിയിലെ നിരവധി അംഗങ്ങളുമായി കൂടിക്കാഴ്ച നടത്താൻ ഇല്ലിച്ച് ലെസ്നോയ് പ്രോസ്പെക്ടിലേക്ക് പോയി. ആ ഘട്ടത്തിൽ തങ്ങളുടെ പക്കലുള്ള വിവരമനുസരിച്ച്, ലെനിൻ ഒരു ജർമൻ ചാരനാണെന്ന നിന്ദ്യ മായൊരു കിംവദന്തി പ്ലെഖാനോവ് ഉൾപ്പെടെയുള്ള എതിരാളികൾ പ്രച രിപ്പിച്ചു. ലെനിനുള്ള സ്വാധീനം ഇല്ലാതാക്കുകയായിരുന്നു അവരുടെ ലക്ഷ്യം. ജൂലായ് 6ന് ലെനിൻ, സിനോവീവ്, കാമെനേവ് എന്നിവരെ

അറസ്റ്റ് ചെയ്യാൻ താൽക്കാലികഭരണകൂടം ഉത്തരവ് പുറപ്പെടുവിച്ചു. ക്ര്സെസിൻസ്ക മാൻഷെൻ സൈനികർ കൈയേറി.

തന്റെ ഒളിത്താവളം മാറാൻ ഇല്ലിച്ച് നിർബന്ധിതനായി. ഏഴാം തീയതി ഞാനും അദ്ദേഹത്തിന്റെ സഹോദരിയായ മാരിയയും അദ്ദേഹത്തെ കാണാനെത്തുമ്പോൾ കോടതിയിൽ പ്രത്യക്ഷപ്പെടാനുള്ള തന്റെ സന്നദ്ധത അദ്ദേഹമറിയിച്ചു. അതിനെ മാരിയ ശക്തമായി എതിർത്തു. അന്ന് വൈകുന്നേരമായപ്പോൾ സ്വന്തം ജീവൻ രക്ഷിക്കാൻ കോടതിയിലേക്ക് പോവാതിരിക്കാൻ സ്റ്റാലിനും മറ്റുള്ളവരും അദ്ദേഹത്തെ പ്രേരിപ്പിച്ചു. അന്ന് വൈകുന്നേരം തന്നെ ഒരു കേണലും മറ്റൊരു സൈനികനും ഞങ്ങളുടെ പാർപ്പിടം റെയ്ഡ് ചെയ്ത് മേശപ്പുറത്തുണ്ടായിരുന്ന എന്റെ ചില രേഖകളും കുറിപ്പുകളും കൈക്കലാക്കി. അവർ എന്നെ ചോദ്യം ചെയ്തതിൽ നിന്നും ലെനിൻ കീഴടങ്ങിയിട്ടില്ലെന്ന് എനിക്ക് ബോധ്യമായി. അദ്ദേഹവും സിനോവീവും ഒളിവിൽ പോകാൻ തീരുമാനിച്ചതായും അടുത്ത പ്രഭാതത്തിൽ ഞാനറിഞ്ഞു.

അന്ന് ഞാൻ താമസിച്ചിരുന്നത് ലെനിന്റെ സഹോദരിയായ അന്നയുടെ പാർപ്പിടത്തിലാണ്. 9-ാം തീയതി അവിടെയെത്തിയ ഒരു സംഘം കേഡറ്റുകൾ ലെനിനാണെന്ന് തെറ്റിദ്ധരിച്ച് അന്നയുടെ ഭർത്താവായ മാർക്കിനെ പിടികൂടുകയും എന്നെയും മാർക്കിനെയും അവരുടെ വേലക്കാരിയായ അനുഷ്കയെയും ജനറൽ സ്റ്റാഫ് ഹെഡ്ക്വാർട്ടേഴ്സിലേക്ക് കൊണ്ടുപോവുകയും അവിടെ ഞങ്ങളെ വെവ്വേറെയായി ഇരുത്തി ഓരോരുത്തർക്കും തോക്കുധാരിയായൊരു സൈനികൻ കാവൽ നിന്നു. കോപാകുലരായ ഒരു സംഘം ഉദ്യോഗസ്ഥർ ആ മുറിയിലേക്ക് ഇരച്ചു കയറിയെങ്കിലും കേണൽ അവിടേക്ക് കടന്നുവന്ന് പറഞ്ഞു: “നമുക്കാവശ്യമുള്ള ആളുകൾ ഇവരല്ല.” ഞങ്ങൾ മോചിതരായി, ഞങ്ങൾക്ക് വീട്ടിലേക്ക് പോവാൻ ഒരു മോട്ടോർ വാഹനം തരപ്പെടുത്തിത്തരണമെന്ന് മാർക്ക് നിർബന്ധം പിടിക്കുകയും അങ്ങനെ ചെയ്യാമെന്ന് വാഗ്ദാനം നൽകി കേണൽ സ്ഥലം വിടുകയും ചെയ്തു. എങ്കിലും ഞങ്ങളെ കൊണ്ടുപോകാൻ ഒരു വാഹനവും വന്നില്ല.

മൂന്നാം തവണയും അന്നയുടെ ഫ്ളാറ്റ് റെയ്ഡ് ചെയ്യപ്പെട്ടു. മടങ്ങിയെത്തുമ്പോൾ കെട്ടിടത്തിന്റെ കവാടത്തിൽ സൈനികർ കാവൽ നിൽക്കുന്നതും തെരുവിൽ ആളുകൾ തിങ്ങിക്കൂടിയിരിക്കുന്നതും അകലെ നിന്നും ഞാൻ കണ്ടു. അപ്പോഴും ജില്ലാ കൗൺസിലിൽ അംഗമായിരുന്ന ഞാൻ ഫ്ളാറ്റിൽ കയറാൻ ശ്രമിക്കാതെ കൗൺസിൽ ഓഫീസിലേക്ക് പോയി. അവിടെ ആ കെട്ടിടത്തിന്റെ സൂക്ഷിപ്പുകാരൻ മാത്രമേ ഉണ്ടായിരുന്നുള്ളൂ. കയറിച്ചെല്ലാൻ ഒരു ഇടമില്ലാതിരുന്ന ഞാൻ ദീർഘനേരം അലഞ്ഞുനടന്ന ശേഷം ഫിഫാനോവയുടെ ഫ്ളാറ്റിൽ ആ രാത്രി അഭയം തേടി. എന്തായാലും റെയ്ഡുകൾ മുമ്പത്തെ അത്രതന്നെ കാർക്കശ്യമല്ലാതിരുന്നതിനാൽ ഞങ്ങളുടെ ആളുകൾ ആരും അറസ്റ്റ് ചെയ്യപ്പെട്ടില്ലെന്ന് അടുത്ത പ്രഭാതത്തിൽ ഞങ്ങൾ അറിയാനിടയായി.

ഞാൻ മുഴുവൻ സമയവും വൈബോർഗ് ജില്ലയിലാണ് ചെലവഴിച്ചത്. യെമെല്യാവുമായി ബന്ധപ്പെട്ടവരിലൂടെ വ്യത്യസ്ത നിർദേശങ്ങളടങ്ങുന്ന ഇല്ലിച്ചിന്റെ കുറിപ്പുകൾ എനിക്ക് ലഭിച്ചുകൊണ്ടിരുന്നു. ജൂലായ് 9ന് അഖില റഷ്യൻ സെൻട്രൽ എക്സിക്യൂട്ടീവ് കമ്മിറ്റിയും തൊഴിലാളികളുടെയും കർഷകരുടെയും ഡെപ്യൂട്ടികളുടെ സോവിയറ്റിന്റെ എക്സിക്യൂട്ടീവ് കമ്മിറ്റിയും താൽക്കാലിക ഭരണകൂടം "വിപ്ലവത്തിന്റെ സുരക്ഷയ്ക്കുള്ള ഭരണകൂടം" ആയിരിക്കുമെന്ന് സംയുക്തമായി പ്രഖ്യാപിച്ചു. അതേദിവസം തന്നെ ആ "സുരക്ഷ" ആരംഭിക്കുകയും ചെയ്തു. അന്ന് കാമെനോവ് അറസ്റ്റ് ചെയ്യപ്പെട്ടു. ജൂലായ് 12ന് മുൻനിരയിൽ വധശിക്ഷ പരിചയപ്പെടുത്തിക്കൊണ്ടുള്ള ഉത്തരവ് പുറപ്പെടുവിച്ചു. ജൂലായ് പതിനഞ്ചിന് *പ്രവ്ദ*യും *ഒക്കോപ്നായാ പ്രവ്ദ*യും അടച്ചു പൂട്ടിക്കുകയും മുൻനിരയിൽ യോഗങ്ങൾ നിരോധിച്ചുകൊണ്ടുള്ള ഉത്തരവിറക്കുകയും ചെയ്തു. ഹെൽസിങ് ഫോഴ്സിലെ ബോൾഷെവിക്കുകൾ അറസ്റ്റ് ചെയ്യപ്പെടുകയും അവിടത്തെ ബോൾഷെവിക് പത്രമായ *വോൾന* (തരംഗം) അടച്ചുപൂട്ടുകയും ചെയ്തു. ജൂലായ് 18ന് ഫിൻലാന്റിലെ പാർലമെന്റിനെ പുറത്താക്കി ജനറൽ കൊർനിലോവിനെ കമാൻഡർ-ഇൻ-ചീഫായി നിയമിച്ചു. ജൂലായ് 22ന് ട്രോത്സ്കിയും ലുണാചാർസ്കിയും അറസ്റ്റ് ചെയ്യപ്പെട്ടു.

ജൂലായ് ദിനങ്ങൾക്ക് തൊട്ടുപിന്നാലെ സൈനികർക്കിടയിലെ അച്ചടക്കം മെച്ചപ്പെടുത്താൻ ലക്ഷ്യമിട്ടുകൊണ്ട് കെറൻസ്കി ഒരു പദ്ധതി ആവിഷ്കരിച്ചു. ഒരു പാഠമെന്ന നിലയിൽ ജൂലായ് മാസത്തിൽ പ്രകടനങ്ങൾ നടത്തിയ പീരങ്കിപ്പടയെ നിരായുധീകരിക്കാൻ അദ്ദേഹം തീരുമാനിച്ചു. സ്ക്വയറിൽ വച്ച് പരസ്യമായിട്ടദ്ദേഹം അവരെ അപമാനിച്ചു. നിരായുധരായി സ്ക്വയറിലേക്ക് പോവുകയായിരുന്ന അവരെ ഞാൻ കാണുകയുണ്ടായി. ഒരു വസ്തുതയെന്ന നിലയിൽ ഒക്ടോബറിൽ സർവാത്മനാ ബോൾഷെവിക്കുകൾക്കൊപ്പം നിലകൊണ്ട പീരങ്കിപ്പട സ്മോൾനിയിൽ ഇല്ലിച്ചിന് കാവൽ നിൽക്കുകയും ചെയ്തു.

ഒരു അർധ നിയമസാധുതയുടെ സ്ഥിതിയിലാണ് ബോൾഷെവിക് പാർട്ടി നിലനിന്നതെങ്കിലും അതിന്റെ പ്രബലതയും അംഗസംഖ്യയും വർധിച്ചു. ജൂലായ് 26ന് നടന്ന ആറാം പാർട്ടികോൺഗ്രസിന്റെ വേളയിൽ അതിന്റെ അംഗസംഖ്യ 1,77,000 ആയിരുന്നു. മൂന്ന് മാസങ്ങൾക്ക് മുമ്പ് നടന്ന അഖില റഷ്യൻ കോൺഫറൻസിന്റേതിന്റെ ഇരട്ടിയോളമാണത്. പ്രത്യേകിച്ചും, സൈനികർക്കിടയിലെ ബോൾഷെവിക് സ്വാധീനത്തിന്റെ വർധനവ് വളരെ പ്രകടമായിരുന്നു. ആറാം കോൺഗ്രസ് ബോൾഷെവിക്കുകളെ കൂടുതൽ അടുപ്പിച്ചു. ആ കോൺഗ്രസ് നടത്തിയ അഭ്യർഥനയിൽ താൽക്കാലിക ഭരണകൂടത്തിന്റെ പ്രതിവിപ്ലവപരമായ നിലപാടിനെയും നടക്കാനിരിക്കുന്ന ലോക വിപ്ലവത്തെയും വർഗങ്ങളുടെ യുദ്ധങ്ങളെയും കുറിച്ച് എടുത്തുപറഞ്ഞിരുന്നു.

ആഗസ്റ്റ് 25ന് കോർണിലോവ് പെത്രോഗ്രാദിലേക്കുള്ള തന്റെ മുന്നേറ്റമാരംഭിച്ചു. ആദ്യമായും ആവേശത്തോടെയും വൈബോർഗ് ജില്ലയിലെ തൊഴിലാളികൾ പെത്രോഗ്രാദിന്റെ പ്രതിരോധത്തിന് പാഞ്ഞെത്തി. കോർണിലോവിന്റെ യൂണിറ്റുകളിലേക്ക് ഞങ്ങളുടെ പോരാളികൾ നിയോഗിക്കപ്പെട്ടു. കോർണിലോവിന്റെ സൈനികർ വളരെ വേഗം നിർവീര്യരായിത്തീരുകയും അവർ തുരത്തപ്പെടുകയും ചെയ്തു. കോർപ്സ് കമാൻഡർ ജനറൾ ക്രൈമോവ് സ്വയം വെടിവച്ച് മരിച്ചു.

വസന്തത്തിന്റെ ആഗമനത്തോടെ റാഡ്‌ലിവിൽ ഒളിവിൽ കഴിയുന്ന കുടിലിൽ തുടർന്നും താമസിക്കാൻ ഇല്ലിച്ചിന് കഴിയാതെ വന്നു. അതിനാൽ ഫിൻലാന്റിലേക്ക് പോവാനും അവിടെ വച്ച് ദീർഘകാലമായി ആസൂത്രണം ചെയ്തുകൊണ്ടിരുന്ന *ദ സ്റ്റേറ്റ് ആന്റ് റവല്യൂഷൻ* (സ്റ്റേറ്റും വിപ്ലവവും) എന്ന പുസ്തകം എഴുതാൻ തീരുമാനിക്കുകയും ചെയ്തു. ഒരു വ്യാജനാമത്തിൽ ഒരു സഖാവ് അദ്ദേഹത്തിനൊരു പാസ്പോർട്ട് തരപ്പെടുത്തിക്കൊടുത്തു. ഒരു തൊഴിലാളിയാണെന്ന് തോന്നിക്കാവുന്ന തരത്തിൽ തലയിലൊരു വിഗ്ഗും ധരിച്ചാണ് അദ്ദേഹം ഫിൻലാൻഡിലെത്തിയത്. അവിടെ ഹെൽസിങ് ഫോർസിൽ താമസമാക്കിയ അദ്ദേഹം തന്നെ സന്ദർശിക്കാൻ ക്ഷണിച്ചുകൊണ്ട് അദൃശ്യമായ മഷികൊണ്ടെഴുതിയ ഒരു കത്ത് ഒരു സഖാവ് വശം എനിക്കയച്ചുതന്നു. അതിലദ്ദേഹം തന്റെ വാസസ്ഥലം കൃത്യമായും സൂചിപ്പിച്ചിരുന്നു. അങ്ങനെ മറ്റൊരു വ്യാജപാസ്പോർട്ടുപയോഗിച്ച് വൃദ്ധയായൊരു തൊഴിലാളി സ്ത്രീയുടെ വേഷത്തിൽ ഞാനദ്ദേഹത്തെ കാണാനെത്തി. സമരത്തിനുള്ള തയാറെടുപ്പുകൾ ആസൂത്രണം ചെയ്യേണ്ട പ്രാധാന്യമേറിയ ഈ വേളയിൽ ഒറ്റപ്പെട്ടുള്ള ജീവിതം പ്രകടമായിത്തന്നെ അദ്ദേഹത്തെ അസ്വസ്ഥനാക്കിയിരുന്നു. രണ്ട് ദിവസങ്ങൾ അദ്ദേഹത്തോടൊന്നിച്ച് കഴിഞ്ഞശേഷം മടങ്ങിയ ഞാൻ രണ്ടാഴ്ചകൾക്ക് ശേഷം വീണ്ടും അവിടേക്ക് പോയി. തീവണ്ടി മുറിയിൽ നിറയെ സൈനികരും നാവികരുമായിരുന്നു. അതുകൊണ്ട് മുഴുവൻ ദൂരവും ഞാൻ നിന്നാണ് യാത്ര ചെയ്തത്. സൈനികർ ഒരു കലാപത്തെക്കുറിച്ച് വളരെ പരസ്യമായിട്ടാണ് സംസാരിച്ചത്. രാഷ്ട്രീയം മാത്രമാണവർ ചർച്ച ചെയ്തത്. ഉത്സുകമായൊരു മീറ്റിങ് റൂം പോലെയായിരുന്നു ആ തീവണ്ടിമുറി. പുറത്തുള്ളവരാരും അതിൽ കയറാറില്ല. തുടക്കത്തിൽ ഒരു സാധാരണക്കാരൻ അതിൽ കയറിയെങ്കിലും സൈനികർ ഉദ്യോഗസ്ഥരെ വൈബോർഗിലെ നദിയിലേക്ക് എടുത്തെറിഞ്ഞത് എങ്ങനെയായിരുന്നുവെന്ന് ഒരു സൈനികൻ പറഞ്ഞു കേട്ടതോടെ അടുത്ത സ്റ്റേഷനിൽത്തന്നെ അയാൾ ഇറങ്ങി. എന്തായാലും ആരും എന്നെ ശ്രദ്ധിക്കുകയുണ്ടായില്ല. സൈനികരുടെ ഈ സംഭാഷണം ഞാൻ ഇല്ലിച്ചിനോട് പറഞ്ഞപ്പോൾ അദ്ദേഹം ആഴമേറിയ ചിന്തയിലാണ്ടു.

സെപ്റ്റംബർ 13–14 തീയതികളിൽ ഇല്ലിച്ച് "മാർക്സിസം ആന്റ് ഇൻസറക്ഷൻ" (മാർക്സിസവും വിപ്ലവവും) എന്ന തലക്കെട്ടിൽ കേന്ദ്ര കമ്മിറ്റിക്ക് ഒരു കത്തെഴുതുകയും പെത്രോഗ്രാദിനും കൂടുതൽ സമീപ

ത്തായിരിക്കാൻ വേണ്ടി സെപ്റ്റംബർ അവസാനം വൈബോർഗിലേക്ക് താമസം മാറുകയും ചെയ്തു. വൈബോർഗിൽ നിന്നും ഫിൻലാൻഡിലെ സൈന്യത്തിന്റെയും നാവികരുടെയും തൊഴിലാളികളുടെയും റീജിയണൽ കമ്മിറ്റിയുടെ ചെയർമാനായ ഹെൽസിങ് ഫോർസിലെ സ്മിൽഗയ്ക്കെഴുതിയ കത്തിൽ വരാനിരിക്കുന്ന കെറെൻസ്കിയുടെ തൂത്തെറിയലിന് വേണ്ടി ഫിന്നിഷ് സൈന്യത്തിന്റെയും നേവിയുടെയും സൈനികമായ സജ്ജീകരണത്തിൽ എല്ലാ ശ്രദ്ധയും പതിപ്പിക്കേണ്ടതിന്റെ അവശ്യകതയെ കുറിച്ച് ഇല്ലിച്ച് ഊന്നിപ്പറഞ്ഞിരുന്നു. അദ്ദേഹം വ്യക്തമാക്കിയിട്ടുള്ളത് പോലെ ആ ഘട്ടത്തിൽ അദ്ദേഹത്തിന്റെ ചിന്തകളെ പൂർണമായും സ്വാധീനിച്ചിരുന്നത് ഭരണയന്ത്രത്തിന്റെ പൂർണമായ പുനഃക്രമീകരണത്തിന്റെ പ്രശ്നവും പുതിയ പാതയിലൂടെയുള്ള ജനതയുടെ പുനഃസംഘാടനവും പുതിയൊരു സാമൂഹികക്രമം സൃഷ്ടിക്കുന്നതുമായിരുന്നു. "ബോൾഷെവിക്കുകൾക്ക് അധികാരം നിലനിർത്താനാവുമോ?" എന്ന തന്റെ ലേഖനത്തിൽ പെത്രോഗ്രാദ് സിറ്റി കോൺഫറൻസിനുള്ള കത്തിലും മോസ്കോ പാർട്ടികമ്മിറ്റിക്കുള്ള കത്തിലും അധികാരം പിടിച്ചെടുക്കാനുള്ള ദൃഢമായ നടപടികളെക്കുറിച്ച് അദ്ദേഹം വ്യക്തമാക്കിയിരുന്നു.

വിപ്ലവത്തിന് തൊട്ടുമുമ്പ്

ഒക്ടോബർ 7ന് ഇല്ലിച്ച് വൈബോർഗിൽ നിന്നും പെത്രോഗ്രാദിലേക്ക് താമസം മാറി. അദ്ദേഹത്തെക്കുറിച്ചുള്ള വിവരങ്ങൾ കർശനമായും രഹസ്യമായിരിക്കണമെന്നും കേന്ദ്രകമ്മിറ്റി അംഗങ്ങൾക്കുപോലും അദ്ദേഹത്തിന്റെ വിലാസം നൽകരുതെന്നും തീരുമാനിക്കപ്പെട്ടു. വൈബോർഗ് ജില്ലയിലെ ലെസ്നോവ് പ്രോസ്പെക്ടിന്റെ ഒരു മൂലയിലുള്ള ഏറെക്കുറെ മുഴുവനായും തൊഴിലാളികൾ താമസിക്കുന്ന, മാർഗററ്റ് ഫോഫനോവയുടെ വലിയ കെട്ടിടത്തിലാണ് അദ്ദേഹത്തിന്റെ താമസം ശരിപ്പെടുത്തിയത്. വേലക്കാരിയുൾപ്പെടെ ശരത്ക്കാലം ചെലവഴിക്കാൻ ഫോഫനോവയുടെ കുടുംബം നാട്ടിൻപുറത്തേക്ക് പോയിരുന്നതിനാൽ അവിടം വളരെ സൗകര്യപ്രദമായൊരിടമായിരുന്നു. ഇല്ലിച്ചിന്റെ ദൈനംദിനാവശ്യങ്ങളെല്ലാം നോക്കിനടത്തിയിരുന്നത് തികഞ്ഞൊരു ബോൾഷെവിക്കായ ഫോഫനോവയാണ്. ഒക്ടോബർ 10 ന് സുഖനോവയുടെ പാർപ്പിടത്തിൽ ചേർന്നതും ഇല്ലിച്ച് പങ്കെടുത്തതുമായ കേന്ദ്രക്കമ്മിറ്റിയുടെ യോഗത്തിൽവച്ച് ഒരു സായുധകലാപം നടത്താൻ ആഹ്വാനം ചെയ്യുന്ന ഒരു പ്രമേയം പാസാക്കി. പത്ത് അംഗങ്ങൾ അതിനെ അനുകൂലിച്ചപ്പോൾ മൂന്ന് പേർ അതിനെ എതിർത്ത് വോട്ടു ചെയ്തു.

ഒക്ടോബർ 15 ന് വിവിധ ജില്ലകളിൽ നിന്നുമുള്ള പ്രതിനിധികൾ പങ്കെടുത്ത പെത്രോഗ്രാദ് സംഘടനയുടെ ഒരു യോഗം സ്മോൾനിയിൽ നടന്നു. അവിടെയും സായുധകലാപത്തെക്കുറിച്ച് ചൂടേറിയ ചർച്ചകൾ നടന്നുവെങ്കിലും അവസാനം അതിനെ അനുകൂലിച്ചാണ് മിക്കവരും വോട്ടു ചെയ്തത്.

അടുത്തദിവസം നടന്ന കേന്ദ്രകമ്മിറ്റിയുടെ കൂടുതൽ വിപുലമായ യോഗത്തിൽ പെത്രോഗ്രാദ് കമ്മിറ്റിയുടെ എക്സിക്യൂട്ടീവ്, സൈനിക

സംഘടന, ഫാക്ടറി കമ്മിറ്റികളുടെ പെത്രോഗ്രാദ് ട്രേഡ് യൂണിയൻ കൗൺസിൽ, പെത്രോഗ്രാദ് ഓക്റഗ് കമ്മിറ്റി എന്നിവകളിലെ അംഗങ്ങളും റെയിൽവേക്കാരുടെ പ്രതിനിധികളും പങ്കെടുത്തു. അടിയന്തരമായൊരു വിപ്ലവത്തിനായി നിലകൊണ്ട ഭൂരിപക്ഷത്തിന്റെയും അതിനെതിരായി നിലകൊണ്ട ന്യൂനപക്ഷത്തിന്റെയും നിലപാടുകളാണ് ആ യോഗത്തിൽ ചർച്ചചെയ്യപ്പെട്ടത്. അനുകൂലമായി 19 വോട്ടുകളോടെയും എതിർത്ത് 2 വോട്ടുകളോടെയും 4 വിട്ടുനിൽക്കലുകളോടെയും ലെനിന്റെ പ്രമേയം പാസായി. കേന്ദ്രക്കമ്മിറ്റിയുടെ ഒരു രഹസ്യയോഗത്തിൽ വച്ച് ഒരു മിലിട്ടറി റെവല്യൂഷണറി സെന്ററും തിരഞ്ഞെടുക്കപ്പെട്ടു.

അപൂർവം പേർക്ക് മാത്രമേ ഇല്ലിച്ചിനെ കാണാൻ അനുവാദമുണ്ടായിരുന്നുള്ളൂ. ഞാനും മാരിയയും ഇടയ്ക്കെല്ലാം റഹ്ജയും മാത്രമായിരുന്നു അദ്ദേഹത്തിന്റെ സന്ദർശകർ. ഫോഫനോവ വീട്ടിലില്ലാത്ത നേരങ്ങളിൽ അവരെ കാണാനെത്തുന്ന ആർക്കു വേണ്ടിയും വാതിൽ തുറന്നുകൊടുക്കാനോ കോളിങ് ബെല്ലിന് മറുപടി നൽകാനോ ഇല്ലിച്ചിന് കഴിയുമായിരുന്നില്ല. അത് അവരെ കാണാനെത്തുന്ന അടുത്ത ബന്ധുക്കൾക്ക് പോലും വളരെ അസൗകര്യങ്ങളുണ്ടാക്കിയിരുന്നതായി നേരിട്ടു കാണാൻ എനിക്കവസരമുണ്ടായിട്ടുണ്ട്.

ഒക്ടോബർ 24 ന് അന്നുതന്നെ അധികാരം പിടിച്ചെടുക്കേണ്ടുന്നതിന്റെ അവശ്യകത വിവരിച്ചുകൊണ്ട് അദ്ദേഹം കേന്ദ്രക്കമ്മിറ്റിക്കെഴുതി. ആ കത്തുമായി അദ്ദേഹം ഫോഫനോവയെ പറഞ്ഞയച്ചുവെങ്കിലും അവർ മടങ്ങിവരുന്നതിന് കാത്തിരിക്കാതെ തന്റെ വിഗ്ഗും ധരിച്ചുകൊണ്ട് അദ്ദേഹം സ്മോൾനിയിലേക്ക് പുറപ്പെട്ടു. ഒരു നിമിഷം പോലും നഷ്ടപ്പെടുത്താൻ അദ്ദേഹത്തിനാവുമായിരുന്നില്ല.

വിപ്ലവത്തിനായി വൈബോർഗ് ജില്ല തയാറെടുപ്പിലായിരുന്നു. അവിടത്തെ കൗൺസിൽ ഓഫീസിൽ രാത്രി മുഴുവനും ചെലവഴിച്ച അമ്പത് സ്ത്രീപ്രവർത്തകർക്ക് ഒരു ലേഡി ഡോക്ടർ പ്രഥമ ശുശ്രൂഷയെക്കുറിച്ചുള്ള നിർദേശങ്ങൾ നൽകി. ജില്ലാകമ്മിറ്റിയുടെ മുറികളിൽ അവർ ആയുധമണിയിക്കുന്നതിന്റെ തിരക്കിലായിരുന്നു. സംഘം സംഘമായി അവിടെയെത്തിയ പ്രവർത്തകർ ആയുധങ്ങൾ ഏറ്റുവാങ്ങി. എന്നാൽ, വൈബോർഗ് ജില്ലയിൽ പിടിച്ചെടുക്കാവുന്നവരായി കാര്യമായിട്ടാരുമുണ്ടായിരുന്നില്ല. ഒരു വർക്കേഴ്സ് ക്ലബിൽ ചായകുടിക്കാനെത്തിയ ഒരു കേണലും നിരവധി കേഡറ്റുകളും അറസ്റ്റ് ചെയ്യപ്പെട്ടു. അന്നത്തെ രാത്രിയിൽ കാര്യങ്ങൾ എങ്ങനെ മുന്നേറുന്നുവെന്ന് മനസിലാക്കാൻ ഞാനും സെന്യ യെഗോറോവയും ഒരു ലോറിയിൽ സ്മോൾനിയിലേക്ക് പോയി.

ഭാഗം മൂന്ന്

ഒക്ടോബർ ദിനങ്ങൾ

അധ്വാനിക്കുന്ന വർഗത്തിന്റെ പാർട്ടിയായ ബോൾഷെവിക് പാർട്ടി വളരെ ശ്രദ്ധാപൂർവം ആസൂത്രണം ചെയ്തൊരു പദ്ധതിയായിരുന്നു ഒക്ടോബറിലെ അധികാരം പിടിച്ചെടുക്കൽ. സ്വാഭാവികതയോടെ ആരംഭിച്ച ഒന്നായിരുന്നു ജൂലായ് മാസത്തിലെ വിപ്ലവമെങ്കിലും പരിപക്വമായ ഒരു നിലപാട് സ്വീകരിച്ച പാർട്ടി അതിനെ അപക്വമായൊരു നടപടിയായിട്ടാണ് ഗണിച്ചത്. സത്യത്തെ നാം അഭിമുഖീകരിച്ചേ പറ്റൂ. ഒരു വിപ്ലവത്തിന് ജനങ്ങൾ അപ്പോഴും സജ്ജരായിരുന്നില്ല എന്നതാണ് വസ്തുത. അക്കാരണത്താൽ അത് നീട്ടിവയ്ക്കാൻ കേന്ദ്രകമ്മിറ്റി തീരുമാനിച്ചു. ചോരതിളയ്ക്കുന്ന വിപ്ലവകാരികളെ നിയന്ത്രിച്ചു നിർത്തുന്നത് എളുപ്പമുള്ള കാര്യമായിരുന്നില്ല. എങ്കിലും, വേദനാജനകമാണെങ്കിൽപ്പോലും, വിപ്ലവത്തിനുള്ള ശരിയായ സമയം തെരഞ്ഞെടുക്കുന്നതിന്റെ പ്രാധാന്യം തങ്ങളുടെ ചുമതലയായിക്കണ്ട ബോൾഷെവിക്കുകളുടെ നിലപാട് ശ്ലാഘനീയമായിരുന്നു.

ഏതാനും മാസങ്ങൾക്കുശേഷം സാഹചര്യങ്ങൾക്ക് മാറ്റമുണ്ടായപ്പോൾ ഫിൻലാൻഡിൽ ഒളിവിൽ പോകാൻ നിർബന്ധിതനായ ഇല്ലിച്ച് സെപ്തംബർ 12നും 14നുമിടയിൽ കേന്ദ്രകമ്മിറ്റിക്കും പെത്രോഗ്രാദ്-മോസ്കോ കമ്മിറ്റികൾക്കും എഴുതിയ കത്തുകളിൽ ഇപ്രകാരം പറഞ്ഞിരുന്നു: “ഇരു തലസ്ഥാനങ്ങളിലും തൊഴിലാളികളുടെയും സൈനികരുടെയും സോവിയറ്റുകളിൽ ഭൂരിപക്ഷം നേടിയ സ്ഥിതിക്ക് ബോൾഷെവിക്കുകൾ അധികാരം കൈയിലെടുക്കുകയും അതിനവർക്ക് കഴിയുകയും വേണം.” പെത്രോഗ്രാദ് അടിയറവ് വയ്ക്കുന്നത് വിജയസാധ്യത കുറയ്ക്കാമെന്നും അദ്ദേഹം എടുത്തുപറഞ്ഞു. ബ്രിട്ടീഷ്-ജർമൻ സാമ്രാജ്യത്വവാദികളുമായി വെവ്വേറെയുള്ള സമാധാനചർച്ചകളെക്കുറിച്ചുള്ള

വാദങ്ങളും അന്ന് ഉയർന്നു വന്നു. അദ്ദേഹമെഴുതി: "ഇനി അത്തരം രാജ്യങ്ങളുമായുള്ള സമാധാന ചർച്ചകൾ വിജയിക്കാൻ വേണ്ടി മാത്രമുള്ളതായിരിക്കണം."

വിപ്ലവം ഒരു മാർക്സിസ്റ്റ് രീതിയിൽ പ്രബലമായ കോട്ടകൾ പിടിച്ചെടുത്തുകൊണ്ടും ജനറൽ സ്റ്റാഫിനെയും ഭരണകൂടത്തെയും അറസ്റ്റ് ചെയ്തുകൊണ്ടും നഗരകേന്ദ്രങ്ങളിൽ ശത്രു കടന്നെത്തുന്നത് തടഞ്ഞുകൊണ്ടും അന്ത്യംവരെ പോരാടാൻ സായുധരായ തൊഴിലാളികളെ കൂട്ടിയിണക്കിക്കൊണ്ടും, ഒറ്റയടിക്ക് ടെലഗ്രാഫ്-ടെലഫോൺ ഓഫീസുകളെ പിടിച്ചെടുത്തുകൊണ്ടും വിപ്ലവം നയിക്കുന്ന എല്ലാ ഫാക്ടറികളുമായുള്ള ടെലഫോൺ ബന്ധം പുനഃസ്ഥാപിച്ചുകൊണ്ടും സായുധപോരാട്ടം നടത്തുന്ന എല്ലാ ഫാക്ടറികളെയും സംയോജിപ്പിച്ചുകൊണ്ടുമായിരിക്കണമെന്നും അദ്ദേഹം ആ കത്തുകളിൽ വ്യക്തമാക്കി.

മാർക്സിയൻ നിരീക്ഷണത്തിന്റെ അടിസ്ഥാനത്തിൽ സായുധ വിപ്ലവത്തെക്കുറിച്ച് ലെനിൻ താഴെപ്പറയുന്ന കാര്യങ്ങളാണ് വിവിധ പാർട്ടി കമ്മിറ്റികൾക്കെഴുതിയത്:

> സായുധകലാപം രാഷ്ട്രീയ സമരത്തിന്റെ ഒരു പ്രത്യേക രൂപമാണ്. അത് ശ്രദ്ധാപൂർവം കൈകാര്യം ചെയ്യേണ്ട പ്രത്യേകനിയമങ്ങൾക്ക് വിധേയമാണ്. സായുധകലാപം ഒരു യുദ്ധമെന്നനിലയിൽ വളരെയൊന്നും വ്യത്യസ്തമല്ലെന്നും മാർക്സ് എഴുതിയതിൽ നിന്ന് തന്നെ അത് വ്യക്തമാവുന്നുണ്ട്.
>
> ഒരു കലയെന്ന നിലയിൽ ഇതിലെ പ്രധാന ചട്ടങ്ങളെക്കുറിച്ച് മാർക്സ് ഇപ്രകാരം എഴുതി:
>
> (1) "ഒരു വിപ്ലവവുമായി ഒരിക്കലും കളിയിലേർപ്പെടരുത്. എന്നാൽ ഒരിക്കൽ അത് ദൃഢവൽക്കരിക്കപ്പെട്ടാൽ അതിന്റെ അന്ത്യം വരെ നിങ്ങളതിനെ പിന്തുടരണം.
>
> (2) "നിർണായകമായ ഘട്ടങ്ങളിലും നിർണായകമായ നിമിഷങ്ങളിലും ശക്തികളുടെ ശ്രേഷ്ഠമായ പ്രബലതയിൽ ശ്രദ്ധ പതിപ്പിക്കുക. മറിച്ചായാൽ കൂടുതൽ തയാറെടുപ്പും മെച്ചപ്പെട്ട സംഘാടനവുമുള്ള ശത്രു വിപ്ലവകാരികളെ നശിപ്പിക്കും.
>
> (3) "ഒരിക്കൽ വിപ്ലവമാരംഭിച്ചു കഴിഞ്ഞാൽ യാതൊരു വിട്ടുവീഴ്ചയുമില്ലാതെ എല്ലാ അർഥത്തിലും അങ്ങേയറ്റം നിശ്ചയദാർഢ്യത്തോടെ നിങ്ങൾ ആക്രമണമഴിച്ചുവിടണം. ചെറുത്തുനിൽപ്പ് ഓരോ വിപ്ലവത്തിന്റേയും മരണമാണ്.
>
> (4) "നിങ്ങൾ ശത്രുവിനെ അത്ഭുതപ്പെടുത്താൻ ശ്രമിക്കുകയും അവന്റെ സൈന്യം ചിതറിക്കിടക്കുമ്പോൾ ഓരോ നിമിഷത്തെയും മുതലാക്കുകയും ചെയ്യണം.
>
> (5) "നിസാരമാവാമെങ്കിൽപ്പോലും നിത്യേനയുള്ള വിജയത്തി

> നായി നിങ്ങൾ കിണഞ്ഞു ശ്രമിക്കുകയും എന്ത് വിലകൊടുത്തും 'ധാർമികമായ ഔന്നത്യം' നിലനിർത്തുകയും വേണം.''

സായുധകലാപവുമായി ബന്ധപ്പെട്ടുള്ള എല്ലാ വിപ്ലവങ്ങളെക്കുറിച്ചുമുള്ള മാർക്സിന്റെ സംഗ്രഹം അന്നോളം അറിയപ്പെട്ടിട്ടുള്ള വിപ്ലവനയത്തിന്റെ ശ്രേഷ്ഠഗുരുവായ ഡാന്റന്റെ വാക്കുകളിൽ നിന്നുമാണെന്നും ലെനിൻ എടുത്തു പറഞ്ഞു.

'1917ലെ റഷ്യയെ സംബന്ധിച്ചിടത്തോളം സാധ്യമാവുന്നിടത്തോളം ദ്രുതഗതിയിൽ രാജ്യത്തിനകത്തും പുറത്തും നിന്നും അധ്വാനിക്കുന്ന വർഗങ്ങൾക്കിടയിൽ നിന്നും, ഫിൻലാന്റിൽ നിന്നും റെവെലിലും കോൺസ്റ്റാന്റ്റിലും നിന്നും, 15,000 ത്തിനും 20,000ത്തിനുമിടയിൽ വരുന്ന ബൂർഷ്വാ ഉദ്യോഗസ്ഥർക്കെതിരായി പെത്രോഗ്രാദിലെ സംയോജിതമായൊരു ആക്രമണമായിരിക്കണമെന്നും ഇല്ലിച്ച് എഴുതി.

> എന്ത് വിലകൊടുത്തും യാതൊരു വിട്ടുവീഴ്ചയുമില്ലാതെ നമ്മുടെ പ്രധാനപ്പെട്ട മൂന്ന് ശക്തികളായ നേവിയുടെയും തൊഴിലാളികളുടെയും ആർമിയുടെയും യൂണിറ്റുകളെ സംയോജിപ്പിക്കുകയും അവ ടെലഫോൺ എക്സ്ചേഞ്ചുകൾ, ടെലഗ്രാഫ് ഓഫീസുകൾ, റെയിൽവേ സ്റ്റേഷനുകൾ, പാലങ്ങൾ എന്നിവ പിടിച്ചെടുക്കുകയും വേണം. ശത്രുവിന്റെ കേന്ദ്രങ്ങളെ വളയുന്നതിനും ആക്രമിക്കുന്നതിനും വേണ്ടി ഏറ്റവും നല്ല പ്രവർത്തകരുടെ യൂണിറ്റുകളെ റൈഫിളുകളും ബോംബുകളും നൽകി സജ്ജരാക്കണം. "ശത്രുവിനെ കടന്നുപോകാൻ അനുവദിക്കുന്നതിലും നല്ലത് മരണമാണ്," എന്നതായിരുന്നു അവരുടെ മുദ്രാവാക്യം.

റഷ്യയിലെയും ലോകത്തിലെയും വിപ്ലവത്തിന്റെ വിജയം രണ്ടോ മൂന്നോ ദിവസത്തെ പോരാട്ടത്തെ ആശ്രയിച്ചാണിരിക്കുന്നത്.

ലെനിൻ പെത്രോഗ്രാദിലുണ്ടായിരുന്ന 21, 22 തീയതികളിലാണ് ഈ കത്തെഴുതിയത്. അടുത്ത ദിവസം ചേർന്ന കേന്ദ്രകമ്മിറ്റിയോഗത്തിൽ ഒരു സായുധവിപ്ലവത്തിന് ആഹ്വാനംചെയ്യുന്ന അദ്ദേഹത്തിന്റെ പ്രമേയം അവതരിപ്പിക്കപ്പെട്ടു. അതിനെതിരെ വോട്ടുചെയ്ത സിനോവീവും കാമെനേവും കേന്ദ്രകമ്മിറ്റിയുടെ ഒരു പ്രത്യേക പ്ലീനറി സമ്മേളനം വിളിച്ചുകൂട്ടണമെന്ന് ആവശ്യപ്പെടുകയും പ്രതിഷേധ സൂചകമായി കാമെനേവ് കേന്ദ്രകമ്മിറ്റിയിൽ നിന്നും രാജിവയ്ക്കുകയും ചെയ്തു.

അവസരവാദപരമായ എല്ലാ ചെറുത്തുനിൽപ്പുകളെയും തകർത്തെറിഞ്ഞുകൊണ്ട് കലാപത്തിനുള്ള വ്യാപകമായ തയാറെടുപ്പുകൾ നടക്കുകയായിരുന്നു. ഒക്ടോബർ 26ന് ഒരു സൈനിക വിപ്ലവകമ്മിറ്റി രൂപീകരിക്കാനുള്ള ഒരു പ്രമേയം പെത്രോഗ്രാദ് സോവിയറ്റിന്റെ എക്സിക്യൂട്ടീവ്കമ്മിറ്റി പാസാക്കി. 29 ന് പാർട്ടി സംഘടനകളുടെ പ്രതിനിധികളെയും

പങ്കെടുപ്പിച്ചുകൊണ്ട് കേന്ദ്രകമ്മിറ്റിയുടെ വിപലുമായൊരു യോഗം നടന്നു. അതേ ദിവസം തന്നെ വിപ്ലവം നയിക്കുന്നതിന് സ്റ്റാലിൻ ഉൾപ്പെടെയുള്ളവർ അംഗങ്ങളായുള്ള ഒരു മിലിട്ടറി റെവല്യൂഷണറി സെന്ററിന് കേന്ദ്രകമ്മിറ്റി രൂപം നൽകി. തുടർന്നുവന്ന ദിവസങ്ങളിൽ പെത്രോഗ്രാദ് സോവിയറ്റും പെത്രോഗ്രാദ് മിലിട്ടറി റെവല്യൂഷണറികമ്മിറ്റിയും ആ സെന്ററിന് അംഗീകാരം നൽകുകയും ചെയ്തു.

നവംബർ 5ന് റെവല്യൂഷണറി കമ്മിറ്റി സൈനിക യൂണിറ്റുകൾക്കുള്ള കമ്മിസാർമാരെ നിയമിച്ചു. അതിനടുത്ത ദിവസം കമ്മിറ്റി അംഗങ്ങളെ വിചാരണ ചെയ്യാനും കമ്മിസാർമാരെ അറസ്റ്റു ചെയ്യാനും താൽക്കാലിക ഭരണകൂടം തീരുമാനിക്കുകയും മിലിട്ടറി കേഡറ്റുകളെ വിന്റർ പാലസിലേക്ക് വിളിച്ചുവരുത്തുകയും ചെയ്തു. എന്നാൽ അപ്പോഴേക്കും വൈകിപ്പോയിരുന്നു. മിലിട്ടറി യൂണിറ്റുകൾ ബോൾഷെവിക്കുകൾക്ക് വേണ്ടിയും തൊഴിലാളികൾ സോവിയറ്റുകൾക്ക് അധികാരം കൈമാറുന്നതിന് വേണ്ടിയുമാണ് നിലകൊണ്ടത്. കേന്ദ്രകമ്മിറ്റിയുടെ നേരിട്ടുള്ള മാർഗദർശിത്വത്തിൻ കീഴിൽ പ്രവർത്തിച്ചിരുന്ന റെവല്യൂഷണറികമ്മിറ്റിയിലെ മിക്കവരും കേന്ദ്രകമ്മിറ്റിയിലെ അംഗങ്ങളായിരുന്നു. അങ്ങനെ വിപ്ലവം സമാരംഭിച്ചു.

അപ്പോഴും വൈബോർഗ് ജില്ലയിലെ ഫോഫാനോവയുടെ പാർപ്പിടത്തിൽ കഴിയുകയായിരുന്ന ഇല്ലിച്ചിന് വിപ്ലവം നടക്കാൻ പോവുകയാണെന്നറിയാമായിരുന്നുവെങ്കിലും അതിൽ നേരിട്ട് പങ്കെടുക്കാനാവാത്തതിൽ അസ്വാസ്ഥ്യമേറെയായിരുന്നു. നഗരത്തിൽ പെട്രോളിങ് നടത്തുന്ന ഗാർഡുകളുടെ എണ്ണം ഇരട്ടിയാക്കിയിട്ടുണ്ടെന്നും തൊഴിലാളി സമൂഹങ്ങൾക്കിടയിലെ ബന്ധം വിച്ഛേദിക്കാൻ താൽക്കാലിക ഭരണകൂടം നേവയ്ക്ക് കുറുകെയുള്ള പാലം അടച്ച് അവിടെ കൂടുതൽ ഗാർഡുകളെ നിയോഗിച്ചതായും നവംബർ ആറിന് വൈകുന്നേരം ഇല്ലിച്ചിനെ കാണാനെത്തിയ ഐനോ റെഹ്ജ അറിയിച്ചു. സ്റ്റാലിനെ വിളിച്ചുവരുത്താൻ ഇല്ലിച്ച് ഉദ്ദേശിച്ചുവെങ്കിലും അത് ഏറെക്കുറെ അസാധ്യമാണെന്ന് റെഹ്ജയിൽ നിന്നും മനസിലാക്കി. സ്റ്റാലിൻ സ്മോൾനിയിലെ റെവല്യൂഷണറി സെന്ററിൽ ഉണ്ടാകാമെന്നും ട്രാംകാറുകൾ ഓടാത്തതിനാൽ അവിടെ എത്തിച്ചേരാൻ എളുപ്പമല്ലെന്നതുമായിരുന്നു അതിന് കാരണം. ഉടനടി സ്മോൾനിയിലേക്ക് പോകാൻ തീരുമാനിച്ച ഇല്ലിച്ച് ഫോഫാനോവയ്ക്ക് ഒരു കുറിപ്പെഴുതി വച്ച് യാത്രയായി.

അന്ന് രാത്രി ഇല്ലിച്ചിനെ കാണാൻ ഫോഫാനോവയുടെ പാർപ്പിടത്തിലെത്തിയ ഞാൻ അറിഞ്ഞത് അദ്ദേഹം സ്മോൾനിയിലേക്ക് പോയതായിട്ടാണ്. അദ്ദേഹം സുരക്ഷിതനായി അവിടെ എത്തിച്ചേർന്നുവോ എന്നറിയാനുള്ള ഉൽക്കണ്ഠ മൂലം ഞങ്ങളുടെ ആളുകൾ സ്മോൾനിയിലേക്കയച്ച ഒരു ലോറിയിൽ ഞാനും സെന്യാ യെഗോറോവയും അവിടേക്ക് പോയി. അദ്ദേഹത്തെ കണ്ടതായി ഞാൻ ഓർക്കുന്നില്ലെങ്കിലും അദ്ദേഹമവിടെയുണ്ടെന്ന് എനിക്ക് ബോധ്യമായി.

അത്യന്തം തിരക്കേറിയ പ്രവർത്തനങ്ങളാൽ സ്മോൾനി ഇളകിമറിയുകയായിരുന്നു. എല്ലായിടത്തുനിന്നുമുള്ള റെഡ്ഗാർഡുകളും ഫാക്ടറികളുടെ പ്രതിനിധികളും സൈനികരും നിർദേശങ്ങൾക്കായി അവിടെയെത്തി. ടൈപ്പ് റൈറ്ററുകളും ടെലഫോണുകളും ശബ്ദിച്ചുകൊണ്ടേയിരുന്നു. ഞങ്ങളുടെ പെൺകുട്ടികൾ ടെലഗ്രാമുകൾ വേർതിരിച്ചുകൊണ്ടിരുന്നു. കെട്ടിടത്തിന്റെ രണ്ടാം നിലയിൽ മിലിട്ടറി റെവല്യൂഷണറി സെന്റർ തുടർച്ചയായി യോഗം ചേരുകയായിരുന്നു. പുറത്ത് സ്ക്വയറിൽ കവചിതവാഹനങ്ങളും തോക്ക്ധാരികളായ സൈനികരും നിലയുറപ്പിച്ചിരുന്നു. ബാരിക്കേഡുകൾ അവശ്യമായി വരുന്ന പക്ഷം അവ നിർമിക്കാൻ വിറകിന്റെ കൂമ്പാരങ്ങളുമുണ്ടായിരുന്നു. പ്രവേശനകവാടത്തിൽ പീരങ്കികളും വാതിലുകളിൽ സെൻട്രിമാരുമുണ്ടായിരുന്നു.

ഒക്ടോബർ 25ന് (പുതിയരീതിയിൽ നവംബർ 7) പ്രസ്സിൽ നിന്നും പെത്രോഗ്രാദ് സോവിയറ്റിന്റെ റെവല്യൂഷണറി സെന്റർ റഷ്യയിലെ പൗരന്മാർക്ക് ഒരു മാനിഫെസ്റ്റോ പുറപ്പെടുവിച്ചു. അതിപ്രകാരമായിരുന്നു:

> താൽക്കാലിക ഭരണകൂടം തൂത്തെറിയപ്പെട്ടിരിക്കുന്നു. സ്റ്റേറ്റിന്റെ അധികാരം പെത്രോഗ്രാദ് പ്രോലെട്ടേറിയറ്റിന്റെയും ഗാരിസണിന്റെയും തലപ്പത്ത് നിലകൊള്ളുന്ന സൈനികരുടെയും തൊഴിലാളികളുടെയും പെത്രോഗ്രാദ് സോവിയറ്റിന്റെ ജിഹ്വയായ മിലിട്ടറി റെവല്യൂഷണറികമ്മിറ്റിയുടെ കരങ്ങളിലേക്ക് പകർന്നു നൽകപ്പെട്ടിരിക്കുന്നു.

ജനങ്ങൾ എന്തിന് വേണ്ടി പോരാടിയോ അത് ജനാധിപത്യപരമായ അടിയന്തരസമാധാനം, ഭൂമിക്ക് മേലുള്ള ഭൂജന്മിമാരുടെ ഉടമസ്ഥാവകാശം ഇല്ലായ്മ ചെയ്യൽ, ഒരു സോവിയറ്റ് ഭരണകൂടത്തിന്റെ സൃഷ്ടി- ഉറപ്പാക്കപ്പെട്ടിരിക്കുന്നു.

തൊഴിലാളികളുടെയും സൈനികരുടെയും കർഷകരുടെയും വിപ്ലവം നീണാൾ വാഴട്ടെ!

പ്രകടമായിത്തന്നെ വിപ്ലവം വിജയകരമായിരുന്നുവെങ്കിലും മുമ്പത്തെപ്പോലെ തന്നെ ഊർജിതമായി ഒന്നിന് പിറകെ മറ്റൊന്നായി സർക്കാർ ഓഫീസുകൾ പിടിച്ചെടുക്കുന്നതും ഗാർഡ് ഡ്യൂട്ടി ക്രമീകരിക്കുന്നതും പോലുള്ള പ്രവർത്തനങ്ങൾ റെവല്യൂഷണറികമ്മിറ്റി തുടർന്നുകൊണ്ടേയിരുന്നു.

ഉച്ചതിരിഞ്ഞ് 2.30ന് തൊഴിലാളികളുടെയും സൈനികരുടെയും ഡെപ്യൂട്ടികളുടെ പെത്രോഗ്രാദ് സോവിയറ്റ് യോഗം ചേർന്നു. താൽക്കാലിക ഭരണകൂടം ഇപ്പോൾ നിലവിലില്ലെന്നും അതിലെ ചില മന്ത്രിമാർ അറസ്റ്റ് ചെയ്യപ്പെട്ടുവെന്നും മറ്റുള്ളവരുടെ ഊഴം അടുത്തുകൊണ്ടിരിക്കുകയാണെന്നും പ്രീ-പാർലമെന്റ് പുറത്താക്കപ്പെട്ടുവെന്നും റെയിൽവേ സ്റ്റേഷനുകളും പോസ്റ്റ് ആന്റ് ടെലഗ്രാഫ് ഓഫീസുകളും സ്റ്റേറ്റ് ബാങ്കും കീഴടക്കപ്പെട്ടുവെന്നുമുള്ള വാർത്തകളെ യോഗം ഊഷ്മളമായി സ്വാഗതം

ചെയ്തു. വിന്റർ പാലസ് കീഴടക്കപ്പെട്ടിട്ടില്ലെങ്കിലും അതിന്റെ വിധി നിർണയിക്കപ്പെട്ടിരിക്കുന്നു. രക്തച്ചൊരിച്ചിലില്ലാത്ത ഒന്നായിരുന്നു വിപ്ലവം.

സോവിയറ്റിന്റെ യോഗത്തിൽ അത്യാഹ്ലാദത്തോടെയാണ് ഇല്ലിച്ച് സ്വീകരിക്കപ്പെട്ടത്. അവിടെ അദ്ദേഹം പതിവ് പോലെ വിപ്ലവത്തിന്റെ വിജയവുമായി ബന്ധപ്പെട്ട് സുദീർഘമായി പ്രസംഗിച്ചില്ല. പകരം അടിയന്തരമായി കൈകാര്യം ചെയ്യേണ്ട സോവിയറ്റ് ശക്തിയെ നേരിടുന്ന ദൗത്യങ്ങളെക്കുറിച്ചാണ് സംസാരിച്ചത്. റഷ്യയുടെ ചരിത്രത്തിൽ പുതിയൊരു ഘട്ടം സമാഗതമായതായും ബൂർഷ്വാ വർഗത്തിന്റെ സാന്നിധ്യമില്ലാതെ സോവിയറ്റ് ഭരണകൂടം മുന്നോട്ട് പോകേണ്ടതാണെന്നും അദ്ദേഹം പറഞ്ഞു. ഭൂമിക്ക് മേലുള്ള സ്വകാര്യ ഉടമസ്ഥാവകാശം ഇല്ലായ്മ ചെയ്തുകൊണ്ടുള്ള ഡിക്രി പുറപ്പെടുവിക്കും. വ്യവസായങ്ങളിൽ തൊഴിലാളികളുടെ യഥാർഥ നിയന്ത്രണം ഉറപ്പുവരുത്തും. സോഷ്യലിസത്തിനായുള്ള സമരം ആരംഭിക്കും. സ്റ്റേറ്റിന്റെ പഴയ ഭരണയന്ത്രം ഇല്ലായ്മ ചെയ്യുകയും സോവിയറ്റ് സംഘടനകളുടെ അധികാരത്തിന്റേതായ പുതിയൊരു ഭരണയന്ത്രം സ്ഥാപിക്കുകയും ചെയ്യും. ഇവയെല്ലാം മുന്നോട്ട് കൊണ്ടുപോകാൻ ബഹുജനസംഘടനകളുടെ ഒരു ശക്തികേന്ദ്രം നമുക്കുണ്ട്. സമാധാനം ഉറപ്പാക്കുകയാണ് നമ്മുടെ ഇന്നത്തെ ദൗത്യം. അതിന് മൂലധനത്തെ പരാജയപ്പെടുത്തേണ്ടതാവശ്യമാണ്. സമാധാനം ഉറപ്പാക്കാൻ ഇതിനകം തന്നെ വിപ്ലവവികാരം പ്രത്യക്ഷപ്പെട്ട് തുടങ്ങിയിട്ടുള്ള അന്താരാഷ്ട്രതലത്തിലുള്ള അധ്വാനിക്കുന്ന വർഗം നമ്മെ സഹായിക്കും.

അദ്ദേഹത്തിന്റെ പ്രസംഗം പെത്രോഗ്രാദ് സോവിയറ്റിലെ അംഗങ്ങളിൽ ആഴത്തിൽ ഇറങ്ങിച്ചെന്നു. അതെ, ചരിത്രത്തിലെ ഒരു പുതിയ ഘട്ടം ആരംഭിക്കുകയാണ്. ബഹുജനസംഘടനകളുടെ പ്രബലത അജയ്യമായിരുന്നു. ബഹുജനങ്ങൾ ഉണർന്നെണീറ്റപ്പോൾ ബൂർഷ്വാസിയുടെ അധികാരം തകർന്നടിഞ്ഞു. നാം ഭൂജന്മിമാരിൽ നിന്നും ഭൂമി പിടിച്ചെടുക്കുകയും ഫാക്ടറി ഉടമകൾക്ക് നിയമങ്ങൾ നിർമിച്ചുനൽകുകയും സർവോപരി, സമാധാനം ഉറപ്പാക്കുകയും വേണം. ലോക വിപ്ലവം നമ്മുടെ സഹായത്തിനെത്തും.

സോവിയറ്റുകളുടെ രണ്ടാം കോൺഗ്രസ് അന്ന് വൈകുന്നേരമാണ് ആരംഭിക്കേണ്ടിയിരുന്നത്. സോവിയറ്റുകളുടെ അധികാരം പ്രഖ്യാപിക്കുകയും വിപ്ലവത്തിന്റെ വിജയത്തിന് ഔദ്യോഗികമായ അംഗീകാരം നൽകുകയുമായിരുന്നു അതിന്റെ ഉദ്ദേശ്യം.

പെത്രോഗ്രാദിലെ ഇടതുപക്ഷ സോഷ്യലിസ്റ്റ് വിപ്ലവകാരികളെ ജനങ്ങളുടെ ബോൾഷെവിക് ആവേശം ശക്തമായി സ്വാധീനിച്ചു. അതുകൊണ്ടു തന്നെ അവർക്ക് മറ്റുള്ളവരോടുള്ളതിനെക്കാൾ കൂടുതൽ അടുപ്പം ബോൾഷെവിക്കുകളോടായിരുന്നു. എന്ത് വിലകൊടുത്തും ബോൾഷെവിക്കുകൾ ഭൂജന്മിമാരുടെ കൈവശമുള്ള ഭൂമി പിടിച്ചെടുത്ത് കർഷകർക്ക് നൽകുമെന്ന് അവർക്ക് തീർച്ചയുണ്ടായിരുന്നു. എന്നാലും ഭൂമിക്കുമേൽ തുല്യതയുള്ള ഉടമസ്ഥാവകാശത്തിന്റെ ഒരു സമ്പ്രദായം

ആവിഷ്കരിക്കേണ്ടതാണെന്ന് അവർ വിശ്വസിച്ചു. എന്നാൽ സോഷ്യലിസ്റ്റ് രീതിയിലുള്ള കൃഷിയുടെ പൂർണമായൊരു ഉടച്ചുവാർക്കൽ ആവശ്യമാണെന്ന് ബോൾഷെവിക്കുകൾക്ക് ബോധ്യമുണ്ടായിരുന്നു. എന്തായാലും ഈ നിമിഷത്തിന്റെ ഏറ്റവും അടിയന്തരമായ ആവശ്യം ഭൂജന്മിമാരുടെ പക്കലുള്ള ഭൂമി പിടിച്ചെടുക്കുകയാണെന്ന് ഇല്ലിച്ച് കരുതി. കൂടുതലായ ഉടച്ചുവാർക്കൽ എങ്ങനെയായിരിക്കണമെന്ന് അനുഭവത്തിലൂടെ മാത്രമേ വ്യക്തമാവൂ. അതുകൊണ്ടുതന്നെ ഭൂമിക്ക് മേലുള്ള ഒരു ഡിക്രിയുടെ കരടുണ്ടാക്കുമ്പോൾ അദ്ദേഹം തന്റെ നിലപാട് വ്യക്തമാക്കുകയും ചെയ്തു.

ഭൂവുടമസ്ഥാവകാശവുമായി ബന്ധപ്പെട്ട് അന്ന് ചൂടേറിയ വാദപ്രതിവാദങ്ങൾ നടന്നു. അവിടെവച്ച് ഇടതുപക്ഷ സോഷ്യൽ റെവല്യൂഷണറികളുമായി കണിശമായൊരു ധാരണയിലെത്താൻ കഴിയാതിരുന്നത് മൂലം അവർ കോൺഗ്രസിൽ നിന്നും വിട്ടുപോകുമോ ഇല്ലയോ എന്നൊരു ചോദ്യം ഉയർന്നുവന്നു.

ഒക്ടോബർ 25 ന് രാത്രി 10.45 ന് സോവിയറ്റുകളുടെ അഖില റഷ്യൻ കോൺഗ്രസ് നടന്നു. ആ വേളയിൽ കോൺഗ്രസ് പുനഃസംഘടിപ്പിക്കപ്പെടേണ്ടതും ഒരു പ്രസീഡിയത്തെ തിരഞ്ഞെടുക്കേണ്ടതും അതിന്റെ അധികാരങ്ങൾ നിർണയിക്കപ്പെടേണ്ടതുമുണ്ടായിരുന്നു. ആകെയുള്ള 670 പ്രതിനിധികളിൽ 300 പേർ മാത്രം ബോൾഷെവിക്കുകളും 193പേർ സോഷ്യലിസ്റ്റ് റെവല്യൂഷണറികളും 68 പേർ മെൻഷെവിക്കുകളുമായിരുന്നു. വലതുപക്ഷ സോഷ്യലിസ്റ്റ് റെവല്യൂഷണികളും മെൻഷെവിക്കുകളും ബുണ്ടിസ്റ്റുകളും തങ്ങളെ അവഗണിച്ചുകൊണ്ട് ബോൾഷെവിക്കുകൾ വിപ്ലവം നടത്തിയെന്നാരോപിച്ച് കോൺഗ്രസിൽ നിന്നും ഇറങ്ങിപ്പോയി. ചില മെൻഷെവിക് ഇന്റർനാഷണലിസ്റ്റുകളും ഇറങ്ങിപ്പോയി. എന്തായാലും ആകെ അമ്പത് പ്രതിനിധികളാണ് കോൺഗ്രസ് വിട്ടുപോയത്.

സോവിയറ്റുകളുടെ രണ്ടാം കോൺഗ്രസ് നടന്നുകൊണ്ടിരിക്കുമ്പോൾ ത്തന്നെ വിന്റർ പാലസ് ആക്രമിക്കപ്പെട്ടു. പ്സ്കോവ് മാർഗം ഒരു നാവികന്റെ വേഷത്തിൽ അതിന്റെ തലേന്ന് തന്നെ കെറൻസ്കി അവിടെ നിന്നും രക്ഷപ്പെട്ടിരുന്നു. പെത്രോഗ്രാദിനെതിരെ ഒരു ആക്രമണം സംഘടിപ്പിക്കാൻ അയാൾ മോസ്കോവിലേക്കാണ് പോയത്. മറ്റ് മന്ത്രിമാർ മിലിട്ടറി കേഡറ്റുകളുടെയും സ്ത്രീകളുടെ ഷോക്ക് ബറ്റാലിയന്റെയും സംരക്ഷണയിൽ കൊട്ടാരത്തിനുള്ളിൽ ഒളിച്ചു. അവരെ സംരക്ഷിക്കാൻ മെൻഷെവിക്കുകളും വലതുപക്ഷ സോഷ്യൽ റെവല്യൂഷണറികളും ബുണ്ടിസ്റ്റുകളും കച്ചകെട്ടിയിറങ്ങിയിട്ടും പുലർച്ചെ 3.10 ന് കോൺഗ്രസ് വീണ്ടും സമ്മേളിച്ചപ്പോൾ വിന്റർ പാലസ് പിടിച്ചെടുക്കപ്പെട്ടതായും മന്ത്രിമാർ അറസ്റ്റ് ചെയ്യപ്പെട്ടതായും ഓഫീസർമാരും കേഡറ്റുകളും നിരായുധീകരിക്കപ്പെട്ടതായും പെത്രോഗ്രാദിനെതിരെ കെറൻസ്കി നിയോഗിച്ച മൂന്നാം ബൈസൈക്കിൾ ബറ്റാലിയൻ വിപ്ലവകാരികളുടെ പക്ഷത്തേക്ക് കൂറുമാറിയതായും അറിയിപ്പുണ്ടായി.

ഒക്ടോബർ വിപ്ലവത്തിന്റെ തുടക്കത്തിൽ മുൻ താൽക്കാലിക ഭരണകൂടത്തിന്റെ നേതാക്കളോട് ബോൾഷെവിക്കുകൾ ദയാപൂർവമാണ് പെരുമാറിയത്. കെറൻസ്കിയെയും ചില മന്ത്രിമാരെയും രക്ഷപ്പെടാൻ അനുവദിച്ചു. വിന്റർ പാലസിനെ പ്രതിരോധിച്ചുനിന്ന മിലിട്ടറി കേഡറ്റുകളെ നല്ല നടപ്പിന് സ്വതന്ത്രരാക്കിവിട്ടു. മാത്രമല്ല, കെറൻസ്കിയുടെ സൈനികരെ നയിച്ചിരുന്ന ജനറൽ ക്രാസ്നോവിനെ സ്ഥിരവാസത്തിന് കീഴിൽ അറസ്റ്റ് ചെയ്തു. ഇതൊക്കെയാണെങ്കിലും പ്സ്കോവ് സഖാക്കളാൽ വിട്ടയയ്ക്കപ്പെട്ട കെറൻസ്കി പെത്രോഗ്രാദിന് നേരെ ഒരു ആക്രമണം ആസൂത്രണം ചെയ്തു. നല്ല നടപ്പിന് സ്വതന്ത്രരാക്കിവിട്ട കേഡറ്റുകൾ നവംബർ 11 ന് തിരിച്ചടിച്ചു. വീട്ടുതടങ്കലിൽ നിന്നും രക്ഷപ്പെട്ട ക്രാസ്നോവ് ജർമൻ ഭരണകൂടത്തിന്റെ സഹായത്തോടെ ഒരു ലക്ഷം അംഗബലമുള്ള ഒരു വൈറ്റ് ആർമി രൂപീകരിച്ചു.

സാമ്രാജ്യത്വയുദ്ധത്താൽ മടുത്തുപോയ ജനങ്ങൾ ഒരു രക്തരഹിതവിപ്ലവമാണ് ആഗ്രഹിച്ചതെങ്കിലും ശത്രുക്കൾ അവരെ പോരാടാൻ നിർബന്ധിതരാക്കി. മുഴുവൻ സാമൂഹ്യ സമ്പ്രദായത്തിന്റെയും സോഷ്യലിസ്റ്റ് പുനർ നിർമാണപ്രക്രിയയിൽ പൂർണമായും ആണ്ടുപോയ ഇല്ലിച്ച് വിപ്ലവത്തിന്റെ പ്രതിരോധത്തിലേക്ക് തന്റെ ശ്രദ്ധതിരിച്ചുവിടാനും നിർബന്ധിതനായി.

നവംബർ 9 ന് ഗാട്ച്ചിന പിടിച്ചെടുക്കുന്നതിൽ കെറൻസ്കി വിജയിച്ചു. പെത്രോഗ്രാദിനെ പ്രതിരോധിക്കുന്ന നാളുകളിൽ ലെനിൻ എത്രമാത്രം വ്യാപ്തിയേറിയ പ്രവർത്തനങ്ങളാണ് നടത്തിയതെന്ന് "വിപ്ലവത്തിന്റെ നാളുകളിൽ ലെനിൻ" എന്ന ലേഖനത്തിൽ പോദ്വോയ്സ്കി വിവരിക്കുന്നുണ്ട്. ഏര്യാ സ്റ്റാഫ് ഹെഡ്ക്വാർട്ടേഴ്സിലെത്തിയ അദ്ദേഹം സ്ഥിതിഗതികളെക്കുറിച്ചുള്ള ഒരു റിപ്പോർട്ട് ആവശ്യപ്പെട്ടത് ആ ലേഖനത്തിൽ വിവരിക്കുന്നു. ഒരു ഭൂപടം കാണിച്ചുകൊടുത്ത് ഞങ്ങളുടെ സൈന്യത്തിന്റെ വിന്യാസമുൾപ്പെടെ ഓപ്പറേഷനുകളുടെ പൊതുവായ പദ്ധതിയും ശത്രുവിന് ഉണ്ടാക്കാവുന്ന പ്രബലതയും സേനാവിന്യാസവും ആന്റനോവ് ഓപ്സെങ്കോ വിശദീകരിക്കാൻ ആരംഭിച്ചു.

> ഭൂപടം ലെനിൻ സൂക്ഷ്മമായി പരിശോധിച്ചു. ശ്രദ്ധാലുവായ തന്ത്രം മെനയുന്നവന്റെയും ഒരു ജനറലിന്റെയും ജാഗ്രതയോടെ അദ്ദേഹം വിശദീകരണങ്ങൾ ആവശ്യപ്പെട്ടു: എന്തുകൊണ്ട് ആ പോയിന്റിനെ പ്രതിരോധിച്ചില്ല, മറ്റൊന്നിന് പകരം ഇതിനെ സംരക്ഷിക്കാൻ എന്തുകൊണ്ട് നടപടിയെടുത്തില്ല, പിന്തുണയ്ക്കായി കോൺസ്റ്റഡ്റ്റ്, വൈബോർഗ്, ഹെൽസിങ് ഫോർസ് എന്നിവയെ എന്തുകൊണ്ട് സമീപിച്ചില്ല തുടങ്ങിയവയായിരുന്നു അദ്ദേഹത്തിന്റെ ചോദ്യങ്ങൾ. കുറിപ്പുകൾ താരതമ്യപ്പെടുത്തിക്കഴിഞ്ഞപ്പോൾ ഞങ്ങൾക്ക് പല അബദ്ധങ്ങളും സംഭവിച്ചതായി വ്യക്തമായി...

അന്ന് വൈകുന്നേരം തന്നെ സ്വകാര്യഫോണിൽ ഹെൽസിങ് ഫോർസുമായി ബന്ധപ്പെട്ട ഇല്ലിച്ച് പെത്രോഗ്രാദിന്റെ പ്രാന്തങ്ങളുടെ കാവലിനായി രണ്ട് നശീകരണ കപ്പലുകളും ഒരു യുദ്ധക്കപ്പലും ഏർപ്പാട് ചെയ്തു.

വളരെ അത്യാവശ്യമായിരുന്ന കവചിത തീവണ്ടി മതിയായ വേഗതയിൽ നിർമിക്കുന്നുവെന്ന് ഉറപ്പുവരുത്താൻ അദ്ദേഹം പുട്ടിലോവ് വർക്സിലേക്ക് പോയി. അവിടത്തെ തൊഴിലാളികളോട് അദ്ദേഹം സംസാരിച്ചു. സ്റ്റാഫ് ഹെഡ്ക്വാർട്ടേഴ്സ് സ്മോൾനിയിലേക്ക് മാറ്റി. അതിന്റെ എല്ലാ പ്രവർത്തനങ്ങളിലും വളരെ താൽപ്പര്യം കാണിച്ച ലെനിൻ ജനങ്ങളെ സംഘടിപ്പിക്കാനുള്ള അതിന്റെ പ്രവർത്തനങ്ങളെ സഹായിച്ചു. രാജ്യത്തെ ശത്രുക്കളിൽ നിന്നും സംരക്ഷിക്കാൻ ആവശ്യമായ പ്രവർത്തനങ്ങളെ ഏകോപിപ്പിക്കാൻ തൊഴിലാളി സംഘടനകളുടെയും ജില്ലാ സോവിയറ്റുകളുടെയും ഫാക്ടറി കമ്മിറ്റികളുടെയും ട്രേഡ് യൂണിയനുകളുടെയും സൈനികയൂണിറ്റുകളുടെയും ഒരു പ്രതിനിധിസമ്മേളനം അദ്ദേഹം വിളിച്ചുകൂട്ടി.

പ്രായഭേദമെന്യേ, കെറൻസ്കിയുടെ സൈനികരെ നേരിടാൻ പെത്രോഗ്രാദിലെ തൊഴിലാളികൾ യുദ്ധമുന്നണിയിലേക്ക് നീങ്ങി. പ്രവിശ്യകളിൽ നിന്നും വിളിച്ചുവരുത്തപ്പെട്ട അശ്വഭടസേന യുദ്ധം ചെയ്യാൻ കാര്യമായ താൽപ്പര്യമൊന്നും കാണിച്ചില്ല. അവരുമായി പെത്രോഗ്രാദിലെ തൊഴിലാളികൾ വാക്കു തർക്കത്തിലേർപ്പെടുകയും ചെയ്തു. കെറൻസ്കി സംഘടിപ്പിച്ച് അശ്വഭടസേനയും സൈനികരും അവരുടെ തോക്കുകളുമായി യുദ്ധമുന്നണി വിട്ടുപോയി. കെറൻസ്കിയുടെ സൈന്യം വിഘടിക്കുകയായിരുന്നു. ഇതൊക്കെയാണെങ്കിലും സ്വന്തം നഗരത്തെ സംരക്ഷിക്കാനുള്ള ശ്രമത്തിൽ പെത്രോഗ്രാദിൽ നിന്നുമുള്ള നിരവധി തൊഴിലാളികൾക്ക് സ്വന്തം ജീവൻ നഷ്ടപ്പെട്ടു.

നവംബർ 11ന് മുഴുവൻ ശക്തിയോടും കെറൻസ്കി പെത്രോഗ്രാദിലേക്ക് മാർച്ചു ചെയ്യുമ്പോൾ വിന്റർ പാലസിൽ നിന്നും നല്ല നടപ്പിന് മോചിതരായ കേഡറ്റുകൾ അയാളെ സഹായിക്കാൻ തീരുമാനിച്ചു. സ്മോൾനിയിലേക്ക് താമസം മാറുംമുമ്പ് ഇല്ലിച്ചിന്റെ ബന്ധുക്കൾക്കൊപ്പം പെത്രോഗ്രാദ് ജില്ലയിലാണ് ഞാൻ താമസിച്ചിരുന്നത്. അവിടെനിന്നും വളരെയൊന്നും അകലെയല്ലാതെ അതിരാവിലെ പാവ്ലോവ്സ്കോയ മിലിട്ടറി സ്കൂളിന്റെ പരിസരത്ത് യുദ്ധമാരംഭിച്ചു. കേഡറ്റുകൾ കൂറുമാറിയതറിഞ്ഞ് അവരെ അടിച്ചമർത്താൻ വൈബോർഗ് ജില്ലയിലെ റെഡ് ഗാർഡുകളും ഫാക്ടറിത്തൊഴിലാളികളും അവിടേക്ക് പാഞ്ഞെത്തി. ഇരുപക്ഷത്തും നിരവധി പേർ കൊല്ലപ്പെട്ടു. എന്തായാലും വളരെവേഗം തന്നെ ആ യുദ്ധത്തിൽ കേഡറ്റുകൾ പരാജയമേറ്റുവാങ്ങി.

നവംബർ 14ന് കെറൻസ്കി പൂർണമായും പരാജയപ്പെടുകയും റെഡ് ഗാർഡുകൾ ഗട്ചിന തിരിച്ചുപിടിക്കുകയും ചെയ്തു. അപ്പോഴും കെറൻസ്കി രക്ഷപ്പെട്ടു. പെത്രോഗ്രാദിലും വിജയം പൂർണമായിരുന്നു.

എന്നാൽ രാജ്യത്തെങ്ങും ആഭ്യന്തരയുദ്ധം പൊട്ടിപ്പുറപ്പെട്ടു. നവംബർ 8 ന് ജനറൽ കലെദിൻ ഡോൺ മേഖലയിൽ മാർഷൽ നിയമം പ്രഖ്യാപിക്കുകയും സോവിയറ്റ് ശക്തിക്കെതിരെ അശ്വഭടസേനയെ സംഘടിപ്പിക്കാൻ തുടങ്ങുകയും ചെയ്തു. നവംബർ 9 ന് ആ സേനയിൽപ്പെട്ട ദൂട്ടോവ് ഓറെൻ ബർഗ് പിടിച്ചെടുത്തു. മോസ്കോവിൽ കാര്യങ്ങൾ ഇഴഞ്ഞു നീങ്ങുകയായിരുന്നു. വൈറ്റ് സേന ക്രെംലിൻ കൈയടക്കി. അവിടത്തെ പോരാട്ടം പെത്രോഗ്രാദിലേതിനേക്കാൾ രൂക്ഷമായിരുന്നു.

നവംബർ 8 ന് സോവിയറ്റുകളുടെ രണ്ടാം കോൺഗ്രസിൽ നിന്നും രാജിവച്ച വലതുപക്ഷ സോഷ്യലിസ്റ്റ് റെവല്യൂഷണറികളും മെൻഷെവിക്കുകളും മറ്റ് വിഭാഗക്കാരും മാതൃഭൂമിയെയും വിപ്ലവത്തെയും സംരക്ഷിക്കാനും സോവിയറ്റ് ശക്തിയുടെ എല്ലാ എതിരാളികളുടേതുമായ ഒരു കമ്മിറ്റി രൂപീകരിച്ചു. തങ്ങളുടെ സമ്മതമില്ലാതെ വിപ്ലവം നടത്തിയ ബോൾഷെവിക്കുകളിൽ നിന്നും രാജ്യത്തെ രക്ഷിക്കാൻ കച്ചകെട്ടി ഇറങ്ങിയവരായിരുന്നു, അവർ. എങ്കിലും "സമാധാനത്തിന് വേണ്ടി, ഭൂമിക്ക് വേണ്ടി" എന്ന ബോൾഷെവിക് മുദ്രാവാക്യങ്ങൾ അതിനകം തന്നെ വളരെ ജനപ്രിയമായിക്കഴിഞ്ഞിരുന്നു.

സഹായിക്കാനായി സൈനികരെ മോസ്കോവിലേക്കയക്കേണ്ടിയിരുന്നുവെങ്കിലും കോൺഗ്രസിൽ നിന്നും രാജിവെച്ചുപോയവരോട് അനുഭാവമുണ്ടായിരുന്ന റെയിൽവേ ജോലിക്കാരുടെ ഓൾ റഷ്യൻ എക്സിക്യൂട്ടീവ്കമ്മിറ്റിയുടെ നിഷ്പക്ഷമായ നിലപാടുമൂലം അതിന് തടസം നേരിട്ടു. ഇരു പക്ഷത്തെയും സൈനികരെ കടന്നുപോവാൻ അനുവദിക്കുകയില്ലെന്ന് ആ കമ്മിറ്റി പ്രഖ്യാപിച്ചു. എന്നാൽ കമ്മിറ്റിയുടെ നിലപാടിനെ ധിക്കരിച്ചുകൊണ്ട് സൈനികരെ കൊണ്ടുപോകാൻ റെയിൽവേ തൊഴിലാളികൾ തീരുമാനിച്ചു. അങ്ങനെ നവംബർ 16ന് സൈനികർ മോസ്കോവിലേക്ക് പുറപ്പെട്ടു. എന്തായാലും അവർ എത്തിച്ചേരും മുമ്പ് തന്നെ വൈറ്റ് സേനയുടെ ചെറുത്തുനിൽപ്പ് അവസാനിച്ചു കഴിഞ്ഞിരുന്നു.

പെത്രോഗ്രാദിൽ മിലിട്ടറി കേഡറ്റുകൾ അടിച്ചമർത്തപ്പെടുകയും കെറെൻസ്കി മുന്നേറ്റം നടത്തുകയും മോസ്കോവിൽ പോരാട്ടം പുരോഗമിക്കുകയും ചെയ്തുകൊണ്ടിരുന്ന വിഷമം പിടിച്ച ആ ഘട്ടത്തിൽ കേന്ദ്ര കമ്മിറ്റിയിലെ പല അംഗങ്ങളുടെയും നിലപാട് സുസ്ഥിരമല്ലാതായി ത്തീർന്നു. സാഹചര്യം ആവശ്യപ്പെടുന്ന പ്രകാരം വിട്ടുവീഴ്ചകൾ ചെയ്യേണ്ടതാണെന്ന് അവർ വിശ്വസിച്ചു. റെയിൽവേക്കാരുടെ എക്സിക്യൂട്ടീവുമായുള്ള ചർച്ചകളിൽ അത് വളരെ പ്രകടവുമായി. നവംബർ 9ന് ആ എക്സിക്യൂട്ടീവ് ബോൾഷെവിക്കുകൾ മുതൽ പോപ്പുലർ സോഷ്യലിസ്റ്റുകൾ വരെയുള്ള എല്ലാ സോഷ്യലിസ്റ്റുകളുമടങ്ങുന്ന ഒരു ഭരണകൂടം രൂപീകരിക്കണമെന്ന് ഒരു പ്രമേയം പാസാക്കുകയും അതിന് മധ്യസ്ഥതവഹിക്കാനുള്ള സന്നദ്ധത പ്രകടിപ്പിക്കുകയും ചെയ്തു. തുടക്കത്തിൽ എക്സിക്യൂട്ടീവിലെ ഇടതുപക്ഷക്കാർ മാത്രമാണ് കേന്ദ്രകമ്മിറ്റിയുമായി ചർച്ച നടത്തിയത്. ആദ്യം ചർച്ചകളിൽ നിന്നും വിട്ടുനിന്ന

മെൻഷെവിക്കുകളും വലതുപക്ഷ സോഷ്യലിസ്റ്റ് റെവല്യൂഷണറികളും കെറൻസ്കിയുടെ ആക്രമണഫലമായി ബോൾഷെവിക്കുകൾ ഒരു മൂലയിലാണെന്നും മോസ്കോവിലെ സ്ഥിതിഗതികകൾ രൂക്ഷമായെന്നും കാണുകയും കേന്ദ്രകമ്മിറ്റിയിലെ അംഗങ്ങളുടെ ചാഞ്ചാട്ടം മനസിലാക്കുകയും ചെയ്തതോടെ ചർച്ചകളിലേക്ക് എടുത്തുചാടി. നവംബർ 12 –13 തീയതികളിൽ റെയിൽവേക്കാരുടെ എക്സിക്യൂട്ടീവ് യോഗത്തിനെത്തിയ അവർ സോവിയറ്റുകളുടെ അധികാരം ഇല്ലായ്മ ചെയ്യണമെന്നും ഒക്ടോബർ കലാപത്തിലെ കുറ്റവാളികളെ ഭരണകൂടത്തിന് പുറത്തു നിർത്തണമെന്നും അതിനെല്ലാം ഉപരിയായി ലെനിനെ നീക്കം ചെയ്യണമെന്നും ചെർണോവിന്റെയോ അവ്ക്സെന്റ്യേവിന്റെയോ നേതൃത്വത്തിൽ പുതിയൊരു ഭരണകൂടം രൂപീകരിക്കണമെന്നും ആവശ്യപ്പെട്ടു. അതിനടുത്ത ദിവസം നടന്ന കേന്ദ്രകമ്മിറ്റിയോഗത്തിൽ കലേദിന്റെയും കോർമിലോവിന്റെയും പക്ഷത്ത് ചേർന്ന റെയിൽവേക്കാരുടെ എക്സിക്യൂട്ടീവുമായുള്ള ചർച്ചകൾ അടിയന്തരമായി അവസാനിപ്പിക്കണമെന്ന് ലെനിൻ ആവശ്യപ്പെടുകയും അതംഗീകരിക്കുന്ന ഒരു പ്രമേയം കേന്ദ്രകമ്മിറ്റി പാസാക്കുകയും ചെയ്തു. അതിൽ പ്രതിഷേധിച്ച് നവംബർ 17ന് ഏതാനും കമ്മിസാർമാരും കേന്ദ്രകമ്മിറ്റി അംഗങ്ങളും രാജിവച്ചു. അവർ പാർട്ടി അച്ചടക്കം പാലിക്കണമെന്ന് കേന്ദ്രകമ്മിറ്റി ആവശ്യപ്പെട്ടു. അതേസമയം താൻ കേന്ദ്രകമ്മിറ്റിയിലേക്ക് മടങ്ങുകയാണെന്ന് സിനോവീവ് ഒരു പരസ്യപ്രസ്താവന നടത്തുകയും ചെയ്തു.

നവംബർ 17 ന് അഖില റഷ്യൻ സെൻട്രൽ എക്സിക്യൂട്ടീവ്കമ്മിറ്റിയുടെയും പെത്രോഗ്രാദ് സോവിയറ്റിന്റെ തൊഴിലാളികളുടെയും സൈനികരുടെ ഡെപ്യൂട്ടിമാരുടെയും യുദ്ധനിരയിലെ സൈനികരുടെ പ്രതിനിധികളുടെയും സംയുക്തയോഗത്തെ ഇല്ലിച്ച് അഭിസംബോധന ചെയ്തു. തന്റെ പ്രസംഗത്തിൽ, വിജയത്തിലും ബോൾഷെവിക്കുകൾ സ്വീകരിച്ച നിലപാടിന്റെ ശരിയിലും ജനങ്ങളുടെ പിന്തുണയിലുമുള്ള പരിപൂർണ വിശ്വാസം അദ്ദേഹം ഊന്നിപ്പറഞ്ഞു.

നവംബർ 21 ന് കേന്ദ്രകമ്മിറ്റിയിൽ നിന്നും രാജിവച്ച കാമനേവിന് പകരം, യാക്കോവ് സ്വെഡെലോവ് അഖില റഷ്യൻ സെൻട്രൽ എക്സിക്യൂട്ടീവ്കമ്മിറ്റിയുടെ ചെയർമാനായി തിരഞ്ഞെടുക്കപ്പെട്ടു. ഇല്ലിച്ചാണ് അദ്ദേഹത്തെ നാമനിർദേശം ചെയ്തത്. വളരെ ദൃഢചിത്തതയുള്ള വ്യക്തിയായിരുന്നു സ്വെഡെലോവ്. സോവിയറ്റ് അധികാരത്തിനായുള്ള സമരത്തിലും പ്രതിവിപ്ലവത്തിനെതിരായ സമരത്തിലും ഒഴിവാക്കാനാവാത്തൊരു വ്യക്തിയായിരുന്നു അദ്ദേഹം. അതിനൊക്കെ ഉപരിയായി പുതിയ രീതിയിലുള്ള ഒരു സ്റ്റേറ്റ് സംഘടിപ്പിക്കുകയെന്ന ഭാരിച്ച ഉത്തരവാദിത്തം നിർവഹിക്കാൻ വളരെക്കൂടുതൽ കഴിവുകളുള്ള ഒരു സംഘാടകൻ ആവശ്യവുമായിരുന്നു. അത്തരത്തിലുള്ള ഒരു സംഘാടകനായിരുന്നു സ്വെഡ്ലോവ്. തന്റെ ജോലി സ്തുത്യർഹമായി നിർവഹിച്ച ശേഷം 1919 മാർച്ച് 18നാണ് അദ്ദേഹം അന്തരിച്ചത്.

വിപ്ലവാത്മക സമരത്തിന്റെ സാഹചര്യങ്ങളെ റഷ്യൻ വിപ്ലവം മാറ്റി മറിച്ചു. സമരത്തിന്റെ ഈ പുതിയ സാഹചര്യങ്ങൾ കൂടുതൽ നിശ്ചയ ദാർഢ്യവും മികച്ച സംഘാടനത്തിന് ഉപയോഗിക്കാവുന്ന കൂടുതൽ മികവും കഴിവുമുള്ള ഒരു വ്യക്തിയുടെ അവശ്യകത ആവശ്യപ്പെട്ടു: “സോഷ്യലിസത്തിന്റെ സത്ത സംഘടന കെട്ടിപ്പടുക്കുന്നതിലാണ്,.” എന്ന് ലെനിൻ ഇടയ്ക്കിടെ ഓർമിപ്പിച്ചുകൊണ്ടിരുന്നു. ഉത്തരവാദിത്ത ങ്ങൾ ഏറ്റെടുക്കാൻ ഭയമില്ലാത്തവർ മുൻനിരയിലേക്ക് വന്നു എന്നത് ഒരു യാദൃച്ഛികതയായിരുന്നില്ല. പഴയ ഒളിവിലെ ജീവിതകാലത്ത് അവ രുടെ കഴിവുകൾക്ക് വെളിച്ചം കാണാനായില്ല. നിരന്തരമായ അറസ്റ്റുകളും നാടുകടത്തലുകളും സംഘാടനത്തിനുള്ള അവരുടെ ശ്രമങ്ങളെ ഒരിടത്തും എത്തിക്കാതിരുന്നപ്പോൾ രഹസ്യമായ പ്രവർത്തനത്തിന്റെ അവശ്യകത പിൻനിരയിൽ നിൽക്കാൻ അവരെ നിർബന്ധിതരാക്കി. പാർട്ടിയുടെയും ഒക്ടോബർ വിപ്ലവത്തിന്റെയും വളരെ മികവുറ്റ അത്തരമൊരു സംഘാ ടകൻ സ്റ്റാലിനായിരുന്നു. അതുകൊണ്ടു തന്നെയാണ് രണ്ടാം കോൺഗ്ര സിൽ വച്ച് ദേശീയതകളുടെ കാര്യത്തിനുള്ള കമ്മീസാറിയറ്റുകളുടെ ചെയർമാൻ സ്ഥാനത്തേക്ക് ലെനിൻ സ്റ്റാലിന്റെ പേര് നിർദേശിച്ചത്. റഷ്യ ക്കാരല്ലാത്ത ദേശീയതകളുടെ വിമോചനത്തിനായി, അവരുടെ മൊത്ത ത്തിലുള്ള വികസനത്തിന് വേണ്ടിയും, വർഷങ്ങളായി ലെനിൻ പരിശ്ര മിച്ചുവരികയായിരുന്നു. അവസാനത്തെ കുറെ വർഷങ്ങൾ രാഷ്ട്രങ്ങളുടെ സ്വയം നിർണയാവകാശത്തിനായി അദ്ദേഹം കഠിനായി പോരാടിക്കൊ ണ്ടിരുന്നു. സാമ്രാജ്യത്വശക്തികളുടെ നയങ്ങൾക്ക് വിരുദ്ധമായി ന്യൂന പക്ഷദേശീയതകളുടെ മോചനം അദ്ദേഹം എന്നും ഉയർത്തിപ്പിടിച്ചൊരു തത്വമായിരുന്നു. ദേശീയതയുടെ ചോദ്യത്തെക്കുറിച്ചുള്ള സ്റ്റാലിന്റെ വീക്ഷ ണങ്ങൾ അദ്ദേഹം നന്നായി മനസിലാക്കിയിരുന്നു. വാക്കുകളിലൂടെയ ല്ല, മറിച്ച്, പ്രവർത്തനങ്ങളിലൂടെ സ്റ്റാലിൻ സ്വന്തം നിലപാടുകൾ ഉയർത്തി പ്പിടിക്കുമെന്നും ലെനിന് അറിയാമായിരുന്നു. രൂക്ഷമായ വർഗസമര ത്തിന്റെ സാഹചര്യങ്ങൾക്ക് നടുവിൽ വേണം ന്യൂനപക്ഷദേശീയതക ളുടെ അവകാശങ്ങൾ ഉറപ്പാക്കേണ്ടതെന്ന സങ്കീർണതയും അവിടെയു ണ്ടായിരുന്നു. ദേശീയതകളുടെ സ്വയം നിർണയാവകാശമെന്ന വിഷ യത്തെ തൊഴിലാളി വർഗസർവാധിപത്യവുമായും സോവിയറ്റുകളുടെ അധികാരം നടപ്പിലാക്കുന്നതുമായും കൂട്ടിഘടിപ്പിക്കേണ്ടതും ആവശ്യ മായിരുന്നു. അധ്വാനിക്കുന്ന വർഗത്തിന്റെ അന്താരാഷ്ട്ര സമരവുമായും ആഭ്യന്തരയുദ്ധവുമായും അടുത്ത ബന്ധമുള്ളൊരു വിഷയമായിരുന്നു അത്. ദേശീയതലത്തിൽ ഈ വിഷയങ്ങൾ കൈകാര്യം ചെയ്യാൻ വിശാ ല മനസ്കതയും നിർബന്ധബുദ്ധിയും പ്രായോഗികമായ സംഘാടന ശേഷിയുമുള്ള ഒരു വ്യക്തിയെയായിരുന്നു ആവശ്യം. അതുകൊണ്ടുത ന്നെയാണ് ഇല്ലിച്ച് ആ സ്ഥാനത്തേക്ക് സ്റ്റാലിന്റെ പേര് നിർദേശിച്ചത്.

പുതിയ രീതിയിൽ പ്രവർത്തിക്കാൻ എങ്ങനെ പഠിക്കണം, മന സിന്റെ പുതിയ പ്രവർത്തനങ്ങളെ എങ്ങനെ മനസിലാക്കണം, നേതൃത്വ

പരമായ പ്രശ്നങ്ങളെ എങ്ങനെ കൈകാര്യം ചെയ്യണം ഇന്നലെകളിലെ വിപ്ലവാത്മക പ്രതിപക്ഷത്തിൽ നിന്നും സോഷ്യലിസ്റ്റ് സമ്പ്രദായം കെട്ടിപ്പടുക്കാൻ ആളുകളെ എങ്ങനെ പ്രാപ്തരാക്കാം എന്നെല്ലാമുള്ള ചോദ്യങ്ങൾ പാർട്ടി പ്രവർത്തകരിൽ വളരെക്കൂടുതൽ അങ്കലാപ്പുണ്ടാക്കി.

ആ ഘട്ടം മുതൽ 1918 മാർച്ചിൽ മോസ്കോവിലേക്ക് താമസം മാറുന്നത് വരെ ഞങ്ങൾ സ്മോൾനിയിലാണ് താമസിച്ചിരുന്നത്.

ഒക്ടോബർ വിപ്ലവം മുതൽ ബ്രസ്റ്റ് സമാധാനം വരെ

ആയിരത്തിത്തൊള്ളായിരത്തി ഇരുപത്തിയൊന്ന് നവംബർ 21 ലെ ഇപ്പോഴും സോഷ്യലിസത്തിന്റെ പൂർണമായ വിജയത്തിന് ശേഷവുമുള്ള സ്വർണത്തിന്റെ പ്രാധാന്യം എന്ന ലേഖനത്തിൽ ഇല്ലിച്ച് എഴുതി:

> 1917 ഒക്ടോബർ 25 മുതലുള്ള ഏതാനും ആഴ്ചകൾക്കകം വളരെ ത്വരിതഗതിയിൽ നാം സോവിയറ്റ് സ്റ്റേറ്റ് കെട്ടിപ്പടുക്കുകയും വിപ്ലവാത്മകമായൊരു രീതിയിൽ സാമ്രാജ്യത്വയുദ്ധത്തിൽ നിന്നും സ്വയം മോചിതരാവുകയും ചെയ്തു.

ഇവിടെ ഏതാനും ആഴ്ചകൾ എന്നതുകൊണ്ട് ഇല്ലിച്ച് ഉദ്ദേശിക്കുന്നത് സ്മോൾനിയിലെ ഞങ്ങളുടെ താമസം മുതൽ മാർച്ച് മധ്യത്തിൽ മോസ്കോവിലേക്ക് മാറിത്താമസിച്ചത് വരെയുള്ള കാലഘട്ടത്തെയാണ്. ഇല്ലിച്ച് സംഘടിപ്പിച്ച എല്ലാ പ്രവർത്തനങ്ങളുടെയും കേന്ദ്രം അദ്ദേഹം തന്നെയായിരുന്നു. വളരെ കടുപ്പമേറിയതും ഒരുവന്റെ മുഴവൻ ഊർജവും ആവശ്യപ്പെടുന്നതുമായിരുന്നു ആ പ്രവർത്തനങ്ങൾ. അവിടെ കടുത്ത പ്രതിസന്ധികളെ അതിജീവിക്കുകയും ജീവന്മരണ പോരാട്ടം നടത്തുകയും, പലപ്പോഴും, അടുത്ത സഹപ്രവർത്തകരുമായിപ്പോലും പോരാടുകയും ചെയ്യേണ്ടിയിരുന്നു. സ്മോൾനിയിൽ താമസിക്കുന്ന കാലത്ത് ഉണർന്നിരുന്നപ്പോഴും ഉറക്കത്തിൽപ്പോലും, ഔദ്യോഗികകാര്യങ്ങൾ അദ്ദേഹത്തിന്റെ മുഴുവൻ സമയവും അപഹരിച്ചിരുന്നു. എല്ലാ പ്രവർത്തനങ്ങളുടെയും കേന്ദ്രം അവിടമായിരുന്നു. പാർട്ടിയോഗങ്ങളും പീപ്പിൾസ് കമ്മിസാർമാരുടെ കൗൺസിലിന്റെ സിറ്റിങ്ങുകളും നടന്നത് അവിടെ വച്ചാണ്. ടെലഗ്രാമുകളും ഉത്തരവുകളും അയച്ചിരുന്നത് അവിടെ നിന്നുമാ

ണ്. എല്ലാ ഭാഗത്ത് നിന്നും ആളുകൾ അവിടേക്ക് പ്രവഹിച്ചുകൊണ്ടിരുന്നു. അവിടെ പ്രവർത്തിച്ചിരുന്ന കമ്മിസാറിയേറ്റുകളിലെ ജോലിക്കാർ പരിചയ സമ്പന്നരായിരുന്നില്ല. അക്കാരണത്താൽ പലപ്പോഴും അവരെ സഹായിക്കാനും ഇല്ലിച്ച് ബാധ്യസ്ഥനായിരുന്നു.

വിദ്യാഭ്യാസത്തിനുള്ള കമ്മിസാറിയേറ്റിലെ കാര്യങ്ങൾ താരതമ്യേന മെച്ചപ്പെട്ട സ്ഥിതിയിലായിരുന്നു. വിദ്യാഭ്യാസത്തിന്റെ സംഘാടനത്തിൽ ഞങ്ങളിലെ മിക്കവരും മുൻപരിചയമുള്ളവരായിരുന്നു എന്നതാണ് അതിന് കാരണം. എന്നാൽ അവശ്യമേഖലകളായ ഭക്ഷ്യവിതരണം, സാമ്പത്തികം, ബാങ്കിങ് എന്നിവയിലെ സ്ഥിതി അത്രതന്നെ മെച്ചമായിരുന്നില്ല. ബൂർഷ്വാസികളുടെ കടുത്ത ചെറുത്തുനിൽപ്പായിരുന്നു അതിന് കാരണം. തികഞ്ഞ പ്രതികാരബുദ്ധിയോടെ ആ മേഖലകളിൽ കുഴപ്പം സൃഷ്ടിക്കാൻ അവർ ശ്രമിച്ചു. അത്തരം കാര്യങ്ങളിൽ വേണ്ടത്ര പരിചയമോ പ്രായോഗികജ്ഞാനമോ ഞങ്ങൾക്കുണ്ടായിരുന്നില്ല എന്നതുമൊരു വസ്തുതയാണ്. ഞങ്ങളുടെ എതിരാളികളുടെ ഏറ്റവും വലിയ ആശ്വാസം അതു തന്നെയായിരുന്നു. ഒക്ടോബർ നാളുകളിൽ ഭരണകൂടത്തിന്റെ ഡിക്രികളും ആവശ്യങ്ങളുമുണ്ടായിട്ടും ഫണ്ടുകൾ റിലീസ് ചെയ്യാൻ സ്റ്റേറ്റ് ബാങ്ക് വിസമ്മതിച്ചു. സാമ്പത്തിക കാര്യങ്ങൾക്കുള്ള കമ്മിസാർക്കും അക്കാര്യത്തിൽ ഒന്നും ചെയ്യാൻ കഴിഞ്ഞില്ല. സ്റ്റേറ്റ് ബാങ്കിന്റെ ഡയറക്ടറായിരുന്ന ഷിപ്പോവിനെ അറസ്റ്റ് ചെയ്തിട്ടുപോലും ബാങ്ക് അധികൃതർ അനങ്ങിയില്ല. പ്യാട്ടാക്കോവ് സ്റ്റേറ്റ് ബാങ്കിന്റെ പുതിയ ഡയറക്ടറായി നിയമിതനായി. തുടക്കത്തിൽ അദ്ദേഹത്തിനും ഒന്നും ചെയ്യാൻ കഴിഞ്ഞില്ല. പിന്നീട് പണം ലഭ്യമായതെങ്ങനെയാണെന്ന് എൻ പി ഗുർബനോവ് തന്റെ ഓർമക്കുറിപ്പിൽ വിശദീകരിച്ചിട്ടുണ്ട്. ഭരണകൂടത്തിന്റെ ഉപയോഗത്തിനായി എല്ലാ ചട്ടങ്ങളെയും ഔപചാരികതകളെയും മാറ്റിവച്ചുകൊണ്ട് പത്ത് ദശലക്ഷം റൂബിൾ പീപ്പിൾസ് കമ്മിസാർമാരുടെ കൗൺസിലിന്റെ സെക്രട്ടറിക്ക് കൈമാറാൻ സ്റ്റേറ്റ് ബാങ്കിനോട് കൽപ്പിച്ചുകൊണ്ട് വ്ളാദിമിർ ഇല്ലിച്ച് തന്നെ ഒരു ഡിക്രിയിൽ ഒപ്പുവച്ചു. സ്റ്റേറ്റ് ബാങ്കിൽ ഒസിൻസ്കിയെ ഗവൺമെന്റ് കമ്മിസാർ ആയി നിയമിക്കുകയും ചെയ്തു. ഗുർബനോവിനും ഒസിൻസ്കിക്കും ഡിക്രി കൈമാറിക്കൊണ്ട് ഇല്ലിച്ച് പറഞ്ഞു: "പണം കൂടാതെ തിരിച്ചുവരരുത്." ജൂനിയർ സ്റ്റാഫിന്റെയും സന്ദേശവാഹകരുടെയും പിൻബലം മൂലവും റെഡ് ഗാർഡുകളെ വിളിച്ചുവരുത്തുമെന്ന ഭീഷണിമൂലവും ആവശ്യമായ പണം നൽകാൻ ബാങ്ക് അധികൃതർ നിർബന്ധിതരായി. ബാങ്കിന്റെ മിലിട്ടറി ഗാർഡിന്റെ നിവർത്തിപ്പിടിച്ച തോക്കിന് മുമ്പിൽ വച്ചാണ് ആ സംഭവം അരങ്ങേറിയത്. പണം കൊണ്ടുപോകാനുള്ള ബാഗുകളൊന്നും ഞങ്ങൾ കരുതിയിരുന്നില്ല. അവസാനം സന്ദേശവാഹകരിലൊരാൾ ഏതാനും പഴയ ചാക്കുകൾ ഞങ്ങൾക്ക് തന്നു. അവയിൽ പണം കുത്തി നിറച്ച് പുറത്തുണ്ടായിരുന്ന മോട്ടോർകാറിൽ സ്മോൾനിയിലേക്ക് പോയി.

അവിടെ ഔപചാരികതയോടെയും, എന്നാൽ, തികഞ്ഞ സംതൃപ്തിയോടെയും വ്ളാദിമിർ ഇല്ലിച്ച് ആ പണം ഏറ്റുവാങ്ങി. ആദ്യത്തെ സോവിയറ്റ് ഖജനാവ് എന്ന നിലയിൽ അടുത്തമുറിയിലുണ്ടായിരുന്ന ഒരു അലമാര അവിടേക്ക് കൊണ്ടുവന്നു. അതിന് ചുറ്റും അർധവൃത്താകൃതിയിൽ കസേരകൾ സ്ഥാപിക്കുകയും കാവലിനായി ഒരു സെൻട്രിയെ അവിടെ നിയോഗിക്കുകയും ചെയ്തു. ആ പണം എങ്ങനെ സൂക്ഷിക്കണമെന്നും ഉപയോഗിക്കണമെന്നും പീപ്പിൾസ് കമ്മിസാർമാരുടെ കൗൺസിൽ ഒരു പ്രത്യേക ഡിക്രി പുറപ്പെടുവിച്ചു. അങ്ങനെ ആദ്യത്തെ സോവിയറ്റ് ബഡ്ജറ്റ് ആവിർഭവിച്ചു.

തുടർന്നുണ്ടായ ബാങ്കുകളുടെ ദേശസാൽക്കരണത്തിന് നേതൃത്വം നൽകിയത് സ്റ്റാലിനായിരുന്നു. 28 ബാങ്കുകളാണ് പിടിച്ചെടുക്കേണ്ടിയിരുന്നത്. അതിനായി റൈഫിൾമെൻമാരുടെ 28 സംഘങ്ങൾ നിയോഗിക്കപ്പെടുകയും 28 ബാങ്കുകളിലെ ഡയറക്ടർമാരും അറസ്റ്റ് ചെയ്യപ്പെടുകയുമുണ്ടായി. 1917 ഡിസംബർ 27നായിരുന്നു അത്. വൈകാതെ കമ്മിസാർ ഓഫ് ഫിനാൻസ് ബാങ്കുകളുടെ ചുമതലക്കാരായി പുതിയ ആളുകളെ നിയമിച്ചു. അറസ്റ്റ് ചെയ്യപ്പെട്ട നിരവധി ഡയറക്ടർമാർ സോവിയറ്റ് ഭരണകൂടത്തിൻ കീഴിൽ പ്രവർത്തിക്കാൻ ആഗ്രഹം പ്രകടിപ്പിച്ചതിനെ തുടർന്ന് അവർ മോചിപ്പിക്കപ്പെട്ടു. എന്തായാലും ഈ നടപടി ബാങ്കുകളുടെ സുഗമമായ പ്രവർത്തനത്തിന് തടസമുണ്ടാക്കിയില്ല.

സ്റ്റേറ്റിന്റെ പ്രവർത്തനത്തിനുള്ള പുതിയ മേഖലകളും പുതിയ പ്രവർത്തനരീതികളും സൃഷ്ടിക്കപ്പെട്ടു.

നവംബർ 12 ന് എട്ടുമണിക്കൂർ പ്രവൃത്തിദിവസം നിശ്ചയിച്ചുകൊണ്ടുള്ള ഒരു ഡിക്രി പ്രസിദ്ധീകരിച്ചു.

സോവിയറ്റുകളുടെ രണ്ടാം കോൺഗ്രസിന്റെ അഭ്യർഥനയിൽ തൊഴിലാളികളുടെ നിയന്ത്രണം പരാമർശിച്ചിട്ടുണ്ടായിരുന്നു. അത് വ്യാപകമായ തോതിൽ തൊഴിലാളികൾ ഒറ്റയടിക്ക് പ്രയോഗത്തിൽ കൊണ്ടുവന്നു. യഥാർഥത്തിൽ ഒക്ടോബറിന് തൊട്ടുമുമ്പുള്ള ഘട്ടം അതിനവരെ സജ്ജരാക്കിയിരുന്നു. തൊഴിലുടമകൾ തൊഴിലാളികളുമായി സഹകരിക്കാൻ തുടങ്ങുകയും തങ്ങൾക്കാവശ്യമായത് എങ്ങനെ ലഭിക്കുമെന്ന് തൊഴിലാളികൾ പഠിക്കുകയും ചെയ്തു. എങ്കിലും ഇതെല്ലാം സാർവത്രികമായിരുന്നില്ല. ഇല്ലിച്ചിന്റെ നേതൃത്വത്തിൽ സ്മോൾനിയിൽ ഒരു കമ്മിറ്റി യോഗം ചേർന്നു. ഫാക്ടറികൾ, ഖനികൾ, മില്ലുകൾ എന്നിവയെ തൊഴിലാളികൾ ഇടയ്ക്കിടെ പിടിച്ചെടുക്കുന്നത് മൂലം അവയുടെയെല്ലാം നിയന്ത്രണം സ്റ്റേറ്റിനായിരിക്കണമെന്ന് ആ യോഗത്തിൽ ചില സഖാക്കൾ ആവശ്യപ്പെട്ടപ്പോൾ വൻകിട സ്ഥാപനങ്ങൾ, റെയിൽവേ തുടങ്ങിയവയിൽ സ്റ്റേറ്റിന്റെ നിയന്ത്രണം ഏർപ്പെടുത്തിയാൽ മതിയെന്ന നിലപാടായിരുന്നു മറ്റ് ചിലരുടേത്. എന്നാൽ തൊഴിലാളികളുടെ പരസഹായം കൂടാതെ പ്രവർത്തിക്കാനുള്ള അന്തഃശക്തി പരിമിതപ്പെടുത്തരുതെന്ന

അഭിപ്രായമായിരുന്നു ഇല്ലിച്ചിന്റേത്. വളരെക്കൂടുതൽ കാര്യങ്ങൾ തെറ്റായ രീതിയിൽ ചെയ്യാമെങ്കിലും സമരത്തിലൂടെ മാത്രമേ തൊഴിലാളികൾ യഥാർഥ നിയന്ത്രണം പഠിക്കുകയുള്ളൂ. സോഷ്യലിസത്തെക്കുറിച്ചുള്ള അടിസ്ഥാനപരമായ അദ്ദേഹത്തിന്റെ വീക്ഷണവും അതുതന്നെയായിരുന്നു. യോഗത്തിൽ പങ്കെടുത്ത മറ്റുള്ളവരും അദ്ദേഹത്തോട് യോജിച്ചു. അതിന്റെ തുടർച്ചയായി, എല്ലാ വ്യവസായങ്ങളിലും നേരിട്ടുള്ള തൊഴിലാളിവർഗ സർവാധിപത്യം ഉറപ്പുവരുത്തുന്ന ഒരു ഡിക്രി 1917 ഡിസംബറിൽ പ്രസിദ്ധീകരിച്ചു.

ഭൂമിയുമായി ബന്ധപ്പെട്ട വിഷയം ഇഴഞ്ഞുനീങ്ങുകയായിരുന്നു. ഒന്നാമത്തെ കൃഷിക്കുള്ള കമ്മിസാർ റെയിൽവേക്കാരുടെ എക്സിക്യൂട്ടീവുമായുള്ള തർക്കത്തെത്തുടർന്ന് രാജിവച്ച് സൈബീരിയയിലേക്ക് പോയി. ആ സ്ഥാനത്ത് നിയമിതനായ ഷ്‌ലിച്ച്റ്റെർ മോസ്കോവിൽ നിന്നും പെത്രോഗ്രാദിലെത്തിയപ്പോൾ കർഷകരുടെ പ്രതിനിധികളുടെ ഒരു യോഗം അടിയന്തരമായി വിളിച്ചുകൂട്ടാനും ഭൂമി പിടിച്ചെടുക്കുന്ന നിയമവുമായി ബന്ധപ്പെട്ട കണിശമായ നിർദേശങ്ങൾ അവർക്ക് നൽകാനും ഇല്ലിച്ച് നിർദേശിച്ചു. അതുമായി ബന്ധപ്പെട്ട് നവംബർ 23ന് ആരംഭിച്ച പ്രത്യേക കോൺഗ്രസിൽ ആകെയുണ്ടായിരുന്ന 330 പ്രതിനിധികളിൽ 195 പേർ ഇടതുപക്ഷ സോഷ്യലിസ്റ്റ് റെവല്യൂഷണറികളായിരുന്നു.

പെത്രോഗ്രാദിലെ വാസക്കാലത്ത് ഞാൻ ഇല്ലിച്ചിനെ വളരെക്കുറച്ചു മാത്രമേ കണ്ടിരുന്നുള്ളൂ. മുഴുവൻ സമയവും അദ്ദേഹം സൈനികരുടെയും തൊഴിലാളികളുടെയും കർഷകരുടെയും പ്രതിനിധികളെ കാണാനും നിരവധി കോൺഫറൻസുകളിൽ പങ്കെടുക്കാനും പുതിയതായി രൂപീകരിക്കപ്പെട്ട സോവിയറ്റ് സ്റ്റേറ്റിന്റെ അടിസ്ഥാനമായിത്തീർന്ന ഡിക്രികൾ തയാറാക്കാനുമാണ് ചെലവഴിച്ചത്. സ്മോൾനിയുടെ വരാന്തകളിൽ ഏത് നേരത്തും പാർട്ടിക്കാരായ ധാരാളം ആളുകളുമുണ്ടായിരുന്നു.

ഭക്ഷ്യവിതരണത്തിനുള്ള കമ്മിസാറിയേറ്റിലെ പ്രവർത്തനം ത്വരിതഗതിയിലാക്കാനും ഇല്ലിച്ച് സമ്മർദം ചെലുത്തി. പഴയ മിനിസ്ട്രി ഓഫ് പ്രൊവിഷന് പകരമായി രൂപപ്പെടുത്തിയ സ്ഥാപനമാണത്. അവിടത്തെ പഴയ ജീവനക്കാരുടെ ചെറുത്തുനിൽപ്പ് വളരെ ശക്തമായിരുന്നു. കൂടാതെ ഈ പ്രവർത്തനത്തിലേക്ക് തൊഴിലാളികളെ ആകർഷിക്കാൻ പുതിയ മാനങ്ങൾ ആരായുകയും ആ സഹകരണം രൂപപ്പെടുത്താൻ പുതിയ രീതികൾ കണ്ടെത്തുകയും വേണമായിരുന്നു.

ഇക്കാര്യത്തിൽ സോവിയറ്റ് സ്റ്റേറ്റിന്റെ സംവിധാനം ഒക്ടോബർ വിപ്ലവം കഴിഞ്ഞയുടൻ തന്നെ രൂപപ്പെടുത്തുകയുണ്ടായി. പരിചയ സമ്പന്നരല്ലെങ്കിൽക്കൂടിയും പഴയ മന്ത്രിതല ഭരണത്തിന്റെ സംവിധാനം ഇല്ലായ്മ ചെയ്തുകൊണ്ട് അത് പുതിയ വ്യക്തികൾക്ക് കൈമാറി. അവിടെ വളരെക്കൂടുതൽ കാര്യങ്ങൾ ചെയ്യാനുണ്ടായിരുന്നുവെങ്കിലും

1918 ന്റെ തുടക്കത്തോടെ ചെയ്തുതീർത്ത കാര്യങ്ങൾ പരിശോധിക്കുമ്പോൾ വളരെയധികം കാര്യങ്ങൾക്ക് മേൽ പുരോഗതി കൈവരിക്കാൻ സാധിച്ചു എന്ന് കാണാം. പുതുവർഷപ്പിറവിയുടെ തലേന്ന് യുദ്ധനിരയിലേക്ക് പോവുന്ന ജില്ലയിലെ റെഡ് ഗാർഡുകൾക്ക് ഒരു യാത്രയയപ്പ് നൽകാൻ വൈബോർഗ് ജില്ല ഒരു റാലി സംഘടിപ്പിച്ചു. പെത്രോഗ്രാദിലേക്കുള്ള കെറൻസ്കിയുടെ മാർച്ച് തടയാനുള്ള പോരാട്ടത്തിൽ പങ്കെടുത്തവരായിരുന്നു ആ റെഡ് ഗാർഡുകളിൽ മിക്കവരും. ഇപ്പോൾ അവർ പോവുന്നത് സോവിയറ്റ് ഭരണകൂടത്തിന് വേണ്ടി പ്രചരണ പരിപാടികൾ സംഘിടിപ്പിക്കാനും സൈനികരുടെ പ്രവർത്തനവീര്യം ഉദ്ദീപിപ്പിക്കാനും മുഴുവൻ സമരത്തെയും വിപ്ലവാത്മകമാക്കിത്തീർക്കാനും വേണ്ടിയാണ്. മിലോവ്സ്കോയ മിലിട്ടറി കേഡറ്റ് സ്കൂളിന്റെ വളപ്പിനുള്ളിലാണ് റാലി സംഘടിപ്പിച്ചത്. വൈബോർഗ് ജില്ലയിലെ മറ്റെല്ലാവരെയും പോലെ യുദ്ധനിരയിലേക്ക് പോകുന്നവരും ഇല്ലിച്ചിനെ കാണാൻ വളരെ തൽപ്പരരായിരുന്നതിനാൽ തൊഴിലാളികളുമൊത്ത് ആദ്യത്തെ സോവിയറ്റ് പുതുവർഷം ആഘോഷിക്കാൻ അദ്ദേഹം അവിടേക്ക് പോവേണ്ടതാണെന്ന് ഞാൻ അഭിപ്രായപ്പെട്ടു. അദ്ദേഹമത് സമ്മതിക്കുകയും ചെയ്തു. രാത്രി 11.30–ന് അവിടെ എത്തിച്ചേർന്ന് ഞങ്ങളെ അങ്ങേയറ്റം ഊഷ്മളതയോടെയാണ് തൊഴിലാളികൾ സ്വീകരിച്ചത്. അവിടെ അദ്ദേഹം നടത്തിയ ലളിതവും ആലങ്കാരികവുമല്ലാത്ത പ്രസംഗം അന്ന് അദ്ദേഹത്തിന്റെ ശ്രദ്ധ പിടിച്ചുപറ്റിയ ഒട്ടെല്ലാ വിഷയങ്ങളെയും സ്പർശിച്ചുള്ളതായിരുന്നു. സോവിയറ്റുകളുടെ മാധ്യമങ്ങളിലൂടെ തൊഴിലാളികൾ സ്വന്തം ജീവിതം എങ്ങനെ പുനർനിർമിക്കണമെന്നതിനെക്കുറിച്ചും യുദ്ധനിരയിലേക്ക് പോവുന്ന റെഡ് ഗാർഡുകൾ സൈനികർക്കിടയിൽ എങ്ങനെ പ്രവർത്തിക്കണമെന്നതിനെക്കുറിച്ചും അദ്ദേഹം സംസാരിച്ചു. പ്രസംഗിച്ചു കഴിഞ്ഞപ്പോൾ നാല് തൊഴിലാളികൾ ചേർന്ന് അദ്ദേഹം ഇരിക്കുകയായിരുന്ന കസേര എടുത്തുയർത്തി.

ഭരണഘടനാ നിർമാണസഭയെ ഏറ്റവും അങ്കലാപ്പിലാക്കിയത് തൊഴിലാളികളുടെയും കർഷകരുടെയും കൊടികളിൽ മുദ്രണം ചെയ്യപ്പെട്ടിരുന്ന "എല്ലാ അധികാരങ്ങളും സോവിയറ്റുകൾക്ക്" എന്ന മുദ്രാവാക്യമായിരുന്നു അതിലെ ഒരു വിഭാഗം സോവിയറ്റുകളുടെ അധികാരത്തിനായി വാദിച്ചപ്പോൾ, മറ്റേ വിഭാഗം വാദിച്ചത് 'ഇതോ അതോ' രീതിയിലുള്ള ബൂർഷ്വാസികളുടെ അധികാരത്തിന് വേണ്ടിയായിരുന്നു. മെൻഷെവിക്കുകളും വലതുപക്ഷ സോഷ്യലിസ്റ്റ് റെവല്യൂഷണികളുമായിരുന്നു ഇവരിലെ രണ്ടാമത്തെ കൂട്ടർ. സോവിയറ്റുകളുടെ രണ്ടാം കോൺഗ്രസിൽത്തന്നെ അധികാരത്തിന്റെ രീതി എന്തായിരിക്കണമെന്ന് തീരുമാനിക്കപ്പെട്ടുകഴിഞ്ഞിരുന്നുവെങ്കിലും അതിന്റെ വിശദാംശങ്ങൾ തീരുമാനിക്കാൻ മാത്രമാണ് ഭരണഘടനാ നിർമാണ സമിതി വിളിച്ചുകൂട്ടിയത്. ബോൾഷെവിക്കുകൾ കരുതിയതും അതു തന്നെയായിരുന്നു. മറുവശത്ത് ഭരണ

ഘടനാ നിർമാണസഭയുടെ നിലപാടുകൾ തങ്ങൾക്ക് അനുകൂലമാവുമെന്നും അതിലൂടെ ചരിത്രത്തെ പിന്നിലേക്ക് തിരിച്ചുകൊണ്ടുപോകാൻ കഴിയുമെന്നുമാണ് ബൂർഷ്വാസികൾ പ്രതീക്ഷിച്ചത്. കൂടാതെ, ബൂർഷ്വാ റിപ്പബ്ലിക്കുകളുടെ രീതിയിലുള്ള ഒരു ഭരണകൂടം സ്ഥാപിക്കാനാവുമെന്നും, കുറഞ്ഞ പക്ഷം, സോവിയറ്റുകളെ ഉന്മൂലനം ചെയ്യാനാവുമെന്നും അവർ കണക്കുകൂട്ടി. ഒക്ടോബർ വിപ്ലവത്തിന് തൊട്ടുമുമ്പ് നടന്ന സോവിയറ്റുകളിലേക്കുള്ള തിരഞ്ഞെടുപ്പിൽ പാർട്ടിയുടെ തീരുമാനങ്ങൾ ഉയർത്തിപ്പിടിച്ച ബോൾഷെവിക്കുകൾക്ക് ഭൂരിപക്ഷം ലഭിക്കുകയുമുണ്ടായി.

ഒക്ടോബർ വിപ്ലവത്തിനും വളരെ മുമ്പ് തന്നെ ഒരു വർഗരഹിത സമൂഹത്തിൽ ഭരണഘടനാനിർമാണസഭയ്ക്ക് പ്രസക്തിയൊന്നുമില്ലെന്ന് പാർട്ടി മനസിലാക്കിയിരുന്നു. 1905 ൽ ബോൾഷെവിക്കുകളുടെ മൂന്നാം കോൺഗ്രസ് നടക്കുന്ന വേളയിൽ മെൻഷെവിക്കുകളുടെ കോൺഗ്രസ് പാസാക്കിയ പ്രമേയത്തെ വിശകലനം ചെയ്തുകൊണ്ട് അപ്പോൾത്തന്നെ ഇല്ലിച്ച് അക്കാര്യം വ്യക്തമാക്കുകയുണ്ടായി. മാത്രമല്ല പന്ത്രണ്ട് വർഷങ്ങൾക്കുശേഷം, 1917 ൽ, ഒരു ഭരണഘടനാ നിർമാണസഭയുമില്ലാതെ തന്നെ ബോൾഷെവിക്കുകൾ അധികാരം പിടിച്ചെടുക്കുകയും ചെയ്തു.

ഭരണഘടനാ നിർമാണസഭയെന്ന ആശയത്തിന് ചുറ്റുമായി താൽക്കാലിക ഭരണകൂടം ചില മിഥ്യാധാരണകൾ സൃഷ്ടിച്ചു. ആ മിഥ്യാധാരണകളെ തകർക്കാനും, സാധ്യമാവുമെങ്കിൽ, ഭരണഘടനാ നിർമാണസഭയെ വിപ്ലവത്തിന് അനുകൂലമാക്കിത്തീർത്തുകൊണ്ട് ശത്രുവിന്റെ വാൾമുന ഒടിക്കാനും ഭരണഘടനാനിർമാണസഭ വിളിച്ചുകൂട്ടേണ്ടതാവശ്യമായിരുന്നു. അത് നിർദിഷ്ടസമയത്ത് തന്നെ വേണമായിരുന്നു. നവംബർ 21 ന് അതുമായി ബന്ധപ്പെട്ട ഒരു പ്രമേയം അഖില റഷ്യൻ സെൻട്രൽ എക്സിക്യൂട്ടീവ്ക്കമ്മിറ്റി പാസാക്കി. ഭരണഘടനാനിർമാണസഭയിൽ ബോൾഷെവിക്കുകൾക്ക് ഭൂരിപക്ഷമുണ്ടോ എന്നതായിരുന്നു വിഷയം. തൊഴിലാളികളിലെ മെൻഷെവിക്കുകളുടെ സ്വാധീനം ഏറെക്കുറെ ഇല്ലാതായി. നിർണായക കേന്ദ്രങ്ങളായ പെത്രോഗ്രാദിലും മോസ്കോവിലും തൊഴിലെടുക്കുന്നവർ ബോൾഷെവിക് ചിന്താഗതിക്കാർ മാത്രമായിരുന്നില്ല. പതിനഞ്ച് വർഷക്കാലത്തെ സമരത്തിലൂടെ അവർ വർഗബോധമുള്ള ഒരു വിപ്ലവശക്തിയായും വളർന്നിരുന്നു. അതിന് പുറമേ കൃഷീവലസമൂഹത്തെ തങ്ങൾക്ക് പിന്നിൽ അണിനിരത്തുന്നതിലും അവർ വിജയിച്ചു. സോവിയറ്റുകളുടെ രണ്ടാം കോൺഗ്രസിൽ സ്വീകരിച്ച ഭൂമിയും സമാധാനവും ആവശ്യപ്പെടുന്ന മുദ്രാവാക്യങ്ങൾ സൈന്യത്തിന്റെയും നേവിയുടെയും പകുതി വോട്ടുകൾ ബോൾഷെവിക്കുകൾക്ക് ലഭ്യമാക്കിക്കൊടുത്തു. കർഷകരുടെ മഹാഭൂരിപക്ഷം വോട്ടുകളും സോഷ്യലിസ്റ്റ് റെവല്യൂഷണറികൾക്കായിരുന്നു. ആ പാർട്ടി തന്നെ ഇടതും വലതുമായി വിഘടിച്ചുനിന്നു. ദരിദ്ര-ഇടത്തരം കൃഷിക്കാരിലെ ഭൂരിപ

ക്ഷവും അതിലെ ഇടതുപക്ഷത്തോടൊപ്പമായിരുന്നു. സോവിയറ്റുകളുടെ രണ്ടാം കോൺഗ്രസിന് ശേഷം അതിൽ പങ്കെടുത്ത ഇടതുപക്ഷക്കാരെ സോഷ്യലിസ്റ്റ് റെവല്യൂഷണറികളുടെ കേന്ദ്രക്കമ്മിറ്റിയിൽ നിന്നും പുറത്താക്കി. ഡിസംബർ 8 ന് നടന്ന കർഷകരുടെ ഡെപ്യൂട്ടികളുടെ സോവിയറ്റുകളുടെ പ്രത്യേക കോൺഗ്രസ് സോവിയറ്റിന്റെ അധികാരം അംഗീകരിക്കുകയും അതിലെ അംഗങ്ങൾ ഒന്നിച്ച് സ്മോൾനിയിലെത്തി അപ്പോൾ സമ്മേളിച്ചുകൊണ്ടിരുന്ന തൊഴിലാളികളുടേയും സൈനികരുടെയും ഡെപ്യൂട്ടികളുടെ സോവിയറ്റുകൾ അഖില റഷ്യൻ കേന്ദ്ര എക്സിക്യൂട്ടീവ് കമ്മിറ്റിയിൽ അംഗത്വമെടുക്കുകയും ചെയ്തു. ഇടത് സോഷ്യലിസ്റ്റ് റെവല്യൂഷണറികൾ സർക്കാരിൽ ചേരേണ്ടതാണെന്നും ആ പ്രത്യേക കോൺഗ്രസിൽ തീരുമാനമുണ്ടായി.

ആഗസ്റ്റിൽ കെറൻസ്കി രൂപീകരിച്ച ഭരണഘടനാ നിർമാണസഭയിലെ അംഗങ്ങളെ തിരഞ്ഞെടുക്കാനുള്ള കമ്മിറ്റിയിൽ കോൺസ്റ്റിറ്റ്യൂഷണൽ ഡെമോക്രാറ്റു(കേഡറ്റുകൾ)കളും വലതുപക്ഷ സോഷ്യലിസ്റ്റ് റെവല്യൂഷണറികളുമാണുണ്ടായിരുന്നത്. ആ കമ്മിറ്റി കൃത്യവിലോപം കാണിക്കുകയും പീപ്പിൾസ് കമ്മിസാർമാരുടെ കൗൺസിലിന് അതിന്റെ പ്രവർത്തന റിപ്പോർട്ട് സമർപ്പിക്കാൻ വിസമ്മതിക്കുകയും ചെയ്തു. ഡിസംബർ 6 ന് മുമ്പ് തിരഞ്ഞെടുക്കപ്പെട്ടവരെ തിരിച്ചുവിളിക്കാനുള്ള ജനങ്ങളുടെ അവകാശം ഉറപ്പുവരുത്തിക്കൊണ്ടുള്ള ഒരു ഡിക്രി പുറപ്പെടുവിക്കുകയും കമ്മിറ്റിയുടെ പ്രവർത്തനങ്ങൾ കൈകാര്യം ചെയ്യാനുള്ള കമ്മിസാറായി യുറിത്സ്കി നിയമിതനാവുകയും ചെയ്തു. എന്നാൽ അദ്ദേഹത്തിന്റെ നിർദേശാനുസരണം പ്രവർത്തിക്കാൻ വിസമ്മതിച്ച കമ്മിറ്റി അംഗങ്ങൾ അറസ്റ്റ് ചെയ്യപ്പെടുകയും 10-ന് അവരെ വിട്ടയയ്ക്കുകയും ചെയ്തു. പെത്രോഗ്രാദിൽ നിന്നുമുള്ള 400 പ്രതിനിധികൾ എത്തിച്ചേർന്നാലുടൻ ഭരണഘടനാ നിർമാണസഭ ആരംഭിക്കണമെന്ന് ഡിസംബർ 6 ന് അഖില റഷ്യൻ കേന്ദ്ര എക്സിക്യൂട്ടീവ് കമ്മിറ്റി തീരുമാനിച്ചിരുന്നു. ആ തീരുമാനത്തെ അട്ടിമറിക്കാൻ 11-ന് വലതുപക്ഷ സോഷ്യലിസ്റ്റ് റെവല്യൂഷണറികളും കോൺസ്റ്റിറ്റ്യൂഷണൽ ഡെമോക്രാറ്റുകളും ഒരു പ്രകടനം സംഘടിപ്പിച്ചുവെങ്കിലും താരതമ്യേന അപ്രധാനികളായ ഏതാനും ബുദ്ധിജീവികളെ ഒഴിച്ചു നിർത്തിയാൽ തൊഴിലാളികളോ സൈനികരോ അതിൽ പങ്കെടുത്തില്ല. ആ ഘട്ടത്തിൽതന്നെ ഇലക്ടറൽ കമ്മിറ്റി പിരിച്ചുവിടുകയും ചെയ്തു.

നാട്ടിൻപുറങ്ങളിൽ, പ്രത്യേകിച്ചും ദരിദ്രർക്കും ഇടത്തട്ടുകാർക്കുമിടയിൽ, ബോൾഷെവിക് പാർട്ടിയുടെ സ്വാധീനം വർധിച്ചുകൊണ്ടിരിക്കുന്നതായി പ്രത്യേക കോൺഗ്രസിൽ വ്യക്തമായി. ഇടതു-വലത് സോഷ്യലിസ്റ്റ് റെവല്യൂഷണറികൾക്കിടയിലെ വ്യത്യാസം കർഷകർക്ക് വ്യക്തമായിരുന്നില്ലെങ്കിലും അവർക്ക് കൂടുതൽ ആഭിമുഖ്യം ഇടതുപക്ഷക്കാരോടായിരുന്നു.

1918 ജനുവരി 18 ന് ഭരണഘടനാ നിർമാണസഭ ആരംഭിക്കാൻ തീരുമാനിച്ചു. അതിനകം തന്നെ പരാജയം മുന്നിൽ കണ്ട വലതുപക്ഷ സോഷ്യലിസ്റ്റ് റെവല്യൂഷണറികൾ ആ തീരുമാനം അട്ടിമറിക്കാൻ പരമാവധി ശ്രമിച്ചു. അവരിലെ തീവ്രവാദികൾ ലെനിനെ വധിക്കാൻ ശ്രമിക്കുകപോലും ചെയ്തു. ലെനിൻ എഴുതി തയാറാക്കുകയും കേന്ദ്രകമ്മിറ്റി അംഗീകരിച്ച് *പ്രവ്ദ*യിൽ പ്രസിദ്ധീകരിക്കുകയും ചെയ്ത തീസിസിൽ ഭരണഘടനാ നിർമാണസഭയോട് വ്യക്തമായും ആവശ്യപ്പെട്ടിരുന്ന കാര്യങ്ങൾ ഇവയാണ്: സോവിയറ്റ് ഭരണകൂടത്തെയും അത് പിന്തുടരുന്ന സമാധാനം, ഭൂമി, തൊഴിലാളികളുടെ പരിശോധന, പ്രതിവിപ്ലവത്തോടുള്ള സമരം എന്നീ വിഷയങ്ങളിന്മേലുള്ള വിപ്ലവാത്മകമായ നയങ്ങളെയും അംഗീകരിക്കുക.

സഭ സമ്മേളിക്കുന്ന ജനുവരി 18 ന് നഗരത്തിൽ ഒരു സായുധകലാപം ഉണ്ടാവുമെന്ന ഒരു അഭ്യൂഹം നഗരത്തിൽ പ്രചരിച്ചു. അതിനെ നേരിടാൻ ബോൾഷെവിക്കുകളും തയാറെടുപ്പ് നടത്തി. ടൗറിദ പാലസിലാണ് സഭ കൂടേണ്ടിയിരുന്നത്. സ്മോൾനിയെയും നഗരഭാഗങ്ങളെയും വെവ്വേറെയായി തിരിച്ച് സന്നദ്ധസംഘാംഗങ്ങൾ അവിടങ്ങളിൽ കാവൽ നിന്നു. മൂന്ന് യുദ്ധക്കപ്പലുകൾ തീരത്ത് നങ്കൂരമിട്ടുകിടന്നു. എതിരാളികൾ ആസൂത്രണം ചെയ്ത തോതിൽ സായുധ സമരമുണ്ടായില്ലെങ്കിലും ചെറിയ തോതിലുള്ള ഏറ്റുമുട്ടലുകൾ വളരെപ്പെട്ടെന്ന് അമർച്ചചെയ്യപ്പെട്ടു.

വൈകുന്നേരം 4 മണിക്ക് സഭ ആരംഭിച്ചു. ലെനിൻ എഴുതിയതും അദ്ദേഹവും സ്റ്റാലിനും ബുഖാറിനും ചേർന്ന് എഡിറ്റുചെയ്തതും തലേന്ന് *പ്രവ്ദ*യിൽ പ്രസിദ്ധീകരിച്ചതുമായ പ്രഖ്യാപനം താഴെപ്പറയുന്ന ചട്ടത്തോടെയാണ് അഖില റഷ്യൻ കേന്ദ്ര എക്സിക്യൂട്ടീവ്കമ്മിറ്റി അംഗീകരിച്ചത്:

> സ്റ്റേറ്റിന്റെ അധികാരത്തിൻ കീഴിൽ വരുന്ന ഒന്നല്ലെങ്കിൽ മറ്റൊരു ചുമതല കൈയിലെടുക്കാനുള്ള ഏതെങ്കിലും വ്യക്തിയുടെയോ സ്ഥാപനത്തിന്റെയോ പക്ഷത്ത് നിന്നുമുള്ള ഏതൊരു ശ്രമവും പ്രതിവിപ്ലവപരമായി ഗണിക്കപ്പെടും. അത്തരത്തിലുള്ള ഏതൊരു ശ്രമത്തെയും സായുധ ശക്തിയുൾപ്പെടെ സോവിയറ്റ് ഭരണകൂടത്തിന് ഉപയോഗിക്കാവുന്ന എല്ലാ മാർഗങ്ങളുമുപയോഗിച്ച് അമർച്ച ചെയ്യുന്നതാണ്.

"ഇനി മുതൽ റഷ്യ തൊഴിലാളികളുടെയും സൈനികരുടെയും കർഷകരുടെയും ഡെപ്യൂട്ടിമാരുടെ സോവിയറ്റുകളുടെ ഒരു റിപ്പബ്ലിക്കായിരിക്കുമെ"ന്ന് ആ പ്രഖ്യാപനത്തിൽ എടുത്തു പറഞ്ഞിരുന്നു. മാത്രമല്ല

> കേന്ദ്രീകൃതവും പ്രാദേശികവുമായ മുഴുവൻ അധികാരങ്ങളും സോവിയറ്റുകൾക്കവകാശപ്പെട്ടതാണ്... സോവിയറ്റ് നാഷണൽ റിപ്പബ്ലിക്കുകളുടെ ഒരു ഫെഡറേഷൻ എന്ന നിലയിൽ സ്വതന്ത്ര മായ രാഷ്ട്രങ്ങളുടെ സ്വതന്ത്രമായ കൂടിച്ചേരലിന്റെ അടിസ്ഥാന ത്തിലുള്ള ഒന്നായിരിക്കണം സോവിയറ്റ് റഷ്യൻ റിപ്പബ്ലിക്.

അത് സോവിയറ്റുകളുടെ രണ്ടാം കോൺഗ്രസ് പാസാക്കിയ നിയമ ങ്ങളെ അംഗീകരിച്ചു. പീപ്പിൾസ് കമ്മിസാർമാരുടെ കൗൺസിൽ കൈക്കൊണ്ട തീരുമാനങ്ങളെ ഭരണഘടനാ നിർമാണസഭ അംഗീകരി ക്കേണ്ടതാണ്.

> സോവിയറ്റ് ഭരണകൂടത്തിന്റെയും പീപ്പിൾസ് കമ്മിസാർമാരു ടെയും വിധികളെ പിന്തുണയ്ക്കുമ്പോൾത്തന്നെ ഒരു സോഷ്യ ലിസ്റ്റ് സമൂഹത്തിന്റെ പുനർനിർമാണത്തിനുള്ള അടിത്തറ സൃഷ്ടി ക്കാനുള്ള ദൗത്യം ഭരണഘടനാ നിർമാണസഭ പൂർത്തിയാ ക്കേണ്ടതുമാണ്.

എന്നാൽ മുൻ താൽക്കാലിക ഭരണകൂടം രൂപീകരിച്ച ഭരണഘടനാ നിർമാണ സഭയിൽ വലതുപക്ഷത്തിനായിരുന്നു ഭൂരിപക്ഷം. മുഴുവൻ അധികാരങ്ങളും തങ്ങൾക്ക് ലഭിക്കുന്നതിൽക്കുറഞ്ഞ യാതൊരു വിട്ടു വീഴ്ചയ്ക്കും അവർ തയാറായിരുന്നില്ല. സോവിയറ്റ് ശക്തിയെ അംഗീ കരിക്കാനും അവർ ഒരുക്കമായിരുന്നില്ല. അതിൽ പ്രതിഷേധിച്ച് ബോൾഷെവിക്കുകളും ഇടതുപക്ഷ സോഷ്യലിസ്റ്റ് റവല്യൂഷണറികളും സഭ ബഹിഷ്കരിക്കുകയും തുടർന്ന് സഭ ഡിസ്മിസ് ചെയ്യപ്പെടുകയു മുണ്ടായി. ജനങ്ങൾക്കിടയിൽ പറയത്തക്ക സ്വാധീനമൊന്നും ഇല്ലായിരു ന്നതിനാൽ അതിനെ പുറത്താക്കിയത് ഒരു തരത്തിലുള്ള പ്രക്ഷോഭ ത്തിനും വഴിതെളിച്ചില്ല. എന്തായാലും, അതിലൂടെ ഭാവിപ്രവർത്തനത്തി നുള്ള വലിയൊരു തടസം നീക്കം ചെയ്യപ്പെടുകയാണുണ്ടായത്.

ഇക്കാരണത്താൽ പുരോഗതി കൈവരിക്കാനായില്ലെങ്കിലും കൂടു തൽ വിഷമം പിടിച്ചൊരു ദൗത്യം അപ്പോഴും പരിഹരിക്കപ്പെടാതെ അവ ശേഷിക്കുന്നുണ്ടായിരുന്നു: സാമ്രാജ്യത്വയുദ്ധമായിരുന്നു അത്.

നവംബർ 8 ന് സോവിയറ്റുകളുടെ രണ്ടാം കോൺഗ്രസ് സമാധാന ത്തിന്മേലുള്ള ഒരു ഡിക്രി പാസാക്കി. സോവിയറ്റ് അധികാരത്തിന്റെ ആദ്യ നാളുകൾ കെറൻസ്കിയുമായുള്ള സൈനിക സമരത്തിലൂടെയും പാർട്ടി യുടെ കേന്ദ്രകമ്മിറ്റിക്കുള്ളിലെ ചാഞ്ചാട്ടങ്ങളിലൂടെയുമാണ് കടന്നുപോ യത്. നവംബർ 20 ന് ശത്രുതകൾ മാറ്റിനിർത്തി ഒരു വെടിനിർത്തലിന് വേണ്ടി കേന്ദ്രശക്തികളുമായി ചർച്ചകളാരംഭിക്കാനും സുപ്രീം കമാൻഡർ -ഇൻ-ചീഫായ ദുഖോനിന് ഉത്തരവ് നൽകി. എന്നാൽ നവംബർ 22ന് ദുഖോനിനുമായുള്ള ഒരു ടെലിഫോൺ സന്ദേശത്തിലൂടെ അദ്ദേഹം

പീപ്പിൾസ് കമ്മിസാർമാരുടെ ഉത്തരവിനെ അട്ടിമറിക്കുകയാണെന്ന് വ്യക്തമായതിനെത്തുടർന്ന് അദ്ദേഹത്തെ പദവിയിൽ നിന്നും നീക്കം ചെയ്യുകയും തൽസ്ഥാനത്ത് ക്രിലെങ്കോയെ നിയമിക്കുകയും ചെയ്തു. അന്ന് വൈകുന്നേരം എല്ലാ സേനാവിഭാഗങ്ങൾക്കുമുള്ള ഒരു റേഡിയോ സന്ദേശത്തിൽ വ്ളാദിമിർ ഇല്ലിച്ച് ആഹ്വാനം ചെയ്തു:

> സൈനികരേ, സമാധാനത്തിന്റെ വിഷയം നിങ്ങളുടെ കരങ്ങളിലാണ്. സമാധാനത്തിന്റെ ശ്രേഷ്ഠമായ വിഷയത്തെ വഷളാക്കാൻ പ്രതിവിപ്ലവകാരികളായ ജനറൽമാരെ അനുവദിക്കാതിരിക്കുക. ഒരു വിപ്ലവാത്മകസൈന്യത്തിന് നിരക്കാത്ത അന്യായമായ പ്രവർത്തനങ്ങളെ ഒഴിവാക്കാനും തങ്ങളെ കാത്തിരിക്കുന്ന വിചാരണയിൽ നിന്നും ഈ ജനറൽമാർ രക്ഷപ്പെടുന്നത് തടയാനും അവർക്ക് ചുറ്റും കാവലേർപ്പെടുത്തുക, കർശനമായ വിപ്ലവ-സൈനികക്രമം പാലിക്കുക.
>
> ശത്രുവുമായുള്ള ഔപചാരികമായ വെടിനിർത്തലിനെക്കുറിച്ച് ആലോചിക്കാൻ യുദ്ധനിരയിലുള്ള റെജിമെന്റുകൾ അടിയന്തരമായി പ്രതിനിധികളെ തിരഞ്ഞെടുക്കട്ടെ.
>
> "അങ്ങനെ ചെയ്യാൻ പീപ്പിൾസ് കമ്മിസാർമാരുടെ കൗൺസിലിനെ ഇതിനാൽ ചുമതലപ്പെടുത്തുന്നു
>
> "കൂടിയാലോചനകളുടെ പടവുകളിലെ എല്ലാ വിവരങ്ങളും സാധ്യമായ എല്ലാ രീതികളിലും ഞങ്ങളെ അറിയിച്ചുകൊണ്ടിരിക്കുക. വെടിനിർത്തലിന്റെ അന്തിമ ഉടമ്പടി ഒപ്പുവയ്ക്കാനുള്ള അധികാരം പീപ്പിൾസ് കമ്മിസാർമാരുടെ കൗൺസിലിന് മാത്രമായിരിക്കും.
>
> "യോദ്ധാക്കളേ, സമാധാനം നിങ്ങളുടെ കരങ്ങളിലാണ്. ജാഗ്രതയും ആത്മസംയമനവും ഊർജസ്വലതയും സമാധാനവും വിജയിക്കും.
>
> "റഷ്യൻ റിപ്പബ്ലിക്കിന്റെ ഭരണകൂടത്തിന്റെ പേരിൽ,
>
> വി. ഉല്യാനോവ് (ലെനിൻ),
>
> പീപ്പിൾസ് കമ്മിസാർമാരുടെ കൗൺസിലിന്റെ ചെയർമാൻ.
>
> എൻ ക്രിലെങ്കോ, യുദ്ധത്തിന്റെ പീപ്പിൾസ് കമ്മിസാറും സുപ്രീം കമാൻഡറും."

നവംബർ 21 ന് സോവിയറ്റ് ഭരണകൂടം പരിഗണനയ്ക്കായി സമാധാനത്തെക്കുറിച്ചുള്ള ഒരു ഡിക്രി പരസ്പരധാരണയുണ്ടാക്കാനുള്ള പ്രതിനിധികൾക്ക് സമർപ്പിച്ചു. സാഹചര്യം നമുക്ക് വളരെ അനുകൂലമാണെന്ന് രണ്ട് ദിവസങ്ങൾക്ക് ശേഷം ഇല്ലിച്ച് കേന്ദ്ര എക്സിക്യൂട്ടീവ്കമ്മിറ്റിയിൽ വ്യക്തമാക്കി.

നവംബർ 23 ന് സമാധാന ചർച്ചകൾ ആരംഭിക്കാനുള്ള തങ്ങളുടെ സന്നദ്ധത ശത്രുഭരണകൂടങ്ങളെ അറിയിക്കാൻ റഷ്യ നിഷ്പക്ഷ രാജ്യങ്ങളോട് അഭ്യർഥിച്ചു. നവംബർ 27ന് വെടിനിർത്തലിനുള്ള ചർച്ചകളാരംഭിക്കാനുള്ള സന്നദ്ധത ജർമൻ സർവസൈന്യാധിപൻ അറിയിച്ചു. അതിനുശേഷം റഷ്യ സഖ്യരാജ്യങ്ങളായ ബ്രിട്ടൻ, ഫ്രാൻസ്, ഇറ്റലി, അമേരിക്ക എന്നീ രാജ്യങ്ങളുമായി ബന്ധപ്പെട്ടുവെങ്കിലും അവരിൽ നിന്നും അനുകൂലമായ മറുപടി ലഭിച്ചില്ല.

ഡിസംബർ 3 ന് സ്വിറ്റസർലാന്റിലെ ബ്രെസ്റ്റിൽ വച്ച് സമാധാന സംഭാഷണങ്ങളാരംഭിക്കുകയും രണ്ടു ദിവസങ്ങൾക്ക് ശേഷം ഒരാഴ്ചക്കാലത്തേക്ക് ഒരു വെടിനിർത്തൽ കരാർ ഒപ്പിടുകയും ചെയ്തു. പിന്നീട് വ്യത്യസ്ത രാജ്യങ്ങളുടെ നിലപാടുകളിലുണ്ടായ ചാഞ്ചാട്ടം മൂലം 1918 നവംബർ 9ന് ജർമനിയിൽ വിപ്ലവം പൊട്ടിപ്പുറപ്പെടുകയും നവംബർ 13ന് കേന്ദ്ര എക്സിക്യൂട്ടീവ്കമ്മിറ്റി ബ്രെസ്റ്റ് ഉടമ്പടി അസാധുവാക്കുകയും ചെയ്തു.

ലെനിൻ മോസ്കോവിലേക്ക് നീങ്ങുന്നു

ജർമനിയുടെ മുന്നേറ്റവും അവരാൽ പ്കോവിന്റെ കീഴടക്കലും ഭരണകൂടം പെത്രോഗ്രാദിൽ തുടരുന്നത് അപകടകരമാണെന്ന് വ്യക്തമാക്കി. ഫിൻലാൻഡിൽ ആഭ്യന്തരയുദ്ധം പൊട്ടിപ്പുറപ്പെടുകയും അവിടെ നിന്നും ആളുകളെ മോസ്കോവിലേക്ക് ഒഴിപ്പിക്കാൻ തീരുമാനിക്കുകയും ചെയ്തു. സംഘാടനത്തിന്റെ വീക്ഷണകോണിലൂടെയും അത് ആവശ്യമായിരുന്നു. രാജ്യത്തിന്റെ സാമ്പത്തികവും രാഷ്ട്രീയവുമായ കേന്ദ്രത്തിൽ വച്ച് കാര്യങ്ങൾ ചെയ്തുതീർക്കാൻ എളുപ്പമായിരുന്നു. അങ്ങനെ മാർച്ച് 12 ന് സോവിയറ്റ് റഷ്യയുടെ അതിർത്തിയിൽ നിന്നും സുരക്ഷിതമായ അകലമുള്ളതും നിരവധി പ്രവിശ്യകളുമായി അടുത്ത് ബന്ധപ്പെടാൻ സാധ്യതയുള്ളതുമായ മോസ്കോവിലേക്ക് സോവിയറ്റ് ഭരണകൂടം അതിന്റെ ആസ്ഥാനം മാറ്റി.

മാർച്ച് 12ന് *ഇസ്വെസ്റ്റി*യിൽ പ്രസിദ്ധീകരിച്ച ഒരു ലേഖനത്തിൽ ഇല്ലിച്ച് എഴുതി:

> 1917 ഒക്ടോബർ 17ന് ശേഷം നാം പ്രതിരോധിക്കുന്നവരായിരുന്നു. നാം മാതൃരാജ്യത്തിന്റെ പ്രതിരോധത്തിന് വേണ്ടി നിലകൊള്ളുന്നു. എങ്കിലും ദേശസ്നേഹപരമായ ആ യുദ്ധത്തിനർഥം നാമൊരു സോഷ്യലിസ്റ്റ് മാതൃഭൂമിക്കും, മാതൃരാജ്യമെന്ന നിലയിൽ സോഷ്യലിസത്തിനും സോഷ്യലിസ്റ്റ് റിപ്പബ്ലിക്കിനും വേണ്ടിയുള്ള യുദ്ധവുമായി മുന്നോട്ടു നീങ്ങുന്നുവെന്നാണ്.

മോസ്കോവിൽ ആദ്യം ഞങ്ങൾ താമസിച്ചത് രണ്ട് മുറികളും ഒരു കുളിമുറിയുമുള്ള മോസ്കോവിലെ നാഷണൽ ഹോട്ടലിലായിരുന്നു. ഇല്ലിച്ചിന്റെ സഹോദരിയായ മറിയയും അവിടെ ഞങ്ങൾക്കൊപ്പമുണ്ടായിരു

ന്നു. നിരവധി സൈനികരുൾപ്പെടെ അനേകം പേർ അവിടെ ഇല്ലിച്ചിനെ കാണാൻ എത്തിയിരുന്നു. വൈകാതെ തന്നെ സർക്കാർ ഓഫീസുകളും സർക്കാരിന്റെ പ്രമുഖ അംഗങ്ങളും ക്രെംലിനിൽ താമസിക്കണമെന്ന് തീരുമാനിക്കപ്പെട്ടു. ഞങ്ങളും അവിടേക്ക് താമസം മാറ്റേണ്ടിയിരുന്നു. അന്ന് ക്രെംലിനെ സംരക്ഷിച്ചു പോന്നിരുന്നത് റെഡ് ആർമിയിൽപ്പെട്ടവരായിരുന്നു.

തുടക്കത്തിൽ റെഡ് ആർമിക്കാർക്ക് ഒരു പരമ്പരാഗത സൈന്യവുമായി വളരെക്കുറച്ച് സമാനതയേയുണ്ടായിരുന്നുള്ളൂ. അതിൽപ്പെട്ടവർ വളരെ ഉത്സാഹഭരിതരായിരുന്നുവെങ്കിലും ബാഹികമായ വീക്ഷണത്തിൽ അവർ പ്രാകൃതരായിരുന്നു. യൂണിഫോറങ്ങളൊന്നുമില്ലാതിരുന്ന അവർ അവിടെ എത്തിയപ്പോഴുള്ള വസ്ത്രങ്ങളാണ് ധരിച്ചിരുന്നത്. അവർക്കിടയിൽ കണിശമായ നിയമങ്ങളോ നിയമങ്ങളുടെ ഒരു സംവിധാനമോ ഉണ്ടായിരുന്നില്ല. സോവിയറ്റ് ശക്തിയുടെ ശത്രുക്കൾ റെഡ് ആർമിക്കാരെ പരിഹാസത്തോടെ വീക്ഷിച്ചെന്ന് മാത്രമല്ല കൃത്യതയും പ്രബലതയുമുള്ള സൈന്യത്തെ സൃഷ്ടിക്കാൻ ബോൾഷെവിക്കുകൾക്ക് കഴിയുമെന്ന് വിശ്വസിച്ചുമില്ല. തങ്ങൾക്ക് കൊള്ളക്കാരെപ്പോലെ തോന്നിയ തെരുവിലെ മനുഷ്യർ റെഡ് ഗാർഡുകൾക്ക് നേരെ തുറിച്ചു നോക്കി. ഗാർഡുകളുടെ പക്ഷത്തു നിന്നുമുണ്ടാവേണ്ട ഔപചാരികമായ അച്ചടക്കത്തിന്റെയും സ്വഭാവത്തിലെ മികവിന്റെയും അഭാവം പ്രത്യേകിച്ചും വിദേശികളെ അത്ഭുതപ്പെടുത്തി.

തീവ്രമായ പഠനത്തിലേർപ്പെടുന്നവരായിരുന്നു റെഡ് ഗാർഡുകൾ. വിജയിക്കാൻ അറിവ് അത്യന്താപേക്ഷിതമാണെന്ന് അവർക്ക് ബോധ്യമുണ്ടായിരുന്നു. കൈനിറയെ വർത്തമാനപത്രങ്ങളും പുസ്തകങ്ങളും കടലാസുകളുമായി തിടുക്കത്തിൽ വരാന്തയിലൂടെ തന്റെ ഓഫീസിലേക്ക് പോവുമ്പോഴെല്ലാം ഇല്ലിച്ച് സൗഹൃദപൂർവം ഗാർഡുകളെ അഭിവാദ്യം ചെയ്തിരുന്നു. സോവിയറ്റുകാർക്ക് വേണ്ടി മരിക്കാനുള്ള അവരുടെ സന്നദ്ധതയെയും അത്യുത്സാഹത്തെയും കുറിച്ച് അദ്ദേഹം തികച്ചും ബോധവാനായിരുന്നു.

ഏഴാം പാർട്ടി കോൺഗ്രസിൽ വച്ച്, ശ്രമകരവും ബുദ്ധിമുട്ടുണ്ടാക്കുന്നതുമാണെങ്കിലും, ജർമനിക്കാരുമായി സമാധാനം സ്ഥാപിക്കാൻ തീരുമാനിക്കപ്പെട്ടു. ആ തീരുമാനമാകട്ടെ, രൂക്ഷമായൊരു സമരത്തിന്റ അനന്തരഫലവുമായിരുന്നു. അവിടെ ജർമനിയുമായുള്ള സമാധാനക്കരാറിന്മേലുള്ള കേന്ദ്രകമ്മിറ്റിയുടെ റിപ്പോർട്ട് അവതരിപ്പിച്ചതും അത് 'ഇടതുപക്ഷ കമ്യൂണിസ്റ്റുകാരുടെ പ്രതിനിധി”യെന്ന നിലയിൽ ബുഖാറിനുമായി കൂടിയാലോചിച്ചതും ലെനിനായിരുന്നു. രൂക്ഷമായൊരു പോരാട്ടമായിരുന്നു, അത്. 3,00,000 പാർട്ടി അംഗങ്ങളെ പ്രതിനിധീകരിക്കുന്ന 46 പ്രതിനിധികളാണ് ആ കോൺഗ്രസിൽ പങ്കെടുത്തത്. ഇത് ആർജിക്കാനുള്ള ഐക്യം അന്നത്തെ പാർട്ടിയിലുണ്ടായിരുന്നില്ല. ആകെയുള്ള 46 പ്രതിനിധികളിൽ 30 പേർ ബ്രെസ്റ്റ് - ലിത്‌വോസ്ക് ഉടമ്പടിക്കനുകൂലമായും

12 പേർ എതിരായും വോട്ടുചെയ്തപ്പോൾ നാല് പേർ വോട്ടെടുപ്പിൽ നിന്നും വിട്ടുനിന്നു. ചുരുക്കത്തിൽ, പ്രതിനിധികളിൽ മൂന്നിൽ രണ്ട് പേർ കേന്ദ്ര കമ്മിറ്റിയുടെയും ലെനിന്റേയും നിലപാടിനെതിരായിരുന്നു. എതിർത്ത വരിൽ നിരവധിപേർ അറിയപ്പെടുന്ന ബോൾഷെവിക്കുകളുമായിരുന്നു. ഫെബ്രുവരി 23ന് അവരിൽ ആറ് പേർ ഭരണകൂടത്തിലെയും പാർട്ടിയിലെയും തങ്ങളുടെ ഉന്നത പദവികൾ രാജിവച്ചതായി പ്രഖ്യാപിക്കുകയും പാർട്ടിക്കകത്തും പുറത്തും പ്രക്ഷോഭം നടത്താനുള്ള തങ്ങളുടെ പൂർണമായ സ്വാതന്ത്ര്യം ഉറപ്പുവരുത്തുകയും ചെയ്തു. തൊട്ടടുത്ത ദിവസം കേന്ദ്രകമ്മിറ്റിയിൽ അവിശ്വാസം രേഖപ്പെടുത്തുന്ന പ്രമേയം പാസാക്കിയ മോസ്കോ റീജിയണൽ കമ്മിറ്റി ഓസ്ട്രിയൻ-ജർമൻ കക്ഷികളുമായുള്ള സമാധാന ഉടമ്പടിയുമായുള്ള വകുപ്പുകൾ നടപ്പാക്കാനുള്ള കമ്മിറ്റിയുടെ കൽപ്പനകൾ അനുസരിക്കാൻ വിസമ്മതിക്കുകയും ചെയ്തു. "സമീപ ഭാവിയിൽ പാർട്ടിക്കുള്ളിൽ ഒരു വിഘടനം ഒഴിവാക്കാനുള്ള സാധ്യത വിരളമാണെന്നും ആ പ്രമേയത്തിന്റെ വിശദീകരണക്കുറിപ്പിൽ എടുത്തു പറഞ്ഞിരുന്നു. 1918 ൽ അഖില റഷ്യൻ തലത്തിലുള്ള ഇടത് കമ്യൂണിസ്റ്റുകാരുടെ സംഘാടക കേന്ദ്രമെന്ന നിലയിലാണ് മോസ്കോ റീജിയണൽ ബ്യൂറോ പ്രവർത്തിച്ചിരുന്നത്.

'ഇടത് കമ്യൂണിസ്റ്റുകാർ'ക്കും അവരുടെ വിപ്ലവാത്മക വാചകക്കസർത്തിനും ലെനിൻ തീർത്തും എതിരായിരുന്നു. അക്കാര്യത്തിൽ ജനങ്ങൾ തന്നെ പിന്തുണയ്ക്കുമെന്നും അദ്ദേഹത്തിനറിയാമായിരുന്നു. സോവിയറ്റുകളുടെ നാലാമത് അസാധാരണ അഖില റഷ്യൻ കോൺഗ്രസ് സമാധാന ഉടമ്പടിക്ക് അംഗീകാരം നൽകേണ്ടതാവശ്യമായിരുന്നു. സോവിയറ്റ് അധികാരം നഷ്ടപ്പെടുത്താൻ പോലും 'ഇടത് കമ്യൂണിസ്റ്റുകൾ' സന്നദ്ധരായിരുന്നു. ഫെബ്രുവരി 24 ലെ പ്രഖ്യാപനത്തിൽ അവർ പറഞ്ഞു: "അന്തർദേശീയ വിപ്ലവത്തിന്റെ താൽപ്പര്യങ്ങൾക്ക് വേണ്ടി നാം സോവിയറ്റ് ശക്തിയെപ്പോലും അടിയറവ് വയ്ക്കേണ്ടി വരുമെന്നത് സാധ്യമായൊരു സംഗതിയാണ്. അതിപ്പോൾ പൂർണമായും ഔപചാരികവുമായിരിക്കുന്നു." ഈ പ്രയോഗം ഇല്ലിച്ചിനെ വളരെയധികം അസ്വസ്ഥനാക്കി. അതുകൊണ്ടുതന്നെ മാർച്ച് 12 ന് നടന്ന മോസ്കോ സോവിയറ്റിലെ തൊഴിലാളികളുടെയും കർഷകരുടെയും സൈനികരുടെയും ഡെപ്യൂട്ടിമാരുടെ യോഗത്തിൽ വച്ച് അദ്ദേഹം പറഞ്ഞു: "പശ്ചിമയൂറോപ്പിലെ വിപ്ലവങ്ങളിൽ നിന്നും തികച്ചും വേറിട്ടൊരു രൂപം റഷ്യൻ വിപ്ലവത്തിന് നേടിയെടുക്കാനായി. 1905 ലെ സ്വതന്ത്രമായ വിപ്ലവപ്രവർത്തനത്തിലൂടെ തന്നെ അത് ജനങ്ങളെ വിപ്ലവാത്മകതയുള്ളവരാക്കിത്തീർത്തു." പിന്നീട് നടന്ന ഉൾപ്പാർട്ടി തിരഞ്ഞെടുപ്പുകൾ ലെനിന്റെ ഈ നിലപാട് വളരെയധികം ശരിയായിരുന്നുവെന്ന് തെളിയിക്കുകയും ചെയ്തു.

ജർമനിക്കാരുമായുള്ള സമാധാന ഉടമ്പടി ഒപ്പുവയ്ക്കപ്പെട്ടു. എന്തൊക്കെ അപാകതകളുണ്ടെങ്കിലും ആത്യന്തികമായി, രാജ്യത്തിന്റെ

വികസനത്തിന് അത് ഒഴിച്ചുകൂടാനാവാത്തതാണ് എന്നതായിരുന്നു ലെനിന്റെ നിലപാട്. പിൽക്കാലത്ത് ബോൾഷെവിക്കുകൾക്ക് പ്രവർത്തനത്തിനുള്ള ഒരു മാർഗരേഖയായിത്തീർന്ന *സോവിയറ്റ് സർക്കാരിന്റെ അടിയന്തര ദൗത്യങ്ങൾ* എന്ന ലഘുഗ്രന്ഥം അദ്ദേഹമെഴുതിയതും ആ ഘട്ടത്തിലാണ്.

വിപ്ലവം ഭൂജന്മിമാരെയും മുതലാളിമാരെയും കടപുഴക്കിയെറിഞ്ഞപ്പോൾത്തന്നെ പെറ്റി ബൂർഷ്വാ വാസനകൾക്കുള്ള കവാടം മലർക്കെ തുറന്നുകൊടുത്തു. ഭൂജന്മിമാരുടെ സ്വത്തുവകകൾ പിടിച്ചെടുക്കുകയും വീതിക്കപ്പെടുകയും ചെയ്തപ്പോൾ വർധമാനമായ തോതിൽ ആദായമുണ്ടാക്കാനുള്ള കാര്യങ്ങൾക്കായി ഉപയോഗിക്കപ്പെടുകയും ചെയ്തു. ഈ പെറ്റിബൂർഷ്വാ വാസനകളെ നിയന്ത്രണവിധേയമാക്കേണ്ടതും ജനങ്ങളെ പുനർ വിദ്യാഭ്യാസത്തിന് വിധേയരാക്കേണ്ടതും ഒരു സോഷ്യലിസ്റ്റ് ക്രമം സൃഷ്ടിക്കേണ്ടതും ഭരണകൂടത്തെ സംഘടിപ്പിക്കേണ്ടതും ആവശ്യമായിരുന്നു. 1918 മാർച്ച്- ഏപ്രിൽ മാസങ്ങളിൽ ഈ പ്രശ്നങ്ങൾ പരിഹരിക്കാനാണ് ഇല്ലിച്ച് മുഴുവൻ സമയവും വിനിയോഗിച്ചത്.

ഒക്ടോബർ വിപ്ലവത്തിന്റെ കാലത്ത് മുഖ്യമായും ചെറുകിട കർഷകരുടെ രാജ്യമായിരുന്നു റഷ്യ. സ്വന്തം കാര്യങ്ങളെയും സ്വന്തം ഭൂമിയെയും കുറിച്ചല്ലാതെ യാതൊന്നിനെക്കുറിച്ചും അന്ന് അവർ ചിന്തിച്ചിരുന്നില്ല. "ഓരോരുത്തർക്കും സ്വന്തം കാര്യം; മറ്റുള്ളവരുടെ കാര്യം ദൈവം നോക്കിക്കൊള്ളും" എന്നതായിരുന്നു അവരുടെ നിലപാട്. അതിലെ അപകടത്തെക്കുറിച്ച് ജനങ്ങളെ പഠിപ്പിക്കേണ്ടതും അവരിൽ പുതിയൊരു മനശാസ്ത്രം നട്ടുപിടിപ്പിക്കേണ്ടതും ആവശ്യമാണെന്ന് ഇല്ലിച്ചിന് ബോധ്യമുണ്ടായിരുന്നു

സോഷ്യലിസ്റ്റ് നിർമിതിയുടെ കാര്യത്തിൽ സോഷ്യലിസ്റ്റ് മത്സരത്തിനുണ്ടായിരുന്ന വലിയ പങ്കെന്തായിരുന്നുവെന്ന് ഇന്ന് ഏവർക്കും മനസിലാവുന്നുണ്ടെങ്കിലും അന്ന് അക്കാര്യം എങ്ങനെയോ അവഗണിക്കപ്പെട്ടു. സോഷ്യലിസ്റ്റ് മത്സരം വ്യാപകമായ തോതിൽ പ്രയോഗിക്കപ്പെട്ടത് 1928 ൽ ആരംഭിച്ച ഒന്നാം പഞ്ചവത്സരപദ്ധതിക്ക് വേണ്ടിയുള്ള പ്രവർത്തനങ്ങളുടെ വർഷങ്ങളിലായിരുന്നു

ഇതുമായി ബന്ധപ്പെട്ട് ഇല്ലിച്ച് എഴുതിയ ലഘുഗ്രന്ഥത്തിലെ "തൊഴിലാളികളുടെ ഉൽപ്പാദനക്ഷമത വർധിപ്പിക്കൽ" എന്ന അധ്യായത്തിൽ ഇപ്രകാരം പറയുന്നു:

> ആദ്യമായി ഉൽപ്പാദനക്ഷമത വർധിപ്പിക്കാൻ ഇന്ധനം, ഇരുമ്പ് - എഞ്ചിനീയറിങ് - രാസവ്യവസായങ്ങൾ എന്നിവയുടെ വികസനത്തിനാവശ്യമായ ഭൗതികമായ അടിത്തറ ഉറപ്പാക്കേണ്ടതാവശ്യമാണ്. ജനങ്ങളുടെ വിദ്യാഭ്യാസപരവും സാംസ്കാരികവുമായ തലം ഉയർത്തേണ്ടതും ഉൽപ്പാദനക്ഷമത വർധിപ്പിക്കാൻ അത്യന്താപേക്ഷിതമാണ്. അതിപ്പോൾ ത്വരിതഗതിയിൽ സംഭവിച്ചുകൊണ്ടിരിക്കുന്നു. രണ്ടാമതായി സാമ്പത്തികമായ പുനർനിർമാണ

> ത്തിന് തൊഴിലാളികളുടെ അച്ചടക്കവും വൈദഗ്ധ്യവും വൈവിധ്യവും വർധിപ്പിക്കേണ്ടതും ആവശ്യമാണ്.

നൂറ്റാണ്ടുകളായുള്ള കൂലിവേല മൂലം പണിയെടുക്കാൻ കാര്യമായ ഔൽസുക്യമൊന്നുമില്ലായിരുന്ന റഷ്യയിലെ തൊഴിലാളികൾക്ക് ജോലി ഒരു ശിക്ഷയായിട്ടാണ് അനുഭവപ്പെട്ടിരുന്നത്. അതിന്റെ അളവ് പരമാവധി കുറയ്ക്കണമെന്ന നിലപാടായിരുന്നു അവരുടേത്. കങ്കാണിമാരാലും മുതലാളിമാരാലും നിരന്തരം പീഡിപ്പിക്കപ്പെട്ടിരുന്ന തൊഴിലാളികളിൽ പുതിയൊരു സ്വാതന്ത്ര്യബോധം കടത്തിവിട്ടു. അതവർക്ക് സംഘടിക്കാനും ഏത് നേരത്തും ഏതുതരം യോഗങ്ങളിലും പങ്കെടുക്കാനുള്ള സ്വാതന്ത്ര്യവും ലഭ്യമാക്കിക്കൊടുത്തു. ചൂഷകരായ മുതലാളിമാരും അവരുടെ പീഡകരായ കങ്കാണിമാരും തുരത്തപ്പെട്ടപ്പോൾ പണിശാലകൾ പൊതുസ്വത്തായിത്തീരുകയും തൊഴിലാളികൾ അവയുടെ കൈകാര്യച്ചുമതലക്കാരായിത്തീരുകയും അതുവരെ ഉണ്ടായിരുന്നതിൽനിന്നും വിഭിന്നമായി, ഉൽപ്പാദനക്ഷമത വർധിപ്പിക്കേണ്ടത് ആവശ്യമാണെന്ന് തൊഴിലാളികൾ തിരിച്ചറിഞ്ഞു. അതുകൊണ്ടുതന്നെയാണ് ഈ വിഷയത്തെക്കുറിച്ച് ലെനിൻ ഊന്നിപ്പറഞ്ഞത്. അതിന് തൊഴിലാളികൾക്ക് ബൗദ്ധികതയുള്ള തൊഴിൽ സമീപനത്തിനുള്ള ശിക്ഷണം നൽകേണ്ടതും കാര്യക്ഷമമായൊരു പാതയിലൂടെ അവരെ സംഘടിപ്പിക്കുകയും ചെയ്യേണ്ടിയിരുന്നു.

ഇല്ലിച്ച് തന്റെ ലഘുഗ്രന്ഥത്തിൽ ഇടതുപക്ഷ സോഷ്യലിസ്റ്റ് റെവല്യൂഷണുകളോട് പ്രത്യേക താൽപ്പര്യം പ്രകടിപ്പിച്ചുവെങ്കിലും ആത്യന്തികമായി അദ്ദേഹം വിശ്വാസവും പ്രതീക്ഷയുമർപ്പിച്ചത് അധ്വാനിക്കുന്ന ജനവിഭാഗങ്ങളിലായിരുന്നു. ശരിയായ ശിക്ഷണം ലഭിക്കുന്നപക്ഷം, എത്രതന്നെ വിഷമമേറിയതും അപകടം പിടിച്ചതുമാണെങ്കിലും, മനോധൈര്യം നഷ്ടപ്പെടുത്താതെ അവർ മുന്നേറുമെന്നും അദ്ദേഹത്തിന് തീർച്ചയുണ്ടായിരുന്നു.

ഏപ്രിൽ 29 ന് അഖില റഷ്യൻ എക്സിക്യൂട്ടീവ്കമ്മിറ്റിയെ അഭിസംബോധന ചെയ്തുകൊണ്ട് ലെനിൻ പറഞ്ഞു:

> ദശലക്ഷങ്ങളെ പഠിപ്പിക്കാൻ പ്രധാന പ്രവർത്തകർ പഠിക്കാത്തിടത്തോളം അവർ സോഷ്യലിസ്റ്റുകളോ സോഷ്യലിസ്റ്റ് സമൂഹത്തിന്റെ സ്രഷ്ടാക്കളോ അല്ല. മാത്രമല്ല, സംഘാടനത്തിന് ആവശ്യമായ അറിവ് അവർ ആർജിക്കുകയുമില്ല. സംഘാടനത്തിന്റെ പാത ദൈർഘ്യമേറിയതാണ്. ദീർഘമായ കഠിനാധ്വാനം ആവശ്യപ്പെടുന്ന സോഷ്യലിസ്റ്റ് നിർമിതിയുമായി ബന്ധപ്പെട്ട അറിവ് നമുക്കില്ലെന്നതാണ് വസ്തുത.

ആ യോഗത്തിൽ വച്ച് കേന്ദ്രകമ്മിറ്റി മുന്നോട്ടുവച്ച മേയ്ദിന മുദ്രാവാക്യത്തിന്റെ പ്രാധാന്യവും ഇല്ലിച്ച് എടുത്തു പറഞ്ഞു: "മൂലധനത്തെ

അതിജീവിച്ച നാം സംഘാടനത്തിലെ നമ്മുടെ കുറവുകളെയും അതി ജീവിക്കണം." റെയിൽവേയുടെ പ്രാധാന്യത്തെക്കുറിച്ചും അദ്ദേഹം എടുത്തു പറഞ്ഞു:

> റെയിൽവേയെ കൂടാതെ നമുക്ക് സോഷ്യലിസമുണ്ടാവുകയില്ല. കാരണം ധാന്യങ്ങൾ നമുക്ക് തൊട്ടടുത്തുള്ളപ്പോൾത്തന്നെ നാം പട്ടിണി കിടന്ന് മരിക്കും. എന്തുകൊണ്ടെന്നാൽ സോഷ്യലിസം പടുത്തുയർത്തപ്പെട്ട പട്ടണത്തിനും നാട്ടിൽപുറത്തിനുമിടയിലെ, കൃഷിക്കും വ്യവസായത്തിനുമിടയിലെ, ഏറ്റവും പ്രധാനപ്പെട്ട ബന്ധത്തിന്റെ കാതൽ അതാണ്. മുഴുവൻ ജനതയുടെയും ക്രമ മായ പ്രവർത്തനത്തെ സംയോജിപ്പിക്കാൻ റെയിൽവേ അത്യന്താ പേക്ഷിതമാണ്.

റഷ്യ, പ്രത്യേകിച്ചും മോസ്കോ രൂക്ഷമായ ഭക്ഷ്യക്ഷാമത്തിലൂടെ കടന്നുപോയൊരു ഘട്ടമായിരുന്നു അത്. കൊള്ളലാഭത്തിനായി ഇടത്തരം കർഷകരും വ്യാപാരികളും ഭക്ഷ്യവസ്തുക്കൾ വിൽക്കുന്നത് അന്ന് മോസ്കോവിലെവിടെയും സാധാരണകാഴ്ചയായിരുന്നു. ഒരിക്കൽ ഇല്ലിച്ചും ഞാനുമൊന്നിച്ച് നടക്കാനിറങ്ങിയപ്പോൾ അത്തരമൊരു വ്യാപാ രിയെ ഞാൻ കാണാനിടയായി. ഞാനയാളെ സമീപിച്ച് വർത്തമാനസ്ഥി തിഗതികളെക്കുറിച്ച് സൗഹൃദപൂർവം ആരാഞ്ഞു. ലെനിനാണ് ഇതി നെല്ലാം ഉത്തരവാദിയെന്നും 'കളിമൺ തലയനായ' ആ മനുഷ്യനെ തനിക്ക് മനസിലാവുന്നില്ലെന്നും അയാൾ പറഞ്ഞു. "അയാളുടെ ഭാര്യയ്ക്ക് ഒരു തയ്യൽയന്ത്രം വേണമെന്ന് കേട്ടമാത്രയിൽ ഗ്രാമങ്ങളി ലുള്ള സകല തയ്യൽ യന്ത്രങ്ങളും പിടിച്ചെടുക്കാൻ അയാൾ ഉത്തരവിറ ക്കി. എന്റെ അനന്തിരവളുടെ തയ്യൽ യന്ത്രവും അവർ എടുത്തുകൊ ണ്ടുപോയി. ഇപ്പോൾ ക്രെംലിൻ മുഴുവൻ തയ്യൽ യന്ത്രങ്ങളെക്കൊണ്ട് നിറഞ്ഞിരിക്കുകയാണ്,"വ്യാപാരി ഈർഷ്യയോടെ പറഞ്ഞു. പൊട്ടിച്ചി രിച്ചേക്കുമെന്ന ഭയം മൂലം ഇല്ലിച്ചിന്റെ മുഖത്ത് നോക്കാതിരിക്കാൻ ഞാൻ ശ്രമിച്ചു.

അത്തരത്തിലുള്ളതായിരന്നു പിടിച്ചുനിൽക്കാൻ ത്രാണിയുള്ള കർഷ കന്റെയും ഇടത്തര ലാഭക്കച്ചവടക്കാരന്റെയും ലെനിനെക്കുറിച്ചുള്ള ധാര ണ. യന്ത്രങ്ങൾക്ക് അദ്ദേഹം പ്രാധാന്യം കൽപ്പിക്കുന്നത് എന്തുകൊണ്ടാ ണെന്ന് സങ്കൽപ്പിക്കാൻ അവർക്ക് കഴിഞ്ഞില്ല.

താൻ എഴുതുന്നവരുടെ മനോനില കൃത്യമായി നിർണയിക്കാൻ കഴി യുമായിരുന്ന ഇല്ലിച്ച് മേയ് 22ന് പെത്രോഗ്രാദിലെ തൊഴിലാളികൾക്ക് എഴുതി:

> പെത്രോഗ്രാദ് റഷ്യയല്ല. അവിടത്തെ തൊഴിലാളികൾ റഷ്യയിലെ തൊഴിലാളികളുടെ ചെറിയൊരു ഭാഗം മാത്രമാണ്. എങ്കിലും അവർ റഷ്യയിലെ തൊഴിലെടുക്കുന്ന എല്ലാവരിലും വച്ച് ഏറ്റവും മിക

> വുറ്റവരും ഏറ്റവുമധികം വർഗബോധമുള്ളവരും വിപ്ലവചിന്താഗതിയുള്ളവരും അധ്വാനിക്കുന്ന വർഗത്തിന്റെ ഏറ്റവും ദൃഢനിശ്ചയമുള്ളവരുമാണ്. ബൂർഷ്വാസിയുടെ പൊള്ളയായ വാഗ്ദാനങ്ങൾക്കും അവകാശവാദങ്ങൾക്കും മുമ്പിൽ കീഴടങ്ങാൻ തീരെ സന്നദ്ധതയില്ലാത്തവരുമാണവർ. രാഷ്ട്രങ്ങളുടെ ചരിത്രത്തിലെ നിർണായകമായ നിമിഷങ്ങളിൽ പലപ്പോഴും മികവുറ്റ വർഗങ്ങളുടെ ചെറിയ വിഭാഗങ്ങൾ പോലും മറ്റുള്ളവരെ നയിച്ചിട്ടുള്ളതിനും മറ്റുള്ളവരിൽ വിപ്ലവവീര്യം കുത്തിവച്ചിട്ടുള്ളതിനും ചരിത്രപരമായ വിജയം കൈവരിച്ചിട്ടുള്ളതിനും ധാരാളം ഉദാഹരണങ്ങളുണ്ട്.

പെത്രോഗ്രാദ് തൊഴിലാളികൾ അഭിമുഖീകരിക്കുന്ന വ്യാപ്തിയേറിയ സംഘാടന പ്രവർത്തനത്തെക്കുറിച്ച് വ്ളാദിമിർ ഇല്ലിച്ച് അവർക്കെഴുതി. ആ പ്രവർത്തനത്തിന് അദ്ദേഹം ഏറ്റവുമധികം പ്രാധാന്യം നൽകി.

> ദേശീയതലത്തിൽ സുദീർഘവും അയവില്ലാത്തതുമായ സംഘാടന പ്രവർത്തനത്തിൽ പ്രകടമാവുന്ന വീരത്വം വളരെക്കൂടുതൽ പ്രയാസമേറിയതാണെങ്കിലും, അതേസമയം, ഒരു വിപ്ലവത്തിൽ വീരത്വത്തെക്കാൾ അത് വളരെയധികം മികവുറ്റതാണ്. എന്നാൽ അധ്വാനിക്കുന്ന വർഗപാർട്ടികളുടെ പ്രബലതകുടികൊള്ളുന്നത് എതിർചേരിയോടുള്ള നിർഭയത്വത്തിലാണ്. വിപ്ലവം പുരോഗമിക്കുകയും വികസിക്കുകയും വളരുകയും ചെയ്തുകൊണ്ടിരിക്കുന്നു. നാം അഭിമുഖീകരിക്കുന്ന ദൗത്യവും വലുതായിക്കൊണ്ടിരിക്കുന്നു. സമരത്തിന് ആഴവും ഏറിവരികയാണ്.

വിപ്ലവത്തിന്റെ വിജയത്തിൽ ഇല്ലിച്ചിനുണ്ടായിരുന്ന ഉത്തമബോധ്യം ജനങ്ങളെ അത്യുത്സുകരാക്കിത്തീർത്തു. അദ്ദേഹം പറഞ്ഞ നിർഭയമായ സംഘാടനപ്രവർത്തനം അദ്ദേഹത്തിന്റെ തന്നെ കഠിനപ്രയത്നത്തിനുള്ള ഒരു ഉദാഹരണമായിരുന്നു.

വൈദേശികവും ആഭ്യന്തരവുമായ രാജ്യത്തിന്റെ ശത്രുക്കൾക്കെതിരെ രാജ്യത്തിന്റെ പ്രതിരോധം സംഘടിപ്പിച്ചതിന് പുറമേ അദ്ദേഹം അതിനകം തന്നെ ആരംഭിച്ചു കഴിഞ്ഞ ആഭ്യന്തര യുദ്ധത്തിന്റെ നേതൃത്വം ഏറ്റെടുത്തു. ഡിക്രികളിലൂടെ വ്യവസായത്തിന്റെ ദേശസാൽക്കരണം നടപ്പിലാക്കിയ അദ്ദേഹം ദേശസാൽകൃത സ്ഥാപനങ്ങളിലെ തൊഴിലാളികൾക്ക് വേണ്ടി നിർദേശങ്ങൾ എഴുതിയയച്ചു. ട്രേഡ് യൂണിയൻ കൗൺസിലിലും നാഷണൽ ഇക്കോണമിയുടെ കൗൺസിലുകളുടെ ഒന്നാം കോൺഗ്രസിലും റിപ്പോർട്ടുകൾ അവതരിപ്പിച്ചു. ലേബർ കമ്മിസാർമാരുടെ കോൺഗ്രസിനെയും ഫാക്ടറി പാർട്ടി യൂണിറ്റ് മീറ്റിങ്ങുകളുടെ പ്രതിനിധികളെയും ഫാക്ടറി കമ്മിറ്റികളുടെ കോൺഫറൻസുകളെയും അഭിസംബോധന ചെയ്തു. പെത്രോഗ്രാദിലെയും യെലെറ്റ്സിലെയും മറ്റിടങ്ങളിലെയും തൊഴിലാളികളുടെ പ്രതിനിധികളെ സ്വാഗതം

ചെയ്ത അദ്ദേഹം യുദ്ധനിരയിലേക്ക് പോവുന്ന കമ്യൂണിസ്റ്റ് യോദ്ധാക്കളുമായി സംസാരിച്ചു. മേയ് 25 ന് മോസ്കോവിൽ സൈനികനിയമം പ്രഖ്യാപിക്കുന്നതിന് തൊട്ടുമുമ്പുള്ള രൂക്ഷമായ പ്രതിസന്ധിയുടെ നിമിഷങ്ങളിൽ ഒരു സോഷ്യലിസ്റ്റ് അക്കാദമി ഓഫ് സോഷ്യൽ സയൻസ് സ്ഥാപിക്കുന്നതുമായി ബന്ധപ്പെട്ട ഒരു കരട് ഡിക്രി അദ്ദേഹം പീപ്പിൾസ് കമ്മിസാർമാരുടെ കൗൺസിലിന് സമർപ്പിച്ചു. ജൂൺ 5ന് അദ്ദേഹം ഇന്റർനാഷണലിസ്റ്റ് ടീച്ചേഴ്സിനെ അഭിസംബോധന ചെയ്തു. ജൂൺ 10ന് ചെക്കോസ്ലോവാക്യയിലെ പ്രതിവിപ്ലവകാരികളുടെ ആക്രമണവുമായി ബന്ധപ്പെട്ട് ഒരു അഭ്യർഥന പുറപ്പെടുവിച്ചു. അന്നുതന്നെ എഞ്ചിനീയർമാരുടെ സേവനം ലഭ്യമാക്കാനുള്ള ഒരു നിർദേശം അദ്ദേഹം പീപ്പിൾസ് കമ്മിസാർമാരുടെ കൗൺസിലിന് സമർപ്പിച്ചു. അദ്ദേഹത്തിന് നേരെയുണ്ടായ വധശ്രമത്തിന് രണ്ടുദിവസം മുമ്പ് എഡ്യൂക്കേഷണൽ കോൺഗ്രസിനെ അഭിസംബോധന ചെയ്ത അദ്ദേഹം സോഷ്യലിസം പടുത്തുയർത്തുന്നതിൽ സ്കൂളിനുള്ള നിർണായകമായ പങ്കിനെക്കുറിച്ച് ഊന്നിപ്പറഞ്ഞു. എല്ലാ ആഴ്ചയും ചിലപ്പോൾ രണ്ടോ അതിൽ കൂടുതൽ തവണയോ അദ്ദേഹം ജില്ലായോഗങ്ങളിൽ സംസാരിച്ചു. നേതൃത്വപരമായ ഈ പ്രവർത്തനങ്ങൾ ജനങ്ങൾക്കിടയിൽ അതിന്റേതായ ഫലമുളവാക്കി. വിജയം കൈവരിക്കാൻ മറ്റെന്തിനെക്കാളുമധികം അത് അത്യന്താപേക്ഷിതമായിരുന്നു.

സമാധാനത്തിന് വേണ്ടി നിലകൊള്ളുന്നവരും ഭൂജന്മിമാരോട് എതിർപ്പുണ്ടായിരുന്നവരുമായ ഇടത്തരം കർഷകർ സോവിയറ്റ് ശക്തിയോട് അനുഭാവമുള്ളവരായിരുന്നുവെങ്കിലും, അതിന് നിലനിൽപ്പുണ്ടെന്ന് വിശ്വസിക്കാത്ത അവർ അതിനെക്കുറിച്ച് ഹാസ്യാത്മകമായ അഭിപ്രായ പ്രകടനം നടത്താൻ മടിയുള്ളവരായിരുന്നില്ല. എന്തായാലും, ദീർഘകാലം വേലിക്കുള്ളിൽ ഒതുങ്ങിക്കൂടാൻ കർഷകർക്കാവുമായിരുന്നില്ല. മേയ് മധ്യത്തിൽ വർഗസമരം ആളിക്കത്തിയപ്പോൾ പുറത്തേക്ക് വരാൻ അവർ നിർബന്ധിതരായി.

വളരെ വിഷമം പിടിച്ച ഒന്നായിരുന്നു ആ വേനൽക്കാലം. അധ്വാനിക്കുന്ന വർഗത്തിന്റെ ശ്രേഷ്ഠമായ വിപ്ലവത്തിൽ എല്ലാം നഷ്ടപ്പെട്ട ബൂർഷ്വാവർഗം വിദേശത്ത് നിന്നുമുള്ള സഹായം തേടി. കലാപങ്ങൾ സംഘടിപ്പിക്കാൻ സഖ്യകക്ഷികളിൽ നിന്നും പണം സ്വീകരിച്ച് അവർ ജർമൻ സൈന്യത്തെ ക്ഷണിച്ചുവരുത്തുകയും ജനങ്ങളെ കൊള്ളയടിക്കാനും അരാജകത്വത്തിനുമുള്ള പാതയൊരുക്കിക്കൊടുക്കുകയും ചെയ്തു. ഉക്രയ്ൻ പിടിച്ചെടുക്കാൻ ജർമൻകാർ ഫിന്നിഷ് വൈറ്റുകളെയും തുർക്കികൾ അസർബെയ്ജൻ മുസാവാറ്റിസ്റ്റുകളെയും ജോർജിയൻ മെൻഷെവിക്കുകളെയും സഹായിച്ചു. മധ്യപ്രവിശ്യകളിൽ നിന്നും സൈബീരിയയെ വിച്ഛേദിക്കാൻ ചെക്കോസ്ലോവാക്കുകളെയും വലതുപക്ഷ സോഷ്യലിസ്റ്റ് റവല്യൂഷണറികളെയും സഖ്യശക്തികൾ സഹായിച്ചു. ഉക്രെയ്നിൽ നിന്നും സൈബീരിയയിൽ നിന്നുമുള്ള ധാന്യക്കയ

റ്റുമതി നിലയ്ക്കുകയും മോസ്കോയും പെത്രോഗ്രാദും പട്ടിണിയിലാവുകയും ചെയ്തു. പോരാട്ടനിരകളുടെ വലയം ചുരുങ്ങിക്കൊണ്ടേയിരുന്നു.

മേയ് 21 ന് ഇല്ലിച്ച് പെത്രോഗ്രാദിലെ തൊഴിലാളികൾക്ക് ഒരു കമ്പി സന്ദേശം അയച്ചു:

> വിപ്ലവത്തിന്റെ വിധി ഗുരുതരമാണ്. ഓർക്കുക, നിങ്ങൾക്ക് മാത്രമേ വിപ്ലവത്തെ രക്ഷിക്കാനാവൂ. അവിടെ മറ്റാരുമില്ല.. സമയം ഹ്രസ്വമാണ്. വേദനാജനകമായ മേയ്ക്ക് ശേഷം കൂടുതൽ വേദനാജനകമായ ജൂണും ജൂലായും ഒരുപക്ഷേ ഭാഗികമായി ആഗസ്റ്റും വരും.

പ്രതിവിപ്ലവ കലാപത്തിന്റെ ബാധ കുലാക്കുകളെ ആഹ്ലാദിപ്പിച്ചു. അവർ ധാന്യങ്ങൽ പൂഴ്ത്തി വച്ചു. ഒരേ സമയം ഭക്ഷ്യദൗർലഭ്യത്തിനെതിരെയും പ്രതിവിപ്ലവത്തിനെതിരെയും സമരം ചെയ്യേണ്ടിയിരുന്നു. വിപ്ലവത്തിലെ പരിചയം നാട്ടിൻപുറങ്ങളിൽ ഉപയോഗപ്രദമായിത്തീരുമെന്നതിനാൽ ദരിദ്രകർഷകരുടെ കമ്മിറ്റികളുടെ സംഘാടനത്തിനും ഭക്ഷ്യവസ്തുക്കൾ പിടിച്ചെടുക്കാൻ തൊഴിലാളികളെ സംഘടിപ്പിക്കാനും ഇല്ലിച്ച് കിണഞ്ഞു ശ്രമിച്ചു. ഈ നിമിഷത്തിലെ അപ്പത്തിനായുള്ള പോരാട്ടം സോഷ്യലിസത്തിന് വേണ്ടിയുള്ള പോരാട്ടമാണെന്ന് അദ്ദേഹം തൊഴിലാളികളോട് പറഞ്ഞു.

പെത്രോഗ്രാദിലെ തൊഴിലാളികൾ ഇല്ലിച്ചിന്റെ അഭ്യർഥനയോട് പ്രതികരിച്ചു. അവർ ഒരു 'കുരിശുയുദ്ധം' സംഘടിപ്പിച്ചു. ദരിദ്രകർഷകർ സോവിയറ്റ് ശക്തിക്ക് ചുറ്റുമായി അണിനിരക്കാൻ തുടങ്ങി. അതിനായി ജൂൺ 11 ന് അഖില റഷ്യൻ കേന്ദ്ര എക്സിക്യൂട്ടീവ്ക്കമ്മിറ്റി ദരിദ്രകർഷകരുടെ കമ്മിറ്റികളുടെ സംഘടനയെ ചുമതലപ്പെടുത്തി. അതിനകം തന്നെ തൊഴിലാളികളിൽനിന്നും സൈനികരിൽ നിന്നും അറിയാനിടയായിട്ടുള്ള ലെനിനെ അവർ തങ്ങളുടെ നേതാവെന്ന നിലയിൽ അംഗീകരിക്കാൻ തുടങ്ങി. ഇല്ലിച്ച് പാവപ്പെട്ടവരെ ആദരിച്ച പോലെതന്നെ പാവപ്പെട്ടവർ ഇല്ലിച്ചിനെയും ആദരിച്ചു. ഒരു ദരിദ്ര കർഷകകുടുംബത്തിൽ നിന്നുമുള്ള ഒരു റെഡ് ആർമിക്കാരൻ ക്രെംനിലേക്ക് നടന്നുവന്നതും തന്റെ പക്കലുണ്ടായിരുന്ന ബ്രെഡ്ഡിന്റെ പകുതി ലെനിന് വേണ്ടി മുറിച്ച് നൽകിയതും എങ്ങനെയായിരുന്നുവെന്ന് അദ്ദേഹത്തിന്റെ സെക്രട്ടറിയായ ലിദിയ ഫോട്ടീവ രേഖപ്പെടുത്തിയിട്ടുണ്ട്. "അദ്ദേഹമിത് ഭക്ഷിക്കട്ടെ, ഇത് വിശപ്പുള്ള കാലമാണ്." അങ്ങനെ പറഞ്ഞശേഷം ഇല്ലിച്ചിനെ ഒന്ന് കാണണമെന്ന് ആവശ്യപ്പെടുകപോലും ചെയ്യാതെ അയാളവിടെ നിന്നും യാത്രയായി.

ശമ്പളമുയർത്തുക എന്നതുപോലുള്ള തന്റെ ജീവിതസൗകര്യങ്ങൾ മെച്ചപ്പെടുത്താനുള്ള ഏതൊരു ശ്രമം നടക്കുമ്പോഴും ഇല്ലിച്ച് തികച്ചും കോപാകുലനായിത്തീർന്നിരുന്നു. അന്ന് ക്രെംലിന്റെ കമാൻഡന്റ്

'ഖെൽവ'യുടെ ഒരു കെട്ടുമായി എത്തിച്ചേർന്നപ്പോൾ അദ്ദേഹം എത്ര മാത്രം കോപിഷ്ടനായിരുന്നുവെന്ന് ഞാനോർക്കുന്നു. മേയ് 23 ന് പീപ്പിൾസ് കമ്മിസാർമാരുടെ കൗൺസിലിന്റെ ബിസിനസ് മാനേജരായ ബോൺസ് ബ്രൂയേവിച്ചിനെഴുതിയ കത്തിൽ

> എന്റെ ശമ്പളം 500 റൂബിളിൽ നിന്നും 800 റൂബിളായി വർധിപ്പിച്ചത് എന്തടിസ്ഥാനത്തിലാണ് എന്നു എന്റെ ആവർത്തിച്ചുള്ള അന്വേഷണങ്ങൾക്ക് മറുപടി നൽകാതിരുന്നതിനാലും 1917 നവംബർ 23 ലെ പീപ്പിൾസ് കമ്മിസാർമാരുടെ കൗൺസിലിന്റെ സെക്രട്ടറിയുടെ ഡിക്രിക്കും കൽപ്പനയ്ക്കും എതിരാണ് എന്നതിനാലും ഞാൻ ഇതിനാൽ താങ്കൾക്ക് കർശനമായ താക്കീത് നൽകുന്നു' എന്ന് ലെനിൻ എഴുതി.

ശത്രുതകൾ അവസാനിപ്പിച്ചുകൊണ്ട് റഷ്യയുമായുള്ള 'ബ്രെസ്റ്റ് ഉടമ്പടി'ക്ക് ജർമനി അംഗീകാരം നൽകിയെങ്കിലും റഷ്യയെ പിടിച്ചെടുക്കാനുള്ള പദ്ധതികൾ അവർ ഉപേക്ഷിച്ചില്ല. ബ്രെസ്റ്റ് കൂടിയാലോചനകളുടെ ഘട്ടത്തിൽത്തന്നെ, ബോൾഷെവിക്കുകൾക്കെതിരായ പോരാട്ടത്തിൽ സഹായം വാഗ്ദാനം ചെയ്തുകൊണ്ട് ഉക്രേനിയൻ റാദയുമായി ജർമൻ ഭരണകൂടം ഒരു ധാരണയിലെത്തിച്ചേർന്നു. ഉക്രെയ്ൻ അധിനിവേശം സ്ഥാപിക്കുകയും അവിടെനിന്നും സോവിയറ്റ് ശക്തിയെ പിഴുതെറിയുകയും ചെയ്തശേഷം ജർമൻകാർ റാദയെ പുറത്താക്കുകയും തൽസ്ഥാനത്ത് ഒരു പാവഭരണാധികാരിയായി അവിടെ സാറിസ്റ്റ് ജനറലായ ഷോറോ പാദ്സ്കിയെ പ്രതിഷ്ഠിക്കുകയും ചെയ്തു. അതായത് ഉക്രെയിൻ പൂർണമായും ഒരു ജർമൻ കോളനിയായിത്തീർന്നു. ധാന്യം കന്നുകാലികൾ, പഞ്ചസാര, അസംസ്കൃത വസ്തുക്കൾ തുടങ്ങിയവ വൻതോതിൽ ഉക്രയിനിൽ നിന്നും ജർമനിയിലേക്ക് കയറ്റി അയയ്ക്കപ്പെട്ടു.

ആഭ്യന്തരയുദ്ധത്തെ രൂക്ഷതരമാക്കാൻ ജർമൻ സാമ്രാജ്യത്വശക്തികൾ തങ്ങളാലാവുന്നതെല്ലാം ചെയ്തു. ഡോണിലേക്ക് രക്ഷപ്പെട്ട കൊസാക്ക് മുഖ്യനായ ക്രാസ്നോവ് ജർമൻകാരോട് സഹായമഭ്യർഥിക്കുകയും വൈറ്റ് ഗാർഡ് കൊസാക് യൂണിറ്റുകളെ ഉയർത്തിക്കൊണ്ടുവരാനും തനിക്ക് മുമ്പിൽ അണിനിരത്താനും ജർമനി സഹായിക്കുകയും ചെയ്തു. ഫിൻലാൻഡിലെ വിപ്ലവത്തെ അടിച്ചമർത്താൻ ജർമൻകാർ സഹായിച്ച വൈറ്റ് ഫിൻസ് ഫിന്നിഷ് വിപ്ലവകാരികൾക്കെതിരെ അതിക്രൂരമായ അടിച്ചമർത്തൽ രീതികൾ കൈക്കൊണ്ടു. എങ്കിലും ജർമൻകാർ മാത്രമല്ല അത്തരം പ്രവർത്തനങ്ങളിലേർപ്പെട്ടത്. ഏപ്രിലിന്റെ തുടക്കത്തിൽത്തന്നെ ജപ്പാൻകാരും ബ്രിട്ടീഷുകാരും വ്ളാദിവോസ്റ്റോക്കിൽ കപ്പലിറങ്ങി.

ഏപ്രിലിൽത്തന്നെ നിരവധി സോവിയറ്റ് വിരുദ്ധശക്തികൾ ഐക്യത്തിലാവുകയും ഒരു പുനരുത്ഥാന ലീഗ് രൂപീകരിക്കുകയും ചെയ്തു

കഴിഞ്ഞിരുന്നു. സോഷ്യലിസ്റ്റ്, റെവല്യൂഷണറികൾ, കേഡറ്റുകൾ, പോപ്പുലർ സോഷ്യലിസ്റ്റുകൾ മെൻഷെവിക്കുകൾ 'യൂണിറ്റി' ഗ്രൂപ്പ് എന്നിവ അടങ്ങുന്നതായിരുന്നു അത്. ചെക്ക് കോർപ്പസുമായി സഹകരിച്ചുകൊണ്ട് ബോൾഷെവിക്കുകൾക്കെതിരെ സോവിയറ്റ് ഭരണകൂടത്തെ തൂത്തെറിയാൻ സൈനിക വിഭാഗങ്ങളെ റഷ്യയിലേക്കയക്കാനുള്ള ഒരു പരസ്പരധാരണയിൽ ലീഗ് എത്തിച്ചേർന്നു. അന്ന് റഷ്യൻ പിന്തിരിപ്പൻ ജനറൽമാരും ഓഫീസർമാരുമുൾപ്പെടെ കെറെൻസ്കിയുടെ ചെക് കോർപ്സിന്റെ അംഗബലം 42,000 ആയിരുന്നു. സോഷ്യലിസ്റ്റ് റവല്യൂഷണറി സെൻട്രൽ കമ്മിറ്റിയിലെ അംഗങ്ങളും സെർബിയൻ സോഷ്യലിസ്റ്റ് റവല്യൂഷണറിമാരുടെ പ്രതിനിധികളും ഫ്രഞ്ച് മിലിട്ടറി മിഷനുമായി കൂടിയാലോചിച്ചാണ് ആക്രമണം ആസൂത്രണം ചെയ്തത്. വിദൂര പൂർവദിക്കുകളിൽ നിന്നും ഒഴിപ്പിക്കപ്പെടുന്ന ചെക്ക് സൈനികർ ഉറൾ, സെർബിയൻ, ഉസൂറി റെയിൽവേകളുടെ പ്രബലകേന്ദ്രങ്ങൾ പിടിച്ചെടുക്കേണ്ടതാണെന്നും തീരുമാനിക്കപ്പെട്ടു.

മേയ് അവസാനത്തോടെ ചെക്കോസ്ലോവാക്കുകൾ ചെല്യാബിൻസ്ക്, പെട്രോപാവ്ലോവ്സ്ക്, ടെയ്ഗ റെയിൽവേ സ്റ്റേഷൻ, ടോംസ്ക് എന്നിവയും ജൂൺ ആരംഭത്തിൽ ഓംസ്കും സമാറയും കൈവശപ്പെടുത്തി. മേയ് അന്ത്യത്തിൽ ലീഗ് സ്പോൺസർ ചെയ്ത ഒരു വൈറ്റ് ഗാർഡ് പദ്ധതി മോസ്കോവിൽ കണ്ടുപിടിക്കപ്പെട്ടു. ഒപ്പം ക്രിമിയയിലും ബാൾട്ടിക് കപ്പൽവ്യൂഹത്തിലും ആസൂത്രണം ചെയ്യപ്പെട്ട കലാപങ്ങളും വെളിച്ചത്തായി. ജൂൺ 4 ന് ക്രിമിയയിൽ ഒരു ബൂർഷ്വാ ദേശീയതാവാദി ഭരണകൂടം രൂപീകരിക്കപ്പെട്ടു. ജൂൺ 19 ന് ഇർകുത്സിൽ ഒരു പ്രതിവിപ്ലവം അരങ്ങേറി. ജൂൺ 20 ന് കോസ്ലോവിലും ഇക്കാറ്റെറിൻബർഗിലും, ജൂൺ 29ന് കോസ്ട്രോമയിലും ഒരു രാജഭരണ പദ്ധതി കണ്ടുപിടിക്കപ്പെട്ടു. ജൂൺ 30ന് സെർബിയൻ റീജിയണൽ ദുമയിൽ ഒരു ബൂർഷ്വാഭരണകൂടം പ്രഖ്യാപിതമായി. സോഷ്യലിസ്റ്റ് റവല്യൂഷണറികൾ ബൂർഷ്വാസികളുമായി കൈകൊർത്ത് പ്രവർത്തിച്ചു. ചെക്കോസ്ലാവോക് കോർപ്സുകൾ ജൂൺ 8 ന് സമാറ പിടിച്ചെടുത്തശേഷം അവിടെ ഒരു ഭരണഘടനാ അസംബ്ലി കമ്മിറ്റി രൂപീകരിക്കപ്പെട്ടു. ജൂൺ 19 ന് ടാംബോവിൽ ഒരു കലാപമഴിച്ചുവിട്ട വലതുപക്ഷ സോഷ്യലിസ്റ്റ് റവല്യൂഷണറിമാർ അതിനടുത്ത ദിവസം പെത്രോഗ്രാദിൽ വച്ച് വോളോദാർസ്കിയെ വധിച്ചു.

ഇടതുപക്ഷ സോഷ്യലിസ്റ്റ് റെവല്യൂഷണറികളും അവരുടെ രീതിയിൽ പങ്കെടുക്കുകയുണ്ടായി.

ജർമൻ അമ്പാസഡറായിരുന്ന മിർബാക്കിനെ വധിക്കാനും സോവിയറ്റ് ശക്തിക്കെതിരെ ഒരു സായുധ കലാപം ആസൂത്രണം ചെയ്യാനും ജൂൺ 24ന് അവർ തീരുമാനിച്ചു. ജൂൺ 27 ന് ബ്രിട്ടീഷുകാർ മർമൻസ്കിൽ കപ്പലിറങ്ങി. ജൂലായ് 1 ന് ഫ്രഞ്ച് മിഷന്റെ നിർദേശാനുസരണമുള്ള വൈറ്റ് ഗാർഡുകളെ വഹിക്കുന്ന തീവണ്ടികൾ മോസ്കോയിൽ പിടിച്ചെടുക്ക

പ്പെട്ടു. ജൂലായ് 4 ന് സോവിയറ്റുകളുടെ അഖില റഷ്യൻ കോൺഗ്രസ് സമ്മേളിക്കുകയും ജൂലായ് 6 ന് മിർബാക് വധിക്കപ്പെടുകയും മോസ്കോവിലും യാറസ്ലവ്ലിലും കലാപം സംഘടിപ്പിക്കപ്പെടുകയും ചെയ്തു.

ജൂലായ് 6-7 തീയതികളിലെ കലാപത്തെ പിന്തുണച്ച് ഇടതുപക്ഷ സോഷ്യലിസ്റ്റ് റവല്യൂഷണറികളെ പുറത്താക്കാൻ സോവിയറ്റുകളുടെ അഞ്ചാം കോൺഗ്രസ് തീരുമാനിച്ചു. ജൂലായ് 10 ന് കാര്യപരിപാടികൾ അവസാനിപ്പിച്ച് കോൺഗ്രസ് സോവിയറ്റ് ഭരണഘടന അംഗീകരിക്കുകയും ചെയ്തു.

ജൂലായ് മാസത്തിലുടനീളം അങ്ങേയറ്റം വിഷമം പിടിച്ചൊരു സാഹചര്യമാണ് നിലനിന്നിരുന്നത്.

ചെക്കോസ്ലോവാക്കുകളുമായി ഏറ്റുമുട്ടിയിരുന്ന സൈനികരുടെ കമാൻഡറായ മുറായേവ് ഒരു ഇടത് സോഷ്യലിസ്റ്റ് റവല്യൂഷണറിയായിരുന്നു. ഒക്ടോബറിനുശേഷം സോവിയറ്റ് ശക്തിയുടെ പക്ഷം ചേർന്ന അദ്ദേഹം പെത്രോഗ്രാദിന് നേരെയുള്ള കെറെൻസ്കിയുടെയും ക്രാസ്നോവിന്റെയും സൈനികരുടെ മുന്നേറ്റത്തെ ചെറുക്കുകയും സെൻട്രൽ റാദയ്ക്കെതിരെയും റൂമാനിയൻ യുദ്ധമുന്നണിയിലും പോരാടുകയും ചെയ്ത വ്യക്തിയാണ്. എന്നാൽ 6-7 തീയതികളിൽ സോഷ്യലിസ്റ്റ് റെവല്യൂഷണറികളുടെ കലാപമാരംഭിച്ചപ്പോൾ അദ്ദേഹം അവരുടെ പക്ഷത്ത് ചേരുകയും മോസ്കോയ്ക്കെതിരെ തന്റെ സൈന്യത്തെ തിരിച്ചുവിടുകയും ചെയ്തു. എന്തായാലും അദ്ദേഹം അവലംബമായി കണ്ട യൂണിറ്റുകൾ അദ്ദേഹത്തിന്റെ നേതൃത്വം അംഗീകരിക്കാൻ വിസമ്മതിച്ചു. സിംബിർസ്ക് സോവിയറ്റിന്റെ പിന്തുണ അദ്ദേഹം കണക്കുകൂട്ടിയിരുന്നുവെങ്കിലും ആ സോവിയറ്റും അദ്ദേഹത്തിനുള്ള പിന്തുണ പിൻവലിച്ചു. അദ്ദേഹത്തെ അറസ്റ്റ് ചെയ്യാൻ ഉത്തരവുണ്ടായെങ്കിലും രൂക്ഷമായൊരു ചെറുത്തുനിൽപ്പിന് ശേഷം അദ്ദേഹം കൊല്ലപ്പെട്ടു. വൈകാതെ ചെക്കോസ്ലോവാക്കുകൾ സിംബിർസ്ക് കീഴ്പ്പെടുത്തി. ഒരു തടവുകാരനെന്ന നിലയിൽ നിക്കോളാസ് രണ്ടാമനെ സൂക്ഷിച്ചിരുന്ന എകറ്ററിൻബർഗിലേക്കാണ് ചെക്കോസ്ലോവാക്കുകൾ തുടർന്ന് നീങ്ങിയത്. ജൂലായ് 16 ന് നിക്കോളാസ് രണ്ടാമനെയും അദ്ദേഹത്തിന്റെ കുടുംബാംഗങ്ങളെയും വെടിവച്ചുകൊന്നു. അദ്ദേഹത്തെ രക്ഷിക്കാൻ വൈകി എത്തിയ ചെക്കോസ്ലോവാക്കുകൾ ജൂലായ് 23ന് എകാറ്റെറിൻ ബർഗ് പിടിച്ചെടുത്തു.

ഉത്തരദിക്കിൽ ബ്രിട്ടീഷ്-ഫ്രഞ്ച് സൈനികർ മർമൻസ് റെയിൽവേയുടെ ചില ഭാഗങ്ങൾ കീഴ്പ്പെടുത്തി.

ബാക്കുവിലെ മെൻഷെവിക്കുകൾ ബ്രിട്ടീഷ് സൈന്യത്തെ ക്ഷണിച്ചുവരുത്തി.

വൈറ്റ് വോളണ്ടിയർ ആർമി ടിഖോറെത്സ്കായയെയും അർമാവീറിനെയും കൈവശപ്പെടുത്തി.

മോസ്കോവിലെ തങ്ങളുടെ എംബസിയെ കാത്തു സൂക്ഷിക്കാൻ അവിടെ തങ്ങളുടെ സൈന്യത്തിലെ ഒരു ബറ്റാലിയനെ അനുവദിക്കണമെന്ന് ജർമനി ആവശ്യപ്പെട്ടു.

ഇതൊക്കെയായിട്ടും ഇല്ലിച്ചിന് ഒരിക്കലും ആത്മസംയമനം നഷ്ടപ്പെട്ടില്ലന്ന് അന്ന് അദ്ദേഹം പല സഖാക്കൾക്കുമെഴുതിയ കത്തുകൾ വ്യക്തമാക്കുന്നുണ്ട്. ആ സഖാക്കൾ ജർമനിയുൾപ്പെടെ പല വിദേശരാജ്യങ്ങളിലുമുള്ളവരായിരുന്നു.

പ്രതിവിപ്ലവകലാപം വ്യാപകമായിത്തന്നെ തുടർന്നുകൊണ്ടിരുന്നു. ചെക്കോസ്ലോവാക്കുകൾ കസാൻ പിടിച്ചെടുത്തു. അർഖൻഗൽസ്ക് കൈവശപ്പെടുത്തിയ ആംഗ്ലോ-ഫ്രഞ്ച് സൈനികർ ഉത്തരമേഖലയിൽ ഒരു സോഷ്യലിസ്റ്റ് റവല്യൂഷണറി ഭരണകൂടം രൂപീകരിച്ചു. വലതുപക്ഷ സോഷ്യലിസ്റ്റ് റവല്യൂഷണറികൾ ഇഷേവ്സ്ക് കീഴ്പ്പെടുത്തി. സോവിയറ്റ് സൈനികർ ചിറ്റായിൽ നിന്നുമൊഴിഞ്ഞു പോവുകയും വളണ്ടിയർ ആർമി എകാടെറിനോദൽ പിടിച്ചെടുക്കുകയും ചെയ്തുവെങ്കിലും മോസ്കോവിലെയും യെറോസ്ലാവ്ലെയും കലാപങ്ങളിലുണ്ടായ പരാജയം സോഷ്യലിസ്റ്റ് റവല്യൂഷണറി സൈനികർക്കിടയിൽ ചില ചാഞ്ചാട്ടങ്ങളുണ്ടാക്കി. കൂടുതൽ വീറോടെ ആരംഭിച്ച ജർമനിക്കും സഖ്യകക്ഷികൾക്കുമിടയിലെ യുദ്ധം അവരുടെ ശ്രദ്ധയെ റഷ്യയിൽ നിന്നും തിരിച്ചുവിട്ടു. ആഗസ്റ്റ് 16 ന് ബലയാ നദീതടത്തിൽ വച്ച് ചെക്കോസ്ലോവാക്കുകൾ പരാജയപ്പെടുത്തപ്പെട്ടു. ഞങ്ങളുടെ സായുധസേനകൾക്ക് പുതിയൊരു രൂപം കൈക്കൊള്ളാൻ ഇതെല്ലാം സഹായകമായി; സുപ്രധാനമായ സംഘടനാനടപടികൾ സ്വീകരിക്കുകയും ധാന്യങ്ങളുടെ മേഖലയിൽ അത് കൈകാര്യം ചെയ്യാൻ തൊഴിലാളി സംഘടനകളെ അധികാരപ്പെടുത്തുന്ന ഡിക്രികൾ പുറപ്പെടുവിക്കുകയും ചെയ്തു. ധാന്യങ്ങളുടെ മേഖല കുറച്ചൊക്കെ മെച്ചപ്പെട്ടു. ബൂർഷ്വാ വർത്തമാനപത്രങ്ങൾ അടച്ചുപൂട്ടിയത് പൊതുജനങ്ങളുടെ ഉദ്വേഗത്തിന് വിരാമമുണ്ടാക്കി. വിദേശികൾക്കിടയിലെ ഇടപെടലിനെതിരായ പ്രക്ഷോഭം കൂടുതൽ ശക്തവും വ്യാപകവുമായി. ആഗസ്റ്റ് 9 ന് കമ്മിസാറിയേറ്റ് ഓഫ് ഫോറിൻ അഫയേഴ്സ് അമേരിക്കൻ ഭരണകൂടത്തിന് സഖ്യശക്തികളുമായുള്ള സമാധാന നിർദേശം മുന്നോട്ടുവച്ചു.

സ്വന്തം കാൽച്ചുവട്ടിലെ മണ്ണ് ഒലിച്ചുപോയതായി ബോധ്യമായ വലതുപക്ഷ സോഷ്യലിസ്റ്റ് റവല്യൂഷണറികൾ ലെനിൻ ഉൾപ്പെടെ നിരവധി ബോൾഷെവിക് നേതാക്കളെ വധിക്കാൻ തീരുമാനിച്ചു. അതിന്റെ തുടർച്ചയായി ആഗസ്റ്റ് 30 ന് പെത്രോഗ്രാദ് ചെക്കയുടെ തലവനായ യുറിത്സ്കി വധിക്കപ്പെട്ടു.

അന്ന് വൈകുന്നേരം മോസ്കോ കമ്മിറ്റിയുടെ അഭ്യർഥനപ്രകാരം ബസ്മന്നി, സമോസ്ക്വേറെസ്തി ജില്ലകളിലെ യോഗങ്ങളിൽ ഇല്ലിച്ച് പങ്കെടുക്കേണ്ടിയിരുന്നു. പോകരുതെന്ന് ഞങ്ങളെല്ലാവരും അദ്ദേഹത്തോട് അപേക്ഷിച്ചുവെങ്കിലും ഒരു ഗാർഡിനെപ്പോലും കൂട്ടാതെ അദ്ദേഹം യാത്രയായി. ആ യാത്രയ്ക്കിടെയുള്ള വധശ്രമത്തിൽ നിന്നും ഗുരുതരമായ പരിക്കുകളോടെയാണ് അദ്ദേഹം മരണത്തിൽ നിന്നും രക്ഷപ്പെട്ടത്.

ലെനിന് നേരെയുണ്ടായ വധശ്രമം അധ്വാനിക്കുന്ന വർഗത്തെ കൂടുതൽ അടുപ്പിച്ചു. സോഷ്യൽ റവല്യൂഷണറികളുടെ പാർട്ടി പിളരാൻ തുടങ്ങി. ലെനിന് നേരെ വധശ്രമമുണ്ടായതിന്റെ അടുത്ത ദിവസം പത്രങ്ങളിൽ ഈ കുറ്റകൃത്യത്തിൽ സോഷ്യലിസ്റ്റ് റെവല്യൂഷണറിപ്പാർട്ടിക്ക് ഒരു പങ്കുമില്ലെന്ന് അതിന്റെ മോസ്കോ ബ്യൂറോ ഒരു പ്രസ്താവന പ്രസിദ്ധീകരിച്ചു. ഇടതുപക്ഷ സോഷ്യലിസ്റ്റ് റെവല്യൂഷണറികളുടെ ജൂലായ് കലാപത്തിന് ശേഷം അതിലെ അംഗങ്ങൾ, പ്രത്യേകിച്ചും തൊഴിലാളികൾ, ആ പാർട്ടി വിട്ടു പോവാൻ തുടങ്ങിയിരുന്നു. പാർട്ടിയിലെ നരോദ്നിക് കമ്യൂണിസ്റ്റുകാർ എന്ന് സ്വയം വിളിക്കുന്ന ഒരു വിഭാഗം വിഘടിച്ചുപോയി. ബ്രെസ്റ്റിലെ സമാധാന ഉടമ്പടിക്കെതിരായ അക്രമപ്രവർത്തനങ്ങൾക്കും ഭീകരപ്രവർത്തനങ്ങൾക്കും കമ്യൂണിസ്റ്റ് പാർട്ടിക്കെതിരായ സജീവ പ്രവർത്തനങ്ങൾക്കും ആ വിഭാഗം എതിരായിരുന്നു. അവശേഷിച്ച അംഗങ്ങൾ കൂടുതൽ വലത്തോട്ട് ചായുകയും കുലാക് കലാപത്തെ അനുകൂലിക്കുകയും ചെയ്തുവെങ്കിലും അവരുടെ സ്വാധീനം ക്രമേണയായി കുറഞ്ഞുവരികയായിരുന്നു ലെനിന്റെ ജീവന് നേരെയുള്ള ആക്രമണം ആ പാർട്ടിയുടെ വിഘടനം കൂടുതൽ ത്വരിതഗതിയിലാക്കുകയും അതിലുമുപരിയായി ജനങ്ങൾക്ക് മേലുള്ള അതിന്റെ സ്വാധീനം വെട്ടിച്ചുരുക്കുകയും ചെയ്തു.

സോവിയറ്റ് ഭരണകൂടത്തിന്റെ ശത്രുക്കളുടെ പ്രതീക്ഷകൾ അസ്തമിച്ചു. ഇല്ലിച്ച് അപകടഘട്ടം തരണം ചെയ്ത് ദിവസം ചെല്ലുന്തോറും ഡോക്ടർമാരുടെ റിപ്പോർട്ടുകൾ കൂടുതൽ പ്രതീക്ഷയ്ക്ക് വക നൽകി. ഡോക്ടർമാർ എല്ലായ്പ്പോഴും അദ്ദേഹത്തിന് ചുറ്റുമുണ്ടായിരുന്ന മറ്റുള്ളവരും അദ്ദേഹത്തെ ഉന്മേഷവാനാക്കാൻ ശ്രമിച്ചു. അദ്ദേഹമവരോട് ഫലിതങ്ങൾ പറഞ്ഞു. എഴുന്നേൽക്കാൻ അദ്ദേഹത്തിന് വിലക്കുണ്ടായിരുന്നുവെങ്കിലും മറ്റാരും മുറിയിലില്ലാത്തപ്പോൾ അദ്ദേഹം എഴുന്നേറ്റിരിക്കാൻ ശ്രമിച്ചു. പ്രവർത്തനനിരതനാവാൻ അദ്ദേഹത്തിന് തിടുക്കമായിരുന്നു. അവസാനം സെപ്തംബർ 10 ന് തന്റെ ആരോഗ്യസ്ഥിതിയെക്കുറിച്ച് അന്വേഷിക്കാൻ ഫോൺ ചെയ്ത് ഡോക്ടർമാരെ ശല്യപ്പെടുത്തുന്നത് അവസാനിപ്പിക്കണമെന്ന് ജനങ്ങളോട് ആവശ്യപ്പെടുന്ന ഇല്ലിച്ചിന്റെ ഒരു കുറിപ്പോടെ അദ്ദേഹം അപകടാവസ്ഥ പിന്നിട്ടതായി *പ്രവ്ദ* റിപ്പോർട്ട് ചെയ്തു. സെപ്തംബർ 16 ന് പീപ്പിൾസ് കമ്മിസാർമാരുടെ കൗൺസിലിൽ പങ്കെടുക്കാൻ അദ്ദേഹത്തിന് അനുവാദം ലഭിച്ചു. കിടക്കയിൽ നിന്നും കഷ്ടിച്ച് മാത്രമേ എഴുന്നേൽക്കാൻ കഴിയുമായിരുന്നുള്ളൂവെങ്കിലും അവസാനം തന്റെ ജോലിയിലേക്ക് തിരിച്ചുപോകാൻ കഴിഞ്ഞതിൽ അദ്ദേഹം വളരെ സന്തുഷ്ടനായിരുന്നു

അന്ന് രാത്രി പ്രൊലെക്ട്കൾട്ട് സംഘടനകളുടെ കോൺഫറൻസിന് ഇല്ലിച്ച് ഒരു ആശംസ എഴുതി. ആ നാളുകളിൽ ആ സംഘടനകൾക്ക് ജനങ്ങൾക്കിടയിൽ വളരെ സ്വാധീനമുണ്ടായിരുന്നു. ഇല്ലിച്ചിന്റെ അഭിപ്രായത്തിൽ ആ സംഘടനയ്ക്ക് ഉണ്ടായിരുന്ന കുറവ് വൻതോതിൽ

ജനങ്ങളിൽ രാഷ്ട്രീയ ഭരണ നൈപുണ്യം കുത്തിവയ്ക്കാൻ കഴിയുന്നില്ല എന്നതായിരുന്നു. തങ്ങൾക്ക് ചുറ്റും നടക്കുന്ന കാര്യങ്ങളിന്മേൽ ശ്രദ്ധാപൂർവം ദൃഷ്ടി പതിപ്പിക്കണമെന്ന് വർത്തമാനപത്രങ്ങളോട് ആവശ്യപ്പെടുന്നതായിരുന്നു ഏതാനും ദിവസങ്ങൾക്ക് ശേഷം അദ്ദേഹമെഴുതിയ "നമ്മുടെ വർത്തമാനപത്രങ്ങളുടെ സ്വഭാവത്തെക്കുറിച്ച്" എന്ന ലേഖനം.

ഭക്ഷ്യപ്രശ്നത്തെ നേരിട്ട് കൈകാര്യം ചെയ്തുകൊണ്ടാണ് ഇല്ലിച്ച് തന്റെ ജോലിയിലേക്ക് തിരികെ പ്രവേശിച്ചത്. കർഷകർക്ക് വേണ്ടി ഒരു പുതിയ തരം നികുതി പരിചയപ്പെടുത്തുന്ന ഡിക്രിയുടെ കരട് തയാറാക്കുന്നതിൽ അദ്ദേഹം സജീവപങ്കാളിത്തം വഹിച്ചു. എന്തായാലും തനിക്ക് ഹ്രസ്വകാലത്തെ വിശ്രമജീവിതം അത്യാവശ്യമാണെന്ന് ബോധ്യപ്പെട്ടതിനെത്തുടർന്ന് രണ്ടാഴ്ചക്കാലത്തേക്ക് അദ്ദേഹം ഗോർക്കിയിലേക്ക് താമസം മാറ്റി. അപ്പോഴും ജർമനിയിൽ വിപ്ലവം പുരോഗതി നേടുന്നതിനെക്കുറിച്ച് സ്ഥിരമായി ഞങ്ങൾക്ക് റിപ്പോർട്ടുകൾ ലഭിച്ചുകൊണ്ടിരുന്നു

ഒക്ടോബർ 11 ന് സ്വെർദലോവിന് ഇല്ലിച്ച് എഴുതി:

> ജർമനിയിൽ കാര്യങ്ങൾ ത്വരിതഗതിയിൽ മുന്നേറുകയാണ്. നാം അവർക്ക് പിന്നിലായിക്കൂടാ. നാം ചെയ്തുകൊണ്ടിരിക്കുന്നതും അതുതന്നെയാണ്. നാളെ കേന്ദ്ര എക്സിക്യൂട്ടീവ് കമ്മിറ്റി മോസ്കോ സോവിയറ്റ്, ജില്ലാ സോവിറ്റുകൾ, ട്രേഡ് യൂണിയനുകൾ തുടങ്ങിയവയുടെ ഒരു സംയുക്ത യോഗം വിളിച്ചുകൂട്ടേണ്ടതാണ്.
>
> "ജർമനിയിലെ വിപ്ലവത്തിന്റെ തുടക്കത്തെക്കുറിച്ച് നിരവധി റിപ്പോർട്ടുകൾ തയാറാക്കേണ്ടതാണ്.
>
> "ഒരു പ്രമേയം പാസാക്കുക.
>
> "ഇത്രയേറെ വിദൂരതയിലാണെങ്കിലും 'ഒരാഴ്ചയ്ക്കകം ഒരു അന്താരാഷ്ട്ര വിപ്ലവം സമീപിച്ചിരിക്കുന്നതിനാൽ അടിയന്തരമായ ഭാവിയുടെ സംഭവമെന്ന നിലയിൽ നാമതിനെ കണക്കിലെടുക്കേണ്ടതാണ്.
>
> "വിൽഹെമിന്റെ ഭരണകൂടവുമായോ വിൽഹെം+ എബർട്ടിന്റെ ഭരണകൂടവുമായോ മറ്റേതെങ്കിലും തെമ്മാടികളുമായോ നമുക്കൊരു സഖ്യവും ഉണ്ടായിക്കൂടാ.
>
> 'ജർമനിയിലെ അധ്വാനിക്കുന്ന ജനങ്ങളെയും ജർമനിക്കാരായ കഷ്ടപ്പെടുന്ന ദശലക്ഷങ്ങളെയും സംബന്ധിച്ചിടത്തോളം പ്രക്ഷോഭത്തിന്റേതായ അവരുടെ കൊടുങ്കാറ്റ് അഴിച്ചുവിടാൻ തുടങ്ങുമ്പോൾ അവർക്ക് വേണ്ടി സാഹോദര്യപൂർവമുള്ള ഒരു സഖ്യത്തിന് നാം സജ്ജരാവാൻ തുടങ്ങുന്നു.

"ജർമനിയിൽ ആരംഭിച്ച വിപ്ലവത്തെ മുന്നോട്ടു കൊണ്ടുപോകാൻ ജർമൻ തൊഴിലാളികളെ സഹായിക്കാൻ നാം നമ്മുടെ ജീവനെത്തന്നെ ഉഴിഞ്ഞുവയ്ക്കണം.

"ബുധനാഴ്ച രാത്രി തന്നെ ഈ പ്രമേയം ലോകത്തെല്ലായിട ത്തേക്കും കമ്പിസന്ദേശമായി അയക്കേണ്ടതാണ്.

"ആശംസകൾ
ലെനിൻ"

എങ്കിലും രണ്ട് ദിവസങ്ങളിലായി നടന്ന സംയുക്ത യോഗത്തിൽ പങ്കെടുക്കാൻ ഇല്ലിച്ചിന് അനുവാദം ലഭിച്ചില്ല. അദ്ദേഹത്തിന്റെ ആരോഗ്യമായിരുന്നു ഏവർക്കും പരമപ്രധാനം. യോഗത്തിൽ ലെനിന്റെ കത്ത് വായിക്കുകയും അദ്ദേഹം നിർദേശിച്ച രീതിയിൽ പ്രമേയം പാസാക്കുകയും അത് എല്ലാ രാജ്യങ്ങളിലേക്കും റഷ്യയിലുടനീളവും കമ്പിസന്ദേശമായി അയയ്ക്കുകയും അടുത്ത ദിവസം *പ്രവ്ദ*യിൽ പ്രസിദ്ധീകരിക്കുകയും ചെയ്തു.

ജർമനിയിലെ തൊഴിലാളികൾക്കിടയിൽ അസ്വാസ്ഥ്യം പടർന്നു പിടിക്കുകയായിരുന്നു. സൈദ്ധാന്തിക സമരത്തിന് ലെനിൻ എന്നും വളരെ പ്രാധാന്യം കൽപ്പിച്ചിരുന്നു. മാർക്സിന്റെ പ്രമാണത്തെ ജനകീയ വൽക്കരിക്കാനും ബെൺസാറ്റീനിന്റെ അവസരവാദപരമായ വീക്ഷണങ്ങളെ ജനകീയവൽക്കരിക്കാനും വേണ്ടി നിരവധി ലേഖനങ്ങളെഴുതിയിട്ടുള്ള കൗത്സ്കിക്ക് ജർമനിയിൽ ഗണ്യമായ സ്വാധീനമുണ്ടെന്ന് അദ്ദേഹത്തിനറിയമായിരുന്നു. അക്കാരണത്താൽത്തന്നെ സെപ്തംബർ 20 ന് *പ്രവ്ദ*യിൽ പ്രസിദ്ധീകരിച്ച കൗത്സ്കിയുടെ ബോൾഷെവിക് വിരുദ്ധ ലേഖനം ലെനിനെ തികച്ചും അസ്വസ്ഥനാക്കിത്തീർത്തു. സർവാധിപത്യവുമായി ബന്ധപ്പെട്ട് സൈദ്ധാന്തിക തത്വങ്ങളെന്ന നിലയിൽ കൗത്സ്കി അവതരിപ്പിക്കുന്നത് മാർക്സിസമല്ല, മറിച്ച്, വൃത്തിഹീനമായ ബേൺസ്റ്റീനിസമാണെന്ന് വ്യക്തമാക്കാൻ ഒരു പ്രസ്താവന പുറപ്പെടുവിക്കാൻ സോവിയറ്റ് റഷ്യയുടെ ഔദ്യോഗിക പ്രതിനിധിയെന്ന നിലയിൽ അന്ന് സ്വിറ്റ്സർലാന്റിൽ താമസിച്ചിരുന്ന വോറോവ്സ്കിക്ക് ഉടൻ തന്നെ ലെനിൻ കത്തെഴുതി. ആ കത്തിൽ കൗത്സ്കിയുടെ പരിഷ്കരണവാദത്തെ കൈകാര്യം ചെയ്യുന്ന *സ്റ്റേറ്റും വിപ്ലവവു*മെന്ന തന്റെ കൃതി എത്രയും വേഗം ജർമൻ ഭാഷയിലേക്ക് പരിഭാഷപ്പെടുത്തേണ്ടതിന്റെ അവശ്യകത എടുത്തുപറഞ്ഞ ലെനിൻ പ്രസിദ്ധീകരിച്ചാലുടൻ കൗത്സ്കിയുടെ *തൊഴിലാളിവർഗ സർവാധിപത്യ*മെന്ന കൃതിയുടെ ഒരു കോപ്പിയും ബോൾഷെവിസത്തെക്കുറിച്ച് കൗത്സ്കി എഴുതിയിട്ടുള്ള എല്ലാ ലേഖനങ്ങളും തനിക്കയച്ചു തരണമെന്നും ആവശ്യപ്പെട്ടിരുന്നു

ഗോർക്കിയിലെ തന്റെ വിശ്രമജീവിതകാലത്ത് കൗത്സ്കിയെ തുറന്നു കാണിക്കുക എന്നതായിരുന്നു ലെനിന്റെ ദൗത്യം. അതിന്റെ ഫലമായി *ദ പ്രൊലട്ടേറിയൻ റെവല്യൂഷൻ ആന്റ് ദ റെനിഗേഡ് കൗത്സ്കി*

എന്ന ലഘുഗ്രന്ഥം അദ്ദേഹം എഴുതി. അത് അവസാനിക്കുന്നത് ഇപ്രകാരമാണ്:

> അന്നേദിവസം രാത്രി ആദ്യം കീലിലും ഉത്തരദേശത്തെ മറ്റ് പട്ടണങ്ങളിലും തുറമുഖങ്ങളിലും വിജയകരമായി ഒരു വിപ്ലവമാരംഭിച്ചതായി അറിയിച്ചുകൊണ്ട് ജർമനിയിൽ നിന്നും വാർത്തകൾ ലഭിച്ചു. അവിടങ്ങളിൽ അധികാരം സൈനികരുടെയും ഡെപ്യൂട്ടികളുടെ സോവിയറ്റുകൾക്ക് കൈമാറപ്പെട്ടു. പിന്നീട് ബർലിനിലും അധികാരം ഒരു സോവിയറ്റിന് ലഭിച്ചു.

ഒക്ടോബർ 23ന് ജർമൻ വിപ്ലവനേതാവായ കാൾ ലീബ്നെഷെ ജയിൽ മോചിതനായി. അവിടത്തെ തൊഴിലാളികൾ റഷ്യൻ എംബസിക്ക് മുമ്പിൽ ഒരു പ്രകടനം നടത്തുകയും ചെയ്തു.

1918 നവംബർ 5ന് ബർലിനിലെ സോവിയറ്റ് പ്രതിനിധികൾ ജർമൻ വിപ്ലവപ്രസ്ഥാനത്തിൽ പങ്കെടുത്തതായി ജർമനിയിലെ ഭരണകൂടം കുറ്റപ്പെടുത്തുകയും സോവിയറ്റ് റഷ്യയുടെ അംബാസഡറായ ഇയോഫിന്റെ നേതൃത്വത്തിലുള്ള നയതന്ത്ര-കോൺസുലർ ഉദ്യോഗസ്ഥരെല്ലാം അടിയന്തരമായി രാജ്യം വിട്ടുപോവാൻ ആവശ്യപ്പെടുകയും ചെയ്തു. നവബർ 9 ന് എംബസി ജീവനക്കാരുമൊന്നിച്ച് റഷ്യയിലേക്ക് യാത്രയായ ഇയോഫ് തൊഴിലാളികളുടെയും സൈനികരുടെയും ഡെപ്യൂട്ടികളുടെ ബർലിൻ സോവിയറ്റിന്റെ നിർബന്ധം മൂലം ബർലിനിലേക്ക് തന്നെ മടങ്ങി.

അത്യാഹ്ലാദത്തിന്റെ ഒരന്തരീക്ഷത്തിലാണ് സോവിയറ്റ് ശക്തിയുടെ ഒന്നാം വാർഷികം ആഘോഷിച്ചത്. നവംബർ മൂന്നിന് ഓസ്ട്രോ-ഹംഗേറിയൻ വിപ്ലവത്തെ ആദരിച്ചുകൊണ്ടുള്ള ഒരു പ്രകടനത്തെ ഇല്ലിച്ച് അഭിസംബോധന ചെയ്തു. വാർഷികത്തിന്റെ നാളുകളിൽ സോവിയറ്റുകളുടെ അഖില റഷ്യൻ കോൺഗ്രസ് നടത്താൻ തീരുമാനിക്കപ്പെട്ടു. ഇല്ലിച്ചിന്റെ ഒരു പ്രസംഗത്തോടെ നവംബർ 6ന് കോൺഗ്രസ് ആരംഭിച്ചു. അന്നുതന്നെ അദ്ദേഹം ട്രേഡ് യൂണിയനുകലുടെ അഖില റഷ്യൻ സെൻട്രൽ-മോസ്കോ കൗൺസിലുകളിലും മോസ്കോ പ്രൊലെക്ട്കൾട്ടിന്റെ ചടങ്ങിലും പ്രസംഗിച്ചു. 7-ാം തീയതി ഒക്ടോബർ വിപ്ലവത്തിലെ പോരാളികൾക്കുള്ള സ്മാരകം അനാച്ഛാദനം ചെയ്തുകൊണ്ടും അദ്ദേഹം സംസാരിച്ചു. മാർക്സിനും എംഗൽസിനുമുള്ള സ്മാരകം അനാച്ഛാദനം ചെയ്തുകൊണ്ട് അവരുടെ ശിക്ഷണത്തിന്റെയും ദീർഘവീക്ഷണത്തിന്റെയും പ്രാധാന്യത്തെക്കുറിച്ച് അദ്ദേഹം പ്രസംഗിച്ചതും അന്നുതന്നെയായിരുന്നു.

> ശ്രേഷ്ഠരായ ഈ സോഷ്യലിസ്റ്റുകളുടെ പ്രവചനം യഥാർഥ്യമാകുമ്പോൾ സന്തുഷ്ടമായൊരു കാലഘട്ടത്തിലാണ് നാം ജീവിക്കുന്നത്. നിരവധി രാജ്യങ്ങളിൽ അധ്വാനിക്കുന്ന വർഗത്തിന്റെ അന്താരാഷ്ട്ര സോഷ്യലിസ്റ്റ് വിപ്ലവത്തിന്റെ ആവിർഭാവം നാം കാണു

> ന്നു. രാഷ്ട്രങ്ങളുടെ സാമ്രാജ്യത്വ കശാപ്പിന്റെ പറഞ്ഞറിയിക്കാനാവാത്ത ഭയാനകത എവിടെയും അടിച്ചമർത്തപ്പെട്ടവരുടെ ഉയർത്തെഴുന്നേൽപ്പിന് വഴിയൊരുക്കുന്നു. അത് വിമോചനത്തിനുള്ള സമരത്തിൽ അവർക്ക് പതിന്മടങ്ങ് കരുത്തേകുകയും ചെയ്യുന്നു.
>
> നമ്മുടെ സമരത്തിൽ നാം തനിച്ചല്ലെന്ന് ദശലക്ഷക്കണക്കായ തൊഴിലാളികളെയും കർഷകരെയും മാർക്സിന്റെയും എംഗൽസിന്റെയും സ്മാരകങ്ങൾ വീണ്ടും വീണ്ടും ഓർമിപ്പിക്കട്ടെ. നമുക്കൊപ്പം കൂടുതൽ വളർച്ച പ്രാപിച്ച രാജ്യങ്ങളിലെ തൊഴിലാളികളും ഉയർത്തെഴുന്നേൽക്കുന്നു. ഇപ്പോഴും കടുപ്പമേറിയ പോരാട്ടങ്ങൾ അവരെയും നമ്മെയും കാത്തിരിക്കുന്നു. പൊതുവായ സമരത്തിൽ നുകം തകർക്കപ്പെടുകയും ആത്യന്തികമായി സോഷ്യലിസം വിജയിക്കുകയും ചെയ്യും.

നവംബർ 8 മുതൽ 11 വരെയുള്ള തീയതികളിൽ ജർമൻ വിപ്ലവത്തിന്റെ വാർത്ത ഇല്ലിച്ചിനെ പൂർണമായും കീഴ്പ്പെടുത്തി. അദ്ദേഹം തുടർച്ചയായി യോഗങ്ങളെ അഭിസംബോധന ചെയ്തു. 1917 മേയ് 1 ന് എന്നതുപോലെ അദ്ദേഹത്തിന്റെ മുഖം ആനന്ദത്താൽ വിജ്രംഭിതമായിരുന്നു. ഒക്ടോബർ വിപ്ലവത്തിന്റെ ഒന്നാം വാർഷികത്തിലെ ദിവസങ്ങൾ അദ്ദേഹത്തിന്റെ ജീവിതത്തിലെ ഏറ്റവും സന്തുഷ്ടമായ ദിനങ്ങളായിരുന്നു

ഇതൊക്കെയാണെങ്കിലും അപ്പോഴും സോവിയറ്റ് ശക്തിക്ക് മുമ്പിലുള്ള വിഷമം പിടിച്ച പാതയെക്കുറിച്ച് ഇല്ലിച്ച് ഒരു നിമിഷനേരം പോലും വിസ്മരിച്ചില്ല. നവംബർ 8 ന് മോസ്കോ മേഖലയിലെ ദരിദ്രകർഷകുടെ ഒരു യോഗത്തെ അദ്ദേഹം അഭിസംബോധന ചെയ്തു.

ദരിദ്ര കർഷക കമ്മിറ്റികളുടെ മോസ്കോ സമ്മേളനത്തിന് എത്തിച്ചേർന്ന പ്രതിനിധികൾ സന്തുഷ്ടരായി കാണപ്പെട്ടു. എന്ത് ദൗത്യം ഏറ്റെടുക്കാൻ കഴിയുമെന്നും തങ്ങൾക്കിടയിൽ അതെങ്ങനെ പങ്കുവയ്ക്കാനാവുമെന്നുമാണ് പ്രതിനിധികൾ മുഖ്യമായും സംസാരിച്ചത്. കൃഷിയിലെ പൊതുവായ അനുഭവത്തിന്റെ വിഷയത്തെക്കുറിച്ച് ഇല്ലിച്ച് അവരുമായി സംസാരിച്ചു. ദരിദ്രകർഷകരുടെ കമ്മിറ്റികളുടെ പ്രതിനിധികൾക്കിടയിലെ മനോനിലയെ സഞ്ചിതകർഷകരുടെ രണ്ടാം കോൺഗ്രസിനുള്ള പ്രതിനിധികളുടേതുമായി താരതമ്യപ്പെടുത്തുമ്പോൾ കൈവരിക്കാൻ കഴിഞ്ഞിട്ടുള്ള പുരോഗതി വിസ്മയാവഹമായിരുന്നു.

ദീർഘകാലാടിസ്ഥാനത്തിലുള്ള ഒരു ദൗത്യമാണിതെന്ന് ഇല്ലിച്ചിന് ബോധ്യമുണ്ടായിരുന്നു. അതിലെ എല്ലാ പ്രയാസങ്ങളെയും അദ്ദേഹം വ്യക്തമായി കണ്ടുവെങ്കിലും നിർണായകമായൊരു വിഷയമായിട്ടാണ് അദ്ദേഹം അതിനെ പരിഗണിച്ചത്.

> അധ്വാനിക്കുന്നവരുടെ പ്രവർത്തനങ്ങളിൻമേലും അവരുടെ സ്വന്തം ദൃഢനിശ്ചയത്തിന്മേലും വിപ്ലവാത്മകമായ അചഞ്ചലതമേലും ഉറപ്പിക്കപ്പെട്ടാൽ മാത്രമേ ഭൂമിയുടെ കീഴടക്കൽ സാധ്യമാവുകയുള്ളൂ.

പണിയെടുക്കുന്ന കൃഷീവലസമൂഹത്തിന് അത്തരമൊരു സംഘടനയുണ്ടോ?

നിർഭാഗ്യവശാൽ അവർക്കങ്ങനെയുള്ള ഒരു സംഘടന ഇല്ല. സമരത്തിലെ എല്ലാ പ്രയാസങ്ങളുടെയും മൂലകാരണവും അത് തന്നെയാണ്.

സംഘടനയുടെ പാത ഇല്ലിച്ച് ചൂണ്ടിക്കാണിച്ചു. കർഷകർ കുലാക്കുകൾക്കും മുകളിലേക്ക് ഉയരുകയും അധ്വാനിക്കുന്ന വർഗവുമായി കൈകോർക്കുകയും ചെയ്താലേ അത് സാധ്യമാകൂ.

കുലാക്കുകളെ പോറലേൽപ്പിക്കാതെ വെറുതെ വിടുകയും ആ രക്തദാഹികൾക്ക് മേൽ നമുക്ക് നിയന്ത്രണമില്ലാതിരിക്കുകയുമാണെങ്കിൽ സ്വാഭാവികമായും സാറും മുതലാളിയും മടങ്ങി വരികയായിരിക്കും ഫലം.

യൂറോപ്പിൽ ഇതുവരെ ഉണ്ടായിട്ടുള്ള എല്ലാ വിപ്ലവങ്ങളുടെയും അനുഭവത്തിന്റെ വെളിച്ചത്തിൽ കൃഷീവലസമൂഹത്തിന് കുലാക്കുകൾക്ക് മേൽ നിയന്ത്രണമില്ലാതെ പോയാൽ വിപ്ലവം പരാജയപ്പെടുമെന്ന് സംശയലേശമെന്യേ തെളിയുന്നു.

എല്ലാ യൂറോപ്യൻ വിപ്ലവങ്ങളും പരാജയത്തിൽ കലാശിക്കാൻ കാരണം നാട്ടിൻപുറത്തുകാർക്ക് അവരുടെ ശത്രുക്കൾക്ക് മേൽ നിയന്ത്രണം ഇല്ലാതെ പോയതായിരുന്നു. പട്ടണങ്ങളിലെ തൊഴിലാളികൾ സാർമാരെ കടപുഴക്കി എറിഞ്ഞുവെങ്കിലും കുറെ കഴിഞ്ഞപ്പോൾ പഴയ ക്രമം തന്നെ പുനഃസ്ഥാപിക്കപ്പെട്ടു.

മുൻകാല വിപ്ലവങ്ങളിൽ കുലാക്കുകൾക്കെതിരെ വിഷമമേറിയ സമരത്തിൽ അവലംബമാകാൻ ദരിദ്രകർഷകർക്ക് ആരുമുണ്ടായിരുന്നില്ല.

കർഷക സമൂഹത്തെക്കാൾ പ്രബലരും പരിചയസമ്പന്നരുമായ സംഘടിത തൊഴിലാളിവർഗം ഇപ്പോൾ റഷ്യയിൽ അധികാരത്തിലാണ്. ഉൽപ്പാദനത്തിനുള്ള എല്ലാ മില്ലുകളും ഫാക്ടറികളും റെയിൽവേയും കപ്പലുകളുമെല്ലാം ഇപ്പോൾ അവരുടെ കൈവശമാണുള്ളത്.

കുലാക്കുകൾക്കെതിരായ സമരത്തിൽ ഇപ്പോൾ ദരിദ്രകർഷകർക്ക് ആശ്രയിക്കാവുന്നതും പ്രബലവുമായ ഒരു സഖ്യകക്ഷിയുണ്ട്. നഗരം തങ്ങൾക്ക് പിന്നിലുണ്ടെന്ന് അറിയുന്ന ദരിദ്ര കർഷകർ അധ്വാനിക്കുന്ന വർഗം തങ്ങളെ സഹായിക്കുമെന്നും മനസിലാക്കുന്നു. തങ്ങൾക്കുള്ള എല്ലാ അധികാരവുമുപയോഗിച്ച് ഇതിനകം തന്നെ ആ വർഗം അവരെ സഹായിക്കുന്നുമുണ്ട്."

കുലാക്കുകൾ അക്ഷമരായി ചെക്കോസ്ലോവാക്കുകളെ കാത്തിരുന്നു. ചോദ്യം ചെയ്യപ്പെടാതെ തങ്ങളുടെ ചൂഷണം തുടർന്നു

> കൊണ്ടു പോകാനും കർഷകത്തൊഴിലാളികൾക്ക് മേലുള്ള മേധാവിത്തം നിലനിർത്താനും കൂടുതൽ സമ്പന്നരായിത്തീരാനും പുതിയൊരു സാറിനെ അധികാരത്തിൽ വാഴിക്കാനും അവർ ബദ്ധശ്രദ്ധരായിരുന്നു.
>
> ഗ്രാമം നഗരവുമായും നാട്ടിൻപുറത്തെ അധ്വാനിക്കുന്നവർഗം നഗരത്തിലെ തൊഴിലാളികളുമായും ഐക്യപ്പെട്ടുകൊണ്ട് കുലക്കുകൾക്കും പരോപജീവികൾക്കുമെതിരെ സമരം ചെയ്തതുകൊണ്ട് മാത്രമാണ് മോചനം സാധ്യമായത്.

ഗ്രാമീണ ജീവിതത്തിന്റെ മുഴുവൻ സമ്പ്രദായത്തെയും അഴിച്ചുപണിയാനുള്ള മാർഗരേഖയും ഇല്ലിച്ച് മുന്നോട്ടുവയ്ക്കുന്നു:

> ചെറുകിട കൃഷിയുടെ കോട്ടത്തിനുള്ള പരിഹാരം കമ്യൂണിസ്റ്റുകാരുടെയും കർഷകരുടെയും കൂട്ടായ്മകളുടെയും കൂട്ടുകൃഷിയാണ്. കൃഷിയെ മെച്ചപ്പെടുത്താനും കൃഷിച്ചെലവ് കുറയ്ക്കാനും പരോപജീവികളെയും ചൂഷകരെയും ചെറുക്കാനുമുള്ള മാർഗം അതാണ്."

1918 നവംബർ 16 ന് സ്ത്രീതൊഴിലാളികളുടെ പ്രക്ഷോഭവും പ്രചാരണവും സംഘടിപ്പിക്കാനായി റഷ്യൻ കമ്യൂണിസ്റ്റ് പാർട്ടി (ബോൾഷെവിക്കുകൾ)യുടെ ആഭിമുഖ്യത്തിൽ സ്ത്രീതൊഴിലാളികളുടെ ഒന്നാമത് അഖില റഷ്യൻ കോൺഗ്രസ് ആരംഭിച്ചു. കർഷകസ്ത്രീകളുടെ സാന്നിധ്യമില്ലാതെ സ്ത്രീതൊഴിലാളികളുടെ പ്രതിനിധികൾ മാത്രമല്ല 1147 പ്രതിനിധികൾ ആ കോൺഗ്രസിൽ പങ്കെടുത്തു. ദേശീയ ന്യൂനപക്ഷങ്ങളുടെ വിഷയം അവിടെ ചർച്ച ചെയ്യപ്പെടുകയുണ്ടായില്ല. എന്തായാലും തനിക്ക് വളരെ പ്രാമുഖ്യമുണ്ടായിരുന്ന ഗ്രാമത്തെക്കുറിച്ചും സോഷ്യലിസത്തിന് കീഴിലല്ലാതെ എന്തുകൊണ്ട് സ്ത്രീകൾ വിമോചിതരാവുകയില്ല എന്നതിനെക്കുറിച്ചും ആ കോൺഗ്രസിൽ ഇല്ലിച്ച് സംസാരിച്ചു. അദ്ദേഹം പറഞ്ഞു:

> ചെറുകിട ഗാർഹിക സമ്പദ്ഘടനയിൽ നിന്നും സാമൂഹിക സമ്പദ്ഘടനയിലേക്കും സാമൂഹികമായ ഉഴുതുവിതയ്ക്കുന്നിലേക്കും നാം കടന്നു ചെന്നാൽ മാത്രമേ സ്ത്രീകൾ പൂർണമായും സ്വതന്ത്രരും വിമോചിതരുമാവുകയുള്ളൂ. വിഷമമേറിയൊരു ദൗത്യമാണത്. ഇതിനകം തന്നെ ദരിദ്രകർഷകരുടെ കമ്മിറ്റികൾ രൂപീകരിക്കപ്പെട്ടുകഴിഞ്ഞു. ഇപ്പോൾ സോഷ്യലിസ്റ്റ് വിപ്ലവം ശക്തിപ്പെടുത്താനുള്ള സമയമായിരിക്കുന്നു.
>
> ഇപ്പോൾ മാത്രമാണ് ഗ്രാമീണജനതയിലെ ദരിദ്ര വിഭാഗങ്ങൾ സംഘടിതരാവുന്നത്. ദരിദ്രകർഷകരുടെ ഈ സംഘടനകൾക്ക് സോഷ്യലിസത്തിന്റെ പ്രബലമായൊരു അടിത്തറ ലഭ്യമായിക്കൊണ്ടിരിക്കുന്നു.

ഇപ്പോഴത്തെ വിപ്ലവം നാട്ടിൻ പുറങ്ങളെ ആശ്രയിച്ചുനിൽക്കുന്നു. അക്കാരണത്താൽ അത് തന്നെയാണ് അതിന്റെ പ്രാധാന്യവും പ്രബലതയും.

തന്റെ ഓരോ പ്രസംഗത്തിലും കൃഷീവലസമൂഹത്തെയും ഭൂമിയുടെ സഞ്ചിതമായ വിനിയോഗത്തെയും കുറിച്ച് ഇല്ലിച്ച് ഊന്നിപ്പറഞ്ഞു. ആശയ വിനിയമം നടത്തുമ്പോഴും ഒന്നിച്ചുള്ള ഞങ്ങളുടെ നടത്തക്കിടയിലും പലപ്പോഴുമദ്ദേഹം 1856ൽ മാർക്സ് എംഗൽസിനെഴുതിയ കത്തിലെ വിഷയം പരാമർശിച്ചു. അന്ന് മാർക്സ് എഴുതി:

> ജർമനിയിലെ മുഴുവൻ കാര്യങ്ങളും കർഷകരുടെ യുദ്ധത്തിന്റെ ഏതെങ്കിലും രണ്ടാം പതിപ്പിലൂടെ അധ്വാനിക്കുന്ന വർഗത്തിന്റെ വിപ്ലവത്തിന്റെ പിന്തുണയ്ക്കുള്ള സാധ്യതയെ ആശ്രയിച്ചിരിക്കുന്നു. അതുകൂടിയുണ്ടായാൽ കാര്യങ്ങൾ വളരെ സുഗമമായി ത്തീരും.

1918 ന് ലാന്റ് ഡിപ്പാർട്ടുമെന്റുകളുടെ ഒന്നാം അഖില റഷ്യൻ കോൺഗ്രസിനെ അഭിസംബോധന ചെയ്യവേ ലെനിൻ പറഞ്ഞു:

> യുദ്ധത്തിന് മുമ്പുണ്ടായിരുന്ന പഴയ രീതിയിൽ ജീവിക്കാൻ നമുക്ക് സാധ്യമല്ല. മനുഷ്യപ്രയത്നം പാഴാക്കുന്നതും വ്യക്തിഗതമായ ശ്രമവും ചെറുകിട കർഷകരുടെ ഉൽപ്പാദനവും ഇനിയും നമുക്ക് കണ്ടില്ലെന്ന് നടിക്കാനാവില്ല. സാമൂഹികമായ ഉൽപ്പാദനത്തിന് അനൈക്യമുള്ളതും ചെറുകിട ഉൽപ്പാദനത്തെ ആശ്രയിക്കുന്നതുമായ ഈ സ്ഥിതിയിൽ നിന്നും ഒരു പരിവർത്തനം നാം ആഗ്രഹിക്കുന്നുണ്ടെങ്കിൽ തൊഴിലിന്റെ ഉൽപ്പാദനക്ഷമതയും കൃഷിയിലെ മനുഷ്യപ്രയത്നത്തിന്റെ സമ്പദ്ഘടനയും മനുഷ്യന്റെ ഉൽപ്പാദനവും രണ്ടോ മൂന്നോ മടങ്ങായി വർധിപ്പിക്കേണ്ടതാവശ്യമാണ്.

വർഷം 1919

കോൾചാക്കിനും ദെനികിനിനും യൂദേനിഷിനുമെതിരായ രൂക്ഷമായ ആഭ്യന്തരയുദ്ധത്തിന്റെ വർഷമായിരുന്നു 1919. ദാരിദ്ര്യത്തിന്റെ അങ്ങേയറ്റം വിഷമം പിടിച്ചതും വ്യാപകമായ സാമ്പത്തിക നശീകരണത്തിന്റെയും പശ്ചാത്തലത്തിലാണ് ആ യുദ്ധം നടന്നത്. ഫാക്ടറികളും മില്ലുകളും തികച്ചും നിശ്ചലമാവുകയും റെയിൽവേ പൂർണമായും അസംഘടിതമാവുകയും ചെയ്തു. അപ്പോഴും ശരിയായ രീതിയിൽ സംഘടിപ്പിക്കപ്പെടാതിരുന്ന റെഡ് ആർമി സായുധമായി സുസജ്ജമായിരുന്നില്ല. നിരവധി ഇടങ്ങളിൽ അപ്പോഴും ശരിയാംവിധം സംസ്ഥാപിതമല്ലാതിരുന്ന സോവിയറ്റ് ശക്തി ജനതയുമായി അനന്യത പ്രാപിച്ചിരുന്നുമില്ല. പഴയ ഭരണകൂടത്തിന്റെ സംരക്ഷണയിൽ ജീവിച്ചിരുന്ന, സോവിയറ്റ് ശക്തിയോട് ശത്രുതയുള്ള, ഭൂജന്മിമാരുടെയും മുതലാളിമാരുടെയും കുലാക്കുകളുടെയും വ്യാപാരികളുടെയും സേവകർ ബോൾഷെവിക്കുകൾക്കെതിരെ ആക്രമണോത്സുകമായ പ്രക്ഷോഭം അഴിച്ചുവിട്ടു. കർഷകരായ ജനവിഭാഗങ്ങൾക്കിടയിൽ അതൃപ്തി പ്രചരിപ്പിക്കാൻ അജ്ഞതയുടെയും അറിവില്ലായ്മയുടെയും എല്ലാത്തരം കെട്ടുകഥകൾക്കും അവർ രൂപം നൽകി.

ഇതൊക്കെയാണെങ്കിലും, അതിനകം തന്നെ ലെനിന്റെ പേര് എവിടെയും അന്തസ്സ് പിടിച്ചു പറ്റി. അദ്ദേഹം ഭൂജന്മിമാർക്കും മുതലാളികൾക്കും എതിരായിരുന്നു. ഭൂമിക്കും സമാധാനത്തിനും വേണ്ടിയാണ് അദ്ദേഹം നിലകൊണ്ടത്. സോവിയറ്റുകളുടെ അധികാരത്തിനായുള്ള സമരത്തിന്റെ നേതാവാണ് അദ്ദേഹമെന്ന് ഏവർക്കും അറിയാമായിരുന്നു. രാജ്യത്തിന്റെ ഓരോ മുക്കിലും മൂലയിലും അദ്ദേഹം പരിചിതനായിരുന്നു. എന്നാലദ്ദേഹം പോരാട്ടത്തിൽ പങ്കെടുക്കുകയോ യുദ്ധനിരയിൽ പ്രത്യക്ഷപ്പെടുകയോ ചെയ്യാതിരുന്നത് ആ നാളുകളിൽ നിരക്ഷരരായ ആളുകൾക്ക്

പ്രയാസങ്ങളുണ്ടാക്കി. വിദൂരതയിലിരുന്നുകൊണ്ട് നേതൃത്വം നൽകാൻ ആർക്കെങ്കിലും കഴിയുമെന്ന് സങ്കൽപ്പിക്കാൻ ഒറ്റപ്പെട്ട ജീവിതം നയിച്ചിരുന്ന അവർക്കാവുമായിരുന്നില്ല. അക്കാരണത്താൽ ലെനിന്റെ പേരിനെ ചുറ്റിപറ്റി ഐതിഹ്യങ്ങൾ പ്രചരിച്ചു. ഉദാഹരണമായി, വൈറ്റുകളുമായുള്ള പോരാട്ടത്തിന്റെ ഉച്ചാവസ്ഥയിൽ ശത്രുവിനെ തോൽപ്പിക്കാൻ പത്തു വർഷം മുമ്പ് ഇല്ലിച്ച് ഒരു ഏറോപ്ലെയിനിൽ പറന്നെത്തിയതായ ഒരു കഥ സൈബീരിയയിലെ വിദൂരമായ ബൈക്കൽ കായലിലെ മീൻപിടിത്തക്കാർക്കിടയിൽ പ്രചരിച്ചു. ലെനിനെ ഒരിക്കലും കണ്ടിട്ടില്ലെങ്കിലും, കോക്കസസിൽ ആരും അറിയാതിരിക്കാനും വിജയം ഉറപ്പാക്കാനും തികച്ചും രഹസ്യമായി റെഡ് ആർമിക്കാരുമൊന്നിച്ച് ലെനിൻ തീർച്ചയായും യുദ്ധത്തിൽ പങ്കെടുത്തതായി തങ്ങൾക്കറിയാമെന്ന് അവിടത്തെ ജനങ്ങൾ പറഞ്ഞു.

ഇല്ലിച്ച് യുദ്ധനിരയിലുണ്ടായിരുന്നില്ലെങ്കിലും എല്ലാസമയത്തും അദ്ദേഹം മനസുകൊണ്ട് റെഡ് ആർമിക്കൊപ്പമായിരുന്നുവെന്നും അതിനെക്കുറിച്ച് എല്ലായ്പോഴും ചിന്തിച്ചിരുന്നുവെന്നും ഇന്ന് തൊഴിലാളികൾക്കും കൂട്ടുകൃഷിക്കാർക്കും നന്നായറിയാം. ശരിയായ പാതയിലേക്കുള്ള നയം സ്വീകരിക്കാൻ അദ്ദേഹം എത്രമാത്രം കഠിനമായി പ്രവർത്തിച്ചുവെന്നും അവർക്കറിയാം. അദ്ദേഹം പീപ്പിൾസ് കമ്മിസാർമാരുടെ കൗൺസിലിന്റെ ചെയർമാനായിരുന്നു. അദ്ദേഹത്തിന്റെ പ്രവർത്തനങ്ങൾ വൈവിധ്യമേറിയതായിരുന്നുവെങ്കിലും, അവയുടെ സ്വഭാവം എന്തുതന്നെയാണെങ്കിലും, ആഭ്യന്തരയുദ്ധത്തിന്റെ വിഷയവുമായും സോവിയറ്റുകളുടെ അധികാരത്തിന് വേണ്ടിയുള്ള സമരത്തിന്റെ വിഷയവുമായും അവ കെട്ടുപിണഞ്ഞതായിരുന്നു. 1919 മാർച്ച് 13-ന് പെത്രോഗ്രാദിൽ നടന്ന ഒരു യോഗത്തിൽ വച്ച് സോവിയറ്റ് ശക്തിയുടെ വിജയങ്ങളെക്കുറിച്ചും അത് നേരിടുന്ന പ്രയാസങ്ങളെക്കുറിച്ചും അദ്ദേഹം സംസാരിക്കുകയുണ്ടായി.

> ചരിത്രത്തിലാദ്യമായി വിഘടിപ്പിക്കാനാവാത്ത ഒത്തൊരുമയുള്ള ഒരു സൈന്യം സൃഷ്ടിക്കപ്പെട്ടിരിക്കുന്നു. ഇവിടെ സോവിയറ്റുകൾക്കും സൈന്യത്തിനുമിടയിലെ ഐക്യവും വിഘടിപ്പിക്കാനാവാത്തതാണ്. എല്ലാ അധ്വാനിക്കുന്നവരെയും ചൂഷിതരെയും സോവിയറ്റുകൾ ഐക്യപ്പെടുത്തുന്നു. സൈന്യമാകട്ടെ സോഷ്യലിസ്റ്റ് പ്രതിരോധത്തിന്റെയും വർഗബോധത്തിന്റെയും തത്വങ്ങളിൻമേൽ പടുത്തുയർത്തപ്പെട്ടിരിക്കുന്നു.

ചെറിയ ഒരായിരം രീതികളിൽ താൽപ്പര്യങ്ങളുടെ ഈ ഐക്യം പ്രകടമായിരുന്നു. സോവിയറ്റ് ഭരണകൂടം റെഡ് ആർമിക്കാരന്റെ സ്വന്തം സമാനതയുള്ള ഭരണകൂടവുമായിരുന്നു.

ജനാല തുറന്നിട്ട് കിടന്നുറങ്ങാനായിരുന്നു ഇല്ലിച്ചിന് ഇഷ്ടം. എല്ലാ പ്രഭാതത്തിലും ക്രെംലിനിൽ താമസിച്ചിരുന്ന റെഡ് ആർമിക്കാരുടെ ഗാനാ

ലാപനം അദ്ദേഹത്തിന്റെ മുറിക്കുള്ളിൽ മുഴങ്ങിക്കേട്ടു. "സോവിയറ്റുകളുടെ അധികാരത്തിന് വേണ്ടി നിലകൊള്ളുന്ന ഒരു മനുഷ്യന് വേണ്ടി ഞങ്ങൾ മരിക്കും." അവരുടെ യുവശബ്ദങ്ങൾ ഒന്നിച്ച് പാടി.

അതിർത്തിയിൽ എന്താണ് സംഭവിച്ചുകൊണ്ടിരിക്കുന്നതെന്ന് ഇല്ലിച്ചിന് വ്യക്തമായി അറിയാമായിരുന്നു. അതിർത്തിയിലെ പോരാട്ടത്തിന് നേതൃത്വം നൽകുമ്പോൾത്തന്നെ യുദ്ധത്തെക്കുറിച്ച് ജനങ്ങൾ എന്ത് പറയുന്നുവെന്നറിയാൻ അദ്ദേഹം ശ്രദ്ധാലുവുമായിരുന്നു. വ്യത്യസ്തരായ ആളുകളുമായുള്ള അദ്ദേഹത്തിന്റെ സംഭാഷണം കേട്ടിരിക്കാൻ പലപ്പോഴും എനിക്കവസരമുണ്ടായിട്ടുണ്ട്. അപ്പോഴെല്ലാം തനിക്ക് താൽപ്പര്യമുള്ള വിഷയങ്ങളിലേക്ക് അവരുടെ ശ്രദ്ധ തിരിച്ചു വിടാനുള്ള അദ്ദേഹത്തിന്റെ കഴിവ് എന്നെ ആകർഷിച്ചിട്ടുമുണ്ട്. യുദ്ധനിരയിൽ നടക്കുന്ന ഏതൊന്നിനെ കുറിച്ചും അവരിൽ നിന്നുമറിയാൻ അദ്ദേഹം താൽപ്പര്യം പ്രകടിപ്പിച്ചിരുന്നു.

പഴയ മിലിട്ടറി സ്പെഷലിസ്റ്റുകൾക്ക് നേരെ റെഡ് ആർമിക്കാർക്കുള്ള അവിശ്വാസവുമായി ബന്ധപ്പെട്ട ഒരു റിപ്പോർട്ട് ഇല്ലിച്ചിന് നൽകിയ ഒരവസരത്തെ ഞാൻ ഓർക്കുന്നു. തുടക്കത്തിൽ ആ സ്പെഷലിസ്റ്റുകളുടെ സേവനം ഉപയോഗിക്കാൻ ഞങ്ങൾ നിർബന്ധിതരായിരുന്നു. റെഡ് ആർമിക്കാർക്ക് അത് മനസിലായിരുന്നുവെങ്കിലും, ആ സ്പെഷലിസ്റ്റുകളുടെ നിസാരമായ തെറ്റുകളെപ്പോലും സംശയത്തോടെയാണ് അവർ വീക്ഷിച്ചത്. പഴയ ഭരണകൂടത്തിന് കീഴിലെ കമാൻഡിങ് ഓഫീസർമാർക്കും സൈനികർക്കുമിടയിലെ അത്തരം കാര്യങ്ങൾ ഓർമിക്കുന്നത് മനസിലാക്കാവുന്ന സംഗതിയാണ്. റിപ്പോർട്ടുമായി വന്ന മനുഷ്യൻ പോയിക്കഴിഞ്ഞപ്പോൾ കമാൻഡർമാർക്ക് സൈനികരുമായുള്ള അടുപ്പത്തിലാണ് റെഡ് ആർമിയുടെ പ്രബലത കുടികൊള്ളുന്നതെന്ന് ഇല്ലിച്ച് എന്നോട് പറഞ്ഞു. 1877-78 ൽ തുർക്കിയുമായി നടന്ന യുദ്ധവുമായി ബന്ധപ്പെട്ട വെറെഷ്ചാഗിന്റെ ചിത്രങ്ങളാണ് അപ്പോൾ ഞങ്ങളുടെ മനസിൽ തെളിഞ്ഞത്. കമാൻഡിങ് ഓഫീസർമാർ അകലെ ഒരു കുന്നിൻ മുകളിൽ നിന്ന് ബൈനോക്കുലറിലൂടെ യുദ്ധം വീക്ഷിക്കുമ്പോൾ സൈനികർ മരിച്ച് വീഴുകയുമായിരുന്നു. എനിക്ക് പത്ത് വയസുള്ളപ്പോഴാണ് ആ ചിത്രം ഞാൻ ആദ്യമായി കണ്ടത്. എന്റെ പിതാവാണ് അദ്ദേഹത്തിന്റെ ചിത്രങ്ങളുടെ പ്രദർശനത്തിന് എന്നെ കൂട്ടിക്കൊണ്ടുപോയത്. അദ്ദേഹത്തിന്റെ ചിത്രങ്ങൾ ഒരു ആയുഷ്കാലം മുഴുവൻ എന്റെ ഓർമയിൽ പതിഞ്ഞുകിടന്നു.

ഒരിക്കൽ ഇല്ലിച്ചിന് ഒരു റിപ്പോർട്ടുമായി യുദ്ധനിരയിൽ നിന്നും ലൂണാചാർസ്കി വന്നപ്പോഴും ഞാനവിടെയുണ്ടായിരുന്നു. സൈനികകാര്യങ്ങളിൽ ലൂണാചാർസ്കി വിദഗ്ധനായിരുന്നില്ല. എങ്കിലും ഒറ്റനോട്ടത്തിൽ പരസ്പര ബന്ധമില്ലെന്ന് തോന്നിച്ച ആ റിപ്പോർട്ടിനെ വിദഗ്ധമായിത്തന്നെ അദ്ദേഹം താൽപ്പര്യജനകമായൊരു തലത്തിലെത്തിച്ചു. ഒരു വ്യക്തിയോട് കാര്യങ്ങൾ എങ്ങനെ ആരായണമെന്നും തനിക്കാവശ്യമായ

വിവരങ്ങൾ എങ്ങനെ ലഭ്യമാക്കാമെന്നും ഇല്ലിച്ചിന് നന്നായി അറിയാമായിരുന്നു. യുദ്ധനിരയിലേക്ക് പോവുകയോ അവിടന്നും മടങ്ങുന്നവരോ ആയ നിരവധി പേരുമായി ഇല്ലിച്ച് സംസാരിച്ചിരുന്നു. റെഡ് ആർമിയുടെ മുഖത്തെക്കുറിച്ച് നല്ല ധാരണയുണ്ടായിരുന്ന ഇല്ലിച്ചിന് അവരിൽ മിക്കവരും കർഷകരാണെന്നും അറിയാമായിരുന്നു. കർഷകരെ നന്നായിട്ടറിയാമായിരുന്ന അദ്ദേഹത്തിന് അധ്വാനിക്കുന്ന ജനങ്ങൾ ഭൂജന്മിമാരാൽ എങ്ങനെ ചൂഷണം ചെയ്യപ്പെടുന്നുവെന്നും അവർ ഭൂജന്മിമാരെ എത്രമാത്രം വെറുക്കുന്നുവെന്നും ആഭ്യന്തരയുദ്ധത്തിൽ അവർ പ്രചോദനം പകർന്നു നൽകുന്നതിൽ എത്ര പങ്കുവഹിക്കുന്നുവെന്നും നല്ല ധാരണയുണ്ടായിരുന്നു. വ്യക്തിഗത കർഷകനെ അദ്ദേഹം പ്രതീകവൽക്കരിച്ചില്ല (ആ നാളുകളിൽ എല്ലാ കൃഷിക്കാരും ഒറ്റപ്പെട്ട കൃഷിക്കാരായിരുന്നു). എങ്കിലും, കർഷകർക്കിടയിലെ പെറ്റി ബൂർഷ്വാ മനോഭാവത്തിന്റെ തീവ്രതയെന്താണെന്നും അവരെ സംഘടിപ്പിക്കാനുള്ള ബുദ്ധിമുട്ട് എത്രമാത്രമാണെന്നും സംഘാടനത്തിന്റെ കാര്യത്തിൽ ആ നാളുകളിൽ കർഷകർ എത്രമാത്രം നിസ്സഹായരാണെന്നും അദ്ദേഹത്തിന് ബോധ്യമുണ്ടായിരുന്നു.

സോഷ്യലിസ്റ്റ് നിർമിതിയുടെ കാതൽ സംഘടനയാണ്. സംഘടനയുടെ വിഷയത്തിന് വളരെ പ്രാധാന്യം കൽപ്പിച്ച ലെനിൻ അധ്വാനിക്കുന്ന വർഗത്തിലും അതിന്റെ സംഘാടന പരിചയത്തിലും അതിന് കൃഷീവല സമൂഹവുമായുള്ള ഉറ്റ ബന്ധത്തിലുമാണ് പ്രതീക്ഷ അർപ്പിച്ചത്. പഴയ സൈന്യത്തിന്റെയും പഴയ സ്പെഷലിസ്റ്റുകളുടെയും പരിചയം കുറ്റമറ്റതാക്കണമെന്നും സോവിയറ്റ് റിപ്പബ്ലിക്കിലെ അധ്വാനിക്കുന്ന ജനങ്ങളുടെ സേവനത്തിനായി അറിവും ശാസ്ത്രവും ഉപയോഗപ്പെടുത്തണമെന്നും അദ്ദേഹം ആവശ്യപ്പെട്ടു.

നേരായ പാതയിലേക്ക് തിരിച്ചുവിടപ്പെട്ടതായിരുന്നു സോവിയറ്റ് ഭരണകൂടത്തിന്റെ നയം.

ആദ്യത്തെ അമേരിക്കൻ തൊഴിലാളി പ്രതിനിധിസംഘവുമായുള്ള അഭിമുഖത്തിൽ, 1927 സെപ്തംബറിൽ സ്റ്റാലിൻ പറഞ്ഞു:

> ആഭ്യന്തരയുദ്ധത്തിന്റെ അനന്തരഫലമായി റഷ്യയിൽ നിന്നും അധിനിവേശ സേനകളെ തുരത്തി ഓടിച്ചതും പ്രതിവിപ്ലവകാരികളായ ജനറൽമാരെ തൂത്തെറിഞ്ഞതും റെഡ് ആർമി ആയിരുന്നുവെന്ന് ആർക്കാണ് അറിഞ്ഞു കൂടാത്തത്?
>
> സോവിയറ്റ് യൂണിയന്റെ ശത്രുക്കൾ ധാരാളമായി ലഭ്യമാക്കിക്കൊടുത്ത സാങ്കേതിക ഉപകരണങ്ങളിലല്ല, മറിച്ച് ബഹുജനങ്ങളുടെ അനുഭാവവും പിന്തുണയും പിടിച്ചുപറ്റുന്ന ശരിയായ നയങ്ങളാണ് ഒരു യുദ്ധത്തെക്കുറിച്ചുള്ള അന്തിമ വിശകലനം വ്യക്തമാക്കുന്നത്.
>
> അപ്പോൾ ബോൾഷെവിക്പാർട്ടി വിജയശ്രീലാളിതമായത് ഒരു അപകടം മൂലമായിരുന്നുവോ? ഒരിക്കലുമല്ല.

ജനങ്ങളുമായുള്ള ബന്ധം ശക്തിപ്പെടുത്താൻ ലക്ഷ്യമിട്ടുള്ളതായിരുന്നു 1919-ലെ സോവിയറ്റ് ഭരണകൂടത്തിന്റെ നയം.

സോഷ്യലിസ്റ്റ് നിർമിതിയുടെ കാതൽ സംഘാടനമാണെന്ന് 1917 ഒക്ടോബറിൽ നടന്ന സോവിയറ്റുകളുടെ രണ്ടാമത് അഖില റഷ്യൻ കോൺഗ്രസിൽ ഇല്ലിച്ച് വ്യക്തമാക്കുകയുണ്ടായി. എങ്കിലും, പതിനേഴ് മാസങ്ങൾക്ക് ശേഷം, 1919 മാർച്ചിൽ പാർട്ടിയുടെ എട്ടാം കോൺഗ്രസ് നടക്കുന്ന വേളയിലും സംഘാടനം ഒരു പ്രശ്നമായിത്തന്നെ തുടർന്നു. എട്ടാം കോൺഗ്രസുമായി ബന്ധപ്പെട്ട് ഇല്ലിച്ച് കൈകാര്യം ചെയ്ത ചോദ്യങ്ങളെല്ലാം തന്നെ സംഘടനയുടെ പ്രശ്നങ്ങളുമായി ബന്ധപ്പെട്ടവയായിരുന്നു. ഓഫീസ് സ്റ്റാഫുകളെകുറിച്ചും ബ്യൂറോക്രസിയെയും സംസ്കാരത്തെയും കുറിച്ചും സോഷ്യലിസ്റ്റ് നിർമിതിയുടെ പാതയിൽ സംസ്കാരരാഹിത്യം എങ്ങനെ തടസമുണ്ടാക്കുന്നു എന്നതിനെക്കുറിച്ചും സോഷ്യലിസ്റ്റ് നിർമിതിയിലേക്കു ആകർഷിക്കപ്പെടുന്നതിൽ നിന്നും അത് ബഹുജനങ്ങളെ തടയുന്നതിനെക്കുറിച്ചും അദ്ദേഹം സംസാരിച്ചു. ഗ്രാമങ്ങളെക്കുറിച്ച് സംസാരിക്കവേ അവിടങ്ങളിലെ തൊഴിലാളികൾക്കും ദരിദ്രർക്കുമിടയിൽ മാത്രമല്ല, മറ്റാരെയും ചൂഷണം ചെയ്യാതെ സ്വന്തം അധ്വാനത്താൽ ജീവിക്കുന്ന ചെറുകിട - ഇടത്തരം കർഷകർക്കിടയിലും സ്വാധീനം ശക്തിപ്പെടുത്തേണ്ടതിന്റെ അവശ്യകത അദ്ദേഹം ഊന്നിപറഞ്ഞു. അവരെ സോവിയറ്റ് ശക്തിയുടെ നട്ടെല്ലാക്കി പരിവർത്തിപ്പിക്കണമെന്ന് ആവശ്യപ്പെട്ടു. സഹകരണപ്രസ്ഥാനത്തെക്കുറിച്ച് സംസാരിക്കുമ്പോൾ ഒരു ഒസ്യത്തെന്ന നിലയിൽ മുതലാളിത്തം നമുക്കു വിട്ടുപോയതിന്മേൽ കമ്യൂണിസം പടുത്തുയർത്തണമെന്നും കമ്യൂണിസ്റ്റുകളുടെ കരങ്ങളാൽ മാത്രം കമ്യൂണിസം കെട്ടിപ്പടുക്കാനാവില്ലെന്നും നമ്മുടെ സ്വന്തം ആവശ്യങ്ങൾക്കായി പഴയ സ്പെഷലിസ്റ്റുകളെയും ശാസ്ത്രത്തെയും ബൂർഷ്വാനിർമിതിയുടെ മുഴുവൻ അനുഭവത്തെയും പ്രയോജനപ്പെടുത്തേണ്ടതാണെന്നും പറഞ്ഞു.

കോൺഗ്രസിനും രണ്ട് ദിവസം മുമ്പ് അഖില റഷ്യൻ കേന്ദ്ര എക്സിക്യൂട്ടീവ്കമ്മിറ്റിയുടെ ചെയർമാനായിരുന്ന യാക്കോവ് സ്വെർദ്ലോവ് അന്തരിച്ചു. അദ്ദേഹത്തിന്റെ ശവസംസ്കാരവേളയിൽ ഇല്ലിച്ച് നടത്തിയ പ്രസംഗത്തിൽ സിദ്ധാന്തത്തെ പ്രയോഗവുമായി ബന്ധിപ്പിക്കാനുള്ള അദ്ദേഹത്തിന്റെ പ്രത്യേകമായ കഴിവിനെ കുറിച്ച് എടുത്തുപറഞ്ഞു.

> ...... ഈ പ്രൊഫഷണൽ വിപ്ലവകാരിക്ക് ഒരു നിമിഷം പോലും ജനങ്ങളുമായുള്ള ബന്ധം നഷ്ടപ്പെട്ടില്ല. അക്കാലത്തെ ഒട്ടെല്ലാ വിപ്ലവകാരികളെയും പോലെ സാറിസത്തിന്റെ ചുറ്റുപാടുകളിൽ മുഖ്യമായും ഒളിവിലും നിയമവിരുദ്ധമായും പ്രവർത്തിക്കേണ്ടത് അദ്ദേഹത്തിന് ആവശ്യമായിരുന്നുവെങ്കിലും, അപ്പോഴും, പുരോഗമനാശയക്കാരായ തൊഴിലാളികളുടെ തോളോടുതോൾ ചേർന്നാണ് അദ്ദേഹം മുന്നേറിയത്.

പുരോഗമനാശയക്കാരായ അനേകം തൊഴിലാളികൾ വിപ്ലവപ്രസ്ഥാനത്തിലേക്ക് കടന്നുവന്നതും ജനങ്ങളുമായി ഉറ്റ ബന്ധം സ്ഥാപിച്ചതും ആ ഘട്ടത്തിലായിരുന്നു. അതുണ്ടാവാതിരുന്നുവെങ്കിൽ റഷ്യയിലെ അധ്വാനിക്കുന്ന വർഗത്തിന്റെ വിപ്ലവം ഒരിക്കലും വിജയിക്കുമായിരുന്നില്ല.

പാർട്ടിയുടെ എട്ടാം കോൺഗ്രസിൽ കേന്ദ്രകമ്മിറ്റിയുടെ സംഘടനാ പ്രവർത്തനത്തെകുറിച്ചുള്ള റിപ്പോർട്ട് അവതരിപ്പിക്കേണ്ടിയിരുന്നത് സ്വെർദ്ലോവായിരുന്നു. എന്നാൽ അദ്ദേഹത്തിന്റെ നിര്യാണം മൂലം അത വതരിപ്പിച്ചത് ലെനിനാണ്.

*   *   *   *   *

സോവിയറ്റ് ഭരണകൂടത്തിന്റെ ആദ്യ വർഷങ്ങളിൽ ഭരണപരവും സൈനികവുമായ പ്രവർത്തനങ്ങളുടെ സംഘാടനത്തിനുള്ള പ്രത്യേക തടസം പെറ്റി ബൂർഷ്വാകളുടെ മാനസികാവസ്ഥ ആയിരുന്നു.

1914 മേയ് മാസത്തിൽ നടന്ന എക്സ്ട്രാ സ്കൂൾ എഡ്യൂക്കേഷനെ അധികരിച്ചുള്ള ഒന്നാമത് അഖില റഷ്യൻ കോൺഗ്രസിൽ ആ വിഷയത്തെ കുറിച്ച് ഇല്ലിച്ച് സുദീർഘമായി സംസാരിക്കുകയുണ്ടായി. അദ്ദേഹം പറഞ്ഞു:

> അറിവിലേക്ക് കുതിക്കുകയും പഴയ ശീലങ്ങളെ ഉപേക്ഷിക്കുകയും ചെയ്യുമ്പോൾ തന്നെ അധ്വാനിക്കുന്ന പെറ്റി ബൂർഷ്വാ മനസ്ഥിതിയുള്ളവർക്ക് സംഘാടനത്തെയോ സംഘടനാപരമായ മൂല്യത്തെയോ പരിചയപ്പെടുത്താനാവില്ല. ശരിയായി പറഞ്ഞാൽ അത വരെ അരാജകവാദത്തിലേക്കാണ് നയിക്കുന്നത്.

അതുമായി ബന്ധപ്പെട്ട് മേയ് 19ന് "സ്വാതന്ത്ര്യത്തിന്റെയും തുല്യതയുടെയും മുദ്രാവാക്യങ്ങൾ ഉയർത്തിപ്പിടിച്ച് ആളുകളുടെ കാപട്യം" എന്ന വിഷയത്തിൽ ഇല്ലിച്ച് കോൺഗ്രസിൽ ദീർഘമായി പ്രസംഗിച്ചു. മുതലാളിത്ത രാജ്യങ്ങളിൽ ഈ മുദ്രാവാക്യങ്ങളാൽ ആളുകൾ എങ്ങനെ കബളിപ്പിക്കപ്പെടുന്നുവെന്നും സോവിയറ്റ് ശക്തി ഇനി ജനങ്ങളെ സോഷ്യലിസത്തിലേക്ക് നയിക്കുമെന്നും അദ്ദേഹം വിശദീകരിച്ചു. കൂടാതെ സോവിയറ്റ് ഭരണകൂടം ഇപ്പോഴും അഭിമുഖീകരിക്കുന്ന പ്രയാസങ്ങളെക്കുറിച്ചും അദ്ദേഹം സംസാരിച്ചു.

> സ്റ്റേറ്റിന്റെ ഈ പുതിയ സംഘടന അങ്ങേയറ്റം വിഷമം പിടിച്ചൊരു സാഹചര്യത്തിൽ നിന്നുമാണ് രൂപപ്പെട്ടത്. കാരണം, അസംഘടിതമാക്കുന്നതും പെറ്റി ബൂർഷ്വാകളുടെ അച്ചടക്ക രാഹിത്യവും കീഴ്പ്പെടുത്താൻ വളരെ വിഷമമുള്ള സംഗതിയാണ്. അത് ഭൂജന്മിയെയോ മുതലാളിയെയോ കീഴടക്കുന്നതിനെക്കാൾ ഒരു ലക്ഷം മടങ്ങ് പ്രയാസമുള്ള കാര്യമാണ്. എങ്കിലും, ചൂഷണത്തിൽ നിന്നും

> മുക്തമായ ഒരു പുതിയ സംഘടനയുടെ സൃഷ്ടി ഒരു ലക്ഷം മടങ്ങ് കൂടുതൽ ഗുണപരമാണ്. അധ്വാനിക്കുന്നവരുടെ സംഘടന ആ ദൗത്യം നിർവഹിച്ചുകഴിയുമ്പോൾ സോഷ്യലിസം പൂർണമായും വിജയിക്കും. എക്സ്ട്രാ സ്കൂളിന്റെയും സ്കൂളിന്റെയും മുഴുവൻ വിദ്യാഭ്യാസ പ്രവർത്തനവും അതിനായി മാറ്റിവക്കേണ്ടതാണ്.

എന്നാൽ, സോവിയറ്റ് ശക്തി കെട്ടിപ്പടുക്കാൻ അരാജക മനോനിലക്കെതിരായ ഒരു സമരം ആവശ്യമായിരുന്നുവെങ്കിൽ അത് ആരംഭിക്കേണ്ടിയിരുന്നത് റെഡ് ആർമിയിൽ നിന്നുമായിരുന്നു. അത് അരാജകത്വവാദപരമായ മനോനില നഗ്നമായ വിധേയത്വത്തിന്റെ രൂപമാണ് സ്വീകരിച്ചത്. റെഡ് ആർമിയുടെ സംഘാടനത്തിലുണ്ടായ ഈ പ്രയാസങ്ങൾ ഉക്രെയ്നിലെ ആഭ്യന്തരയുദ്ധത്തിലെ അനുഭവം വ്യക്തമാക്കുന്നുണ്ട്. 1919 ജൂലായ് നാലിന് അഖില റഷ്യൻ കേന്ദ്ര എക്സിക്യൂട്ടീവ്കമ്മിറ്റി, തൊഴിലാളികളുടെയും കർഷകരുടെയും ഡെപ്യൂട്ടിമാരുടെ മോസ്കോ സോവിയറ്റ്, ട്രേഡ് യൂണിയനുകളുടെ മോസ്കോ കൗൺസിൽ, മോസ്കോവിലെ ഫാക്ടറി കമ്മിറ്റികളുടെ പ്രതിനിധികൾ എന്നിവയുടെ സംയുക്ത യോഗത്തെ അഭിസംബോധന ചെയ്തുകൊണ്ട് ഇക്കാര്യത്തെ കുറിച്ച് ഇല്ലിച്ച് വിശദീകരിക്കുകയുണ്ടായി.

ഒന്നിന് പിന്നാലെ മറ്റൊന്നായി സേനാദളങ്ങൾ തിരക്കിട്ട് രൂപീകരിക്കുമ്പോൾ, ആഭ്യന്തരയുദ്ധത്തിന്റെ ആദ്യവർഷം ഞങ്ങൾ നേരിടേണ്ടി വന്ന പ്രയാസങ്ങളെക്കുറിച്ച് ഇല്ലിച്ച് വിശദീകരിച്ചു:

> ഉക്രെയ്നിലുണ്ടായിരുന്ന തീരെ താഴ്ന്ന തലത്തിലുള്ള അധ്വാനിക്കുന്ന വർഗത്തിന്റെ രാഷ്ട്രീയമായ അവബോധവും അതിനൊപ്പമുണ്ടായിരുന്ന ദൗർബല്യവും മോശപ്പെട്ട സംഘാടനവും, ജർമൻ സാമ്രാജ്യത്വത്തിന്റെ സമ്മർദവും ശത്രുതയ്ക്കും ഗറില്ല യുദ്ധമുറകൾക്കും വളക്കൂറുള്ള മണ്ണ് ലഭ്യമാക്കിക്കൊടുത്തു, "ഓരോ സേനാതലത്തിലും കർഷകർ ആയുധങ്ങൾ പിടിച്ചെടുക്കുകയും ഒരു പ്രാദേശിക അധികാരകേന്ദ്രം സ്ഥാപിക്കാനായി അവരുടെ തലവനെ തിരഞ്ഞെടുക്കുകയും ചെയ്തു. കേന്ദ്രീകൃതമായ അധികാരസ്ഥാനത്തെ അവർ പൂർണമായും അവഗണിച്ചു. കേന്ദ്ര തീരുമാനം എന്തുതന്നെയായാലും ഉക്രെയ്നുമായി ബന്ധപ്പെട്ട സകലതും തീരുമാനിക്കാൻ തങ്ങൾക്ക് പൂർണാധികാരമുണ്ടെന്ന് ആ തലവന്മാരിൽ ഓരോരുത്തരും കരുതുകയും ചെയ്തു.

ഇല്ലിച്ചിന്റെ പ്രതീക്ഷകൾ സഫലമായി, ഞങ്ങളുടെ റെഡ് ആർമി സോഷ്യലിസ്റ്റ് സംഘടനയുടെ ഒരു മാതൃകയായിത്തീർന്നു.

1919 ൽ മിക്ക റെഡ് ആർമിക്കാരും കഠിനാധ്വാനത്തോട് ഭയമേതുമില്ലാത്ത വേറിട്ട കർഷകരായിരുന്നു. എങ്കിലും അപ്പോഴും അവരിൽ

പെറ്റി ബൂർഷ്വാ മനോഭാവം വളരെ ശക്തമായുണ്ടായിരുന്നു. അക്കാരണത്താൽ അധ്വാനിക്കുന്നവരുടെ ഘടകങ്ങളാൽ എല്ലാ നിരകളെയും പ്രബലപ്പെടുത്തേണ്ടത് വളരെ പ്രധാനമാണെന്ന് ഇല്ലിച്ച് കരുതി. കിഴക്കൻ നിരയിലെ സാഹചര്യം ഗുരുതരമായിത്തീർന്നപ്പോൾ അവിടെ സഹായമെത്തിക്കുന്നതിന്റെ അവശ്യകതയെ കുറിച്ച് അദ്ദേഹം പെത്രോഗ്രാദിലെ തൊഴിലാളികൾക്ക് എഴുതി. അതുമായി ബന്ധപ്പെട്ട് അദ്ദേഹം ട്രേഡ് യൂണിയനുകളുടെ അഖില റഷ്യൻ കേന്ദ്ര കൗൺസിലിൽ സംസാരിക്കുകയും മോസ്കോ ടെർമിനസിലെ റെയിൽവേ തൊഴിലാളികളെ അഭിസംബോധന ചെയ്യുകയും കോൾചാക്കുകളുമായി പോരാടുന്നതിനെകുറിച്ച് മോസ്കോ ഫാക്ടറി തൊഴിലാളികളുടെയും ട്രേഡ് യൂണിയനുകളുടെയും കോൺഫറൻസിൽ പ്രസംഗിക്കുകയും കോൺഫറൻസിൽ പ്രസംഗിക്കുകയും കോൾചാക്കുകൾക്ക് മേൽ വിജയം കൈവരിക്കുന്നതിനെക്കുറിച്ച് തൊഴിലാളികൾക്കും കർഷകർക്കും എഴുതുകയും പെത്രോഗ്രാദ് തൊഴിലാളികളുടെ പങ്കിനെ കുറിച്ച് പ്രസംഗിക്കുകയും യൂദെനിക് ഭീഷണിയുമായി ബന്ധപ്പെട്ട് പെത്രോഗ്രാദിലെ തൊഴിലാളികൾക്കും റെഡ് ആർമിക്കാർക്കുമായി ഒരു അഭ്യർഥന എഴുതുകയും ദെനിക്കിന് മേൽ വിജയം നേടുന്നതിനെക്കുറിച്ച് ഉക്രെയ്നിലെ തൊഴിലാളികൾക്കും കർഷകർക്കും ഒരു കത്തെഴുതുകയും ചെയ്തു.

റെഡ് ആർമിയുടെ സംഘാടനം കണിശമായും അഭിവൃദ്ധിപ്പെടുകയായിരുന്നു.

ആഭ്യന്തരയുദ്ധം ജനങ്ങളുടെ കണ്ണ് തുറപ്പിക്കുകയും തങ്ങളുടെ യഥാർഥമിത്രവും ശത്രുവും ആരാണെന്ന് അവർ തിരിച്ചറിയുകയും ചെയ്തതോടെ ഇടതുപക്ഷ സോഷ്യലിസ്റ്റ് റവലൂഷണറികളുടെ സ്വാധീനം ദുർബലമായി. സ്വന്തം കാൽച്ചുവട്ടിൽ നിന്നും മണ്ണൊലിച്ചുപോവുകയാണെന്ന് മനസിലാക്കിയ അവർ അരാജകവാദികളുമായി സഖ്യമുണ്ടാക്കുകയും അവരുമായിച്ചേർന്ന് സെപ്റ്റംബർ 25 ന് പാർട്ടിയുടെ മോസ്കോ കമ്മിറ്റി പ്രക്ഷോഭത്തെയും പ്രചരണത്തെയും കുറിച്ച് ചർച്ച ചെയ്യുകയായിരുന്ന ലിയോൺട്യേവ് സ്കിസ്ട്രീറ്റിൽ ബോംബ് സ്ഫോടനങ്ങൾ നടത്തുകയും ചെയ്തു. മോസ്കോ കമ്മിറ്റിയുടെ സെക്രട്ടറി ഉൾപ്പെടെ പന്ത്രണ്ടുപേർ ആക്രമണങ്ങളിൽ കൊല്ലപ്പെടുകയും അമ്പത്തഞ്ച് പേർക്ക് പരിക്കേൽക്കുകയും ചെയ്തു.

* * * * * * *

ചെറുകിട കർഷക സമ്പദ്ഘടനയുടെ ചിതറിയതും ഒറ്റപ്പെട്ടതുമായ സ്വഭാവവും അത് കർഷകരിലുളവാക്കുന്ന പ്രതിസന്ധിയും ചൂണ്ടിക്കാണിക്കുമ്പോൾത്തന്നെ തുടക്കം മുതൽ കൂട്ടുകൃഷിയുടെ അവശ്യകത ഇല്ലിച്ച് ഊന്നിപ്പറഞ്ഞിരുന്നു. ഭൂമിയിൽ പൊതുവായ കൃഷിക്ക് വേണ്ടി വൻതോതിലുള്ള കൂട്ടുകൃഷി സംഘങ്ങൾ രൂപീകരിക്കണമെന്ന് അദ്ദേഹം പറഞ്ഞു. അതിനായി നഗരത്തിലെയും കാർഷിക മേഖലയിലെയും

തൊഴിലാളികൾ മുൻകൈ എടുക്കുന്ന കാര്യവും അദ്ദേഹം പരിഗണിച്ചു. 1918 ന്റെ തുടക്കത്തിൽത്തന്നെ സൈബീരിയയിലെ സെമിപലാട്ടിൻസ്കിൽ കർഷകരുടെ കൂട്ടുകൃഷി സംഘങ്ങൾ രൂപീകരിക്കാൻ ഒബുഖോവിലെയും സെമ്യാനിക്കോവിലെയും പ്രവർത്തകർ പോവുകയുണ്ടായി. കൂടുതൽ വ്യാപകമായ തോതിൽ കൂട്ടുകൃഷി സംഘടിപ്പിക്കാനുള്ള എല്ലാ ശ്രമങ്ങളെയും അദ്ദേഹം പിന്തുണച്ചിരുന്നു.

തീർച്ചയായും, ഇല്ലിച്ചിന് മിഥ്യാധാരണകളൊന്നുമുണ്ടായിരുന്നില്ല. വൻതോതിലുള്ള കൂട്ടുകൃഷി പ്രായോഗികമാക്കുന്നതിന് മുമ്പ് അതിന് അനുകൂലമായ സാഹചര്യം സൃഷ്ടിക്കുന്നതിനെക്കുറിച്ച് അദ്ദേഹം നിരന്തരം ഓർമിപ്പിക്കുമായിരുന്നു. പാർട്ടിയുടെ എട്ടാം കോൺഗ്രസിൽ വ്യാപകമായി യന്ത്രവൽക്കരണം നടത്തുന്നതിനെക്കുറിച്ചും കർഷകരെ ഉത്സുകരാക്കേണ്ടതിന്റെ അവശ്യകതയെക്കുറിച്ചും അദ്ദേഹം സുദീർഘമായി സംസാരിച്ചു. അതിന്റെ അഭാവത്തിൽ കൃഷിക്ക് യഥാർഥ പുരോഗതി കൈവരിക്കാനാവില്ല. അതേസമയം കൂട്ടുകൃഷി സംഘടിപ്പിക്കാനുള്ള ഏതൊരു ശ്രമത്തെയും പിന്തുണക്കേണ്ടതാണെന്നും അദ്ദേഹം വിശ്വസിച്ചു.

1919 ൽ ഇല്ലിച്ച് താമസിച്ചിരുന്ന ഗോർക്കിയിലെ തൊഴിലാളികളോട് കൂട്ടുകൃഷിയുടെ പുതിയൊരു രൂപം സംഘടിപ്പിക്കാനാവുമോ എന്ന് അദ്ദേഹം ആരാഞ്ഞു. എങ്കിലും അവിടത്തെ മിക്ക തൊഴിലാളികളും അതിന് സജ്ജരായിരുന്നില്ല. ഗോർക്കിയുടെ മേൽ ഉടമയായ റെയ്ൻബോട്ട് തന്റെ തോട്ടത്തിലെ ജോലികൾക്കായി ലെറ്റിഷ് തൊഴിലാളികളെയാണ് നിയോഗിച്ചിരുന്നത്. അവർ മറ്റ് ജനവിഭാഗങ്ങളിൽ നിന്നും ഒറ്റപ്പെട്ടാണ് ജീവിച്ചിരുന്നത്. മറ്റെല്ലാ ലെറ്റിഷ് തൊഴിലാളികളെയും പോലെ ഗോർക്കിയിലെ തൊഴിലാളികളും ഭൂവുടമകളെ വെറുത്തിരുന്നുവെങ്കിലും അന്നവർ കൂട്ടുകൃഷിക്ക് കഴിവില്ലാത്തവരും സ്റ്റേറ്റ് ഫാമിന്റെ രീതിയിലുള്ള തോട്ടം സംഘടിപ്പിക്കാനാവാത്തവരുമായിരുന്നു.

മാടമ്പിവസ്തുവിലെ ഒരു കൂടിക്കാഴ്ചയിൽ വച്ച് ആ തൊഴിലാളികളെ കാര്യങ്ങൾ ബോധ്യപ്പെടുത്താൻ ഇല്ലിച്ച് ആത്മാർഥമായി ശ്രമിക്കുകയുണ്ടായി. എങ്കിലും അദ്ദേഹത്തിന്റെ ശ്രമം ഫലിച്ചില്ല. റെയ്ൻബോട്ട് വസ്തു വീതിച്ചു നൽകിയതായിരുന്നു അതിന് കാരണം. ഗോർക്കി സ്റ്റേറ്റിന്റെ ഉടമസ്ഥതയിലുള്ള ഒരു സാധാരണ കൃഷിയിടമായിക്കഴിഞ്ഞിരുന്നു. ഇല്ലിച്ചിന് സ്റ്റേറ്റിന്റെ ഉടമസ്ഥതയിലുള്ള കൃഷിയിടങ്ങളെ കർഷകർക്ക് കാര്യക്ഷമമായി വൻതോതിൽ കൃഷി ചെയ്യാനുള്ള മാതൃകകളാക്കുകയായിരുന്നു ആവശ്യം. കർഷകർക്കാവട്ടെ, ചെറിയൊരു കൃഷിയിടത്തെ കൈകാര്യം ചെയ്യാൻ അറിയാമെങ്കിലും വലിയൊരു കൃഷിയിടത്തെ കൈകാര്യം ചെയ്യാൻ അപ്പോഴുമവർ പഠിക്കേണ്ടിയിരുന്നു.

അന്ന് സ്റ്റേറ്റ് ഫാമുമായി ബന്ധപ്പെട്ട ഇല്ലിച്ചിന്റെ ആശയങ്ങളെ ഉൾക്കൊള്ളാൻ ഗോർക്കിയുടെ മാനേജരായിരുന്ന വെവെറിന് കഴിഞ്ഞില്ല. ഒരു ദിവസം പുറത്ത് നടക്കാനിറങ്ങിയ വേളയിൽ ലെനിൻ വെവെ

റിനെ കണ്ടുമുട്ടുകയും സ്റ്റേറ്റ് ഫാം പ്രാദേശിക കർഷകരെ എങ്ങനെ സഹായിക്കുന്നുവെന്ന് ആരായുകയും ചെയ്തു. അത്ഭുതപ്പെട്ടുപോയ വെവെർ പറഞ്ഞു: "ഞങ്ങൾ കർഷകർക്ക് തൈകൾ വിൽക്കുന്നുണ്ട്." കൂടുതൽ ചോദ്യങ്ങൾ ചോദിക്കാതെ, അയാൾ പോയിക്കഴിഞ്ഞപ്പോൾ, എന്നെ പരുഷമായി നോക്കിപറഞ്ഞു: "എന്റെ ചോദ്യം തന്നെ അയാൾക്ക് മനസിലായില്ല." വെവെറിന്റെ തുടർന്നുള്ള പ്രവർത്തനങ്ങൾ അത് ശരി വയ്ക്കുകയും ചെയ്തു.

1919 ന്റെ തുടക്കത്തിൽ ഒരു ദിവസം ബലഷോവിൽ നിന്നുമുള്ള, സൺഡേ ഈവനിങ് സ്കൂളിലെ എന്റെ ഒരു പഴയ വിദ്യാർഥി എക്സ്ട്രാ സ്കൂൾ എഡ്യൂക്കേഷൻ സ്കൂളിൽ എന്നെ കാണാനെത്തി. നെവ്സ്കായ സസ്താവയിൽ പ്രവർത്തിച്ച അയാൾ പിന്നീട് പ്രതികരണത്തിന്റെ കാലഘട്ടത്തിൽ രണ്ട് വർഷം ജയിൽ വാസമനുഭവിക്കുകയുണ്ടായി. താൻ കൃഷിയെക്കുറിച്ച്, പ്രത്യേകിച്ചും വിപണന ഉദ്യാനത്തെക്കുറിച്ച്, പഠിച്ചുവെന്നും ഇപ്പോൾ ആ തൊഴിൽ കൈയൊഴിയാനാഗ്രഹിക്കുന്നുവെന്നും അയാളെന്നോട് പറഞ്ഞു. അയാൾ ബന്ധുക്കളായ ഏഴ് കർഷകകുടുംബങ്ങളെ സംഘടിപ്പിച്ച് ഒരു 'സോഷ്യൽ കിച്ചൻ ഗാർഡൻ' തൊഴിലാളി സംഘടന രൂപീകരിക്കുകയും റെഡ് ആർമിയുമായുള്ള ഒരു ഉടമ്പടിപ്രകാരം മികച്ചയിനം കാബേജ് കൃഷി ചെയ്യുകയുമുണ്ടായി. എങ്കിലുമതിന് ദീർഘായുസുണ്ടായില്ല. ദരിദ്രകർഷകരുടെ കമ്മിറ്റി മുഴുവൻ കാബേജും അവർക്കായി പിടിച്ചെടുക്കുകയും ബലാസോവ് ജയിലിലടയ്ക്കപ്പെടുകയും ചെയ്തു. ജയിലിൽ നിന്നും അയാളെനിക്ക് കത്തെഴുതി. ഇല്ലിച്ചിന്റെ അഭ്യർഥനപ്രകാരം ഈ വിഷയം അന്വേഷിക്കാൻ ആളുകൾ നിയോഗിക്കപ്പെട്ടു. മുൻ കുറ്റാന്വേഷകർ കമ്മിറ്റിയിൽ നുഴഞ്ഞുകയറിയതായി അന്വേഷണത്തിൽ തെളിഞ്ഞു. ബലാഷോവ് മോചിതനായെങ്കിലും അയാളുടെ സംരംഭം കൈയൊഴിയപ്പെട്ടു.

ഇത്തരം സംരംഭങ്ങളെ എക്സ്ട്രാ സ്കൂൾ വകുപ്പ് പിന്തുണച്ചുവെങ്കിലും, "നാല്പത്തി അഞ്ചോ അമ്പതോ കുടുംബങ്ങൾക്ക് പച്ചക്കറികൾ ലഭ്യമാക്കിക്കൊടുക്കുന്ന ഈ സംഘങ്ങൾക്ക് പറയത്തക്ക പ്രാധാന്യമൊന്നുമില്ല" എന്ന കാരണത്താൽ ആ നാളുകളിൽ വളരെ സ്വാധീനശക്തിയുണ്ടായിരുന്ന മോസ്കോ എഡ്യൂക്കേഷൻ ഡിപ്പാർട്ടുമെന്റ് അവയ്ക്കുള്ള ധനസഹായം നിർത്തൽ ചെയ്തു. കൃഷിയുടെ സഞ്ചിതരൂപങ്ങളുടെ പ്രചരണമൂല്യം അംഗീകരിക്കുന്നതിൽ അന്ന് ആ ഡിപ്പാർട്ടുമെന്റ് പരാജയപ്പെട്ടു. അതുകൊണ്ട് തന്നെ സ്കൂൾ ഫാമിന് വേണ്ടി ആ ഡിപ്പാർട്ടുമെന്റ് വകയിരുത്തിയ തുകയും ഒരു പരാജയമായിരുന്നു.

1919 ൽ ഇത്തരം സംരംഭങ്ങൾ നേരിടേണ്ടി വന്ന തടസങ്ങൾ വിഭാവനം ചെയ്യാൻ ഇന്ന് എളുപ്പമല്ല. നിരവധിയായ ആ തടസങ്ങൾ ഇപ്പോൾ വിസ്മൃതമായിട്ടുണ്ടെങ്കിലും അവയിൽ പങ്കാളികളായവർക്ക് അവ വിസ്മരിക്കാൻ എളുപ്പമല്ല. അത്തരം സംരംഭങ്ങളിൽ വ്ളാദിമിർ ഇല്ലിച്ച് പ്രത്യേകം താൽപ്പരനായിരുന്നു.

കൂട്ടുകൃഷി രീതിയിലുള്ള സംഘാടനവുമായി കർഷകർ താദാത്മ്യം പ്രാപിക്കാൻ അവർക്കിടയിൽ ദീർഘകാലത്തെ പ്രാഥമിക പ്രവർത്തനങ്ങൾ ആവശ്യമായിരുന്നു. കർഷകരിൽ നിന്നുമുള്ള കത്തുകൾ വായിച്ചപ്പോൾ ഇക്കാര്യത്തെക്കുറിച്ച് ഇല്ലിച്ച് സദാ ബോധവാനായിരുന്നു. നാട്ടിൻപുറത്തെ സാഹചര്യവുമായി ബന്ധപ്പെട്ട അത്തരമൊരു കത്ത് വായിച്ചു കഴിഞ്ഞ് അതിന്റെ മാർജിനിൽ ഇല്ലിച്ച് കുറിച്ചിട്ടു : "ഇടത്തരം കർഷകന് വേണ്ടിയുള്ള ഒരു വിലാപം."

പാർട്ടിയുടെ എട്ടാം കോൺഗ്രസിൽ (1919 മാർച്ച്) ഇടത്തരം കർഷകർക്ക് നേരെ ചങ്ങാത്തപരമായൊരു സമീപനത്തിന്റെ അവശ്യകതയെക്കുറിച്ചും ഭീഷണിപ്പെടുത്തുന്നതിന്റെ നിരർഥകതയെക്കുറിച്ചും അവരെ സഹായിക്കേണ്ടതിന്റെ അവശ്യകതയെ കുറിച്ചും ആദ്യമായും ആത്യന്തികമായും കാർഷിക പ്രക്രിയയെ യന്ത്രവൽക്കരിക്കുന്നതിനെക്കുറിച്ചും അവർക്ക് ആശ്വാസം പകർന്നു നൽകുന്നതിനെയും അവരുടെ സാമ്പത്തികസ്ഥിതിമെച്ചപ്പെടുത്തുന്നതിനെയും കുറിച്ചും അവരുടെ ജീവിതത്തിന്റെയും സംസ്കാരത്തിന്റെയും നിലവാരമുയർത്തുന്നതിനെക്കുറിച്ചും തന്റെ ഉൽഘാടനപ്രസംഗത്തിൽ ഇല്ലിച്ച് വിശദമായി സംസാരിച്ചു. ഗ്രാമങ്ങളിലെ സാംസ്കാരിക നിലവാരം ഉയർത്തുന്നതിനെക്കുറിച്ച് ദീർഘമായി വിശദീകരിച്ച അദ്ദേഹം ജനങ്ങൾക്കിടയിലെ മതിയായ അളവിലുള്ള സംസ്കാരത്തിന്റെ രാഹിത്യം എല്ലാ പുരോഗതിക്കും തടസമാണെന്നും ഊന്നിപ്പറഞ്ഞു. താഴേത്തലത്തിലുള്ള സാംസ്കാരികമായ നിലവാരം സോവിയറ്റ് നിയമങ്ങൾ പ്രാബല്യത്തിലാക്കുന്നതിന് തടസം സൃഷ്ടിക്കുന്നതിനെക്കുറിച്ചും അദ്ദേഹം പരാമർശിച്ചു : "...... നിയമത്തിന് പുറമേ, ഒരു നിയമത്തിനും വഴങ്ങാത്ത ഒരു സാംസ്കാരിക തലമുണ്ട്." കൃഷീവല സമൂഹത്തിന്റെ തിരഞ്ഞെടുപ്പുമായി ബന്ധപ്പെട്ട അവകാശങ്ങളിലെ ചില പ്രത്യേക പരിമിതികളെക്കുറിച്ച് അദ്ദേഹമിങ്ങനെ അഭിപ്രായപ്പെട്ടു.

> ...... നാം ചൂണ്ടിക്കാണിച്ചിട്ടുള്ളത് പോലെ, നമ്മുടെ സാംസ്കാരികതയുടെ തലം താഴ്ന്നതായതിനാലും നമുക്കൊപ്പമുള്ള സംഘടന ദുർബലമായതിനാലും ഈ അസമത്വം പരിചയപ്പെടുത്താൻ നമ്മുടെ ഭരണഘടന ബാധ്യസ്ഥമായിരുന്നു. എന്നാൽ, നാമതിനെ ഒരു ആദർശമായി സ്വീകരിക്കുന്നില്ല. മറിച്ച്, സാംസ്കാരികമായ നിലവാരം ഉയർത്തുന്നതിൽ നാം വിജയിച്ചതിലൂടെ സംഘടിതരായ അധ്വാനിക്കുന്ന വർഗത്തിനും കർഷകർക്കുമിടയിലെ ഈ അസമത്വം ക്രമേണയായി ഇല്ലായ്മചെയ്യുക. എന്നതാണ് പാർട്ടിയുടെ പ്രഖ്യാപിത നയം. അപ്പോൾ ഈ പരിമിതികൾ കൂടാതെ മുന്നോട്ടുപോകാൻ നമുക്ക് സാധിക്കും.

ഇപ്പോൾ, നാട്ടിൻ പുറങ്ങൾ സഞ്ചിതമാകപ്പെട്ടപ്പോൾ, കൃഷിയിലെ യന്ത്രവൽക്കരണം ഒരു യാഥാർഥ്യമായിത്തീർന്നപ്പോൾ, വിദ്യാഭ്യാസത്തിന്റെയും സാംസ്കാരികതയുടെയും കാര്യത്തിൽ ഗ്രാമങ്ങൾ വളരെ

ഉയർന്ന തലം കൈവരിച്ചുകഴിഞ്ഞപ്പോൾ ഇല്ലിച്ചിന്റെ ഈ നിർദേശം കൈയെത്താവുന്ന ദൂരത്തായി. സോവിയറ്റ് യൂണിയന്റെ പുതിയ ഭരണ ഘടന തൊഴിലാളികൾക്കും കർഷകർക്കും ഒരുപോലെ പൂർണവും തുല്യ വുമായ അവകാശം ലഭ്യമാക്കിക്കൊടുക്കുന്നു. ഈ ഭരണഘടന ഏതൊ രാളുടെയും ഹൃദയമിടിപ്പ് ത്വരിതഗതിയിലാക്കുന്നു. ശരിയായ രീതികളി ലൂടെയുള്ള പാർട്ടിയുടെ ദീർഷകാലത്തെ പ്രവർത്തനത്തിന്റെ ഫലമാ ണത്.

എട്ടാമത് പാർട്ടി കോൺഗ്രസ് കഴിഞ്ഞ് ഒരാഴ്ചയ്ക്കുശേഷം നടന്ന അഖില റഷ്യൻ കേന്ദ്ര എക്സിക്യൂട്ടീവ് കമ്മിറ്റി യോഗത്തിൽ അന്തരിച്ച സ്വെർദ്‌ലോവിന്റെ സ്ഥാനത്തേക്ക് കമ്മിറ്റിയുടെ ചെയർമാനായി എം.ഐ. കലീനിനെ ഇല്ലിച്ച് നാമനിർദേശം ചെയ്തു ജനനം കൊണ്ട് കർഷകനാ യ, സെന്റ് പീറ്റേഴ്സ്ബർഗുക്കാരനായ കലീനിന് പാർട്ടിയിൽ ഇരുപത് വർഷക്കാലത്തെ പ്രവർത്തന പരിചയമുണ്ടായിരുന്നുവെന്ന് മാത്രമല്ല, ഒരേ സമയം കാർഷിക സമ്പദ് ഘടനയുമായും തൊഴിലാളികളുമായും ഉറ്റബന്ധവുമുണ്ടായിരുന്നു. സോവിയറ്റ് റിപ്പബ്ലിക്കിന്റെ ഉന്നതനായ പ്രതി നിധിയെ തങ്ങളുടെ സ്വന്തം ആളായി ഇടത്തരം കർഷകർ അദ്ദേഹത്തെ കാണുമെന്ന് ഇല്ലിച്ചിനറിയാമായിരുന്നു. അദ്ദേഹത്തെ നാമനിർദേശം ചെയ്തതിലൂടെ സോവിയറ്റ് ശക്തിക്കും ഇടത്തരം കർഷകർക്കുമിടയിലെ ബന്ധം കൂടുതൽ ശക്തമാവുമെന്നും ഇല്ലിച്ച് പ്രതീക്ഷിച്ചു.

നാം അറിയുന്നത് പോലെ, ഇല്ലിച്ചിന്റെ പ്രതീക്ഷകൾ പൂർണമായും യാഥാർഥ്യമായി. കൃഷീവലസമൂഹത്തിന് അങ്ങേയറ്റം പ്രിയങ്കരനായി രുന്നു കലീനിൻ. അദ്ദേഹത്തെ നാമനിർദേശം ചെയ്തത് സോവിയററ് ശക്തിക്കും ഇടത്തരം കർഷകർക്കും ഒരുപോലെ ഗുണപരമായിരുന്നു വെന്ന് തുടർന്നുള്ള സംഭവങ്ങൾ വ്യക്തമാക്കുന്നു.

എല്ലാ ഭരണവകുപ്പുകളും ജനങ്ങളുടെ ആവശ്യങ്ങളിൽ അടിയന്ത രമായി ശ്രദ്ധ പതിപ്പിക്കണമെന്ന് ഇല്ലിച്ച് ആവശ്യപ്പെട്ടു.

1919 മേയ് മാസത്തിന്റെ അവസാനത്തോടെ ഭക്ഷ്യമേഖലയിൽ രൂക്ഷ മായ പ്രതിസന്ധിയുണ്ടായി. ഉക്രെയ്നിലും കോക്കസസിലും കിഴക്കൻ മേഖലയിലും ആയിരക്കണക്കിന് ടൺ മിച്ചധാന്യമുണ്ടായിരുന്നുവെങ്കിലും ആഭ്യന്തരയുദ്ധം എല്ലാ വാർത്താവിനിമയ ബന്ധങ്ങളും വിഛേദിച്ചുകള ഞ്ഞതിനാൽ മധ്യദേശത്തെ വ്യാവസായിക ജില്ലകൾ പട്ടിണിയിലായി. അവിടങ്ങളിൽ കുട്ടികൾക്ക് ഭക്ഷിക്കാൻ യാതൊന്നുമില്ലെന്ന നിരവധി പരാതികൾ എഡ്യൂക്കേഷൻ കമ്മീസാറിയേറ്റിന് ലഭിച്ചു.

അക്കൊല്ലം മേയ് 14 ന് വടക്കു-പടിഞ്ഞാറൻ ഭരണകൂടം പെത്രോ ഗ്രാദിന് നേരെ ഒരു ആക്രമണമഴിച്ചുവിട്ടു. അതിനടുത്തദിവസം ജനറൽ റോഡ്സ്യാകോഗ്ദോവ് പിടിച്ചെടുക്കുകയും എസ്റ്റോണിയൻ - ഫിന്നിഷ് വൈറ്റ് ഗാർഡുകൾ മുന്നേറ്റമാരംഭിക്കുകയും കൊപോർസ്കായ കടൽത്തീരത്ത് പോരാട്ടം തുടങ്ങുകയും ചെയ്തു. ഇല്ലിച്ചിന്റെ ഉൽക്കണ്ഠ പെത്രോഗ്രാദിനെ കുറിച്ചായിരുന്നു. അതേസമയം, മേയ് 17-ന് എല്ലാകു

ട്ടികൾക്കും സൗജന്യമായി ഭക്ഷണം നൽകണമെന്ന് ഒരു ഡിക്രിയിലൂടെ അദ്ദേഹം ഉത്തരവിട്ടു. കുട്ടികളുടെ ഭക്ഷ്യവിതരണവും തൊഴിലെടുക്കുന്നവരുടെ ക്ഷേമവും മെച്ചപ്പെടുത്താൻ ഉദ്ദേശിച്ചുകൊണ്ടുള്ള ആ ഡിക്രിയിൽ രക്ഷിതാക്കളുടെ റേഷൻക്ലാസ് എന്തുതന്നെയായാലും 14 വയസ് വരെ പ്രായമുള്ള എല്ലാ കുട്ടികൾക്കും സൗജന്യഭക്ഷണം നൽകേണ്ടതാണെന്ന് എടുത്തുപറഞ്ഞിരുന്നു. പതിനാറ് കാർഷികേതര ഭരണ പ്രദേശങ്ങളിലെ വലിയ വ്യവസായ കേന്ദ്രങ്ങൾക്ക് ആ ഉത്തരവ് ബാധകമായിരുന്നു.

ജൂൺ 12 ന് ക്രാസ്നായ ഗോർക്ക ഗാരിസൺ കൂറുമാറിയ വാർത്ത ഞങ്ങൾക്ക് ലഭിച്ചു. അതേ ദിവസം, മേയ് 17 മുതൽ പ്രാബല്യത്തിൽ വരുന്നവിധത്തിൽ, കുട്ടികൾക്കും മറ്റ് പ്രദേശങ്ങളിലുള്ളവർക്കും ബാധകമായ സൗജന്യ ഭക്ഷ്യവിതരണവുമായി ബന്ധപ്പെട്ട, ജനങ്ങളുടെ കമ്മിസാർമാരുടെ കൗൺസിലിന്റെ ഒരു ഉത്തരവിൽ ഇല്ലിച്ച് ഒപ്പുവച്ചു. അതിൽ പ്രായപരിധി 16 വയസായി ഉയർത്തുകയും ചെയ്തു.

ദരിദ്രവിഭാഗങ്ങൾക്ക് സഹായമെത്തിക്കുന്നതിലുള്ള ചുവപ്പു നാടയോട് ഇല്ലിച്ചിന് തികഞ്ഞ വിദ്വേഷമുണ്ടായിരുന്നു. 1919 ജനുവരി 16-ന് കുർസ്കിലേയ്ക്ക് അദ്ദേഹമൊരു കമ്പിസന്ദേശമയച്ചു.

> മോസ്കോവിലെ 120 തൊഴിലാളികളെ പട്ടിണിക്കിട്ടതിനും അവരെ വെറുംകൈയോടെ മടങ്ങാൻ നിർബന്ധിതരാക്കിയതിനും യുർസ്ക സെൻട്രൽ പർച്ചെസിങ് ബോർഡിലെ അംഗമായ കോഗനെ അടിയന്തരമായി അറസ്റ്റു ചെയ്യുക. പർച്ചസിങ് ഏജൻസികളിലെ എല്ലാ ജീവനക്കാരുടെയും അറിവിലേക്കായി ഇക്കാര്യം വർത്തമാനപത്രങ്ങളിലും ലഘുലേഖകളിലും പ്രസിദ്ധീകരിക്കുക. ആവശ്യമെങ്കിൽ വെടിവച്ചുകൊല്ലുന്നതുൾപ്പെടെയുള്ള കഠിന ശിക്ഷകൾക്ക്, തൊഴിലാളികളെ പട്ടിണിക്കിടുന്ന ഔദ്യോഗിക ഏജൻസികൾക്ക് ഇത് ബോധ്യമാക്കിക്കൊടുക്കണം പീപ്പിൾസ് കമ്മിസാർമാരുടെ കൗൺസിലിന്റെ ചെയർമാൻ,
>
> **ലെനിൻ.**

പീപ്പിൾസ് കമ്മീസാറിയേറ്റുകൾ പരമാവധി തൊഴിലാളികളോടും കൃഷീവല സമൂഹത്തോടും റെഡ് ആർമിയോടും അടുത്തുനിൽക്കുന്ന കാര്യത്തിൽ ഇല്ലിച്ചിന് പ്രത്യേക ശ്രദ്ധയുണ്ടായിരുന്നു.

ഇല്ലിച്ച് അഭിസംബോധന ചെയ്ത എക്സ്ട്രാ സ്കൂൾ എഡ്യൂക്കേഷൻ കോൺഗ്രസിൽ പ്രതിനിധികൾ യുദ്ധനിരയിലേക്ക് പോകാൻ ആഹ്വാനം ചെയ്തുകൊണ്ടുള്ള ഒരു പ്രമേയം പാസാക്കപ്പെട്ടു. പരിചയസമ്പന്നയായിരുന്ന സ്കൂൾ അധ്യാപികയായ എൽക്കിനക്കൊപ്പം നിരവധി പേർ അങ്ങോട്ടുപോയി. ദക്ഷിണ നിരയിലേക്കാണ് അവർ പോയത്. അന്ന് നിലവിലുണ്ടായിരുന്ന വിശകലനാത്മക- സങ്കലന രീതികളുടെ പാഠപുസ്തകങ്ങളെ അടിസ്ഥാനമാക്കിയുള്ള ശിക്ഷണമാണ് എൽകിന

അവർക്ക് നൽകാൻ തുടങ്ങിയത്. എന്നാൽ അതിൽ തൃപ്തരാവാത്ത റെഡ് ആർമിക്കാർ പ്രതിഷേധിച്ചപ്പോൾ തന്റെ ശിക്ഷണത്തിന്റെ രീതിയിൽ മാറ്റം വരുത്താൻ എൽകിന നിർബന്ധിതയായി.

എന്തായാലും, അതൊരു വിജയമായിരുന്നു. റെഡ് ആർമിക്കാർ വളരെ വേഗം എഴുതാനും വായിക്കാനും പഠിച്ചു. ഇല്ലിച്ച് എന്നും വാദിച്ചു പോന്നിട്ടുള്ള ശിക്ഷണത്തിന്റെയും യഥാർഥ ജീവിതത്തിന്റെയും സംയോജനത്തിന്റെ അതേ രീതി തന്നെയായിരുന്നു, അത്. പുതിയ ടെക്സ്റ്റ് ബുക്കുകൾ അച്ചടിക്കാൻ കടലാസുണ്ടായിരുന്നില്ല. പൊതിയാനുള്ള മഞ്ഞക്കടലാസിലാണ് എൽകിനയുടെ ടെക്സ്ററ്ബുക്ക് അച്ചടിച്ചത്. പേനയും മഷിയും ഉപയോഗിക്കാതെ എഴുതാൻ പഠിക്കുന്ന രീതിയെക്കുറിച്ചുള്ള ഒരു കുറിപ്പും അവരതിൽ ചേർത്തിരുന്നു. എൽകിനയുടെ എ ബി സി ബുക്ക് എഴുതാനും വായിക്കാനും റെഡ് ആർമിക്കാർ വളരെ വേഗം പഠിച്ചു.

> അറിയാൻ തീവ്രമായ വാഞ്ഛ നിലനിൽക്കുന്നുവെന്നും വിദ്യാഭ്യാസത്തിൽ വളരെ പുരോഗതിയുണ്ടായിട്ടുണ്ടെന്നും - (വലിയൊരളവ് വരെ അത് കൈവരിച്ചത് എക്സ്ട്രാ സ്കൂൾ രീതികളിലൂടെയായിരുന്നു) - അധ്വാനിക്കുന്ന ജനങ്ങളെ പഠിപ്പിക്കുന്നതിൽ വളരെ പുരോഗതി ഉണ്ടായിട്ടുണ്ട് എന്നുമുള്ള കാര്യങ്ങളിൽ യാതൊരു സംശയവുമില്ല. ഈ പുരോഗതിയെ ഏതെങ്കിലും സ്കൂളിന്റെ ചട്ടക്കൂടിനുള്ളിൽ ഒതുക്കിനിർത്താനാവില്ല. അത്രയധികം വ്യാപ്തിയേറിയതാണത്,

എട്ടാമത് പാർട്ടി കോൺഗ്രസിൽ ഇല്ലിച്ച് പറഞ്ഞു.

ഞങ്ങളുടെ രാഷ്ട്രീയ - വിദ്യാഭ്യാസ പ്രവർത്തകർ യുദ്ധനിരകൾ സന്ദർശിച്ചുകൊണ്ടിരുന്നു. അവിടെ നിന്നും അസംഖ്യം കത്തുകൾ ഞങ്ങൾക്ക് ലഭിച്ചു. രാഷ്ട്രീയ-വിദ്യാഭ്യാസ പ്രവർത്തനം സംഘടിപ്പിക്കാൻ ഞങ്ങളുമായി സഹകരിച്ച ഒരു പെത്രോഗ്രാദ് വർക്കറായ മുൻനിരയിലെ ഒരു സഖാവിന്റെ കത്തിൽ നിന്നുമുള്ള ചില വരികൾ ഇങ്ങനെയാണ്: "എക്സ്ട്രാ സ്കൂൾ വിദ്യാഭ്യാസത്തിന്മേലുള്ള കോൺഗ്രസിന്റെ ഏഴാമത്തെ റിപ്പോർട്ട് ഞാൻ ഇപ്പോൾ വായിച്ചതേയുള്ളൂ. അതെ, നിങ്ങൾ സോവിയറ്റ് റഷ്യയിലുടനീളം സഞ്ചരിക്കുകയാണെങ്കിൽ നമ്മുടെ ഡിപ്പാർട്ടുമെന്റ് വളരെക്കൂടുതലായി ഇനിയും ചെയ്യേണ്ടതെന്താണെന്നും ഈ എക്സ്ട്രാ സ്കൂൾ പ്രവർത്തനം എത്രമാത്രം അത്യന്താപേക്ഷിതമാണെന്നും നിങ്ങൾക്ക് ബോധ്യപ്പെടും. കോൺഗ്രസിലെ മുഴുവൻ നടപടി ക്രമങ്ങളെയും പിന്തുടരാൻ എനിക്ക് കഴിഞ്ഞിട്ടില്ലെന്ന് ഞാൻ ഭയപ്പെടുന്നു. നുർലാറ്റിലേക്കുള്ള ഒരു തീവണ്ടികാത്ത് ഞാനിപ്പോൾ ഇൻസ സ്റ്റേഷനിൽ ഇരിക്കുകയാണ്. ഇൻസ്പെക്ടർ ജനറലായി നിയമിതനായ ഞാൻ 27-10 ഡിവിഷൻ പരിശോധിക്കാനാണ് പോവുന്നത്. പൊതുവിലും എനിക്ക് പ്രത്യേകമായും പുതിയതായിട്ടുള്ള വലിയൊരു ജോലിയാണി

ത്. വ്ളാദിമിർ ഇല്ലിച്ചിന്റെ ശുപാർശയിൽ എന്നിൽ നിക്ഷിപ്തമായിട്ടുള്ള ചുമതലക്കാർ എനിക്ക് സാധ്യമാവുന്ന പരമാവധി വിശ്വസ്തതയോടെ പൂർത്തീകരിക്കാൻ എന്നെ ബാധ്യസ്ഥനാക്കുന്നു. ആ ശുപാർശ പരാമർശിച്ചുകൊണ്ട് ഒരു സഖാവ് പറഞ്ഞു: 'അത്തരത്തിലുള്ള ഒരു കത്തിന് ഞാനെന്റെ ജീവൻ തന്നെ നൽകും. ഞാനെന്റെ ജോലി ചെയ്തുതീർത്ത ശേഷം വീണ്ടുമെഴുതാം.'

യുദ്ധനിരയിൽ നിന്നും കത്തുകൾ മാത്രമല്ല, സന്ദർശരും ഞങ്ങൾക്കുണ്ടായിരുന്നു. കൂടുതൽ താൽപ്പര്യം ജനിപ്പിക്കുന്ന സന്ദർശകരെ തനിയ്ക്കടുത്തേക്ക് പറഞ്ഞയക്കാൻ ഇല്ലിച്ച് ആവശ്യപ്പെട്ടിരുന്നു.

കർഷകർക്കിടയിൽ വിശദീകരണ പ്രവർത്തനം നടത്തണമെന്നും ഞങ്ങളുടെ വകുപ്പ് പ്രത്യേകം ശ്രദ്ധിച്ചിരുന്നു.

കർഷകർക്കിടയിലെ പ്രചരണത്തിന്റെ വിഷയം ഇല്ലിച്ചിന്റെ ശ്രദ്ധയെ വളരെയധികം ആകർഷിച്ചു. ഒരു ജനകീയ സാഹിത്യം പടുത്തുയർത്തുന്നതിലും സഞ്ചിത ലേഖനങ്ങളുടെ സിമ്പോസിയങ്ങളിലും ഗ്രാമങ്ങൾക്ക് വേണ്ടി ഒരു ജനകീയ ദിനപ്പത്രം പ്രസിദ്ധീകരിക്കുന്നതിലും അദ്ദേഹം എത്രമാത്രം താൽപ്പര്യമെടുത്തിരുന്നുവെന്ന കാര്യം നമുക്കേവർക്കും അറിവുള്ളതുമാണ്.

1918 ഡിസംബർ 12-ന് "അക്ഷരാഭ്യാസമുള്ളവരുടെ സംഘാടനവും സോവിയറ്റ് സംവിധാനത്തിന്റെ പ്രചരണത്തിനുള്ള സംഘാടനവും" എന്ന വിഷയത്തെ അധികരിച്ച് പീപ്പിൾസ് കമ്മിസാർമാരുടെ കൗൺസിൽ ഒരു ഡിക്രി പുറപ്പെടുവിച്ചു. അധ്വാനിക്കുന്നവരുടെ അധിവാസ കേന്ദ്രങ്ങളിൽ, പ്രത്യേകിച്ചും ഗ്രാമങ്ങളിൽ, സംഘാടനത്തിനായി ഡിക്രിയും ഏറ്റവും പ്രധാനപ്പെട്ട ലിഖിതങ്ങളും വായിക്കാൻ അത് ആഹ്വാനം ചെയ്തു. ആ വായന സംഘടിപ്പിക്കേണ്ടിയിരുന്നത് പ്രാഥമികമായും ഞങ്ങളുടെ ഡിപ്പാർട്ടുമെന്റായിരുന്നു. വളരെ നിർബന്ധബുദ്ധിയുള്ളൊരു വ്യക്തിയായിരുന്നു, ഇല്ലിച്ച്. ആ വായനകൾ നടത്തപ്പെടുകയും അത് ജനങ്ങളിൽ അറിയാനുള്ള വാഞ്ഛ സൃഷ്ടിക്കുകയും ചെയ്തു. "ഞങ്ങൾ പക്ഷം പിടിക്കാനോ ഏതെങ്കിലും പാർട്ടിയിൽ ചേരാനോ ഉദ്ദേശിക്കുന്നില്ല." പ്രചരണ പ്രവർത്തനങ്ങളുമായി ചെന്ന പലരോടും പല ഗ്രാമങ്ങളിലും കർഷകർ പറഞ്ഞു: "വായിക്കാൻ പഠിക്കുമ്പോൾ ഞങ്ങൾ സകലതും ഞങ്ങൾക്കുവേണ്ടി വായിക്കാം, പിന്നീട് ആർക്കും ഞങ്ങളെ വശീകരിക്കാൻ കഴിയുകയില്ല."

ഇല്ലിച്ച് തന്റെ റിപ്പോർട്ട് അവതരിപ്പിച്ച പാർട്ടിയുടെ എട്ടാം കോൺഗ്രസിലാണ് ഗ്രാമങ്ങളിലെ പ്രവർത്തനത്തിനുള്ള വിഭാഗം രൂപീകരിച്ചത്. അറുപത്തിആറ് പ്രതിനിധികളടങ്ങുന്നതായിരുന്നു ആ വിഭാഗം. അതിന്റെ നയപരിപാടിയുടെ കരടുണ്ടാക്കാൻ അവരിൽ നിന്ന് തന്നെ ഒരു കമ്മിറ്റിയെയും തിരഞ്ഞെടുത്തു.

ഇവയെല്ലാം തന്നെ ഈ വിഷയത്തിന് പാർട്ടിയും ഇല്ലിച്ചും എത്രമാത്രം പ്രാധാന്യം കൽപ്പിച്ചിരുന്നുവെന്ന് വ്യക്തമാക്കുന്നു.

ശിക്ഷണത്തിന്റെ കാര്യത്തിൽ ഞങ്ങളുടെ വകുപ്പ് ഏതെല്ലാം തലങ്ങളിൽ വിജയിച്ചുവെന്നും അതിനോടുള്ള കർഷകരുടെ സമീപനമെന്തായിരുന്നുവെന്നും കേട്ടിരിക്കാനുള്ള ഇല്ലിച്ചിന്റെ അതീവ താൽപ്പര്യത്തെ കുറിച്ച് എനിക്ക് നന്നായി ഓർക്കാനാവുന്നു.

കെട്ടിട നിർമ്മാണ തൊഴിലിലേർപ്പെട്ടിരുന്ന മോസ്കോ ഭരണപ്രദേശത്തെ ഒരു കർഷകൻ ചില പുസ്തകങ്ങളാവശ്യപ്പെട്ട് ഞങ്ങളെ സമീപിച്ചു. വിപ്ലവത്തിന് മുമ്പ് കണ്ടമാനം ആദായമുണ്ടാക്കിയിരുന്ന ആർമി കോൺട്രാക്ടർമാരിൽ ഒരുവനെക്കുറിച്ച് അയാൾ ഞങ്ങളോട് പറഞ്ഞു. ഞങ്ങളെയാളെ ലുണാചാർസ്കിക്കടുത്തേക്ക് പറഞ്ഞയച്ചു. മടങ്ങിവന്ന അയാൾ ഞങ്ങളോട് പറഞ്ഞു : "വളരെ നല്ലവനാണദ്ദേഹം. എന്നെ സോഫയിലിരുത്തിയശേഷം അദ്ദേഹം സംസാരിച്ചുകൊണ്ട് അങ്ങോട്ടുമിങ്ങോട്ടും നടന്നു. അദ്ദേഹമെനിക്ക് വായിക്കാനുള്ള ചില പുസ്തകങ്ങൾ നൽകി. മാത്രമല്ല, വായനയ്ക്ക് സഹായകമാവുന്ന ചില ഉപകരണങ്ങളും വാഗ്ദാനം ചെയ്തു. എങ്കിലും അവ സ്വീകരിക്കാൻ ഞാൻ ഭയപ്പെട്ടു. അവയ്ക്ക് ചെലവൊന്നുമില്ലെന്ന് അദ്ദേഹം പറഞ്ഞുവെങ്കിലും പിന്നീട് അവയ്ക്ക് മേൽ നികുതി ചുമത്തപ്പെട്ടേക്കാം എന്നതായിരുന്നു എന്റെ ഭയത്തിന് കാരണം." ഇതൊക്കെയാണെങ്കിലും അയാൾ എല്ലാ തരത്തിലുമുള്ള പ്ലക്കാർഡുകളും പഠനസഹായികളും കൊണ്ടുപോയി. അയാൾ ഞങ്ങളുടെ വകുപ്പിൽ ഒരു സ്ഥിരം സന്ദർശകനായിത്തീർന്നു. ഒട്ടും യാദൃച്ഛികമല്ലാതെ തന്നെ ആ മനുഷ്യൻ ഇല്ലിച്ചിന്റെ ശ്രദ്ധാകേന്ദ്രമായി. അയാളുടെ ഗ്രാമത്തിൽ താമസിച്ചിരുന്ന സ്കൂൾ അധ്യാപികയായിരുന്നു അതിനുള്ള മുഖ്യകാരണം. ശമ്പളമൊന്നും ലഭിച്ചിരുന്നില്ലെങ്കിലും സ്കൂളിൽ ജോലി ചെയ്തിരുന്ന അവർ വൈകുന്നേരങ്ങളിൽ പ്രായപൂർത്തിയായവരെ എഴുതാനും വായിക്കാനും പഠിപ്പിച്ചു. അവരുടെ ചെരിപ്പുകൾ തീർത്തും ഉപയോഗശൂന്യമായിത്തീർന്നതിനാൽ താൻ അവർക്കൊരു ജോഡി ബൂട്ട്സ് വാങ്ങിക്കൊടുത്തതായി മുമ്പ് പുസ്തകമാവശ്യപ്പെട്ട് വന്ന മനുഷ്യൻ ഞങ്ങളോട് പറഞ്ഞു.

1919-ൽ നിരവധി ഗ്രാമങ്ങൾ പുറം ലോകവുമായി ബന്ധമില്ലാത്തവയായിരുന്നു. അന്ന് റേഡിയോ ഉണ്ടായിരുന്നില്ല. നിരക്ഷരരായ ജനത (ഇല്ലിച്ച് ജനിച്ച സിംബിർസ്ക് ഭരണപ്രദേശത്ത് 1919 ൽ അക്ഷരാഭ്യാസമുള്ളവർ 8 ശതമാനം മാത്രമായിരുന്നു.) വർത്തമാനപ്പത്രങ്ങൾ വായിക്കാത്തവരായിരുന്നു. യഥാർഥത്തിൽ, കടലാസിന്റെ ലഭ്യതക്കുറവ് മൂലം അവിടങ്ങളിൽ വാർത്താപത്രങ്ങളൊന്നുമുണ്ടായിരുന്നില്ല. അക്കാരണത്താൽത്തന്നെ സർക്കുലേഷനിൽ കർശനമായി നിയന്ത്രിതമായിരുന്ന സെൻട്രൽ ന്യൂസ് പേപ്പറുകൾ ഒരിക്കലും ഗ്രാമങ്ങളിൽ എത്തിച്ചേർന്നില്ല. പുസ്തകങ്ങളുടെ വിതരണം ശരിയായ രീതിയിൽ സംഘടിപ്പിക്കപ്പെട്ടിരുന്നില്ലെന്ന് മാത്രമല്ല, സംശയാസ്പദമായ കൃതികൾ പുറത്തേക്ക് അയച്ചു കൊടുക്കാൻ ബുക്ക് ഷോപ്പ് ഉടമകൾ വിമുഖരുമായിരുന്നു. പുറം ലോകത്ത് എന്താണ് സംഭവിക്കുന്നതെന്നറിയാൻ ഗ്രാമീണർ അതീവ

തൽപ്പരരായിരുന്നുവെങ്കിലും അറിയാനുള്ള അവരുടെ ഏക മാർഗം ഊഹാപോഹങ്ങളായിരുന്നു.

ബാലിശമെന്ന് തോന്നാമെങ്കിലും, കർഷകർ അയച്ച കത്തുകളിലെ എല്ലാ കാര്യങ്ങളും ഇല്ലിച്ച് ശ്രദ്ധാപൂർവം കേട്ടിരുന്നു. നിരക്ഷരതമൂലം ആ കത്തുകളിൽ ഏറെക്കുറെ എല്ലാം തന്നെ ഊതിവീർപ്പിച്ച വിവരങ്ങളടങ്ങുന്ന, പണംപറ്റി, ക്ലെറിക്കലായി തയാറാക്കിയ വിവരണങ്ങളായിരുന്നു.

ഞാൻ അവ ഇല്ലിച്ചിന് കാണിച്ചുകൊടുത്തു. താൽപ്പര്യപൂർവം അവ വായിക്കുന്ന സ്വഭാവക്കാരനായിരുന്നു, ഇല്ലിച്ച്, ഞങ്ങളുടെ ഗ്രാമീണ വായനാശാലകളിലെയും റിക്രിയേഷൻ ഹാളുകളിലെയും അന്വേഷണമേശകളുടെ സംഘാടനത്തിൽ കൂടുതൽ ശ്രദ്ധപതിപ്പിക്കാൻ അദ്ദേഹം ഞങ്ങളെ ഉപദേശിച്ചു. എല്ലാ ഞായറാഴ്ചകളിലും അയൽ ഗ്രാമങ്ങളിൽ നിന്നുമെത്തിയിരുന്ന കർഷകരുമായുള്ള ആശയവിനിമയത്തിന്റെ പരിചയം അദ്ദേഹത്തിനുണ്ടായിരുന്നു. 1918 ഡിസംബറിൽ സർക്കാർ ഉദ്യോഗസ്ഥരെ കൈകാര്യം ചെയ്യാനുള്ള ചട്ടങ്ങളുടെ കരട് അദ്ദേഹം എഴുതി തയാറാക്കിയിരുന്നു. വ്യത്യസ്ത സർക്കാർ വകുപ്പുകൾ അവയുടെ വകുപ്പുകളുടെ കാര്യങ്ങൾ അന്വേഷിക്കാൻ സ്വന്തം കാര്യാലയങ്ങൾ ഉണ്ടാക്കണമെന്നും അദ്ദേഹം ആവശ്യപ്പെട്ടിരുന്നു.

> ഈ കാര്യാലയങ്ങൾക്ക് വായ് മൊഴിയായും വരമൊഴിയായുമുള്ള റിപ്പോർട്ടുകൾ നൽകാനുള്ള ബാധ്യത മാത്രമല്ല ഉള്ളത്. അവ സൗജന്യമായി നിരക്ഷരർക്ക് വേണ്ടി അവരുടെ അവകാശങ്ങൾ പ്രായോഗികമാക്കുകയും വേണം.

ഇല്ലിച്ച് തന്റെ *ഡ്രാഫ്റ്റ്സ് റൂൾസ് ഓഫ് മാനേജ്മെന്റ് ഫോർ സോവിയറ്റ് ഇൻസ്റ്റിറ്റ്യൂഷൻസിൽ* എഴുതി :

> ഏവർക്കും അഭിഗമ്യമാവുന്ന തരത്തിൽ ഓരോ സോവിയറ്റ് സ്ഥാപനത്തിന് അകത്തും പുറത്തും ആളുകൾ എത്തിച്ചേരുന്ന ഓരോ ദിവസങ്ങളിലും മണിക്കൂറിലും ചട്ടങ്ങൾ പ്രദർശിപ്പിക്കേണ്ടതാണ്. അതിനായി, സ്വീകരണമുറികൾ ഏവർക്കും സ്വതന്ത്രമായും എളുപ്പത്തിലും അഭിഗമ്യമാവുന്നതരത്തിൽ ക്രമീകരിക്കേണ്ടതാണ്.
>
> ഓരോ സോവിയറ്റ് സന്ദർശനത്തിന്റെ ഉദ്ദേശ്യം, അവർക്ക് കാണേണ്ട ഉദ്യോഗസ്ഥൻ എന്നിവയെ കുറിച്ചുള്ള ഹ്രസ്വമായ വിവരങ്ങൾ രേഖപ്പെടുത്തുന്ന ഒരു പുസ്തകം സൂക്ഷിക്കേണ്ടതാണ്.

"ഞായറാഴ്ചകളിലും ഒഴിവുദിവസങ്ങളിലും സന്ദർശകർക്കുള്ള സമയം ക്രമീകരിക്കേണ്ടതാണ്.

പത്ത് വർഷങ്ങൾക്ക്ശേഷം, 1928 വരെ ഈ കരട് ചട്ടങ്ങൾ പ്രസിദ്ധീകരിക്കുകയുണ്ടായില്ല. എങ്കിലും, എക്സ്ട്രാ സ്കൂൾ ഡിപ്പാർട്ടു

മെന്റിന് അതറിയാമായിരുന്നതിനാൽ റീഡിങ് ആളുകളുടെ അന്വേഷണത്തിന്റെ സംഘാടനത്തിന് അത് കൂടുതൽ പ്രാധാന്യം നൽകുകയുണ്ടായി. അതിന്റെ ഫലമായി, ഗ്രാമീണ ലൈബ്രേറിയന്മാർ കൂടുതൽ മാന്യതയുള്ളവരായിത്തീർന്നു. കൂടാതെ, 1919 ൽ നാട്ടിൻപുറങ്ങളിൽ അവർ കൂടുതൽ സ്വാധീനമുള്ളവരുമായിത്തീർന്നു. സോവിയറ്റ് ശക്തിയുടെ പ്രചരണവുമായും സോവിയറ്റ് ഭരണകൂടത്തിന്റെ പ്രചരണവുമായും ബന്ധപ്പെട്ട് വിഷയങ്ങളുടെ ഡിക്രികളുടെ പ്രചരണവുമായും ബന്ധപ്പെട്ടതായിരുന്നു അത്തരം അന്വേഷണ ഡെസ്കുകൾ.

* * * * * *

ലെനിൻ ആലോചിച്ചവയിൽ ഒന്ന് മാത്രമായിരുന്നു ഈ അന്വേഷണ സേവനം. 1919 ഏപ്രിൽ 12-ന് കലീനിനും ലെൻഹിനും സ്ററാലിനും ഒപ്പിട്ട ഒരു ഡിക്രി പ്രസിദ്ധീകരിച്ചു. പുനഃസംഘാടനം സ്റ്റേറ്റിന്റെ നിയന്ത്രണത്തിലാക്കുന്ന ഒന്നായിരുന്നു അത്. (അന്ന് സ്റ്റാലിൻ സ്റ്റേറ്റിന്റെ നിയന്ത്രണത്തിനുള്ള പീപ്പിൾസ് കമ്മിസാറായിരുന്നു) ആ ഡിക്രി ഇപ്രകാരം പ്രഖ്യാപിച്ചു :

> പഴയ ഉദ്യോഗസ്ഥസംവിധാനം നശിപ്പിക്കപ്പെട്ടുവെങ്കിലും ആ ഉദ്യോഗസ്ഥവൃന്ദം നിലനിൽക്കുന്നു. അവർ തങ്ങൾക്കൊപ്പം സോവിയറ്റ് സ്ഥാപനങ്ങളിലേക്ക് യാഥാസ്ഥിതികത്വത്തിന്റെയും ചുവപ്പുനാടയുടെയും കഴിവുകേടിന്റെയും അയഞ്ഞ അച്ചടക്കത്തിന്റെ ആർജ്ജവത്തെയും കൊണ്ടുവന്നു.
>
> ഒരു തരത്തിലുള്ള ഉദ്യോഗസ്ഥ ഭരണത്തെയും വച്ചുപൊറുപ്പിക്കുകയില്ലെന്നും കണിശമായ നടപടികളിലൂടെ സോവിയറ്റ് ഓഫീസുകളിൽ നിന്നും അതിനെ ഇല്ലായ്മ ചെയ്യുമെന്നും സോവിയറ്റ് ഭരണകൂടം പ്രഖ്യാപിക്കുന്നു.
>
> രാജ്യത്തിന്റെ ഭരണത്തിലെ തൊഴിലാളികളുടെയും ഭരണയന്ത്രത്തിലെ തകരാറുകൾ ഇല്ലായ്മ ചെയ്യാൻ ഭരണകൂടത്തിന്റെ വകുപ്പുകൾക്ക് മേലുള്ള അവരുടെ നിയന്ത്രണാധികാരവും കൊണ്ടു മാത്രം സോവിയറ്റ് സ്ഥാപനങ്ങളിലെ ഉദ്യോഗസ്ഥരീതിയിലുള്ള തിന്മ ഇല്ലായ്മ ചെയ്യപ്പെടുമെന്നും അങ്ങനെ സോഷ്യലിസ്റ്റ് നിർമിതി മുന്നേറുമെന്നും സോവിയറ്റ് ഭരണകൂടം പ്രഖ്യാപിക്കുന്നു.

1919 മേയ് 14-ന് പീപ്പിൾസ് കമ്മീസാറിയേറ്റ് ഓഫ് സ്റ്റേറ്റ് കൺട്രോളിന് കീഴിൽ ഒരു സെൻട്രൽ ബ്യൂറോ ഓഫ് ആപ്ലിക്കേഷൻസ് രൂപീകരിച്ചുകൊണ്ടുള്ള ഒരു ഡിക്രി പുറപ്പെടുവിച്ചു. തുടർന്ന് മേയ് 24 ന് സെൻട്രൽ ബ്യൂറോയുടെ ലോക്കൽ ബ്രാഞ്ചുകൾ രൂപീകരിച്ചുകൊണ്ടുള്ള മറ്റൊരു ഡിക്രിയും പുറപ്പെടുവിച്ചു.

സോവിയറ്റ് ഓഫീസുകളിൽ ഉദ്യോഗസ്ഥഭരണത്തിനെതിരെ അയവില്ലാത്ത സമരം നടത്തണമെന്ന് ഇല്ലിച്ച് ആവശ്യപ്പെട്ടു.

അതിന് മുമ്പുതന്നെ ഉദ്യോഗസ്ഥഭരണത്തെ പരിഹസിച്ചുകൊണ്ട് എഴുതപ്പെട്ട അധ്വാനിക്കുന്നവർക്കും കർഷകർക്കുമിടയിൽ വളരെയധികം സ്വാധീനം ചെലുത്തിയിരുന്നു. ഞങ്ങളുടെ തലമുറിയിൽപ്പെട്ടവരിൽ അവ ഉദ്യോഗസ്ഥഭരണത്തിനെതിരായ ആരോഗ്യകരമായൊരു വിദ്വേഷമാണ് സൃഷ്ടിച്ചത്. ആ സാഹിത്യം ഇല്യാനോവ് കുടുംബത്തിന് വളരെ ഇഷ്ട പ്പെട്ടവയുമായിരുന്നു. സോവിയറ്റ് മണ്ണിൽനിന്നും അതിനെ തുടച്ചുമാറ്റു കയെന്നത് ഇല്ലിച്ചിന്റെ സ്വപ്നമായിരുന്നു.

തനിക്ക് കത്തുകളയച്ച ആളുകൾക്ക് അസാധാരണമായ പരിഗണ നയാണ് ഇല്ലിച്ച് കൽപ്പിച്ചത്. *ലെനിൻ മിസെല്ലനി* : വാല്യം XXIV ൽ പ്രസിദ്ധീകരിച്ചിട്ടുള്ള രേഖകളിൽ നിന്നും അത് വ്യക്തമാവുന്നുണ്ട്.

ഇല്ലിച്ചിന് അസംഖ്യം പരാതികൾ ലഭിക്കുകയും അവയെ അദ്ദേഹം തന്നെ നേരിട്ട് കൈകാര്യം ചെയ്യുകയുമുണ്ടായി.

1919 ഫെബ്രുവരി 22 ന് യറോസ്ലാവ്ൽ ഗുബർണിയ എക്സിക്യൂട്ടീവ്ക്കമ്മിറ്റിക്ക് അദ്ദേഹം താഴെക്കാണുന്ന കമ്പി സന്ദേശമയച്ചു.

> നാല് പേരുള്ള തന്റെ കുടുംബത്തിന് വേണ്ടി, പതിനെട്ട് മാസത്തെ അധ്വാനഫലം കൊണ്ട് വാങ്ങിയ, മൂന്ന് പൂഡ്സ് ധാന്യമാവും മറ്റ് ഉല്പന്നങ്ങളും ചേക്കാ കണ്ടുകെട്ടിയതായി സോവിയറ്റ് ജീവന ക്കാരനായ ദാനിലോവ് പരാതിപ്പെട്ടിരിക്കുന്നു. വളരെ ശ്രദ്ധാപൂർവം പരിശോധിക്കുക. കമ്പിമാർഗം എന്നെ വിവരമറിയിക്കുക.

ലെനിൻ, പീപ്പിൾസ് കമ്മിസാർമാരുടെ കൗൺസിലിന്റെ ചെയർമാൻ"

സമാനമായ മറ്റ് നിരവധി രേഖകൾ *ലെനിൻ മിസെല്ലനി : വാല്യം XXIV* ൽ ഉദ്ധരിച്ചിട്ടുണ്ട്. അവയ്ക്ക് മേൽ അടിയന്തരമായ നടപടി സ്വീക രിക്കാൻ ഉത്തരവാദപ്പെട്ടവരോട് ആവശ്യപ്പെടാൻ ഇല്ലിച്ച് എന്നും ബദ്ധ ശ്രദ്ധനായിരുന്നു.

'നിസ്സാരകാര്യങ്ങളെ' ഇല്ലിച്ച് എങ്ങനെ കൈകാര്യം ചെയ്തിരുന്നു വെന്ന് അനുസ്മരിക്കുമ്പോൾ ചില സഖാക്കൾ പറയുന്നു. "ഞങ്ങളദ്ദേ ഹത്തെ ശരിയായ രീതിയിൽ നോക്കിക്കണ്ടില്ല. നിസ്സാരകാര്യങ്ങളിൽ അദ്ദേഹം ആമഗ്നനായിരുന്നു. അത്തരം നിസ്സാരകാര്യങ്ങളുമായി ഞങ്ങ ളദ്ദേഹത്തെ ശല്യപ്പെടുത്താൻ പാടില്ലായിരുന്നു." അത് ശരിയാവാമെങ്കി ലും, ഇത്തരം നിസ്സാരമായ കാര്യങ്ങളിൽ ശ്രദ്ധപതിപ്പിക്കേണ്ടതിന് വളരെ പ്രാധാന്യമുണ്ടെന്നും അതിലൂടെ മാത്രമേ, ഔപചാരികമായൊരു രീതി യില്ല, മറിച്ച്, ഒരു അധ്വാനിക്കുന്ന വർഗ ജനാധിപത്യരീതിയിൽ സോവി യറ്റ് ഭരണയന്ത്രം യഥാർഥത്തിൽ ജനാധിപത്യപരമാവുകയുള്ളുവെന്നും ഇല്ലിച്ച് കരുതിയിരുന്നു.

ഉദ്യോഗസ്ഥ ദുർഭരണത്തിന്റെ തിന്മകൾക്കെതിരായ നിലപാടിൽ ഇല്ലിച്ചിന് യാതൊരു വിട്ടുവീഴ്ചയുമുണ്ടായിരുന്നില്ല. 1919 ജൂണിൽ നോവ്ഗൊരോദ് ഗുബർണിയ എക്സിക്യൂട്ടീവ്കമ്മിറ്റിക്ക് അദ്ദേഹമയച്ച ടെലഗ്രാം അതിന് നല്ലൊരു ഉദാഹരണമാണ്. അതിപ്രകാരമായിരുന്നു.

> പ്രകടമായിത്തന്നെ, എന്നോട് പരാതിപ്പെട്ടതിനാണ് ബുലാട്ടോവ് അറസ്റ്റ് ചെയ്യപ്പെട്ടത്. അതിന് ഗുബർണിയ എക്സിക്യൂട്ടീവ്കമ്മിറ്റികളുടെയും ചേക്കയുടെയും ചെയർമാന്മാരെയും എക്സിക്യൂട്ടീവ്കമ്മിറ്റി അംഗങ്ങളെയും അറസ്റ്റ് ചെയ്യുമെന്നും വെടിവച്ചുകൊല്ലുമെന്നും ഞാൻ മുന്നറിയിപ്പ് നൽകുന്നു. താങ്കളെന്തുകൊണ്ട് എന്റെ ചോദ്യത്തിന് ഉടനടി മറുപടി തന്നില്ല?

ലെനിൻ, പീപ്പിൾസ് കമ്മിസാർമാരുടെ കൗൺസിലിന്റെ ചെയർമാൻ"

സാധാരണ ജീവനക്കാർക്ക് നേരെ തികച്ചും അനുഭാവപൂർണമായൊരു സമീപനമായിരുന്നു ഇല്ലിച്ചിന്റേത്. മേലുദ്യോഗസ്ഥർ അവർക്ക് കീഴിലുള്ളവരെ അറിഞ്ഞിരിക്കണമെന്നും ജോലിയിൽ അവരെ സഹായിക്കണമെന്നും കാര്യക്ഷമമായ ജോലിക്ക് വേണ്ട സൗകര്യങ്ങൾ ഒരുക്കിക്കൊടുക്കണമെന്നും ഇല്ലിച്ച് ആവശ്യപ്പെട്ടു. എന്റെ വകുപ്പിലെ ജീവനക്കാരെക്കുറിച്ച് അദ്ദേഹം എന്നോട് നിരന്തരം അന്വേഷിക്കുകയും അവരെ അറിയാൻ ശ്രമിക്കുകയും ചെയ്തു. മെച്ചപ്പെട്ടരീതിയിൽ അവരെ എങ്ങനെ പ്രയോജനപ്പെടുത്താമെന്ന് അദ്ദേഹമെന്നെ ഉപദേശിച്ചു. അവർക്ക് വേണ്ടി ഞാനെന്താണ് ചെയ്യുന്നതെന്നും അവരുടെ ജീവിത സാഹചര്യമെന്താണെന്നും അവരുടെ കുട്ടികൾക്ക് ക്ഷേമമാണോയെന്നും അദ്ദേഹം എന്നോട് ആരാഞ്ഞു. എന്നെക്കാൾ കൂടുതലായി എന്റെ സ്റ്റാഫ് അംഗങ്ങളെ അദ്ദേഹത്തിനറിയാം എന്ന കാര്യം പലപ്പോഴുമെന്നെ അത്ഭുതപ്പെടുത്തിയിട്ടുണ്ട്. തന്റെയും മറ്റ് ഓഫീസുകളിലെയും സ്റ്റാഫുകളുടെ ക്ഷേമത്തിലും അദ്ദേഹത്തിന് വളരെക്കൂടുതൽ താൽപ്പര്യമുണ്ടായിരുന്നതായി നിരവധിരേഖകൾ വ്യക്തമാക്കുന്നുണ്ട്.

ഏപ്രിൽ അവസാനത്തോടെ കിഴക്കൻ യുദ്ധനിരയിൽ വലിയ പുരോഗതിയുണ്ടായി. റെഡ്ആർമി വിജയങ്ങൾ കൈവരിക്കാൻ ആരംഭിച്ചു. യുഫായും മറ്റ് പല പട്ടണങ്ങളും വൈറ്റുകളിൽ നിന്നും തിരിച്ചുപിടിച്ചു. എകാടെറിൻ ബർഗിനും പെർമിനുമെതിരായ ആക്രമണം വിജയകരമായി മുന്നേറിക്കൊണ്ടിരുന്നു.

ജൂൺ അവസാനം വോൾഗാ നദിയിലൂടെ ഒരു സ്റ്റീം ബോട്ടിൽ തിരിച്ചുപിടിച്ച ഇടങ്ങളിലേക്ക് ഞങ്ങൾ ഒരു യാത്രപോയി. വിവിധ കമ്മീസാറിയേറ്റുകളുടെയും ട്രേഡ് യൂണിയനുകളുടെയും പ്രതിനിധികളായിരുന്നു അതിലെ യാത്രക്കാർ. (വിദ്യാഭ്യാസത്തിനുള്ള കമ്മീസാറിയേറ്റിനെ ഞാനാണ് പ്രതിനിധീകരിച്ചത്.)

ആ യാത്രയിൽ ഞങ്ങൾ നിരവധി യോഗങ്ങളെ അഭിസംബോധന ചെയ്തു. 34 യോഗങ്ങളിലാണ് ഞാൻ സംസാരിച്ചത്. ഞാനൊരു പ്രഭാഷകയല്ലെങ്കിലും ഞാൻ പറഞ്ഞകാര്യങ്ങൾ സ്ത്രീകളും പുരുഷന്മാരുമായ തൊഴിലാളികൾക്കും റെഡ് ആർമിക്കാർക്കും ബാധകമായവ ആയിരുന്നതിനാൽ അതവരെ വളരെയധികം ആകർഷിച്ചു. വൈറ്റ് ആർമിക്കാർ ഉണ്ടായിരുന്ന ഇടങ്ങളിലെല്ലാം അവർക്ക് നേരെയുള്ള ജനങ്ങളുടെ

വിദ്വേഷം തീവ്രമായിരുന്നു. വോട്കിൻസ്ക് വർക്സിൽ നടന്ന യോഗത്തെ എനിക്കൊരിക്കലും വിസ്മരിക്കാനാവില്ല. അവിടെ 'ബോൾഷെവിക് ബാധ പിടികൂടി' എന്ന പേരിൽ വൈറ്റ്സ് സൈനികർ ആ ഗ്രാമത്തിലെ ഏതാണ്ട് എല്ലാ കൗമാരപ്രായക്കാരെയും വെടിവച്ചു കൊന്നിരുന്നു. ആ യോഗത്തിൽ പങ്കെടുത്ത കുടുംബക്കാരിൽ ആണോ പെണ്ണോ ആയ ഒരാളെങ്കിലും കൊല്ലപ്പെടാത്തവർ അപൂർവമായിരുന്നു. ആ കുടുംബങ്ങളിൽ മിക്കതും ഇടത്തരം കർഷകരുടേതായിരുന്നു.

അവിടത്തെ കർഷകരുടെ അറിവില്ലായ്മ വളരെ കൂടുതലായിരുന്നു. തങ്ങളുടെ കുട്ടികളെ നഴ്സറികളിലേക്കയയ്ക്കാൻ അപ്പോഴും അവിടത്തെ കർഷകരായ വനിതകൾ ഭയപ്പെട്ടിരുന്നു. സ്കൂൾ അധ്യാപകർക്കിടയിൽ വനിതകൾ ഭയപ്പെട്ടിരുന്നു. സ്കൂൾ അധ്യാപകർക്കിടയിൽ സോവിയറ്റ് ശക്തിക്കെതിരായ പ്രചരണം തികച്ചും ആക്രമണോത്സുകമായിരുന്നു. ചിസ്റ്റോപോളിൽ നടന്ന അത്തരമൊരു പ്രക്ഷോഭത്തെ ഞാൻ ഓർക്കുന്നു. ഇതൊക്കെയാണെങ്കിലും തൊഴിലാളികളും കർഷകരുമായുള്ള ഗ്രാമീണ അധ്യാപകരുടെ ഇടപെടൽ ആ സ്ഥിതിക്കൊരു മാറ്റമുണ്ടാക്കി. ഞങ്ങളുടെ പക്ഷം ചേരാൻ അതവരെ പ്രാപ്തരാക്കി. കൊൽചക്കുമായി ബന്ധമുണ്ടായിരുന്ന ഇഷ്വ്സ്കിലെ 96-ൽ 95 എഞ്ചിനീയർമാരും അവിടന്നും സ്ഥലം വിട്ടു. അവരിലൊരുവന്റെ ഭാര്യയും സ്കൂൾ അധ്യാപികയും എന്റെ ഹൈസ്കൂൾ സഹപാഠിയുമായിരുന്ന ഒരു സ്ത്രീ അവിടെ തുടരുകയും ചെമ്പടയുടെ പക്ഷം ചേരുകയും ചെയ്തു. അവരെ കാണാനെത്തുമ്പോൾ അവരെന്നോട് ചോദിച്ചു :"തൊഴിലാളികളെ കൈയൊഴിയാൻ എനിക്കെങ്ങനെ കഴിയും?"

സ്വാധീനശക്തിയുണ്ടെന്ന് കരുതപ്പെട്ടിരുന്ന ബുദ്ധിജീവികൾ അന്ന് കൊൽചാക്കുകളുടെ പക്ഷത്തായിരുന്നു. അവർ വൈറ്റ് ആർമിക്കാർക്കൊപ്പം ചേരുകയും ചെയ്തു. ഞങ്ങളുടെ മുഖ്യ പ്രക്ഷോഭകാരികൾ സ്ത്രീ - പുരുഷന്മാരായ തൊഴിലാളികളും റെഡ് ആർമിക്കാരുമായിരുന്നു. അവർ ബഹുജനങ്ങളുമായി അടുത്തുനിന്നിരുന്നു. രണ്ടാം സൈന്യത്തിന് സവിശേഷമായൊരു പ്രക്ഷോഭകനുണ്ടായിരുന്നു. ഒക്ടോബർ വിപ്ലവത്തിന് മുമ്പ് ഒരു പാതിരിയായിരുന്ന അയാൾ ഒക്ടോബറിനുശേഷം ബോൾഷെവിക്കുകളുടെ ഒരു പ്രക്ഷോഭകനായിത്തീർന്നു. അയ്യായിരം റെഡ് ആർമിക്കാർ പങ്കെടുത്ത ഒരു യോഗത്തിൽ അയാൾ സോവിയറ്റ് ശക്തിയെക്കുറിച്ചും അതിന് ജനങ്ങളുമായുള്ള ഉറ്റബന്ധത്തെക്കുറിച്ചും സംസാരിച്ചു. "ബോൾഷെവിക്കുകൾ ഇന്നത്തെ അപ്പോസ്തലന്മാരാണ്" എന്ന് അയാൾ പ്രസ്താവിച്ചു. "എന്താണ് വൈദിക വൃത്തി?" എന്ന് ശ്രോതാക്കളിൽ ഒരുവന്റെ ചോദ്യത്തോട് അയാൾ പ്രതികരിച്ചത് ഇങ്ങനെയായിരുന്നു. "അത് വിശദീകരിക്കാൻ ഏതാനും മണിക്കൂറുകൾ തന്നെ വേണ്ടിവരും, എന്തായാലും, ശുദ്ധമായും അതൊരു മസ്തിഷ്ക പ്രക്ഷാളനം മാത്രമാണ്."

യെലാബഗിൽ വച്ച് ഒരു റെഡ് ആർമി കമാൻഡറായ അസിൻ എന്നെ കാണാൻ ബോട്ടിലെത്തി. യാതൊരു ഭീതിയുമില്ലാത്തവനും വൈറ്റ് ആർമിക്കാരോടും സൈന്യത്തിൽ നിന്നും ഒളിച്ചോടുന്നവരോടും യാതൊരു ദയാദാക്ഷിണ്യവുമില്ലാത്തവനുമായൊരു കൊസാക് ആയിരുന്നു അയാൾ. റെഡ് ആർമിക്കാരെ താൻ എങ്ങനെ പരിചരിക്കുന്നു എന്നതിനെ കുറിച്ചാണ് മുഖ്യമായും അയാൾ സംസാരിച്ചത്. റെഡ് ആർമിക്കാർ അയാളെ വളരെ സ്നേഹിച്ചിരുന്നു. ആ മേഖലയിൽ വൈറ്റ് ആർമിക്കാർക്കെതിരെ ധീരമായി പോരാട്ടം നടത്തുകയും പലയിടങ്ങളിലും വൈറ്റുകളെ കീഴടക്കുകയും ചെയ്ത അസിൻ പിന്നീട് വൈറ്റുകളുടെ കെണിയിൽ പെടുകയും ലോവർ വോൾഗയിൽവച്ച് പീഡിപ്പിച്ച് കൊല്ലപ്പെടുകയുമുണ്ടായി.

ടട്ടാറിയയിൽ ഞങ്ങളുടെ യാത്ര തികച്ചും വിജയകരമായിരുന്നു. അവിടത്തെ ജനത സോവിയറ്റ് ശക്തിക്കു പൂർണമായ പിന്തുണനൽകി.

തിരിച്ചെത്തിയപ്പോൾ എല്ലാറ്റിനെക്കുറിച്ചും വ്ളാദിമിർ ഇല്ലിച്ച് എന്നോട് വിശദമായി ചോദിച്ചു. റെഡ് ആർമിയെ കുറിച്ചും കർഷകരുടെയും ചുവാഷുകളുടെയും ടാർട്ടാറുകളുടെയും മനോഭാവത്തെക്കുറിച്ചും ജനങ്ങൾക്കിടയിൽ സോവിയറ്റ് ശക്തിക്ക് നേരെ വളർന്നുവരുന്ന വിശ്വാസത്തെക്കുറിച്ചും അറിയാൻ അദ്ദേഹം പ്രത്യേകം തൽപ്പരനായിരുന്നു.

* * * * * *

1919 ന്റെ രണ്ടാമത്തെ പകുതി ഒന്നാമത്തെ പകുതിയെക്കാൾ കൂടുതൽ വിഷമം പിടിച്ചതായിരുന്നു. അത് പ്രത്യേകിച്ചും സെപ്തംബർ, ഒക്ടോബർ, നവംബർ മാസങ്ങളിലുമായിരുന്നു. ആഭ്യന്തരയുദ്ധം പടർന്നുപിടിച്ചുകൊണ്ടിരുന്നു. കൊൽചാക്കുകൾ പരാജയപ്പെട്ടുവെങ്കിലും സോവിയറ്റ് ശക്തിയുടെ കേന്ദ്രങ്ങളായ മോസ്കോയും പെത്രോഗ്രാദും പിടിച്ചെടുക്കുകയെന്ന വാശിയിലായിരുന്നു വൈറ്റ് ആർമിക്കാർ. തെക്കുനിന്നും മുന്നേറ്റം നടത്തിയ ദെനികിൻ ഉക്രെയ്നിലെ പല പ്രധാന കേന്ദ്രങ്ങളും പിടിച്ചെടുത്തു. കിഴക്കുനിന്നും മുന്നേറിയ യെദൂനിക് അതിനകം തന്നെ പെത്രോഗ്രാദിന്റെ പ്രാന്തത്തിലെത്തിയിരുന്നു. വൈറ്റുകളുടെ വിജയം ഒളിച്ചു കഴിയുകയായിരുന്ന ശത്രുക്കൾക്ക് വീര്യം പകർന്നു നൽകി. ഒക്ടോബർ അവസാനമായപ്പോൾ യെദൂനിക്കുമായി ബന്ധവും പരസ്പരധാരണയുമുള്ള ഒരു പ്രതിവിപ്ലവസംഘടന പെത്രോഗ്രാദിൽ കണ്ടുപിടിക്കപ്പെട്ടു.

ദെനികിനും യെദൂനിക്കും മുന്നേറ്റം നടത്തിക്കൊണ്ടിരിക്കുമ്പോൾ ത്തന്നെ ഭീഷണിയുടെ സ്വഭാവമുള്ള ഊമക്കത്തുകൾ ഇല്ലിച്ചിന് ലഭിച്ചുകൊണ്ടിരുന്നു. അവയിൽ ചിലതിൽ പരിഹസിക്കുന്നതരത്തിലുള്ള ചിത്രങ്ങളുമുണ്ടായിരുന്നു. ബുദ്ധിജീവിവർഗം അപ്പോഴും ചാഞ്ചാടുകയായിരുന്നു. അവരിലെ പുരോഗമന സ്വഭാവമുള്ള വിഭാഗം മാത്രമാണ് സോവിയറ്റുകൾക്കൊപ്പം ഉറച്ചുനിന്നത്. സോഷ്യലിസ്റ്റ് റവലൂഷണറികളുടെ പിന്തുണയുണ്ടായിരുന്ന അരാജകവാദികൾ സെപ്തംബർ 25-ന് പാർട്ടിയുടെ

മോസ്കോ കമ്മിറ്റി ആസ്ഥാനത്ത് ബോംബ് സ്ഫോടനങ്ങൾ നടത്തുകയും അതിൽ നിരവധി സഖാക്കൾ കൊല്ലപ്പെടുകയുമുണ്ടായി.

പട്ടിണിയും ദാരിദ്ര്യവും രൂക്ഷമായിരുന്നു. റെഡ് ആർമിയെ ശക്തിപ്പെടുത്തേണ്ടതും അതിന്റെ ആർജവം നിലനിർത്തേണ്ടതും യുദ്ധനിരയിൽ കൈക്കൊള്ളേണ്ട പദ്ധതികൾ ആവിഷ്കരിക്കേണ്ടതും ആവശ്യമായിരുന്നു. റെഡ് ആർമിക്കും അതിന് പിന്നിൽ അണിനിരന്നിട്ടുള്ള ജനങ്ങൾക്കും അധ്വാനിക്കുന്ന വർഗത്തിനും ഭക്ഷ്യധാന്യങ്ങൾ ലഭ്യമാക്കിക്കൊടുക്കേണ്ടിയിരുന്നു. വിശദീകരണ - പ്രക്ഷോഭപ്രവർത്തനങ്ങൾ വ്യാപിപ്പിക്കേണ്ടതും പഴയ ഉദ്യോഗസ്ഥ ഭരണത്തിന്റെ രീതിയിലല്ലാതെ പുതിയ സോവിയറ്റ് രീതിയിൽ മുഴുവൻ ഭരണയന്ത്രത്തെയും രൂപപ്പെടുത്തേണ്ടതും പുതിയ അണികളെ തെരഞ്ഞെടുത്ത് പരിശീലിപ്പിക്കേണ്ടതും ആവശ്യമായിരുന്നു.

ഒരു നിമിഷനേരത്തേക്ക് പോലും വിജയത്തിലുള്ള വിശ്വാസം നഷ്ടപ്പെട്ടില്ലെങ്കിലും രാവിലെ മുതൽ രാത്രിവരെ ജോലി ചെയ്ത ഇല്ലിച്ചിന് ഉറക്കം നഷ്ടമായി. രാത്രി എഴുന്നേൽക്കുന്ന അദ്ദേഹം തന്റെ ഉത്തരവുകൾ നടപ്പിലാക്കിയോയെന്നറിയാൻ ടെലഫോൺ ചെയ്യുകയോ എവിടേക്കെങ്കിലുമൊക്കെ കമ്പിസന്ദേശമയക്കുകയോ ചെയ്തു. തന്റെ അധികസമയവും ഓഫീസിൽ ചെലവഴിക്കുകയും സന്ദർശകരെ സ്വീകരിക്കുകയും ചെയ്ത അദ്ദേഹം അപൂർവമായി മാത്രമേ പകൽസമയങ്ങളിൽ വീട്ടിലുണ്ടായിരുന്നുള്ളു. വളരെ തിരക്കേറിയ ആ മാസങ്ങളിൽ വളരെ കുറച്ചുമാത്രമാണ് ഞാനദ്ദേഹത്തെ കണ്ടത്. ഏറെക്കുറെ പൂർണമായും ഒന്നിച്ച് നടക്കാനിറങ്ങുന്ന പതിവ് ഞങ്ങൾ അവസാനിപ്പിച്ചു. മാത്രമല്ല, അദ്ദേഹത്തിന്റെ ജോലിക്ക് തടസമായേക്കുമെന്ന ഭയം മൂലം സ്വകാര്യ ആവശ്യങ്ങൾക്കായി അദ്ദേഹത്തിന്റെ ഓഫീസിലേക്ക് പോകാനും ഞാൻ ഇഷ്ടപ്പെട്ടില്ല.

ഏറ്റവും രൂക്ഷമായ പ്രശ്നം ഭക്ഷ്യധാന്യങ്ങളുടെതായിരുന്നു. നിലവിലുള്ള സാഹചര്യങ്ങളിൽ ചെറുകിടകർഷകരിൽ നിന്നും മതിയായ അളവിലുള്ള ധാന്യം വാങ്ങാനോ ഊഹക്കച്ചവടം നടത്താനോ സാധിക്കുമായിരുന്നില്ല. അതുകൊണ്ട് ചിലതരം പദ്ധതികളും സമ്പ്രദായങ്ങളും ആവിഷ്കരിക്കുകയും പല നിയമങ്ങളും പ്രാബല്യത്തിലാക്കുകയും യോഗ്യതയുള്ളവരെ ആ ആവശ്യത്തിനായി നിയോഗിക്കുകയും ചെയ്തു. അങ്ങനെ 1919 ജനുവരിയിൽ ഭക്ഷ്യവിതരണത്തിനുള്ള പീപ്പിൾസ് കമ്മിസാറായി അലക്സാണ്ടർ സ്യൂരൂപ നിയമിതനായി.

ധാന്യങ്ങളുടെ എല്ലാ സ്വകാര്യവിപണനത്തിന്റെയും നിരോധനം, നിശ്ചിത വിലയ്ക്ക് സ്റ്റേറ്റിന് എല്ലാ മിച്ചധാന്യങ്ങളുടെയും നിർബന്ധിതമായ കൈമാറ്റം എന്നിവ അടങ്ങുന്ന ഭക്ഷ്യകുത്തകയായിരുന്നു അന്നത്തെ സോവിയറ്റ് ഭരണകൂടത്തിന്റെ ഭക്ഷ്യനയം. പൂഴ്ത്തിവയ്പ്പിന്റെ നിരോധനം, എല്ലാ മിച്ച ധാന്യങ്ങളുടെയും കർശനമായ കണക്കെടുപ്പ്, മിച്ചധാന്യങ്ങളുള്ള ഇടങ്ങളിൽ നിന്നും ഭക്ഷ്യദൗർലഭ്യമുള്ളയിടങ്ങളിലേ

ക്കുള്ള ശരിയായ കൊണ്ടുപോകൽ, ഉപഭോഗത്തിനും നടുന്നതിനുമുള്ള ധാന്യങ്ങളുടെ സംഭരണം ഉറപ്പാക്കൽ എന്നിവയും ആ നയത്തിനന്റെ ഭാഗങ്ങളായിരുന്നു. ശരിയായി പറഞ്ഞാൽ അതൊരു ആസൂത്രിത സോഷ്യലിസ്റ്റ് സമ്പദ് ഘടനയുടെ ഭാഗമായിരുന്നുവെങ്കിലും അപ്പോഴും കൃഷി സഞ്ചിതമായൊരു തലത്തിലെത്തിയിരുന്നില്ല.

1919 ജൂലായ് 29-30 തീയതികളിൽ ഫാക്ടറി കമ്മിറ്റികളുടെയും ട്രേഡ് യൂണിയൻ ഹെഡ് ഓഫീസുകളുടെയും മോസ്കോ സെൻട്രൽ വർക്കേഴ്സ് സൊസൈറ്റിയുടെയും 'കോ-ഓപ്പറേറ്റ്സിയ' സൊസൈറ്റി കൗൺസിലിന്റെയും ഒരു സമ്മേളനം മോസ്കോ സോവിയറ്റും മോസ്കോ ട്രേഡ് യൂണിയൻ കൗൺസിലും സംയുക്തമായി വിളിച്ചുകൂട്ടി. മോസ്കോയിൽ ഒരു യുണൈറ്റഡ് കൺസ്യൂമേഴ്സ് സൊസൈറ്റി രൂപീകരിക്കുകയായിരുന്നു അതിന്റെ ഉദ്ദേശ്യം. ആ സമ്മേളനത്തിൽ മെൻഷെവിക്കുകളും സ്വതന്ത്രസഹകരണ പ്രസ്ഥാനത്തെ അനുകൂലിക്കുന്നവരും പങ്കെടുക്കുകയുണ്ടായി. ആ സമ്മേളനത്തിൽ പങ്കെടുത്ത് പ്രസംഗിക്കവേ, എല്ലാം തന്നെ ആഭ്യന്തരയുദ്ധത്തിലെ നമ്മുടെ വിജയത്തെ ആശ്രയിച്ചിരിക്കുകയാണെന്നും, അപ്പോൾ മാത്രമേ സഹകരണ പ്രസ്ഥാനത്തിന് ശരിയായ ദിശാബോധമുണ്ടാവുകയുള്ളൂ എന്നും വ്ളാദിമിർ ഇല്ലിച്ച് വ്യക്തമാക്കി.

ഒക്ടോബർ സോഷ്യലിസ്റ്റ് വിപ്ലവം നടന്നിട്ട് ഒരുപത് മാസങ്ങൾ മാത്രമേ ആയിട്ടുള്ളൂവെന്നും, അതുകൊണ്ട്, സ്വാഭാവികമായും മുഴുവൻ സാമൂഹിക സമ്പ്രദായത്തെയും പുതുക്കിപ്പണിയാൻ അത് തികച്ചും അപര്യാപ്തമായൊരു കാലയളവാണെന്നും അദ്ദേഹം പറഞ്ഞു. അതിന് പഴയ സ്ഥാപനങ്ങളുടെയും ഭൂജന്മിയാരുടെയും മുതലാളിമാരുടെയും മാത്രമല്ല, നൂറ്റാണ്ടുകളായി പെറ്റി ബൂർഷ്വാരക്തം സിരകളിലോടുന്നവരുടെയും സ്വഭാവം മാറ്റിയെടുക്കേണ്ടതാണെന്നും അദ്ദേഹം പറഞ്ഞു.

കൂട്ടുകൃഷിക്ക് വളരെ പ്രാമുഖ്യം സിദ്ധിച്ചിട്ടുള്ള ഇക്കാലത്ത് ലെനിന്റെ ചിന്തകളുടെ പ്രസക്തി എന്തായിരുന്നുവെന്ന് ഏവരും മനസിലാക്കണമെന്നാണ് അദ്ദേഹം പറഞ്ഞത്. മുതലാളിത്തത്തിനും സോഷ്യലിസത്തിനുമിടയിൽ അവസാനത്തെ നിർണായകമായൊരു സമരം ആവശ്യമാണെന്നും സോഷ്യലിസത്തിന്റെ വിജയത്തിന് മാത്രമേ വിശപ്പും ചൂഷണവും ഇല്ലായ്മ ചെയ്യാൻ കഴിയുകയുള്ളൂവെന്നും അദ്ദേഹം വാദിച്ചു. ബോൾഷെവിക്കുകൾ സോഷ്യലിസ്റ്റ് രീതിയിൽ ധാന്യം സംഭരിക്കുന്നതിനെയും അവ റെഡ് ആർമിക്കും തൊഴിലാളികൾക്കും വിതരണം ചെയ്യുന്നതിനെയും കുറിച്ച് അദ്ദേഹം സംസാരിച്ചു. ആദ്യത്തെ വർഷം ഇങ്ങനെ വാങ്ങിയ ധാന്യം കേവലം 30 ദശലക്ഷം 'പൂഡ്സ്' മാത്രമായിരുന്നു.

അദ്ദേഹം തുടർന്നു പറഞ്ഞു :

> മുതലാളിത്തത്തിനും സ്വതന്ത്രവ്യാപാരത്തിനുമെതിരായ അവസാന പോരാട്ടമാണ് ഇപ്പോൾ നടക്കുന്നത്. അത് സോഷ്യലിസ

ത്തിനും മുതലാളിത്തത്തിനുമിടയിലെ അന്തിമപോരാട്ടവുമാണ്. ഈ പോരാട്ടത്തിൽ നാം വിജയിക്കുന്നപക്ഷം നാമൊരിക്കലും മുത ലാളിത്തത്തിലേക്കും പഴയ ക്രമത്തിലേക്കും മടങ്ങേണ്ടിവരില്ല.

1919-ലെ നിരവധി പ്രസംഗങ്ങളിൽ സോവിയറ്റ് ഭരണകൂടത്തിന്റെ പ്രാധാന്യത്തെയും കൂട്ടുകൃഷിയെയും കുറിച്ച് തൊഴിലെടുക്കുന്ന സ്ത്രീ - പുരുഷന്മാർക്കും കർഷകർക്കും റെഡ് ആർമിക്കാർക്കും ഇല്ലിച്ച് വിശ ദീകരിച്ചുകൊടുത്തു. അന്ന് പിന്തുടർന്ന നയങ്ങൾ ശരിയായിരുന്നുവെന്ന് പിൽക്കാല അനുഭവങ്ങൾ തെളിയിക്കുന്നു.

റെഡ് ആർമിക്കാർക്ക് ധാന്യമെത്തിച്ച് കൊടുക്കുന്നതിന് പുറമെ അവർക്കിടയിലെ ക്രമത്തിലും ജാഗരൂകനായിരുന്നു ഇല്ലിച്ച്. അതിനുള്ള ഏറ്റവും നല്ലമാർഗം മുഖ്യമായും കർഷകരും തൊഴിലാളികളുമടങ്ങുന്ന റെഡ് ആർമിയുടെ ക്രമവൽക്കരണമാണെന്നും അദ്ദേഹം വിശ്വസിച്ചു. അതുകൊണ്ട് തന്നെയാണ് രൂക്ഷമായ പോരാട്ടം നടക്കുന്ന വേളയിൽ യുദ്ധനിരയിലേക്ക് പുറപ്പെട്ട പെത്രോഗ്രാദിലും മോസ്കോവിലും നിന്നുള്ള തൊഴിലാളികൾക്ക് അദ്ദേഹം വളരെ ഊഷ്മളമായ യാത്രയയപ്പ് നൽകി യത്. തൊഴിലാളികളിൽ വിശ്വാസമർപ്പിച്ച അദ്ദേഹം അവർ കമ്മി സാർമാരുടെയും കമാൻഡർമാരുടെയും പോലുള്ള അധികാരസ്ഥാനങ്ങ ളിലേയ്ക്ക് ഉയരുന്നതിന് വളരെ പ്രാധാന്യം കൽപ്പിച്ചിരുന്നു. സദാനേ രവും ജാഗ്രത പാലിക്കാൻ അദ്ദേഹം റെഡ് ആർമിക്കാരെ ആഹ്വാനം ചെയ്തു. കോൽചാക്കിന് മേലുള്ള വിജയവുമായി ബന്ധപ്പെട്ട് തൊഴി ലാളികൾക്കും കർഷകർക്കുമുള്ള ഒരു കത്തിൽ അദ്ദേഹമെഴുതി.

ഭൂജന്മിമാരും മുതലാളിമാരും പരാജിതരായെങ്കിലും തങ്ങൾ നശി പ്പിക്കപ്പെട്ടതായി അവർ കരുതുന്നില്ല. അവർ അടിച്ചമർത്തപ്പെടുക മാത്രമേ ചെയ്തിട്ടുള്ളുവെന്നും ഒളിവിൽ പോയ അവർ ഒരു 'സോവിയറ്റ് സുരക്ഷിത' നിറം വ്യാജമായി ചാർത്തി പത്തിതാ ഴ്ത്തിക്കിടക്കുകയാണെന്ന് ബുദ്ധിയുള്ള ഓരോ തൊഴിലാളിയും കർഷകനും കാണുകയും അറിയുകയും ബോധ്യപ്പെടുകയും ചെയ്യുന്നു. നിരവധി ഭൂജന്മിമാർ സ്റ്റേറ്റിന്റെ ഫാമുകളിലേയ്ക്ക് നുഴ ഞ്ഞുകയറുകയും സോവിയറ്റ് ഉദ്യോഗസ്ഥരുടെ ഭാഗമായി അഭി നയിച്ചുകൊണ്ട് നിരവധി മുതലാളിമാർ വ്യത്യസ്ത ഭരണവകു പ്പുകളിൽ എത്തിച്ചേരുകയും ചെയ്തിട്ടുണ്ട്. സോവിയറ്റ് ഭരണകൂ ടത്തെ അട്ടിമറിക്കാൻ ഇന്ന് ചെക്കോസ്ലോവാക്കുകളേ നമ്മുടെ കു റവുകളെയും ദൗർബല്യങ്ങളെയും നിരീക്ഷിച്ചുകൊണ്ടിരിക്കുകയാ ണ്. എന്ത് വേഷം കെട്ടിയാലും പത്തി താഴ്ത്തി കിടക്കുന്ന കവർച്ച ക്കാരായ ഈ ഭൂജന്മിമാരെയും മുതലാളിമാരെയും പുറത്തുകൊ ണ്ടുവരേണ്ടതും നിർദയം ശിക്ഷിക്കേണ്ടതും നമ്മൾ ഓരോരുത്ത രുടെയും കടമയും ചുമതലയുമാണ്.

ജാഗ്രതയ്ക്കായുള്ള ഈ ആഹ്വാനം അനേകം പേരെ ഭീദിതരാക്കി. കഴിവുള്ള കമാൻഡർമാരിൽ പലരും കുലീനരോ അല്ലെങ്കിൽ അവരുടെ ഉത്തരവുകൾ, തങ്ങൾക്കിഷ്ടപ്പെടാത്തതോ മറ്റെന്തെങ്കിലും നിസാരകാരണത്താലോ റെഡ് ആർമിക്കാർക്കിടയിൽ പോലും അത് പലപ്പോഴും അസ്വാരസ്യതയ്ക്ക് വഴിതെളിച്ചു.

തീർച്ചയായും കുറ്റപ്പെടുത്താനാവാത്ത കാര്യങ്ങളുടെ പേരിലോ മറ്റുള്ളവരുടെ കുറ്റങ്ങൾക്കോ പലരും ശിക്ഷയേറ്റുവാങ്ങേണ്ടിവന്നിട്ടുണ്ട്. അറിവില്ലായ്മ മൂലം കാര്യങ്ങളെ ശരിയായ രീതിയിൽ നോക്കിക്കാണാനാവാത്തതും പലകാര്യങ്ങളിലും അരാജകവാദപരമായ സമീപനവുമായിരുന്നു അതിന് കാരണം. പ്രായപൂർത്തിയായ തൊഴിലാളികൾക്കും കർഷകർക്കും റെഡ് ആർമിക്കാർക്കും കൂടുതൽ ചിട്ടയോടെയുള്ള വിദ്യാഭ്യാസ പ്രവർത്തനങ്ങൾ ആവശ്യമാണെന്ന നിലപാടായിരുന്നു ഇല്ലിച്ചിന്റേത്. സാധ്യമാവുന്നിടത്തോളം മുമ്പ് നിഷേധിക്കപ്പെട്ടിരുന്ന ഉന്നത വിദ്യാഭ്യാസത്തിന്റെ വാതിലുകൾ ഏവർക്കുമായി തുറന്നുകൊടുക്കണമെന്നും അദ്ദേഹം ആവശ്യപ്പെട്ടു. അതുമായി ബന്ധപ്പെട്ട് നിരവധി ഡിക്രികൾ പുറപ്പെടുവിച്ചതും 1919 ലായിരുന്നു.

ആഗസ്റ്റ് 10 നും 17നുമിടയിൽ പെത്രോഗ്രാദിലും ഒക്ടോബർ 8നും 15 മിടയിൽ മോസ്കോവിലും ഓരോ 'പാർട്ടിവാര'ങ്ങൾ ആചരിക്കപ്പെട്ടു. പാർട്ടിയെക്കുറിച്ചുള്ള തന്റെ വീക്ഷണങ്ങൾ വെളിപ്പെടുത്തുന്ന *ദ വർക്കേഴ്സ് സ്റ്റേററ് ആന്റ് പാർട്ടി വീക്ക്* എന്ന തലക്കട്ടിലുള്ള ലേഖനം ഇല്ലിച്ച് ഒക്ടോബർ 11-ന് എഴുതി. അതിൽ സ്വെർദ്‌ലോവിന്റെ ശവസംസ്കാരവേളയിൽ പറഞ്ഞ കാര്യങ്ങൾ അദ്ദേഹം ആവർത്തിച്ചു. തൊഴിലെടുക്കുന്നവർക്കും കർഷകർക്കുമിടയിൽ മികവുറ്റ സംഘാടകരും ഭരണകർത്താക്കളുമുണ്ട് എന്നതായിരുന്നു അത്. സോഷ്യലിസ്റ്റ് നിർമിതിയുടെ പ്രശ്നം പരിഹരിക്കാൻ അവർക്കാവുമെന്നും അദ്ദേഹം ഊന്നിപറഞ്ഞു.

> നിങ്ങൾ ആത്മാർഥതയുള്ള കമ്യൂണിസ്റ്റുകാരാണെങ്കിൽ, എന്തൊക്കെ പ്രയാസങ്ങളുണ്ടെങ്കിലും, പഴയ മുൻവിധികളെ മാറ്റിനിർത്തിക്കൊണ്ട് ലക്ഷ്യം കൈവരിക്കാൻ നിർഭയം പ്രവർത്തിക്കണം.

ആ ലേഖനത്തിന്റെ അന്ത്യത്തിൽ അദ്ദേഹമെഴുതി :

> ജനങ്ങളിൽ മഹാഭൂരിപക്ഷവും നമുക്കൊപ്പമാണ്. അതിലാണ് നമ്മുടെ പ്രബലത കുടികൊള്ളുന്നത്. ലോകകമ്യൂണിസത്തിന്റെ ശക്തിയുടെ സ്രോതസും അത് തന്നെയാണ്

വിഷമം പിടിച്ച ആ നാളുകളിൽ നിരന്തരം ഇല്ലിച്ച് തൊഴിലാളികളോടും റെഡ് ആർമിക്കാരോടും അഭ്യർഥനകൾ നടത്തിക്കൊണ്ടിരുന്നു. അദ്ദേഹത്തിന്റെ വാക്കുകൾ അവരെ ഉത്സുകരാക്കി. പലയിടങ്ങളിലെയും തൊഴിലാളികൾ കൂട്ടത്തോടെ യുദ്ധനിരയിലേക്ക് യാത്രയായി.

> അത്ഭുതങ്ങൾ പ്രവർത്തിക്കാൻ തൊഴിലാളികളുടെ ശക്തിയും ത്യാഗസന്നദ്ധതയും ധാരാളം മതിയാവും.

അദ്ദേഹമെഴുതി :

> അത്തരം അത്ഭുതങ്ങൾ നിറഞ്ഞതാണ് നമ്മുടെ അധ്വാനിക്കുന്ന വർഗത്തിന്റെ വിപ്ലവം. വേറിട്ട എന്തൊക്കെ ബുദ്ധിമുട്ടുകൾ ഉണ്ടാവാമെങ്കിലും ലോക സോവിയറ്റ് റിപ്പബ്ലിക്കിന്റെ പൂർണമായ വിജയത്തിൽ അത്തരം അത്ഭുതങ്ങൾ ഗുണപരമായിത്തീരുകതന്നെ ചെയ്യും.

യുദ്ധനിരയിലേക്ക് പോകാൻ യുവാക്കളും വളരെ തൽപ്പരരായിരുന്നു. അന്ന് ഒന്നാമത് സോവിയറ്റ് പാർട്ടി സ്കൂളിന്റെ പ്രവർത്തനങ്ങളുമായി ബന്ധപ്പെട്ട് രാഷ്ട്രീയ - വിദ്യാഭ്യാസപ്രവർത്തകരായ ഞങ്ങൾ വളരെ തിരക്കിലായിരുന്നു. അവിടെ 'ഔപചാരികമായ' പരിശീലനം യുവാക്കൾക്ക് നൽകാനല്ല, മറിച്ച്, ഏത് സാഹചര്യത്തിലും പിടിച്ചുനിൽക്കാനുള്ള അറിവ് പകർന്നുനൽകാനാണ് ഞങ്ങൾ ശ്രമിച്ചത്. അതിലെ ബിരുദധാരികളെ അഭിസംബോധനചെയ്തുകൊണ്ട് ഇല്ലിച്ച് പറഞ്ഞു :

> സഖാക്കളേ, സോവിയറ്റ് സ്കൂളിൽ കോഴ്സ് പൂർത്തിയായവർക്കുള്ള ബിരുദദാനച്ചടങ്ങ് ആഘോഷിക്കാനല്ല നാമിവിടെ ഒന്നിച്ചുകൂടിയിരിക്കുന്നതെന്ന് നിങ്ങളിൽ മിക്കവർക്കും അറിയാം. മറിച്ച്, നിങ്ങളിൽ പകുതി ഗ്രാജൂവേറ്റുകളെങ്കിലും യുദ്ധനിരയിൽ പോരാടുന്നവർക്ക് പുതുരക്തവും ആർജവവും പകർന്നുനൽകാൻ തീരുമാനിച്ചവരാണ്.

യാതൊരു വെള്ള പൂശലുമില്ലാതെ യുദ്ധനിരയിലെ വിഷമം പിടിച്ച സാഹചര്യം വിവരിക്കവേ, അദ്ദേഹം തുടർന്നു :

> അതുകൊണ്ടാണ് റഷ്യയിൽ നിങ്ങളുടെ സേവനം യുദ്ധനിരയിലേക്ക് പോവാനുള്ള നിങ്ങളുടെ ആഗ്രഹത്തോട് അനുകൂലമായൊരു നിലപാട് ഭരണകൂടം സ്വീകരിച്ചത്.

തങ്ങളിൽ അർപ്പിതമായ വിശ്വാസത്തെ സോവിയറ്റ് പാർട്ടി സ്കൂളിലെ ഗ്രാജുവേറ്റുകൾ പൂർണമനസോടെ സ്വീകരിച്ചു. തന്റെ പ്രസംഗത്തിൽ ഞങ്ങളുടെ എല്ലാ രാഷ്ട്രീയ വിദ്യാഭ്യാസ പ്രവർത്തകരുടെയും പ്രവർത്തന നേട്ടങ്ങളെയും ഇല്ലിച്ച് എടുത്തുപറയുകയും ചെയ്തു.

ഇല്ലിച്ചിന് തെറ്റ് പറ്റിയില്ല. അതുകൊണ്ടുതന്നെയാണ് വിജയങ്ങളുമായി സോവിയറ്റ് ശക്തിയുടെ രണ്ടാം വാർഷികം ഞങ്ങൾ ആഘോഷിച്ചത്.

ഒക്ടോബറിന്റെ തുടക്കത്തിൽ ദെനികിൻ ഒറെലിന് ഭീഷണിയായിത്തീർന്നപ്പോൾ റവല്യൂഷണറി മിലിട്ടറി കൗൺസിലിന്റെ അംഗമെന്നനി

ലയിൽ കേന്ദ്രകമ്മിറ്റി സ്റ്റാലിനെ തെക്കൻ യുദ്ധനിരയിലേക്ക് നിയോഗിച്ചു. കേന്ദ്രകമ്മിറ്റി അംഗീകരിച്ച ആക്രമണത്തിനുള്ള പുതിയൊരു പദ്ധതിയാണ് സ്റ്റാലിൻ നിർദേശിച്ചത്. വ്ളാദിമിർ ഇല്ലിച്ച് അതിനെ പൂർണമായും പിന്തുണച്ചു. വളരെ വേഗം തന്നെ തെക്കൻ യുദ്ധനിരയിലെ സ്ഥിതിഗതികൾ മാറി മറിഞ്ഞു. ഒക്ടോബർ 19 ന് വൊറോണെഷിൽ വച്ച് ഞങ്ങളുടെ സൈനികർ ജനറൽമാരായ ഷ്കുറോയ്ക്കും മാമോൺടോവിനും മാരകമായ തിരിച്ചടി നൽകി. ഒക്ടോബർ 20-ന് ഒറെൽ തിരിച്ചുപിടിക്കുകയും അടുത്ത ദിവസത്തെ പുൽക്കോവോ യുദ്ധത്തിൽ പെത്രോഗ്രാദിലേക്ക് മുന്നേറുകയായിരുന്ന യെദൂനിക് പരാജയപ്പെടുകയും ചെയ്തു.

ഒക്ടോബർ വിപ്ളവത്തിന്റെ വാർഷികത്തിൽ ഇല്ലിച്ച് പെത്രോഗ്രാദിലെ തൊഴിലാളികൾക്ക് ഊഷ്മളമായൊരു സന്ദേശമയയ്ക്കുകയും "സോവിയറ്റ് ശക്തിയും സ്ത്രീകളുടെ സ്ഥിതിയും" എന്ന, പേരിൽ *പ്രവ്ദ* യിലും "സോവിയറ്റ് ശക്തിയുടെ രണ്ട് വർഷങ്ങൾ" എന്ന തലക്കെട്ടിൽ കർഷകർക്ക് വേണ്ടി *ബദ്നോട്ട*യിലും ഓരോ ലേഖനങ്ങളെഴുതുകയും ചെയ്തു. നവംബർ 7-ന് "സോവിയറ്റ് ശക്തിയുടെ രണ്ട് വർഷങ്ങൾ" എന്ന വിഷയത്തെ അധികരിച്ച് അഖില റഷ്യൻ കേന്ദ്ര എക്സിക്യൂട്ടീവ് ക്കമ്മിറ്റി, മോസ്കോ സോവിയറ്റ്, ട്രേഡ് യൂണിയനുകളുടെ അഖില റഷ്യൻ കേന്ദ്രകൗൺസിൽ, ഫാക്ടറികമ്മിറ്റി എന്നിവയുടെ പ്രതിനിധികളുടെ ഒരു 'സംയുക്തയോഗത്തെ ഇല്ലിച്ച് അഭിസംബോധന ചെയ്തു. ആചാരപരമായ യോഗങ്ങളിൽ സംസാരിക്കാൻ ഇഷ്ടപ്പെടാതിരുന്ന ഇല്ലിച്ചിന്റെ ഈ പ്രസംഗം യാതൊരു പ്രചരണവും കൂടാതെയുള്ള കാര്യമാത്ര പ്രസക്തമായ ഒന്നായിരുന്നു.

സോവിയറ്റ് ശക്തിയുടെ രണ്ട് വർഷകാലത്തെ ഏറ്റവും പ്രധാനപ്പെട്ട നേട്ടം "തൊഴിലാളികളുടെ ഒരു സ്റ്റേറ്റ് പടുത്തുയർത്താനും സ്റ്റേറ്റിന്റെ ഭരണ നിർവഹണത്തിൽ തൊഴിലാളികൾക്കുള്ള പങ്കാളിത്തത്തിന്റെ പാഠം പഠിക്കാനും കഴിഞ്ഞതാണ്" എന്നദ്ദേഹം തന്റെ പ്രസംഗത്തിൽ വെളിപ്പെടുത്തി.

> എത്രതന്നെ ശ്രമകരമായിരുന്നുവെങ്കിലും സ്റ്റേറ്റിന്റെ പഴയ ഭരണ സംവിധാനത്തെ പുതുക്കിപ്പണിയാൻ കഴിഞ്ഞു എന്നതാണ് നാം ചെയ്ത സുപ്രധാനമായ ജോലി. രാജ്യത്തിലെ എല്ലാ മേഖലകളും പടിപടിയായിട്ടാണെങ്കിലും ഇപ്പോൾ തൊഴിലാളികളുടെ നിയന്ത്രണത്തിലാണ്. ഒരു ഭക്ഷ്യവിതരണ സംവിധാനവും തൊഴിലാളികൾ സൃഷ്ടിച്ചിരിക്കുന്നു.

സർക്കാർ ജീവനക്കാരിൽ തൊഴിലാളികളുടെ പ്രാതിനിധ്യം മുപ്പതിൽ നിന്നും 1919-ൽ എൺപത് ശതമാനമായി ഉയർന്നു.

കൈകാര്യം ചെയ്തിട്ടുള്ള എല്ലാറ്റിലും വച്ച് ഏറ്റവും സുപ്രധാനമായ ദൗത്യം അധ്വാനിക്കുന്ന വർഗത്തിൽ നിന്നും നേതാക്കന്മാരെ

ഉയർത്തിക്കൊണ്ടുവരുന്നതാണെന്ന് ഇല്ലിച്ച് പ്രഖ്യാപിച്ചു. അവർ യുദ്ധ നിരയിലും ഭരണപ്രവർത്തനത്തിന്റെ എല്ലാ മേഖലകളിലും തികച്ചും സജീവമായി പ്രവർത്തിക്കുന്നവരാണ്. പാർട്ടിവാരത്തിന്റെ കാലത്ത് മോസ്കോവിൽ മാത്രമായി പതിനാലായിരത്തിലധികം പേർ പാർട്ടിയിൽ അംഗങ്ങളായി. സമരത്തിന്റെ ഘട്ടത്തിൽ പാർട്ടിയുമായി ബന്ധപ്പെട്ടവരുമായി ഇല്ലിച്ച് നേരിട്ട് സംസാരിച്ചു. എന്നാൽ, കൂടുതൽ വ്യാപ്തിയേറിയ പ്രചരണ പ്രവർത്തനങ്ങൾ സംഘടിപ്പിക്കേണ്ടതാണെന്നും അദ്ദേഹം വ്യക്തമാക്കി. കാര്യങ്ങളുടെ യാഥാർഥ്യത്തിനു നേരെ കർഷകരുടെ മിഴികൾ തുറപ്പിക്കേണ്ടതിനെക്കുറിച്ച് തികച്ചും ശാന്തമായ സ്വരത്തിലാണ് അദ്ദേഹം സംസാരിച്ചത്. ജനങ്ങൾ അത് ആഹ്ലാദത്തോടെ ശ്രവിച്ചിരുന്നു.

സോവിയറ്റ് വിപ്ലവത്തിന്റെ രണ്ടാം വാർഷികവുമായി ബന്ധപ്പെട്ട് നിരവധി കവിതകൾ രചിക്കപ്പെട്ടിട്ടുണ്ട്. അവയെ അപ്പടി പകർത്തുക ഇവിടെ ദുഃസാധ്യമാണ്.

ഒക്ടോബർ വിപ്ലവത്തിന്റെ ഇരുപതാം വാർഷികം ആഘോഷിക്കുമ്പോൾ ഞങ്ങളെല്ലാം തന്നെ അതിന്റെ നേട്ടങ്ങളെയും കോട്ടങ്ങളെയും അവലോകനം ചെയ്യുകയും ലെനിന്റെ വാക്കുകൾ എത്രമാത്രം ശരിയായിരുന്നുവെന്നും അതിൽ പോരായ്മകളില്ലായിരുന്നത് മനസിലാക്കുകയും ചെയ്തു.

www.ingramcontent.com/pod-product-compliance
Lightning Source LLC
LaVergne TN
LVHW101400051026
849519LV00005BC/1590
* 9 7 8 9 3 8 2 1 6 7 9 4 5 *